የተቆለፈበት ቁልፍ

ምህረት ደበበ ገ/ጻዲቅ

መጋቢት 2005 ዓ.ም.

የመጀመሪያ እትም

መጋቢት 2005 ዓ.ም.

First Puplished 2013

Addis Ababa, Ethiopia

ለአስተያየትዎ

ኢ-ሜይል: mirumercy@gmail.com

መታሠቢያነቱ

የልጆች ሁሉ ተንከባካቢና ተቆርቋሪ፣ በቅርብም በሩቅም ለሚያውቃቸው ሰዎች ሁሉ ወዳጅና አገልጋይ፣ በተለይ ለእኔ ደግሞ የልብ ጓደኛ ለነበረውና ባላሰብነው ጊዜና ፍጥነት ድንገት ባደረበት ህመም በሞት ለተለየን የሴይንት ሊውሱ ዳንኤል ወዳጆ (ጋሽ ዳኒ) ይሁንልኝ። ዳኒ፦ ስትለየን እጅግ ብናዝንም ትተህልን የሄድከው መልካም ትዝታና ቅርስ ግን ሁልጊዜም ከኛ ጋር ይኖራል።

ምስጋና

“የተቆለፈበት ቁልፍ” እንደ መጽሐፍ የእኔ ብቻ ሳይሆን የብዙ ወዳጆቼና ባለሙያዎች አስተዋጽኦ ያለበት ሥራ ነው።ሁሉንም በስምና በድርሻቸው ለመዘርዘር ባልችልም የተወሰኑትን በስም እየጠራሁ ማመስገን ይገባኛል።ይህ ግን ስማቸው ያልተጠቀሰው ወዳጆቼ አስተዋጽኦዋቸው አነስተኛ ነው ማለት አይደለም። በውስጡ የሚገኝ ግድፈትም ሆነ ምንም አይነት አለመብቃት ግን በእኔ እንጂ በማናቸውም ላይ ሊሳበብ አይገባውም።ምንም እንኳን የመጻፍ ፍላጎቱና የቅርብ ጊዜ እቅዱ ባይኖረኝም እኔ እንድጽፍ ለእኔ ከእኔ በላይ በማመን ሁል ጊዜም ላበረታታኸኝና እምነቱን ለፈጠርክብኝ የሴይንት ሊውሱ ውድ ወዳጄ ብርሃኔ ሞገስ ትልቅ ምስጋናዬ ይድረስህ።

ይህ ጽሁፍ እንደቀልድ ከተጀመረ በኋላ ገና ከግርድፉና ከእንጭጩ ጀምሮ አብራችሁኝ ከስር ከስሩ በማንበብ ያበረታታችሁኝና ከድጋፍም ባሻገር አሁን መጽሃፉ ያለውን ቅርጽ እንዲይዝ ብዙ ሃሳብ የሰጣችሁኝ ሃና ሁሴን የኒውዮርኳ፣ ዶ/ር ግሩም የሚኖሶታው፣ ዶ/ር ሊድያ የአዲስ አበባዋ፣ ምስጉ ጠበቃዋ፣ ዘላለምና ሜሪ የቶቢ ወላጆች፣ ሃና አሸብር የአዲስ አበባዋ፣ ዶ/ር አምሳሉና ኤደን የቴክሳሶቹ፣ ዶክተሮቹ ዘሪሁንና ምህረት፣የሴይንት ሊውሶቹ ሔኖክና አፀደ፣ በረከት የመቀሌው፣ የሴይንት ሊውሱ የአእምሮው ሐኪም ዳዊት፣ትዕግሥት የዲሲዋ እና ሌሎችም ይህ አብረን የጻፍነው ነገር አሁን መጽሃፍ ሆኖ ታተመ ማለት ነውና እግዜር ይስጥልኝ። ናሁሰናይ አፈወርቅ ደግሞ እንደጓደኛ ብቻ ሳይሆን እንደባለሙያም የሰጠኸኝ ምክሮች ሁሉ በጣም ጠቃሚና አስተማሪ ሆነው አግኝቻቸዋለሁ። ቴዲ ታደሰ ወዳጄም ከጅማሬው አንስቶ ያደረክልኝ ከፍተኛ ድጋፍ ብዙ ጠቅሞኛል በኋላም የመጨረሻውን ቅጂ በጥንቃቄ በማረም ለሰራኸው አድካሚ ስራ ምስጋናዬ ከፍ ያለ ነው። ገና ከጥንስሱ ጀምሮ ከያሬድና ህብረት ጋር ብዙ ምሽቶችን እነርሱ ቤት እያመሸን እንዲህ ይሁን እንዲያይሁን እያልን ሥራውን ቅርጽ ለማስያዝ ያደረግናቸው ውይይቶችና የሰጣችሁኝ አስተያየቶች ፍሬያማ ነበሩና አመሰግናለሁ።

ከዚያም አንዴ የመጽሐፉ ጥሬ ጽሑፍ ተጽፎ እንዳለቀ በተለይ ከቋንቋና ከሰዋሰው አንጻር የመጀመሪያ ዙር አድካሚ የማረም ሥራውን የሰሩልኝን አቶ ፍታምላክን በትልቅ ምስጋና እግዜር ያክብርልኝ እላለሁ።ዶ/ር መስለ ደግሞ ገና መጽሐፉ ሳያልቅ ጀምሮ እጅግ ከተጣበበ ሰዓቱ ላይ ደከመኝ ሰለቸኝ ሳይል ጽሑፉን ደጋግሞ በማንበብ እንደ ራሱ ሥራ በማየት ለሰጠኝ ጠቃሚ አስተያየቶችና ምክሮች እጅግ እጅግ አመሰግናለሁ።

ሙሉውን የማረም ሥራ በመሥራት መጽሐፉ አሁን ያለበትን ቅርጽ እስኪይዝ ድረስ በብዙ ድካም እኔን እንደጀማሪ ጸሐፊ በማስተማር ጽሑፉንም እንደ

የመጀመሪያ ሥራ በጥንቃቄ የራሱን መልክ ሳይቀይር በማሳመርና በማረም አብረውኝ ለሠሩት የአዲስ አበባ ዩኒቨርስቲ የአማርኛ ቋንቋ፣ ስነጽሁፍና ፎክሎር ትምህርት ክፍል ተባባሪ ፕሮፌሰር አቶ ዘሪሁን አስፋው ትልቅ ምስጋዬን አቀርባለሁ። ጥሩ አራሚ ብቻ ሳይሆኑ ትሁትና ብቁ አስተማሪም ናቸው ብዬ የራሴን ልምድ መናገሩ የምስጋናዬም ክፍል ነው። ዶ/ር ንጉሤ ተፈራ የፖፕሌሽን ሚድያ የኢትዮጵያ ዳይሬክተር መጽሐፉ ላይ ስል አስተያየታቸውን ከመስጠትም በላይ ከሰፊው ልምዳቸው ሳይሰስቱ በደስታ መጽሐፍ የማሳተም ሂደቶችንና አሠራሮችን በማሳየት ለሰጡኝ ድጋፍና አስተያየት ሁሉ አመሰግናለሁ። የሽፋን ምስሉን፣ የመጽሐፉን ቅርጽና አቀማመጥ ጊዜዋን ሰውታ በከፍተኛ ጥንቃቄ የሠራችልኝን በሁሉም አለበልን ከልቤ አመሰግናለሁ። ጥሩ ስራ፣ ከጥሩ ጸባይና የባለሙያ ምግባር ያላት ባለብዙ ችሎታ ወጣት ናት።

ወንድሜ በቃሉና ባለቤቱ አዲስም ላደረጉልኝ የሞራል ድጋፍ በህትመቱ ሂደትም ውስጥ ላደረጉት የገንዘብ ድጋፍ ከፍ ያለ ምስጋና አቀርባለሁ። የህትመቱን ሥራም በትልቅ ትጋትና ጥራት በታሰበው ጊዜ እንዲደርስ በመሥራት ሥራውን በጥራት እውን ላደረጉት የርሆቦት ማተሚያ ቤት ዋና ሥራ አስኪያጅ አቶ በፍቃዱና የርኆቦት ማተሚያ ቤት ሠራተኞች ታላቅ ምስጋና አቀርባለሁ። ዮኒ ታደሰም የሽፋን ፎቶውን ስለሰራኸልኝ ከልብ አመስግናለሁ። ከሁሉም በላይ ይህንን መጽሐፍ አሳስቦ ላስጀምረኝ፣ አስጀምሮም ላስጨረሰኝ ህያው አምላክ እግዚአብሔር እጅግ የላቀ ታላቅ ምስጋና ይሁን።

ቁልፍልፍ

መላኩ እቀጠሮው ስፍራ ለመድረስ ግማሽ ሰዓት ብቻ ቀርቶታል። ልቡ ስቅል ማለቱን አረማመዱ ያሳብቃል። መኪናውን በጥድፊያ አቁሞ ከኋላ ወንበር ሳምሶናይት ቦርሳውን አፈፍ አድርጎ ወረደና ወደ መኖርያ አፓርታማው ተጣደፈ። የሥራ ልብሱን ቀይሮ ሰሞኑን በስንት ምጥ ሲጽፍ የከረመውን ጽሑፍ ይዞ ወደ ፒያሳ ሊከንፍ ነው ዕቅዱ። ሰሎሜ ደግሞ በሰአት ጉዳይ ዝንፍ አትልም። እርፋጅም ከሷ ጋር ከነሙሉ ክብሩ አይሰነብትም። ከቦሌ ፒያሳ ድረስ ለመሄድ ስንት መሰናከል አለበት! መብራቱ፣ ታክሲው፣ እግረኛው፣ ኧረ ምኑ ቅጡ! ፒያሳ ለምን እንደ ተቀጣጠሩ ቢያስብም ለጊዜው በቂ ምክንያት ሊመጣለት አልቻለም። ደረጃውን በተቻለው ፍጥነት ወጥቶ ሦስተኛ ፎቅ ካለው አፓርትመንቱ ደርሶ ቁልፉን ከኪሱ ቢዳስስ ቢያስስ አጣው። በመጣበት ፍጥነት ከንፎ ከመኪናው ዘንድ ሲደርስ ሞተሩንም እንዳላጠፋው አወቀ።

የሾፌሩን በር ሊከፍት ሳብ ቢያደርገው ተቀልፎአል። በድንጋጤ ክው አለ። እየዞረ አራቱንም በሮች ፈተሸ፣ አንዳቸውም ክፍት አልነበሩም። ‘እ … መ-ላ-ኩ … ምነካህ? … My God …’ አለና እጁን እያወናጨፈ መኪናውን ተደግፎ ቆመ። ስሜቱን ለማረጋጋት እየሞከረ በሾፌሩ መስኮት አጮልቆ ተመለከተ። በመኪናው የቁልፍ ማስገቢያ ውስጥ ያለውን ቁልፍ አጅበው ከአምስት የማያንሱ ሌሎች ቁልፎቹ ተንጠልጥለው ላመል ያህል ይወዛወዛሉ … እንቁልልጭ የሚሉ ይመስል። ተቀያሪ ቁልፎቹ ደግሞ እቤት ውስጥ ተቆልፎባቸዋል። “የተቆለፈበት ቁልፍ … እኔንም ቆላልፎ አስቀረኝ!” አለና መስኮቱን ለመስበር አሰበ። ኪሳራው ታየው። በሽቦም ሰርስሮ ለመክፈት ሞክሮ አቃተው። መፍትሄ ፍለጋ አንድ ሁለት ጓደኞቹ ጋ ደውሎ ሊያገኛቸው አልቻለም። የሰሎሜን ስልክ ደጋግሞ ቢሞክርም አይመልስም። መላኩ ሁሉም የጠመመበት መሰለው። ለቀጠሮው የቀረው አሥራ ሰባት ደቂቃ ብቻ ነው። ግንባሩ ላይ ያቸፈቸፈውን ላብ በእጁ መዳፍ ጠራረገና ለትንሽ ጊዜ አእምሮውን አረጋግቶ ማሰብ ጀመረ። ድንገት ፈጽሞ ያልጠበቀው የመፍትሔ ብልጭታ ፊቱን እንደ ጠዋት ፀዳል አበራው።

ሰሎሜ በጣም ደክሟታል። የምትሰራው መካኒሳ አካባቢ ሲሆን የግዷን ነው ወደ ፒያሳ ያቀናችው። ማርፈድ አትወድም። ከውጭ አገር ለመጡ

አለቆቻቸው የስራ ሪፖርት ማቅረብ ስለነበረባት በጠዋት ነው ሥራም የገባችው። የምትሠራበት ፕሮጀክት የጐዳና ተዳዳሪ ሕጻናትንና ሴትኛ አዳሪዎችን መልሶ የማቋቋምና ራሳቸውን የማስቻል ዐላማ ያለው ነው። ሥራውን ስትጀምር የነበራት ወኔና የሥራ መነሣሣት አሁንም እንደጋለ ቢሆንም፣ የሥራው ውስብስብነትና የችግሩ ጥልቀት ግን ካሰበችው በላይ የተቆላለፈ ሆኖባታል። ድኽነት የችግር መንሥኤ ነው ወይስ ጦስ? የሚለው ጥያቄ ቀላል መልስ እንደሌለው ከተረዳች ሰንብታለች። ከተወሰነ ጊዜ ወዲህ ጭራሽ 'ድኽነት ምንድነው?' የሚለው ጥያቄ ራሱ እንቆቅልሽ ሆኖባታል። አሁን እንደገባት ከሆነ አንድ የጐዳና ተዳዳሪ ሕጻን ወይም ሴትኛ አዳሪ ችግራቸውም ሆነ ማንነታቸው ከኅብረተሰቡ ሁኔታ ተነጥሎ የሚታይ ሳይሆን የተሳሰረና የተጠላለፈ ነው። ድኽነት ከባህል ጋር የተዋደደ የአስተሳሰብ ደባል እንጂ ቀንድ ያለው ጭራቅ አለመሆኑ ለሰሎሜ በቅጡ የገባት ራሷን እዚህ ሥራ ውስጥ ሙሉ ለሙሉ ካስገባች በኋላ ነው።

ሰሎሜ ከመካኒሳ ፒያሳ ለመድረስ የወሰደባት 45 ደቂቃ አካባቢ ነው። በየቀኑ የራሷን መኪና አትነዳም። በሳምንት ሁለት ቀን ታክሲ ትጠቀማለች። መኪና መንዳት ከሰው ያርቃል የምትለው አባባል አላት። በታክሲ ከሲኤምሲ መካኒሳ ለመሄድ እስከ አንድ ሰዓት ተኩል ይወስድባታል። ከሁሉ ሰው ጋር ታወራለች። አንዳንዴ ሊለክፏት የሚሞክሩ ጐረምሶች ባጭር ጊዜ ወዳጆቿ ሆነው የሆዳቸውን ሲዘከዝኩላት ይገኛሉ። ሰው አትፈራም። ለዚህ ደግሞ በጣም የጠቀማት ለሰው ሁሉ ያላት እውነተኛ ፍቅር ነው። ትንሽ ትልቅ፣ ደኻ ሀብታም፣ ገጠሬ ከተሜ ልዩነቱ አይታያትም። ሰዎች ቆንጆ ነው፣ አስቀያሚ ነው ሲሉ የምሯን ግራ ይገባታል። ፍቅር ሊያስይዘው የሚችለውና የሚያገባው ሰው ካልሆነ በቀር ሌላው ሰው ሁሉ በሰውነቱ ያለው ውበት አይበላለጥም ትላለች። ለፍቅር የሚከፈተው ዐይናችን ብቻ ነው በማዳላት ሌላ ዐይነት ውበትን በማየት በተለየ ፍቅር የሚወድቀው። ከዚያ ውጭ ግን ሁሉም ሰው እኩል ነው የሚያምረው ብላ ሽንጧን ገትራ ትሟገታለች። ብዙም የሚያምናት አላገኘችም እንጂ።

ቀጠሮው ስፍራ ደርሳ ቀጭን የቅመም ሻይ አዘዘችና በመስኮት አላፊ አግዳሚውን እያየች የሐሳቧን ልጓም ለቃ ነጎደች። ስልኳን ቤት ረስታው ስለነበር ቢያንስ እየደወለ ከሐሳቧ ንጉደት የሚያስተጓጉላት የለም። መላኩም ጋ መደወል አትችልም። ለነገሩ እሱም በቀጠሮ ማርፈድ የሚታማ አይደለም፤ ስለዚህ በመጣ ጊዜ ይምጣ ብላ ውጪ ውጪውን ማየት ቀጠለች።

ከተቀመጠችበት ካፌ ፊት ለፊት ታክሲዎች ይቆሙና ወራጁን አውርደው ካገኙ ተጫኙን ጉስረው ይከንፋሉ፤ በዙረታቸው ለመዞር ገንዘብ ለቀማ። አንድ አዲስ ሚኒባስ ታክሲ ሌላውን ለመቅደም ብሎ ፍጥነቱን ድንገት ገትቶ እንደውድድር መኪና ተጠማዝዞ ቀጥ ብሎ ቆመ። በዚህ ጊዜ አንድ አዛውንት የኔ ቢጤ በድንጋጤ ከታክሲው ለመሸሽ ወደኋላ ሲያፈገፍጉ ከላያቸው የደረቡት

የተተለተለ ድሪቶ እግራቸውን ጠለፋቸውና ወደ ኋላቸው ፍንችር አሉ። ሁሉም ቀልቡ ያለው ቀድሞ መሳፈሩ ላይ ስለሆነ ዘወርም ብሎ ያያቸው የለም። ለቅጽበት ያህል ጥቂት ሰው ከበብ አድርጎአቸው 'ተረፉ አባት?' ሲል ሌሎችም በከንፈር መጠጣ የአበሻ የመጀመሪያ ርዳታውን ችረዋቸው አለፉ። ማንም ሳያነሳቸው እዛው እወደቁበት እንዳሉ የሚቀጥለው ታክሲ ሲመጣ ሁሉም ወደየራሱ የኑሮ ሩጫ ተጣደፈ። ሁሉም በየታክሲው ውስጥ ለመግባት ግፊያው ላይ አተኰረ። ባለታክሲውማ ያያቸውም አይመስል፤ ቢያያቸውም ግድም አይሰጠው። አልገጫቸው ... እሱ ምን አገባው!

የሚቀጥለውም ታክሲ የጫነውን ጭኖ ሲነጉድ የመግባት ዕድል ያላገኘውም ለሌላ ታክሲ እሽቅድምድም አኰበኰበ። አዛውንቱም በወደቁበት ቁጭ እንዳሉ ትዕይንቱን ሁሉ ስትመለከት የነበረችው ሰሎሜ ከመቀመጫዋ ተስፈንጥራ ወደ ሰውዬው ሮጠች። አጠገባቸው ስትደርስ ሰውየው የተጋጋጠ ክንዳቸውንና አስፋልቱ ላይ ያረፈውን መቀመጫቸውን ያሻሻሉ። በህመም ድምጽ "አይ አንቺ እመ ብርሃን እንዲየው ምናይነቱ ቀን ነው?".... እያሉ ሲያጉተመትሙ ደረሰች። "አባቴ ተርፈዋል?" ብላ በድንጋጤ በርከክ ብላ ትከሻቸውን ደገፍ አርጋ ጠየቀቻቸው።

ዐይን ዐይኗን እያዩ .... "አይ ልጄ እመቤቴ አትርፋኛለች ... መትረፉንስ ... ብቻ እንዴው ሰው ሳንቲምም ሲወድቅበት ግድ ይለዋል ... አጕንብሶም ያነሣል ... ድኻ ከሆንሽ ግን ይኸውልሽ ማንም ከቁብ አይቆጥርሽም ... አ ... አ ...አይ ...ይ ... እግዚሃር ያክብርሽ ... እመቤቴ አለሁ ትበልሽ ልጄ ..." አሉ ለመቀመጥ እየሞከሩ።

"ማነው ስምዎ አባባ?" አለቻቸው።

ስማቸውን ስትጠይቃቸው ገርሞቸው አሁንም ባትኩሮት እያዩዋት ... እ ... እ...እ አሉ ስማቸው እንደ ጠፋቸው ሁሉ። ለነገሩ እሳቸው የኔ ቢጤ ማን ስማቸውን ይጠይቃቸዋል? ስማቸውን ከተጠቀሙበት ካስር በላይ አመታት አልፈዋል። አባት ... ሽሜው... ሼባው ... ካልሆነም ... በቃ ...,ያለ ስም ... የሚሰጠውን ቁራሽ ወይም ሳንቲም ጥሎላቸው ነው ሰው ሁሉ የሚሄድ። ስማቸውን ከጣሉበት ሩቅ ዘመን ወደ ኋላ ነጐዱ። ከጥቂት ዝምታ በኋላ ያገኙት ይመስል ጉሮሮአቸውን እየጠራረጉ " አራጋው ... ነበር ስሜማ" አሉ ፤ አሁን እንዳልሆነ ሁሉ። ከንፈራቸው ድርቅ ብሎአል። የፊታቸው ቆዳ ቁሩና ሃሩሩ አወይቦት አቧራው በስሱ ተደርቦበት እውነተኛ መልካቸውን ማየት አዳጋች ነው። ጥርሳቸው ከመበለዙም ባሻገር ታጥቦና ተፍቆም ስለማያውቅ በላዩ ላይ የያዘውን ቆሻሻ እንደ ጋቢ ደርቦታል። ሽብሽብ ቆዳቸውና ነጭ ጠጉራቸውም ከጉስቁልናቸው በላይ የዕድሜ ባለጠግነታቸውን በግልጽ ይጠቁማሉ።

'ሰው ድሃ የኔ ቢጤ ሲሆን... ስሙንም ነው የሚደኸየው ለካ' አለች በሆዷ። "እኔም ሰሎሜ እባላለሁ ... በሉ ይነሡ ከመንገድ ላይ ... አባባ አራጋው" ... ብላ ክንዳቸውን ደግፋ አስነሣቻቸው። ለመጨረሻ ጊዜ አገራቸውን ለቀው ከተሰደዱ በኋላ ማንም በስማቸው ለዚያውም አባባ አራጋው ብሎ ጠርቶአቸው አያውቅም።

በስሟ ለመጥራትም ተሳቀው ... "ልጄ እግዛሃር ያክብርሽ ... ምን እላለሁ ሌላ ... የኔ ልጅ" ... አሉ አሁንም እንደ ተሸማቀቁ። በሰው መልክ የመጣች መልአክ እንጂ ሰውም አልመሰለቻቸው። የድምፃቸውን ድካምና የከንፈራቸውን ድርቀት አይታ ምናልባት ርቦአቸውም ይሆናል ብላ አሰበች።

"ድክም ያለዎት ይመስላል" አለች ምን ማለት እንዳለባት ስላላወቀች፡፡

"አዎድ ልጄ ድካሙማ ምን ልክ አለው? ሰሞኑን በጠቅላላ ጤናም አልነበረኝ። ተጋድሜ ነው የከረምሁት። ደግሞ ከመሙም በላይ አሁን የጐዳኝ ረኃቡ ነው። ትንሽ እንጀቴን ማስታገሻ ላግኝ ብዬ አሁን ጥላ በረድ ሲል ነበር እኮ ወዴህ የመጣሁ። ክፉ ቀን ... በንቅርት ላይ ጆሮ ገድፍ ...!" አሉ አተነፋፈሳቸውም ፈጠን ብሎ። የትንፋሻቸውም ጠረን ጠንካራ ነው። ሰሎሜ ለይታ ባታውቀውም የራበው ሰው የጠኔ ጠረን ነበር። መራባቸውን ሲነግሩዋት ይበልጥ ያሳዘኑዋት ሰሎሜ

"እስኪ እዚች አረፍ ብለው መክሰስ ቢጤም ቀምሰው ይሄዳሉ ..." አለቻቸው በጆቿ እሳቸውን ደግፋ የነበረችበትን ካፌ ባፏ እየጠቆመች።

"አዪ ልጄ እኛ እዛ እንድንገባ አይፈቅዱልንም ... ቆሻሻ እንደ ነካው እንጨት ነው ሰድበው አመናጭቀው የሚያባርሩን። አንች ያለዳሽ ምን አስጨነቀሽ? ልጄ ... ተርፌያለሁ እዚሁ ልሁን ግዴለም" ብለው ሲያመነቱ

"ግዴለም ከኔ ጋር ነዎት... ይምጡ" ስትል አሁንም እንደ ደገፈቻቸው ... እሳቸውም ሲፈሩ ሲቸሩ ተከትለዋት ወደ ካፌው አመሩ።

በቅርብ ርቀት ያዩአቸው ተሰባስበው የነበሩ ያካባቢ ጐረምሶች በማሾፍ መልክ

"ነፍሷ አዲስ ገቢ ዳያስፖራ ናት መሰል ... አሁን ብሯን ስትጨርስ ... ወይ አንዱ ሲቀበላት ... ያው ማሱን ትቀላቀላለች..." ሲል ... ሌላው ተቀብሎ ...

"ውይይይ ... እንዲያው እኔ በሆንኩ የወድቅሁት ... እሷ ካቀፈችኝ እንኳን አስፋልት ላይ ብረት ላይም ይከስክሱኝ" ሲል ከት ብለው ሣቁ። ሌላው ተከትሎ ...

"አቤት ቅናት ... ሼባው አሁን ምናለ ቺኩን ዐቅፎ ማኪያቶውን ፉት ቢልበት ...'' ሲል አሁንም ካካካ ብለው ሣቁ። ሰሎሜ ሁሉንም ሰምታ ቀልዳቸው ፈገግ ቢያደርጋትም ... ጭካኔያቸውና ብልግናቸው ግን አናደዳት።

በዚህ መሃል አንድ ፀጉሩ ጨብረር ያለ የአካባቢው አለቃ የሚመስል ጉልበተኛ ቢጤ ነገሩን የታዛቢ ያህል ሲያይ ኖሮ፣ "ስማ አሁን ቀልደህ ሞተሃል። አያትህ አይሆኑም። የሆነ ገጌ ነገር ናችሁ። አሪፍ ነን ብላችሁ ከሆነ ምንም የሚያስልጥ ነገር የለም። ነገ እኮ ሁላችንም ያው ነን። አቦ ምናይነት ጨው ራስ ብቻ ነው ባካችሁ አገሩን የሞላው!" ብሎ ከቆመበት ወደነሰሎሜ ጠጋ እያለ ወጣቶቹን ከፍ ዝቅ አርጎ ተመለከታቸው። ልጁ ለድብድብ የማይመለስ በቀላሉ እንዳውሬ የሚያደርገው ይመስላል። ሁሉም ባንዴ ዝም ሲሉ ከመካከላቸው አንዱ፣ "አንተ ደግሞ ሰሌ ሁሉን በቃ ሲርየስ ነው ምትወስደው። እኛ ዝም ብለን ነው ሙድ ለመያዝ ያህል" ብሎ ነገሩን ለማቃለል ሲሞክር የባስ የተናደደው ሰሎሞን፣ "በቃ ይሄን ርሳስ እንዳልሰካብህ ሄደህ ሙድ በምትይዝበት ሙድ ያዝ የማነው ጨው ራስ" አለ ንዴቱ እየጋመ። ከዚህ በኋላ ሁሉም ምንም አላሉም። ሰሎሜም አሁን ከኚህ የኔ ቢጤና ከነዚህ ፌዘኛ ጐረምሶች ማነው ድኻ አለች ለራሷ። የሰሎሞን ሁኔታ ግን ሁሉንም ባንድ እንዳትፈርጃቸው ለልቦናዋ ሚዛን ሰጠው። ሰው በምንም የኑሮ ደረጃ ውስጥ ቢገኝም የሚኖረውን የሕይወት አተያይና አቋም ሊመርጥ የሚችል ባለፈቃድ ፍጥረት ነው። ስለዚህም ሀብት ጨዋ አያደርግም፤ ድኽነትም ለባለጌነት ምክንያት ሊሆን አይችልም ብላም አሰበች።

"ጀለስ ዝም በያቸው እነዚህ አፋቸው እንዳመጣላቸው የሚሸኑ ጨው ራሶች ናቸው። ዝም በያቸውና ሂጂ አንቺ።" ብሎ ከቆመበት በመነሳት ላይ ያለ መኪና አይቶ የጥበቃ ቲፕ ገንዘብ ለመቀበል ይመስላል ጥሎአቸው ሄደ። የሰሎሜና ያባባ አራጋውም ፈገግታ ሰሎሞን ላሳየው በጎነት በግዜር ይስጥልኝ መልክ ብልጭ ብሎ ጠፋ። አባባ አራጋውም ቢሆን የጎረምሶቹን ቀልድ እንዳልሰማ ለመሆን ቢሞክሩም ፊታቸው ላይ ያለው መሸማቀቅና ብስጭት የሰውን ስሜት ማንበብ እንግዳ ለማይሆንባት ሰሎሜ አልተሰወረባትም። አሁንም አዛውንቱ አሳዘኗትና ..."አባባ ያገሩን ጐረምሳ ሁሉ እኮ አስቀናነው ...'' ብላ ነገሩን በቀልድ ለማርገብ ፈገግ ስትል እሳቸውም ፈገግ ለማለት ሞከሩ፡፡ ከሕመም ሥቃያቸውም እየታገሉ።

የካፌውን በር ከፍታ አዛውንቱን እንደደገፈች ስትገባ ያጋጠማት ነገር ግን ከጠበቀችው በላይ ነው ያስደነገጣት።

" እንዴ ኧረ ቆይ ... እ...ዛ...ው... ወዴት ነው የኔ እኅት?" አለች አንድ አስተናጋጅ ቁጣን፣ ግራ መጋባትንና ከፊል መጸየፍን በሚገልጽ የፊት መጨማደድ።

ሰሎሜም "ይቅርታ ... አሁን እዚህ አስፋልት ላይ መኪና ገፍትሮአቸው ወድቀው ነው። አሟቸዋል ደግሞም ርቦአቸዋል ... ትንሽ ነገር ይቅመሱና አረፍ ይበሉ ብዬ ነው። ከእኔ ጋር ናቸው።" አለች በተረጋጋና በለስላሳ ድምፅ።

"የኔ ቢጤ፣ ጋዜጣና ማስቲካ ነጋዴ ምናምን ማስገባት አይፈቀድም። ደንበኛ ይረብሻል። ከፈለግሽ ውጪ ርጃቸው።" አለቻት የእግር ጣቶቿ ካደረገችው ክፍት ጫማ ሞልተው የተረፉት ደልደል ጠቄር ያለችው አስተናጋጅ፣ አንቺ መቆየት ትችያለሽ፣ እሳቸውን ግን ይዘሽ መግባት አይሆንም በሚል ድምፅ።

"የምንጠቀመውን እኮ ያው ገዝተን ነው። እስኪ እያቸው ... አንቺስ አያሳዝኑሽም እንዴ! እንዲህ እያቃሰቱ። ላንቺም እኮ አያትሽ ሊሆኑ ይችላሉ!" አለች ሰሎሜ አሁንም በትዕግሥት። በካፌው ውስጥ የተቀመጡት ተስተናጋጆች ያልጠበቁትን አንዳች ተውኔታዊ ትርእይት የሚያዩ ያህል ዐይኖቻቸውን አንዴ ወደ አስተናጋጇ፣ አንዴ ደግሞ ቡትቶ ለብሰው ቆንጆዋን ወጣት ደገፍ ባሉት የኔ ቢጤ እንዲሁም በሰሎሜ ላይ ያቀያይሩ ጀመር።

አረንጓዴ ጉርድ ቀሚስና በከፊል የወየበ ነጭ ውጥርጥር ያለ ሸሚዝ የለበሰችው አስተናጋጅ ቁጣዋ እየናረባት "ነገርኩሽ እኮ እኛ እዚህ ተቀጥረን ነው የምንሠራው። ይሄ በጎ አድራጎት ድርጅት አይደለም። የወደቀ የኔ ቢጤ ሁሉ የሚታከምበትና የሚረዳበት ጤና ጣቢያ አይደለም ነው የምልሽ። ደግሞ አያቴ ይሁኑ አይሁኑ አንቺ አትነግሪኝም፤ አቦ በናትሽ አትረብሺና!" አለች እየተመናጨቀችና አላሳልፍም በሚል መንገዳቸውን እየዘጋች።

"ይቅርታ የውልሽ የኔ እመቤት የምትይው ይገባኛል። ግን ደግሞ ማንም ሰው፣ ድኻም ቢሆን ሀብታም ክፍሎ እስከ ተስተናገደ ድረስ ሊከለከል አይገባም። አሁን እዚህ ለልመና ሳይሆን ለመስተናገድ ነው የመጣነው። አንቺ ልትረጂን ካልቻልሽ ወይ ባለቤቱን ወይም የካፌቴርያውን ኀላፊ ማናገር እፈልጋለሁ።" አለች ሰሎሜ ራሷን ለማረጋጋትና ነገሩን በትክክለኛ መንገድ ለመፍታት እየሞከረች። ትዕይንቱ የበለጠ የተስተናጋጆቹን ሁሉ ቀልብ እየሳበ ሄደ፡፡ ነገሩን ሲከታተል የቆየ አንድ ተስተናጋጅ በስጨት ብሎ

"አይ ታዲያ ሁሉም ሰው ሱፍ ለብሶ እንግሊዘኛ እያወራ ነው መስተናገድ ያለበት። ድኻስ? ደግሞ እኚህ አዛውንት ድኻ መሆናቸው ወንጀል ነው? በዛ ላይ ለምን ይዛቸው እንደመጣች እየነገረችሽ ነው፣ መኪና ገፍትሮአቸው ወድቀው ነው ብላሻለች። ሲሆን መርዳት ሲኖርብሽ ጭራሽ ለስድብ ትጋበዢለሽ እንዴ? አሁንስ ይሄ አገር ተበላሸ እኮ ጎበዝ...!" ብሎ ንትርኩ ውስጥ ሳያስበው ገባ።

የሰሎሜና ያስተናጋጇ አለመግባባት የካፌቴርያው ጸብ ወደ መሆን

እየተሸጋገረ መጣ። ሌሎቹም ተስተናጋጆች አንድ አንድ እያሉ ወደ ሰሎሜ ወግነው አስተናጋጇን ብቸኛ ተፋላሚ አደረጓት። ሌሎች ሁለት አስተናጋጆች ወደ ትዕይንቱ ሲቀላቀሉ የነገሩ ትኩረት መሳብና ወደ ጸብ መቀየር አይቀሬነት ያጋጋላት አስተናጋጅ የያዘችውን የሻይ ትሬይ ከፍ ዝቅ እያደረገች፣ "የኔ እመቤት ትሰሚኛለሽ ምናለ ሥራችንን ብንሠራበት ባትበጠብጭን፤ ደግሞ ባለቤቱ እንዳንቺ ካለ ሥራ ፈት ጋር የሚያጠፉት ጊዜ የላቸውም፤ ከፈለግሽ ሰውዬሽን አዝለሽ መዞር ትችያለሽ። ፊልም የምትሠሪ መሰለሽ እንዴ ...የኛ ዘመናይ! ይልቁን ሥራችንን አትበጥብጪብን በሕግ፤ ከፈለግሽ ራስሽ መስተናገድ ትችያለሽ።" ብላ ጸቡን በሷና በሰሎሜ መሃከል ለማስቀረት ይመስላል የሌሎቹን ውረፉ ጆሮ ዳባ ልበስ አለች። አባባ አራጋው ግን የነገሩ አካሄድ ፈጽሞ አላማራቸውም። ጸቡ ውሎ አድሮ ለሳቸው እንደማይጠቅማቸው ገብቶአቸዋል። አስተናጋጇም ቢሆን ነገሩ በዚህ ደረጃ ይካረራል ብላ አላሰበችም።

"ግዴለ ልጄ ባክሽ በኔ ጦስ መዘዝ ውስጥ አትግቢ ...፣ እኔው እንዳመጣብኝ እችለዋለሁ" አሏት ሰሎሜን ከካፌው ለመውጣት እየተዘጋጁ

በዚሁ መሃል አንድ ሰው ከውስጠኛው ክፍል እነርሱ ወዳሉበት ተጠጋና ... "እ..እ .. ምንድነው ነገሩ? እንዴ ምንድነው ይህ ሁሉ ግርግር? ችግር አለ?" አለ ወደ አስተናጋጇ እየተመለከተ። የሷን መልስ ሳይጠብቅ ወደነሰሎሜ ዞር ብሎ "ችግር አለ? ይቅርታ እኔ የቤቱ ባለቤት ነኝ። የምረዳችሁ ነገር አለ?" አለ የግርግሩን መንስኤ ለማወቅ መልስ እየጠበቀ።

አስተናጋጇ ጌታዋን እንዳየች ውሻ የቁጣ ጅራቷን ሰብስባ .... "ምን ባክህ ጋሽ ዳንኤል ይኸው የኔ ቢጤ ይዛ መጥታ ወድቀው ነው ምናምን እዚህ ይረፉ ትላለች። አይፈቀድም ይህ ሆስፒታል አይደለም ብላት፣ ከእኔ ጋ ሙግት ገጥማ ቤቱን ሁሉ በጠበጠችው።" ብላ የሰሎሜን ወንጀል አግንና፣ የብጥብጡንም መንሥኤ ከሽና አቀረበች። ተስተናጋጆቹ ደግሞ የመጣው አዲስ ሰው ባለቤት ሊሆን እንደሚችል በመገመት የእርሱን ፍርድና የሚቀጥለውን ትርእይት ለማየት አንገትና ጆሮአቸውን አሰገጉ። የነገሩን ግለትና የካፌውን ውጥረት የተረዳው ዳንኤል፣ "እሺ ... በቃ በቃ አሁን እናንተ ወደ ሥራችሁ ሂዱ። የሚያስፈልገውን እኔ አደርጋለሁ።" ብሎ በተረጋጋ አቀራረብ ወደነ ሰሎሜ ዞሮ ችግሩን ለመረዳት ሞከረ።

ዳንኤል የካፌው ባለቤት የወይዘሮ አሰለፈች ልጅ ነው። ለረጅም ጊዜ ሲሰራ የቆየውን ሥራ በቅርብ ነው የተወው። መጀመሪያ ላይ ንግድና ቢዝነስ ለምኔ ብሎ በተማረበት ሙያ ጥሩ ስራ ይዞ ባንድ የግል ባንክ ውስጥ በኀላፊነት ላይ ይሰራ ነበር። እናቱ ጤናቸው እየታወከ ስለመጣና ዕድሜያቸውም እየገፋ ስለ ሄደ ኀላፊነቱን እሱ ወስዶ የቤተሰቡን ቢዝነስ በመምራትና በማስተዳደር ላይ ይገኛል።

ዳንኤል ዕድሜው ከአርባ ብዙ ባይዘልም፣ ሞኝ ሰውነቱ ብዙ ካለመንቀሳቀሱ ተዳምሮ ግርጅፍ አድርጎት እምሳውን የደፈነ ነው የሚመስል። መላጣውና የሚያሳድገውም ጺሙ ይበልጥ አስረጅተውት እንቱ የሚሉት ጥቂት ሰዎች አይደሉም። ሁሌ ሙሉ ልብስ ያዘወትራል። ደግና ሰው ወዳድ ነው።

ይሄ የመጀመሪያ ድርጅታቸው ስለሆነና ለቤቱ የተለየ ፍቅር ስላላቸው፣ እስከ ቅርብ ጊዜ ድረስ ይህን ካፌ እናቱ ነበሩ ሙሉ ለሙሉ የሚቆጣጠሩት። አስተናጋጆቹም 'ደንበኛ ንጉሥ ነው' ብለው ሳይሆን 'ደንብ ንጉሥ ነው' በሚለው ወግ ነበር ሲሠሩ የኖሩት። እንደ አባባ አራጋው ዐይነት ሰው ደንበኛም ሆኖ ቢመጣ የቤቱ ደንብ የደመኛ ያህል ነው ተፋልሞ የሚያባርረው። ለነገሩ ደንበኝነታቸውም የግገር ሳይሆን የልመና ሆኖ ሥራ መረበሹ አይቀርም።

"ይቅርታ! እም..ም... ወደ ጓዳ አካባቢ ስለ ነበርኩ ግርግሩን አላየሁም። ልረዳችሁ የምችለው ነገር አለ?" ብሎ ... እስካሁን ልብም ብሎ ያላያቸውን አባባ አራጋዉን ሲያይ "እን..ዴ... አባባ እርሶ ነዎት እንዴ ... ምንድነው ነገሩ?" አለ ስማቸውን ባያውቅም የኔ ቢጤውን ያውቃቸዋል። ዐልፎ ዐልፎ ገንዘብና አሮጌ ልብስም ሰጥቶአቸው ያውቃልና እሳቸውም ያውቁታል። እሱን በማየታቸው ባንድ በኩል ትንሽ እፎይ አሉ። የሆነውን ነገር ሰሎሜ ባጭሩ አስረዳችው፡፡ "ትንሽ የሚቀመስ ነገር ቢያገኙና ዐረፍ ብለው ደኅና መሆናቸውን ለማረጋገጥ ብዬ ነው" ብላ እዛው እንደቆመች የእርሱን ብይን በመጠበቅ ዝም አለች።

"እምም...ለምን ወደዛ ወደ ጓዳው አካባቢ አታመጪያቸውም ... የሚደረግ ነገር ካለ እናደርግላቸዋለን ..." አለ ዳንኤል። የሰሎሜ ውበትና ለሰውዬው ያሳየችው ርኅራኄ የእሱንም ልብ እያራራው። ባንድ በኩል እርሱም ደግፎአቸው ወደ ውስጠኛው ክፍል ይዘዋቸው ገቡ። ገና ብዙም ስላልመሸ እዚህኛው ክፍል ውስጥ ብዙም ተስተናጋጅ የለም።

አንድ ቀልደኛ ተስተናጋጅ "ወይ ካለው ተጠጋ ወይ ከቆንጆ ተደገፍ ... አለ ሌኒን" ብሎ ሰውን ሁሉ ሲያሥቀው ... የግርግሩ ፍጻሜ ሆነ። ሁሉም ግን የዳንኤልን ቸርነትና ትህትና ከአዛውንቱ ስቃይ ይልቅ ለሰሎሜ ውበት እንደተደረገ ሳያስቡ አልቀሩም። ሳምንት ሙሉ የረባ ነገር ባፋቸው ያልዞረው አቶ አራጋውም ጥሩ የሥጋ ፍርፍር በለስላሳ የማጣጣም ዕድሉን በማግኘታቸው፣ አስደንብሮ የጣላቸውን ባለታክሲ ከልባቸው የተቀየሙት አይመስልም። ዳንኤል ከካፌው ጓሮ ካለው ቤት አሮጌ ልብስ አምጥቶ ጨመረላቸው። እርሳቸውም አመስግነውም ሊረኩ አልቻሉ፣ ሌላ ምን ሊሰጡት ይችላሉ?

ሰሎሜ በአጭር ጊዜ ከተከናወነው ፈጣን ድራማ ለመውጣት እየሞከረች አባባ አራጋውን ፈዝዛ ማየቷን ቀጥላለች። አጠገባቸው የተቀመጠው ዳንኤልም

ጓደኞቹን ረስቶ የባጥ የቆጡን ያወራል፣ ይጠይቃል የሰሎሜን ቀልብ ለመሳብ። ሰሎሜም ደግነቱና ትሕትናው ስላስደነቃት ደጋግማ እያመሰገነችውና የጠየቃትን እየመለሰችለት ልብ አቅላጭ ፈገግታዋንም በመጠኑ ታሳየዋለች። ደግነቱንና አክብሮት የተሞላው መስተንግዶን ባህርይው ነው ብላ ከመውሰድ ውጭ በሌላ አልተረጎመችውም። ሰዎች የሚፈልጉትን አፍ አውጥተው በግልጽ ካልተናገሩ በቀር እንዲህ አስበው ነው፣ የሆነ ድብቅ አጀንዳ ይዘው ነው ብላ አትጨነቅም። በብልኀነት ማሰብ በየዋህነት መኖር ነው መርሕዋ፤ አንዳንዴ ግን የዋህነቷ ብልኀነቷን ስለሚያሸንፈው በብልጣብልጦች ትጎዳለች። በየዋህነት መጐዳት ሞኝነት አይደለም፤ በብልጣብልጥነትም መጠቀም አሸናፊነት ሊባል አይችልም የሚል ፈሊጥ አላት።

አሁን አይምሮዋን ወጥሮ የያዘው የአቶ አራጋው ጉዳይ ነው። ቀጥሎ ምን ማድረግ እንዳለባት አሳስቦአታል። በልተዋል፣ ደግሞም አሮጌም ቢሆን ልብስ አግኝተዋል። አደጋውም ቢሆን ለክፉ የሚሰጣቸው አይመስልም። የድኽነታቸው ጥልቀት ግን ከዕድሜያቸው በላይ ነው። ዕድሚያቸውም ቢሆን ከሰባ የሚያንስ አይደለም። ሰሎሜ ዝርዝር ታሪካቸውን የማወቅ ጉጉት አደረባት። ግን ልትዘጋ የማትችለውን ቧንቧ እንደ መክፈት እንዳይሆንባት ዐስባ ተወችው። ከሃያ ዓመት በፊት ቀያቸውን ጥለው ወዳዲሳባ የመጡት አባባ አራጋው ከሀዲስ አለማየሁ ፍቅር እስከ መቃብር ጋር የሚተካከል ታሪክ ነው ይዘው የሚዞሩት። ያልታተመ መጽሐፍ። ዛሬ ጐዳናውን የሞሉት ጐዳና አደር አዛውንቶች ሁሉስ ባለታሪክ አይደሉ? የነሱ ታሪክ የኛ ታሪክ ነው፤ ድኽነታቸውም የድኽነታችን መስተዋት። የአስተናጋጇም የዳንኤልም የባለታክሲውም ዐይነቶች አገሩን ሞልተውታል። እነሱም ታሪክ አላቸው።

አባባ አራጋው ነጭ ጺማቸውን እያሻሹ ቀጥሎ የሚሆነውን በመጠበቅ የቀረበላቸውን እንጀራ አሁንም አረፍ እያሉ መጉረሳቸውን ቀጥለዋል። ዳንኤልም የሰሎሜን አድራሻ እንዴት እንደሚቀበል በውስጡ መብሰልሰሉን ቀጥሎአል። በዚህ መሃል አንድ ሰው ራሱን ብቻ ብቅ አድርጎ እነሱ ያሉበትን ክፍል ማተረ። ሰሎሜ ባንድ ጊዜ ፊቷ ሁሉ ጥርስ በጥርስ ሆኖ ... "መላክ እዚህ ጋ... ወደዚህ ና" ብላ ለቅጽበት የሰፈነውን የጸጥታ ድባብ አደፈረሰችው። ጀርባውን ለበሩ የሰጠው ዳንኤልም አዛውንቱም ወደ በሩ አቅጣጫ ባንድ ላይ ዞር አሉ።

ሰዓቱ ከምሽቱ 12:30 ይላል። የቀጠሮው ሰዓት በአንድ ሰዓት ማለፉንም ልብ አላለችውም። መላኩ ተስፋ ቢቆርጥም ለማረጋገጥ ብሎ እያመነታ ነው የመጣው። ስልኳም ስለአልመለሰ ዝም ብሎ ቤቷ ከመሄድ ብሎ ነው የመጣው። እስካሁን እዚያው መቆየቷ አስደስቶታልም ገርሞታልም። ፊቷ ላይ ያለው የፈግግታ ጨረር ለወትሮው ላረፈደ ሰው የምትሰጠው አልነበረም። መላኩ ካረፈደባት ላመልም ቢሆን ማኩረፏ አይቀርም። እሱ ደግሞ ሰሎሜ ስታኮርፍ

ማባበሉና እሷን ማሣቁ ደስ ይለዋል። ለዚህም ይሆናል አንዳንዴ አውቆም ሳያውቅ የሚያረፍደው።

መላኩ ወደነሱ ሲያመራ ዳንኤልን ከሰሎሜ ጋር ማየቱ፣ ከነሱ ጋር የተቀመጡት የኔ ቢጤ አዛውንትና የራሱም ማርፈድ ተቀላቅለው አሳቡን ምስቅልቅል አደረጉበት። አይ ዳንኤል እሱ መቼም የማያውቀው ሰው የለም አለ በልቡ። ከዳንኤል እኅት ጋር አብረው ነው ዩኒቨርስቲ የተማሩት። በጣም የቅርብ ጓደኛው ነበረች። ወደ ውጭ አገር ከመሄዷ በፊት አይለያዩም ነበር። እሷ ህልሟም ምኞቷም አሜሪካ ነበር። ቅርርባቸው ከመደበኛ ጓደኝነት ያለፈ እንደሆነ ለማንም የተሰወረ አልነበረም። ሳይታሰብ ግን በዕድሜ ከሃያ አመት በላይ የሚበልጣትን ከአሜሪካ የመጣ አበሻ የዩኒቨርስቲ ፕሮፌሰር አግብታ ለመሄድ እንደ ወሰነች ድንገት ነበር የነገረችው። ለተወሰነ ጊዜ ተረጋግታ የነበረችው የመላኩ ዓለም ምስቅልቅሏ ወጥቶ ነበር በጊዜው። ቢሆንም የሆዱን በሆዱ ይዞ እንደ ወንድም ሰርጓን አድምቆ፣ መልካምም ተመኝቶ ነበር የሸኛት። ባደረገችው ነገር እንደማይስማማ ግን በግልጽ ነግሮአታል። ግን ደግሞ የራሱንም ስሜትና ቅናት ስለሚያውቅ፣ ምክሩ የቅናት ጩኸት እንዳይመስልበት መጠንቀቁ ላንድ ጓደኛው የሚሰጠውን ምክር ለርሷ እንዳይሰጥ ዕንቅፋት ሆኖበት ነበር።

ከዛም በሁለት አመቱ የመኖሪያ ፈቃዷን ከያዘች በኋላ ከፕሮፌሰሩ ተፋታች። አሁን ተደላድላ የራሷን ኑሮ ጀምራለች እዛው አሜሪካ። ደጋግማ ጓደኝነታቸውን ለማጫር ብትሞክርም፣ መላኩ ግን ቅምም አላለው። ውስጡ ቂምም ሳያቁር አይቀርም፤ አፍቅሮ የተነጠቀ የሚሰማውን ያህል። ከወንድም ያለፈ ነገር ለእርሷ እንደሌለው ደጋግሞ ነግሮአታል። በህክምና ትምህርት ቤት ዐብሮአቸው ከተማረ ሌላ ልጅ ጋር እያወራች እንዳለችና እየከጃጀለችው እንደሆነ ነግራዋለች ባለፈው ወር። ልጁ ደግሞ አንድ ቁጥር የጥቅም አባዜ ያናወዘው በራሱ ፍቅር የሰከረ መልከ መልካም የሃኪም ልጅ ሃኪም ነው። በዚህ ጉዳይ ላይ ካንድ ጓደኛው ጋር ሲያወሩ፣ "እሱም እሷን ፈትቶ ያሜሪካ ህልሙን ያሳካ ይሆናል። ለፈቺም ፈቺ አለው እኮ! ተጋንኖ ካልተባለ አሜሪካ ፈቶችና የውሸት ተጋቢዎች የበዙባት 'ነጻ የነጻነት' አገር ከሆነች ቆየች።" ያለው ሁሌም አይረሳውም።

የሰሎሜ ፊት አፈካክና መላኩን ስታይ ያሳየችው ስሜት ዝም ብሎ ጓደኛ እንዳልሆኑ እንዲጠረጥር አድርጎታል። መላኩ ከአጠገባቸው ሲደርስ ከመቀመጫው ብድግ ብሎ ... "መሌ ... መሌ ... አንተ ለመሆኑ ባገር አለህ? ... ወይ መሌ ደግሞ እንዴት ነው ያማረብህ ባክህ?... በጣም ጠፋህ እኮ። ማዘር እኮ በቃ ደጋግማ ነው የምትጠይቀኝ ... ኧረ ባክህ ጠይቃት ... ቤቢም በቀደም ደውላ ጠፋብኝ ስትል ነበር..." አለ አእምሮውን የያዘውን ሰሎሜን የመተዋወቅ ፍላጎቱን አጥፍቶ የልቡና ሚዛኑን ለማስተካከል እየታገለ። ሰሎሜ የመላኩ ገርልፍሬንድ ናት ብሎ በሐሳቡ ደምድሞአል። ጨዋ ወንድ አንዲት ሴት ከሌላ ወንድ ጋር መሆኑዋን

ካወቀ ወይም ከጠረጠረ፣ እጁንም ልቡንም መሰብሰብ አለበት የሚል መርሕ አለው። ይህን ደግሞ እንደ ሃይማኖት መመሪያ ነው የሚያከብረው። መላኩን ጥምጥም ብሎ ዐቅፎ ሰላም አለው። ዳንኤልን ሰላም ካለ በኋላ መላኩ ወደ ሰሎሜ መቀመጫ ጠጋ ብሎ "ሰሊ ... መቼም ሰውም አታረጊኝ ... ይቅርታ ብቻ ነው የምለው... ማብራርያውን በኋላ... ካቅም በላይ የሆነ ችግር አጋጥሞኝ ነው... ፤ ስልክሽ ደግሞ አይመልስም... በደኅና ነው?..." አለ ትከሻዋን እያሻሸ፡፡ ይቅርታ በቃላት ብዛት ይገዛ ይመስል የባጥ የቆጡን ቀባጠረ።

ሰሎሜ ፊቷ አሁንም በፈገግታ እንደተሞላ "ጠዋት ቸኩዬ ከቤት ወጥቼ ስልኬን ረሳሁት ... ይቅርታ። ደግሞ እዚህ ከመጣሁ በኋላ አንዳንድ ነገሮች አጋጥመውኝ በቃ ጊዜው እንዴት እንደሄደም አላወቅሁም። ይሄኔ የት እንደ ነበርሁ ታቃለህ አይደል?" አለች ሣቅ እያለች እጁን በሁለት እጇ ይዛ እያሻሸች። ማንንም ቢሆን ከሃያ ደቂቃ በላይ አትጠብቅም። ይህ የሷ የቀጠሮ ሕግ ቁጥር ሁለት ነው። ቁጥር አንድ ደግሞ እሷ አታረፍድም። አባባ አራጋው አንዴ አንዱን አንዴ ሌላውን እያዩ በእግራቸው መሃል የያዙትን በትር ደገፍ እንዳሉ ግራ ቀኛቸውን ያጤናሉ። እንደበታቸው በዝምታ ቢሸበብም፣ ውስጣቸው በብዙ ጫጫታ መራወጡ አልቀረም። ዙሪያ ገባውን በአርምሞ እያዩ የሚቀጥለውን ነገር በመጠበቅ ወንበራቸው ላይ እንደ ተሰፉ ናቸው።

"መሊ ተዋወቃቸው አባባ አራጋው ይባላሉ። እዚሁ ነው የተዋወቅነው ዝርዝሩን በኋላ አጫውትሃለሁ። ከዳንኤል ጋርማ አንተው አስተዋውቀኝ እንጂ፣ ቤተሰብ ትመስላላችሁ። " አለችው ወደ ዳንኤል ዞራ ፈገግ በማለት።

ትንሽ እንዳወሩ ዳንኤልም ጓደኞቹ ትዝ ብለውት ... "Oh my goodness.. ኧረ እኔም ልሂድ ጓደኞቼንም እኮ ረስቼ እዚሁ ቀረሁ... አይዞት አባባ እኛም እዚህ አለን እንግዲህ እንኳን እግዚሃር አተረፈዎ ... መሌ አትጥፋ.. ለማዘርም ደግሞ ደውለህ አለሁ በላት ... ሰሎሜ ... Really ...am so impressed... በጣም ደግ ሰው ነሽ .. እንግዲህ አሁንማ መሌም ዘመድ ነው እንገናኛለን ... ዐደራ ... I really want to know ... ምን እንደምትሠሪ ምናምን... ደግሞ ... was really a pleasure meeting you..." አለና ሁሉንም ጨብጦ ተሰናበቷቸው ጓደኞቹ ወዳሉበት ወደ ሌላው ክፍል ሄደ፣ ሰሎሜም ዳንኤልን ከልቧ አመሰገነችው። አዛዉንቱም መሬት ለጥ ብለው እጅ ነሱ።

ሰሎሜ ለየኔ ቢጤ ገንዘብ መስጠት የሚለውጠው ነገር አለ ብላ አታምንም። የተለየ ነገር ካላጋጠማት በቀር በየመንገዱ ሳንቲም መስጠትም አትወድም። አባባ አራጋው ድንገት አሞአቸው ምግብ ለመግዛት እና ላንዳንድ ነገር ገንዘብ ሊያስፈልጋቸው እንደሚችል ዐሰበች። ጠቀም ያለ ብር ከቦርሳዋ ውስጥ

አውጥታ በጃቸው ካስያዘቻቸው በኋላ፣ "ይበሉ አባባ አራጋው ... እኛም መሄድ አለብን ... እዚሁ አካባቢ ከሆኑ ብቅ ብዬ አይዎታለሁ። በርታ ይበሉ።" አለች እንዲነሡ ለማገዝ እጇን እየሰጠቻቸው። እሳቸውም የተረፋቸውን ምግብ በፌስታላቸው ጨመሩና የሰጠቻቸውን ብር አሳቻ ስፍራ ካለ ኪስ ሰውረው ለመቅበር ድሪቶአቸውን አገላበጡ። እጃቸውን ፊታ አድርገው ገንዘቡን በጨረፍታ ሲያዩት የብሩ ብዛት እንዳች ድንጋጤ እንደ ፈጠረባቸው ፊታቸውና መርበትበታቸው አስታወቀባቸው።

"ልጄ ይሄ ሁሉ ምን ይባላል። እንዲየው ምን እላለሁ የማታ እንጀራ ይስጥሽ... በድድሽ ብዪ። እመቤቴ ከክፉ ትጠብቅሽ። ብሩክ ሁኚ... ካይን ይሰውርሽ" ብለው ምርቃታቸውን አዘነቡባት። ሦስቱም ተያይዘው ወጡ። እንደገና ዳንኤልን እጃቸውን አውለብልበው ተሰናበቱት።

አዛውንቱን ካሰናበቱ በኋላ 'oh ... gosh ... እንዴት እንደራበኝ አትጠይቂኝ" አለ መላኩ። ሰሎሜም "ኡፍ እኔም በጣም ነው የራበኝ ... ምሳም ትንሽ ከመቅመስ ውጪ አልበላሁም" አለችው።

"እውነት ...? ኧረ አንቺ ልጅ ... ራስሽን እኮ እየጎዳሽ ነው ... already ኮ ጠፍተሻል ምን ለመሆን ነው ...!" አለ ፈገግ ብሎ። "ኧረ ባክህ መች ደላኝ ለሱ... ዛሬ እንዴት ተወጥረን እንደዋልን አታውቅም... ያው ከሰዎቹ ጋር አንድ እንጀራ ቤት ሄደን ነበር፣ ብዙም አልሳበኝም ምግቡ፣ እና ለዛ ነው።" አለች ክንዱን ያዝ አድርጋ። "እሺ ኧረ እኔ እምለው እንዴት ነበር evaluation?" አለ መላኩ ትናንትና ስለ ፕሮጀክታቸው ግምገማ በስልክ የነገረችው ትዝ ብሎት።

"ጥሩ ይመስላል ... አሁን አሁን ግን በቃ ... ፕሮጀክት ማለት ... የችግር መፈልፈያ እንጂ በቃ ...ምንም ለውጥ ... አለ አይደል ሥር ነቀል ለውጥ ያመጣል የሚል እምነቴ እየጠፋ ነው። በቃ ሥራ ነው። ዕርዳታውን ከሚሰጡት ጀምሮ የፕሮጀክት ሠራተኞች፣ የመንግስት ባለሥልጣኖችና ተረጂዎቹ ሁሉ ... ጥቅም እንጂ ለውጥ አይደለም ዐላማቸው። ርግጠኛ አይደለሁም በዚህ መንገድ ከድኸነት መውጣት መቻላችንን" ብላ የረኃቧንም ስሜት ያዘለ የሚመስል እሮሮ አሰማች።

"እምምም እኔ እንጃ ... እንደዛ ብሎ በደምሳሳው ሰውን ሁሉ መፈረጅ ይቻላል ብለሽ ነው? ለምሳሌ አንቺ ምን ጥቅም ፈልገሽ ነው? ማለቴ ልክ እንዳንቺ በየፈርጁ ሃቀኛና ለእውነተኛ ለውጥና ሰውን ለመርዳት የሚማስኑ ብዙ ሰዎች ይኖራሉ። በእርግጥ ብስጭትሽ ይገባኛል። ግን ደግሞ ሌላ የተለየ ምን ማድረግ ትችያለሽ? ... ማለቴ የተሻለ አማራጭ አለሽ?...የርዳታ ደርጅትና ፕሮጀክቱ ሁሉ ቢዘጋ ... ከዚያስ?" አለ መላኩ የተሻለ አማራጭ አሳብ ለመኖሩም እየተጠራጠረ።

"እኔንጃ ... አሁን እሱን እንተወው ... ስለራበኝም ይሆናል አሁን። ባክህ ያንተስ ቀን እንዴት ነበር?... እስኪ ንገረኝ ምን አጋጥሞህ ነው እንዲህ ያረፈድኸው? የተረሳልህ መስሎሃል።" አለች ዐይናይኑን እያየችና ክንዱ ላይ ቆንጠጥ እያደረገችው። ርእሱንም ለመቀየር ... የምሯንም ለምን እንዳረፈደ ለማወቅ በመፈለግ።

"ቀ...ኑ ያው የተለመደው ነው፤ ሥራ ... ስብሰባ ... nothing new ... አለቃችን ከውጭ ተመልሶአል ..." አለና የመኪናውን ቁልፍ ከኪሱ አውጥቶ ተሳፋሪ በሚገባበት በር በኩል ሄዶ ሰሎሜን ካስገባ በሁዋላ እሱም ገብቶ ሞተሩን እያስነሣ። ወዲያው አንድ ወጠምሻ ጐረምሳ ራሱን አከክ አከክ እያደረገ ወደ መኪናው ሲቀርብ የጥበቃ ሒሳብ ፈልጎ እንደሆነ እንደሆነ ስለገባው ... ከኪሱ ውስጥ ያገኘውን ጥቂት ዝርዝር ብር ሳይቆጥር እጁ ላይ አስቀመጠለት።

"ይመቻችሁ ... ያው እዚሁ አለን ሁሌም ... አትርሺን ስትመጡ እንግዲህ ጀለሴ ... ቅድም እኮ በጣም ነው ያናደዱኝ እነዛ ጨው ራሶች። ርሻቸው አንቺ። እኛ ካልተዛዘን ማን መጥቶ ሊያዝንልን ነው? አይገርምሽም። አንቺ ግን ይመችሽ፤ በጣም ደግ ሰው ነሽ" አለ ወደ ሰሎሜ እያየ። አባባ አራጋውን ይዛ ወደ ካፌው ለመግባት ስትሄድ በተረብ የለከፏትን ልጆች ዝም ያስባለላት ወጣት ነበር። አሁን ሲያናግራት ነው ያወቀችው ጨለመለም ስላለ። "ይቅርታ ቅድምም ሳላናግርህ። በጣም እግዜር ይስጥልኝ። ማነው ስምህ ግን?" አለችው ሰሎሜ። መላኩ ለሚያወሩት ነገር እንግዳ ቢሆንም፣ መኪናውን ማስነሣቱን አቁሞ አንዴ ጎረምሳውን አንዴ ሰሎሜን እያየ ማዳመጡን ቀጥሎአል።

ወደ መኪናው መስኮት ጠጋ ብሎ "ሰሎሞን እባላለሁ። ያው እዚህ እየተጋፋን እንኖራለን። እሱ አይክፋው" አለ ራሱን አከክ አከክ እያደረገ። ኑሮው ቢከፋም ልቡ ግን አሁንም ልስልስ መሆኑ ያስታውቃል። ትንሽ አዋርተውትና አመስግነውት ሊሄዱ ሲሉ ላዩ ላይ እያለቀች ያለችው ስስ አዳፋ ጃኬት ቀልቡን የሳበችው መላኩ ከኋላ ወንበሩ ሥር ካለው ፌስታል ውስጥ ተንጠራርቶ ወፈር ያለውን የጨርቅ ጃኬት አውጥቶ ክላክስ አድርጎ ጠራውና "ስሎሞን ትንሽ ሲበርድ ትጠቅምሃለች?" ብሎ ሊያቀብለው ሲዘረጋ፣

"ኧረ አያስፈልግም ..." ብሎ እንደ መግደርደር ካለ በኋላ ከልቡ አመስግኖ ተቀብሎ በፈገግታ ነጠር ነጠር እያለ ወደ መጣበት ወደ ጨለማው ገብቶ ተሰወረ። መላኩ መሥሪያ ቤቱ ውስጥ ትልቅ ቅርጫት አስቀምጦ የመሥሪያ ቤቱ ሠራተኞች የማይለብሱትን ወይም ለችግረኛ መስጠት የሚፈልጉትን ልብስ እዚያ ዉስጥ እንዲያስቀምጡለት ያደርጋል። ከዚያ ውስጥ የተወሰነውን በፌስታል አድርጎ ሁሌም በመኪናው ውስጥ ይዞ ነው የሚሄደው። እንደ ሰሎሞን ዐይነት የሚያስፈልጋቸው ሰዎችን ሲያይ አውጥቶ ይሰጣቸዋል። በተለይ ለፊልድ ሥራ

ሲወጣ በብዛት ይዞ በመሄድ መስጠት ይወዳል።

መላኩ መኪናውን አስነስቶ በደመነፍስ እየነዳ አራት ኪሎ አካባቢ ሲደርሱ፣ "ምንድነው መብላት ያሰኘሽ ሰሊ?" አለ የመኪናውን ቴፕ ድምፅ እየቀነሰ። "እኔንጃ ... ትንሽ ጸጥ ወዳለ ቤት ብንሄድ ደስ ይለኛል ... ጫጫታው ናላዬን አዙሮታል" አለች ግንባሯን በግራ እጇ ደገፍ አድርጋ። "am sorry ... አይዞሽ ... አሁን ይለቅሻል .. ረኃቡም ሊሆን ይችላል" አለ እሱም በራሷ ላይ የጫነችውን እጇን ያዝ ለቀቅ እያደረገ።

"እንጀራ ቤት ባይሆን ደስ ይለኛል። ከፈረንጆቹ ጋር ወደ አበሻ ቤት ነው ቀን የሄድነው። ለዛሬ እንጀራ ማየትም አልፈልግም።" አለች ቦርሳዋን ወደ ኋላ ወንበር ላይ እየወረወረች። ከዚያም ታስሮ የዋለውን ፀጉሯን ነጻ ለቃ በጣቶቿ በተን መንዘር እያደረገች ዘና ለማለት ሞከረች። እንደገና ተንጠራርታ ቦርሳዋን ስባ ከውስጡ የጽዳት ፈሳሽ የያዘውን ብልቃጥ አውጥታ እጇ ላይ ፈሰስ አደረገች። እጇን አሻሸችና "ትፈልጋለህ" ብላ ወደ መላኩ እጇን ዘረጋች።

"አይ ይቆየኝ" አለ እየተጨናነቀ በመጣው መንገድ ላይ አትኩሮቱን ለማድረግ እየሞከረ። "እም ...ም ... ቦሌ አካባቢ ወዳለው ታይ ቤት ብንሄድስ? ጸጥ ያለ ነው፤ ደግሞም ቤቱም ምግቡም ጥሩ ነው።" አለ የምትለውን ለመስማት በጨረፍታ እያያት። "በጣም አሪፍ ነው፤ ግን ያው መንገዱን መቻል ነው፡፡ በአሁኑ ጊዜ መንገዱ መጨናነቅ ይበዛበታል።" አለች መስኮቷን እየዘጋች።

ሰሎሜ ሜካፕ መጠቀም አትወድም። ውሃ ግን ሁሉ ነገሯ ነው። ሁሌም በጣም ንጹሕ ናት። ብዙ ውሃ መጠጣት ትወዳለች። ዋናም ከገባች መውጣት አትወድም። በስሕተት ሰው የሆንሽ አሣ ነሽ ይላታል መላኩ። ስትለብስ ግድየለሽ ትመስላለች። እሷ ግን ግድየለሽ አይደለችም፤ ሳታስብ የምታደርገው ምንም ነገር የለም። አንድ 'ጥንቁቅ ግድየለሽ' የምትላት ጓደኛ ነበረቻት። ያሏት ልብሶች ብዙ አይደሉም። ዋና ትኩረቷ ዋጋ ወይም ፋሽን አይደለም። ምቾት፣ ጥንካሬና ጥራት እንዲሁም እርስ በርሳቸው ከሰውነቷና ከሰብእናዋ ጋር ያላቸውን መጣጣምና ውሕደት አይታ ነው የምትገዛቸው። ስለዚህ ምንም ብትለብስ ለእርሷ ብቻ ተጨንቀው ተጠበው የሠሩት ነው የሚመስለው።

ዛሬ የለበሰችው የወየበ የሚመስል ፈዛዛ ጂንስ፣ ወይን ጠጅና ብርቱካንማ ዥጉርጉር ቶፕ ሲሆን ፈዛዛ የወይን ጠጅ መልክ ያለው ቀላል የቆዳ ጃኬት ጣል አድርጋለች። ጫማዋ ጥቁር ፑማ ስኒከር ሲሆን ቀበቶዋ ደግሞ እጅግ ለፍቶ የተለሳለሰ ጥቁር ቆዳ ነው ልክ እንደ ቦርሳዋ። ቦርሳዋ የትንሽ ትልቅ ነው የያዘው ጉድ ሲታይ። ላፕቶፕ ኮምፒውተሯን ጨምሮ ብዙ ወረቀቶችንና ጥቃቅን አስፈላጊ ንብረቶቿን እንግቧል ከአነስተኛ የገንዘብ መያዣ ቦርሳዋ ጋር። ፊቷም፣ ጥርሷም፣

ቆዳዋም፣ እንደ አስተሳሰቡዋ ጥርት ጽድት ያሉ ናቸው። አቋሟ ጠንካራ፣ ድምፅዋ ግን ለስለስ እንዳለ ሙዚቃ ለመስማት የማይሰለች ነው። ስትራመድ ፈጠንና ቀጥ ብላ ሲሆን፣ ስታወራ ግራ እጇን ማንቀሳቀስ ይቀናታል፤ የምታወራውን ሰው ዐይን ዐይን ማየትም ትወዳለች።

ኦሎምፒያን እንዳለፉ መንገዱ ተዘጋግቶ ብዙ ቆሙ። ጊዜው እየመሸ ቢሆንም የመኪናዎቹ ጡሩንባ ጆሮ ያደነቁራል። "አ..ዬ እንደ ፈራሁት በቃ መንገዱ ሁሉ ተዘጋግቶአል። አሁንስ በተለይ አርብ ማታ እኮ ወደቦሌ ከመምጣት ..." ብላ አረፍተ ነገሩን መጨረስ እንዳቃታት ሁሉ ወደ መላኩ አየች። መፍትሔው በእሱ እጅ እንዳለ ሁሉ። "አሁንማ እንግዲህ አንዴ ገብተንበታል። እስኪ ትንሽ እንየው፣ ደግሞም አሳባሪና አማራጭ ሌላ መንገድ እኮ ያለ አይመስለኝም። በኡራኤል አድርገን በቴሌ በኩል ብንሄድም ያው ነው።" አለ እጆቹን መሪው ላይ አሳርፎ።

"እሺ አሁን ይህ ሁሉ መኪና ተሳስሮ የመቆሙ ምክንያት ምን ይባላል! ከተማይቱ ውስጥ ያሉት መኪኖች ሁሉ ቦሌ ነው እንዴ ያሉት? ደግሞ መደናቆር ... የክላክሱ ጩኸት" አለች አሁንም ድካሟ የፈጠረው ስሜት እየታወቀባት። መላኩ በቀስታ የሚሰማው ሙዚቃ ቀልቡን ስቦት ዝም ብሎአል።

"ለነገሩ የመንገዱ መጥበብ፤ የመኪናው መብዛት፤ ከቦሌ ሌላ ለመዝናናት የሚኬድበት ደኅና ቦታ እጅግም አለመኖሩ፣ የእግረኛው መብዛትና የመኪናውን መንገድ መጋራቱ ከዚህም በላይ ቢሆን አይገርምም።" አለች የችግሩን መንስኤ ማብራራቱ ስሜቷን ያረገብላት ይመስል።

"ነው ብለሽ ነው ሰሊ? አንቺ ያልሻቸው ነገሮች ሁሉ ልክ ናቸው። ዋናው ችግር የሚመስለኝ ግን መዘጋጋቱንና መጨናነቁን የሚፈጥረው የነጂዎቹ ጭንቅላት ነው። እዚህ አገር አብዛኛው ባለመኪና ወይ የመሥሪያ ቤት ኀላፊና ወይ የራሱ ድርጅት ባለቤት ነው። ይህ ደግሞ በመንገዱ ላይ የይገባኛልና የአለቃነት የበላይነት ስሜት እንዲሰማቸው ስለሚያደርግ ለሌላው ደንታም የላቸውም። ልክ እንደ ቤታቸው ወይም መሥሪያ ቤታቸው ሁሉ መንገዱም ላይ ማዘዝና መቅደም መብታቸው ነው የሚመስላቸው። በሌላ በኩል ደግሞ በአስተሳሰቡ ያልበሰለ፣ ለመንገድ ሥርዐት ደንታ የሌለው መቅደም ሁሌም መብለጥ የሚመስለው ተቀጣሪ አሽከርካሪም ብዙ ነው። መንገዱን የሞላው መቅደም መብቴ ነው ባይና መቅደም ብልጫ እንደሆነ የሚያስብ ነው። ስለዚህ ይሄ ጆሮ አደንቋሪ አብዛኛው ክላክስ የአለቃ ጩኸት ወይም የባለጌ ስድብ ነው ቢባል ብዙም ስህተት አይመስለኝም። ሌላው ግን መንገዱንም ሆነ ቅድም የዘረዘርሻቸውን ችግሮች ሁሉ የፈበረከውም ሆነ መፍትሄ ሊሰጥ የሚገባው የኛው አስተሳሰብ ነው ባይ ነኝ። ብቻ ዋናው ጥበትና ጭንቅንቅ ያስተሳሰብ እንጂ የመንገድ አይመስለኝም።" አለ መላኩ። አሁን አሁን

ሁሉንም ነገር በአስተሳሰብ መነጸር ማየት ይቀናዋል።

ትንሽ እንደ ቆዩ መንገዱ ተከፋፍቶ መንቀሳቀስ ጀመሩ። በኋላ እንደተረዱት ከሆነ፣ እመንገድ መሃል ተበላሽቶ የቆመ ከባድ መኪናና ወደ ግራና ወደ ቀኝ ለመታጠፍ በሚደረግ ጥበቃ የሚያሳልፋቸው አጥተው፣ የሌላውን ሁሉ ጉዞ ባደናቀፉ ጥቂት መኪኖች ጠንቅ ነው ከዕድሜያቸው 30 ደቂቃ የባከነው። አይደረስ የለም የተቆላለፈውን የመንገድ ላይ እንቆቅልሽ ፈትተው ያሰቡበት ምግብ ቤት ደረሱ። "ቅድም መኪናው፣ አሁን ደግሞ መንገዱ ... ዛሬ የመቆላለፍ ቀን ነው እንዴ?" የሚል ጥያቄ መላኩ ራሱን ጠየቀ።

ጋቲ ትልቅ ቪላ ሲሆን ቤቱ በቂ ብርሃን ያለውና በአጠቃላይ በውስጡ ያሉት ዕቃዎችና ማስዋቢያዎች ተጣጥመው የተቀመጡ ናቸው። አስተናጋጆቹም ረጋ ያሉና ሥራቸውን የሚያውቁ ይመስላሉ። ግቢውም ለቀቅ ያለ ነው። የምግቡ ዐይነት እጅግ ብዙ ቢሆንም፣ እንደ ማንኛውም የሩቅ ምሥራቅ ምግቦች ብዙው ነገር ተመሳሳይ፣ አልሸሹም ዞር አሉ ነገር ነው። ሰሎሜ አሣ በሩዝ መላኩ ደግሞ ዶሮ በኑድል የሚያቃጥል ተደርጎ ይሠራልን ብለው ለመንደርደሪያ ስፕሪንግ ሮል አዘዙ። በአብዛኛው ያሉት ተስተናጋጆች የውጭ አገር ዜጎች ናቸው። ዐልፎ ዐልፎም አበሾች ተቀምጠው ይታያሉ። ሰሎሜ ወደ መታጠቢያ ቤት ስትሄድ፣ መላኩ ደግሞ ቤቱንና ዙሪያ ገባውን ልክ እንደ ዐዲስ ይቃኝ ጀመረ። በመሃል አስተናጋጇ ያዘዙትን መጠጥ ይዛ መጣች።

ባለፈው ሳምንት መላኩና የቢሮ ባልደረቦቹ ሲመጡ ያስተናገደቻቸው ልጅ ናት። ሁል ጊዜ አስተናጋጆችን ስማቸውን ጠይቆ በስማቸው ነው የሚጠራው። ምንም ይሁን ምን ከዐሥር በመቶ ያነሰ ጉርሻ አይሰጥም። ጓደኞቹም ከእርሱ ጋር ሲሆኑ ያንኑ ማድረግ እየለመዱ ነው። ከራሱም ቢሆን ጨምሮ ይሰጣል እንጂ አንድ ብርና ሁለት ብር ትተው ሲሄዱ ይበሳጫል። "የነሱ ኑሮ ከተስተካከለ እኛም የተሻለ መስተንግዶ እናገኛለን፤ ሥራውም ይከበራል። ደግሞስ ሁላችንስ ብንሆን በጉርሻ አይደለም እንዴ የምንኖረው? የኛ ጉርሻ ቦነስ፤ ኮሚሽን፣ ጥቅማጥቅም ምናምን እየተባለ ስሙ ያምራል እንጂ።" እያለ ሁሌም ይከራከራል። በዚህ ባሕሪው የተነሣ በሄደበት ሁሉ አስተናጋጆች ተሽቀዳድመው እሱ ጋ ይመጣሉ። እንዲያውም አንድ ጓደኛው "ለኔም ተረፍከኝ ካንተ ጋር ስላዩኝ ወደኔም መሮጥ ጀምረዋል፤ ችግሩ ግን አንድ ወይም ሁለት ጊዜ አይተውኝ ይተውኛል" እያለ ይቀልድበታል። መላኩ ከአስተናጋጆች ጋር ማውራትና ስለ ኑሮአቸው መጠየቅ ደስ ይለዋል።

"እንዴት ነው ልጅሽ ተሻላት ገነት?" አላት ያዘዘውን ቶኒክ እየቀዳችለት። "አዎን ደኅና ሆናለች አመሰግናለሁ ...፤ ትምህርት ቤትም መሄድ ጀምራለች።" መላኩ ስሟንና ልጇን ማስታወሱ ገርሞአታል ፊቷ ሁሉ ጥርስ በጥርስ ሆነ። "ሥራስ እንዴት ነው?" አለ ሰሎሜን ከመታጠቢያ ቤት ወደ ወንበራቸው ስትመጣ በከፊል

እያየ። “ደኅና ነው ... ያው ረጋ ያለ ነው።” አለች አሁንም ፊቷ እንደበራ፡፡

በዚህ መሃል ከመቼው እንደደረሰች ሳያስበው ከኋላ ፊቱን በቀዝቃዛ ርጥብ እጇ ነካ ስታደርገው፣ ድንግጥ ብሎ እንደ ተለመደው ሲደነብር ሰሎሜ ሣቋን ለቀቀችው። ገነትም እየሣቀች ሄደች።

“ታድያ ምኑን ታጠብሽው ... ስንት አቧራ፣ ላብ ምናምን ያለውን ፊቴን ነክተሽ ...” አለ ለእርሷ እንዳሰበ በማስመሰል በዚህ እንኳ ብትተው ብሎ፤ የንጽሕና አባዜዋን ስለሚያውቅ፡፡ መላኩ ቅዝቃዜ ፊቱን ሲነካው በተለይ ሳያስበው ከሆነ፣ አንዳች አውሬ እንዳየ ነው የሚደነብረው፤ ይህ ደግሞ ሰሎሜን ያዝናናታል። እርሷ ግን ወይ ፍንክች!

“ም..ን..ም ግድ የለም ... አንተ ስትደነብር እኮ ባክቴሪያዎቼ ምናምኖቼ ሁሉ ናቸው የሚሞቱት...” ብላ አሁንም ሣቋን ለቀቀችው። “እሺ ያው ብድር መላሽ ያርገኝ” አለ አለመረታቷን እያየ። “መኰረጅ አይቻልም ግን” አለች ሣቋን እየሰበሰበች። እሱም በዚህ መሃል ለመታጠብ ወደ መታጠቢያ ቤቱ አመራ።

እያወሩ እየተሣሣቁ በልተው ሁለቱም ሻይ አዘዙ። ጥቂት ዝምታ በመካከላቸው ሰፍኖ እንደቆየ፣ “እኔ ምልህ .. መሊ ... ይዘህልኝ መጣህ?” አለችው። “ምኑን?” አለ መላኩ ወደሷ ዘንበል ብሎ። “ኧ...ረ ... ዛሬ ኮ የመጨረሻ ቀን ነው... ጽሑፉን ነዋ!”

“እ...ም...ም ምንም እኮ አይጥምም ... ስንት ጊዜ እንደ ቀደድኩት አትጠይቂኝ ... እኔ መጻፍ አልችልም... በቃ አለ አይደል ... ለመጻፍ የተፈጠሩ ሰዎች አሉ፤ ... ደግሞም ላለመጻፍ የተፈጠርን... አንቺ ግን የምርሽን ነው እኔ እንድጽፍ የምትፈልጊው...?” አለ።

“እሱንማ የጨረስን መሰለኝ እኮ... ያለቀ ነገር ነው ... ደግሞ ለምን እዋሽሃለሁ? ... ዝም ብለህ እኮ የምታወራውን እንኳን መጽሐፍ ብታደርግው ስንት ሰው እንደሚጠቅም አንተ ስለማታውቅ እኮ ነው... በቃ ባለፈው እንደ ተባባልነው ... ለሌላ ሰው አትጻፍ... በቃ ለእኔ ጻፍልኝ፤ ... ደብዳቤ ሊሆን ይችላል ... እምቢ ካልክ፣ ሩቅ አገር እሄድና ያው የግድህን ትጽፋታለህ ... ቀልዱ ይቅርና የምር ምን አለች በለኝ ... አንተ የተፈጠርኸው ለመጻፍ ነው ... እስኪ ከዚያ እናያለን ... በቃ ላንድ አንባቢ ብለህ ጻፈው... ግን ዛሬ ምንም ይዤ አልመጣሁም እንዳትልና እንዳልገልህ...!”

“እ እ... ትንሽ ነገር አምጥቼልሻለሁ... እስኪ እዩውና ... ግን አደራ ዝም ብሎ ነገር ከሆነ አታድክሚኝ ... ላንቺ ብዬ ነው...” አለ አሁንም እርግጠኛነት

በማይታይበት ፊት። "ታንክ ዩ ... የታለ ታዲያ ...?" አለች አሁኑኑ ለማየት ቸኩላ። "መኪና ውስጥ ነው ያለው ላፕቶፕ ቦርሳዬ ውስጥ ... ስንሄድ እሰጥሻለሁ:: በበላ አቅምሽ ብታዪው ብዬ ነው።" አለ ፈገግ ብሎ የቀረበላቸው ትኩስ ሻይ ውስጥ የጨመረውን ስኳር እያማሰለ አንዳች ተንኮል አስቦ።

"እኔ ያንን ሥዕል እንዴት እንደምወደው አትጠይቂኝ... እስኪ እዩው፣ የሆነ አንዳች ሰ...ላ...ም ... አይሰጥም...?" ሲላት በየዋህነት ዞር ብላ ሥዕል ስትፈልግ በሻዩ ውስጥ የነበረውን ማንኪያ በፍጥነት እጇ ላይ ቢያስነካው "ማሚዬ ..." ብላ በመጮኽ ከተቀመጠችበት ብድግ ስትል፣ ሰዉ ሁሉ ዞር ዞር ብሎ ወደነሱ ሲያይ .. ድምፁን ጎርነን አርጎ፣ "መኰረጅ አይቻልም ስላልሽኝ ነው በሞቀ ውሃ የተጠቀምኩት" ብሎ እሱም በተራው ሲሥቅ ... "አንተ ግን ጨካኝ ነህ ... እኔኮ አባበስኩህ እንጂ ... ጠበስኩህ እንዴ ...?" ስትል ...፣ "ኧረ ትዝ ይልሻል ባለፈው ጀርባዬ ውስጥ የጨመርሽው በረዶ ... እሱስ ማባበስ ነው?" ብሎ እንደገና ሳቁን ለቀቀው አይን አይኗን እያየ። " እሺ እኮ ቆይ ...ላሁኑ ተሳክቶልሃል ..." ብላ እጇን ስታባብስ፣ "ደግሞ እኮ አንቺ ባታባብሺኝ ኖሮ እኔም አንቺን ለመጥበስ አላስብም ነበር።" አለ ከት ብሎ እየሣቀ እንደገና።

"አ..ን...ተ ነገረኛ ሆነሃል። እኔ እንደዚያ ማለቴ አይደለም፣ አንተ ልጅ ሞ-ዛ-ዛ ሆነሃል... ኧረ ቅኔ!! ..." ብላ እሷም ከፊል ዕፍረት ያዘለ ሣቋን እየሣቀች፣ ተሽቀዳድማ ሒሳቡን ከአስተናጋጇ ተቀብላ፣ ጠቀም ካለ ጉርሻ ጋር በእጇ ሰጠቻትና፣ "እግዜር ይስጥልኝ በጣም ጥሩ ራት ነበር" ብላ "በል ተነሥ እንሂድ ...የኔ ሞዛዜ ...." አለች ቦርሳዋን እየሰበሰበች። መላኩም ሣቁን ሳይጨርስ ... "እግዜር ይስጥልን እመቤት ሆይ ... ጥሩ ሻይ ነበር" አለ ማንኪያ ያስነካውን እጇን ለመያዝ እየሞከረ። "ዞር በል ደግሞ እንደ ደኅና ሰው ... ያቃጠልከኝ አነሰህ! አንድ እጅ የሚባል የለም ...ይቺን የመሰለች እጅ እንዲህ በቀላሉ የምታገኝ እንዳይመስልህ።" ስትል ካፏ ለቀም አድርጎ፣ "እና ካልተንበረከኩ እጅ አይሰጠኝም ማለት ነው?" አለ እየሳቀ እጇን ለመያዝ እየሞከረ፡፡ "እስኪ ተንበርከክ እንይህ... ጸባይህ ታይቶ ምናልባት..." ብላ እየሣቀች ጨብራራ ፀጉሩን ሞነጫጨረችበት። እንዲሁ እየተቃለዱና እየተጐነታተሉ ወደ መኪናቸው አመሩ። ሰዓቱ ከምሽቱ ሦስት ሰዓት ሆኖአል።

"ዛሬ የማድረው አክስቴ ጋ ስለ ሆነ እዚያው ብትጥለኝ ..." ስትል ካፉዋ ተቀብሎ፣ ..."የ...ት...ኛ...ዋ አክስትሽ ጋ?" አለ እንደመቀለድም በሚመስል ድምፅ። ሰሎሜ ዘመደ ብዙ ናት። መላኩ ደግሞ ዐዲስ አበባ የሚያውቀው ምንም ዘመድ የለውም። "ሞዛዛ ...የምን ማዳነቅ ነው... በል ሳር ቤት እንሂድ ..." አለች። መኪና ዉስጥ ከገቡ በኋላ ትንሽ እንደሄዱ፣ "አውጥቼ መውሰድ እችላለሁ?" አለች ቦርሳውን ከኋላ ሳብ አድርጋ ይዛ።

"ይቻላል ...ግን be honest ያን ያህል እዚህ ግባ የማይባል ከሆነ ... በቃ ... አለ አይደል ... ደግሞ እንዴት እንደምጀምረው ግራ ስለገባኝ ዝም ብዬ ነው ከመሃል ቡትርፍ አድርጌ የጀመርኩት" ሲል ሳታስጨርሰው "ሄይ ... በቃ እኮ አሁን ካንተ ጋ ተሰናብቶ ሄዶአል ... ደብዳቤ ስትጽፍ... ፖስታ ቤት ከገባ በኋላ ንብረትነቱ የተቀባዩ ነው... ወይም አለ አይደል .... እሜይል ... ሴንድ የሚለውን ከተጫንክ በኋላ አለቀ... ይሄንን እርሳው... የሚቀጥለውን አስብ ...፡፡" ብላ ጽሁፉን ለማውጣት ቦርሳውን መፈተሽ ጀመረች።

"እረ የሚቀጥለው! ... የሚቀጥለውን?...ምኑ ነው ሚቀጥለው...?" ... አለ አፉን ጠመም አድርጎ... "መሊ ... የጨረስን መሰለኝ ... የምትጽፈው መጽሐፍ ነው... ትልቅ እና ጥሩ መጽሐፍ ... ዝም ብለን ብናወራ ጥቅም የለውም... ለውጥ ቅብጥርሴ ምንትሴ የምንለው ሁሉ .... የሚጀምረው በሐሳብ ነው። ሐሳብ ደግሞ ከሰው ወደ ሰው የሚተላለፈው በጽሑፍ ነው። ጽሑፍ ቅርጽ የሚይዘውም በመጽሐፍ ነው። ለእኩዮቻችን ለከተሜ ምሁራን ሳይሆን በቃ ለአብዛኛው ሕዝባችን ነው የምትጽፈው። ማንበብና መጻፍ የሚችል ሁሉ እንዲያነበውና እንዲረዳው አድርገህ። ካስፈለገ በየቋንቋዎቻችን ይተረጐማል። ሕዝባችን ተሸክሞ ስለሚዞረው አእምሮ ማወቅና መማር አለበት። አስተሳሰባችን ሲቀየርና ሲበለጽግ አገርም ሕዝብም ይለወጣል። ያንን ለማድረግ ... ትልቅ አስተዋፅኦ ማድረግ ትችላለህ። መጻፍ አማራጭ አይደለም... በቃ!" ብላ እንደ ጓደኛ ሳይሆን እንደ ዳኛ ብይን ሰጠች። እሱም ይግባኝ አልጠየቀም።

በዚህ ጉዳይ ላይ ብዙ ጊዜ ከመላኩ ጋር ተሚግተዋል። በእርሱ ውስጥ ያለውን ችሎታና ሐሳቡን ቢጽፈው፣ ምን ያህል ሰው መጥቀም እንደሚችል ደጋግማ ነግራዋለች። እርሷ ብቻ ሳትሆን ብዙ ሰዎችም። እርሱ ደግሞ ያመነታል። ሰዉ አያነብምም ይላል። አንዳንዴ ደግሞ መጻፍ አልችልም ወይም ደግሞ አልወድም ብሎ ሰበብ ይሰጣል። መላኩ ለሌሎች ብርቅና በጣም አስገራሚ የሆኑ ነገሮችን እንደ ቀልድ ነው የሚያወራው። ዝም ብሎ ሲናገር ሰዎች በማስታወሻ እንዲጽፏቸው የሚያነሣሡ ሐሳቦች ለእርሱ ገና ያልበሰሉና ተሠርተው ያላለቁ ጅምር ነገሮች ናቸው። ሰሎሜ ግን ታዋቃ ተነሥታለች፣ ሐሳቦቹን በወረቀት ለማስፈርና በሰው ሁሉ እጅ ለማስገባት። እንዲህ እየተሚገቱ አክስቷ ቤት ደረሱ።

"በል ግባም አትባልም መሽቶአል ... በቃ ደብዳቤውን አንብቤ ... ምላሹን እሑድ ከቸርች በኋላ ... ጠብቅ።" "ነገ አንገናኝም እንዴ?" አለ መላኩ ሊሰናበታት እሱም ከመኪናው እየወጣ። አሁንማ በየቀኑ ካላገኛት ያቅበጠብጠው ጀምሯል። "ረሳሽው እንዴ መሊ ...? ነገ እዚህ የቤተ ሰብ ማኅበር አለ ብዬህ ነበር እኮ። ያው ባለፈው ሳምንት ሰርግ ሰበብ ብዙ ሰው ነው ከውጭ የመጣው፣ ከእኔ ቤተ ሰቦች በቀር። ደግሞ ወደ ማታ ላይ ደብረ ዘይት ሳንሄድ አንቀርም። ኩሪፍቱ ካልሄድን

እያሉ ነው ያክስቴ ልጆች ከካናዳ የመጡት። ከፈለክ መምጣት ትችላለህ"፡፡ "አይይይ... ይቅርብኝ... በቤተ ሰብ ጉዳይ ጣልቃ አልገባም" አለ የሹፌት ፈገግታውን ብልጭ አድርጎ፤ መሄድ ቢፈልግም ገና ግንኙነታቸው ስላልለየለት እያመነታ። "ምን ታካብዳለህ? serious ...ከቻልክ ...አሪፍ ነው። በዚያውም የማታውቃቸውን ዘመዶቼን ሁሉ ትተዋወቃቸዋለህ።" አለችው። "ምኔ ነው ብለሽ ነው የምታስተዋውቂኝ...?" አለ ቦርሳዋ ያዛነፈውን ኮሌታ እያስተካከለላት እጁን ከትከሻዋ ላይ ሳያነሣ፡፡ "የመጽሐፉ ፕሮጀክት ማናጀርና ኤዲተሩ ነኝ ብዬ ነዋ.. አያ ሞዛዜ። ምን ብዬ ላስተዋውቅህ?" ትከሻዋ ላይ ያለውን እጁን ያዝ አድርጋ ሣቅ በማለት፡፡ "ገና ያልተጻፈው ደብዳቤ ከመቼው መጽሐፍ ሆነ ደግሞ ልጄ? አው ... ትዝ አለኝ፤ ከነማርቆስ ጋር ለካ ቀጠሮ አለኝ..." አለ ከኪሱ ውስጥ የሚጮኸውን ስልክ እያወጣ፡፡

"አይ በቃ በል ...enjoy ...ማርክን ሃይ በለው። ደግሞ ደውል ስትደርስ ... እሺ ... ለካ ስልኬን ረስቼዋለሁ ወይ እኔ እደውላለሁ በቃ ቻው... በጣም ታንክ ዩ እሺ ..." ብላ ስትለቀው ጉንጯን ሳም አድርጎ ተሰናበታት። ከዚያም እስክትገባ ጠብቆ መኪናውን አስነሥቶ ወደ ቤቱ ነጐደ።

መላኩ "እውነት ምድ ነኝ?..." የሚለውን ጥያቄ ማምለጥም መመለስም አልቻለም። ምድ መሆን እንደሚፈልግ ግን ጥርጣሬ የለውም። የሁለቱም ልቦና ቢያውቀውም፣ ፍቅራቸው ግን የሚያፈነዳው አጥቶ በረመጡ እየተቃጠሉ በማግኔት ምትሃቱ ከቀን ወደ ቀን ቅርርባቸው እየጨመረ ቋፍ ላይ ይገኛሉ። ይሄ የፍቅር ደረጃ ቃል የማይገኝለት፣ ዜማ ያልወጣለት፣ በልብ ንዝረትና በነፍስያ ስውር ድምፅ የሚዜም ነው። በቃል ያልተገለጸ ፈቃድና ገሃድ ያልወጣ ፍቅር እያጋመ ሲሄድ ማየቱ፣ የሚሰጠው ደስታ ቢኖረውም አደጋውም ትልቅ ነው። መላኩ ስለ ሰሎሜ ሲያወጣ ሲያወርድ በምን ዐይነት ፍጥነት እቤት እንደደረሰ ገርሞታል። አካሉ በመኪና ... ልቦናው በሐሳብ ፈረስ ሽምጥጠው እንዴት እኩል እቤት እንደደረሱ አልገባውም። ልቡ ግን ከሰሎሜ ጋር ኋላ ቀርቶ አካሉ እቤት ሊገባ በሩን ሲከፍት በሐሳብ ፍጥነት ተምዘግዝጎ እንደደረሰ አልገባውም። ልክ የቤቱን በር ሲከፍት ነበር ሐሳቡና አካሉ ተዋሕደው አንድ ሆኖ ለብቻው ጸጥታና ጨለማ ወደ ሰፈነባት ጎጆው የገባው።

'ጥይት'

የሰሎሜ አክስት ቤት ትልቅ ቢሆንም የተሰበሰበው ዘመድ አዝማድ አጣቦታል። ዋናው ቤት ብቻ ስድስት መኝታ ቤት ሲኖረው ከዐምስት የማያንሱ ሰርቪስ ክፍሎችም አሉት። ከውጪ የመጡት ያለእንግሊዘኛ የማይናገሩት ሕፃናትና ኦሮምኛ ብቻ የሚችሉት፣ ከነጆ የመጡትን ዘመዶቻቸውን ጨምሮ አዲሳቤዎቹም በቃ ቤቱ በትንሽ በትልቁ ሣቅ በሣቅ ሆኖአል። አንዱ በሌላው መሳቅ ነው። አንድ በጋራ የሚያወሩት ቋንቋ ቢኖር ፍቅር ነው። ፍቅር እንደዚህ ያለቋንቋ ሰው ያግባባል ብላ ዐስባም አታውቅ ሰሎሜ። ለነገሩ ፍቅር ሲጠፋ ሰው አንድ ቋንቋስ እየተናገረ መቼ ይግባባል። ሶማልያን ያፈራረሰው የፍቅር ዕጦት እንጂ የቋንቋ ልዩነት መች ሆነና። የቤት ሰብ ማኀበር ድግሱ ነገ ቢሆንም፣ አብዛኛው ቤተ ሰብ ከቤት ቤት እየዞረ ካሁኑ ማኀበሩን አጧጡፎታል። ግቢው መሃል እሳት ተቀጣጥሎ የታረደው በግ ሲበለት ነው የደረሰችው። ሕፃናቱ ገና ሲያዩዋት እየተንጫጩ እኔ እቀድም እኔ እቀድም እየተሯሯጡ ወደሷ ከነፉ። እንዳስለመዳቻቸው እየተጣጠፈች ስትሮጥ፣ እነሱ ሲከተሉዋት በመጨረሻም ለምለሙ ሳር አካባቢ ስትደርስ እንደተጠለፈ ሰው ሆና ወደቀችላቸው። አንዱ ባንዱ ላይ እየተደራረቡ በድል ስሜት ላዩዋ ላይ ተነባብረው ጫጫታና ትግላቸውን ቀጠሉ። በመጨረሻም በተራ በተራ ወደ ላይ አያነሣች ከሳመቻቸው በኋላ ያስለመደቻቸውን መዝሙር አብረዋት እየዘመሩ ወደ ቤት ገቡ።

ሰሎሜ ሰዉን ሁሉ ባማርኛ፣ በንግሊዘኛና በምትችላት ትንሽ ኦሮምኛ ሰላም ብላ ቤቱን በሣቅ ደመቅመቅ አደረገችው። ከዚያም ወደ ጓዳ ሄዳ ካክስቷ ጋር አንድ ሦስት ደቂቃ የባጥ የቆጡን እያወሩ ቆዩ። በመጨረሻም ከባሻገር ሽንኩርት ወደሚከትፉት አያቷ አመራች።

እንደ ለመዱት ተቃቅፈው እየተሣሣቁ ሰላም ከተባባሉ በኋላ "የት አመሸሽ ልጄ ... ቤተ ሰቡ ሁሉ ተሰብስቦ የሰሎሜ ያለህ ሲል ... ጢኒ ?" አሉ ዐይን ዐይኗን እያዩአት። ጢኒ ነው የሚሏት ... የቤቱ ትንሽ እርሷ ስለ ሆነች ... ከልጅነቷ ጀምሮ ... የቤት ስሟ ጢኖ ነው። አያቷ ደግሞ ጢኒ ነው የሚሏት።

ሰሎሜ ያባቷን እናት አያቷን እማማ መገርቱን በጣም ነው የምትወዳቸው። እሳቸውም የሷ ነገር አይሆንላቸውም። መልኳም እሳቸውን ነው የሚመስለው ይላሉ ቤተ ዘመዱ። አሁን ዕድሜያቸውም ገፍቶ፣ ሕመሙም

ተጨምሮ የልጅነት መልካቸው ከዕድሜ ጀርባ ቢደበቅም። ዘለግ ያለው ቁመናቸውና ስልክክ ያለ መልካቸው ይህንኑ ይመሰክራል። ልጅ ሆና ዐዝለው ያሳደጓት እሳቸው ናቸው። ከፍ ስትልም ብዙ ጊዜ ክረምቱን እሳቸው ጋ ነበር የምታሳልፈው። ሶለንና እርሷ እንደ ሁሉም ነገር ያያታቸውንም ፍቅር ተሻምተው ነው ያደጉት። አያታቸው ማንን የበለጠ እንደሚወዱ የሁሌም ሙግታቸው ነው። አሁንም አዲስ አበባ ሲመጡ ሲመጡ ከሳቸው ጋ ነው የምትተኛው። እሳቸውን ይዛ መዞር ትወዳለች፣ ልክ እንደ ጓደኛዋ የማትነግራቸው ነገር የለም። አስተሳሰባቸው ስል ከመሆኑም በላይ፣ ጥሩ አድማጭና ነገሮችን ከብዙ አቅጣጫ የማየት ችሎታቸው ይገርማታል። ዕድሉን አግኝተው ቢማሩ ጥሩ የሥነ ልቦና ዐዋቂ ሊሆኑ እንደሚችሉ ከልቧ ታምናለች። አንዳንዴም ወረቀቱ ነው የሌላቸው እንጂ ዕውቀቱና ችሎታውማ ከብዙ አማካሪ ተብዬዎች ዐሥር እጅ ይበልጣሉ ብላ ትከራከራለች። በሚኖሩበት ከተማም አገር ያከበራቸው አስታራቂና ምክር ሰጪ ናቸው።

“ካንድ ጓደኛዬ ጋር እራት ነበረኝ… ቀድሞ የተያዘ ቀጠሮ ስለነበር ለዚያ ነው…” ስትል ቀበል አድርገው …፣ “አቤት ያንቺ ጓደኞች አበዛዝ … ይቺ ደግሞ የትኛዋ ነች ?…” አሉ ጓደኞቿን ሁሉ የሚያውቁ ይመስል… በአንድ በኩልም የትኛዋ ያሉት ወንድ ሊሆን እንደሚችል ሳይጠረጥሩ ቀርተው ሳይሆን … ነጻነቷን ለመስጠት ብለው ነው።

“አይ ወንድ ጓደኛዬ ነው … ማለት ጓደኛ ብቻ … ሌላ ነገር የለም…” አለች አይኗን ሳታስበው ሰበር አድርጋ ድምጿንም የተለየ ነገር እንዳለ እንዳያስመስልባት አላልታ። አያቷም ሁኔታዋን አይተው እንደ ለመዱት አንድ ተረት ሊነግሯት ጀመሩ …፣ “አንዴ አንበሳና ጠጣ የሞቀ ወሬ ይዘው ሲያወሩ ነበር አሉ… ጠጣ ዛፍ ላይ ሆኖ አያ አንበሳም መሬት ሆኖ …” ሲሉ … አካሄዳቸው እንደ ገባት ሁሉ …፣ “እማምዬ አሁን ምን ልታመጪ እንደሆነ ገብቶኛል … እውነት ምንም የለም … እኮ።” ብላ ሣቀች።

“ እንዴ እኔ ምን አለ አልኩ … ጢኒ … ድሮ ልጅ ሆነሽ እኮ ራስሽ ነበር ተረት ካላወራሽ እያልሽ የምታስቸግሪኝ። አሁን በቃ አደግሽ ማለት ነው… “ ብለው አሁንም በቅኔ ነካ ሲያደርጓት፣ እሷም ነገሩ ገብቶአት ሣቋን አቀለጠችውና ዐቅፋቸው፣ “እሻ በቃ ንገሪኝ … ከዛስ ምን ሆኑ አምበሳና ጠጣ?” አለች እንደጓጓች ሁሉ።

“በኋላ አያ አንበሶ… ጠጢትዬ ለምን ወርደሽ መሬት ላይ ጨዋታችንን አንቀጥልም? እኔ ኮ አልበላሽም … ሲላት፣ እሷም አይ አያ አንበሶ… መብላትን እዚህ ምን አመጣው …? ግድ የለም እዚሁ ሆኜ ብንጫወት ይሻላል አለችው አሉ” ብለው ፈገግ እንዳሉ የከተፉትን ሽንኩርት መገልበጫ ሰሐን ለማምጣት ዞር ብለው ሲሄዱ፣

"አቤት አቤት እማምዬ ግን ... እሺ በቃ እንዲሁ ደስ ይለኛል ልጄ፣ ነገር ግን ምንም የለም፣ የተባባልነውም ነገር የለም" አለች ከኋላቸው እየተከተለች።

እርሳቸውም "አይ ጢንዬ... እኔ ምናልኩ? አፋችሁ ባይናገርም ልባችሁ የሚለው ነው ዋናው።" ብለው ሲስቁ ... አክስቷ ወደ እነርሱ እየቀረበች፣ "በቃ እናንተ ከተያያዛችሁ አትላቀቁም አይደል? ደግሞ ምንድነው የምትዶልቱት..." ብላ ጨዋታውን ለመቀላቀል የተበለተውን የበግ ሥጋ ይዛ ተጠጋቻቸው፤ ሥጋውን ለጥብስ ከታትፋ ለማዘጋጀት። ከዚያም ሦስቱ እየተሣሣቁ አንድ ዐሥር ደቂቃ ካወሩ በኋላ ከአክስቷ ቦርሳ ውስጥ ስልክ ጮኸ።

"ውይ ረስቼው ... ቅድም ቤት ሂጂ ብርቄ ናት የላከችልሽ ... ስልክሽን ጥለሽ ነው መሰል ሥራ የሄድሽው" አለች የሰሎሜ አክስት ስልኩን እያወጣች። ሰሎሜም ቀኑን ሙሉ ሲደወል የዋለውን የስልክ ብዛት እያሰበች ስልኩን ይዛ ወደ ላይ ወጣች። የደወለችው አንድ ጓደኛዋ ነበረች። መላኩም ጋ አለመደወሏ ትዝ አላት።

ከእርሷ ጋር ስትጨርስ መላኩ ጋ ደውላ በሰላም መግባቱን አረጋገጠች። ከዚያም ወደ ውጭ ወጥታ እሳቱ አካባቢ ካሉት ዘመዶቿ ጋር ተቀላቅላ ማውራት ጀመረች። ውስጧ የቸኮለው ግን መላኩ የሰጣትን ጽሑፍ ለማንበብ ነበር። ማንም የሚለቃት እንደሌለ ዐውቃለች። ሌሊት አነበዋለሁ ብላ ወሰነችና ዘና ብላ የጦፈውን የቤተ ሰብ ጫጫታ ተቀላቀለች። ድንገት ደግሞ ሊገባት የማይችል ነገር ልቧን ጭንቅ ጭንቅ ሲለው ታወቃት። ከትናንት ጀምሮ ልቧ ጭንቅ ጭንቅ ይለዋል አልፎ አልፎ። ስሜቱን ባትወደውም ያው ከሥራ ውጥረት ጋር የተያያዘ እንደሆነ አድርጋ ነው የወሰደችው። ቤተ ሰቦቿ ለዚህ ሰርግ መምጣት ስላልቻሉም ያገረሸ ናፍቆት ስሜት ስለመሰላት ችላ ልትለው ሞከረች።

ምሽቱ ዘና ያለ፣ ሣቅ የሞላበትና ሁሉም የተደሰተበት ምሽት ነው። ወደ እኩለ ሌሊት ላይ ነው እሳቱን አጥፍተው፣ ዕቃውንም አነሣሥተው መተኛት የጀመሩት። ወጣቶቹ ሳሎን ገብተው ጫጫታቸውን ቀጥለዋል። አብዛኞቹ ሕፃናት ግን ተኝተዋል። የሰሎሜ የመጨረሻ አክስቷ ሁለት ሴት ልጆች ከሰሎሜ ጋር ነው የምንተኛው ብለው እሥር እሥሯ እያሉ ነው። ሰሎሜ ከአያቷም ጋር መተኛት ፈልጋለች፤ ከሕፃናቱም ጋር እንዲሁ። በኋላም አንድ ትልቅ አልጋ ያለበት ውስጥ ሁሉም አብረው እንዲተኙ ተወሰነ። ይሄ ልጆቹን ሲያስፈነጥዝ ሰሎሜንም አስደስታት። አንድ ሠላሳ ደቂቃ ያህል ከተላፉና ተረት ከተወራላቸው በኋላ ሕፃናቱ እንቅልፍ ይዟቸው ሄደ።

ሰሎሜና አያቷም ትንሽ ተጫወቱና፣ "እማምዬ አንቺ ስትለፊ ነው የዋልሽው ነገም ደግሞ ያው አድካሚ ቀን ስለሚሆን ተኚ... እኔ አንድ የምጨርሳት

ሥራ ስላለችኝ እሷን ጨርሼ እተኛለሁ..." ... ብላ ሳም አድርጋቸው ከአልጋ ላይ ፈንጠር ብላ ወረደች። እማማ መገርቱም፣ "ኧረ አረፍ ብትዪ አይሻልም እንዴ ... አንችስ ብትሆኚ ሥራ አይደል እንዴ የዋልሽ? ነገ ደግሞ ቅዳሜ ነው ፤ ነገ አይደርስም እንዴ ምን አጣዳፊ ነገር ቢሆን ነው?" አሉ ትራሳቸውን ተደግፈው ቀና እንደ ማለት እያሉ።

"አይ ብዙ ነገር አይደለም። ትንሽ አንብቤ ማስተካከልና መልስ መስጠት ያለብኝ ነገር ስለሆነ እንዲያድር ስላልፈለግሁ ነው" አለች ካልጋው ትይዩ ያለው ሶፋ ላይ ለመቀመጥ እየማተረች። "ውሃ ነገር ላምጣልሽ እንዴ?" አለቻቸው ለራሷ ለማምጣት ዐስባ ስለነበር።

"አይ ግዴለም እኔ አልፈልግም። ግን ለልጆቹ ካስፈለገ ለማንኛውም እዚህ ቢቀመጥ ክፋት የለውም ... አንች ግን አትቆዪ ... ዐረፍ ብትይ ጥሩ ነው።" አሉ አሁንም ዐይናቸውን ከእርሷ ላይ ሳይነቅሉ።

"እሺ እተኛለሁ..." ብላ ወደ ሳሎን ሄዳ ቦርሳዋንና ሁለት ወሃ ከብርጭቆ ጋር ይዛ ተመለሰች። ከሶፋው አጠገብ ያለውን ትንሽ የዕንጨት ጠረጴዛ ሳብ አድርጋ የጀመረችውን ውሃ አስቀመጠችበት። ከዚያም መሳኩ የሰጣትን ወረቀት አውጥታ ማንበብ ጀመረች። ራሷን ሙሉ ለሙሉ ሶፋው ላይ አደላድላና ጋቢ ውስጥ ሰውራ። ከሌሊቱ ስባት ሰዓት ሲሆን፣ ፍጥረተ ዓለም በቤትም በውጭም በእንቅልፍ ዓለም ገብቶ አእምሮውን ለነገ ያድሳል። ሰውነቱን ያሳርፋል። እንቅልፍ ድሮም ዘንድሮም ምስጢር ነው። ባይገባንም ግን የእድሜያችንን ቢያንስ አንድ ሦስተኛ መውሰዱ ቆጭቶን አያውቅም። እምቢ አልተኛም ቢባልስ በግድም ቢሆን መውሰዱ የት ይቀራል። ሰሎሜ ሐሳቧን እንደ ምንም ሰብሰብ አድርጋ የመጀመሪያው ገጽ ላይ ዐይኖቹዋን ጣል አደረገች። ከዚያም ገጾቹን ገለጥ ገለጥ አድርጋ አየቻቸው። የመጀመሪያው ገጽ በቀይ እስክርቢቶ በመሳኩ የእጅ ጽሑፍ ነው የተጻፈው። ከዚያ ለጥቆ ያለው ግን በሥርዐቱ ታይፕ የተደረገ ሦስት ገጽ አካባቢ ጽሑፍ ነው። በቀይ እስክርቢቶ የተጻፈውን ማንበብ ጀመረች። እንዲህ ይላል፦

"በቀይ የጻፍኩት እጄ ላይ የነበረው እስክርቢቶ እሱ ብቻ ስለነበር ነው። ጽሑፌ እንደ ሁሌውም ስለተሞነጫጨረ ባንቺ ትዕግሥትና ችሎታ መተማመኔን እንደሚያሳይ ይታይልኝ። መጽሐፍ ይሆናል ተብሎ ባንቺ የተበየነበት ይህ ተከታታይ ደብዳቤያዊ ሙከራ ምን እንደሚፈጥር በግዜር እጅ እንደ ተውኩትም ለክብርትነትዎ ለማሳወቅ ሳይሆን አይቀርም። ታይፕ ለማድረግ ሞክሬያለሁ ሐሳቤ ውስጥ የመጣውን። አማርኛ ታይፕ በማድረግ እንዴት ቀርፋፋ እንደሆንኩ አትጥይቂኝ። መልመድ ሳይኖርብኝ ግን አይቀርም። ካልሆነ ከመተየቡ በእጅ ወደ

መጻፉ ሳልዘልም አልቀር። ሦስት ገጽ ለመጻፍ የወሰደብኝ ሦስት ቀን ዕድሜ ማባከንም ሆኖ ነው የተሰማኝ። ከዛ በላይ ግን የሚያሳስብኝ እንደዚህ የጓጓሽለት ጽሑፍ በፊትሽ እዚህ ግባ የሚባል ከሆነ ነው። ርእስ የለውም። ያው በማለቂያው ላይ አንቺው ስም ታወጪለታለሽ... የራስሽ ልጅ ስለሆነ"።

ሰሎሜ ትንሽ ውሃ ተጐነጨችና ያነበበችውን ገጽ አስቀምጣ ዋናውን ጽሑፍ ከመቀመጫዋ እየተስተካከለች ማንበብ ጀመረች።

'ይህ ያለፈው ዓመት ከብዙ ጊዜ ጀምሮ ስመኝ ከነበርኳቸው ነገሮች መካከል ቢያንስ ጥቂቶቹን ያደረግሁበት ጊዜ ነበር ብል ማጋነን አይደለም። ወደ ሰሜን ሄጄ ያሉትን ታሪካዊ ቦታዎች ለራሴ ማየት ገና የአንደኛ ደረጃ ተማሪ እያለሁ የተፈጠረ የልብ ምኞቴ ነበር። በተለይ ጎንደርን፣ ላሊበላንና አክሱምን በፖስት ካርድና በመማሪያ መጽሐፍ ቢበዛም በቴሌቪዥን ብቻ ማየቱ ለእኔ እርኪ አልነበረም። በኋላም አውሮጳ ሄጄ በቆየሁባቸው ጥቂት ዓመታትና ለሁለት ወር በህንድና በቻይና ካደረግሁት ጉብኝት በኋላ ያየሁዋቸው የእነዚያ ሕዝቦች የጥንት ትውልድ ሥልጣኔና እድገት አፌን ብቻ ሳይሆን ልቤንም ነው ያስያዘኝ። እዚህ አፍንጫዬ ሥር ያለውን የጥንቱን የሀገራችንን ሰዎች ሥራ አለማየቴ ንጽጽራዊ እይታን ሳይነፍገኝ አልቀረም። ሦስቱንም ነበር በአንድ ሳምንት ውስጥ ያየሁዋቸው። የተጓዝኩት በአውሮፕላን በመሆኑ በቦታዎቹ መሃል ያለውን ሀገርና ሕዝብ ለማየት አልቻልሁም፤ ቢያንስ የፈለግሁትን ያህል። እንዳለመታደል ሆኖ አብዛኛው የጥንት ህዝባችን የጥበብ ሥራ ባሳዛኝ ሁኔታ ከጥንት ከጠዋቱ በያዘን የጦርነት አባዜ በአብዛኛው ሳይወድም አልቀረም። የተሠራው መወደሙ ብቻ ሳይሆን ሊሠራ ይችል የነበረውም ከናካቴው አለመሠራቱ አሁን ላይ ሆነን ያኔን እንዳናይ ጥቁር ግድግዳን መሥራቱ አይቀርም። ከተራረፉ የጽሑፍ ሥራዎች እንኳን ምናባችንን ተጠቅመን የት እንደ ነበርን ተመራምሮ መድረሱ ከባድ ነው። ምክንያቱም የተረፉት ጽሑፎች ብዙዎቹ በጃችን የሉም፤ ያሉትም ቢሆኑ በተለያዩ ሃይማኖታዊና ፖለቲካዊ ምክንያቶች ተበራርዘው እውነቱን ነጥሎ ማውጣቱ ራሱ ከባድ ሥራ ነው። አፈታሪክ ደግሞ ካፍ ወዳፍ ሲተላለፍ የመጀመሪያውና የመጨረሻው ላይመሳሰል ቢችል አይገርምም። አንዳንዴም አብዛኛው ነገር በድንገት ከሰዎች ጋር አብሮ ይሞትና ሌላ የፈጠራ አፈታሪክን ይወልዳል። ከዲቃላ አፈታሪክ ደግሞ ንጹሕ ውሸትን መሸከም ይቀላል።

የሆነ ሆኖ ከጎንደር ጀምሬ ላሊበላ፣ ከዚያም አክሱምን ነበር የጐበኘሁት። ለእኔ ከጉዞው ዕቅድ አንጻር እንጂ በጊዜ ላይ ወደ ኋላ

ለመሄድ ብዬ ያደረግሁት ነገር አይደለም። ከአክሱም ይልቅ ላሊበላና ጎንደር በተራራ የተከበቡ ወጣ ገባ መልክአ ምድር ያላቸው ሆነው ነው ያገኘኋቸው። ለዚህም፣ ጦርነት ምን ያህል ተጽዕኖ ኖሮት ይሆን የሚል ጥያቄ ፈጥሮብኛል። ደግሞም በጊዜ ወደ ኋላ በሄድን ቁጥር በሥልጣኔ ወደፊት የሄድን መስሎ ታይቶኛል። ይህንንም ያስባለኝ ሁለት ትዝብት ነው። አንዱ ከጎንደር ይልቅ ላሊበላ፣ ከላሊበላም ይልቅ አክሱም በሥልጣኔ የላቁ እንደ ነበረ ያህል መስሎ ስለ ታየኝ ነው። ሌላው ግን የዛሬ የጎንደር፣ ላሊበላና የአክሱም ነዋሪዎች በጊዜ ቁጥር ከአምስት መቶ እስከ አንድ ሺህ አምስት መቶ ዓመት የገሠገሡ ሲሆን፣ በኑሮና በሥልጣኔ ግን ያንን ያህል ወደ ኋላ ሳይሄዱ አልቀረም የሚል እምነትም ስለ ተፈጠረብኝ ነው። ይህንን ስል ግን የተሰማኝን ስሜት ከመግለጽ ያለፈ እውነታ ተደርጎ መወሰድ የለበትም።

ደግሞም ከስምንት መቶ ዓመት በኋላ በላሊበላ አስገራሚው ሥልጣኔ የያኔው የላሊበላ ውቅር አብያተ ክርስቲያናት ብቻ መሆናቸው የዛሬዎቹን ላሊበላውያን አለመከንከኑ ብቻ ሳይሆን ማኩራቱም ትንሽ አብሳጭቶኝ ነበር። ያስጐበኘኝ የነበረው ወጣት የላሊበላ ልጅ ያለኝ አሁንም አይረሳኝ። የእያንዳንዱን ቤተ ክርስቲያን ስም፣ አሠራርና ታሪክ እያስረዳኝ እያለ፣ "የሚገርም ነው ይህንን የመሰለ ድንቅ ሥራ በዚያን ጊዜ መሠራት መቻሉ" ስል "ምን መሰለህ? ይህንን ላሊበላና ረዳቶቻቸው ብቻቸውን እኮ አልሠሩትም። እንዲያውም በዋናነት መላእክትና መድኀኔ ዓለም ራሳቸው እየመጡ ነው ሌሊት ሌሊት ዐብረው የሠሩት ተብሎ ነው የሚታመነው እንጂ ይህ በሰው ኀይል ብቻ የተሠራ አይደለም።" አለ እርግጠኛነቱ በድምፁ እያስታወቀበት። ይህ ደግሞ ድሮም ሰው ስላልሠራው ዛሬም እንዲህ ዐይነት ሥራ ሰው ይሠራ ዘንድ ይችላል የሚለውን አስተሳሰብ ፈጽሞ የሚገድል ነው። ባካባቢው ነቃ ያሉ አስጎብኚ ወጣቶች እንዲህ ዐይነት አመለካከት ካላቸው፣ ሌላው ሕዝብማ ምን ያህል ከዚህም ዐልፎ ያስብ ይሆን? ፈረንጆቹ ደግሞ የውጪ ሀገር ሰው ቀጥራችሁ እንጂ ራሳችሁ አልሠራችሁትም የሚል ሐሜት መሰል ሐሳብ ያሠራጫሉ። እነርሱም በያኔ ሥልጣኔያችንና ባሁን ኑሮአችን መካከል ያለውን ገደል ለመሙላትና ለማስታረቅ የዘየዱት ማብራሪያ ሊሆን ይችላል። በጥቁር ላይ ያላቸው ንቀት እንዳለ ሆኖ። የሆነው ሆኖ ጊዜ ወደፊት ሲገሠግሥ የሰሜኑ ሕዝባችን ግን ወደ ኋላ የተንሸራተተበት እውነተኛ ምክንያት ያልተፈታ እንቆቅልሽ ሆኖብኝ ነው የተመለስሁት።

ኮሌጅ እያለሁ የቅርብ ጓደኛዬና በአንድ የዶርም ደባሌ የነበረው የኮንሶ ልጅ የሆነው ኩሲያ እስከ ዛሬም ወዳጄ ነው። ከሱ በሰማሁትና

ጥቂትም ባነበብኩት አስገራሚ የሕዝባችን አካል የሆነውን የኮንሶ ማኅበረ ሰብም በቅርበት ባውቀው ብዬ የምመኘው ነበር። ኩሲያ ጠንካራ ሠራተኛ፣ አስተሳሰቡ ቀጥተኛና ፍላጎቱን ለመግለጽ ብዙም ይሉኝታ የማይገታው ነበረ። ሰውነቱ ጥንክር ክርር ያለ፣ ሁሌም ጤነኛና መልኩም ጠይም ነው። የሚናገረው አማርኛ ከሰዋስው አንጻር ልቅም ያለ ቢሆንም፣ የምላሱ ዕጥፋት ግን ወደ ኮንሰኛ ይወስደው ነበር። ሁሌ በፍጥነት ሲሆን የሚሄደው እንቅልፉ ሥሥና ምጥን ናት። ሁሌም ይመኝ እንደነበረው ትምህርቱን እንደ ጨረሰ በቀጥታ ወደ ኮንሶ ሄዶ ካራቴ ከተማ ነው ሥራ የጀመረው። በጥቂት ዓመታት ትልቅ ኀላፊነት ላይ ተሸጋግሮ ይሠራ ጀመር። እኔም በዚህ ጊዜ ነበር የእርሱ ሰርግ ላይ ለመታደም ብሎም ኮንሶን ለመጐብኘት የሄድሁት። ያገባት ልጅ ሰው የምትወድ ሣቂታ የኮንሶ ልጅ ስትሆን በሙያዋ የጤና ረዳት ናት። የሄድሁት ከሰርጉ አንድ ሳምንት በፊት ስለ ነበር፣ ኩሲያ እስኪበቃኝ ነው አዙሮ ኮንሶን ያስጐበኘኝ። አባሮባ ከሚባለው ቀበሌ የሚኖሩ ቤተ ሰቦቹንም ተዋውቄ አንድ ቀን እዚያው ዐድሬአለሁ። ከገወዳ እስከ ጉማይዴ፣ ከኮልሜ እስከ ወይጦ ሁሉንም ጐበኘሁ።

ኮንሶዎች የሚታወቁበት የእርከን ሥራ ከአራት መቶ ዓመታት በላይ ዕድሜ እንዳለው ይታወቃል። ኮንሶ በዝናብም ሆነ በመሬት ላይ ባለ ውሃ ያልታደለ ከመሆኑም ባሻገር፣ እጅግ ወጣ ገባ የሆነ መልክአ ምድር ነው ያለው። ኮንሶዎች የጥንት የጠዋቱን የእርከን አሠራርና የውሃ ቁጠባ ሳይፈርስ ሳይበላሽ እንዳለ መጠበቃቸው አስገራሚ ነው። ይህ ለኮንሶዎች ቅርስ ብቻ ሳይሆን ኑሮአቸውም ነው። አለባበሳቸውና አብዛኛው ባህላቸውም እንደእርከኑ ተጠብቆ የቆየ ይመስላል። ከሌላው ሕዝብ ጋርም እምብዛም አልተቀላቀሉም። አለባበስ ብል በደረቱ ላይ ባለአራት መሥመሩ የተለያየ ቀለም ያለው ካናቴራ የኮንሶ መለያ እስኪመስል በብዛት ይለበሳል። ከዚህ በቀር ግን በድሮዎቹና ባሁኖቹ ኮንሶዎች መካከል ያለው ልዩነት፣ ጊዜው በአራት መቶ ዐመት መሄዱና አንዳንድ የውጭ ተጽዕኖዎች የፈጠሩት ውጫዊ ለውጥ ብቻ ይመስላል፤ ቢያንስ እስከ ቅርብ ጊዜ። እዚህ ደግሞ ያገራችን ሰዎች ጊዜ ቢሄድም እንኳ፣ እነሱ እዚያው ለመቆየት የመረጡ ወይም የተገደዱ መሰሉኝ። ጊዜ ካልቆመ በቀር እንዴት ነው ሰው ለዚህን ያህል ጊዜ እዚያው ባለበት መኖር የሚችለው? የዛሬ አራት መቶ ዓመት በነበረው ሥልጣኔ ላይ ከጊዜ ጋር ግሥጋሤ ቢደረግ፣ ኮንሶ ከኮርያ አትቀድምም ነበር ብለሽ ነው? እንደ ጠንካራ ሠራተኛነታቸውና ተንኰል እንደሌለው ንጹሕ ልባቸው፡፡

የማይከፈልበት ትራንስፖርት ነውና አሁን ደግሞ በምናብ

ሠረገላ በሐሳብ ፍጥነት ወደ ምሥራቅ ብንገሠግሥ መቼም ደከመኝ እንደማትቤ ነው። ይሄንን ከጨረስን ጉዞው በቀጥታ ወደ አዲስ አበባ ስለሆነ አታስቢ። አዲስ አበባ ስንደርስ የምትወጂው ማኪያቶ ተከሽኖ ይጠብቅሻል።

ይህንን ስታነብ ትንሽ ፈገግ አለችና ከውሃዋ ጐንጨት ብላ ለሌላ ጉዞ የምትዘጋጅ ይመስል ራሷን አመቻቸች። ንባቡ እየጣማት ስለሄደ ማቋረጥ አልፈለገችም።

በአፋር መሥመር ይሠራ የነበረ አንድ የመሥሪያ ቤታችን ሾፌር አንድ ጊዜ የነገረኝ ትዝ አለኝ። ነገሩን ወዲያው ሙሉ ለሙሉ ባልቀበለውም ትንሽ ፈገግ ስላስባለኝና ከምጽፈው ሐሳብም ጋር ስለ ሄደልኝ ልጥቀሰው ብዬ ነው። 'አፋር መሥመር ስትነዳ አፋሮች ብዙ ጊዜ ይዘሃቸው እንድትሄድ ይጠይቁሃል፣ አንዳንዴም ያስገድዱሃል። የሚገርመው ግን አንዳንዴ አንተ ከምትሄድበት አቅጣጫ በተቃራኒ እየሄዱም ቢሆን እንኳ ሊፍት የሚጠይቁ ጥቂት አይደሉም። ለምን ብለህ ብትጠይቅ መልሳቸው 'አይ ዋናው መሄዱ አይደል' ይመስል ወደ መጡበት አቅጣጫ እስኪጠግቡ ይሄዳሉ' ብሎኝ ነበር። በኋላ እንደተረዳሁት ግን በየትኛውም አቅጣጫ ዘመድና ወዳጅ ስላላቸው ያገኙትን እድል በመጠቀም ለረጅም ጊዜ ያላዩዋቸውን ሰዎች ለመጠየቅ በማሰብ እንደሆነ ሰምቼያለሁ። ባብዛኛው የምሥራቅና የሰሜን ምሥራቅ ያገራችን ክፍሎች ያሉ ሕዝቦቻችን ከስፍራ ስፍራ እየተዘዋወሩ ኑሮን የሚኖሩ፣ አርብቶ አደር ሕይወትን የሚመሩ ናቸው። ከብቶቻቸውን ተከትለው ወይም አስከትለው ነው ሲሄዱ የሚኖሩት።

እንደዛሬ ጫት መቃም ባገሩ ሁሉ ከመስፋፋቱ በፊት፣ ጫትን በወጉ እየቃመ እጅግ ጊዜ የሚያጠፋ እንደ ምሥራቁ ክፍል ሕዝብ እምብዛም አልነበረም። ከዚህም ጋር መረጃን በመለዋወጥ የሚጠፋው ጊዜ እንደ ብክነት ስለማይቆጠር ከተለያየ አቅጣጫ የመጡ ሁለት የማይተዋወቁ ሰዎች እንኳ ሳይቀሩ ተቀምጠው ሳያወሩ አይተላለፉም ይባላል። ይህ ሁሌ በጉዞ ላይ ያለና ወቅታዊ የሆነው ሁሉ መረጃም ቴክኖሎጂም በሰዓቱ የሚደርሰው ሕዝብ ነው። ነገር ግን በጽሑፍም ሆነ ሥልጣኔን አትመው ለመጪው ትውልድ በሚያስቀሩ የጥበብ መንገዶች ራሱን እጅግም ያልገለጸ ሕዝብ መስሎ ታየኝ። ጊዜያዊውንና የጊዜውን ለማድረግ ሲሮጥ ጊዜ ያመለጠው ሕዝብ። ሁሌ እንደ ዘመን ኋላ የቀረ። መረጃ ኀይል ነው፣ ሐሳብም የፈጠራ ሥራ ሁሉ መሠረት በሚለው አባባል እስማማለሁ። ከትናንት ተምሮ ነገን ያልቃኘ ዛሬ፣ በመወለድና በመሞት መካከል ያለ የሕይወት አዙሪት እሽክርክሪትን ነው የሚፈጥረው።

እንግዲህ ያልዳሰስኳቸው ብዙ ያገራችን ሕዝቦችና አካባቢዎች እንዳሉ ርግጥ ነው። እነዚህን ሁሉ ዞሬ ባይ፣ ታሪካቸውንም ባጠና የተሻለና የተሟላ ግንዛቤና እይታ እንደሚኖረኝ እሙን ነው። ለነገሩ ታሪካዊ ትንታኔ የመስጠት ስላልሆነ ዐላማዬ ብዙም አያስጨንቀኝ። ጊዜ ያንድን ሕዝብ አስተሳሰብ ለመለካት ሁነኛ መስተዋት መሆኑን ለማሳየት ያህል ነው። የሰሜኑን ሕዝብ ሥልጣኔ ወደ ኋላ መንሸራተት፣ የደቡቡንም ባለበት መርገጥ እንዲሁም የምሥራቁን መድረሻና ዐላማ የሌለው ሥልጡን ኋላ ቀር እረፍት የለሽ ጉዞ አይተናል። ነገሩን ጠለቅ አድርገሽ ካየሽው፣ የሕዝባችን ማነቆ አንድም ብዙም መሆኑን ነው የሚያሳየው። አንድነቱ የሁላችንም ችግር፣ ያስተሳሰብና የአእምሮ ጉዳይ መሆኑ ሲሆን፣ ልዩነቱ ግን እንደ ታሪካችንና ማንነታችን የተለያየ ቅርጽ ይዞ መገኘቱ ነው። ለመጻፍ የሞከርሁት እንግዲህ ጊዜ ያስተሳሰብ መስተዋት መሆኑንና ጊዜ ያመለጠው ሰውና ሕዝብ ሁሉ አእምሮውን የተነጠቀ መሆኑን ነው።

አይ የእኔ ነገር ይቅርታ! አዲስ አበባ ሳንገባ ትንተናዬን ጀመርሁ እንዴ? ጉዞው የምናብ ነውና አገር ምድሩን ሲያዞረን በቆየው የሐሳብ ፈረስ ተሳፍረን ተነሣን ... በሃሳብ ፍጥነት ደረስን። አሁን በረን አሁኑኑ አዲስ አበባ ገባን። የሐሳብ ግልቢያን የምወደው ለዚህ ነው። ፍጥነቱ የሐሳብን ያህል ነውና። የአዲስ አበባስ ጉዳይ እንደምትዪ እርግጠኛ ነኝ። አዲስ አበባማ ሁሉም ዐይነት ሰዎች ተቀላቅለው የሚኖሩባት ከመቶ እጅግም ያልዘለለ ዕድሜ ያላት የወጣት አዛውንት ከተማ ናት። ገና የራሷ አእምሮ የላትም። የራሷ የጊዜ ባህልና መለያ አልተበጀላትም። የሁሉም አስተሳሰብ ተጥዶ መንተክተኪያ ድስት ናት። እንዲሁም ከያገሩና ከየቦታው የሚመጣውም ሐሳብ መራገፊያ ወደብ። ስለዚህ የአዲስ አበባ ሕዝብ እንደ ሕዝብ ድብልቅ አስተሳሰብና ግራ የሚያጋባ ኋላ ቀርነት የሚያሠቃየው ሳይሆን አይቀርም። ባለጸጋ ድኾችና የተማሩ ማይማን የበዙባት ከተማም ናት። ወደ ዳር ስትወጪ ነው ይህ ምስቅልቅል አስተሳሰብ ከየት እንደመጣ የምትረጂው። እንደ እኔ እይታ አዲስ አበባ ወጥና ግልጽ አስተሳሰብ ባገኘች ቀን የልጅነት ውበቷ አብረቅርቆ መውጣቱ አይቀርም። ከጊዜ አንጻር አዲስ አበባ የደረሱባት ፈጣን ተደጋጋሚና አስቸጋሪ ለውጦች ቅርጽ የለሽ ሳያደርጓት አልቀሩም። ስለዚህም ያዲሳባ አእምሮ ታምሞ እንዳላገገመ የተቃወሰ ጭንቅላት የተሰባበረና ግራ የተጋባ ይመስለኛል።

የሆነው ይሁንና ዛሬ ለማለት እየሞከርኩ ያለሁት የዛሬ አስተሳሰባችንና የጋራ አእምሮአችን የተሰራው ከድሮ እስከዘንድሮ በተከማቸው ታሪካችንና ባራቱም አቅጣጫ ከዳር እስከመሃል ያለው ህዝብ አስተሳሰብ ተደምሮ ነው። ከቤተ መንግሥት እስከ ቀበሌ ከቤተ አምልኮ

እስከ ቤተሰብ ከሕፃን እስከ ዐዋቂ፣ የጥንቱም የዛሬውም አሁን ያለውን አስተሳሰባችንን ፈጥሮታል፤ ቀርጾታልም። ደግሞ ከጊዜ ቀመሩ በላይ የሚያስብም ሆነ የሚኖር ግለሰብም ሆነ ኅብረተሰብ የለም። የጊዜ ጉዳይ የዛሬ አስተሳሰባችንን የሚለካ፣ የነገውን ደግሞ የሚቀርጽ ምስጢር ነው። ጊዜ እንደ ጅረትም ይፍሰስ፣ በውደትም ይመላለስ፣ የተናጠልና የጅምላ አስተሳሰባችንን ፍንትው አድርጎ የሚያሳይ ከሄደ የማይመለስ ተንቀሳቃሽ ሰሌዳ ነው።

እዚህ ጋ ላብቃ መሰለኝ። ይሄ አጻጻፌ ወዴት እንደሚወስደኝ እኔም በቅጡ አልገባኝ። እስኪ ለማንኛውም አንብቢውና እናወራለን። እኔ እንጃ ሰሞኑን ስለ ጊዜ ሳስብ ስለነበር ይሁን ወይም የአስተሳሰብና የጊዜ ዝምድና ለረጅም ጊዜ እንቆቅልሼ ስለሆነም ይሆናል እንደዚህ ጀመርኩት።

እንግዲህ አጀማመሩን እንዴት እንዳየሽው ለማወቅ ጓጉቻለሁ። እኔ ለመጻፍ የወሰደብኝን ጊዜ ያህል ለማንበብ እንዳይወስድብሽ እጸልያለሁ። ዝም ብሎ ከሆነም አትፍሪ፤ ምናልባት የእኔ ተስጥዖ እንዳባቶቼ አፈ-ታሪክ ሊሆን ይችላል፤ አንቺም ከማንበብ ትገላገያለሽ። እስኪ ደኅና ቆዪኝ።

አንብባ ስትጨርስ ጽሑፉን ፈጽማ ካልጠበቀችው አንጻር ስለ ጀመረው፣ "ህም.. ይገርማል...!" አለችና ጸጥ ብላ ጥቂት ጊዜ ቆየች። ሳትወድ በግዷ እርሷም ስለጊዜ እያሰበች ሰዓቷን ብትመለከት ወደ ስምንት ሰዓት ከሌሊቱ ተጠግቶአል። ጊዜንና አስተሳስብን እንዲህ ዐስባውና አዛምዳው አታውቅም። ብዙ ጥያቄ ቢፈጠርባትም፣ አንድ ትልቅ አሣ የያዘ መንጠቆን እንደሚጎትት ሰው ከሐሳቡ ጋር እየተጓተተች ወደ መኝታዋ ሄደች። ሲገናኙ የሚያደርጉት የሞቀ ውይይት ካሁኑ ታያት። የተኙትን ሳትረብሽ ቀስ ብላ አያቷ ሥር ስትገባ ቶሎ የሚነቁ አያቷ "ጢንዬ መጣሽ? ... እንዲያው እኮ በውድቅት ሌሊት ምን ይባላል...? እስኪ አረፍ በዪ" እያሉ ጠጋ አሉላት። በልጅነቷ እንደለመደችው ራሷን እያሻሿዋት ጊዜ ከማይለካበት ዓለም ከሚኖረው አያ እንቅልፍ መዳፍ ውስጥ ገብታ ትሰወር ዘንድ አገዙዋት፤ እስከ ነገ።

ጠዋት ላይ አያቷ ቀድመው ቢነሡም፣ እርሷና ሕፃናቱ ግን ከነቁም በኋላ ሲላፉ፣ ተረት ስታወራላቸው አረፋፍደው ነው ካልጋ የወጡት። ፊቷን ተጣጥባ ወደ ሳሎን ከመሄዷ በፊት መላኩ ጋ ደጋግማ ብትደዉልም ስልኩ ዝግ ነው። ቅዳሜ ጠዋት ልማዱ ነው፤ "የመላኩ ጊዜ ነው" የሚለው ነገር አለው። ስልክ ቴለቪዥንና ራዲዮ ዝግ ነው። ሰዉም አያገኝም። በሌሊት ተነሥቶ ለአንድ ሰዓት ከዋኘ በኋላ ሻወር ወስዶ አልጋው ውስጥ ለጥ ብሎ ያረፍዳል። ሲነሣም እኔ ነኝ ያለ ጥሩ ፍርፍር ቁርሱን ይበላል። ከዚያም እራሱ የሚያፈላትን ቡና ፉት እያለ ሳምንቱን ሙሉ

ለቅዳሜ የተቀመጡትን የተመረጡ፣ ከኢንተርኔት ላይ የተሰበሰቡ እንዲሁም የመጽሔቶችንና የጋዜጣ ጽሑፎችን በየመሃሉ ከሚያነባቸው የግጥም መጻሕፍት ጋር ያነባል። ከዚያም ያለፈውን ሳምንት እያብጠለጠለ የሚቀጥለውን ሳምንት የሚሥልበት የማሰቢያ ጊዜው ነው። ይሄው ሁለት ዓመቱ፣ ካቅም በላይ ድንገተኛ ነገር ካላጋጠመው በቀር፣ ዝንፍም ሳይል የመላኩ ጊዜ እንደተከበረና እንደ ቀጠለ ነው።

ሰሎሜ ከቁርስ በኋላ ልብሴን ልቀይር፣ ደግሞም መኪናዬን ይገፔ ልምጣ በማለት ከካናዳ ከመጡት ዘመዶቿ ሣራን ይዛ ተነሣች። ያክስቷ ባል ላድርሳችሁ ቢልም በታክሲ መሄዱን መርጠው ወጡ። ካናዳ ተወልዳ ያደገችው ሣራ ሃያ ሦስት ዓመቷ ሲሆን አማርኛ ትንሽ ትንሽ ብቻ ነው የምትችለው። መሣቅ ትወዳለች፣ ከሰው ጋር ማውራትም እንዲሁ። ሶሺያል ዎርከ አጥንታ ባንድ ሆስፒታል ውስጥ ነው የምትሠራው። አጭር ቆንጆና ቅልጥፍ ያለች ስትሆን የስፖርተኛ ሰውነት አላት። የሽቶ ፍቅረኛም ናት። ሦስት አራት ሽቶ በስሱ ደራርባ ታደርግና የሰውን ቀልብ በቀላሉ ትስባለች። ባጋጣሚ ወዲያው በመጣው ሚኒባስ ጋቢና መቀመጫ አግኝተው እየተጫወቱ እስከ ሜክሲኮ ሄዱ። ከዚያም ሁለት ታክሲ ጨምረው ከትንሽ የግር ጉዞ በኋላ ሰሎሜ ቤት ደረሱ። ቤት ሲገቡ እንደ ተለመደው ብርቄ ተጠምጥማ ሰላም አለቻት። ከሲኤምሲ ጀርባ በሚገኘው የሰንሻይን አፓርትመንት ባለሁለት መኝታ ቤት ተከራይታ ነው የምትኖረው። ብርቄ ገና በዐስራ ሰባት ዓመቷ ከባሏ ተፋታ ለሌላ ሊድሯት ሲከጅሉ ከቤተ ሰቦቿ ኰብልላ ሄደች። ከዚያም ነገሩን የሰማችው የሰሎሜ አክስት ከገጠር አመጣቻት። በኋላም ሰሎሜ ከእርሷ ጋር እየኖረች እንድትማር አደረገች። አሁን በማታ ትምህርት 9ኛ ክፍል ደርሳለች።

ሁለተኛዋ የሰሎሜ ቤተ ሰብ አባል ደግሞ ሶስና ትባላለች። በመሥሪያ ቤታቸው በር ላይ የሊስትሮ ሥራ ትሰራ የነበረች የዘጠኝ ዓመት ልጅ ስትሆን ሰሎሜ ደንበኛ አድርጋት ነበር። አንድ ጊዜ ለጥቂት ቀን ከጠፋች በኋላ ተመልሳ መጣች። ግራ እጇ በጨርቅ ተጠቅልሎ፣ ጥውልግልግ ብላ፣ በሊስትሮ ሣጥኗ ላይ ተቀምጣ ባካባቢው ያሉ ወንድ ሊስትሮዎች እየቀለዱባት ስታለቅስ ነበር ሰሎሜ የደረሰችው። እሷን ሲያዩ ሁሉም ዝም አሉ።

ሶስናን ስታይ ደስ ያላት ሰሎሜ ወደሷው አመራች። አጠገቧ ተቀምጣ “ምን ሆነሽ ጠፋሽ የኔ ቆንጆ?” ስትላት የባስ ልቅሶዋን ለቀቀችው። ስፍስፍ ስቅስቅ ብላ ስታለቅስ የሰሎሜም አንጀት ተላወሰ። “በቃ በቃ ነይ እስኪ ቢሮ እንግባና እናወራለን” ብላ የሊስትሮ ሣጥኗን ይዛላት፣ የቢሮ ዘበኞቹን ሰላም ብላ ሣጥኑን ለነርሱ ሰጥታ ይዛት ገባች። ቢሮዋ አስቀምጣት ከካፌቴሪያ ለስላሳና ኬክ ነገር አዘዘችላት።

“እስኪ እጅሽ ምን ሆኖ ነው ያሰርሽው?” ስትላት እጇን እንደ ማሸሽ ብላ

ልቅሶዋን ቀጠለች። "አይዞሽ ቀስ ብዬ ነው የማየው" ስትላት "ለአንድ ሰው ብታሳዪ ወየው ብለውኛል.." ብላ ዐይኖቿን የሞላውን ፍርሀት በእንባ ለማስወጣት ይመስል መንታ መንታውን ታዘንበው ጀመረች። ከዚያም ሰሎሜ አባብላ እጇ ላይ ያለውን ቆሻሻ ጨርቅ ስትፈታው፣ ያየችውኝ ማመን አቃታት። ከክንዱ በታች እጇ ተቃጥሎአል። ቁስሉ ደግሞ ህክምና በወቅቱ ያላገኘ በመሆኑ መግል ለመያዝ እየጀመረ ነው። ጨርቁ ሲነሣ የተጣበቀው ቁስል አብሮ መነሣት ስለጀመረ ሁሉንም ማየት አልቻለችም፣ የሶስናም ሥቃይ ስለ በዛ። ቀጥሎም ቀጭን ሰውነቷ በግርፋት ሰንበር በሰንበር እንደ ሆነ ለማየት ቻለች። ራሷን ደባብሳ ስታይ አንድ ሦስት ዕብጠቶችና በቅጫም የተወረሰ ፀጉር ያለበት ሆኖ አገኘችው። ንዴት፣ ሐዘን ቁጭት ... በቃ መንገብገብ ሞላት።

"ማነው እንደዚህ ያደረገሽ?" አለቻት። ዐይኗን ሰበር አድርጋ፣ "እትዬ" ናቸው አለች። "ለምን?"

"የዚያን ለታ ከሥራ ስመለስ መንገድ ላይ ዱርዬዎች ይዘው የሠራሁትን ገንዘብ ሁሉ ቀምተው ደበደቡኝ። አምልጬ ቤት ደርሼ ለእትዬ ስነግራቸው ...ውሸታም ሌባ ብለው መጋረፍ ጀመሩ። እውነቱን አውጪ እያሉ። እውነቱን ነው ብዬ እያለቀስሁ ብነግራቸው ... ሁለተኛ እንዳይለምድሽ እያሉ በሻማ እጄን ቀስ እያሉ አቃጠሉኝ። ከዚያም ምንም ምግብ ሳይሰጡኝ አስረው ጨለማ ውስጥ ሁለት ቀን አቆዩኝ" ብላ ከቁጥጥር ውጪ የሆነ እሪታዋን ለቀቀችው። በዚህ ጊዜ ከሰሎሜ ቢሮ አጠገብ የነበሩ ሁለት ጓደኞቿም ልቅሶውን ሰምተው ኖሮ ተቀላቀሏቸው።

"ዛሬ እንዴት ላኩሽ ታዲያ?" አለች ሰሎሜ። "በጣም ሲርበኝ ጊዜ ... በቃ መስረቄን አምኜ ይቅርታ ጠይቄ የመጨረሻ ማስጠንቀቂያ ተሰጥቶኝ ነው የመጣሁት ... ዛሬም ምንም አልሠራሁም ... እጠፋታለሁ እንጂ እዚያች ቤት አልሄድም..." ብላ ማልቅሷን ቀጠለች።

በኋላ እንደተረዱት ከሆነ ሶስና ወላጆቿን በኤድስ ካጣች በኋላ ወይዘሮ አስካለ ለልቅሶ የመጣውን ቤተ ዘመድ አግባብተው ሊያሳድጓት ያመጧት ልጅ ናት። ወይዘሮ አስካለን አገር ሁሉ የሚያውቃቸው የድኻ እናት ብሎ ነው። በቅርብ የሚያውቋቸው ግን የድኻ ጠር እንደሆኑ ያውቃሉ። ለመጀመሪያ ስድስት ወር እስከ አንድ ዓመት ልጆቹን ትምህርት ቤት ይልኳቸዋል፣ ተንከባክበውም ይይዟቸዋል። አንድ ጊዜ ዘመድ አምኖ መጠየቁን ካቆመ በኋላ ግን ትንንሾቹን ሊስትሮና የሰው ልጅ ጠባቂነት፣ ከፍከፍ ያሉትን ደግሞ መጠጥ አሻሻጭና ሴትኛ አዳሪነት ውስጥ ያስገቧቸዋል። እርሳቸው ቤት ውስጥ ዐስራ ዐምስት የሚደርሱ ልጆች ይኖራሉ። እነሰሎሜ ቤታቸው ሄደው ሊያናግሯቸው ሲሞክሩ መጀመሪያ በሣቅ በፈገግታ ተቀበሏቸው። ወይዘሮ አስካለ ሰሎሜ ስለሶስና ጉዳይ ስትጠይቃቸው ነገሩን

ለማድበስበስ ሞከሩ። ሁሉንም ነገር እንደምታውቅና አሁን ሶስና ሆስፒታል እንደገባች ስትነግራቸው ነብር ሆኑ። አመናጭቀውና ተሳደበው፣ ሊከሷትም እንደሚችሉ ነግረው ከቤታቸው አስወጧቸው። ሰሎሜና ጓደኞቿ በቀጥታ ፖሊስ ጣቢያ ሄደው ነገሩን ካመለከቱ በኋላ ወደ ማታ ላይ ልጆቹ ሁሉ ሲገቡ፣ ፖሊሶቹ አብረዋቸው ሄደው ነገሩን እንደሚያጣሩ ተስማሙ። ሰሎሜ ነገሩን ለአለቃዋ አስረድታት ስለነበር መሥሪያ ቤታቸውም ጉዳዩን መከታተል ጀመረ።

ቀኑን ሙሉ ሁኔታውን ከሰፈር አካባቢ በማጣራት የዋሉት ፖሊሶች ማታ ሁለት ሰዓት ላይ ሳይታሰብ የወይዘሮ አስካለን ቤት ወረሩት። እነሰሎሜም አብረው ተገኝተዋል። ባንድ ክፍል ተጨናንቀው የሚተኙት ከአሥር በላይ ሕፃናት ሲሆኑ፣ ሌሎች ሁለት ክፍሎች ደግሞ የሴትኛ አዳሪነት ሥራ የሚፈጸምባቸው ክፍሎች ናቸው። ዕድሜያቸው ዐሥራ አራት እና አሥራ አምስት የሆኑ አራት ገና ያላደጉ ሴት ልጆች ይህንን እንዲፈጽሙ ይገደዳሉ። አንዳንዴም በመጠጥ ኀይል። አንዲት የውሻ ቤት የምታክል ጨለማ ክፍል ደግሞ ከባድ ጥፋት ያጠፉ ልጆች ታስረው ከረኃብ ጋር የሚቀጡባት ክፍል ናት። የጉዳዩ ዘግናኝነት ያስደነገጠው የአዲስ አበባ ፖሊስም የኢትዮጵያ ቴሌቪዥንን ጠርቶ አገር ያስደነገጠ ፕሮግራም ተዘጋጀበት። ሶስናም ከሆስፒታል ሆና የደረሰባትን ለሕዝብ አካፈለች። ወይዘሮ አስካለ ወደ እስር ቤት ከገቡ በኋላ የነሰሎሜ መሥሪያ ቤት የልጆቹን መልሶ ማቋቋም ኀላፊነት ወሰደ።

ሰሎሜም በብዙ ትግል ሶስናን የራሷ ልጅ አርጋ ለማሳደግ የሕጋዊ ወላጅነትን ፈቃድ አገኘች። ይህ የሆነው እንግዲህ ካንድ ዓመት በፊት ነበር። ሶስናን ከደረሰባት የሥነ ልቦና ቁስል መፈወስ ግን ቀላል ሆኖ አልተገኘም። እስካሁንም ትልቅ ትግል ነው። በኋላ እንደ ተረዳችው ከሆነ ወይዘሮ አስካለ ጠቀም ያለ ገንዘብ ለሚከፍሏቸው አንድ አዛውንት ደንበኛ ሁለት ጊዜ ሶስናንም ለወሲብ አከራይተዋት ነበር። ሰውዬው ከኤይድስ ለማምለጥ ብዙ ብር እየከፈሉ ሕፃናትን ማደን ሥራዬ ብለው የሚባልጉ ርካሽ ነጋዴ ናቸው።

"ሶስና የለችም እንዴ?" አለች ወደ ብርቄ እያየች። "ቤተ ክርስቲያን ሄዳለች፣ የሕፃናት ልዩ ዝግጅት አላቸው። እኔ ነኝ ያደረስኳት።" አለች ብርቄ የምታጣጥፈውን ፎጣ እንደያዘች።

"ሙሉ ቀን ነው?" ስትል ሰሎሜ፣ "አይ እስከ ስምንት ሰዓት ነው። ምሳም እዚያ ነው የሚበሉት። ሰዓቱ ሲደርስ አመጣታለሁ።" አለች። "ሳሪና አንዴ ሻወር ወስጄ ልብስ ልቀያይር ከዛ እንወጣለን እሺ?" እስከዚያ በዚች ኩኪስና አልበም አዝግሚ እያለች ሰሎሜ ወደ ውስጥ ገባች። መለስ ብላ አንገቷን ብቅ አደረገችና "ሻይ ቡና?" ብላ ጠየቀቻት።

"ሻይ ይሻላል መሰለኝ" ስትል ሣራ፣ "የብርቄን ተወዳዳሪ የሌለው ሻይ … አይደል ብርቅዬ?" ብላ ስትጠቅሳት እየሣቀች ብርቄም ወደ ጓዳ ገባች። ሰሎሜ ከለባበሰች በኋላ ትንሽ ተጨዋውተው ተያይዘው ወጡ። ዞር ዞር ብለው ከተማውን ካዩ በኋላ፣ አክስቷ ያዘዘችውን ኬክ ከፒያሳ ኤንሪኮ ይዘው ወደ ሣር ቤት አመሩ።

"ያው ሁለት ሳምንት ስላለሽ ቢሮዬንም አሳይሻለሁ፤ የኛንም አገር ማኅበራዊ ጉዳዮችና አሠራሮቻቸውን አስጐበኝሻለሁ… አሪፍ አሪፍ ቦታዎችም አሉ። እስኪ እንሄዳለን።" አለች ሰሎሜ ወደ ሰፈር ሲቃረቡ።

"አንቺ ግን አሜሪካ ምንም አይናፍቅሽም? በቃ አበሻ ሆነሽ ቀረሽ ማለት ነው?" ስትላት ሣራ፣ "አይ ሣሪ ድሮም እኮ እኔ አበሻ ነኝ… ደግሞ እዚህ የምታመጪውን ልዩነት ስታዪው በቃ ከነችግሩም ቢሆን ርካታው ይበልጣል።"

"እሺ የማግባት ጉዳይስ …? ምንም ሰው የለም ወይስ የድብቅ ሰነድ ነው?" አለች ሣራ በጨረፍታ እያየቻት።"ሣሪ ምን አለ ብለሽ … ያው አሉ ሰዎች … ግን የራስሽ የሆነውን ሰው ማግኘት ከባድ ነው… እስኪ እግዚአብሔር ቢፈቅድ በዓመት ውስጥ ባገባ ደስ ይለኛል… እነማሚም በቃ ጭንቀታቸው ሁሉ ይሄ ይመስለኛል።" አለች ባንድ እጇ መሪውን ይዛ ሌላኛውን እጇን እያወናጨፈች

"ለነገሩ ገና 27 ዓመትሽ ነው ምን የሚያስቸኩል ነገር አለ? … እንዳልሽው ጥሩ ሰው ማግኘቱ ነው ትልቁ ችግር… እኔማ እንጃ በቃ … አበሻ ባገባ ደስ ይለኝ ነበር … እዚያ ሁነኛ ሰው ማግኘቱ ከባድ ነው። አለ አይደል የተማረ፣ የምትኰሪበትና የምታከብሪው ዐይነት አበሻ እምብዛም የለም። እዚህ ደግሞ ጊዜውም የለም … ቢኖርም ውጪ ለመውጣት ይሁን ለፍቅር ሰው የሚፈልግሽ በምን ታውቂያለሽ… አንዳንዴ በቃ ፈረንጅ አግብቶ መገላገል ይሻላል መሰለኝ" ብላ በረጅሙ ተነፈሰች።

"ሣሪ አንቺ ኮ አንድ ፍሬ ልጅ … ተረጋጊ እንጂ .. አንችን የመሰለች ቆንጆዬ ጥሩ ልጅ … እግዜር ምን ይሠራል ብለሽ…? አሪፍ ባል ነው የምታገቢው… ምን አለች በይኝ… እኛም አለን ደግሞ… የሚሆን ከተገኘ … ሹክ እልሻለሁ" ብላ ሣቀች።

"የምር አሪፍ ነበር…ካንቺ በላይ ማን ያውቀኛል … እኔ ቶሎ ነው ማግባት የምፈልገው… ልጅ… ልጅ በጣም ነው ያማረኝ፡" ስትል አሁንም ሰሎሜ ሣቋን ቀጠለች።

"ለምን ትሥቂያለሽ …? እውነቴን እኮ ነው…" አለች ሣራ ኰስተር ብላ፡፡ "አይ ሣሪና … አንችም ልጅ የሚያምርሽም ልጅ…" ብላ ጉንጯቿን ቆንጠጥ

አደረገቻት፡፡

"ቀልጂ አንቺ ... በድሮ ጊዜ የእኔ ዕድሜ አራት አምስቱን ማድረሻ ዕድሜ እኮ ነው።" አለች ፊቷን በመኪናው መስተዋት አየት እያደረገች። ከዚያም ብዙም ሳይቆዩ ስለደረሱ መኪናውን እደጅ እቁመው በሩ ክፍት ስለ ነበር እየተሣሣቁ ገቡ።

ሰሎሜና ሣራ አብዛኛው ቤተሰብ ደርሶ እየተበላ እየተጠጣ ማኅበሩ ደምቆ ደረሱ። እነርሱም ቢጤዎቻቸውን ተቀላቀሉ። መላኩ እስካሁን አለመደወሉ ገርሞአት ስልኳን ስታውጣው፣ ቻርጅድ ሳይሆን ዐድሮ ባትሪው ሞቶ ነበር። የሰሎሜ ስልክ ከአክስቷ ባል ጋር አንድ ዐይነት ስለ ነበር የእርሱን ተውሳ ቻርጅ ለማድረግ ሰክታው ከከበቧት ሕፃናት ጋር ልፊያዋን ጀመረች። ከአንድ አስራ ዐምስት ደቂቃ በኋላ አንድ አንድ ቸኮሌት እየሰጠች አስደስታ አሰናበተቻቸው።

መላኩ ጋ ስትደውል ወዲያው አንስቶ... "እኔማ ኮ ስልክሽን ስትዘጊው ምን ጉድ ነው የጻፍሁት ብዬ አሳብ ገባኝ"... አለ በቀልድ ድምፅ። "አይገርምህም ትናንት ስልኬ ቻርጅድ ሳይሆን በቃ መሞቱንም ያወቅሁት አሁን ነው፣ ይቅርታ። ጠዋት ግን ደውዬ የመላኩ ክፍለ ጊዜ ነበር መሰለኝ ኦፕሬተሯ ናቸው የሉም ያሉኝ" አለች እሷም በቀልድ።

"እንዴት ነው የማኅበሩ ድግስ..?"

"አሪፍ ነው... ደስ ይላል.. ሰው ሁሉ ደርሶ ደምቋል ነው የምልህ። እኔ እምልህ ጽሑፉን ወድጄዋለሁ ... ፈጽሞ ካልጠበቅሁት አቅጣጫ ነው የጀመርኸው... ተገናኝተን እስክናወራ ቸኩያለሁ። ... በጣም ብዙ ጥያቄ ነው ያለኝ... አስተሳሰብህና አጻጻፍህ ግን ያው ኤ ነው የተሰጠው።"

"ትቀልጂብኛለሽ አይደል... የምር ሌላ ልሞክር ወይስ በዚያው መጀመር ይቻላል?"

"ኧረ የምን ሌላ... ይሄ አሪፍ ነው... ወደ ፊት እንጂ ወደ ኋላ የለም... በጣም አሪፍ ነው ... ግን በቃ ቁጭ ብለን ብናወራ ደስ ይለኛል።" "እሺ አንቺ በቻልሽ ጊዜ" አለ ብዙ ማውራት ቢፈልግም ያለችበት ሁኔታ ላይመች እንደሚችል እየገመተ።

"ነገ ጠዋት ከቸርች በፊት ለምን ቁርስ እየበላን አናወራውም?" አለች አሁንም እንደ ቸኮለች ሁሉ ፈጠን ፈጠን እያለች፡፡

"አሪፍ አሳብ ነው። በቃ ሁለት ኮፒ ይዤ እመጣለሁ። እየሞነጫጨርን እንድናወራበት። አሁን ወደ ድግስሽ መሄድ አለብሽ መሰለኝ። ቀለል ሲል ደውይልኝ።" አለ ቶሎ ሊለቃት በመፈለግ፡፡

"አይደል ... አንተስ ምን አሰብክ ለከሰአት በኋላው?" አለችው እንዳይደብረው እያሰበች፡፡ "ከነማርቆስ ጋ ቀጠሮ አለኝ። ለመግዛት ያሰበው ቤት አለ እሱን እናያለን ብሎአል። ከዚያም ያው እንዲያ እንዲያ እያለ ይመሻል!"

"አይደል... በቃ enjoy እሺ?" ስትለው፣ "እሺ አንቺም እንደዚያው... ቻው" ብሎ ስልኩን ወደ ኪሱ ጨመረው፡፡

"ባይ ... ማርክን ሃይ በለው" ስትለው ስልኩን ዘግቶት ስለነበር መልስ አልሰጣትም። ስልኩን ቻርጀሩ ላይ እየሰካች ስለ ጽሑፉ ከልቧ የተሰማትን አድናቆት የገለጸችለት አልመሰላትም። እንዲያውም ለዕርምት ትፈለጋለህ ዐይነት መልእክት ያስተላለፈችለት መስሎአት ትንሽ ደበራት። በችኮላ ስልኩን የዘጋው ደብሮት ይሆን ብላ ዐሰበችና ይሄ የኔው ጭንቅላት ፈጠራ ነው ብላ ተወችው። ወዲያው ግን ከአክስቷ ጋር ተያይዘው ወደ ሳሎን አብረው ሄዱ።

የተሳካለት ድግስ ነበር። ብዙ ተገኝተው የማያውቁ ዘመዶች ከክፍለ ሀገርም ከውጪም መገኘታቸው ደግሞ የበለጠ ድምቀት ሰጥቶት ነበር። በተለይ ውጪ የተወለዱት ሕፃናትና ያገርቤቶቹ ሕፃናት ሲያወሩ ማየት እጅግ ያዝናናል። በቃል ባይግባቡም በራሳቸው የሕፃን የጨዋታ ቋንቋ ተግባብተው በፍቅር እፍ ብለዋል። የሰሎሜ አክስት እያዞረች ሰሎሜን ከገጠርና ከክፍለ ሀገር ከመጡት ዘመዶች ማስተዋወቁን ቀጥላለች። የሰሎሜ አባት አቶ አላና በዘመድ በጣም የተወደዱና የተከበሩ ናቸው። ገና የአላና ልጅ ናት ሲባል ነው እሳቸውን ያገኙ ያህል እንቅ ዕቅፍ አርገው እያገላበጡ ሳሚት።

ሰሎሜ ወደ አሜሪካ የሄደችው ገና የዐሥራ ሁለት ዓመት ልጅ ሆና ነው ። ከሁለት ታላላቅ ወንድሞቿ እና ወላጆቿ ጋር ዲቪ ደርሶአቸው። እርሷ የመጨረሻ ልጅ ናት። አባቷ ደግሞ የተባበሩት መንግስታት የልማት ድርጅት ውስጥ የአንድ ክፍል ኀላፊ ሆነው ይሠሩ ነበር። የመጀመርያ ዲግሪያቸውን አዲስ አበባ ዩኒቨርሲቲ፣ ሁለተኛ ዲግሪያቸውን ደግሞ ፈረንሳይ ነው የተማሩት። በሙያቸውም ኢኮኖሚስት ናቸው። አገር ቤት እያሉ ኑሮአቸው የተመቻና የተደላደለ ነበር። መቼም ወደ አሜሪካ ሲኬድ ሁሉን ሀ ብሎ መጀመር ግዴታ ነው። እንደ ማንኛውም አዲስ መጤ ሁሉ በመጀመሪያዎቹ ሁለት ዓመታት የአሜሪካ ሕይወታቸው ፈታኝ ሆኖባቸው ነበር። በዚህ አስቸጋሪ አገር የመልመድ ወቅት ለቤተሰቡ ከሁሉ ይልቅ የጠቀማቸው ዋነኛ እሴት በመካከላቸው ያለው ጥልቅ ፍቅርና መከባበር ነበር።

እናቷ ወ/ሮ ሕይወት ደግሞ በሙያቸው ነርስ ሲሆኑ ቅን፣ ሲበዛም ደግና ርኅሩኅ፣ ባለሙያና ዘመናዊት ሴት ናቸው። የቤተሰቡ የደስታ ምንጭ እሳቸው ናቸው። ቀልድና ሣቅ ይወዳሉ። በሠዓሊ እይታ ሰልካካ፣ ውብ፣ መለሎም ነው የሚባል መልክ የላቸውም። ነገር ግን እንደ ማግኔት የሚስብና ታይቶ የማይጠገብ፣

የሚ.ጋባ ሰላምንና ደስታን የሚረጭ ቃላት የማይገልጹት የሰብእና ውበት አላቸው። አንዳንዴ በልማድ ስምን መልአክ ያወጣዋል የሚባለው ልክ ይመስላል። እንደ ስማቸው ሕይወት ከወይዘሮ ሕይወት ጋር ደስታ ነው። አባቷ አቶ አላና ትሑት ሰው ናቸው ማለት ይቻላል። ያለሥራ መኖር የሚችሉ አይመስሉም፣ በትጋት ብቻ ሳይሆን በደስታም ነው የሚሠሩት። ለዚህ ሳይሆን አይቀርም የሠሩት ብቻ ሳይሆን የነኩት ሁሉ ነው የሚያምርላቸው። አቶ አላና እንደበተ ርቱዕ ብቻ ሳይሆኑ የራሳቸው የሆነ ግልጽና ጥልቅ የሕይወት ፍልስፍናም አላቸው። የለበሱት ሁሉ ያምርባቸዋል። ከዕድሜያቸው ቢያንስ ዐሥር ዓመት ወጣት ለመምሰላቸው ዘወትር ስፖርት መሥራታቸው አስተዋፅኦ እንዳለው ባይክዱም፣ ሁሌ 'ህይወት የሰጠችኝ ተጨማሪ ሕይወት ነው' ማለት ይወዳሉ። ባለቤታቸውን ወይዘሮ ሕይወትን ማለታቸው ነው።

የሰሎሜ አባት ያለምክንያት የሚባክን ገንዘብና ጊዜ ያበሳጫቸዋል። ገንዘብ የጊዜ ምንዛሪ ነው፣ ጊዜም ያልተመዘረ ገንዘብ ነው የሚል ፍልስፍና አላቸው። ህይወት ረቂቅ ምስጢር ናት፣ አምላክ በጥበቡ በዚህ አለም ላይ ይህችን ምስጢራዊት ሕይወት ዕድሜ በሚባል አነስተኛ የጊዜ ከረጢት ዐደለን። ይህቺም ከረጢት በውስጧ ዕድል በተሰኙ ፈርጦች ተሞልታለች። ከረጢቷን እንዳትሰረቅና ያለጊዜዋ አርጅታ ከጥቅም ውጭ እንዳትሆን፣ ኀላፊነቱን ፈጣሪ ለኛው ነው የሰጠን። በከረጢቷ ውስጥ ያሉትም ፈርጦች አንድ ባንድ፣ አንዳንዴም ካንድ በላይ ባንዴ እያብለጨለጩ ከባለከረጢቱ እጅ ላይ ይወድቃሉ። ከጊዜ ጋር የተቆራኙ ናቸውና በጊዜው ያልተጠቀምንባቸው የዕድል ፈርጦች ከጊዜ ጋር ላይመለሱ ትዝታቸውን አስታቅፈውን ይነጉዳሉ። ስኬት በትጋትና በሥራ የተለወጡ ዕድሎች እንጂ ሌላ ምንም አይደለም ይላሉ። ድኽነትም የባከኑ ዕድሎችና ያልተጠቀምንበት ዕድሜ ውጤት ነው እንጂ ያርባ ቀን እድል ነው ብለው አያምኑም።

"ቁርጥ እሱን አይደለች እንዴ ..." ሲሉ ሌሎቹ ደግሞ "ኧረ እርሷ የማማ መገርቱ ኮፒ ናት" ይላሉ። ሁለቱም ቢሆን ደስ ነው የሚላት። በዚህ መሃል አክስቷ ስልክ ይዛ ወደ ሰሎሜ እየመጣች፣ "ጧ.ኒ ስልክ ... ካሜሪካ ነው... ሕያውዬ ነው።" ስትል ሰሎሜ ተሯሩጣ ወደ አክስቷ ሄደች። ህያው ትልቁ ወንድሟ ሲሆን የእናቱ ልጅ ነው። ከአባቱ ጋር በጾታው ካልሆነ በቀር በምንም አይመሳሰል። ዝንባሌውም ወደ ህክምናው ሆኖ የእናቱን የልጅነት ምኞት እሱ ሆኖላቸዋል። አሁን የአእምሮ ቀዶ ህክምና እያጠና ይገኛል እዚያው አሜሪካ።

"ነይ ወደ መኝታ ቤት እዚያ ይሻላል።" ብላት ተያይዘው ወደ መኝታ ቤት ሲሄዱ አክስቷ ፊት ላይ ድንጋጤና ሐዘን ያየች ስለ መሰላት ፈራ ተባ አለች። ስሞኑን ሲሰማት የቆየው ረብሻና ድብልቅ ስሜት ባንዴ አገረሸባት።

"ምንድነው ደኅና አይደለም እንዴ? እስኪ ስጪኝ ስልኩን ምንድነው?" አለች እየተርበተበተች፡፡ "ጢኒ ተረጋጊ … ምንም አይደለም … እስኪ አውሪው … እ … ሕያዌ እሷን አውራትና አወራሃለሁ…" ብላ ስልኩን ለሰሎሜ አቀብላት አጠገቧ ተቀመጠች።

"ሆዴ ምንድነው ሁሉ ሰላም ነው? ባቢ ሰላም ነው? ማሚስ…አንተ ደኅና ነህ? ምንድነው?" ብላ ሰላምታ እንኳ ሳታቀርብለት የጥያቄ ናዳ አንጋጋችበት። "እንዴት ነሽ ጢኒ ፍቅር …? ደኅና ነው! ተረጋጊ እንጂ…" አለ ራሱም መረጋጋት እንዳልቻለ እያስታወቀበት፡፡ "እንጃ የሆነ ነገር አላማረኝም። ሰሞኑን ሁሉ ሲቀፈኝ ነው የከረመው? … በእናትህ አታሠቃየኝ ምንድነው የሆነው ንገረኝ?…ልፈነዳ ነው"… ብላ በረጅሙ ስትተነፍስ፣ "እሺ ተረጋጊ … ቤቢ ትንሽ ችግር አጋጥሞት ሆስፒታል ነው ያለው። ማሚና ባቢ ደህና ናቸው። ማታ ነው የገባው፣ እኔም እዚያው ነው ያደርሁት።"

"ምን…ን…ን… ቤቢዬ … ምን ሆኖ ነው? አደጋ ነው?… እንዴት … ላስት ዊክ አውርቼው የለም እንዴ? እንዴት ነው አሁን?" ብላ ለቅሶዋን ለቀቀችው።

"የው ጢኒ ተረጋጊ አሁን። የተኛው አይሲዩ ቢሆንም ስቴብል ይመስላል። ዝርዝሩን ላክስቴ ነግሬያታለሁ። ገና ምክንያቱ በግልጽ አልታወቀም። ቺካጎ ሳውዝ አካባቢ ማታ ላይ መንገድ ላይ ከጓደኛው ጋር ወደ ቤት እየነዱ በተፈጠረ ተኩስ ነው እሱም የተመታው የሚል መረጃ ብቻ ነው ያለን። ለጊዜው መረጃው የተምታታ ነው። ፖሊሶቹም ብዙ ሊነግሩን ፈቃደኛ አይደሉም። እኛም ያው እሱን ማትረፉ ላይ ነው ትኩረታችንን ያደረግነው።" አለ ድክም ባለ ድምፅ። ከድምፁ ምንም ተስፋ አልተሰማትም።

"ወይኔ… ምን ሊያደርግ ሄደ እዚያ እሱ?… ምኑ ላይ ነው የተመታው? ራሱን ያውቃል?" ብላ ጥያቄና እንባ ማዝነብ ጀመረች፡፡

"የተመታው ጭንቅላቱ ላይ ነው? ያው ኦፕሬሽኑ ላይ እኔም ገብቼ ነበር። ለተወሰነ ቀን ኮማ ውስጥ መቆየቱ የግድ ነው። አሁን ትልቁ ፍርሃት ጭንቅላቱ እንዳያብጥ ወይም ደም መፍሰሱ ቀጥሎ ልቡንና ትንፋሹን የሚቆጣጠረውን ክፍል እንዳይጫነው ነው። መጸለይ ነው እንግዲህ.. የቻልነውን ሁሉ አድርገናል.. ውጤቱ ምን ሊሆን እንደሚችል ምንም ማለት አንችልም አሁን" ብሎ እሱም ማልቀስ ሲጀምር ሰሎሜ የባሰ ልቅሶዋን ቀጠለች። በዚህ ጊዜ አክስቷ ስልኩን ከሰሎሜ ላይ ነጥቃ፣ "አንተ ሕያዌ ምንድነው እንደዚህ ዐይነት ነገር… በቃ ልጁ አሁን ሰላም ነው። ይልቁን ምንድነው መደረግ ያለበት የሚለውን እንነጋገር አሁን የምን ልቅሶ ነው። ቆይ ስፒከር ላይ ላርግህና እናውራ" አለች የራሷን ፍርሀትና ድንጋጤ ዋጥ አድርጋ፡፡

"እሺ እሺ አክስቴ ይቅርታ..." አለ ራሱን ለመቆጣጠር እየሞከረ።

"ጋሼና ሕይወቴ እንዴት ናቸው?" አለች ትንሽ ወሬውን ጋብ ለማድረግ የሰሎሜን ራስ እያሻሸች፡፡ "ደኅና ናቸው ያው ድንጋጤ ውስጥ ነው ያሉት።" አለ ሕያው በቀዘቀዘ ድምፅ። "እኛ እዚህ እንጸልያለን... አሁን ሌላ ምን ማድረግ ነው ያለብን?..." አለች ከግራ መጋባቷ ውስጥ ወጥታ በትክክል ለማሰብ እየሞከረች፡፡

"ለሁሉም ጢኒ ብትመጣ ይሻላል። ቲኬት አሁን እዚሁ ኦንላይን ሪዘርቭ አድርጌያለሁ ለዛሬ ማታ። ጢኒ መምጣት የማትችይበት ሁኔታ ከሌለ አሁኑኑ ገዝቼው ቲኬቱን እሜይል አደርግልሻለሁ። በእናንተ ሰአት ዛሬ ማታ ብትመጪ ነው የሚሻለው። እነማሚን እንዲተኙ አሳምኜ ነው አሁን እነሱን ቤት አድርሼ የመጣሁት። ከመቆየት ቶሎ መምጣትሽ የተሻለ ስለመሰለኝ ነው። አለ አይደል በቃ ... እንደዚያ አይሻልም?" ብሎ በረጂሙ ተነፈሰ...። ሰሎሜ ድርቅ እንዳለች ናት፤ እንባዋ ብቻ ነው የሚፈሰው።

"በምን አየር መንገድ ነው ቲኬቱን ሪዘርቭ ያረደረግኸው?" አለች አክስቱ ባሏ አየር መንገድ ስለሚሠራ የተሻለ አማራጭ ይኑር አይኑር ለማወቅ በማሰብ። "ፍራንክፈርት ዐርፎ በቀጥታ ቺካጎ ስለሚያመጣት ሉፍታንዛ ነው። አይሻልም እንዴ?" አለና የሷን መልስ መጠበቅ ጀመረ "ፍራንክፈርት ላይ ብዙ ይቆያል እንዴ?" አለች አክስቱ ልዩነቱን ለማወቅ፤ "አይ ሶስት ሰዓት አካባቢ ብቻ ነው?" ሲል "አይ ጥሩ በቃ እሱው ይሻላል...ስንት ሰዓት ነው ከዚህ የሚነሣው ታዲያ?" አለች ባንድ እጇ ሰሎሜን ወደ ደረቷ ጠጋ አድርጋ እየያዘቻት፡፡

"ማታ በእናንተ አሥር ተኩል አካባቢ ..." አለ አሁንም ድካሙን በሚገልጽ ድምፅ፤ ማታ አራት ሰአት ተኩል ማለት ነው።

"ጢኒዬ ምን ይመስልሻል? ... ቶሎ መሄዱ አይሻልም?... እንግዲህ የሆነው ሆኖአል እሱ እንደሁ ያለው በእግዜር እጅ ነው...ወይኔ የኔ ቆንጆ ቤቢዬ..." አለች ሰሎሜን ዐቅፋ አክስቷም ሳትስበው እንባዋ እያመለጣት። ድንጋጤው ሁለቱንም የሚሉትንም የሚያደርጉትንም ነው ያሳጣቸው።

"አዎን አዎን ... ይሻላል ዛሬዉኑ ... ምንም ጥያቄ የለውም...አይዞህ ሆድዬ እመጣልሃለሁ...በርታ... እሺ...?" አለች ሰሎሜም አሁንም እንባዋ እየፈሰሰና አሳቧም በድንጋጤው ተደበላልቆ ለአክስቷም ለሕያውም እንደምታወራ ሁሉ። "ጥሩ ጢኒ ... ረጋ በይ ደግሞ... አክስቴ አትለያት አደራ ... እስክትሳፈር ... ጋሽ ዳርጌ አለ አይደል? አብራችኋት ሁኑ። I know አብራችኋት እንደምትሆኑ... ያው ስለተጨንቅሁ ነው..." ሲል

“አይዞህ ሕያዌ… በርቱ እናንተ እዚያ… እዚህ ላለው አታስቡ… ደግሞ እንደውላለን… ቆየት ብለን እሺ?” አለች አክስቱ ድምፅዋን እንደ ምንም አረጋግታ። “እሺ እክስትዬ… ባይ ላሁን .. እምም..ባይ ጢኒ…አሁን መሄድ አለብኝ” አለ አሁንም በተረበሸና በደከመ ድምፅ። ሌሊቱን ሙሉ ምንም እንቅልፍ ስላላገኘ ከድንጋጤው ጋር እሱም ድንዝዝ ብሏል።

“ባይ… ለአሁን … ከገባህ ሳምልኝ ቤቢዬን… ንገረው እየመጣሁ እንደሆነ … ይሰማሃል … ንገረው እሺ…?” አለች ሰሎሜ የቦታ ርቀት የፈጠረውን ገደል ለመሙላት ይመስል። “እሺ ጢኒት… እነግረዋለሁ። አንቺ በርቺ እሺ … ቻው … ።” አለና ብዙም ሳይጠብቃቸው ስልኩን ዘጋው።

ስልኩ ከተዘጋ በኋላ ለጥቂት ጊዜ ተቃቅፈው ሲላቀሱ ከቆዩ በኋላ ምን ማድረግ እንዳለባቸው መመካከር ጀመሩ። ላክስቷ ባል ለአቶ ዳርጌ ብቻ ነግረው ዝግጅቱን ለመቀጠል ወሰኑ። ከዚያም አክስቷ ቀስ ብላ ለማማ መገርቱ ልትነግራቸው ወሰኑ። አቶ ዳርጌን ጠርተው ነገሩን ከነገሩት በኋላ፣ ሰሎሜን ይዞ ዕቃ ልናመጣ ነው ብለው ወደ እርሷ ቤት ሄዱ። አክስቷም በዘዴ ቀስ ብላ ነገሩን ለእማማ መገርቱ ነግራቸው ዐብረው ተላቀሱና ያው ሌላ ሰው እንዳያውቅ ስለተፈለገ የሆዳቸውን በሆዳቸው ይዘው ዝም አሉ። እማማ መገርቱ ካልደወልን ብለው ስላስቸገሯት ሕያው ጋ ደውላ ራሳቸው አዋርተውት ምንም የተለወጠ ነገር ባይኖርም ትንሽ እፎይ አሉ።

የዛሬ ሁለት ዓመት አሜሪካ ለጉብኝት የሄዱ ጊዜ ሶለን ትምህርት ጨርሶ ሥራ ያልጀመረ ስለነበረ ጢትና ማታ ዐብረው ነበሩ። ሳቅ ስለሚወድ ያላሳያቸው ቦታ ያላስሞከራቸው ነገር የለም። እንዲያውም በቃ እንደገና ሕፃን የሆኑ ነበር የመሰላቸው። ፈረንጅና ጥቁር ጓደኞቹ ጋ ወስዶአቸዋል፡፡ ጓደኞቹ ሁሉ በጣም ነበር የወደዷቸው። በጀልባ፣ በባቡር እንዲሁም በመኪና ካገር አገር እያዞረ አስጎብኝቷቸው ነበር። ቦውሊንግ መጫወት አስተምሮአቸዋል። እንዲሁም እሰማይ ደርሰው እየተንደረደሩ የሚያፈርጡ፣ እየወዘወዙና እያጠዙ የሚያሾሩ መዝናኛ ቦታዎችም እየወሰዳቸው ሲሣሣቁ ውለው ይመጣሉ። ወደ ኢትዮጵያ ሲመጡ ለረጅም ጊዜ በጣም ነበር የከፋቸው። ‘እኔ ሳገባ እዚሁ መጥተሽ ከእኔ ጋር ነው የምትኖሪው። ኢትዮጵያ ምናምን የለም…እነጢኖም እዚህ መምጣት ይችላሉ’ እያለ ያሥቃቸው ነበር። ከመጡ በኋላም በሳምንት አንድ ጊዜ የፈለገ ቢመጣ ሳይደውልላቸው አይቀርም። የሚጠቀሙበት ሞባይልም እርሱ የገዛላቸው ነው። የእርሱ ፎቶ ነው ላዩ ላይ ያለው። ሰው ለምን እርሱን ተኩሶ ለመግደል እንደሚፈልግ ሊገባቸው አልቻለም። ስልካቸው ላይ ያለውን የሶለንን ፎቶ እያዩ ፈዘው ቀሩ…።

ሶለን መካከለኛ ልጅ ሲሆን ቁርጥ አባቱን ነው። ቀልድ ወዳድነቱና ለየት

ያለ ከሰው ጋር የመግባባት ችሎታውና ተወዳጅ ሰብዕናው ግን ከእናቱ የወረሰው ነው። መልክና ቁመናው ያባቱ ቢሆንም ከእሳቸውም በላይ መልከመልካም መሆኑን ሁሉም የመሰከረለት ነው። የመጀመሪያ ዲግሪውን በፖለቲካል ሳይንስና ፍልስፍና ጨርሶ አሁን ደግሞ የኢንተርናሽናል ፖሊትክስ ማስተርሱን በቅርብ አጠናቋል። የማይሞክረው ስፖርት የለም። ሙግትና ውድድር ይወዳል። ከአባቱና ከሰሎሜ ጋር ለየት ያለ ቅርርብ አላቸው።

ሰሎሜ ሁሉ ነገር ነው የዞረባት። ምኑን ከምን እንደምታደርገው። ብርቄና ሶስና አሳብ ሆነውባታል። ገና ፈንድቶ ቁርጡ ያልየለት የመላኩም ነገር ሲመጣባት እንደገና ድብልቅልቅ አለባት። በመካከላቸው ተፀንሶ እያደገ ያለው በቃል ተገልጸ አፍ ያልፈታው ፍቅራቸው ግን ከሁለቱም የተሰወረ አይደለም። ነገር ግን ከሶለን ምን የሚበልጥ አለ? አሁን መሄዱ ላይ ለማተኮር ነው የፈለገችው። መልስ በሌለው ጥያቄ ራሷን ማፈንዳት አልፈለገችም። ሜክሲኮን እንዳለፉ መላኩ ጋ መደወል እንዳለባት ትዝ አላት። ደጋግማ ብትሞክርም ስልኩ ተይዞአል ይላል። ወዲያው ራሱ ደወለ።

"ሃሎ መሊ ... የት ነህ...?"

"መድኀኔ ዓለም አካባቢ ነን ከነማርክ ጋር...። ሰላም ነው? ምንድነው ድምፅሽ?"

"ባክህ ሰላም አይደለም... ካሜሪካ ተደዉሎ ነበር ..." ብላ ለቅሶዋን ለቀቀችው።

"ምነው?... ቤት ሰላም አይደሉም እንዴ?" አለ እሱም ድንጋጤው እየተጋባበት፡፡

"ሕያው ደውሎ ነበር ... ሶለን..." ብላ እንባዋ እየቀደማት መጨረስ አቃታት።

"እሺ እሺ በቃ አይዞሽ ሰሊዬ። የት ነው ያለሽው ? አሁኑኑ እኔው ራሴ መጣሁ...የት ነሽ?" አለ እሱም እየተርበተበተና ምን ማለት እንዳለበት ስላላወቀ

"ከጋሽ ዳርጌ ጋር ወደ እኔ ቤት እየሄድን ነው... ዛሬውኑ ወደ አሜሪካ መሄድ ሳይኖርብኝ አይቀርም" አለችና ዝም አለች፡፡

"እሺ እሺ ... አይዞሽ በቃ መጣሁ... ልቀድማችሁም እችላለሁ" አለ የባሰውን እየደነገጠ

“እሺ ቻዎ...”

“የምትፈልጊው ነገር አለ? ይገፎው መምጣት ያለብኝ?”

“ምንም የለም አንተ ብቻ ና” አለችና ስልኳን ዘጋች፣ እንባዋን እየጠራረገች። መላኩና ማርቆስ ሌሎቹን ጓደኞቻቸውን ይቅርታ ጠይቀው ወዲያው ወደዚያው አቀኑ።

“ሻንጣ ቤት አለሽ እንዴ ጢኒ...?” ያክስቷ ባል ነበር የጠየቃት።

“አዎን አለ...ምንም እኮ... መያዝ ያስፈልጋል ብለህ ነው? ትንሽ ልብስ ከያዝኩ በቃ...” አለች አሁንም ግራ የገባው ፊቷን በሁለት እጇ ሸፍና በረጅሙ እየተነፈሰች።

“አይ አስበሽ አንዳንድ ጠቃሚ ነገሮችን መያዝ አትርሺ። ተጓዥ የሚያጋጥመው አይታወቅም። ደግሞ አክስትሽ በሌላ ሻንጣ የተወሰነ ነገር አዘጋጅታ ብትልክላቸውም ጥሩ ነው።” አለ በቀኝ እጁ ማጅራቷን አሸት አሸት እያደረገና እያባበላት።

“አይ ጋሽ ዳርግሽ ምንም... ኮተት አይብዛ በቃ እንደገባሁ... ያለ ችግር በቀጥታ ወደ ሆስፒታል ነው መሄድ የምፈልገው” አለች የመኪናውን መስኮት ከእርሷ በኩል እየከፈተች። ቀኑ በጣም ይሞቃል። በአጠገባቸው ያልፍ የነበረ አሮጌ የጭነት መኪና እላያቸው ላይ የለቀቀው ጢስ መኪናቸውን ሲያፍነው፣ ሽታው ብቻ ሳይሆን ዐይናቸውንም ሳይቆጠቁጣቸው አልቀረም። አፏ ውስጥ ያለው ማስቲካም አደጋውን ከሰማች በኋላ ድርቅ ያለውን አፏን ቢያርስላትም፣ ጣዕሙ ግን ደም ደም ስላላት ከኪሷ ዉስጥ ባወጣችው የሶፍት ወረቀት ጠቅልላ አስቀመጠችው።

“እስኪ እናያለን... ረጋ በይ አንቺ አይዞሽ” ብሎ አሁንም ትክሻዋን መታ መታ አድርጎ የሚጮኸውን ስልክ አንሥቶ መልስ ሰጠ።

እቤት ሲደርሱ መላኩና ማርቆስ ቀድመው ደርሰው ከሶስና ጋር ይጫወቱ ነበር። ሰላም ተባብለው የሆነውን ነገር ባጭሩ ነገሩዋቸው። ብርቄንና ሶስናንም ወደ ጓዳ ጠርታቸው የሆነውን ነግራ ለተወሰነ ጊዜ ዛሬ አሜሪካ መሄድ እንዳለባት ስትነግራቸው ደርቀው ቀሩ። ከዚያም ሲረጋጉ ከሰሎሜ ጋር ተፍ ተፍ ማለት ጀመሩ። ቀኑ ሳይታወቅ ነው የመሸው። አክስቷ ደውላ ከእማማ መገርቱ ጋር አብረው ሊመጡና አውሮፕላን ማረፊያ እንደሚገናኙ ተቀጣጠሩ።

ከቤት ከመውጣታቸው በፊት ሰሎሜ መላኩን ለብቻው ወስዳ፣ “በጣም ነው ዝብርቅርቅ ያለብኝ። ውስጤ በፍርሀት ሊፈነዳ ነው። አእምሮዬ ውስጥ ያለውን

ሁሉ ማሰብም ማውራትም የምችል አይመስለኝም። አንድ ነገር ግን ባንተ ላይ ጥዬ መሄድ አለብኝ፤ እንዳንተ የማምነው የለም። እያቴ ከቻለች አብራቸው ትቆያለች። ብርቄንና ሶስናን እንደኔ ሆነህ እኔ እስክመጣ ልትንከባከብልኝ የምትችል ይመስልሃል?" አለች ግድግዳውን ደገፍ ብላ የጉዞ መረጃዎቿን በጆቿ እንደያዘች፡፡ "አዎን። እችላለሁ ምንም አታስቢ።" አለ መላኩ ፊቷ ቆሞ፡፡

"ለጊዜው እሱ ነው ትልቁ ሸክም... እምምም ... ጭንቅላቴ እኮ መሥራት አቆመ... ያው በቃ ኢሜይል አደርጋለሁ እደውላለሁ... I guess ... thank you!" አለች የደረቀ ከንፈሯን በምራቋ እያራሰችና የጃኬት ኪሷን የተረሳ ዕቃ እንዳይኖር እየፈተሸች፡፡

"አይዞሽ ሁሉም ሰላም ይሆናል" ብሎ አቅፎአት የተወሰነ ጊዜ ያዛት። አንገቱ ላይ ጸጥ ብላ አለቀሰችና "ኡፍፍ ምን ሆንኩ በናትህ... ይቅርታ... ሰአቱም ደርሶአል መሰለኝ መውጣት አለብን።" አለችና ወደ ጓዳ ፈጠን ብላ በመሄድ ብርቄና ሶስናን ጠርታ፣ "ብርቅዬ ሶሲ... ያው እኔ ቶሎ ለመምጣት እሞክራለሁ። እነአክስቴም አሉ። ምንም ነገር ቢያስፈልጋችሁ መሊ አለ። እሱ ነው እኔን የሚወክል እሺ። በየቀኑ ያያችኋል። ምንም ብትፈልጉ ለእርሱ ንገሩት።" ብላ በተራ በተራ ስታያቸው፣ "እሺ ...እሺ" አሉ ሁለቱም ባንድ ድምፅ። መላኩን ይወዱታል፤ ይቀርቡታልም። እሱም ከልቡ ነው የሚወዳቸው። መላኩም መስማማቱን ለመግለጽ ፈገግ ብሎ ወደ ሁለቱም አየ።

"እንውጣ ኧረ እየረፈደ ነው ጢኒ..." አለ ያክስቷ ባል ከሳሎን፤ "እሺ በቃ መጣን፣ ጨርሰናል".. ብላ ተከታትለው ወጡ። አውሮፕላን ጣቢያ ሲደርሱ አክስቷና እያቷ ቀድመው ደርሰው አገኟቸው። ከእያቷ ጋር ሲተያዩ እንደገና ተቃቅፈው መላቀስ ቀጠሉ። እንደ ምንም ዝም ካሰኟቸው በኋላ ሰዓቱ እየሄደ ስለነበር ሻንጣዋን ይዛ ገባች። የበረራ ይለፍ ወረቀቷን ተቀብላ ሻንጣዋን አስረክባ ወደ መቆያው ስፍራ፣ ወደሚጠብቋት ዘመዶቿ ተመለሰች። አክስቷና አቶ ዳርጌ መላኩን ስለሚያውቁት ብዙም ጫና አልሆነበትም። ማርቆስንም ጓደኛዬ ነው ብሎ መላኩ አስተዋወቃቸው። ሰሎሜም ከመላኩ ጓደኞች ሁሉ ማርቆስ ደስ ይላታል። ደግና ቅን ሰው ነው። ሁሉንም ዕቅፍ እያደረገች ተላቅሰው ተሰናበቱ። ሶስናን ዝም ማሰኘት ግን ከሁሉም አስቸጋሪ ነበር።

መላኩን ስትሰናበት "መሊ ጸልይልኝ። ያው በቃ እደውላለሁኝ ስደርስ። እም ...ም ... ጽሑፉን የረሳሁት እንዳይመስልህ... ያው ሳይታሰብ እንደ ተፈራው የእውነት ደብዳቤ ሊሆን ነው መሰለኝ... እስኪ በስልክ እናወራለን... ታንክ ዩ እሺ...ለሁሉም"... ብላ ላዩ ላይ ልጥፍ ብላ ተሰናበተችው። አሁን ማን ምን ያስባል ብላም አልተጨነቀችም። አብሯትም ቢሄድ ደስ ባላት ነበር።

"እሺ ሰሊ አይዞሽ ... እም ... አንቺ ግን በርቺ... ጠንክር ማለት አለብሽ!"

አላት እንደተቃቀፉ። እያለቀሰች ስለነበር እንባዋንና ሁሌም ሰሎሜ ሰሎሜ የሚለውን ርግት ያለ ጽዱና ልስልስ ያለ መዐዛዋን ደረቱ ላይ ትታለት እንባ በሞሉት ዐይኖቿ አንዳች ለእርሱ ብቻ የተቀመመ መልእክትን አስተላልፋ ሌሎቹን መሰናበት ቀጠለች። ልቡ ‘እወድሻለሁ .. አፈቅርሻለሁ …” ቢልም አፉ ግን መተባበር አቅቶት እንደቆጨው ባይኑ ብቻ ስሜቱን ለመግለጽ ሞከረ።

እንባዋን እየጠራረገች ወደ አያቷ ዞር ብላ ተቃቅፈው መላቀሱን እንዳዲስ ጀመሩት። አክስቷ ተቆጥታ ካላቀቀቻቸው በኋላ አቶ ዳርጌ ይዟት ወደ ውስጥ ገባች። አቶ ዳርጌ የአየር መንገዱ ሠራተኛ ስለሆነ ውስጥ ድረስ አብረው ገቡ። ወደ መሳፈሪያው ከገባች በኋላ ተሰናብቷት ደጅ ወደሚጠብቁት ቤተሰቦች ተመለሰ። ሰሎሜም ከአርባ ደቂቃ በኋላ ረጂሙን ያውሮፕላን ጉዞና ድንገተኛውን የሶለንን ሆስፒታል መግባት ጉዳይ እየታገለች መሬቱን ለቃ ሰማዩ ውስጥ ተሰወረች።

የሶለን ተጨዋችነት፣ ተላፊነትና፣ ቀልደኛነት የሚያመጣቸው ሐሳቦች ሁሉ ባንድ ጊዜ እየተመላለሱ አሠቃዩዋት። አንድ ዓመት ብቻ ስለሆነ የሚበላለጡት ያደጉት እንደ እኩያ ነው። የማያውቋቸው መንትያ ነው የሚመስሏቸው። እርሱ ያደረገውን ሁሉ ማድረግ ትፈልግ ነበር። እርሱም ቢሆን ከእርሷ የሚደብቀው ምንም ነገር የለውም። ሕያው ሦስትና ባራት ዓመት ስለሚበልጣቸው፣ ለዳኝነት ወይም ለማስጠናት ካልሆነ እምባዛም የእነርሱ ሕይወት ክፍል አይደለም። የፈለገ ቢሆን ለሰሎሜ ስለሆነ የሚረዳው የሕያውን ዳኝነት ሶለን አማራጭ ካላጣ አይቀበለውም። ሶለን ሐሳቡን ለመግለጽም ሆነ ለማስፈጸም ወሰን የሌለው ድፍረት ነው ያለው። መሸነፍ አይወድም። መሞከር የማይወደው ነገር ቢኖር አለመሞከርን ነው። ራሱ ሞክሮ ያላረጋገጠውን ነገር አይቀበልም። ሰሎሜ ወደ ኢትዮጵያ ከመጣች ወዲህ ከሰው ጋር መግባባት እየከበደው እንደ መጣና ደስተኛ እንዳልሆነ ቤተ ሰቡ አስተውሎአል። ያው ባለፉት ሁለት ዓመታት የራሱን ኑሮ ጀምሮ ስለወጣ ዝርዝር የዕለት ተለት ጉዳዩን አያውቁም።

በብዛት ጥቁር አሜሪካውያን በሚኖሩበት የደቡብ ቺካጎ ሰፈር መኖር ከጀመረ ዓመት ዐልፎታል። ማርቲን ሉተር ኪንግ የእርሱ ጀግናና የሕይወት ምሳሌ ነው። ጥቁሮቹ ብለው ከሚያወሩ አበሾች ጋር ሁሌ እንደ ተጣላ ነው። የተማረው ነጮች በብዛት በሚገኙበት ትምህርት ቤት ሲሆን የኖሩበትም ሰፈር የነጭ ሰፈር ነው የሚባለው። ሆኖም በብዛት የሚያነባቸው መጻሕፍትና የመመረቂያ ሥራውን የሠራበት ወረቀት የሚያተኩሩት በጥቁሮች የነጻነት እንቅስቃሴና በማርቲን ሉተር ኪንግ ሕይወት ላይ መሆኑ ብዙ ተጽዕኖ ሳያደርግበት አልቀረም። መጀመሪያ ላይ ነጮቹ የጥቁሮቹ ሕይወት የተጐሳቆለ እንዲሆን ቀጥተኛ አስተዋፅኦ ማድረጋቸውን እንደ ዋነኛ ችግር ያይ ነበር። ጠጋ ብሎ አብሮ መኖር ሲጀምር ግን ‘የሰው ጠላቱ ራሱ ነው’ የሚለው አስተሳሰቡ እየጠነከረ መሄድ ጀመረ።

በአለም እጅግ በበለጸገች ሀገርና ሁሉ በሞላባት ከተማ መሃል እንዲህ

ዐይነት ጥልቅ ድኽነትና የሰው ልጅ ሰቆቃ መኖሩን ሊቀበለውም ሆነ ሊገባው ያልቻለ ምስጢር ሆኖበታል። ለዓመት ከስድስት ወር አካባቢ የዘለቀው የግሪክ ክልስ ጥቁር አሜሪካዊት ከሆነች ጓደኛው ጋር የጀመረው የፍቅር ግንኙነትም በሕይወቱ ላይ ትልቁ ተጽዕኖ ነው። ስለ ልጂቷ ለሰሎሜ የነገራት ዝርዝር ባይኖርም፣ ለሕይወቱ መመሳቀልም ሆነ አሁን ለደረሰበት ነገር የእርሷ አስተዋፅኦ እንዳለበት ጥርጣሬ አድሮባታል። የዛሬ ሦስት ወር ገደማም ሰሎሜ ጋ ደውሎ 'ጢኒዬ ባክሽን ሳላስበው መውጣት በማልችልበት ማጥ ውስጥ ሳልገባ አልቀረሁም። ጨው ውሃ ልትቀዳ ወረደች እየሆነ ነው የእኔ ሕይወት። የምታገለው ባላጋራ የማይሰበር ቋጥኝ ሆኖብኛል። መሸሽ ደግሞ እንደማልወድ ታውቂያለሽ፣ ምን ማድረግ እንዳለብኝም አላውቅም' ያላትና ዝርዝሩን ግን ሊነግራት ያልፈለገው ጉዳይ ምን እንደሆነ እያሰላሰለች ሙሉ እንቅልፍ ያልሆነ ሰመመን ውስጥ ገባች።

በሰመመኑ ውስጥ ራሷን ያየችው በአውሮፕላኑ ጣራ ላይ ቆማ ነው። ከጀርባዋ ላይ ያሉት የመብረሪያ ክንፎች ልክ በሥዕል ላይ እንዳሉት የመላእክት ክንፎች ይመስላሉ። ፊቷ ወደ ምዕራብ ሲሆን ጸሃይ ባይታያትም ብሩህ ብርሃን በጠራው ሰማይና ኩልል ባለው የውቅያኖስ ውሃ ላይ ፈሶበታል። አውሮፕላኑ ወደ ሰሜን ጉዞውን ቀጥሎአል። በቀኝ እጇ የያዘችውን አቅርቦ የሚያሳይ መነጽር ወደ ዐይኗ አቅርባ አሜሪካ ላይ አነጣጠረችው። እያቀረበች እያቀረበች ስታመጣው መጨረሻም በአሜሪካ ውስጥ በቁመቱ አንደኛ ወደ ሆነው ቀድሞ የሲርስ፣ አሁን ደግሞ የዊሊስ ታወር ከሚባለው ሕንጻ ጫፍ ላይ አነጣጥራ ካየች በኋላ ወደዚያው ለመብረር ተመነጠቀች። በምን ቅጽበት እንደሆነ ሳይታወቃት ራሷን እዚያው ቺካጎ ሕንጻው ጫፍ ላይ አገኘችው። ሶለን ተኝቶበታል ብሎ ሕያው የነገራት የኖርዝ ዌስተርን ዩኒቨርስቲ ሆስፒታል ከዚያ ብዙም ስለማይርቅ ያለብዙ ችግር በመነጽሯ አገኘችው።

መነጽሩ ግድግዳ አልፎ የሚያይ መሆኑን ያወቀችው አሁን ነው። ከአንድ የኮምፒዩተር ስክሪን ላይ ያነጣጠረው ተአምረኛ አቅራቢ መነጽሯ 'enter name' (ስሙን ያስገቡ) የሚል ጽሑፍ ሲጠቁማት የሶለንን ስም አስገባች። ወዲያው በቀጥታ ብዙ ሽቦዎችና ቱቦዎች ተገጣጥመውለት ሕይወቱ በቀጭን ክር ላይ የሞት ሽረት ትግል ላይ ያለውን የሶለንን ፊት ድቅን አደረገው ፊቷ ላይ መነጽሩ። የያዘችው መነጽር ላይ 'enter' የሚለው ምልክት ብልጭ ድርግም ሲል አይታ ጥቂት አመነታች፣ የሚቀጥለው ድርጊት ምን እንደሆነ ስላላወቀች። ከዚያም የሆነ ይሁን ብላ መቀበሏን ለማረጋገጥ ምልክቱን ስትጫን፣ ሶለን ባለበት ክፍል ውስጥ ራሷን አገኘችው። ከወዲያ ወዲህ የሚሯሯጡት የጤና ባለሙያዎችም ሆኑ ኩርምት ብሎ ከባሻገር የተኛው ወንድሟ ሕያው የእርሷን በዚያ መኖር እንዳላወቁ ገብቷታል።

ወዲያው በመነጽሩ ላይ ያለውን 'ጢጥ ጢጥ' የሚል ድምጽ ስለሰማች ጠጋ

አር.ጋ ስታየው 'enter body part' ይላል (የሚፈልጉትን የሰውነት ክፍል ይጻፉ እንደ ማለት ነው)። ቶሎ ብላ 'brain' (አንጎል) የሚለውን ጽፉ መቀበሏን የሚያረጋግጠውን ቦታ ስትጫን፣ ልትረዳው በማትችለው ፍጥነትና መንገድ ራሷን ሶለን ጭንቅላት ውስጥ አገኘችው። አንድ ጠጣር ነገር ላይ እንደቆመች ስለ ተረዳች ጐንበስ ብላ ስታይ፣ የቆመችው የሶለንን ጭንቅላት ባቆሰለችው ጥይት ላይ ነው። ጥይቷ በመጣችበት መንገድ ሁሉ የአእምሮውን ደም ሥር፣ ነርቮችና ሌሎች ሴሎች ከጥቅም ውጪ አድርጋቸዋለች። በየቦታው ያሉ ሴሎች ሊገመት በማይችል ሥቃይ ውስጥ ናቸው። የሞቱትን ሴሎች ሬሳ ለማስወገድ፣ የታመሙትንም ለመጠገን መላ አካላቱ ትንቅንቅ ላይ ነው። ከውጪ የሚመጣው የመድኀኒትና ሕይወትን የማዳን ዕገዛ በመጠኑም ቢሆን እየረዳ እንደሆነ አይታለች። በየቦታው ደም ፈሶአል፣ ብዙ ደም። ጥይቷ ያልደረሰችበት ቦታም ቢሆን ቁስለቱ በፈጠረው የሴሎች ቁጣ የተፈጠረው ዕብጠት ጤና አሳጥቶታል።

ሳምባውንና ልቡን የሚቆጣጠረው ክፍል የቁስለቱ ዕብጠት ከተጫነው፣ ሕይወቱ በአደጋ ላይ ናት ማለት ነው። እጁን፣ እግሩን፣ ንግግሩን፣ ያን ሁሉ ዕውቀቱን፣ ማኅበራዊ ጥበቡንና ስፖርታዊ ችሎታውን የሚቆጣጠሩት ክፍሎችም የአደጋው ጉዳትና ተያይዞ የተፈጠረው ዕብጠት በፈጠረባቸው ድንጋጤ ሥራ አቁመዋል። አሁን በስንት ትግል እየሠራ ያለው በሕይወት የመኖሩን ጉዳይ የደገፈው የአእምሮው ክፍል ብቻ ነው። ሀኪሞቹ ዐውቀው በፈጠሩት ኮማ እና በአደጋው ክብደት ምክንያት ሌሎቹ የአእምሮው ክፍሎች ከሥራ ውጪ ሆነዋል። 'እንዴት አንዲት ጥይት ይህንን ሁሉ ማጥፋት ማበላሸት ትችላለች? አንዲት ጥይት? እና ምንም ሊደረግ አይችልም ማለት ነው?' አለች ሰሎሜ ሳታስበው።

ጥያቄውን ድምፅ አውጥታ ጠይቃ ኖሮ ድምጿ በሶለን ጭንቅላት ከዳር እስከ ዳር እንደ ገደል ማሚቶ አስተጋባ። ድንጋጤውና ኀዘኑ በፈጠረባት ሥቃይ እጇን ራሷ ላይ አድርጋ፣ ጥይቷ ላይ ቁጢጥ ብላ ተቀመጠች። ምንም ነገር መለወጥ የማትችል ሆኖ ስለተሰማት ራሷን ጠላች፣ በተለይ የተቀመጠችባትን ጥይት፣ የወንድሟን አእምሮ ከጥቅም ውጪ ያደረገችውን። አሁንም "አንዲት ጥይት...!" ብላ ስትጮኽ ማስተጋባቱ የፈጠረው ንውጥውጥታ በይበልጥ ሁሉን ነገር ማጉላት ጀመረ። ያለችበት የሶለን ጭንቅላት እየገዘፈ እሷ እያነሰች ስትሄድ ይታወቃታል።

እያንዳንዱ የጭንቅላቱ መተጣጠፊያና ክፍል እየሰፋ እየሰፋ ራሷን ካንድ ከፍ ያለ ጉብታ ላይ ሆና የማትጨርሰው ሰፊ ሜዳ ላይ አገኘችው። በሶለን ጭንቅላት ውስጥ ሲሠቃዩ ያየቻቸው ሴሎች ድንገት ሰዎች ሆነው ስታይ ከፍተኛ ድንጋጤ አደረባት። በእርሱ ጭንቅላት ውስጥ ያየችው ደም በየስፍራው ተረጭቶ አየች። እዚህ ግን ብዙ ጥይት ነው በየሜዳውና በየተራራው ተንጠባጥቦ ያየችው። ያየችው ነገር ስለተደበላለቀባት አቅራቢ መነጽሯን አውጥታ ከዳር እስከ ዳር

ለማማተር ሞከረች። አሁንም መነጽሩ ላይ ብልጭ ብልጭ የሚለውን ቦታ ብዙም ሳታስብ፣ ጫን ብትለው በጊዜ ውስጥ እዚያው ባለችበት ቦታ እንዳለች ወደ ኋላ ይዟት ነጐደ። 'እንዴ ይሄ ሁሉ ሰው እንደ ሴል ሆኖ ነው እንዴ ይህንን ጭንቅላት የሞላው?' ብላ አሰበች። የሞቱ፣ የቆሰሉና የተበላሹ አያሌ ሴሎች ታዩዋት። ሴሎቹ ደግሞ ሰዎች ናቸው። የሶለን ክፍሎችና የሰውነቱ አካላት የቆመችበት ምድር የተለያዩ ሕዝቦች ሆነው ተለወጡ።

አሁን ገና ገባት አሁን ከሶለን ጭንቅላት ወጥታ በአንድ ሀገር ጭንቅላት ውስጥ ገብታለች። በዘመናት ውስጥ ተቆጥሮ የማያልቅ 'ጥይት' ያቆሰለው ጭንቅላት። ይህ ጭንቅላት የፈጠራ ችሎታው፣ ጥበቡ፣ ዕውቀትና ሥልጣኔው፣ የመሥራት ዐቅሙና መነሣሣቱ ሁሉ ተበላሽቷል። ያለውን ሀብትና የተፈጥሮ ጸጋ መጠቀም አቅቶት በሕመምተኛ አልጋ ላይ እንዳለ ሰው በርዳታ ቃሬዛ ላይ ተጋድሞ ከውጪ በሚገኝ ሕይወት ማቆያ ዕገዛ ሲንገታገት አየችው። የታመመ አገራዊ ጭንቅላትና ኅብረተ ሰባዊ አእምሮ። ከምሥራቅ እስከ ምዕራብ፣ ከሰሜን እስከ ደቡብ ጉዳቱ ያላገኘው ምንም ክፍል የለም። በሶለን ጭንቅላት እየዞረች እንዳየችው አሁንም ይህንን ትልቅ አገራዊ ጭንቅላት ከወዲያ ወዲህ እየበረረች ብታየው ብታየው ያው ነው። ሕመሙ ጽኑ ነው። ግራ ገብቷት በአንድ ትልቅ 'ጥይት' ቅርጽ ባለው መጠኑ ከተራራ የማያንስ ነገር ላይ ቆማ ነበር። ምን እንደ ሆነ ጉጉት ስላደረባት እየበረረች ዙርያ ገባውን ተመለከተችው። በመጨረሻም አንድ በር አግኝታ ወደ ውስጥ ለመግባት ብትጓጓም፣ ልትገልጸው የማትችለው ፍርሀት ስለ ወረራት ትንሽ አመነታች። ወደ በሩ ጠጋ ብላ በሩ ላይ የተጻፈውን ስታይ፣ 'የዘመናት የጦርነት፣ የግጭትና የጉስቁልና ታሪክ' የሚል አነበበች።

ባካባቢው ይነፍስ የነበረ ኀይለኛ ነፋስ እያፏጨ ያገኘውን ሁሉ ጠራርጎ ይዞ ይሄዳል። ድንገት ኀይሉ ጨምሮ የያዘችውን መነጽር ከእጇ ላይ አስጣላት። እያየችው እየተንከባለለ ታች ከገደሉ ውስጥ ወድቆ ሲከሰከስ ተሰማት። የሚነፍሰው ነፋስ ችግሩን ለመረዳትና መፍትሔውን ለማሰብ ያላትን ድፍረትና አቅም ለማሳጣት የመጣ የተቃውሞ ዐውሎ ሆኖ ተሰማት። ወደ መጣችበትም እንዴት እንደምትመለስ አታውቅም። አካባቢው ደግሞ እየመሸ ስለሆነ አስፈሪነቱ እየጨመረ ነው። እዚህ ድረስ ከመጣሁ እንግዲህ የዚህ ጭንቅላት ሕመምና ቁስለት መንሥኤ የሆነውን ነገር ገብቼ ሳላይ አልመለስም የሚለው ፍላጎቷና ድፍረቷ አየለ። ቢሆንም በሩን ከፍታ ብትገባ ምን ሊኖር እንደሚችል ጉጉቷም ፍርሀቷም ጨምሮአል። በመጨረሻም ቀስ ብላ ገፋ ስታደርገው በሩ ተከፈተ። የፈራችውን ያህል ለመክፈት ስላላስቸገራት ስትፈራ ስትቸር ገባች። ከድሮ ጀምሮ እስከ ቅርብ ጊዜ ድረስ የተደረጉ ጦርነቶችንና ግጭቶችን፣ በግፍ ያለቁ ሰዎችን፣ የሃይማኖትና የዘር የበላይነት ጥማት የፈጠረው ተደጋጋሚ ጥፋትና በዛም ያለቁ ንጹሓን ደም ታያት። ከዚህም የተነሣ የምድሪቱ አስተሳሰብ፣ ባህልና ኑሮ እንዴት እሽቆልቁሎ

በዛሬው የሞትና የሕይወት ትግል ላይ ሕዝቦች እንደደረሱ የተለያዩ የምስል ስክሪኖችን ስታይ ቆየች። ልክ የሶለን አእምሮ በደረሰበት ቁስለት የሴሎቹ መታወክ አእምሮውን ከጥቅም ውጪ እንዳደረገው፣ የያንዳንዱ ሰው አእምሮ ጤናና አስተሳሰብ መታወክ ተደማምሮ የምድሪቱም አስተሳሰብና አእምሮ እንዲሁ መበላሸቱ ገባት። አእምሮና አስተሳሰብ ከጥቅም ውጪ ሲሆን ሌላውም አካል በትክክል መሥራት አይችልም። ይህንን እያሰበች በጣም ወደ ጨለመው የውስጠኛው ክፍል ስትደርስ፣ ከኋላዋ ያለው በር ጥርቅም ብሎ ሲዘጋና ክፍሉ በከፍተኛ ጨለማ ሲዋጥ፣ አንድ ቀዝቃዛ እጅ ፊቷ ላይ ሲያርፍ “እማሚዬ” ብላ ደንብራ ከሰመመኗ ስትነቃ የአውሮፕላን ወንበሯ ላይ ተቀምጣ ራሷን አገኘችው።

ደግነቱ አጠገቧም ያሉ ሰዎች ተኝተው ስለነበር ማንም ልብ አላላትም። በላብ ተዘፍቃ እየተንቀጠቀጥች ዝም አለች። ወዲያው ‘ለማረፍ የቀረን 45 ደቂቃ ነው’ የሚለውን የበረራ አስተናጋጇን ማስታወቂያ ስትሰማ ትንሽ ተንፈስ አለች። አሁንም ቶሎ ቶሎ እየተነፈሰች ላብ በላብ ሆና በመስኮት ስታይ ጠዋት ማለዳ ላይ ነበር። ከፍራንክፈርት በኋላ ገና የአስራ አንድ ሰአት ጉዞ ይጠብቃታል። እንደገና መተኛት ስለፈራች አውሮፕላኑ ውስጥ ያገኘችውን መጽሔት ለማንበብ እየሞከረች የቀረውን መንገድ ጨረሰች። ‘ጥይት’ የሚለው ሐሳብ ‘ጥላቻ’ የሚለውን ስሜት አዝሎ ተሰማት። ህልሟን ግን ለጊዜው ማሰብ አልፈለገችም። ህልም መሆኑ እፎይ ቢያስብላትም፣ ህልም ብቻ ነው ብሎ ለማመን ግን አእምሮዋ ዝግጁ አልነበረም። በህልምና በእውን ዓለማት መካከል ያለው ግድግዳ እንቅልፍ ይሆን ወይስ ንቃት?

ትውስታ

መላኩ ሌሊቱን ሙሉ የረባ እንቅልፍ ሳይተኛ ሲገላበጥ ነው ያደረው። ሰሎሜን ከሸኘ በኋላ እንግዳ የሆነ ፍርሀትና ብቸኛነት ተሰምቶታል። እቤት ከገባም በኋላ እሽሚዙ ላይ የተወቸው ጠረኗ ያፍንጫውን ወለል እየዳሰሰ ወደ ጭንቅላቱ ጓዳ ሽው ሲል ነው ያመሸው። ጠረኗ ደግሞ ትዝታን እንደ ክብሪት እየጫረ በልቡ የናፍቆትን ወላፈን ዛሬውኑ ሊያንቦለቡል ከጅሏል። ከዚያም እንደ ምንም በስሱ እንቅልፍ ቢወስደውም፣ በሌሊት ነው የነቃው። ገና ከሌሊቱ ዐሥራ አንድ ሰዓት ነው። አልጋ ዉስጥ መቆየት አልፈለገም፣ ተነስቶም ደግሞ ምንም የመሥራት ዕቅድ የለውም። የጀመረውን መጽሐፍ ለማንበብ አጅግም አላማረውም። እናቷ የሄደችባት ልጅ አንዳንዴ በምንም አትጽናናም። መላኩን አሁን የተሰማው ስሜትም ያንን ይመስላል። እየተሰማው ያለው ስሜት ስም ሊሰጠው ያልቻለው ስሜት ነው። ሌላው ቀርቶ ምንም አለማድረግ ራሱ ቋጥኝ የመሸከም ያህል ነው የከበደው። ደግሞ ምንም ማድረግ አይፈልግም። የሚፈልገው የተወሰደበትን ነው። የተወሰደበት ደግሞ እርሱ ስም ሊሰጠው አልቻለም እንጂ አሁን ወደ አሜሪካ እየበረረች ያለችው ሰሎሜ ናት።

ቢያለቅስ ደስ ይለው ነበር። ግን እንባ እንደ ገመድ አይጐተት፣ እንደ ቧንቧም አይከፈት! የሚያለቅሱ እውነትም ዕድለኞች ናቸው። ወዶት ያልተነጠቀው ሰው የለም። ስለዚህ አሁን የሚሰማው ስሜት ያንድ ጊዜ ሳይሆን፣ የተነባበረው ድርብርብ የመነጠቅ ሰቆቃ ነው። እርሱ ግን አልገባውም። ሳያስበው ትራሱን ጭብጥ አድርጎ ዐቅፎ ቁጭ አለ። ትራሱ ግን አይሰማ አይለማ ወረወረው። እሪ ብሎ ቢጮኸም ደስ ባለው፤ ግን ወደማ? ምንስ ብሎ? መልስ አልነበረውም። ተመሳሳይ ስሜት የተፈጠረበት የዳንኤል እኅት ካሜሪካ የመጣዉን ፕሮፌሰር ልታገባ መወሰኗንና ሰርጋቸውም በወር ውስጥ እንደሆነ በነገረችው ቀን ነበረ። ‘ሰሎሜ ሰሎሜ ምንድነው ያረግሽኝ? ምንስ አድርጌሻለሁ? ...” አለና አጉተምትሞ ፊቱን ወደ መስተዋቱ አርጎ የተንጨበረረ ፀጕሩን እያከከ አልጋው ጫፍ ቁጭ አለ።

ሁልጊዜም ሲተኛ ቀለል ያለ ቁምጣና ሳሳ ያለ ቲሸርት አድርጎ ሰዓቱን አውልቆ ራቅ አርጎ አስቀምጦ ነው። ‘መኝታ ቤት ሰዓት መኖር የለበትም ምክንያቱም እንቅልፍ የዘላለም ቁራጭ ስለሆነ በጊዜ መበረዝ የለበትም’ እያለ ይቀልዳል። በልጅነቱ ብዙ ጊዜ መሬት ስለተኛም ሊሆን ይችላል ከፍ ያለ አልጋ

አይወድም። 'ከቆጥ ላይ መውረድ በጣም ያሰንፈኛል' ይላል። ስለዚህ አልጋው በጣም ዝቅ ያለ ነው። ጠንከር ያለ ፍራሽና ደመቅ ያለ አንሶላና የአልጋ አልባሳት ይወዳል። መኝታ ቤቱ በተቻለ መጠን ባዶ ሲሆን ደስ ይለዋል። ሁለት ትናንሽ ሥዕሎች ብቻ ናቸው ግድግዳ ላይ ያሉት። አንዱ ጧ ብሎ የተኛ የውሻ ቡችላ ሲሆን፣ ሌላው ደግሞ እናቱ እንዳዘሉት በጀርባቸው ላይ አንገቱን እንዳዘነበለ በእንቅልፍ ባሕር የሰጠመ ባለቁንጮ ትንሽ ልጅ። ሁለቱም በጥቁርና ነጭ ቀለም የተሣሉ ሥዕሎች ናቸው፤ በቡኒ የዕንጨት ፍሬም ውስጥ የተቀመጡ። ከዚያ ውጪ መኝታ ቤቱ ፍክት ያለ ሽሮ መሰል ቀለም ነው የተቀባው። አልጋው፣ መልበሻውና የጥቃቅን አልባሳት ማስቀመጫ መሳቢያው ሁሉ ጠቆር ያለ ቡኒ ቀለም ነው ያላቸው። ቡናማ ቀለም በጣም ነው የሚወደው። ራሱን ማየት ስለሚወድም ሊሆን ይችላል መኝታ ቤቱ ውስጥ ከአልጋው ፊትለፊት ግድግዳ ላይ ያለው መስታወት ከላይ እስከ ታች የሚያሳይ ነው።

ቁጭ ማለቱ የሥቃዩን መጠን ምንም ስላላስታገሰለት፣ በባዶ እግሩ ወደ መታጠቢያ ቤት አመራ። ፊቱን በቀዝቃዛ ውሃ ሲታጠብ ትንሽ ጋብ ያለለት መሰለው። ከዚያም ወደ ሳሎን ሄዶ ትንሽ ወዲያ ወዲህ ካለ በሁዋላ ወደ መኝታ ቤቱ ተመልሶ ከመስተዋቱ ላይ የሚያየውን የሱኑ ምስለ አካል ያጤን ጀመር። ፀጉሩ እንደ ሁሌም አድጎአል። ከርደድና እጅብ ያለው ጥቁር ፀጉሩ አድጎ አፍሮ ሲሆን፣ በክብ ፊቱ ላይ በጣም ነው የሚያምረው። ፀጉሩ ሁሌም በጥንቃቄ ነው የሚያዘው።

ዐይኖቹ ትንንሽ ቢሆኑም፣ ሁሌም በጥልቀት የሚመለከትና ርኅሩኅ እንዲመስል የሚያደርግ ለዛ አላቸው። አፍንጫው ለክብ ፊቱ ማሳመሪያና ለሚያደርጋት የእይታ መነጽር ተብላ የተሠራች መስቀያ ትመስላለች እንጂ በየትኛውም መስፈሪያ ሰልካካ ልትባል አትችልም። ወፈር ያሉ ከንፈሮቹ በፈገግታ ከተፈለቀቁ፣ የማንንም ቀልብ የሚሰርቁት ችምችም ያሉት ነጫጭ ጥርሶቹና ስርጉድ የሚለው ጉንጩ መቼ በሣቀ የሚል ምኞት በሰው ውስጥ ይፈጥራሉ። የጥቁር ጠይም መሆኑ ደግሞ ይህንን ሳያጕላው አልቀረም። ቀጭን መሆኑ ከሆነው በላይ ረጅም ያስመስለዋል። ምግብ እንደ ፈለገውና የፈለገውን ነገር ቢበላም በቃ ሁሌም ያው ነው።እንደ አብዛኛው አበሻ እግሮቹና እጆቹ ያው ቀጭን ናቸው፣ ስለዚህ ሰፋ ያለ ቁምጣ ሲያደርግ መስቀያ ይሁን ለባሽ ሊያምታታ ይችላል። ጺሙን ሁሌም ሙልጭ አድርጎ ነው የሚላጨው። ደረቱ እግሩና እጁ እንዲሁም አብዛኛው ሰውነቱ ግን በፀጉር የተሞላ ነው።

የመላኩ እናት አዲሳባ ነው ተወልዳ ያደገችው። አባቷ የክብር ዘበኛ የነበሩ ሲሆኑ ኮርያም ዘምተው ተመልሰዋል። መፍታት ማግባት ሥራቸው ሆኖ መቅኖ ያለው ኑሮ አልኖሩም። ጎይለኛ ነበሩ። የመላኩ እናት ስመኝ ከአምስተኛ ሚስታቸው የወለዷት ስትሆን ከእርሷ በኋላም አራት ሚስት አግብተዋል። ይህ እንግዲህ በየመሃሉ ከሚቀላውጡት ውጪ መሆኑ ነው። በአጠቃላይ ዐሥራ ሦስት

ልጆች አሏቸው። እነዚህ እንግዲህ ከሚስት ብቻ የተወለዱት ናቸው። ኮርያም አለመውለዳቸው ይቆጫቸው ነበር ይባላል፤ ጦርነቱ ፋታም አልሰጣቸው። እንዳለቀም ወዲያው ተመለሱ እንጂ ኪም ወይም ሊ የሚባል ልጅም ይኖራቸው ነበር!! ስመኝም ብዙ የእንጀራ እናት እጅ አይታ ብዙ ሥቃይ ችላ ስለሆነ ያደገችው የትምህርት ነገር አልሆነላትም። ዐሥራ አንደኛ ክፍል ሦስቴ ከወደቀች በኋላ፣ ከሰፈር ሁለት ጓደኞቿ ጋር ሆነው ሁመራ ሰሊጥ አጨዳ ሥራ አለ ሲባል ሰምተው ጠፍተው ሄዱ።

እዚያም እንደደረሱ ኑሮ ከባድና ሥቃይ የበዛበት ነበር። ባንድ ቤት ብዙ ሆነው ነበር የሚኖሩት። ምግብም አይመችም። በዚያ ላይ ካዲሳባ የመጡ ለግላጋ ወጣቶች ስለነበሩ ቶሎ ዐይን ውስጥ መግባታቸው ስላልቀረ፣ ሴት መሆኑዋን እስኪትጠላው ፈተናው በዛባት። ብዙ ጊዜ ከመደፈር አምልጣለች። በኋላም ላንድ አምሳ አለቃ እጇን ሰጠች። የአምሳ አለቃው ሚስትና ልጆች መሃል አገር አሉት። ከእርሱ ጋር ከሆነች በኋላ ማንም ሊያስቸግራት አልደፈረም። የሰሊጥ አጨዳውን ስራውን ትታ ላለማርገዝ ከፍተኛ ጥንቃቄ እያደረገች ከሱ ጋር ሁለት አመት ኖረች።

ሁመራ ብዙ የመሃል አገር ሰዎች ሥራ ፍለጋ መጥተው እንደወጡ የሚቀሩበሩት ቦታ ነው። ሙቀቱ ለብቻ ነው። ወባና ካላዛር የተባለ በትንኝ የሚተላለፍ በሽታ ብዙ ሰው ያረግፋል። ስመኝም አንድ ሁለት ጊዜ ከሞት ተርፋለች፤ አምሳ አለቃ ጓደኛዋ ባይኖር በቃ እስካሁን መኖሩዋም ያጠራጥራል። ኤርትራ ውስጥ እየተጋጋመ በሄደው ጦርነት ሳቢያ የአምሳ አለቃው ብርጌድ እንዲንቀሳቀስ ትእዛዝ ሲደርሰው፣ ሰማይ ምድሩ ተደበላለቀባት። አብራው ኤርትራ እንድትሄድ ቢለምናትም አሻፈረኝ አለች። ሁመራ መቆየትም እንደማትችል ዐውቃዋለች፤ አዲሳባ መመለስም የማይታሰብ ነው። መቂ አካባቢ ያለችው ታላቅ እኅቷም ጋ ለመሄድ አስባ ተወችው።

በመሃል አምሳ አለቃው በጣም ደግና ኑሮዋም ጥሩ የሆነ እኅት አሳይታ ከተማ እንዳለችው ነገራት። ነጋዴ ስለሆነች ከእርሷ ጋር እየኖረች ቀስ በቀስ በንግድ ራሷን እንደምትችል አማራጭ ሰጣት። እኅቱ ጋ ስልክ ደውሎም አስተዋወቃቸው። የቻለውን ያህል እንደሚረዳት ቃል ገብቶላት እሷም በነገሩ ተስማምታ ወደ አሳይታ ተጓዘች። የዐምሳ አለቃው እኅት ወይዘሮ መቆያ በደስታና በደግነት ተቀበሏት። የወይዘሮ መቆያ ቡና ቤት በከተማዋ ውስጥ አሉ ከተባሉት ጥቂት ደኅና የሚባሉ ቡና ቤቶች መካከል አንዱ ነው። አብዛኞቹ ደንበኞቻቸው ነጋዴዎችና የከባድ መኪና ሾፌሮች ናቸው። ወንድማቸው ሲደውልላቸው እሺ ያሉት ለቡና ቤታቸው ሠራተኛ እየፈለጉ ስለ ነበርም ነው። ስመኝን ካዩ በኋላ ግን በቡና ቤት ሕይወት ውስጥ ሕይወቷ እንዲበላሽ ፈጽሞ አልፈለጉም። በወሊድ ምክንያት የሞተችባቸውን ልጃቸውን ስለመሰለቻቸው እናቷ ሊሆኑ ነው የፈለጉት። እሷም

በጣም ነው የወደደቻቸው፣ ምንም ሳትደብቅ ሁሉንም ነገር ነው የነገረቻቸው። አንዳንዴ ሒሳብ ሥራ ለማገዝና ሰው ሲጠፋ ቀን ላይ ለመሸፈን ካልሆነ በቀር እንድትገኝ አይፈልጉም። ካንድ ስድስት ወር በኋላ አገሩን በደንብ ስታውቀው ለቡና ቤቱም ለሱቁም የሚያስፈልገውን ሁሉ የምትገዛው፣ ገንዘቡንም የምትቆጣጠረው እርሷ ሆነች። ወይዘሮ መቆያ ሁሉን ነገር በእርሷ ላይ ጣሉት።

ለሱቅና ለቡና ቤት የሚያስፈልጉ ዕቃዎችን ከጅቡቲና ከአሰብ ከሚያመጡላቸው ደንበኞቻቸው መካከል ሃሰን የተባለውን ያቀርቡታል። ሃሰን አሳየታ ከተማ ተወልዶ ሲሆን ያደገው ብዙ ቤተሰቦቹ ግን የሚኖሩት ጅቡቲ ነው። ቀልደኛ ቁምነገረኛና ጽድት ያለ ንቁ ወጣት ነው። በትውልዱ አፋር ሲሆን መጠነኛ አማርኛና የተወሰነ ፈረንሳይኛ ይናገራል። አንድ ቀን ወይዘሮ መቆያ አገር ቤት በጠና የታመሙ እናታቸውን ለመጠየቅ ሄደው ነበር። ሕመሙ ጠንቶባቸው ያረፉትን እናታቸውን ቀብረውና ተዝካራቸውን አውጥተው እስኪመለሱ ሁሉንም የምታስተዳድር ስመኝ ነበረች። ታዲያ በዚህ ጊዜ ከሃሰን ጋር የነበራቸው ቅርርብ ወደ ፍቅር ደረጃ አድጎ ኖሮ ብዙ ጊዜ አብረው ያጠፉ ጀመር። አልፎ አልፎም እቤት እየመጣ እስከ ማደር ደርሶ ነበር። ይህም ስመኝ ሳታስበው ትፈራ የነበረውን እርግዝና አስከተለ። ሃሰን እንደተለመደው ለስራው ጅቡቲ ሄዶ ስለቆየ የምታማክረው ሰው አጣች።

እርግዝናው እየገፋ ሲሄድ እሷም ለወይዘሮ መቆያ መናገር ፈራች። እሳቸውም የሰውነቷ መክበድና ለውጥ ጥርጣሬ ቢያሳድርባቸውም፣ እምነታቸው አሸንፎ ምንም አልጠየቋትም። አንድ ቀን ልብሷን ስትቀይር ሳታስበው ወይዘሮ መቆያ ድንገት ከፍሏ ዘው ብለው ገቡ። ዐይናቸውን አላመኑትም። በኋላ ቁጭ አድርገው ሲያወሩዋት ነገሩን ሁሉ ስትነግራቸው፣ እንደ ዕብድ አደረጋቸው። ብዙ አጥንት የሚሰብሩ ነገሮችን ተናገሩዋት፣ በመጨረሻም አኩርፈው እርሷን ማናገርም አቆሙ። ቁልፎቹንና የባንክ ደብተሮቹን ሁሉ ወስደው ከሥራ ኀላፊነት አገለሉዋት።

በሆነው ባልሆነው ሁሉ ሥቃዩዋን ሲያበዙ አንድ ቀን ሰው ሁሉ ተኝቶ በሌሊት ልብሷን ጠቅልላ በአውቶቡስ አሳይታን ተሰናበተች። ናዝሬት ላይ ወርዳ በቀጥታ በዝዋይ መኪና ተሳፍራ መቂ ላይ ወረደች። እኅቷ የስልክ ኦፕሬተር እንደነበረች ስለምታውቅ በጋሪ ተሳፍራ ቴሌ መሥሪያ ቤቱ ጋ ወረደች። እንዳጋጣሚ ሆኖ እኅቷ ወይዘሮ አሰለፈች ከሥራ ወጥታ ወደ ቤት ለመሄድ እየተዘጋጀች በሩ ላይ ከቴሌ ዘበኛው ጋር ስታወራ ነበር የደረሰችው። ፈጽሞ ያልተጠበቀ ስለነበረ ተጯጩኸው እየተላቀሱ ሰላምታ ከተለዋወጡ በኋላ ወደ ቤት አመሩ። ቤት እንደደረሱ የእኅቷ አራት ልጆች አዲስ አክስት ስለ መጣችላቸው ደስታቸው ልክ አጣ። እርሷም በጣም ወደደቻቸው። ከአገር አገር እየዞሩ

የሚነግዱት የእኅቷ ባል አቶ አደፍርስ ዝምተኛና ሰላማዊ ሰው ናቸው። ስመኝን በልጅነቷ ነበር የሚያውቋት። የደረሰባትንና ያለፈችበትን ነገር ሁሉ አንድ ባንድ ሳትደብቅ አጫወተቻቸው። 'እኛ አለንልሽ የበላነውን በልተሽ፣ የኖርነውንም ኖረሽ እናርስሻለን' ብለው አጽናኑዋት።

መቂ ግር ግር ያለባት በገበሬ የተከበበች የንግድ ከተማ ናት። የእህል፣ የዶሮና የበርበሬ ነጋዴ ይበዛል። መንገድ ዳር ስለሆነችም ሾፌሮች ያዘወትሯታል። ስመኝም ተረጋግታ ቤተ ሰብ ሆና መኖር ጀምራለች። እንደገና ደስተኛ ሆናለች። መቂ በገባች በአራተኛው ወር እዚያው እቤት ዉስጥ የሰፈር አዋላጅ ተጠርቶ በሰላም ወንድ ልጅ ከነቃጭሉ ተገላገለች። በአዋላጇ እንደ ተባለው ስሙም መላኩ ሆኖ ቀረ። መላኩ የቤቱ ብርቅ ሆኖ ፍቅርና አትኩሮት አግኝቶ አንድ ዓመቱ በደመቀ ሁኔታ ተከበረለት። መልኩ አባቱን ቁርጥ መሆኑን ከስመኝ ሌላ ማንም አያውቅም።

ስመኝ ራሷን ለመቻል መንገታገት ጀመረች። የእኅቷ ኀይለኛነትና በሆነው ባልሆነው መጨቃጨቅ ግን ሰላም ነሳት። በትንሽ በትልቁ እየኰረኰመች የምታጋጫቸው የእኅቷ ልጆችም ያሳዝኗታል። በተለይ የመጀመሪያ ልጅ የሆነችውን መዐዛን መደብደብና መኰርኰሙን ታበዛዋለች። መዐዛ እልከኛና በጣም ጐበዝ ተማሪ ናት። መላኩንና ስመኝን እንደ ነፍሷ ነው የምትወዳቸው። በተለይ ከስመኝ ጋር ምስጢረኞችም ሆኑ። አባቷን በሒሳብና በሐሳብ ስለምትረዳቸው በጣም ይወዷታል፤ የንግድ ተሰጥኦ አላት ብለው ይገምታሉ። አባቷ ካሉ እናቷ ብዙ አይነኩዋትም። አባቷ የመዐዛ ነገር አይሆንላቸውምና።

ወ/ሮ አሰለፈች እየቆየች ደግሞ ስመኝንም ማንገርገብ ጀመረች። በዚህ መሃል ነበር አባታቸው በጠና መታመማቸው በስልክ ተደውሎ የተነገራቸው። ስመኝም ይህንንም ሰበብ አድርጋ አባቴን ላስታምም ብላ ወደ አዲሳባ አቀናች። እዚያው ያደገችበት የአባቷ ቤት ባለልጅ ሆና ገባች። አባቷም ለረጅም ጊዜ እጅግ ጠጪ ነበሩና ጉበታቸው በጣም ተጐድቶ ነበር። በስልሳ ሁለት ዓመታቸው ሆዳቸው አብጦ አቅላቸውን ስተው ሲቀባዠሩ ከርመው በመጨረሻ ወደማይቀርበት ዓለም ነጐዱ።

አባቷ የሚኖሩበት ቤት የቀበሌ ቤት ሲሆን ሳሎንና ሁለት አነስ ያሉ መኝታ ቤቶች አሉት። አንዱ መኝታ ቤት ውስጥ ታናሽ ወንድሟ ከሚስቱና የሦስት ዓመት ልጁ ጋር ይኖራል። እርሷ እንግዳ ሆና ሳሎን ነበር ከልጇ ጋር ሰሌን ላይ አሮጌ ፍራሽ አንጥፈው የሚተኙት። አባቷ ከመሞታቸው በፊት ላለፉት ሰባት ዓመታት ያለሕግ እንደ ሚስትም እንደ ሠራተኛም አብረዋቸው ይኖሩ የነበሩ ሴት ነበሩ። ከስመኝ አባት ሞት በኋላ እዚህ ቤት ስፍራም እንደሌላቸው ስለገባቸው፣ ያለቻቸውን ጥቂት ዕቃ ጠቅልለው ወደ መጡበት ወደ ሰላሌ ዘመድ ልጠይቅ ብለው

ሄዱ፣ ተመልሰውም አልመጡ። በዚህም የተነሣ ስመኝና መላኩ አንዱን መኝታ ቤት ይዘው ያዲሳባ ኑሮ ተጀመረ።

የወንድሟ ሚስት ሥራ አግኝታ ዐረብ አገር ስትሄድ ቤቱን ማስተዳደሩ የርሷ ሥራ ሆነ። ወንድሟም የሚሠራው ጋራጅ ውስጥ ሲሆን ከስመኝ ጋር በጣም ይዋደዳሉ፣ ይግባባሉም። እርሱም እንዳባቱ ጠጪና ዐርፎ የማይቀመጥ መሆኑ ግን የሁሌም ንትርካቸው መንሥኤ ነው። እርሷም መጀመሪያ የሰው ቤት በተመላላሽነት በማጽዳት ሥራ ጀመረች። ያላትን ትጋትና ሥራ መውደድ አይታ አንዲት አሠሪዋ በሃላፊነት በምትሠራበት የውጪ ድርጅት በመጀመሪያ በጽዳት ሥራ አስቀጠረቻት። ትምህርቷንም እንድትቀጥል አደፋፍራት የማታ መማር ጀመረች። ታማኝነቷና ንቅት ያለች መሆኑዋን አይተው አስተዳደሩ በግዢ ክፍል ውስጥ አሳድገው አዘዋወሯት። ትምህርቷንም ጨርሳ የማታ ኮሌጅ ትምህርት ጀመረች። በዚህ ጊዜ መላኩም የአንደኛ ክፍል ተማሪ ሆነ። ስመኝና ሌሎች ሠራተኞች ለፕሮጀክት የተገዛ ዕቃ ለማድረስ ሰሜን ሸዋ መሃል ሜዳ በመሥሪያ ቤት መኪና ደርሰው ሲመለሱ ከባድ አደጋ አጋጠማቸው። ይሄዱበት የነበረው መኪና ድንገት የገቡበትን በጎች አድናለሁ ብሎ ከፍተኛ ፍጥነት ስለነበረው ተንሸራቶ ገደል ውስጥ ገባ። ስመኝና አብረው የነበሩትም ሰዎች ሁሉ ከሾፌሩ በቀር ዐለቁ።

መራራ ኀዘን የደረሰበት የስመኝ ወንድም እንደ ዕብድ ነበር ያደረገው ልቅሶ ላይ። ከዚያም በከፍተኛ ድባቴ ውስጥ ገብቶ ከአልጋ ሳይወጣ ነበር የከረመው። መላኩና የዐሥር ዓመት ልጁ ደግሞ ምን ማድረግ እንዳለባቸው ግራ ነው የገባቸው። ሌላው ዘመድም ከልቅሶ በሁዋላ ብዙም የሚረዳ ሆኖ አልተገኘም። ከአደጋው የተገኘው ጠቀም ያለ የኢንሹራንስ ገንዘብ የስመኝን ወንድም በመጠጥ ባሕር የሚዋኝ አደገኛ ሰካራም ማድረግ ብቻ ሳይሆን፣ ወደ ሌላም ሱስ ውስጥ ጨመረው። በዚህም ጦስ ከእናቱ ከወይዘሮ አሰለፈችም ጋር ተቆራርጠው ከዚያም በኋላ ድርሽ አላሉም። ይባስ ብሎ በስድስት ወሩ ሌላ ሴት እቤት አስገባ። የሚስቱ ቤተ ሰቦች ቢመክሩትም እንቢ ስላለ፣ ሚስቱም ከዐረብ አገር መጥታ ልጇን ቤተ ሰቦቿ ጋ አድርጋ ከእርሱም ጋር ተፋትተው ወደ ዐረብ አገሯ ተመለሰች።

አዲስ የገባችውም ሴት ሁለት ልጆቿን ይዛ፣ ጓዟንም አስከትላ ከስመኝ ወንድም ጋር ተጠቃለሉ። ይህም መላኩን የቤቱ ባይተዋር ብቻ ሳይሆን የቁጣ ማብረጃና የልጅ መከረኛ አደረገው። ያ ሁሉ ደስታውና ተጫዋችነቱ በኀዘንና ቁዘማ ተተካ። ከሁሉ ከሁሉ የጎዳው ይሄ ሁሉ ለምን እንደሆነ የሚያስረዳው አንድም ሰው አለማግኘቱ ነው። ብዙ ጊዜ ቁርስ ሳይበላ ትምህርት ቤት ስለሚሄድና የቤት ሥራውን ስለማይሠራ ውጤቱ አሽቆለቆለ። ከዚህም በላይ በቅጫም የተወረሰው ፀጉሩና ታጥቦ የማያውቀው ሰውነቱና ልብሱ የጓደኞቹ መቀለጃ አደረገው። ትምህርት በከፍተኛ ደረጃ ጠላ። አባት የሚለው ቃል ለእርሱ ትርጉም

የለውም። የሚጠራው በአያቱ ስም ሲሆን እሳቸውም ማን እንደሆኑ እንኳ ግድግዳ ላይ ካየው ፎቶ ባሻገር የሚያውቀው ነገር የለም። ስሜኝም ትንሽ ከፍ ሲል ስላባቱ እነግረዋለሁ እንዳለች ነው በድንገት የተቀጠፈችው።

መላኩ ወዲያ ወዲህ እያለ መኝታ ቤቱ ውስጥ መንጐራደዱን ቀጥሎአል። በመስተዋቱ ውስጥ ከራስጌው የተሰቀሉት ሥዕሎች ላይ ዐይኑ ተተከለ። በጥልቅ እንቅልፍ ውስጥ ያለ ቡችላና በእናቱ ጀርባ ላይ ተመችቶት ጢ ብሎ የሚያንቀላፋ ሕፃን። እንደነሱ መተኛት፣ አሁን ከሚሰማው ስሜት ጭልጥ ብሎ መጥፋት አማረው። ሥዕሎቹ ግን መተኛት እንጂ ማስተኛት አያውቁበትም። የቡችላዋን ሥዕል ከእንግሊዝ አገር ነው ካንድ የሥዕል ኤግዚብሽን ላይ የገዛው። የሕፃኑን ሥዕል ደግሞ አንዲት የቅርብ ጓደኛው የነበረች አበሻ ሠዐሊት ወጣት ናት ከካናዳ ወደ አገርቤት ሲመለስ በስጦታ የሰጠችው። ገና ሥላ እንደ ጨረሰችው እንዴት እንደ ወደደው ነገራት። ያልጠበቀው ስጦታ ስለሆነበት ውለታዋ በጣም ከብዶትና ልቡንም ነክቶት ነበር። እርሷ ደግሞ መሄጃው እንደ ደረሰ ዐውቃ ለካስ ለእሱው ነበር ተጨንቃ ተጠባ የሣለችለት።

በሚያስቀና እንቅልፍ ውስጥ ያሉትን ቡችላና ሕፃን ጉዳይ ለመጀመሪያ ጊዜ አይቶት በማያውቀው ዐይን ተመለከታቸው። ሁለቱም ሕፃናት ናቸው፣ ሁለቱም ደግሞ በጥልቅ እንቅልፍ ውስጥ ያሉ። የቡችላው እናት ውሻ አለመኖሯ ብቻ ሳይሆን ያለእናቱ እንደዚያ ያለሃሳብ ተመችቶት መተኛቱ ገረመው። 'የተመቸው ብቸኛ ..ምስኪን!' አለ በቀስታ። በእናቱ ጀርባ ላይ ያለሐሳብ የተኛው ልጅ ደግሞ የእናቱ ጀርባ ሙቀትና የፍቅሯ የልብ ትርታ ከእርሱ ልብ ጋር አብረው ሲሞዝቁ ታየው። 'አንተማ ምናለብህ?!' አለና 'እኔስ? ግን የቱ ነኝ?' አለ። 'እንደ ማሙሽ ነበርሁ አሁን ግን እንደ ቦቢ ...' ብሎ ለብቻው ከት ብሎ ሣቀ! 'ማሙሽም እንቅልፍ ቦቢም እንቅልፍ ...ግንኮ እንቅልፍ ሁሉ እንቅልፍ አይደለም ... ነው እንዴ?' አለ ድምፁን አውጥቶ። ሁለቱም ተኝተዋል ማን መልስ ይስጠው...?

'ግንኮ ማሙሽ ከፊቱ ትልቅ አደጋ አለበት... እናቱን ሊያጣ ይችላል፤ ቦቢ ግን የማያጣት እናቱ ላይ ነው የተኛው ... እናት መሬት ... ሁላችንንስ የተሸከመች እሷው አይደለች?' አለ። ግን ቦቢ የተኛባትን መሬት ቅዝቃዜና ብቸኝነት ሲያስበው በማሙሽ ቀናበት። ወዲያው የማሙሽ እናት ላይ አተኩሮ ማየቱን ቀጠለ። ሳያስበው ዐይኑ በእንባ ሲሞላ የሴትዮዋ ፊት እየተለወጠ እየተለወጠ መጣና የእርሱኑ እናት ስመኝን መሰለው። ዐይኑን አባብሶ የምሩን ጠጋ ብሎ ቢያያትም እናቱን እንደ መሰለችው ነው። ወደ ኋላ ሄዶ ማሰብ ጀመረ። ሠዓሊት ጓደኛው የናቱን ምስል ታውቃለች እንዴ? ... ትዝ ሲለው የናቱን ፎቶ አሳይቶአት አያውቅም፣ በርግጥ የሕይወት ታሪኩን አጫውቶአቸዋል። አይ ራሴ የፈጠርሁት ነው ብሎ አሰበ። እንደዚያ መቀበል ስላልፈለገ ከእጅ ቦርሳው ውስጥ የእናቱን ፎቶ አውጥቶ ሲያስተያየው የባሰውን ተመሳሰሉበት። እንደ ማሙሽ ለመሆን መጓጓቱ

የፈጠረው ናፍቆት ይሆን የማሙሽንም እናት ወደ ስመኝ የቀየረበት? የሰው ምናብ እኮ ለመፍጠርና ለመቀየር ዐቅሙ ልክ የለውም።

'የቡችላውስ እናት የት ሄዳ ነው?' አለ መልስ የሚሰጠው ያለ ይመስል። 'የእኔስ እናት? ...' ብሎ ወዲያው 'እህ ማይ ... የሁሉንስ እናት መጨረሻ ላይ እናት ምድር አይደለች ወደ ሆዷ መልሳ የምትወስዳቸው ... ምናልባት ቦቢዬም ቀዝቃዛዋ ግዑዝ ምድር ላይ የሙጥኝ ያለችው ... ወደ እናቷ ቀረብ ማለቷ ይሆን?' አለ። ወደ ምድር የቀረበውን አልጋውን ዞር ብሎ እያየ ... 'አይ እኔም ኮ ከቦቢዬ ብዙም አልራቅሁ...' ብሎ ፈገግ ለማለት ሞከረ። የተኙት ዐርፈዋል ... እሱ ግን በማለዳ ነቅቶ በመስተዋት ውስጥ በሚያያቸው ሥዕሎችና የራሱ ምስል ትርጉም ፍለጋ ውስጥ እየማሰነ ነው። አንዳች ብቸኝነት አሁንም ውስጠ ነፍሱን እየረበሸው ነው። አሁንም በማሙሽ ቀናበት ... 'ምንም ቢሆን የማሙሽና የቦቢ እንቅልፍ አንድ አይደለም ... ምክንያቱም ሁሌ አይተኛ ... ችግሩ እኮ የነቁ ለት ነው።' አለ ለራሱ... እሱም ይሄው በጠዋት ነቅቶ መከራውን እያየ አይደል! ሰው የሌለው ሰው እኮ ሲነቃ ፍርሀት፣ ሲተኛ ቅዠት ...ማን ያውቃል ቦቢም እኮ ትቃዥ ይሆናል። የቅዠትም ሆነ የፍርሀት መድኀኒቱ ሰው ነው...፤ የሚወድ ሰው ... እንደ እናት ልቡም ጀርባውም የሚመች፣ ... ፍቅር የሚመግብ።

ምንም ቢሞክር እንደ ቦቢ እንጂ እንደ ማሙሽ ሊሰማው አልቻለም፤ በተለይ ዛሬ። ፀጉረ ጨበሬው ድምፀ ጐርናናው ሊቁ መላኩ ቦቢን ሆኖ ቦቢን አክሎ ጥቅልል ብሎ መሬቱ ላይ መተኛት አሰኘው። ለረጅም ጊዜ። እንቅልፉ ግን ጠፍቶአል። ቦቢ በእንቅልፍ ጎሬ ውስጥ ተደብቃ ያመለጠችውን እርሱ በእውኑ መጋፈጥ እንዳለበት ማመን ባይፈልግም እውነቱ ግን አፍጥጦ አላስተኛ ብሎታል። በሕይወቱ መጀመሪያ የተነጠቀው አባቱን ነው፤... አባቴ ማነው ብቻ ሳይሆን አባት ምንድነው? የሚለው ጥያቄ ዕድሜውን ሙሉ ወለሉ የማይደረስበት የስሜት ገደል ፈጥሮበታል። ገና በእንጭጭ ዕድሜው የማንነቱ ቅጣይ፣ ብቸኛ የሕይወት ትርጉምና መተማመኛው እናቱ በድንገት መወሰዷ ዛሬም ያልተመለሰ ሰቆቃው ነው። ሰው መቅረብና መውደድ እንዲፈራ የሚያደርግ ጠባሳ ትቶበት ነው ያለፈው። መኝታ ቤቱ ውስጥ ሲሆን ሰዓት ለመጥላቱና ዘላለምን መቅመስ የሚያስደስተው ለመሆኑ ምክንያቱ ይሄ ይሆን እንዴ?... እንዲህ አስቦ አያውቅም። እንደገና ካልጋው ጠርዝ ላይ ቁጭ ብሎ በሃሳብ ነጎደ።

ስመኝ ከሞተች ሁለት ዓመት አካባቢ ሲሆን የመላኩ ኑሮ ከዕለት ወደለት እየከፋ መጣ። የሚተኛው ሳሎን መሬት ላይ ሲሆን፣ የእናቱ ናፍቆትና የሰው ፍቅር ረኃብተኛ ሆኖአል። ሥቃዩ ቤት ብቻ ሳይሆን ትምህርት ቤትም ነው። የሚደበድቡት ልጆችና ሰነፍ ብለው የሚገርፉትን አስተማሪዎች በረኃብ በሚንሰፈሰፈው አንጀቱ መሸከም እያቃተው ነው። አንድ ቀን ቅዳሜ ጠዋት ውሃ ጠፍታ ስለነበር ከአቅሙ በላይ የሆነ ጀሪካን ውሃ ይዞ እየተንገዳገደ ወደ ቤት ሲሄድ

አንዲት ሴት፡-

“ማሙሽዬ እንዴት ቻልኸው አይከብድህም እንዴ?” ሲሉት “ይካበዳል በጣም ይካበዳል” ብሎ ልቅሶውን ለቀቀው። ከዚያም አባብለውት

“እባክህን የነስመኝን ቤት ታውቃለህ ...? እሷ እንኳን የዛሬ ሁለት ዓመት አካባቢ ነው በመኪና አደጋ የሞተችው” ሲሉት፣ ይባስ ብሎ እንባው መንታ መንታ እየሆነ ሲያለቅስ ግራ ገብቶአቸው ሴትዮዋ እሱን ማባበል ሆነ ሥራቸው።

“እኔ የእሱዋ ልጅ ነኝ ቤታችን እዚያ ጋ ነው” አለ አሁንም ልቅሶውን ለመቆጣጠር እየሞከረ።

“እንዴ አንተ መላኩ ነህ እንዴ?” አሉ ሴትዬዋ ዐይናቸውን ማመን ተስኖአቸው ደግሞም እቅፍ አድርገውት ራሱን እያሻሹ። አንጀታቸው ነው የተላወሰው።

“እርሶ የነማዬ መሥርያ ቤት አለቃ እትዬ የትናዬት አደሉ?” ሲላቸው ጭራሽ በትግል ነው እንባቸውን መቆጣጠር የቻሉት። ከዚያም እስኪ ቤታችሁ ውሰደኝ ብለው አብረው ጀሪካኑን ሌላ ትልቅ ልጅ አስይዘው ሄዱ።

ቤት ውስጥ ሲገቡ የስመኝን ወንድምና አዲሷን ሚስቱን አገኙዋቸው። ተሽቆጥቁጠው አስተናገዱዋቸው። እቤት ያሉት ሌሎቹ ሁለት ልጆች በደንብ እንደ ተያዙ ያስታውቃሉ። የመጡት ስመኝ ስትሠራ በነበረ ጊዜ በመሥሪያ ቤቱ የተጠራቀመላት ለቤተ ሰብ ያልተሰጠ ገንዘብ አራት ሺህ ብር ስላለ፣ ወንድሟ መሥሪያ ቤት ሄዶ እንዲወስድ ለመንገር እንደ ሆነ ሲነግሩዋቸው፣ መሽቆጥቆጣቸው ልክ እስኪያጣ በዛ።

መላኩን በተመለከተ ክፉ መናገሩን ትተው፣ “ኑሮም ከብዶአል እናንተም ቤተ ሰባችሁ ብዙ ነው እና መላኩን እኔ ወስጄ ባስተምረውስ?” ብለው ሲፈሩ ሲቸሩ ጠየቁ።

“እሱ እሺ ካለ ኧረ ምናለ እንዲያውም ጉርምሶ እያስቸገረ ነው እዚህ ከሚበላሽ ይውሰዱት” አሉ ሁለቱም ባንድ ድምፅ።

ወቅቱ የሰኔ ወር ማለቂያ ነበረ። መላኩ ዓመቱን ሙሉ በሥቃይ ስለነበር የተማረው ፈተናዎቹን አላለፈም። የወይዘሮ የትናየት አራቱም ልጆቻቸው አድገዋል። የመጨረሻዋ ብቻ ናት የማትሪክ ውጤት ትጠብቅ የነበረው መላኩ ወደነሱ ቤት ሲሄድ። ሦስቱ ወንዶች ሲሆኑ ሁሉም ውጪ አገር ነው የሚማሩት።

ቤታቸው ትልቅና በጣም የሚያምር ነው። መላኩ መንግሥተ ሰማያት ብቻ ነበር እንደዚያ የሚያምር የሚመስለው። የራሱ ሰፊና የሚያምር መኝታ ቤት ሲሰጠውና ከቤተ ሰቡ ጋር ቀርቦ ሲበላ አሁንም በህልም ያለ ነበር የመሰለው። በክረምት ውስጥ የወይዘሮ የትናየት ልጅ እርሱን በማስጠናትና ይዛ በመዞር ነበር ስትዝናና የከረመችው። ብዙ ነገር አስተማረችው። በጣም ጉበዝ እንደሆነ ለማወቅ ጊዜ አልወሰደባትም። በዚያው ክረምት ነበር ዋናና የጠረጴዛ ቴኒስም ያስተማረችው። የንባብ፣ የሒሳብና የእንግሊዘኛ ዕውቀቱን በሁለት ወር በፍጥነት አሳደገችለት። እርሷ ማንበብ ስለምትወድ እርሱንም መጽሐፍ እየሰጠች የንባብ ሱሰኛ እንዲሆን የመጀመሪያውን የንባብ ፍቅር የተከለችበት እርሷ ናት።

ምንም እንኳ የነወይዘሮ የትናየት ቤተ ሰብ ጥቅምት ላይ ወደ ውጪ አገር ጠቅልለው መሄዳቸው በመጠኑ የጎዳው ቢሆንም፣ ከአብዛኛው ሕመሙ ተፈውሶ ነበር። እነሱ ወደ ውጪ ሲሄዱ መላኩን አቃቂ አዳሪ ትምህርት ቤት አስገቡት። የወይዘሮ የትናየት ታላቅ እኅትም እንደ ልጃቸው ሊከታተሉት ቃል ገብተው ኀላፊነቱን ወሰዱ። መላኩ በዐጭር ጊዜ ከክፍሉ ብቻ ሳይሆን ከትምህርት ቤቱም አንደኛ መውጣት ጀመረ። ታሪክ፣ ፍልስፍናና ዐዳዲስ ነገሮችን መከታተል ደስ ይለዋል። የወይዘሮ የትናየት ልጅ ሣራም ብዙ መጽሐፍ ከውጪ ትልክለት ነበር። በየክረምቱም በወይዘሮ የትናየት እኅት ቤት ነበር የሚያሳልፈው። አብዛኛውን ጊዜ የሚያሳልፈው በንባብና አትክልቶችን በመንከባከብ ነበር። በዚህ አኳኋን የተለያቸውን ዘመዶቹን እስከ ዛሬም እንደ ተለያቸው ቀረ። ማንንም አያገኝም። አባቱን ፈልጎ ማግኘት ግን የሁሌም ደብዛዛ ህልሙ ቢሆንም ምን ሊመስል እንደሚችልና ቢያገኘው፣ ምን እንደሚለው ሲያስብ ግራ ይገባዋል።

የማትሪክ ውጤቱ በጣም ጥሩ ስለነበር የፈለገውን ትምህርት መርጦ ለመማር አልተቸገረም ነበር። የህክምና ትምህርቷን አጠናቃ የአእምሮ ህክምና ስፔሻሊስት ለመሆን ሥልጠና የጀመረችው የወይዘሮ የትናየት ልጅ ሣራ የእርሱ ሞዴል ናት። እርሷ የሆነችውን መሆን ደስ ይለው ነበር። ምንም እንኳ ተራርቀው ቢሆንም የሚኖሩት በደብዳቤ፣ ኋላም በኢሜል ቶሎ ቶሎ ነው የሚገናኙት። እንደ ጓደኛዋ የማታወራው ነገር የለም። ገና ከልጅነቱ ሰዎችን አውሩ አውሩ የሚያስብል ረጋ ያለ መንፈስና ጥሩ አዳማጭ ጆሮ ታድሎአል። በሣራ ተጽዕኖና ባስተማሪዎቹም ግፊት ህክምና መርጦ ጥቁር አንበሳ ተመደበ። የቅድመ ህክምና ትምህርቱን አራት ኪሎ ጨርሶ ጥቁር አንበሳ ተዛወረ።

የመጀመሪያዎቹን ሁለት ዓመታት መጨረስ አበሳ ነው የሆነበት። ትምህርቱ ድርቅ ያለ ብቻ ሳይሆን ፋታ የማይሰጥ ነው። አብዛኞቹ አስተማሪዎች ደግሞ ዶክትሬት ያላቸው አውሬዎች እየመሰሉት ነው። በተማሪ ሥቃይ የሚደሰቱና ሰው ለመጣል የተቀጠሩ ነው የሚመስሉት። በአጠቃላይ በአካባቢው

ደስተኛ ሰው የሌለ መሰለው። ቤቱ ከወታደር ቤት ጋር ይቀራረባል። ከጦር ሜዳ የሚለየው እዚህ ሰው የሚሞተው በጥይት ሳይሆን በበሽታ መሆኑ ነው። ተማሪ መሆን ደግሞ በእዙ ሰንሰለት ዝቅተኛው ደረጃና የማይወጣ ዳገት ያህል ከባድ ነው። በዚያ ላይ ምግቡና ማደሪያው ሥቃዩን ለማክበድ ተብሎ የተዘጋጀ ሌላ የማሠቃያ መንገድ ነው መስሎ የታየው።

በዚህ ሁኔታ እያለ ነው ህክምና ለእኔ አይደለም ወደሚለው ውሳኔ የደረሰውና ራሱን መፈለግ የጀመረው። በዚህ ጉዳይ ላይ ከሣራ ጋ ብዙ አውርተዋል። አዲሳባ በመጣች ጊዜም ጥቁር አንበሳን አስጎብኝቶአታል። ብዙ ለማውራትም ጊዜ ነበራቸው። በውሳኔው የቆረጠ እንደሆነ ካየች በኋላ በውጪ አገር ትምህርት ቤት ፍለጋ እንደምታግዘው ቃል ገባችለት። ትምህርት ቤቱንና የህክምና ትምህርቱን እንዲጠላ የበለጠ አስተዋፅኦ ያደረገ ሌላም ጉዳይ አለ፣ ከማንም ጋር ገልጦ አላወራው። ይኸውም የቅርብ ጓደኛውና በልቡም እጅግ ያፈቅራት የነበረችው ልጅ ትምህርቷን አቋርጣ አሻፈረኝ ብላ በዕድሜ እጅግ የሚበልጣትን ከአሜሪካ የመጣ ሰው አግብታ መሄዷ ነው። ዓመቱ ከመጠናቀቁ በፊት ትምህርቱን አቋርጦ እንግሊዝ ሃገር ስኮላርሺፕ አግኝቶ ሄደ። ዩኒቨርስቲው የተቀበለው በኢኮኖሚክስ ትምህርት ነበር። እዚያ በቆየበት ጊዜ ግን በአብዛኛው የታሪክ፣ የፍልስፍናና የሳይኮሎጂ መጻሕፍትን በብዛት በማንበብ ጊዜውን ስለሚጠቀም በዋናነት የሄደበትን ትምህርት እንደነገሩ ነበር የሚማረው።

አንድ ለአጭር ጊዜ ለማስተማር ከካናዳ የመጣ የታሪክ ፕሮፌሰር ፍላጎቱን ስላየ ያለውን ክሬዲት ይዘውለት ታሪክና ፍልስፍናን አጣምሮ የሚያጠናበትን መንገድ እንደሚያመቻችለት ተስፋ ሰጠው። ይህም ካሰበው በላይ በዐጭር ጊዜ ተሳክቶለት ጉዞውን ወደ ቶሮንቶ አቀና። ቶሮንቶን በጣም ነው የሚወዳት። ጽድት ያለችና የዓለም ሕዝቦች ሁሉ የሚወከሉባት በባህል የበለጸገች ከተማ ናት። የአውሮፓና የአሜሪካ ውሕደት አላት። ሰውንም ከአውሮፓ ይልቅ ተግባቢና ለውጪ ሰው ልበ ክፍት ሆኖ ነበር ያገኘው። ትምህርቱንም እንዳሰበው በሁለት ዓመት አጠናቆ የመጀመሪያ ድግሪውን በኢኮኖሚክስ ያዘ። ታሪክና ፍልስፍናን ማይነር አድርጎ መማር ችሎ ነበር።

በዛው ቀጥሎ ኮሚኒቲ ደቨሎፕመንት ኤንድ ግሎባል ሊደርሺፕ (የኅበረተሰብ ልማትና ዓለማቀፍ አመራር) በማስተርስ ደረጃ አጠና። የጥናት ጽሑፉም 'አፍሪቃውያን በአለም አቀፍ የመሪነት እርካብ ላይ ድሮና ዘንድሮ' በሚል ታሪክን የተመረኮዘ በፍልስፍና የተቀመመ ወጥና ኦሪጂናል ሥራ ነበር። በሥራው በጣም በመመሰጣቸው የፒኤችዲ ዕድል በቀላሉ ቢሰጡትም 'እስኪ ደግሞ የተማርነውን መሬት ረግጠን እንፈትሸው' ብሎ ነው ወዳገር ቤት የተመለሰው። በመሃል አንድ ጊዜ ሣራ ስታገባ ለሁለት ሳምንት አሜሪካ ሄዶ ጐብኝቶ ነበር። አሜሪካ ከኑሮ አኳያ ብዙ የሚወደድ ነገር እንዳለ ቢያይም፣ ሥራው እዚሁ እትዮጵያ ነው የተቆለለው

ብሎ ስላመነ የእርሱ ምርጫ አሁንም እዚሁ ኢትዮጵያ መኖር ሆኗል ። የውጪ ኑሮን ብርቅና ብርቅርቅ ነው የሚለው። ሥጋ አድማቂ ነፍስ አድቃቂ ስለሆነ ነው እንዲህ የምለው ይላል።

እንግዲህ አሁን ወደ አራት ዓመት ግድም ሊሆነው ነው ትምህርቱን ጨርሶ ወደ አገር ቤት ከተመለሰ። መጀመሪያ ላይ የአፍሪካ ኢኮኖሚ ኮሚሽን (ኢሲኤ) ነበር ሥራ የጀመረው። ደሞዙ ጥሩ ቢሆንም፣ ድርጅቱ የገንዘብና የሰው ጠር ነው ይላል። ሥራው እንደ 'ክፉ' ጌታ ሠራተኞቹን በሚሰጣቸው ምቾት ጠፍሮ ዐላማውና ውጤቱ ለማይገባቸው ሥራ የዕድሜያቸውን እፍታ እያስገበረ ራሱን አደልቦ የሚኖር ድርጅት ነው ባይ ነው። 'ለኢሲኤና በኢሲኤም የሚወጣው ገንዘብ ለድኻው ሕዝብ በጥሬው ቢከፋፈል፣ የተሻለ ኢኮኖሚያዊ የእድገት እመርታ በድኻ አገሮች ዘንድ ይታይ ነበር' እያለም ይቀልዳል። በትልቅ ተራራ ላይ ትንሽ ቤት ከሠራ ሰው ይልቅ፣ ትንንሽ ድንጋዮችን ተጠቅሞ ትልቅ ሕንጻ የሠራ ነው ትልቅ ሰው ይላል። ስለዚህም አነስ ባለ ደርጅት ውስጥ ፋይዳ ያለው ተለቅ ያለ ሥራ መሥራት እችላለሁ ብሎ ነው አሁን የሚሠራበት መሥሪያ ቤት የገባው። ጣሪያው እንደ ሰማይ በራቀ መሥሪያ ቤት ወለል ላይ በመንፈራፈር እጅግም ለውጥ ማምጣት አዳጋች ነው ይላል።

ከዚህም በተጨማሪ በችግሩ ፏፏቴ እየተደነቁና እየተጨነቁ ከመኖር ወደ ስሩ ወደ ምንጩ ጨክኖ መድረሱ ነው የመፍትሔው ከፊል ሥራ ብሎ ስለሚያምን አብዛኛውን ጊዜውን ታሪክን፣ አስተሳሰብን፣ እምነትንና የተለያዩ አካባቢዎችን በማጥናት ነው የሚያውለው። አሁን አሁን ደግሞ የአስተሳሰብና የአእምሮ ተግባር መዛባትና መበላሸት ነው የአብዛኛው ችግር መንሥኤና ምንጭ ብሎ ወደ ማመኑ ደርሶአል። አስተሳሰባችን የችግሩ ምንጭና መንሥኤ ብቻ ሳይሆን ገፈት ቀማሽም ነው የሚለውን እይታም ይቀበላል። ከመፍትሔ አንጻር ግን ከአእምሮና ከአስተሳሰብ ለውጥ ያልጀመረ ሥራ ፋይዳ ያለው ለውጥ ያመጣል ብሎ አያምንም። አስተሳሰብና አእምሮ ደግሞ የሰውን ሕይወት የሚመራ በሰው ውስጥ ያለ አቅጣጫንና መድረሻን ወሳኝ ነገር ነው። ስለዚህም ግዙፉ ሥራ ያለው አገር ምድሩ ላይ ሳይሆን ሰው ጭንቅላት ላይ ነው ባይ ነው።

የቀረባቸውን ሁሉ ባንድም በሌላም የተነጠቀው መላኩ ልቡን ለማንም በቀላሉ መስጠት አይሆንለትም። በቀላሉ የሚወደድ ጠባየ መልካም፣ ዕውቀተ ብዙ ቢሆንም፣ ልቡን ግን አርቆ ነው ማንም ከማይደርስባት ከጨረቃ ባሻገር ከጠፈሩ የሰቀላት። ልቡ ግን የጠፈሩን ቅዝቃዜ አልወደደችውም። እንደ ቦቢ ለጥ ብላ የተኛች ብትመስልም፣ እንደ ማሙሽ የሞቀ ቤትና የሌላ ሰው የልብ ምት ማዳመጥና ጠጋ ብላ መኖር ትመኛለች። ይህን ሁሉ የቀሰቀሰው ደግሞ ለጊዜው ለመላኩ ፍንትው ብሎ ባይታየውም፣ ለማየትም ባይፈልግ፣ በሶለን ሕመም ሳቢያ ድንገተኛው የሰሎሜ መሂድ የፈጠረው የውስጥ ነውጥ ነው።

'እንዴ ዛሬ ምንድነው ነገሩ ... አቶ መላኩ ፍልስፍና አበዙ... ወይ ቦቢን ወይ ማሙሽን መሆን ነው ... ባይነዘንዙኝ ጥሩ አይመስልዎትም?' አለ ለሌላ ሰው እንደሚያወራ ሁሉ በመስተዋቱ ውስጥ ያለውን እሱኑ ራሱን እየተመለከተ።

'ቦቢንማ ሆነህ ብዙ ኖርህ እኮ... ... አሁን እንደገና የማሙሽን ሕይወት ለመኖር ... ጊዜው ይመስለኛል..." አለ ከመስተዋቱ ውስጥ ያለው ምስለ መላኩ ለባለምስሉ እውነተኛው መላኩ።

'አንተማ ቀልድ ምናለብህ?... ከመስተዋት ጀርባ ምን ችግር አለ?... እኛ ነን እንጂ እዚህ ... አንተና እነዚያ ሥዕሎችማ ... አይሞቃችሁ አይበርዳችሁ...' አለ ሙግቱን እያጠናከረ።

'እንዴት ባክህ? ... እስኪ ሣቅ ... እኔም እሥቃለሁ... ካለቀስህ እኔም አለቅሳለሁ... እኔኮ አንተም ያንተም ነኝ... እንዲያውም ምስኪኑ እኔ... አንተ ከሆንኸው በላይም ውጪም እኮ መሆን አልችልም... ባይገርምህ አንተ ከሌለህ እኮ እኔም የለሁ... አንተ ግን አሁን ሲነጋ ... ደስ እንዳለህ ነው.. ዘንጠህ ደስ ወዳለህ መሄድ ትችላለህ... እኔና እነዚህ ሥዕሎች ግን ሁሌም እዚቹ መኝታ ቤትህ አንተ እንደሆንኸው ሆነን ነው የምንጠብቅህ?...' ሲለው ምስሉ።

'ወይ ጣጣ... እሺ .. የኛ ምስለ-መላኩ ... እንግዲህ ምን ላድርግ ማለት ነው?' ሲል ቀበል አድርጎ...

' ፍርሀትህ ከከተተህ የእንቅልፍ ዓለም ውጣ... እንቅልፍ የሽሽት ዓለም ሳይሆን የዕረፍት ሰዓት ነው።... አንተ ግን ይኸው ... ብዙ ጊዜ ሆነህ እኮ ... በመፈላሰፍና በገዛ ጭንቅላትህ ውስጥ ተደብቀህ ... ባለፈው ዘመንህ ላጣሃቸው የልብህ ተጣማሪዎችና የሕይወትህ ትርጉሞች ... ብቸኛው መልስ ... ልብህን በድፍረት ሰጥተህ ልባቸውን በፍቅር የምትቀበላቸው ሌሎች ሰዎች ናቸው'።

'ጥሩ ፍልስፍና ነው... እንደ ማውራት ቢቀል...' ብሎ ጥርሱን ብልጭ ለማድረግ ሲሞክር፣ ምስሉ ግን አሁንም ኰስተር እንዳለ ነው።

'ባይገርምህ ... አንተ መኝታ ቤት ውስጥ ያሉት የቦቢና የማሙሽ ሥዕሎች ብቻ ናቸው ዕድሜ ልካቸውን ከእንቅልፋቸው የማይነቁ ...፣ ከመሬት ተጣብቀው ከእናታቸው ጀርባ ሳይወርዱ እንዳንቀላፉ ዕድሜያቸውን የሚጨርሱ.... በእውኑ ዓለም ግን ቡችላዋ ቦቢም ሆነች ሕፃኑ ማሙሽ አድገው፣ እነሱም ባለቡችላና ባለማሙሽ የሆኑ ዐዋቂ ነዋሪዎችና ደስተኞች ናቸው።' አለ ምስለ መላኩ። ዛሬ ለመጀመሪያ ጊዜ ምስለ መላኩ ከመላኩ ጋር ተሟግቶ ሊያሸንፍ ነው መሰል።

ክርክሩን በመቀጠል፣ 'አሁን አንተ እንዴ ፍልስፍና፣ አንዴ ታሪክ፣ አንዴ

ኢኮኖሚክስ አንዴ ዓለማቀፋዊ አመራር .. እያልህ በያገሩ በየኮሌጁ ዞርህ ... ስንት መጽሐፍ አነበብህ ... የኢትዮጵያ ሕዝብ ጭንቅላትና አስተሳሰብ ነው መቀየር ያለበት ... አለበለዚያ አገር አይቀየርም ...፤ ለዘመናት ከተኛንበት የአስተሳሰብና የድኽነት እንቅልፍ ልንነቃና ራሳችንን ፈልገን ማግኘት አለብን ምናምን ትላለህ ... አይደል ...?' መላኩ ዝም ብሎ ምስሉ ላይ አፍጥጦ መስማቱን ቀጠለ።

'ግን አየህ አንተ ራስህ ማንም ሊያነቃህ በማይችል ጥልቅ እንቅልፍ ውስጥ ትገኛለህ... የቡችላና የሕፃን ሥዕል ጢት ማታ እያየህ። አንተ ራስህ የሕይወት ቡችላ፣ የኑሮና ያስተሳሰብ ጨቅላ ነህ፤ ያንተ ፍልስፍና ራስህን ካልለወጠልህ እንደ ማሙሽ ልቅሶ ወይም እንደ ቡችሊት ጩኸት ነው ...።' ብሎ በቀጨመ ፊት ተፋጠው እንዳሉ ምስለ መላኩ አሁንም በንዴት ቀጠለ።

'ፍርሀትህን ስታሸንፍ፣ ሽሽትህን ስታቆም ነው መለወጥ የምትጀምረው፤ ማንነትህንም የሚሸፍኑልህ ጠንካራ አጥሮችህ ተነሥተው ተቀርቅረህ ከተወተፍህበት የልጅነት ምኞትህና የእሹሩሩ በሉኝ ጎሬህ ስትወጣ ነው እድገትም ለውጥም ያለው። የሌለህን ለመስጠትና ባልደረስህበት ደረጃ ሌሎችን ለማድረስ መፍጨረጨህን አቁመህ የአስተሳሰብና የልቦና ለውጡ ላንተው ይሁንልህ ወዳጄ።

'ሌሎችን ለመለወጥ ለምታደርገው ጥረት ትልቁ እርምጃና ለነሱም የምትውልላቸው ሊከፍሉት የማይችሉት ውለታ ምን መሰለህ... ራስህን መለወጥ ነው። ሁሌስ ጋንዲ እንዲህ አሉ እያልህ ትደሰኩር የለ! ...' 'በዓለም ላይ ማየት የምትፈልገውን ለውጥ አንተው ሁነው' ... ልክ ነው ... አንተ የሚለው ግን አንተን አይጨምርም ማለት ነው?... ወይስ አንተን መልአከ ጋንዲ እንበልህ... ጋንዲም እኮ ያንን ኖረው ነው እንዲያ ያሉት ... ለነገሩ ቢሮህ የሳቸው ፎቶ ስላለ ነው እንደዚያ ያልሁት ... ምስል ትወዳለህ ... እኔንና መኝታ ቤትህ ግድግዳ ላይ የሸነቀርካቸውን ሥዕሎች የምትወደን ለዚያ ሳይሆን ይቀራል ብለህ ነው?... አሁን ምስሉንና ፍልስፍናውን ቀነስ አርገህ ኑሮውን ብታጠብቀው ምን ይመስልሃል?..."

'በቃ በቃ...' እያለ እጁን እያወናጨፈ ከምስለ መላኩ ለመራቅ ይመስል ወደ ሳሎን አመራ። ማታ የጀመረውን ውሃ ተጐነጨና ማሰብ ጀመረ። አሁን አነጋጉ ላይ ነው። ሰማዩ ያህያ ሆድ መስሎአል፤ ሌሊቱ ሊነጋ ነው። በልቡም እንዳች የሕይወትና ያስተሳሰብ ንጋት ፍንጣቂ ታየው። ለዛሬ ጠዋት ነበር ከሰሎሜ ጋር ቤተ ክርስቲያን ሄደው ከዚም የጻፈውን ጽሑፍ እያዩ ለማውራትና አብረው ለመዋል ዕቅዳቸው። ትናንትና ሁሉንም ለውጦታል። እሷም ድንገት በወንድሟ ላይ በደረሰው አደጋ ምክንያት ወደ አሜሪካ ሄዳለች። ይህንን ሁሉ ጉድና ኮተት ከልጅነት እስከ እውቀት ፍርሀቱንና የብቸኝነቱን ስሜት ምን እንደ ቀሰቀሰብት ለማሰብ ሞከረ። ከምስለ መላኩ ጋር ያደረገውን ጥልቅ ውይይትስ ምን አመጣው ብሎ መጠየቁም አልቀረ። በደንብ ሲያስበው ሰሎሜንም የተነጠቀ ያህል

ስለተሰማው ውስጡ የተቀሰቀሰው ፍርሀት የሆነ መሰለው። እርሷ ይህንን ያህል በልቤ ውስጥ ስፍራ አግኝታለች ማለት ነው? ብሎ ራሱን ጠየቀ።

የሚሰማውን ስሜትና ምን ያህል ልቡ እንደናፈቃት ላለማመን ከራሱ ጋር ክርክር ሊያደርግ ሲሞክር አንዳች ነገር አስቆመው። ይህንን ማድረግ ታጥቦ ጭቃ መሆንና ከእውነቱ መሸሽ የፈሪ ኑሮ ስለመሰለው ለመጀመሪያ ጊዜ ለሰሎሜ ያለውን ጥልቅ ፍቅር ለራሱ በማመን ከአጠገቡ እንድትሆንለት ተመኘ። የተቀመጠበትን የሶፋ ትራስ ዐቅፎ ልቡን ከሰቀለበት ሩቅ ጠፈር አውርዶ ከሳምባዎቹ መካከል ወደሚገኘው የተፈጥሮ ቦታው መለሰው። ተሰምቶት የማያውቅ ደስ የሚል ሙቀትና የመለወጥ ፍላጎት ዐደረበት።

የሰሎሜ ባጠገቡ አለመኖርና ርቃ መሄዷ የፈጠረውን ህመም ግን አሁንም ማስታገሥ አልቻለም። ስልኩን አንስቶ ያነሣትን ፎቶዎች ማየት ጀመረ። ደስታ፣ ሣቅ መፈንደቅና መፍለቅለቅ ይታይባታል። አንዱን ፎቶ ሲያይ፣ ሳያውቀው ፈገግ አለ፣ ምላሷን አውጥታ ስታሾፍበት ነው ያነሣት። ነፋሱ ደግሞ ፀጉሯን በታትኖ አንጨባሮት ስለነበር አሥቂኝ አድርጎአታል። ልታጠፋው ሞክራ በመከራ ነው ያስቆማት። አይኗን ቦዘዝ አድርጋ ስታየው ያነሳት የሚቀጥለው ፎቶ ደግሞ እርሷ ብቻ የምትችለውን ፈገግታ ያሳያል። ሳያስበው ፎቶውን ሳመው። 'ወይ ጉድ!' ብሎ ሲነዘንዘው ወደ ነበረው የሐሳብ ፍሰት ተመለሰ።

የለውጥ ብቸኛው መንገድ ልብና አእምሮ አንድ ቋንቋ ሲናገሩና ላንድ ሐሳብ ሲኖሩ መሆኑ ለመጀመሪያ ጊዜ በራለት። ይህንን አሁኑኑ ለሰሎሜ ማካፈል ቢፈልግም፣ እርሷ አሁን በአትላንቲክ ውቅያኖስ ላይ ሰማይን ሰንጥቃ ወደ አሜሪካ እየገሠገሠች ነው። ለረጅም ጊዜ ልቡ ለአእምሮው መንገር የሚፈልገው ብዙ ነገር ቢኖርም፣ በመካከላቸው ያለው ገደል መስናክል እንደሆነበት ገባው። አሁን ግን ልቡና አእምሮው የተቀራረቡ መሰለው። ግን ደግሞ ይህ ሊጎለጉል የሚችለው ስንት የታሸገ የሕይወት ዶሴና ያለፈ ዘመን ጓዝ በቅጡ የገባው አይመስልም። ቢሆንም እንደገና የመተኛት ፍላጎት አልተሰማውም። ቡና አሰኘው። ቡና ከጠጣ ደግሞ የበለጠ ይነቃል። አሁን መተኛት ሳይሆን መንቃት ነው የፈለገው። የተኛ አእምሮ የሌለ አእምሮ ነውና። ብዙ የተኛ አርፍዶ ነው የሚነቃው። አርፍዶ የነቃ ደግሞ ቢሮጥም ቢንጠራራም የማይደርስባቸው ወርቅማ ዕድሎች ያመልጡታል።

ህልም

ኦሄር በቺካጎ ከተማ የሚገኝ በጣም ግዙፍ አውሮፕላን ማረፊያ ጣቢያ ነው። በዓለም ላይ ካሉ ብዙ አውሮፕላኖችንና መንገደኞችን በማስተናገድ ከታወቁ ታላላቅ አየር ማረፊያዎች አንዱ ነው። በቺካጎ ከተማ ሰሜናዊ ምዕራብ አቅጣጫ የሚገኝ ሲሆን ከዋናው የከተማው ክፍል እጅግም ሩቅ አይባልም። ትልቅነቱ ወሰን የለውም፣ በከተማ ውስጥ ያለ ከተማ ነው ይሉታል። ለነገሩ ቺካጎም እጅግ ግዙፍ ከተማ ናት። ካሜሪካ ሦስተኛ ትልቅ ከተማ ናት፣ በውስጧና ባካባቢዋ በሚኖረው የሕዝብ ብዛት። ወደ ሦስት ሚሊዮን የሚጠጋ ሕዝብ በከተማው ሲኖር፣ ከከተማው ተያይዘውና ተቀራርበው ያሉ የዙርያ ገባ ከተሞች ከተቆጠሩ ደግሞ ደሪው ወደ ዐሥር ሚሊዮን ይጠጋል። ባሜሪካ ረጅሙ ሕንጻ ያለውም እዚሁ ቺካጎ ውስጥ ነው፣ ሲርስ ታወር ይባል ነበር ለረጅም ጊዜ፣ አሁን ደግሞ ከቅርብ ጊዜ ወዲህ ዊሊስ ታወር ተብሎአል። ጫፉ ላይ ሲወጣ በቺካጎ ዙሪያ ያሉ ሦስት ግዛቶች ድረስ ዘልቆ ያሳያል፣ ፀሐያማ ብራ ቀን ከሆነ። ማታ ላይ ከሆነ ደግሞ የተንጣለለውን የከተማዪቱን ስፋት መሬቱ ላይ የፈሰሰ የብርሃን ቆሎ በሚመስለው የከተማዪቱ መብራት ለዐይን እስኪታክት ማየት ይቻላል። አንጋጠው ቢያዩት አንገት የሚቀነጥሱት ረጃጅም ሰማይ ጠቀስ ሕንጻዎች እንደ ጅብራ ተገትረው ለከተማዪቱ ግርማ ሞገስ አላብሰዋታል።

ቺካጎ ከትልቅነቷ ባሻገር ጽዱና ውብም ናት። በአረንጓዴ ያታክልት ስፍራና ጫካ የተሞላች በሚቺጋን ሐይቅ የተከበበች ከተማ። ቻይና ሰፈር፣ ግሪክ ሰፈር ምናምን እየተባለ ደግሞ ሁሉን ባህል የሚያስተናግዱ የከተማዋ ክፍሎችም አሉ። የጥቁሩም ቁጥር ከብዙ ከተማዎች ይልቅ ይበዛል። ከሦስቱ አንዱ የከተማው ነዋሪ ጥቁር አሜሪካዊ ነው። ድኽነት ባጠቃው የደቡቡ የከተማዋ ክፍል ነው የጥቁሮቹ መኖሪያ ባብዛኛው። የመጀመሪያው ጥቁሩ የአሜሪካ ፕሬዚዳንት ኦባማም ሃዋይ በተባለችው ምድረ ገነት ምዕራባዊ የአሜሪካ ግዛት ቢወለዱም ከዚቹ ከተማ ነው ለመመረጥ የበቁት። እኚህ ሰው የሃርቫርድ ምሩቅ ጠበቃ የሕግ አስተማሪ ነበሩ እዚችው ከተማ ውስጥ። ከዚያም የግዛቲቱ ሴናተር ሆነው ጥቂት ከቆዩ በኋላ ነው የሕግ መወሰኛ ምክር ቤት አባል በመሆን ወደ ዋሽንግተን ዲሲ የተላኩት። ሁለት ዓመት ሳይሞላቸው ደግሞ ያገሪቱ መሪ ለመሆን በቁ።

በደቡባዊው አሜሪካ ግዛቶች ተንሰራፍቶ የነበረው አስከፊ የባርነት ኑሮ በሚሊዮን የሚቆጠሩ ጥቁሮችን ሕይወት ያጨለመ ነበር። ይህም በሕግ በ1860 እ.ኤ.አ በመታገዱ ባገሪቱ ታሪክ ታይቶ የማይታወቀው የእርስ በርስ ጦርነት ተቀሰቀሰ። በዚህ ጊዜ ያገሪቱ መሪ የነበሩት አብርሃም ሊንከን ይህችው ከተማ ካለችበት ግዛት ነው የበቀሉት። ዓለም ሁሉ አንቱ ብሎ የሚማልልላት የቴለቪዥን ንግሥት ኦፕራህ ዊንፍሪም ሥራዋ እየተዘጋጀ የሚሠራጨው ከዚሁ ከቺካጎ ነው። የሙዚየሙ፣ የኮሌጁና የመዝናኛው ብዛትማ ልክ የለውም። ያላገቡና በጣም የተማሩ ወጣቶች ይበዛሉ ይባላል እዚህ ከተማ። ቺካጎ ነፋሻማዋ ከተማ በክረምት በረዶዋና ብርዷ እንጂ ምን እንከን ይወጣላታል?

ከተማው ተለቀና አበሻውም ተሰበጣጥሮ ስለሚኖር እምብዛም አይታይም እንጂ ቁጥሩ ትንሽ አይደለም። አበሻ የሚበዛባቸው ሰፈሮችና የመኖሪያ ሕንጻዎች እንደ ሌሎች ያሜሪካ ከተሞች ሁሉ እዚህም አሉ። በሰፈሮቹ ያበሻ ምግብ ቤት፣ በሕንጻዎቹም ውስጥ የእንጀራ በወጥ ሽታ አይጠፋም። ተሳክቶላቸው በከፍተኛ ሙያ አልያም የራሳቸዋን ንግድ የሚመሩ ኑሮ የቀናቸው አበሾች ቁጥርም ቀላል አይደለም እዚህ እቺካጎ ውስጥ። ሆኖም ግን ወንዱ ታክሲና ፓርኪንግ፣ ሴቱም ሱቅና ፋብሪካ ተቀጥሮ የሚሠራ ነው የሚበዛው። እዚህ አገር ምን ትሠራለህ? ከሚለው ይልቅ ትሠራለህ ወይ? የሚለው ነው ትልቁ ጥያቄ። የሚያሳፍረውና የሚያስከፋው አለመሥራት ብቻ ነው። ምንም ይሥራ ምን ሁሉም እንዳቅሙ ባይደላውም ሳይከፋው መኖር ይችላል። ደግሞ እንደማንኛውም የመጀመሪያ ትውልድ ተሰዳጅ ኑሮን ለማቅናት ደፋ ቀና ሲሉ ዕድሜ መሸሹ የማይቀር ነው። ሳይማሩ፣ እንግሊዘኛውንም በቅጡ ሳይለምዱ ከባህሉም ጋር ሳይዋሐዱ ብዙ አበሾች ዕድሜያቸውን ያገባድዳሉ። ልጅና ቤተ ሰብ ያለው ደግሞ አገር ለምዶ ቤተ ሰቡን ቦታ ቦታ እስኪያስይዝ ሲማስን ዕድሜና እድል ተሙለጭልጮ ያመልጠዋል። ከዚያም ብዙ ሰው ላገሩ ብቻ ሳይሆን ለልጆቹም ባዕድ ይሆናል።

በአየር ማረፊያው ግድግዳ ላይ የተሰቀለው ቴሌቪዥን መሳይ ሰሌዳም አውሮፕላኑ እንዳረፈ ያሳያል። ሰሎሜን ሊቀበላት የመጣው ሕያው ሲሆን ጓደኛው ክብሮምም አብሮት አለ። ሕያውና ክብሮም አብረው ነው የህክምና ትምህርት የተማሩት፤ ክብሮም አሁን በኩላሊት ህክምና ዘርፍ እየሠለጠነ ነው። ወላጆቹ ኤርትራውያን ሲሆኑ ደርግ ወድቆ በአመቱ ነው መጀመሪያ ወደ ስዊድን፣ ከዚያም በሦስተኛው ዓመት ወደ አሜሪካ የመጡት። አባቱ ከሞቱ በኋላ ብዙም ሳይቆዩ ነው የክብሮም እናት ሁለቱም ልጆቻቸው ቦታ ቦታ ስለያዙላቸው በዕድሜ የገፉ ወላጆቻቸውን ለመጦር ወደ ሃገር ቤት የተመለሱት። የክብሮምና የነሕያው አባቶች ዩኒቨርስቲ ለመጀመሪያ ዲግሪያቸው ሲማሩ ጀምሮ ወዳጆች ናቸው።

በእናታቸው ኤርትራዊት የሆኑት ወይዘሮ ሕይወት ከክብሮም እናት ጋር አብሮ አደጎችም ናቸው። አባታቸው ደግሞ የአዲግራት ሰው ናቸው። የወይዘሮ

ሕይወት እናት እነሰሎሜ ገና ሕፃን ሳሉ ነው የሞቱት። አባታቸው ግን ከሚስታቸው ቀደም ብለው ተፋተው ስለነበር ያለፈውን አርባ ዓመት አካባቢ መቀሌ ነው የኖሩት። ወይዘሮ ሕይወት ደግሞ ያደጉት ከናታቸው ጋር አዲሳባ ስለነበር ካባታቸው ጋር እስከ ቅርብ ጊዜ ድረስ እምብዛም አይቀራረቡም። ባለፉት ዐሥራ አምስትና ሃያ ዓመት ውስጥ ግን ቀስ በቀስ ቅርርባቸው ጨምሮአል። ሰሎሜም ወንድ አያቷን መቀሌ ሄዶ የመጠየቅ ሐሳቧ አልተሳካላትም እንጂ ሁሌም ነው የምትናፍቀው። ከእሷ ብዙም በዕድሜ የማይበልጡ አጎትና አክስቶችም አሉዋት።

ክብሮም ሁልጊዜም እናቱ አሜሪካ መጥተው እንዲኖሩ ይፈልጋል። እሳቸው ግን በጄም አላሉት። አግብተህ ስትወልድ ብቻ ነው ልጆችህን ለማሳደግ የምመጣው ብለው አጣብቂኝ ውስጥ አስገብተውታል። ክብሮም በባህርዩ ገንዘብ ቆጣቢ ቢሆንም መዝናናትና መጓዝ ይወዳል። በጣም ጠንካራ ሠራተኛ ነው። ጥሩ ጓደኛና ለወደደው ሰው ሟች ነው። መልክና ቁመናው ወንዳወንድ የሚባለው ዐይነት ሲሆን ብዙ ሴቶች በቀላሉ ይወዱታል። እልኸኛና ተከራካሪ ቢሆንም፣ በቀና ልቦናውና የዋህነቱ ብዙ ሰው ተቀይሞም አይቀየመው። ቂም የሚባል የሚይዝ ልብ የለውም። የሚፈልገውን ነገር ለማግኘት ግን የማይቆፍረው ጉድጓድና የማይወጣው ተራራ የለም። ይህም አንዳንዴ ራስ ወዳድ ሳያደርገውና ሳያስመስለው አልቀረም። ከሕያው ጋር በጣም የልብ ወዳጆች ናቸው።

ክብሮም ላለፉት ዐሥር ዓመታት ደግሞ በሰሎሜ ፍቅር ተነድፎ ይሠቃያል። ወደ ኢትዮጵያ ለመኖር ስትመለስ ሰማይ ምድሩ ዞሮበት ነበር። ሰሎሜ ከልቧ ቢያሳዝናትም ቅሉ፣ ከወንድምነት የዘለለ ስሜት ለእርሱ ኖሯት አያውቅም። ወደ መሂጂያዋ ጊዜ እንባው እየተዝረበረበ እያለቀሰ ለእርሷ ያለውን ፍቅር ሲነግራት እሺ ልትለው ምንም አልቀራትም ነበር። ባንድ በኩል በጣም ጥሩ ሰው መሆኑ በሌላ በኩልም የሕያው ጓደኛና የቤተሰቡ ቤተኛ መሆኑ ቢያስጨንቃትም ፈጽሞ ስለሱ ማሰብ እንደሌለባት ቆረጠች።ከሰሎሜ ፍቅር እንደያዘው ሕያውም ወላጆቿም ቢያውቁም ሁሉም ዐውቆ እንዳላወቁ ነው የሚሆኑት። ሶለን ብቻ ነው ብዙም ለክብሮም ግድ የሌለው።

ለሰሎሜም ስለ ክብሮም ያለውን አመለካከትና የሚሰማውን በግልጽ ነግሯታል። ሶለን አእምሮው ውስጥ ያለውን ሳይቀንስና ሳይጨምር የሚናገር ሰው ነው። እንዲያውም አንድ ጊዜ 'ክብሮም ጥሩ ሰው ነው ላንቺ ግን ባል አይሆንሽም' ብሎ አፍ አውጥቶ ነግሮአታል። አንድ ጊዜ እንደ ወትሮው ሁሉንም ነገር አፍረጥርጦ ሲያወራት፣ ልቧ ቢያውቀውም የእርሱን ምክንያት ለማወቅ "ለምን?" ብላ ስትጠይቀው፣ ወደ ኩሽና ውስጥ ወስዶአት አንድ የጎድጓዳ ሳህን ክዳን አምጥቶ ምድጃው ላይ ያለውን ክፍት ብረት ድስት አሳያትና "እስኪ በዚህ ይህንን ክደኚው" ሲላት "እ..ህ አይገጥምማ.." ስትለው፣ "በቃ ቀላል ነው አይገጥምም አያምርምም አለቀ... ክብሮምና አንቺም ለትዳር አትገጥሙም አታምሩምም።" ብሎ ጥሎአት

እንደሄደ ሁሌም ትዝ ይላታል። ይሄ ለውሳኔዋ ትልቅ አስተዋጽኦ ነበረው።

ሰሎሜ የፍተሻ ክፍሉን ጣጣ ጨርሳ ሻንጣዋን እየገፋች ሰው ሁሉ ቤተ ዘመድ ወዳጁን ከሚጠብቅበት ቦታ ደረሰች። ያው ያሜሪካ ፓስፖርት ስላላትና ብዙም ጓዝ ስላልነበራት በፍጥነት ነው ፍተሻውን ጨርሳ የወጣችው። በዐይኗ እያማተረች ጥቂት እንደ ፈለገች ከሩቅ እነ ሕያውን ስታይ እጇን እያውለበለበች ወደነሱ አቀናች። ከዚያም በሩጫ ሄዳ ሕያው ላይ ጥምጥም አለችበት። ገና በቅጡም ሰላም ሳትለው ከቁጥጥሯ ውጭ ሆኖባት ማልቀስ ጀመረች።

"ጢኒ አይዞሽ እግዜር ያውቃል። ደግሞ ያው የሚቻለው ሁሉ እየተደረገ እኮ ነው። ምን ይደረጋል እንግዲህ" አለ ሕያውም የራሱን እንባ በግድ ተቆጣጥሮ፤ እሷን ለማባበል እየሞከረ። ከዚያም ከጥቂት ደቂቃ በኋላ ነገሩ ረገብ ሲል እንደ ምንም ብላ ወደ ክብሮም ዞራ፣ "ክብርሽ እንዴት ነህ? እንዴት አለህ?" አለች ልቅሶዋን ተቆጣጥራ በግድ ፈገግ ለማለት እየሞከረች። እርሱም ጥቂት የማበረታቻ ቃላትን ለመናገር እየሞከረ ተቃቅፈው ሰላም ተባባሉ። ገና ሲያያት ውስጡ ተዳፍኖ የቆየው የመውደድ ስሜት አገረሸበት።

የዓለም አቀፍ ተጓዦች በሚወጡበት በር ወጥተው ከአንዱ የአየር ማረፊያ ክፍል ወደ ሌላው በሚያጓጉዘው የውስጥ ለውስጥ ባቡር ተሳፈረው መኪናቸውን ወዳቆሙበት ስፍራ አመሩ። ሕያው በመደዳ ሦስት ቀን ከሶለን ጋ ሆኖና ተረኛ ሆኖ ያለ እንቅልፍ ስለከረመ ድክም ብሎታል። ስለዚህ የክብሮምን መኪና ነው የያዙት። ክብሮም ሁሌም ትልቅ መኪና ይወዳል። ሊንከን ናቪጌተር ነው የሚነዳው። መኪናው ያሜሪካ ሥሪት ሲሆን ምድቡ የቤተሰብ የምቾት መኪኖች ከሚባሉት ውስጥ ነው። ውስጡ የሀብታም ቤት ነው የሚመስለው። አዲስ ከመሆኑም ባሻገር ያው እንደ ክብሮም ንጽሕናውም የተጠበቀ ነው። ውስጡም ውጪውም ብርማ ቀለም ነው ያለው።

"ክብርሽ በቃ እንደተመኘሃት ገዛሃት አይደል ይቺን መኪና? እንዴት ነው ወደድከው?" አለች ሰሎሜ አሁንም በጥረት ፈገግታዋን እየቸረችው። "አሪፍ ነው። ያው የነዳጅ ጠር ነው እንጂ" ሲል፣ "ታድያ ምን አለ እርሶ ሃኪም፣ ከሰዉ ኩላሊት የሚመረተው ብር ምን ሊደረግበት?" አለች፡፡

" አዬ ሰሊ ... እኛማ ምናለን ብለሽ፤ ጭንቅላት ከፋቾች ባለሚሊዮን ዶላር ቀዶ ሃኪሞችን ነው እንጂ እንዲህ ማለት።" ብሎ ወደ ሕያው ዞር ብሎ ሲቀልድ፤

"እኛማ ምስኪን ኒሳናችንን እንንዳ እንጂ.." አለ ሕያው የግዱን በቀልዱ ለመሳተፍ ያህል። እርሱ ደግሞ ኒሳን ሙራኖ ነው የሚነዳው። የቅንጦት ተብሎ ባይፈረጅም የድኻ መኪና ሊባል የሚችል ግን አይደለም። ምቹና ፍጥነት ያለው

ጥሩ መኪና ነው።

"ሰዉ ጫማ አጥቶ ለበረባሶ ይጋደላል እናንት የደላችሁ ቀልዱ…" አለች ሰሎሜ ከየት እንደመጣች እንዳይረሱ በሚል ይመስል።

"የምር የምር ምንድነው የምትነጂው አንቺ እዚያ?" አለ ክብሮም፡፡ "አታውቃትም ባክህ ቪ.ትዝ የምትባል ድንቢጥ ናት፤ ቶዮታ በተራረፈ ዕቃ የሠራት ጉርሻ የምታክል መኪና ናት፤ ያገራችን ቅንጡዎች የቦሌ ባጃጅ ይሉዋታል።"

"ባጃጅ ደግሞ ምንድን ነው?" አለ ሕያው ግራ ገብቶት፤

"ከህንድ አገር መጥተው ያዲሳባን ዳርቻና ካዲሳባ ውጪ ያሉትን ከተሞች ያጥለቀለቁ ባለሦስት እግር የመኪናና የጋሪ ሃይብሪድ (ድቅል) ናቸው መሰል፤ የፈረንጅ በቅሎዎች ነው እኔ ምላቸው፤ አይወልዱም አይዋለዱም፤ የማይገቡበትም ሰፈር የለም፡፡ ሰውን ግን ከታክሲና ከጋሪ መከራ እንዳወጡት ነው የምነግርህ፤ የእኛ መኪና ደግሞ ከነሱ ሻል፣ ከሌሎች መኪኖች አነስ ያለች ስለሆነች ነው እንደዚያ የሚሏት" ስትላቸው ሁሉም ሣቁ።

ከአየር ማረፊያው ወጥተው ወደ ከተማው አመሩ። አይ አሜሪካ የመንገዶቹ አሠራርና ስፋት ይመቻል። አቤት የመኪናው ብዛትና ጥራት ደግሞ! አሁን ወሩ ሚያዚያ ማለቂያ ላይ ስለሆነ ቺካጎ ከነሙሉ ውበቷ ነው የተቀበለቻት። በጸደይ ደግሞ ሁሉ አረንጓዴ ሲሆን ቀኑም ረዘም ማለት ይጀምራል። የሰዉም ፊት ፈካ ማለት ይጀምራል። ከረምቱን ሙሉ ከተጀቦነበት ሽፍንፍኑ ይወጣል። በጋው መጥቶ ራቁቱን ቀረ እንዳይባል ብቻ ብጣሽ ጨርቅ ጣል ማድረግ እስኪጀምር ድረስ ቀስ ቀስ እያለ በስሱ መልበስ ይጀምራል። ደግሞ አቧራና ጭቃ የለም።

የነሕያው ወላጆች የሚኖሩት ከአየር ማረፊያው እምብዛም በማይርቀው ሻምበርግ ውስጥ ነው። ይህ ሰፈር በብዛት ነጮች የሚኖሩበት፣ ብዙ ንግዶችና ባለጸጎች ያሉበት አካባቢ ነው። ትልልቅ የገበያ አዳራሾች፣ የመዝናኛ ፓርኮችና አንቱ የተባሉ ሬስቶራንቶችም ይገኛሉ።

"ሰሊ ያው እንደ ነገርሁሽ ማሚና ዳዲም እቤት ናቸው አሁን፤ አንቺን እየጠበቁ ነው፤ ስለ ደከመሽም ትንሽ ዐረፍ ብለሽ ተጣጥበሽ … ምናምን ቀምሰሽ ብንሄድ አይሻልም ቤቢ ጋ?" አላት ዞር ብሎ ወደሷ እያየ፤ ከኋላ ነው እሷ የተቀመጠችው።

"እንዴ ቤቢዬስ ጋ ማን አለ?" አለች ደንገጥ ብላ፡፡

"የውልሽ እንደ ነገርሁሽ እነማሚ እዚያው ነው ያረፈዱት፤ እኔና

ክብርሽም እዚያው ነበር ያደርነው። አየሽ አሁን አይሲዩ ውስጥ ሲሆን ያለው ኮማ ውስጥ እንደሆነ ነው። ደግሞ ከፍተኛ ክትትል እየተደረገለት ስለሆነ አጠገቡም ብዙ መቆየት አይቻልም። ደግሞ በቃ ምንም የሚደረግ ነገር እኮ የለም... ማለቴ ትንሽ እስኪሻለው ድረስ..." አለ ለማስረዳት ቃል እያጠረው፡፡

"በቀጥታ እዚያ ሄደን አየት አድርገነው ብንመጣ ደስ ይለኝ ነበር ግን እኔ..." አለች ሀዘን በሞላው ፊት።

" ጢኒዬ አሁን ወደ down town ብንሄድ ጭንቅንቁ ውስጥ ከገባን አንወጣም። ግን ቤት ደርሰን ትንሽ ቆይተን ብንሄድ የመኪናው ጭንቅንቅም ቀለል ይላል፤ ሄደንም የፈለግነውን ያህል መቆየት እንችላለን፤ ግድየለሽም እመኚኝ" አለ ሕያው ድካሙን ለመደበቅ እየሞከረ።ስታየው አሳዘናትና ወላጆቿንም የማግኘቷ ናፍቆት ስላየለባት የግዷን፣ "እሺ አንተ ካልክ ... በቃ ዝም ብለን መጀመሪያ ወደ ቤት እንሂዳ። ግን ግን ቆይ ትናንት በስልክ ያልኸኝ ነገር ምንም አልገባኝም። ማንና ለምን ይህንን እንዳደረገ ምንም የታወቀ ነገር የለም? ፖሊሶቹን በደንብ ልታናግሯቸው ሞክራችኋል?" አለች ግራ ግብቶአት ድብልቅልቅ ባለ የድካም ፊት። አሁንም በሃያ አራት ሰዓት ውስጥ የሆነው ሁሉ ፊልም እንጂ እውን የሆነ አልመስል አላት።

"ጢኒ... ልናናግር ሞክረን ነበር። በቃ ፖሊሶቹም ሁሉንም ነገር ድፍንፍን ነው ያደረጉብን። አደጋው ሲደርስ ጓደኛውም አብራው ነበረች መሰለኝ። ግን በቃ ፖሊሶቹ ምንም ሊነግሩን እንደማይችሉ ነው የገለጹልን። ሁሉም ነገር ምርመራ ላይ እንዳለ ነው የተናገሩት። ለጊዜው ተኳሾቹንም ሆነ ምክንያቱን በትክክል እንደማያውቁ ነው የነገሩን።" አለ ሕያው አሁንም ፊቱ ላይ ድካምና ግራ መጋባቱ እየታየበት።

ሁሉም ለጥቂት ጊዜ ዝም አሉ። የሰሎሜ አእምሮ ግን ዝም አላለም። ብዙ ጥያቄ ቢኖራትም፣ መልሱ ግን ከሷም ከነሕያውም እጅግ የራቀ እንደሆነ ዐውቃለች። ሐሳቧ ደግሞ ፈጽሞ አንድ ቦታ አላረፈም። አንዴ ኢትዮጵያ አንዴ አሜሪካ ዥዋዥዌ ይጫወታል። ሶስናና ብርቄ፣ መላኩና አያቷ ሁሉም በፍጥነት በልቧና በፊቷ ዐለፉ። ሥራም ገና ምንም ሳትነግራቸው ነው የመጣችው። ያክስቷ ባል ነው ኀላፊነቱን የወሰደው፤ ካለቃዋ ጋር ስለሚተዋወቁ። ደግሞ ወደ አሜሪካ ተመለሰች። ቺካጎ ብዙ ትዝታ አላት። የምታየው ሕንጻና ጐዳና ሁሉ የተለያዩ ትውስታዎችን መቀስቀሱ አልቀረም። ከአውራ ጐዳናው ወጥተው ጎልፍ ሮድ የሚባለውን የታወቀ ረጅም የከተማ ውስጥ መንገድ ይዘው ትንሽ ከሄዱ በኋላ ወደነሱ ሰፈር የሚወስደው ዋና መንገድ ላይ ታጠፉ። ወደ ሰፈር አካባቢ ሲቀርቡ ድብልቅልቅ ያለው ስሜቷ የባስ ውስጧን አተራመሰው። ወደ ኢትዮጵያ ስትሄድ

ሶለን ነበር መኪናውን ይነዳ የነበረው። ሌሎቹ ሲያለቅሱና ሲቆዝሙ እሱ ግን ልቡ ቢያዝንም የባጥ የቆጡን እየቀባጠረ ሲያሥቃቸው ነበር አየር ማረፊያው የደረሱት።

“ተጫወቺ እንጂ ሰሊ” አለ ክብሮም የወደቀባቸውን የዝምታ ድባብ ለመግፈፍ።

“እሺ ... አይገርምም ... በጣም ብዙ ነገር እኮ ትዝ እያለኝ ነው፤ ወይ ጉድ... ወይ ሻምበርግ” አለች ሾላ በድፍኑ ዝምታው እንዲሰበር መፈለጓን ብቻ በሚያሳይ ሁኔታ። ብዙ ነገር የሞላው አእምሮ አንድ ነገር አውጥቶ መናገር አይሆንለትም በተለይ ስሜትን ያዘሉ ሐሳቦች ከሆኑ። ብዙ ከተጣጠፉ በኋላ በመጨረሻ ቤታቸውን ከሩቅ አየችው። አሜሪካ ሁሉ ክፍትፍት ያለ ነው። አጥር እምብዛም የለም፤ ቢኖርም ከጉልበት አይዘልም። ስለዚህ ክፍትፍት ማለቱ አካባቢን ከማሳመሩም በላይ መተማመንን ያደፋፍራል። ሰሎሜ ሁልጊዜም የሚገርማት ነገር የእኛ አገር አጥር ጉዳይ ነው። አንድ ጊዜ መላኩ እንዲህ ብሎ አሥቆአት ነበር። በቴሌ መድኀኔ ዓለም አካባቢ ውስጥ ውስጡን ሲያልፉ ድንገት አቁሞ መኪናውን፣ “እዪ ሰሊ ...ያንን ትልቁን ቤት” ሲላት፣ “እሺ ምን ሆነ በጣም ያምራል አይደል..?” ስትለው “ሌላስ ምን ይታይሻል?” ሲላት “በቃ አጠገቡ ሌላ ቤቶች፣ ሰዎች...” አለችው በየዋህነት፤ ቀበል አርጎም፣ “ሰማዩስ አይታይሽም?” አላት እየሣቀ፤ “አትሚዘዝ ... ምን ለማለት ፈልገህ ነው? እንደዚህ ዐይነት ቤት ነው መሥራት የምትፈልገው?” አለችው፡፡

“ኧረ በፍጹም ... እስኪ አጥሩን እዪው ... ርዝማኔው ... የግንቡን አጥር ... ከላዩ ላይ ይታይሻል ያለው ባለእሾክ ተናዳፊ ጥምዝ ባለኤሌክትሪክ ሽቦ... እዪ በር ላይ የተቀመጡትን ዘበኛ ... በግንቡ አጥር ዙርያ የተተከለው አበባ እንዳይመስልሽ ደግሞ ... ወይ ኮሽም ወይ ቀንጥር እኮ ነው ... የውጪ በሩ ላይ የቤት ቁጥር መሰለሽ እንዴ የተጻፈው? ... የምሬን እኮ ነው ... ‘እዚህ ቤት አደገኛ ዉሻ አለ’ የሚል ማስፈራሪያ ነው ... ምናለ በዪኝ በቅርቡ ባለቤቱ ከዱባይ ሲመለሱ ምርጥ የሰኪዩሪቲ ካሜራም ይዘው መጥተው ያስገጥሙለታል ...” ሲል ሆዷን ይዛ ነበር የሣቀችው። “እስኪ ደግሞ እዪው መንገዱን ሰፈሩን እንዴት እንደሚያስቀይም ... አቧራው ... በክረምት ደግሞ ጭቃው... የሰውዬው ግቢ አስፋልት ብቻ እንዳይመስልሽ እምነበረድ ሁሉ ሊሆን ይችላል የተነጠፈበት ... ይሄ የሀብታም ቤት እንዳይመስልሽ ... ከራሱ በላይ የማያስብ ሥሥታም ፈሪ ድብቅና ዝግ የሆነ ደኻ አእምሮ የፈጠረው የእጅ ሥራ ነው ... ሰው እኮ አእምሮውን ነው የሚደግመው በሄደበት ... ኪሱ ያንን ለመፈጸም ዐቅም ነው የሚሰጠው” ያላት ትዝ አላት።

እልፍ ብለው እንደ ሄዱ ከአጥር ሥር ተጠግተው በላስቲክ መጠለያ ውስጥ ያሉትን የደሃ መኖሪያዎች እያሳያት፣ “እነዚያም ቢያንስ ሌላው ከሠራው አጥር ጠጋ ብለው ይኖራሉ። እነሱስ ምን ዐይነት ቤት የሚሠሩ ይመስልሻል ብሩ

ቢኖራቸው? አጥርን በተመለከተ ከቅድሙ ባለገንዘብ ጋር ልዩነታቸው ኪሳቸው ላይ ነው፤ እዚህም ሰፈር ጠጋ ብለሽ ብታዪ አጥር አለ፤ የተኰለኰለ ድንጋይና የላስቲክ አጥር። አይተሽ የለ ፈረንጅ አገር ሁሉ ቦታም ባይሆን በአብዛኛው ግን አጥር ላይ ብዙም ትኩረት አይደረግም። በርግጥ አሁን ከቴክኖሎጂ እድገት ጋር የማይታይ የኤሌክትሮኒክስና የካሜራ አጥር አለ። የእኛ አጥር ግን ከትርጉምና ከጥቅም፣ ከጥበቃም በላይ ድብቅነታችንና አለመተማመናችንን የሚያጐላ ይመስለኛል ... ተሳስቼ ይሆናል" ነበር ያላት። ይህንን ስታስብ ክብሮም መኪናውን ደጃፋቸው ላይ አቁሞ በሩን ሲከፍትላት "ታንክ ዩ ክብርሽ" ብላ ወረደች።

ቤት ገብተው ሰላምታ ተለዋውጠው ምሳ ተበልቶ ቡና እየተጠጣ ትንሽ ተጨዋወቱ። ቤቱ ውስጥ ያጠላውን የኀዘን ድባብ የሰሎሜ መምጣት በከፊል የቀረፈው ይመስላል። ቤተሰቡ በአጠቃላይ መተቃቀፍ ይወዳል። ሰሎሜም አንዴ እናቷ ላይ አንዴ አባቷ ላይ እየተለጠፈች ናፍቆቷን ለመወጣት ሞከረች። ከዚያም የሶለንን ፎቶ አንሥታ እሱም ላይ ልጥፍ ብላ ማልቀስ ጀመረች። እንደ ምንም ሊያባብሏት ቢሞክሩም፣ ነገሩ ለነሱም አዲስ ቁስል ነውና አልቻሉም። ከዚያም ሕያው ወደ ላይኛው ክፍል ይዞአት ወጥቶ ትንሽ እንድታርፍና ሶለን ጋ ለመሄድ እንድትዘገጃጅ አበረታታት።

ዕቃዋን መኝታ ክፍሏ አስገብቶላት እርሱ ወደ ታች ወረደ። መኝታ ክፍሏ ዛሬም እርሷ ትታው እንደሄደችው ነው። እናቷ እርሷ ስትናፍቃቸው አልጋዋ ላይ ጋደም ይላሉ። አባቷም መጥተው ፎቶዎቿን አንሥተው ሳም እያደረጉ አልጋዋ ላይ ቁጭ ብለው ያስባሉ። ሁሉም ነገር ነጭ ነው። መስኮቱ ደግሞ ሲከፈት ከባሻገር ጫካ ወዳለው ሰፊ ሜዳ ነው የሚያሳየው። የልብስ መደርደሪያውን ስትከፍተው ሁሉም ነገር እርሷ እንደተወችው ስለ ነበር ገርሟታል። ከዚያም ፎጣና ቀለል ያሉ ልብሶችን ይዛ ወደ መታጠቢያ ቤት ሄደች። ፊቷን በመስተዋቱ ስታየው፣ ድካሙ፣ ድንጋጤውና እንቅልፍ ማጣቱ ሁሉ ተደራርቦ የዐይኗን ዙሪያና ጠቅላላ መልኳን ጠቆር አድርጎታል። ዐይኖቿ ድካሙ አሳንሷቸውና አደፍርሶአቸው የወትሮ ውበታቸው ደብዝዞአል። ፀጉሯን በተን አድርጋ ወዲያ ወዲህ ስታደርገው እሱም ጉስቁልናውን አሳበቀ። ከንፈሮቿ ቢደርቁም አሁንም እሸት ነው የሚመስሉት። ጥርሶቿን ፈልቀቅ ስታደርጋቸው እኛ ብቻ ነን ያልደከመን በሚል ይመስል ፊቷን ፈካ አደረጉት። ዘለግ ያለው ቁመቷና ቀጠን ያለው ሰውነቷ የበለጠ ረጅም ያስመስሏታል። አጠያየሟ ደግሞ ያላትን መልክ ሁሉ እንዲያጎላ የተቀባችው ቀለም እንጂ የተፈጥሮ አይመስልም። ትንሽ ከተንጠራራች በኋላ ዞር ብላ የሻወሩን ውሃ ከፍታ ልብሶቿን ማወላለቅ ጀመረች። ረዘም ላለ ጊዜ ወደ ቅዝቃዜው በሚያደላ ለሰስ ብሎ በሞቀ ውሃ ውስጥ ቆይታ ስትወጣ ትንሽ ዘና አደረጋት።በመጀመሪያ ቀለል ያለ ልብስ ለብሳ መተኛት ብትሞክርም ሶለን ፊቷ ላይ እየመጣ ስላስቸገራትና መተኛት ስላልቻለች ጂንስና ሹራብ ነገር ለብሳ ወደ ታች ወረደች።

"እኔ ምንም ማረፍ አልቻልሁም። እንሂድ ቤቢዬ ጋ ... እዚያው አርፋለሁ" አለች ሳሎን ተቀምጠው የሚያወሩትን ቤተ ሰቦቿን እየተቀላቀለች። በመጨረሻም ሕያው ስለደከመው እንዲተኛ ተወስኖ፣ ክብሮም ሰሎሜን ከወላጆቿ ጋር ይዞ ወደ ሆስፒታል አመሩ። ሰሎሜና እናቷ ከኋላ ነው የተቀመጡት። አሁንም እላያቸው ላይ ልጥፍ ብላ እጃቸውን በእጇ እያፍተለተለች ወሬያቸውን ቀጥለዋል። የሶለንም ጉዳይ ገና ምንም ቁርጡ ያልለየለት እንደሆነና የተኩሱ መንሥኤም በግልጽ እንዳልታወቀ ደግመው ነገሩዋት። የሚያውቁት ነገር ቢኖር ማታ አንድ ፓርቲ ላይ አምሽቶ ሲመለስ በተፈጠረ ግጭት በተነሣው ተኩስ እንደቆሰለ ነው። የደም ምርመራውም ደሙ ውስጥ አልኮሆልና ኮኬይን የተባለ አደንዛዥ ዕፅ እንዳሳየ ሲነገሯት በድንጋጤ፣ "እኔ አላምንም... የሆነ ሰው ሳያውቅ ሰጥቶት መሆን አለበት... ወይኔ ቤቢዬ እርሱ አያደርገውም...እኔ አላምንም.." አለች አሁንም ክው እንዳለች።

"እኛም ማመን ከብዶናል። ግን ደግሞ ይኸው ቤተ ክርስቲያንም መሄድ ካቆመ ካመት በላይ ሆኖታል። ጠቅልሎ ነው እዚያው ሳውዝ ሳይድ (በብዛት ጥቁሮች የሚኖሩበት የደቡብ ቺካጎ ክፍል ነው) የገባው። ትዝ ካለሽ እንጃ ካንዲት ክልስ ጥቁር አሜሪካዊት ጋር ጓደኛ ሆኖ ነበር። የሆነ ጊዜማ አነጋገሩም አለባበሱም እንደነሱው መሆን ጀምሮ ነበር። ከእኛም ጋር መግባባት እየተሣነው ሄዶ ነበር። በኋላ ደግሞ ሻል ያለው መስሎን ትንሽ አባትሽም እኔም እፎይ ብለን ነበር። ያው እንደምታውቂው አበሻው ደግሞ ጥቁሮች ብሎ ስለሚጠራቸው ከሰው ሁሉ ነው የሚጣላው። እናንተ ምን ሆናችሁ ነው እነሱን ጥቁር የምትሉት፤ እነሱ ባፈሰሱት ደም ላይ እኮ ነው እዚህ ተንደላቃችሁ የምትኖሩት ምናምን ማለት ጀምሮ ነበር። እንጃ ብቻ ፍልስፍናው ሁሉ ዝብርቅርቅ ብሎ ነበር።" አሉና ወ/ሮ ሕይወት የሶለንን ሁኔታ ለሰሎሜ መተረክ ቀጠሉ።

"አንድ ቀን እዚህ ቤት አድሮ ነበርና ከኪሱ የወደቀ መሰለኝ ሲጋራ አገኘሁ። ዝም ብዬ ሳስበው ሌላም ነገር ውስጥ ሳይገባ አይቀርም። ባለፈው ሁለት ወር ደግሞ ከዚያች ከጓደኛው ጋር ተጣልቶ ይሁን እንጃ ዝም ብሎ ቁጣ ቁጣ ይለው ነበር። የዛሬ ሦስት ሳምንት አካባቢ እቤት መጥቶ ያደረ ጊዜ ጠዋት ቁርስ ላይ ካባቱ ጋር ሲያወሩ፣ 'ጨው ውሃ ልትቀዳ ወረደች' እንዳሉት ሳልሆን አልቀረሁም መሰል አባቢዬ' ብሎ ያው እንደለመደው ቀላልዶ ነው የሄደው። አንዳች ያስጨነቀውና ተስፋ ያስቆረጠው ነገር እንዳለ ብናስብም፣ ምንም ሊነግረን አልፈለገም። ከዚያ በቃ አላየነውም በስልክ ብቻ ነበር ያገኘነው። ከሦስት ቀን በፊት 'ሰው አስተዋውቃችኋለሁ፤ እማሚ አሪፍ ራት ካዘጋጀሽ ብቻ ነው' ሲለኝ መጀመሪያ ቀልድ መስሎኝ ነበር። ከረጅም ጊዜ በኋላ ነበር እንደዚያ እየተፍለቀለቀ ሲያወራ የሰማሁት። ለእሑድ ማታ ራት ተቃጥረን ዐርብ ማታ ነው ይሄ የሆነው። ወይኔ ልጄን ምን አግኝቶት ይሆን? ሁሉም ነገር እኮ ምስጢር ነው የሆነብን።" አሉ እሳቸውም ሳያስቡት እንባቸው በጉንጫቸው ላይ እየፈሰሰ። ሰሎሜ በእጇ እንባቸውን ጠረገችላቸውና እጃቸውን ጭምቅ አድርጋ ያዘቻቸው።

ክብሮም እዚሁ ኖርዝ ዌስተርን ሆስፒታል ሶለን የተኛበት ስለሆነ የሚሠለጥነው ቤቱን አብጠርጥሮ ያውቀዋል። ለነገሩ የሰሎሜም እናት ከስምንት ዓመት በፊት በልብ ክፍሉ ውስጥ ነርስ ሆነው ለሁለት ዓመት ሠርተው ነበር። ወዲያው ሶለን እተኛበት ክፍል ደረሱ። አሁንም ያው ኮማ ውስጥ ሆኖ ራሱን አያውቅም። ምንም አዲስ ነገር የለም። የተለያዩ ሕይወት ደጋፊ ማሽኖች፣ በደም ሥር የሚፈሱ ፈሳሾችና መድኀኒቶች ወደ ሶለን ሰውነት ሌት ከቀን ይፈሳሉ። ለነገሩ እዚህ አሜሪካ ሆኖ ነው እንጂ እኛ አገር ቢሆን፣ ዛሬ በሆስፒታል አልጋ ላይ ያለ ሕመምተኛ ሳይሆን ሰልስቱ ነበር የሶለን። ፊቱ አባብጦአል፤ ራሱም በፋሻ ተሸፋፍኖአል። ሰሎሜ እጆቹን ይዛ ቆማ እንባዋ ይፈሳል። አሁን ኮማ ውስጥ ስለሆነ አይሰማም ቢባልም እሷ ግን ይህንን አልተቀበለችም።

ጠጋ ብላው "ቤቢዬ የኔ ቆንጆ መጥቼልሃለሁ... ጢኒ ነኝ... አይዞህ ... ሁላችንም እንወድሃለን ... በርታ ... መሸነፍ የለም ... እግዚአብሔርም አለ ካጠገብህ ... ቤቢሹ... I love you... very very much." ብላ እጁን ሳም ሳም አደረገችው። ምንም ምላሽ የለም፤ ሰሎሜም በዚህ ተስፋ አልቆረጠችም ። እንደሰማት እርግጠኛ ነበረች። ትንሽ እዚያ ከቆዩ በኋላ የሕመምተኛ ቤተ ሰቦች ማረፊያ ክፍል ውስጥ ሂደው ከሶፋዎቹ ላይ ተቀመጡ። ሁሉም ለአጭር ጊዜ ጸጥ ብለው ወደየራሳቸው ዓለም ገብተው ተሸነቀሩ።

"አንድ እንኳ እንደዚህ ዐይነት ሆስፒታል አገራችን ቢኖር ስንት ሰው ከሞት ይተርፍ ነበር?" አለች ሰሎሜ ጸጥታውን ለመስበር። ሁሌም ጥሩ ነገር ስታይ "እኛም አገር ቢኖር" ማለት የዘወትር ልምዷ ነው። ይህ ሆስፒታል በቺካጎ ከተማና በአሜሪካም አገር አሉ ከተባሉ ጥሩ ሆስፒታሎች አንዱ ሲሆን ባገልግሎቱ ጥራት ታዋቂ ነው። ባለአምስት ኮኮብ ሆቴል እንኳ እንዲህ አያምርም። ከሚቺጋን ሐይቅ አካባቢ ባለው ውድ በሆነው የከተማዪቱ ክፍል ውስጥ ነው የተሠራው። እንደ ብዙዎቹ ያሜሪካ ሆስፒታሎች ሁሉ የዛሬ መቶ አምሳ ዓመት አካባቢ ሆስፒታሉን ባካባቢው ያለች አንዲት ቤተ ክርስቲያን ስትጀምረው ባለአሥራ ዐምስት አልጋ ትንሽ ሆስፒታል ነበር። ከዚያም ቀስ በቀስ ብዙ ሆስፒታሎች ተጨምረውበትና አድጎ በሺህ የሚቆጠሩ በሽተኞችን በየቀኑ የሚያክም ትልቅ ማእከል ሆኖአል። ዶክተሮቹ ብቻ ከአንድ ሺህ አምስት መቶ በላይ ናቸው። መስተንግዶው፣ ጽዳቱና ስፋቱ ሁሉ ሕይወትን ያድሳል። ዱላ ይዘው በሽተኛና አስታማሚ የሚያመናጭቁ ዘበኞች የሉም እዚህ። እንዲያውም አስታማሚና ዘመድ አረፍ ብሎ ከፈለገም ዘና ብሎ ማንበብ እንዲችል ተብሎ ሁለተኛና ሦስተኛ ፎቆቹ ለዚሁ ተግባር የተለቀቁ ናቸው። ዩኒቨርስቲውም የህክምና ትምህርት ቤታቱም እንዲሁ የታወቁ ናቸው፡፡

እስከ አሁን ብዙም ያላወሩት አቶ ኦላና ጉሮሮአቸውን እንደመጠራረግ ብለው፣ "አይ ሰሊ የእኔ ልጅ ... አንድ የዚህ ዐይነት እኮ ቢኖረን መቶም ሊኖረን ይችል ነበር። ይሄ ለብቻው ተነጥሎ ያለ ሀብት አይደለም። ይህ የሀብታቸው፣

የዕውቀታቸው፣ በዓመታት የተከማቸ ባህላቸውና ስለ ሰው ሕይወት ክቡርነት ያላቸው ጥልቅ ግምት ውጤት ነው። ይሄ ኑሮአቸው ነው። ሁሉም ሕዝብ ኑሮውን የሚመስል ነገር ነው መሥራት የሚችለው።" አሉ።

"እሺ አሁን ዐረብ አገር ብትሄድ ዱባይና ሪያድ ምናልባትም ከዚህ የሚያስንቁ ሆስፒታሎች አሉዋቸው። እና እነሱንስ ምን ልትል ነው? መቼም የእነሱም ኑሮና ባህል ውጤት ነው እንደማትል እርግጠኛ ነኝ። እኔ ግን ድኻ ሁሌም አያምርበትም ባይ ነኝ። አሁን እስኪ ጥቁሮቹ ሰፈር ሂድ፣ አንድ የዚህ ዐይነት ሆስፒታል አለ? ያስ አሜሪካ አይደለም? ድኻ ከሆንህ የትም ብትሆን ድኻ ነህ፤ እኔ የሚገባኝ ያ ነው።" አለች ሰሎሜ የአባቷን ፍልስፍና ሙሉ ለሙሉ መቀበል እያቃታት።

አቶ አላናም ትንሽ እንደማሰብ ጸጥ አሉና "እምም ... ጥሩ ሐሳብ ነው ... ባጠቃላይ ...ድኽነት ማንነትሽን ያጋልጣል፤ ብልጽግና ደግሞ ገበናሽን የመሸፈን ባሕርይ አለው። ዐረቦች ከነዳጅ በሚያገኙት ገንዘብ የፈለጉትን ሸቀጥ መግዛት ችለዋል። መንገዳቸውን ሕንጻዎቻቸውን፣ የሚጠቀሙባቸውን መኪኖችና አውሮፕላኖችን፣ ሌላ ሌላውንም ብታዪው አንዱንም እነሱ አልፈጠሩትም፣ አልሠሩትም ማለት ትችያለሽ። ሁሉም ያውሮጳውያንና ያሜሪካውያን ፈጠራና ምናልባትም በተወሰነ መጠን የእስያውያን ሥራ ነው። ቁልፍና ውስብስብ ሥራዎቻቸውን አሁንም ሰው ቀጥረው ነው የሚያሠሩት። የራሳቸው ሥልጣኔ ስላልሆነ አሁን ብራቸው ቢያልቅ ካስር ዓመት በኋላ ድኽነታቸው ከእኛ ይብሳል። ምክንያቱም አግኝቶ ማጣት በጣም አስቀያሚ ስለሆነ።

"ስለዚህ ምንም ጥያቄ የለውም ሀብት ቁልፍ ነው፣ የሥልጣኔ ተጠቃሚ ለመሆን። ነገር ግን በምንም ዐይነት፣ ሀብት ብቻውን ሥልጡን አያደርግሽም። ሥልጣኔ ግን ሀብታም ያደርግሻል። የእስያውያኑንና የዐረቦቹን ልዩነት ተመልከቺ። ለምሳሌ፣ ቀድሞ ጃፓን ከዚያም እንደ ኮርያ፣ ሲንጋፖርና ሆንግ ኮንግ አሁን ደግሞ ቻይናን የመሳሰሉ አገሮች አስቀድመው ሥልጣኔን የሙጥኝ ስላሉ በሚገርም ፍጥነት ሀብታምም እየሆኑ ነው። አፍሪቃውያን ግን እስካሁን እንደ እስያውያኑም የሥልጣኔ ጐዳና አልገባን። ወይ ደግሞ እንደ ዐረቦቹ ቢያንስ ያለንን ሀብት ለመጠቀምና ከሥልጣኔ ማዕድ ገዝተን መቋደስ አልቻልንም። ለምሳሌ ናይጀሪያንና ዛየርን ብትመለከቺ፣ ከኩዌትና ከሳኡዲ ያላነሰ በተፈጥሮ ሀብት የበለጸጉ ቢሆኑም፣ የሀብታም ድኻ ናቸው።" ብለው አባቷ ረጅሙን ዲስኩራቸውን አቆሙ።

"የሚገርም ነው እንደዚህ አይቼውም አላውቅም ነበር" አለ ክብሮም ቢያንስ ድምጹን ለማሰማት ይመስል ደግሞም በእውነት ተገርሞ። በጣም ጐበዝ ሃኪም ቢሆንም እንደዚህ ዐይነት ወሬዎች እምብዛም አይሆኑለትም።

"እሺ ታድያ እንደኛ ዐይነቱ ድኻና ኋላ ቀር አገር ከየት ይጀምር ታዲያ ... ወይስ ሁሌም በርዳታና በብድር እንኑር? የበዬ ተመልካች መሆን እኮ ሰለቸን" አለች ሰሎሜ አባቷን መርታት ቢያቅታት የማይመልሱትን ጥያቄ ማቅረቡ ብቸኛው የማሸነፊያ መንገድ እንደሆነ ሁሉ። አባቷን በሙግት የሚረታ ሶለን ብቻ ነው። ድንጋዩን ዳቦ ብሎ የማሳመን ችሎታ አለው።

በዚህ መሃል የሰሎሜ እናት ስልክ ተደውሎላቸው፣ "በሉ እናንተ ያገር ችግር ስትፈቱ እኔም እችን ስልክ ልመልስ ሠናይት ናት። መጣሁ።" ብለው የእኅታቸውን ስልክ ለመመለስ ፈንጠር ብለው ተቀመጡ። የተጀመረው ውይይት ቢስባቸውም፣ የመሳትፍ ፍላጎታቸውን ግን እምብዛም አልኰረኰረውም። "የሺህ ዓመት ችግር ባንድ ቀን ውይይት አይቀረፍም" ይላሉ አንዳንዴ ሙግቱ ሲጋጋም። አቶ አላና ደግሞ "ያንድ ሺህ ማይል ጉዞ ባንድ ርምጃ ይጀመራል" ብለው ሲቀልዱ ሶለን ባጠገባቸው ካለ ቀበል አርጎ "ካአንድ ሺህ ማይል የሙግት ጉዞ አንድ ርምጃ የተግባር ርምጃ ይሻላል" በማለት ክርክሩን እንደገና እንዳዲስ ይከፍተዋል። ከዚያም እሱና አባቱ አንገት ላንገት ተናንቀው ሲሟገቱ እትዬ ሕይወት ናቸው የሆነ የሚጠጣ ነገር አምጥተው አፋቸውን በመጠጡ ከሸበቡ በኋላ አንዳቸውን የሆነ ነገር እንዲያደርጉ በማዘዝ የሚያለያዩዋቸው።

አቶ አላናም "እህ ..ህ ..ህ" ብለው ጉሮሮአቸውን ጠረግ አረጉና "እንግዲህ ከየት እንጀምር ለሚለው መቼም ካለንበት ነው። ወደየት እንሂድ ለሚለው ደግሞ ወደፊትና መድረስ ወደሚገባን ነው። ይህ ግልጽ ቢሆንም ሁሌም ቀላል አይደለም። ለምሳሌ ካለንበት ለመጀመር ያለንበትን ማወቅና መቀበል ኀላፊነትንም መውሰድን ይጠይቃል። ይህም ከባዶ ኩራትና ያልሆንነውን ነን ብሎ ከማሰብ መላቀቅን የግድ ይላል። በተጨማሪም አሁን ለሆንነውና መሆን ላቃተን ነገር ያለፈውን ትውልድ ወይም አሁን የሚመሩንን ሰዎች ከመወንጀልና ራስን ከኀላፊነት ለማሸሽ ከሚደረግ ስውር ሽሽት ነጻ መሆንን ያጠቃልላል። ታሪክን ለመመጻደቂያና ለመደበቂያ ሳይሆን፣ እንደ አንድ የትምህርት መድረክ ለመጠቀም ጠንቅቆ ማወቅም ትልቅ ፋይዳ አለው። ወደፊት መሄድ ነው ስል ሁሌም የብዙኃኑ የጅምላ ጉዞ አንድም ባለህበት ርገጥ ነው፤ ወይም እንደ ግመል ሽንት የኋሊዮሽ ስለሆነ ነው። ይህም በባህል፤ በሃይማኖትና በአኗኗር ልማድ ውስጥ ጐልቶ ይታያል።" በማለት አባቷ ነገሩን ለሰሎሜ ማስረዳታቸውን ቀጠሉ።

"በየትኛውም ሥልጣኔ ውስጥ ፈር ቀዳጅና ፋና ወጊ ተብለው ለውጥ ያመጡ ሰዎች መጀመሪያ ወንጀለኛ፣ ከዚያም አሳሳች ተብለው መፈረጃቸው የተለመደ ነው። በእርግጥም እነዚህ ጥቂት ብርቅዬ ከዋክብት ከኅብረተሰቡ በሠላሳና በአርባ ዓመት ቀድመው ወደፊት የሄዱ ስለሆነ ከሰው አይገጥሙም። ሰዉ አንድም ባለበት ስለሚረግጥ አንድም የኋሊዮሽ እንሽርት ጨዋታ ላይ ስለሚባትል እነሱን ይፈራቸዋል፤ ስለዚህም ይጠላቸዋል። ምንም እንኳ እንደ እውነት ፀርና

አሳች መሲሕ ቢታዩም፣ በሚቀጥለው ትውልድ ግን ሁሌም ብሩህ ከዋክብት ተብለው ይሞገሳሉ፤ የመታሰቢያ ሐውልትም ይሠራላቸዋል።" አሉ አይናቸውን ከሰሎሜ ላይ ሳይነቅሉ።

"የሚቀጥለው ትውልድ ደግሞ በነሱ ሐውልትና ትምህርት ዙርያ ሲርመሰመስ፣ ሳያስበው ወደ ኋላ ተንሸራቶ በራሱ ጨለማ ውስጥ ይገባና የራሱን ዘመን ፋና ወጊዎችና እውነት ገላጮች እያሳደደ ዕድሜውን ያቃጥላል። የእኛም ሕዝብ ከዚህ የተለየ አይደለም። እኔ እንደሚመስለኝ ለእኛም አገር አቅጣጫ ጠቋሚና ፈር ቀዳጅ መሪዎች በዋናነት ያስፈልጋሉ። እነዚህ በአስተሳሰባቸው ብዙኃኑን ከእንቅልፍ ቀስቃሾች፣ የሥልጣኔን አድማስ አመላካቾች ከወጡልን፣ ሀብት ብቻ አይደለም፤ ሥልጣኔም በምድራችን እንደ ኃይለኛ ጅረት እንደገና የማይፈስበት ምክንያት የለም። ስለዚህ የት እንጀምር? ካለንበት፤ መቼ እንጀምር? አሁን፤ ማን ይጀምር? እኔ አንቺ እኛ... የት ለመድረስ? ሰው የደረሰበት ደግሞም ያልደረሰበት፤ ትልቁና ከባዱ እንዴት እንጀምር? ነው።" ብለው ትንሽ ዝም አሉ።

ሰሎሜና ክብሮም ጸጥ ብለው በደንብ እየሰሙ ነው። ሰሎሜ አባቷን ስትሰማ በማታውቀው መንገድ ከመላኩ ጋር የምታወራ መሰላት። አስተሳሰባቸውና አነጋገራቸው በጣም ተመሳስሎባታል። ድንገት "ለዚህ ይሆናል ከመላኩ ጋር ስሆን የምደሰተውና ለረጅም ጊዜ የማውቀው የሚመስለኝ፤ ቤተሰቤንም የሚያስረሳኝ" ብላ በውስጧ ዐሰበች።

"እንዴት እንጀምር...? ለነገሩ እኮ አሁን የምናወራውም ወሬ የዚያው አካል ስለሆነ ባንድ በኩል እኮ ጀምረነዋል ማለት ነው። ግን ሥልጣኔና ኋላቀርነት፣ ብልጽግናና ድኽነት ያለው መሬቱ ላይ አይደለም። ሰዉ ውስጥ ነው። ሰው ማለት ደግሞ አስተሳሰቡና እምነቱ፣ አኗኗሩና ባህሉ፣ ፍልስፍናውና ልማዱ፣ ቋንቋውና ጥበቡ፣ ፍርሀቱና ህልሙ ነው። የዚህ ሁሉ ዋነኛ መቆጣጠሪያ ጣቢያው ደግሞ አእምሮው ነው። ትልቁ መጽሐፍስ 'በልቡ እንዳሰበ ሰው እንዲሁ ነው' አይደል የሚለው! ስለዚህ የሚያስቡና የሚያልሙ፣ ያሰቡትን ደግሞ ሳይፈሩ የሚነግሩንና በጽሑፍ የሚያካፍሉን የራሳችን ሰዎች ያስፈልጉናል።" በማለት ንግግራቸውን ሲቀጥሉ አቶ አላና ስሜታቸው እየጋለ እንደሆነ እንኳን ልብ አላሉም ነበር።

"ሐሳብ አመንጪዎችና ባለራእዮች ሲጠፉ ሕዝብና አገር ይጠፋል። ሌላው ተከታይ ቴክኒሻን ነው። ሳይንስም ሆነ ቴክኖሎጂ የሥልጣኔ ባለሚሎች እንጂ ደራሲዎች አይደሉም። ፈላስፎቹና ባለራእይ አርቆ ተመልካቾቹ ጋ ነው ቁልፉ ያለው። አነሱን አሁን ያብቅልልን። እነሱ እንድናስብና እንድናይ ያደርጉናል። የግሪክ ፈላስፎች ዛሬም ለማሰብ ዓለምን ይኮረኩራሉ፤ የሬኔሳንስ ዘመኖቹ እነ ዳቪንቼና ጉተንበርግ ዐይናችንን ለመክፈት በሩን ከፍተው ወደዚህ ዕለፉ ይሉናል። እንዲሁም የሪፎርሜሽኖቹን ሉተርንና ኤራስመስን መሳዮቹ

እምነታችንን እንደገና እንድንመረምር፣ ከልማድም ትብታብ እንድናላቅቅ ይሞግቱናል። እኛም አገር ሰሚ ያጡ ከአእምሮአቸው ውጪ እንደሆኑ ተቆጥረው ኅብረተሰብ ያወገዛቸው፣ ታሪካቸው ብቻ ስላልተጻፈ የሌሉ የሚመስለን ብሩህ ከዋክብት ነበሩ። አሁንም እነሱን ያብዛልን።" አሉና አቶ ኦላና በረጅሙ ተንፍሰው ያነባበሩትን እግራቸውን አቀያየሩ።

እንዲህ እንዲህ እያሉ ሲያወሩ ጊዜው ሄደ። ወይዘሮ ሕይወትም ስልካቸውን ጨርሰው፣ ሶለን ጋ ደርሰው የሌሊት ተረኛዋ ነርስ ጋር ሲያወሩ ቆይተው መጡ። ለሶለን የተመደበችለት ተረኛ ነርስ ለረጅም ጊዜ እዚያው የሠራች ስትሆን ከወይዘሮ ሕይወት ጋር ይተዋወቃሉ። እርሷ ስላለች የእነሱ ማደር እንደማያስፈልግ በግድ አሳምናቸው፣ ችግር ካለ ወዲያው እንደምትጠራቸውም ነግራቸው ወደ አራት ሰዓት ከምሽቱ ላይ ተያይዘው ወደ ቤት ሄዱ።

ቤት እንደደረሱም ሕያው እንቅልፉን ጨርሶ እራት አዘጋጅቶና አቀራርቦ ጠበቃቸው። በሙያ አይታማም። ይህ አገር ለሴቶች ከሚሰጠው ነጻነት አንዱ የወንዶቹ ኩሽና መግባትና በልጅ አስተዳደግ ውስጥ እዲሳተፉ ማድረጉ ነው። ይህ ግን ለሴቶቹ ሥራ አቀለላቸው ተብሎ ቢታሰብም፣ የበለጠ የሚጠቅመው ግን ወንዶቹን ነው። ለሰው የልጁን ሽንት ጨርቅ ቀይሮና ታቅፎ እንደማሳደግ በቀን ሦስት ጊዜስ ዕድሜ ልኩን የሚበላውን ምግብ እንደ ማዘጋጀት ምን ደስ የሚል ነገር አለ? በውጭ ሥራ ከወንዱ እኩል ለሚዳክሩት ሴቶችም እገዛ መስጠቱ ላወቀበት ወንድ የቤተ ሰቡን ሰላምና ጤና መጠበቂያ አይነተኛ ዘዴ ነው። እዚህ አገር ብዙ የአበሻ ወንድ ከውጪ ሥራ ንቆ፣ ከቤት ኩሽና ተጸይፎ፣ ሚስቴ የባል ክብር አልተሰጠችኝም ብሎ የሚያሰማው ከንቱ አካኪ ዘራፍ ብዙ ቤትን አፍርሶአል። ሴቶቻችንም ቢሆኑ ሥራ ይዘው ባለደሞዝ ሲሆኑ፣ የወንዱን ጆሮ ይዘው ኩሽና እንዲገባ የልጅ ሞግዚት ሆኖ ወጪ እንዲቀንስ ገና የመጀመሪያ ደሞዝ እንኳ ሳይቀበሉ ያዙኝ ልቀቁኝ ማለታቸው የተለመደ እየሆነ ነው። ግጭት ተፈጥሮ ወንዱ እጁን በንዴት ካወናጨፈ እንኳ 911 ደውለው ሊያስጠፍሩት እንደሚችሉ በተግባር ያሳያሉ። ይህም የሚያፈርሰው ቤትና የሚበትናቸው ሕፃናት ቁጥር ትንሽ አይደለም። ይህ የሚበዛው ደግሞ አገር ቤት አድገው ወይም አግብተው አሜሪካ በሚሄዱ ተጣማጆች ላይ ነው። እዚህ ቤት ውስጥ ግን እንደዚህ ያለ ነገር የለም። ፍቅር የበላይ ገዢ ነው። ዛሬ ግን ህያው የሰሎሜን መምጣት አስመልክቶ እናቷ ያዘጋጁትን ምግብ ነው ያሟሟቀው።

እራት በላልተው ጸሎት አድርገው እንደጨረሱ ክብሮም "ያው ተረኛ ስለሆንሁ ነገ እዚያው ሆስፒታል አያችሁዋለሁ። ሰሊዬ እንደገና እንኳን ደኅና መጣሽ" ብሎ ተሰናብቶ ከሕያው ጋር ተከታትለው ወጡ። ሕያው ውጪ ድረስ ሸኝቶት እንደ ለመዱት ቆመው ትንሽ አውርተው ተሰነባበቱ። ሕያው ወደ ቤት

ሲገባ ሰሎሜ በእናቷ ስልክ ወደ ኢትዮጵያ ለመደወል እየሞከረች ነበር። አቶ ኦላናም ፒጃማ ለመቀየር ወደላይኛው ክፍል ወጥተዋል። ከባሻገር ቴሌቪዥኑ ለብቻው ወሬውን ይሰልቃል። ሕያው ደግሞ እንደ ለመደው እናቱን ዐቅፎ ትንሽ ካወሩ በኋላ የተበላባቸውን ዕቃዎቹን እያለቀለቁ በማጠቢያ ማሽኑ ውስጥ መጨመር ይዘዋል። ከዚያም የተራረፉትን ምግቦች እያሳሰሩ ፍሪጅ ውስጥ አስገብተው ምድጃዎቹንና አካባቢውን አጸዳዱ።

ሰሎሜ መጀመሪያ ደውላ በሰላም መግባቷን ላክስቷ ነገረች። አክስቷም ሁሉም ሰላም እንደ ሆነና አያቷም ለጊዜው እነብርቄን ለማገዝ እሷ ቤት እንደሆኑ ነገረቻት። ቀጥላ ብርቄን አገኘቻት። አያቷንም አወራቻቸው። ሶስና ግን ትምህርት ቤት ስለሄደች አላገኘቻትም። አያቷም እያለቀሱ ስላስቸገሩ ወይዘሮ ሕይወትና አቶ ኦላናም ረዘም ያለጊዜ ወስደው እንዲያወሯቸው አደረገች። መላኩ ጋ ደጋግማ ብትሞክርም ስልኩ ጠመመ፤ 'የደወሉላቸው ደንበኛ ካገልግሎት መስጫ ክልል ውጪ ስለሆኑ ቆየት ብለው ይደውሉ' ትላለች ያቺ መከረኛ ሴትዮ። ከብዙ ሙከራ በኋላ ስልኩ ጠርቶ መላኩም አነሣ። ስብሰባ ላይ ቢሆንም ተነሥቶ ትንሽ አወሩ። ወደ ስብሰባው መመለስ ስለነበረበት ኋላ ላይ ሊደዋወሉ ተስማምተው ስልኩን ዘጉት።

ከዚያም ወደ ሳሎን ሄዳ ከቤተሰቦቿ ጋር ትንሽ ከተጫዋወቱ በኋላ ለመተኛት መሰነዳዳት ጀመሩ። እንደ ልጅነቷ እናቷና አባቷ መሃል ገብታ መተኛት ደስ ነው የሚላት። እንቅልፏ እየጠፋ ስለሄደ በወሬ ሞግታ ያዘቻቸው። ስለ ሶለን ያወሩት ወሬ ምንም አዲስ ነገር አላስገኘም፤ አዲ.ጋው አሁንም እንቆቅልሽ በመሆኑ ሰሎሜ ነገ የራሷን ምርመራ ለማድረግ አስባለች። ከየት መጀመር እንዳለባት ግን አታውቅም። ሰሞኑን ሁሉ ከፍተኛ ድካም ያደረባቸው አባቷ እያወሩ እንቅልፍ ይዟቸው ጥርግ አለ። ከእናቷ ጋር ትንሽ ከተጫወቱ በኋላ "ማሚዬ ተኚ በቃ አንቺም በጣም ነው የደከመሽ" ብላ እንዲተኙ አበረታታቻቸው።

"እኔ እንደሆነ እንቅልፌ የት እንደገባም አላውቅ፤ ያው ጄት ላጉ ነው መሰል እዚያ አሁን ገና ከጠዋቱ አራት ሰዓት አይደል፤ ጭንቅላቴ ውስጥ ያለው ሰዓት እኮ አሁንም በዚያ ነው የሚቆጥረው። እስኪ ትንሽ ሳሎን ሄጄ ወይ ቲቪ. አያለሁ ወይ ኢትዮጵያ እደውላለሁ። በመሃል ያው ድካሙ ሳያሸንፈኝ አይቀርም። ከዚያም እተኛለሁ።" ብላ ሹልክ ብላ ስትዘጋጅ እናቷ፦

"አይ ቲቪ. ስልክ ምናምንማ ካልሽ የባሰ ነው እንቅልፍሽ የሚጠፋው። ወይ ለብ ያለ ወተት አንድ ብርጭቆ ጠጪና መብራቱን አጠፋፍተን ብትሞክሪ ይሻልሻል ለመተኛት። አለዚያ ነገ ደግሞ ሲያንገላጅጅሽ ነው የሚውል።" አሏት።

"እሺ ማሚዬ ... ግዴለም ትንሽ ልሞክረውና መጣሁ... ወተቱንም

እንዳልሽኝ አደርጋለሁ ...” ብላ ጉንጫቸውን ሳም አርጋ ተንሸራታ በግርጌው በኩል ወረደች። ከዚያም ነጠላ ጫማዋን እግሯ ላይ ሰካ አድርጋ ወደ ሳሎን አመራች። ሕያው መጽሐፉን ፊቱ ላይ እንደደፋው ሶፋው ላይ እንቅልፍ ይዞት ጭልጥ ብሎአል። ቲቪውም ለራሱ ይመስል ይለፈልፋል። ሕያውን ቀስቅሳው ወደ መኝታ ቤቱ ሄዶ ተኛ። ከዚያም ቲቪውን አጥፍታ ትንሽ ማሰብ ጀመረች። የሕያውን ስልክ ከጠረጴዛው ላይ አንሥታ ወደ ኢትዮጵያ ለመደወል አሰበች።

እንደ ዕድል ሆኖ ልክ ስትደውል ነው መላኩ ‘ሄሎ’ ያለው። ስብሰባውን ጨርሶ ለብቻው ቢሮ ስለነበር ስለ ጉዞዋ ዝርዝር ሪፖርት አቀረበችለት። በተለይ ስላየችው ህልም ልክ አሁን እንዳየችው አድርጋ ነው ተረከችለት። የሶለንንም ጉዳይ የገባትን ያህል አጫወተችው። “አንዱ የሚቆጨኝ ሳትተዋወቁ እንዲህ መሆኑ ነው። እርግጠኛ ነኝ በጣም ትዋደዱ ነበር። የዛሬ ሦስት ወር ሊመጣ ነበር እኮ ዕቅዱ።” ብላ ለማልቀስ እንደ መዳዳት ሲላት፣ “ሰሊ አይዞሽ አሁንም እኮ ሊመጣ ይችላል፣ እግዚአብሔር ነው የሚያውቅ። አይዞሽ።” አለ እንደ ምንም አዲስ የእንባ ከረጢት እንዳይፈታ እየፈራ።

“እሺ ... ይሁና ምን ይደረጋል ሌላ። እኔ ምልህ ግን ... ህልሜ ምን ማለት ነው? የመነጽሩን መጥፋት፣ በሩ ከኋላዬ መዘጋቱንና ያ ቀዝቃዛ እጅ ፊቴ ላይ ማረፉን በጣም አልወደድሁትም... ቆይ አንተ ምን ይመስልሃል...? ወይስ ደንግጬ ስለነበርና የምይዘውን የምለቀውን ስላጣሁ ... ዝም ብሎ አእምሮዬ የፈጠረው ቅዠት ነው?”

“ያው እንግዲህ ህልም እንደ ተርጓሚው ብቻ ሳይሆን እንደ ተመልካቹም ነው ይላሉ ትርጓሜው። በእውኑ ዓለም አእምሮአችን የሚያጋጥመውን ግጭትና ከፍተኛ ጫና በእንቅልፍ ውስጥ ከፍተኛ ሥራ የሚሠራው የአእምሮአችን ክፍል የራሱን ትርጉም ሰጥቶ በህልም መልክ ለኛ ሹክ ይለናል የሚሉ አሉ። ይህ የአእምሮአችን ክፍል ደግሞ ቋንቋው ሚስጥራዊና ምልክታዊ ስለሆነ ስንነቃ ብቻ የሚሠራው የአእምሮአችን ክፍል ብዙ ጊዜ ለመረዳት ያዳግተዋል። እናም ለሁለቱ የቅርብ ሩቅ ጎረቤቶች አስተርጓሚ መፈለጉ ግድ ነው። ለዚህም ሳይሆን አይቀርም ህልም ተርጓሚዎች በየትኛውም ባህል የተከበሩና እንደ ዕንቁ የተወደዱ ጥበበኞች ተደርገው የሚወሰዱት። ብዙ ጊዜ እነዚህ ሰዎች በእድሜ ብቻ ሳይሆን በአስተሳሰብም የበሰሉ ሰዎች ናቸው። መጽሐፍ ቅዱስም ላይ ብታዪ አብዛኞቹ ነገስታት ህልማቸውን በዋዛ አያዩትም። ተርጓሚዎችም የዚያን ጊዜ ጠቢባን ነበሩ። የዳንኤልና የዮሴፍ ሕይወት ለዚህ ጥሩ ምሳሌ ነው። ሁለቱም በተለያየ ዘመንና አገር ውስጥ ነበሩ እንደምታውቂው። ከዚህ ጋር የሚመጣው ብዙ ሰው ህልሙን ከመንፈሳዊ ዓለም እንደተላከና፣ አማልክት በተለይ ለዚያ ሰው እንዳስተላለፉለት ከሌላው ዓለም እንደመጣ ከፍተኛ መገለጥና መልእክት ነው የሚያየው። ይሄ ደግሞ ያንድ ባህልና ሃይማኖት እምነት ሳይሆን ዓለማቀፋዊና ጥንትም ዛሬም ያለ ነገር

ነው። ...” አለና ጉሮሮውን ጠረግ አድርጎ

“ ሌሎች ቁሳዊ እምነትን የሚከተሉና መንፈሳዊ ነገር የሚባል የለም ብለው የሚያምኑ ሰዎች ባብዛኛው የደከመና በእንቅልፍ የላላ አእምሮ የሚፈጥረው ያን ያህልም የጠለቀ ትርጉም የሌለው ስብርባሪና ምኞት ዐዘል የአእምሮ ድራማ ነው ይላሉ። አልያም አእምሮአችን ቀን ሲሠራ የዋለውንና የመዘገበውን በትዝታ መደርደሪያው ላይ ሲያስተካክል፣ እያፈተለኩ የሚወጡና የተለያዩ የአእምሮአችን ክፍሎች የሚፈጥሩዋቸው ዝብርቅርቅ ትዕይንቶች ናቸው ነው የሚሉት። የሆነ ሆኖ ህልም ሁሌም በትርጉሙም ሆነ በፋይዳው ሰዎች የማይስማሙበት ምስጢራዊ ልምምድና ዓለም ሆኖ ይኖራል፡፡”

በጸጥታ ስታዳምጥ ከቆየች በኋላ፣ “እሺ ፈላስፋ መላኩ የርሶስ እምነት ምንድነው? በነገራችን ላይ እንደዚህ ዐይነት ረቂቅ የሆነን ጉዳይ እንዲህ ቀላል በሆነ መንገድ ባጭሩ መግለጽ መቻልህ የሚገርም ነው። እንዴት ነው ግን ነገሮችን እንዲህ ቀለል አርገህ መግለጽ የምትችለው በናትህ?”

“አስለፍልፈሽኝ ስትጨርሺ አሹፌ ብቻ አንቺማ ... የእኔ እምነት ... እምም ... አሁንም ገና ብዙ እየተማርሁ ስለሆነ የጠጠረና ክችር ያለ እምነት የለኝም። ግን አንዱ መንገድ ብቻ ነው ትክክሉ ብዬም አላምንም። መንፈሳዊ አለም እንዳለ አምናለሁ። ሰዎች እንቅልፍ ሲወስዳቸው ለመንፈሳዊ ዓለም ይበልጥ የተጋለጡና የተከፈቱ ሊሆኑ የሚችሉ ይመስለኛል። ስለዚህም መንፈሳዊ ጥቃትንም ሆነ ምሪትን ሊይዝ ይችላል ህልም። ምንጩ ክፉ ከሆነ፣ ግራ ማጋባት ወይም ማስፈራራት ነው ዐላማው፤ ምንጩ በጎ ከሆነ ደግሞ ወይ ማስጠንቀቂያ ወይ መመሪያ ነው ባይ ነኝ። እንግዲህ ሰው በሥራ ብዛትና በሚጋጩ ጠንካራ ምኞቶች የተነሣም ከውስጥ በቀላሉ ከማይደረስበት የአእምሮው ክፍል ያንን ሐሳብ በምልክትና በተመሳሊት የታጀበ ትዕይንታዊ መልእክት ሊተላለፍለት ይችላል። ለምሳሌ አውሮፕላኑ ቶሎ አላደርስ ብሎሽ የሶለን አእምሮ ምን ላይ እንዳለ ማወቅ ቢሳንሽ፣ ጎይለኛው የአእምሮሽ ክፍል እንቅልፍ ሸበብ ሲያደርግሽ፣ ክንፍና ታይቶ የማይታወቅ ምትሃታዊ መነጽር አስይዞ ሶለን ክፍል በቅጽበት አስገባሽ ማለት ይቻላል።” ሲል የበለጠ ነቃ እያለች

“በል እስኪ ቀጥል የኛ ፈላስፋ። እያዳመጥኩህ ነው።” አለች።

“ከዚያም ለብዙ ጊዜ ሲያንገበግብሽና ሲያብሰለስልሽ የኖረው ጉዳይ ማለትም የሕዝባችን የአእምሮና የአስተሳሰብ ነገር እዚያው ውስጥ ተያይዞ በክፍል ሁለት ትዕይንቱ ቀረበ። ከሶለን አይምሮ ተመንጥቀሽ ወጥተሽ ባገሪቱ አእምሮ ውስጥ ተገኘሽ። ያው ያንን ጨለማ ክፍል ለመክፈት ስትፈሪ ስትቸሪ ነበር። ጨለማው የማናውቀውና የምንፈራው ነገር ነው ይላሉ። ያልሽኝን መነጽር ነፋሱ

ወስዶ ሲከሰክሰው ነው እንደ ምንም በሩን ከፍተሽ የገባሽውና ያን ሁሉ የዘመናት ጉድ ያየሽው። አሁንም ሁሉም ምልክታዊ ነው ቋንቋው። እዚያው ጨለማ ውስጥ በሩም ተዘጋ አንዳች ቀዝቃዛ እጅም ፊትሽን ሲነካው ባነንሽ። በሶለንም ሆነ በአገሪቱ አእምሮ ላይ ራስሽን ሙሉ ለሙሉ ለመስጠት ብትፈልጊም፣ አቅመ ቢስነትና ማድረግ ያለብሽን ነገር ገና ጠንቅቆ አለማወቅ ፍርሀትን ፈጥረውብሻል። አሁን ግን በውስጡ ስላለሽ ወደ ኋላ መሄድ አልቻልሽም። እንግዲህ ይህ አተረጓጎምና እንደ ምሳሌ የተጠቀምሁበት ብቻ ነው። ያው ውስጥሽ ያለውን ነው ጥልቁ አእምሮሽ ቆፍሮ ለማውጣት እየሞከረ ያለው።

" በሌላ መንገድ ካየሽው ደግሞ የተዘበራረቀ ስሜትና በድንጋጤ እንቅልፍ ያጣ አእምሮ ውጤት ነውም ብለው አንዳንዶች ሊያስቡ ይችላሉ። ወይስ እግዜር አንዳች ምስጢር እየነገረሽ ነው? አልያስ ሰይጣን ተስፋ ሊያስቆርጥሽና ሊያስፈራራሽ የወረወረው የእንቅልፍ ፍላጻ ነው? እኔ እንጃ ... አንቺ ፍረጂ.." ብሎ ዝም አለ።

"ለምን የህልም ትርጉም ቢሮ አታቋቁምም? የምር ያዋጣሃል። አገላለጽህን ወድጄዋለሁ። እኔም ገና ምን ትርጉም እንደምሰጠው አልገባኝም ነበር። የሰው አእምሮ እኮ ባሕር ነው። ይገርማል! እኔ እምልህ እንስሳትም ህልም ያያሉ እንዴ?"

ከት ብሎ ሣቀና... "ለምን ጠየቅሽኝ...?"

"አይ እኔ እንጃ በቃ ሰው ብቻ ከሆነ የሚያየው አት ሊስት ... አለ አይደል መንፈሳዊ ፋይዳው የሚጨምር መሰለኝ...፡፡"

"በፊት በፊት ላይ የሚባለው እንስሶቹ ህልም አየሁ ብለው ስለማይናገሩ ለማወቅ ከባድ እንደሆነ ነበር። አሁን ላይ ያሉት የቅርብ ጊዜ ጥናቶች የሚያሳዩት እንስሳት በተለይ ደመ ሙቆቹ እንስሳት እንደሚያልሙ ነው። እንደ ጉሬላ፣ ውሻና አይጦች በመሳሰሉት ላይ የተደረገ ጥናት ህልም በሚታይበት የእንቅልፍ ክፍል ላይ ሰዎች ህልም ሲያዩ የሚያሳዩዋቸውን ባሕርያት ስለሚያሳዩ ህልም ሳያዩ አይቀርም ነው የሚባለው። እንዲያውም ምን እያዩ እንዳሉ ለማወቅም የተጠኑ ሙከራዎች ስኬት በማምጣት ላይ ናቸው። ለነገሩ እኮ የእኛ አገርም የተረት ሳይንቲስቶች 'ዶሮ ብታልም ጥሬዋን' ብለው የለም፤ ያው ሳይንሱም ልክ እንደዚያ ዐይነቱን ነገር ወደ ማለት መሰለኝ ያዘነበለው። ግን እኔን አትጥቀሺኝ። በምንም መመዘኛ የህልም ኤክስፐርት አይደለሁም።"

"ይገርማል ... ሕጻናትስ በእናትህ?"

"ያው በተለምዶ ቢያንስ ቅዥትና አስፈሪ ህልሞችን እንደሚያዩ እናቃለን። በስንት ዕድሜያቸው ይጀምራል የሚለው የሚገርምሽ ባለፈው

ያነበብሁት አንድ ጥናታዊ ጽሑፍ የሚያመለክተው ገና የአምስትና የስድስት ወር ፅንስም እያሉ እንደሚያልሙ ነው። አክቼዋሊይ እያደግን ስንመጣ፣ ህልም የማየታችን መጠን እያነሰ ነው የሚመጣው። ያው ሕፃናት ብዙ ስለሚተኙም ብዙ ያልማሉ። ነገር ግን ህልማቸውን መግለጫ ቋንቋም ሆነ ጽንሰ ሐሳብን የሚያስችል ዕውቀትና የሕይወት ልምዳቸው ጥቂት ስለሆነ ምስጢር ነው። ደግሞ አሁን አሁን ያው ልዩ በሆኑ የእንቅልፍ ጥናት ላቦራቶሪዎች ውስጥ በሚደረጉ ጥናቶች ህልምን የሚቆጣጠረው የአእምሮ ክፍሎችና የእንቅልፍ ደረጃዎች ከሞላ ጎደል ታውቀዋል። ግን ህልም ማለት ምን ማለት ነው? ለምን እናያለን? ገና ሙሉ በሙሉ ያልተፈታ እንቆቅልሽ ነው። ለነገሩ ራሱ እንቅልፍም እኮ ሌላው ምስጢር ነው። የዕድሜያችንን አንድ ሦስተኛ የምንሰጥለት። አንዱ የእንቅልፍ ተግባር ስናደርግና ስንለማመድ የዋልነውን የሕይወት አጋጣሚዎች ወደ ቋሚ የትዝታ ማኅደራችን የምንሰድርበት መንገድ ነው የሚል ነው። ሌላው ደግሞ ዕንቅልፍ የእረፍት ሰዓት ቢሆንም፣ ስንተኛ የሚነቃው የአእምሮአችን ክፍል ሥራውን ይቀጥላል። በተለይ ስንተኛ በህልማችን ውስጥ ቀን በእውን ለከበዱን ነገሮች መልስ የምናገኘውም ይህ የአእምሮአችን ክፍል ሥራውን ሠርቶ በራሱ ቋንቋ መልሱን ስለሚሰጠን ነው ይላሉ። ኧረ አንቺ ልጅ መተኛት የለብሽም እንዴ? ስናወራ እንዳይነጋብሽ!"

"አይ አይ… ንቅት እንዳልሁ ነው ባክህ.. ደግሞ ደስ ይላል… እሺ ሌላስ?…"

"ሌላ ምን…?"

"አትሚዘዝ በናትህ ስለ እንቅልፍ፣ ስለ ህልምም አውራልኝ… ደስ ብሎኛል ጨዋታው።"

"ይልቅ ካርድ ካለሽና ማውራት ከፈለግሽ የሆነ ነገር… ላውራሽ… ስለሌሊት የእንቅልፍ ህልም ሳይሆን ከነቃሁ በኋላ እሑድ ማለዳ ስላየሁት ልበል…"

"የው እንግዲህ ፍልስፍና… የቀልድህን አይደለም አይደል?…"

"የቀልዴን ቢሆን እንዴት በቀለለ … እንዲያውም የእውን ህልም ነው የሚያስፈራ… ከእንቅልፍ ህልም ትባንኛለሽ … ከነቃሽ በኋላ ከሆነ ግን … ቤቱን ጥለሽ መሄድ ብቻ ነው… ወይ ቡና መጠጣት…" ብሎ ሣቁን ለቀቀው። ከዚያም በመኝታ ቤቱ ከምስለ መላኩ ጋር ያደረገውን ውይይትና መኝታ ቤቱ ላይ ያሉትን ሥዕሎች እንዴት እንደተረዳቸው አጫወታት። ቀጥሎም የልቡና የአእምሮውን ዕርቅ መጀመር አወራት። እርሷን በተመለከተ የተሰማውን ስሜትና ለእርሷ ያለውን ፍቅር ግን ለመናገር ድፍረትም አጣ ቦታውም አልመስል አለው።

"እና እኔ እንጃ ከዚያ በኋላ ሌላነት ነው የሚሰማኝ። የሆነ ነገር የተገጠመልኝም ይመስለኛል፣ ወይም የተጫነልኝ እንደኮምፒዩተር ሶፍት ዌር። ለረጅም ጊዜ የተለየኝን ዘመድ ያገኘሁና ጭንቅላቴም የሁለት ሰው ሥራ ከመሥራት ያረፈ ይመስለኛል። መጀመሪያ ላይ ፍርሀትም ባዶነትም አሠቃይቶኝ

ነበር። አንቺም ድንገት ስለሄድሽ እንደሆነ ተሰምቶኝ ነበር። በሌላ በኩል ደግሞ አሁን ልቤ ሙቀትና ኀይል ስለሚረጭም መሰለኝ አእምሮዬ ያለብዙ ጥረት ድሮ የማይገቡኝ ነገሮች እየገቡኝ እንደሆነ ይሰማኛል። በልብ ማሰብ እንደዚህ ነው እንዴ? በርግጥ ገና አንድ ቀኑ ነው፤ ግን ደስ ይላል መሰለኝ። ዝም ብዬ ዘባረቅሁ እንዴ ሰሊ?"

"ኧረ ኧረ ምንም መዘባረቅ የለዉም… የሚገርም ነው… የእውን ህልም አልኸው…ዎው ይገርማል…! እኔ እምልህ ምስለ መላኩን መተዋወቅ ይቻላል?… ማለቴ እስከመጣ ይቆያል ወይ ማለቴ ነው።" አለች የምትለው ግራም ገብቷት፣ ሐሳቡም የሆነ እውነትነት እንዳለው በማትገልጸው መንገድ ያወቀች መሰላት።

"ትቀልጂብኛለሽ አይደል?"

"በፍጹም … እኔኮ በርግጥ የምስለ መላኩን ያህል ጥበቡም ድፍረቱም ስላልነበረኝ ነው እንጂ… አይ ኖው የሆነ ነገር … አለ አይደል? ግን ምን ብዬ ስም እንደምሰጠው ነበር ያጣሁት… ምስለ መላኩን ዘላለም ያኑረው እቅጩን ነው የነገረህ… ይገባሃል አይደል ለማለት የፈለግሁት? … ግን አሁን ስትነግረኝ … የገባኝ መሰለኝ … አንዳንዴ እኮ ቅርብም ሩቅም ነህ። ደግሞ አይ ቲንክ ስሜትህ በአስተሳሰብህ ውስጥ ተጨቁኖ የምትኖርም ትመስለኛለህ…። እኔ እንጃ ብቻ አይ ኖው ደግና ጥሩ ሰው እንደሆንህ፤ ግን በቃ ደግሞ ላለመጐዳት የምትጠነቀቅ ላለመጉዳትም ተግተህ የምትሠራ ስለሚመስለኝ ነገሩን ምን ብዬ እንደምነግርህ ግራ ይገባኝ ነበር። ምናልባት በሕይወትህ ውስጥ ትልቅ የአቅጣጫ ለውጥ የሚሰጥህ ልምምድ ሊሆን ይችላል። ሁሉም እኮ ልቡና አእምሮው ተፋቶበትና ተራርቆበት ነው የልቡ ባዕድ ሆኖ እንደሮጠ የሚሞተው" አለችው፤ አሁንም ብዙ አውርታ የልቧን ባለመግለጿ ሳትረካ።

"መሰለኝ … እኔ እንጃ እንግዲህ … ዝም ብዬ ሳስበው አሁን ለጊዜው እንግዲህ ምስለ መላኩም ልቤን ተመስሎ ልቤን ሆኖ ከእኔው ጋር ተቀላቅሎአል። አሁን አንድ መላኩ ነው ያለው። አሁን እኮ እኔም እርሱም ነን አንድ ሆነን የምናወራሽ። አያስታውቅም ማለት ነው? ድምፄ አልተለወጠም እንዴ?" ብሎ ድምፁን ከጐረነነው በላይ አጎርንኖ ሲሥቅ እርሷም አብራው ሣቀች፡፡

"በጣም የሚገርምሽ ለመጀመሪያ ጊዜ ዘመዶቼን ፈልጎ የማግኘት ጠንካራ ፍላጎትም ተፈጥሮብኛል። በተለይ አባቴ ማነው? የት ይሆን ያለው? ባገኘው ምንድን ነው የምለው? ምናምን የሚለውን ጥያቄ እንዴት እንደምመልሰው ባላውቅም ግን ሳም ሃው… የሚቀጥለው መመለስ ያለበት የሕይወቴ ጥያቄ መስሎ ነው የታየኝ። ምን ይመስልሻል?"

"መሊ በጣም በጣም አሪፍ ነው። አጠገብህ ብሆን ኖሮ አብሬህ ነበር የምዞር። ልቤም ጸሎቴም ካንተ ጋር ነው። ጊዜው ይመስለኛል።" አለች አስተያየቷ በእሱ ዘንድ ዋጋ ማግኘቱ አስደስቷት።

እንዲህ እንዲህ ሲያወሩ ሰዓቱ ከሌሊቱ ዘጠኝ ሰዓት ተኩል ሆነ በቺካጎኛ። ስለ ሶለን አደጋም የሚያውቁት ነገር ውሱን ነገር እንደሆነና ሲነጋ አንዳንድ ቦታዎች ሄዳ ለመጠየቅ እንዳሰበችም ነገረችው። ከዚያም ለጊዜው ተሰነባብተው ስልኩን ዘጉት። አደጋውን ከሰማች ጊዜ ጀምሮ ለመጀመሪያ ጊዜ ደስ የሚል ስሜት ተሰማት። ወንድሟ ለሕይወቱ በሚፍጨረጨርበት ጊዜ እንደዚህ ዐይነት ደስታ ስለተሰማት ትንሽ የጸጸት ሾተል ጭንቅላቷን ወጋት። ከባሻገር ያለውን የሶለንን ፎቶ አንሥታ ሳም አደረገችው፤ የጸጸት ስሜቷን ለማካካስ ይመስል። ቀጥሎም በርከክ ብላ ለሚቀጥሉት ጥቂት ደቂቃዎች ስለ ሶለን ጸሎት አደረገች። መላኩም ቤተ ሰቦቹን በተለይ አባቱን ማግኘት እንዲችል ተማጸነችለት። ወዲያው እዚያው ሶፋው ላይ እንቅልፍ ይዟት ጥርግ አለ። ጠዋት ሦስት ሰዓት ላይ ስትነቃ ብርድ ልብስ ለብሳ ሶፋው ላይ ተኝታለች። አባቷ ነበሩ ሌሊት ሲነሡ ኩርምት ብላ አይተዋት ያለበሷትና አስተካክለው ያስተኟት። ዛሬም ለእርሳቸው ጢኖ ሚጢጢ ናት።

ልክ በአሥረኛው ቀን ነበር ሶለን ከኮማ ውስጥ የነቃው። በየቀኑ ሰሎሜ አጠገቡ እጁን ይዛ ትጸልያለች፤ የልጅነታቸውን ወሬ ታወራለታለች። በተለያዩ ጊዜያት ያጋጠሙዋቸውን አሥቂኝና የማይረሱ ትዝታዎች ታስታውሰዋለች፣ የሚወደውንም መዝሙር ትዘምርለታለች። አንድ ቀን ቀልድ እየነገረችው እያለ እጁን ጭምቅ አርጎ ያዝ ለቀቅ ሲያደርጋት ሮጣ ለሃኪሙ ብትነግረው፣

"አይ ይሄ ብዙ ጊዜ ይታያል። ሪፍሌክስ ነው የምንለው፤ ከእርሱ ቁጥጥር ውጪ ነው። ብዙ ጊዜ ከፍተኛ የጭንቅላት ጉዳት በደረሰባቸውና ኮማ ውስጥ ባሉ ሕመምተኞች ላይ ይታያል" ብሎ ደስታዋን ቢገድለውም ሙሉ ለሙሉ አላመነችውም። ይህ የሆነው ስድስተኛው ቀን ላይ ነበረ። በማግስቱ ደግሞ ሌላ ቀልድ ስታወራለት ፈገግ ብሎ ትንሽ ጊዜ ቆየ። አሁንም ወደ ሃኪሙ መሮጥ አልፈለገችም። ለሕያው ደውላ ስትነግረው፣ ስሜቷን ሊጐዳ ስላልፈለገ ነገሩን አድበስብሶ፣ ነውም አይደለምም ሳይላት ስልኩን ሲዘጋው፣ አለመታመኗ ቢያሳዝናትም እርሷ ግን ተስፋዋ እየለመለመ ነው። በስምንተኛው ቀን ዐይኑን ከመግለጡም ባሻገር የእጆቹን ጣቶችና እግሩን የተወሰነ ማንቀሳቀሱ በሃኪሞቹ ላይ ትልቅ ደስታንና መገረምን ፈጥሯል። ቤተ ሰቡም ተስፋቸው ታደሰ። ከዚያ በኋላ ግን በእንቅልፍ መሃል ባኖ መወራጨትና አንዳንዴም በመጮኽ ድምፅ ማሰማት ጀመረ።

ከዚያም የተገጣጠመለት ሕይወት መደገፊያ ተነሥቶ በራሱ መተንፈስና

በምልክትም አንዳንድ ነገሮችን መገንዘብ ቻለ። ሃኪሞቹ ግን አሁንም የጉዳቱ ልክ ከፍተኛ ስለሆነ ምንም ዐይነት ተስፋ መስጠት አልፈለጉም። ያው ደግነቱ ሕያውም ስላለ በቂ ማብራሪያ ከእርሱ ያገኛሉ። ትንሽ ትንሽም ቢሆን ፈገግ ማለት ጀምሮአል። በየመሃሉም 'ሶፌ ሶፌ...' እያለ ይጣራል። ለማንም የማይገባ ነገር ዐልፎ ዐልፎ ይቀባዥራል። አንዳች ነገር እንደሚያባርረው ፊቱ ላይ ድንጋጤ ይታያል። ሰሎሜ ነገሩን ለማጣራት ሶፌ ማናት ብላ ስትጠይቀው፣ ግራ እንደገባው ሰው ትኩር ብሎ ያያትና እንባ ከዐይኑ ይፈሳል። ትንሽ ቆይቶ ደግሞ ሸለብ ያደርገዋል። ልክ በሦስተኛ ሳምንቱ ዊልቼር ላይ አስቀምጠውት በክፍሉ መስኮት አኳያ ወደ ውጭ እያዩ ሰሎሜና እናቱ ዐብረውት ሳሉ ድንገት፡-

"ጢኒ ... ስለ መጣሽ ደስ ብሎኛል ... ነፍሴ ተንሸራታ እንዳታመልጥ የያዝሻት አንቺ ነሽ" ብሎ ድንገት ሲናገር ሰሎሜና እናቷ ማመን አልቻሉም። ከዛ አከታትለው ሊያዋሩት ቢሞክሩም፣ ምንም አላወራም። ፈገግ ብቻ ብሎ የሚሉትን እንደሰማ ያህል ራሱን ነበር ያንቀሳቀሰው። ሃኪሞቹ አሁንም ሲነግሩዋቸው ብዙም የተመሰጡ ወይም የተገረሙ ሆነው አልታዩም። ሶለንን መልሶ የማቋቋሙ ሥራ ወራትን እንደሚወስድና ይህም ተደርጎ እንኳ በቀድሞው ደረጃ ላይ ሙሉ ለሙሉ ላይደርስ እንደሚችል ነው ደጋግመው የነገሩዋቸው።

ሃኪሞቹ ተስፋ ማስቆረጥ የሚወዱ ይመስላሉ። የከፋውን ውጤትም ማሳወቅ ስለሚፈልጉ አንዳንዴ በቃ ደም ያፈላሉ። በተለይ ለአበሻ አይሆኑም። አበሻ ተስፋ ይወዳል፤ የአብዛኛው ኑሮስ በተስፋ ላይ የተመሠረተ አይደል! ተስፋው ሲወሰድበት ነፍሱ ልትወጣ ነው የምትደርሰው። ሰው ሞቶ ተገንዞ መቃብሩ እንኳ እየተቆፈረ፣ 'እግዜር ያቃል አይዞአችሁ። ማን ያውቃል ነፍስ ይዘራ ይሆናል' መባልን ይወዳል። ለነገሩ እነሱም ያበዙታል መሰል፤ ያገሬውም ሰዎች የሚማረሩበት ጉዳይ ነው። አንድም ክስ ስለሚፈሩ ተስፋ ለሰው አይሰጡም ይባላል የዚያ አገር ሃኪሞች። ያልሰጡትን ተስፋ ውለዱ ብሎ ማን ይከሳቸዋል። የዚያ አገር የፍርድ ቤት ካሳ በሚሊዮን የሚቆጠር ጠገራ ብር ስለሆነ ሰዉም መክሰስ ሳይጠናወተው አልቀረም። ሃኪም በመክሰስ ብቻ ዳጎስ ያለ ጥሪት ያፈሩ ጠበቆችም ጥቂት አይደሉም። በሌላ በኩል ደግሞ 'እውነቱን ተናግሮ የመሸበት ማደር' የሚለው ተረት ከእንግሊዘኛ ወደአማርኛ የተተረጎመ ተረት ሳይሆን አይቀርም ያስብላል። ፍርጥርጥ አርገው ማውራት አይፈሩም ፈረንጆቹ።

ሰሎሜም ሆነ ወላጆቿ የአደጋውን መንሥኤና የሆነውን ነገር ሁሉ ለማወቅ ያደረጉት ጥረት እጅግም ፍሬ አላገኘም። ወደ ሶለን መኖሪያ አፓርትመንት ዶክመንቶቹንና ዕቃውን ለማምጣት ሂደው ነበር። አብረውት ከሚኖሩት ደባሎች አንዱ ጓደኛው ከዚሁ የመግደል ሙከራ ጋር በተያያዘ ጉዳይ መታሰሩን ደርሰውበታል። ፖሊሶችም መጥተው የአንዳንድ ዶክመንቶችን ፍተሻ ከማድረጋቸው በፊት፣ ሶለን በነበረበት ቡድን ውስጥ የነበሩ ሰዎች ብዙ

ዶክመንቶቹንና ላፕቶፑን ጨምረው ወስደው ነበር። ይህንን አሁንም እዚያው አፓርትመንት ውስጥ የሚኖር አንድ ጥቁር ወጣት ነው የነገራቸው። ወደ አፓርትመንቱ የሄዱት አደጋው ከደረሰ ከአንድ ሳምንት በኋላ ነው። በየሳምንቱ ሆስፒታል እየተመላለሰ የሚከታተለው መርማሪ ፖሊስም ሆነ ሌሎቹ የምርመራ ቡድን ሠራተኞች አደጋው ዝም ብሎ ግጭት እንዳልሆነና ምርመራው እንዳላለቀ ነግሯቸዋል። በአራተኛው ሳምንት ላይ የኤፍቢአይ መኰንኖች የሆኑ ሁለት ሰዎች መጥተው ቤተ ሰቡን አናገሩ። ከሶለን ግን ያንንም ያህል ኢንፎርሜሽን ስላላገኙ እንደሚመለሱ ነግረዋቸው ካርዳቸውን ለሰሎሜ ሰጥተው እንደ ማስጠንቀቂያም ጠቃሚ የሆኑ ዶክመንቶቹና የግል መረጃዎቹ ሁሉ ምናልባት ተሰርቀው ስለሚሆን፣ ክሬዲት ካርዱንና ሌሎች የባንክ አካውንቶቹን ካልተዘጉ እንዲዘጉ መከሩ።

በዚህ ጊዜ ሶለን 'ሶፊ ሶፊ' እያለ እንደሚወራጭና ዐብራው በአደጋው ውስጥ የነበረች ገርልፍሬንዱ ልትሆን እንደምትችል ነገረቻቸው። የሶፊያን ጉዳይ ስትጠይቃቸው ምርመራው አሁንም በሂደት ላይ ስለሆነ ስለ እርሷ ምንም ልንነግርሽ አንችልም አሉዋት። የሶለን ስልክ በአደጋው ጊዜ ከመኪናው ውስጥ ስለጠፋ ምንም ሌላ መረጃና ቁጥሮች ስላላገኘች ማንንም ደውላ መጠየቅ አልተቻለም። የቀረው ተስፋ ሶለን በትክክል ሲነቃ የሚሰጠው ኢንፎርሜሽን ወይም ነቅቶ ፓስዎርዱን ካስታወሰ ኢሜይሉን ከፍቶ የሚገኘው መረጃ ብቻ ነው። አለበለዚያም ይህቺ ሶፊያ የተባለች ምስጢራዊት ጓደኛው ከተገኘች ወይም ሶለንን ፍለጋ ከመጣች ብቻ ነው ያለው ተስፋ። ለነሰሎሜ ምርመራው አልቆ ፖሊሶቹ የሚሉትን መጠበቅ ሥቃይ ሆኖባቸዋል። ሁሉም ለምንድነው ኤፍቢአይ የተጨመረበት? ይሄ ልጅ ምን ዐይነት ነገር ውስጥ ገብቶ ይሆን? ያሸባሪነት ሥራ በሚፈጽም የወንጀል ድርጅት ውስጥ ሳያስበው ገብቶ ይሆን ወይስ በሱስ አምጪ ዕፅ ንግድ ላይ ተገኝቶ ይሆን? በዚህ የተነሳ ነገሩ ለሁሉም የባስ ግራ የሚያጋባና አስጨናቂ ሆኖባቸዋል።

ባምስተኛው ሳምንት በከፍተኛ ደረጃ ተሽሎት ከዋናው ሆስፒታል ወደ ማገገሚያ ሆስፒታል ተላለፈ። አሁን ብዙ ጥያቄዎችን በዝርዝር ባይመልስም የሚፈልገውን አዎ ወይም አይ በሚል መልኩና ጥቂት ቀላል ቃላትን መናገር ጀምሮአል። በዚህ ሆስፒታል የንግግር፣ የአካል እንቅስቃሴ፣ የማኅበራዊና የኑሮ ችሎታዎች ማዳበሪያና መልሶ ማቋቋሚያ ህክምና ነው የሚሰጠው። አሁን ሕይወቱ ተርፏ የለ? የሚቀጥለው ደግሞ የአእምሮውን ተግባር ቢቻል ወደ ቀድሞ ቦታው፣ ካልሆነም እስከ ተቻለው ለመመለስ ጥረት ማድረግ ነው።

የሶለን ጤና መሻሻል ለሰሎሜ ትልቅ ደስታ ፈጥሮላታል። ትንሽ ርቀት በድጋፍ መሄድ ችሎአል። የተወሰነ ይሁን እንጂ ማውራትና መሣቅም ጀምሮአል። ምግብ በእጁ መብላት ጀምሮአል፤ ዐልፎ ዐልፎ ትን ስለሚለው ያው በጥንቃቄ ነው እንጂ። ሃኪሞቹ ትንታው ከደረሰበት የአእምሮ መቁሰል ጋር የተያያዘ ነው ብለው

ያሰቡ ሲሆን፣ ለረጅም ጊዜም የመተንፈሻ ማሽኑ የአየር ቧንቧ ጉሮሮው ውስጥ ስለቆየ ጡንቻዎቹ ሳይላሉ ስላልቀሩም ይሆናል ብለው ነው ያስረዱዋቸው። በግራ ጐኑም ከአደጋው ጋር ተያይዞ አምስት የጐድን ዐጥንቶቹ ስለተሰበሩ አተነፋፈሱ ላይ አሁንም ትልቅ ተጽዕኖ ፈጥሮአል። ትንታው ደግሞ ምግብና ፈሳሽ ወደ አየር ቧንቧ አስገብቶ አደገኛ ኢንፌክሽን ሳምባው ውስጥ እንዳይፈጥር ይፈራል። የራሱ ላይ ቁስል ሙሉ ለሙሉ ባይድንም ጠገግ ብሏል። የማገገሚያው ህክምና አድካሚ ነው። እንቅልፉ ደኅና ቢሆንም አሁንም ላብ በላብ ሆኖ እየባነነ በመሃል በመሃል ይነቃል። የሰሎሜ መኖር ከህክምናው ያላነሰ ለመትረፉ አስተዋጥኦ አድርጓል ማለት ይቻላል። ትእግሥቷና ፍቅሯ ልክ የለውም። የሆስፒታሉ ሠራተኞችም በጣም ወድደዋታል።

ሶለን አሁን የማስታወስ ችሎታው በከፊል የተመለሰ ከመሆኑም ባሻገር ንግግሩም በፍጥነት እየተስተካከለ ነው። ደጋግማ ስለ ሶፊያና ስለ አደጋው የሚያስታውሰውን ብትጠይቀውም ይህ ነው የሚባል ነገር ሊነግራት አልቻለም። ቆይቶ ግን ከሶፊያ ጋር አብረው አምሽተው ከራት ሲመለሱ መንገድ ላይ ተኩስ እንደተከፈተባቸውና እሷም እጇን እያወናጨፈች ስትጮኽ ትዝ እንደሚለው ነገራት። ሁለት መኪኖች ከግራና ከቀኝ መጥተው ተኩስ እንደከፈቱባቸው ትዝ እንደሚለው። ዕፅ መውሰዱም ሆነ መስከራቸው ትዝ እንደማይለው ነው የነገራት። አሁንም ስልኩ የት እንዳለ ወይም የሶፊያ ስልክ ቁጥር ስንት እንደሆነ ወይም የኢሜይሉ ፓስዎርድ ምን እንደሆነ ሊያስታውስ አልቻለም። ሰሎሜም ልታስጨንቀው አልፈለገችም። እርሱ ግን መቃዠቱንና የሶፊያን ስም በእንቅልፍ ልቡ መጥራቱን አላቆመም። አሁንም ስለ ቡድኑ ጉዳይ ለቤተ ሰቡ ምንም ዝርዝር ነገር አላወራም። በዚህ መሃል አንድ ቀን ሻል ብሎት ሃኪሙ እንዲያናግሩት ስለፈቀደ የምርመራ መኰንኖቹ ትንሽ ሊያናግሩት ሞክረው ገና የማስታወስ ችሎታው ብዙም ስላልተመለሰ ያሰቡትን ያህል አልረዳቸውም። ስለ ሶፊያም ጉዳይ ጠይቋቸው ለጊዜው ምንም መረጃ ሊሰጡት እንደማይችሉ ነው የነገሩት። ይህም ጭንቀቱን ጨምሮበታል።

ይሄው ሰሎሜም አሜሪካ ከመጣች ሁለት ወር አለፈ። ክብሮም ከሥራ ውጪ ከዚያ አይጠፉም። ሕይወቱ ሁሉ ሆስፒታል ሆኖአል ማለት ይቻላል። ድሮም ቤተ ሰብ ስለሆነ ለሰሎሜ ወላጆች የተለየ ነገር ባይሆንም፣ ሰሎሜ ግን ነገሩ ከዚያ በላይ እንዳይሆን አሳስቦአታል። ተረኛ ሆኖ የቀረ ቀን እርሷም ቅር ቅር ይላት ጀምሮአል። ደግነቱና ውለታው በጣም ነው ልቧን የነካው። ደግሞ ያሳዝናትም ጀምሮአል። በተለይ አሁን አሁን ሶለንም እየተሻለው ስለሆነ ዐልፎ ዐልፎ እናቷ ወይም አባቷ ሲኖሩ፣ ከክብሮም ጋር ወጣ ወጣ ማለት ጀምራለች። በዚህ መካከል ደግሞ ከወዳገር ቤት ከኤርትራ አሳዛኝ ዜና መጣ። ክብሮምን ሊጠይቁ ለመምጣት በዝግጅት ላይ የነበሩት እናቱ ድንገት ታመው ማረፋቸው ተነገረው። ክብሮም

እጅግ አዘነ። አንድ እኅቱ ከባሏ ጋር በሥራ ምክንያት አውስትራሊያ ነው ያለችው። ክብሮም የመጨረሻ ልጅ ነው። ቅርብ ያሉት ዘመዶቹ አክስቱና ቤተ ሰቦቿ ሚሊዋኪ በሚባል ከተማ ይኖራሉ። ከተማው ለቺካጎ ቅርብ፣ ካንድ ሰአት ተኩል እስከ ሁለት ሰዓት የሚያስሄድ ርቀት ያለው ነው።

ይህም ሰሎሜንና ክብሮምን የበለጠ ሳያቀራርባቸው አልቀረም። ሰሎሜ ደግሞ ክብሮም ሶለን ታሞ ለዋለው ውለታ አሁን ብድር ለመመለስ የፈለገች ይመስላል። በዚህ መሃል ያለው መቀራረባቸው ግን የሚፈጥረውን መዘዝ እምብዛም ልብ ያለችው አይመስልም።

ሶለን በጣም እየተሻለው ስለመጣ አንዳንዴ ማንም አያድርለትም። የማስታወስ ችሎታውና የአእምሮው ቅልጥፍና በተወሰነ መጠን ተመልሶለታል። አሁንም ገና ሐሳቡን እንደፈለገ መግለጽ አልቻለም፣ ትንሽ አውርቶ ሐሳቡ ይጠፋበታል ወይም ተበሳጭቶ ይተወዋል። እንደ ድሮው ተጫዋችና ያሰበውን የሚናገር መሆን ገና አልቻለም። በሰብእናው ላይ ትልቅ ለውጥ ይታያል። አንድም ብዙ የጭንቅላት አደጋ የደረሰባቸው ሰዎች እንደሚሆኑት የዚያ ዉጤት ሊሆን ይችላል፣ አልያም የደረሰበት አደጋና ምክንያቱ እየታወቀው ሲመጣ የገባበት የድባቴ ስሜት ሳይሆን አይቀርም። አሁን ትንሽ ትንሽ ማንበብ፣ ካባቱ ጋርም ማውራት ደስ ይለው ጀምሮአል። እርሱና አባቱ በመልክ ብቻ ሳይሆን በባሕርይም ይመሳሰላሉ።

ቀኑ የክብሮም የልደት ቀን ስለነበር ሰሎሜ እርሱን ለማስገረምና ለማስደሰት ብላ የተለየ ራት ልትጋብዘው ቀጠሮ ይዘዋል። ጆን ሃንካክ በሚባለው ረጂም ሕንጻ ላይ ባለው ሬስቶራንት ነው ልትጋብዘው ያሰበችው። ከተማዪቱንና ባሻገሩን ሁሉ የሚያሳይ 360 ዲግሪ እይታ ያለው ቦታ በመሆኑ ክብሮም ይህንን ቦታ በጣም እንደሚወደው ታውቃለች። ሬስቶራንቱ የሚገኘው ዘጠና አምስተኛው ፎቅ ላይ ሲሆን ከእርሱ በላይ ባለው ፎቅ ላይ ደግሞ ቀለል ያለ ባር ላውንጅ አለ። ቀኑ ፍንትው ያለ ስለሆነ ዙሪያ ገባው በግልጽ ይታያል። ከተማውና ሐይቁ የሠሩት የውበት ስብጥር ቃል አይገልጸውም። አረንጓዴው ልምላሜ፣ ሰማያዊው ሐይቅና የተለያየ ሕብረ ቀለማትና መጠን ባላቸው ሕንጻዎች የተዋበው የከተማው እምብርት ከላይ ሲያዩት ዕቀፉኝ ዕቀፉኝ ይላል።

ስጦታ ሸቱ ነው የገዛችለት፣ የሚወደውን ሁጎ ቦስ። እርሷም እርሱም ዘንጠዋል። ያንተ ቀን ስለሆነ አትነዳም ብላው እርሷ ናት ከቤቱ በአባቷ መኪና ይዛው ወደ ቦታው የሄዱት። ክብሮም በመጠኑም ቢሆን ቀስ በቀስ ከእናቱ ኀዘን መጽናናት ጀምሮአል። ቦታው ሲደርሱ የልደት ስጦታው የጆን ሃንካኩ ግብዣ ነፍሱን ነው ያምነሸነሸው። በርግጥ ጥሩ ምርጫ ነበር። ክብሮም እንደ ልጅ ነው ያረገው፣ ገና እኮ ሸቶው አልተሰጠውም። ትንሽ ዞር ዞር እያሉ በመስተዋት

በታጠረው ፎቅ ውስጥ ቺካጎን ከነባሻገሯ ከቃኙ በኋላ፣ በምዕራብ አቅጣጫ ሲደርሱ ልትገባ ያለችው ፀሐይ ቀልባቸውን ይዛ አቆመቻቸው። ይህ መታደል ነው፤ ሁሌም የማያጋጥም ዕድል ነውና። ሳያስበው ክብሮምም እጁን ሰሎሜ ትከሻ ላይ ጣል አደረገ። እርሷም ምንም አላለችም ጠጋ ብላው ቆመች።

የፀሐይዋን መጥለቅ አይተው ጥቂት ፎቶ ተነሥተው ደውላ ወዳስያዘችው መቀመጫቸው አመሩ። ወንበሯን ስቦ በማስተካከል እርሷን ካስቀመጠ በኋላ ራሱም ተቀመጠ። በመስኮት አጠገብ ስለነበር የተቀመጡት አሁንም እይታው የሚጠገብ አልነበረም። የሚጠጡትን አዘው የምግቡን ሜኑ ማየት ጀመሩ። ምግቡ እስኪመጣ ያመጣችለትን ስጦታ አውጥታ እየሰጠችው 'መልካም ልደትን' በንግሊዝኛ ዘመረችለት፤ ቀስ ብላ። ክብሮም ከፍቶ ሲያየው ደስ አለው፤ ከሰሎሜ ሽቶ። እጆቿን ወደእሱ ወስዶ ምጥጥ አድርጎ ሳማቸው። ሳታስበው ፊቷ ቀላ እንደ ማፈርም አደረጋት። ዐይን ዐይኗን እያየ እንባ ባቀረሩ አይኖቹ፣ "ሰሊና እኔ ምንም ቃል የለኝም። በጣም ነው የማመሰግነው። አንቺ ባትኖሪ ኖሮ የእናቴን ሐዘን እንዴት አልፌው ነበር። ደግሞ ደግነትሽና ይህንም ልደቴን እንዲህ ዐስበሽ ስላከበርሽልኝ በቃ I have no words" ብሎ አሁንም እጇን ማሻሸት ቀጠለ።

"ኧረ ምንም አይደል ... አንተ እኮ በጣም ጥሩ ሰው ነህ! ከዚህም በላይ ይገባሃል። የማትለዋወጥ ጥሩ ሰው ነህ.." አለችው እጁን እርሷም በተራዋ ጭምቅ እያደረገች።

በዚህ መሃል አስተናጋጁ ምግባቸውን ይዞ ስለመጣ አትኩሮታቸውን ቀየሩ። የመጀመሪያውን አጐረሳት። ግሪልድ የሆነ ዓሳ ነበር እሱ ያዘዘው፤ እሷ ደግሞ ዶሮ። ትንሽ እንደበሉ፣ "ዛሬ እንደምወዳትና አሁንም የፍቅሯ ምርኮኛ እንደሆንሁ ልንገራት?... ወይስ ዝም ብሎ እየሄደ ባለበት በራሱ ፍጥነት ይፈንዳ..." እያለ በማመንታት በሐሳብ ጭልጥ ብሎ ሲሄድ ያዘችው።

"ኧረ ክብርሽ... በሐሳብ ... ተንሸራተህ ከፎቅ እንዳትከሰከስ .. አሁን ሌላ ሰው ደግሞ ማስታመም አንፈልግም" አለችው እየቀለደች።

"እህ. . እህ ..ህ ..ም..ም አይደል ... ይገርማል እኮ!" አለ ራሱን ለመመለስ እየታገለ። "ምኑ?" አለችው። አሁን ደግሞ እሱ ፊቱ ላይ ማፈር ይታይበታል። ያሰበውን ያወቀችበት ስለመሰለው ሳይሆን አልቀረም። ቦርሳዋ ውስጥ ያለው ስልክ ሲጮኽ ለማንሣት ዞር ስትል መልስ ከመስጠቱም ተገላገለ። የሚለውን ለማሰብ ፋታ ያገኘ መሰለው። ስልኩን አውጥታ ስታየው ሕያው ነው።

"ሃሎ ... ሕያዌ ሰላም ነው?" ስትለው ድምፁ ተለዋወጠባት።

"እም ባክሽ ትንሽ ችግር አለ...እምምም"

"ምንድነው? ቤቢ ደኅና ነው? ምንድነው?" እያለች ተተረማመሰች።

"ቤቢን ራት ሲበላ ትን ብሎት .. በቃ አለ አይደል አየርም አጥሮት አሁን ወደ ዋናው ሆስፒታል ባንቡላንስ ወስደውታል። እኔም ወደዚያው እየሄድሁ ነው። ማሚም አብራው ናት። ከቻልሽ እዚያው እንገናኝ። ረጋ በዪ ደግሞ። የት ነሽ?"

"ወይኔ ... እሺ መጣሁ... እዚህ ከተማ ከክብሮም ጋር ነኝ.. አልነግረሁህም?"

"አው... አዎን ረሳሁት ... ድንጋጤውም ነው መሰለኝ...እስኪ ክብርሽን ላናግረው..."

አሁንም የምታደርገውን አጥታ እንደተለመደው እንባዋ ቀደማት... ስልኩን ለክብሮም ሰጠችው። "ሃይ ሕያዌ ምንድነው?... ሶለን ደኅና አይደለም እንዴ?"

"ምን ባክህ ያው ትንታ ያስቸግረው የለ? ራት ሲበላ aspirate አረገ መሰል... ወደ ድንገተኛ ክፍል ወስደውታል.. እኔም እዚያው እየሄድሁ ነው... ደግሞ ... happy birthday bro.."

"thanks... በቃ አሁኑኑ መጣን ዳውን ታውን ነን... መጣን..."

"እሺ will see you እዚያው...ቀስ በሉ" ብሎ ስልኩን ዘጋው።

ሒሳባቸውን ከፍለው ወደ መኪናቸው ገሠገሡ። አሁንም እያለቀሰች ነው ሰሎሜ። ክብሮምም እያባበላትና የሚለውን ዐጥቶ፡-

"ሰሊና he will be okay" የሚለውን ማጽናኛ ቃል እየደጋገመ ትከሻዋን እያባበሰና መታ መታ እያደረገ መኪናቸው ጋ ደረሱ። ከሆስፒታሉ ብዙም ስለማይርቅ ከሕያው ቀድመው ደረሱ። ሶለን ግን አተነፋፈሱ ጥሩ ስላልነበረና ወደ አየር ቧንቧው የገባው ምግብ የፈጠረው የመተንፈስ መታወክ ለሕይወቱ አሥጊ ጉዳይ ሆኖ ስለተገኘ፣ እንደገና ወደ አይሲዩ ገብቶ የመተንፈሻ ማሽን ተደርጎለት ተኝቶአል። ለአጭር ጊዜ መተንፈስና የልቡም ምት ቆሞ ነበር። አሁን ሙሉ በሙሉ ራሱን አልሳተም። ሰሎሜ ደግሞ የጥፋተኝነት ስሜት እያሠቃያት ነው። ራስ ወዳድ ሆና ሶለንን ጥላ ሄዳ ከክብሮም ጋር ሲዝናኑ ይህ ስለደረሰበት፣ የእሷ ጥፋት አድርጋ አሰበችው። የሠራችውን ሁሉ ያፈረሰችው መሰላት። የህልሟ ፍጻሜና የሶለን ፍጻሜ አንድ እንዳይሆን ፈራች። የሶለንን ሕይወት የማዳን ተስፋ በሩ ከኋላዋ የተዘጋባት መሰላት። በዚህ ጊዜ ክብሮም ከኋላዋ መጥቶ ለማጽናናት እጁን ትከሻዋ ላይ ሲያደርግ፣ በቅርብ ታጥቦት የነበረው የእጁ ቅዝቃዜ ዐንገቷን ሲነካው ደንብራ ዘለለች። ከህልሟ ጋ ተገጣጥሞባት። እሱም ፈጽሞ ያላሰበው ነገር ስለነበር ደንገጥ ብሎ እጁን ሰበሰበ።

"ይቅርታ ሐሳብ ውስጥ ግብቼ ደነገጥሁ" ብላ ለማስተባበል ሞከረች። እሱም የሚያደርገውን አጥቶ እጁን ወደ ኪሱ ውስጥ ከተተ። ለጊዜው ማንም ምንም ማድረግ አልቻለም። ደስ የማይል እርግጠኝነት ያጣ የዝምታ ድባብ የሁሉንም ከንፈር ሸብቦ ያዘ።

ፍለጋ

ከሰሎሜ በድንገት ወደ አሜሪካ መሄድ በኋላ የመላኩም ሕይወት ብዙ ለውጦችን አስተናግዷል። ለውጡ ደግሞ ያኗኗር ብቻ ሳይሆን ያስተሳሰብም ጭምር ነው። ቶሮንቶ እያለ ለአንድ ዓመት ጓደኛው የነበረችና እጅግ ትወደው የነበረች ልጅ፣ ግንኙነታቸው ከመቋረጡ በፊት ሁልጊዜም የምትለው ነገር አሁን ገና ነው እውነት እንደነበር እየገባው የመጣው። "ተወዳጅነትህን ያበዛው መውደድ አለመቻልህን ለመደበቅ በምታደርገው አእምሮአዊ ጥረት ምክንያት የምታሳየው ጥሩ ማንነት ነው" ትለው ነበር። "ከጭንቅላትህ ቀንሶ ልብን ቢጨምርልህ፣ ግሩም አፍቃሪ ይወጣህ ነበር" በማለት ጎፈሬውን እያሻሸች እውነቱን ልትነግረው ብዙ ሞክራ ነበር። ልጅቷ ሳይኮሎጂስት ወይም ፈላስፋ አልነበረችም። አንባቢ ነጋዴ ብቻ ነበረች። ካሥራ ሁለተኛ ክፍል ያልዘለለች ብትሆንም በመቶዎች የሚቆጠሩ መጻሕፍትን ያነበበች ከመሆኑዋም በላይ፣ ከተፈጥሮ በጣም ቅርበት ያለው ኑሮ ትኖር ነበር። አንዳንዴ አበሻ መሆኑዋንም ይጠራጠረው ነበር፣ በአኳኋኗና በአስተሳሰቧ።

ገና ያሥራ ስምንት ዓመት ልጅ ሆና ነው ከቤተ ሰብ ወጥታ ራሷን ለመቻል ደፋ ቀና ማለት የጀመረችው። ከጓደኞቿ ጋር አብራ በመኖር ጥቃቅን ሥራዎችን ጀምራ፣ በሁዋላም የራሷን ትንሽ ሱቅ ከፍታ በተጨማሪም ብዙውን ነገር በኢንተርኔት ላይ ነበር የምትነግደው። የምትሸጣቸው ነገሮች ደግሞ በቀላሉ የማይገኙ ጥቃቅን ጊጣጌጦችና ከየአገሩ የመጡ ለየት ያሉ ታሪካዊና ጥንታዊ ቅርስ ነክ ነገሮች ናቸው። ላቅ ያለ የቀለም ማቀናበር ችሎታና ቅርጽን የማሰባጠር ተሰጥዎም አላት። ነገሮችን ስታሰካካቸው ውብ ነገር ይወጣቸዋል።

ሚሚ ያኔ መላኩን ቆፍራ ቆፍራ በችግሩ ምንጭ ላይ ባትደርስበትም፣ የነገሩን ገረገራ ለመርገጥም ቢሆን የቻለችው እሷ ብቻ ነበረች። በክርክር መላኩ ቢያሸንፍም፣ ሚሚ ግን በመጨረሻ 'ጭንቅላትህን ብወደውም፣ ለማፍቀር የምደርስበት፣ ደግሞም የረኃቤን ያህል ሊያፈቅረኝ የሚችል ልብ ስለሌለህ ካንተ ጋር መቆየት አልችልም' ብላው ነው የተለየችው። ሲለያዩ መላኩ በጣም ነበር የተጐዳው። እሷን የማጣቱንም፣ የተለያዩበትም ምክንያት በልቡ ስላልገባው በሙግት ሊመልሳት ቢሞክርም አልቻለም፣ የባሰ አራቃት እንጂ። እሱ ከሙግት

ሌላ ቋንቋ የለውም፤ ጥንካሬው ሙግቱ ነው፤ የሷም ሽሽት ከእሱ ሙግት የተነሣ ነበር። ከጥቂት ወራት በኋላ ባገባችው በትምህርቱ ባልገፋና፣ በኑሮውም ባልተንደላቀቀው ጐረምሳ ውስጥ ምን እንዳገኘች ዛሬም ለመላኩ ምስጢር ነው። በአእምሯቸው የተሳካላቸው ሰዎች በልባቸው ማፍቀር ካልቻሉ ድርብ ችግር ሳይሆን አይቀርም። ልብም ለጭንቅላት የማይገባ የራሱ ክሂሎትና ቋንቋ አለውና።

መላኩ ደግሞ ትንሿ ልቡ እስክትጠፋ የወደደቻቸው ብዙ ሰዎች በሞትም በመለየትም ገና ከልጅነቱ ጀምሮ ተደጋግመው ተነጥቋል። ስለዚህም ትንሿ ልቡ ላለመጐዳት የመረጠችው መንገድ ስራውን ሁሉ ለጎበዝ ጭንቅላቱ ትታ ለራሷ በሰራችው የብቸኝነት ገዳም ውስጥ ገብታ ለረጅም ጊዜ ከሰው ርቃ፣ ሰውንም አርቃ መኖር ነው። ይህ ሁሉ ባለፈው ከምስለ መላኩ ጋር ካደረገው ሙግት በኋላ ለመላኩ ሳይገለጥለት አልቀረም ። የሚሚንም ጉዳይ መላልሶ ያሰበው ከዚያ ወዲህ ነው። አሁን ልቡን ወደ ልጅነቱ ደረጃ ለመመለስ ታፍነው የቆዩ አስቺጋሪ ጥያቄዎቹንም ለመጋፈጥ የበለጠ የተዘጋጀ ይመስላል። ቢሆንም ስንት ዘመን ሲመራው የቆየውን ስል ጭንቅላቱን አደብ ማስገዛት አልቻለም። ልቡ ግን ሞቅ እያላትና ከዓመታት እንቅልፏ እየነቃች በቅድሚያ ቤተሰቦቹን የመፈለግ ረኃብ ለቀቀችበት።

አባቱን የማወቅና የናቱንም ቤተ ሰብ የማፈላለጉ ፍላጎት እየጠነከረበት ሄደ። አሜሪካ ደውሎ ከሣራ እናት ያገኘው ተጨማሪ ነገር የአባቱ ስም ሃሰን መባሉን፣ በትውልዱም አፋር መሆኑን፣ ስመኝ የነበረችበት ከተማም አሳይታ መሆኑን ነው። ስመኝ የነበረችባቸውን ሴትዮ ስም ግን እንደማያውቁ ነው የነገሩት። ተጨማሪ ትዝ የሚለው ነገር ቢኖር የመቂዋ አክስቱ ስማቸው ወይዘሮ አሰለፈች እንደሆንና የቴሌ ሠራተኛ እንደነበሩ ነው። የአምስት ዓመት ልጅ ሆኖ መቂም ሄዶ ስለነበር እንደ ህልም ደብዛዛ ትዝታው አልጠፋበትም። ለእናቱም ቀብር ያክስቱ ቤተ ሰቦች መጥተው ነበር፤ ግን ብዙም ሳይቆይ በዚያው ጠፍተው ቀሩ። በመጨረሻ የሣራ እናት ሲወስዱት እነበረውና አጎቱ ከነበረበት የቀበሌ ቤት ሰፈር ግን በምልክት ሄዶ ነዋሪዎቹን ቢያጠያይቅም፣ የሱን አጎት እንደማያውቁት ነግረውታል። ይህ የአዲሳባው ፍለጋ ፍሬ ቢስ ስለሆነ ፍለጋውን ከመቂ ለመጀመር ወሰነ።

ሁል ጊዜም ሥራ ይበዛበታል። የሱ ድርሻ ሥልጠናና የፕሮግራም ስልት ነደፋ ነው። እንዲሁም ከውጭ አገር ከዋናው መሥሪያ ቤት የፕሮግራምና የሥልጠና ክፍል ጋር እዚህ ያለውን ቢሮ ተጣጥሞ እንዲሠራ ማስተባበር ነው። የድርጅታቸው ትልቁ ሥራ ደግሞ ኅብረተ ሰብን መሠረት ያደረጉ ድርጅቶችንና የችግረኛ ማኅበረሰቦችን ዐቅም መገንባት፤ የመንግሥት ቢሮዎችን፣ አገር በቀል ማኅበራትንና መንግሥታዊ ያልሆኑ ድርጅቶችንም ማገዝ ነው። በጤና፣ በዕርሻ፣ በትምህርትና በመሠረተ ልማት ግንባታ ዙርያም ያተኩራል። የቢሮው ዋና ዳይረክተር ዴንማርካዊ ሲሆን፣ ጥቂት በኢንተርንሺፕና በቴክኒካል ድጋፍ ስም

የመጡ ሌሎች የውጭ ዜጎችም አሉ። የቢሮው አስተዳደርና የፋይናንስ ኃላፊዎች ያንድ አገር ልጆች ናቸው። በዚህም የተነሣ ዋናው ቢሮና ፕሮጀክቶች ላይ ቤተ ዘመዶችና ያገር ልጆች ተመስገውበታል። መሥሪያ ቤቱ የልማት ማኅበርም ይመስላል፤ ያገር ሳይሆን ያገር ልጆችን ማልሚያ። እሱና ጥቂት ፕሮግራም አካባቢ የሚሠሩ ዕድልና ሙያ መሥሪያ ቤቱ ውስጥ የጨመራቸው ሠራተኞች ፍንጣቂ ሊጠፉ የተቃረቡ የመሥሪያ ቤቱ ዋልያዎችም ይመስላሉ። እሱ እዚያ መሥሪያ ቤት ውስጥ የተቀጠረው በዋናው ዳይሬክተር አማካኝነት ከመሆኑም በላይ፣ ሥራውን ከበቂ በላይ የሚሠራና በተለመደው የነገር ሽረባ እጁን ስለማያስገባ ብዙም የሚዳፈረው የለም።

ሰሎሜ የጣለችበትን አደራ ለመወጣት እነሶስናን ማየቱና መንከባከቡ በደስታም በትጋትም የሚሠራው ሥራ ነው። የሚያስፈልጋቸውን ይገዛላቸዋል። ሶስናን ያስጠናል፣ አልፎ አልፎም ይዞአቸው ይወጣና ያዝናናቸዋል። የሰሎሜ አያትም አብረዋቸው ስለነበሩ ከሳቸውም ጋር በዚያው መቀራረብ ችለዋል። በሳምንት ቢያንስ ሁለት ጊዜ እዛው አምሽቶ ራት በልቶ ወደ ቤቱ ይሄዳል።

መላኩ ሰሞኑን ወደ መቂ ለመሄድ ዐስቦአል። በማይኖርበት ጊዜ እሱን ተክታ የሥልጠና ጉዳዮችን የምትከታተልለትንና ፕሮጀክት ላይ አጣዳፊ ነገር ሲኖር የምትሠራለትን ፎዚያን ደውሎ ቢሮው እንድትመጣ ስለነገራት እሷን እየጠበቀ አንዳንድ ወረቀቶችንና የሚላኩ ደብዳቤዎችን መፈራረም ጀመረ።

ሰፋፊ መስኮቶቹ ወደ ምሥራቅ የዞሩ ስለሆኑ ቢሮው የጠዋት ፀሐይና የከሰዓት ጥላ ስለሚያገኝ ደስ የሚል ድባብ አለው። ጠረጴዛው ሁሌም ጽድት ያለ ነው፤ ብዙ ኮተት አያስቀምጥም። ወዲያው መሠራት ያለባቸውን ነገሮችና እየተጠናቀቁ ያሉ ሥራዎች ብቻ ናቸው የሚቀመጡት። ከወንበሩ ጀርባ ባለው ግድግዳ ላይ የሚሠራቸውን ነገሮችና ሐሳቦችን ጫር ጫር የሚያደርግበት ነጭ ሰሌዳ አለ። በአጠገቡ ደግሞ ፎቶግራፎችና አንዳንድ ሊደረጉ የሚገባቸው ዕቅዶች የተሰካካበት የዕንጨት ሰሌዳም ተሰቅሎአል። ከጠረጴዛው በተቃራኒ ባሻገር ፊት ለፊት ባለው ግድግዳ ላይ ያሉት በጥቁርና ነጭ ፎቶግራፍ ተሠርተው ቅልል ባለ ፍሬም ውስጥ የተሰቀሉ ፎቶዎች አሉ። እነዚህ በጥንቃቄ ተዘበራርቀው የተደረደሩት የጋንዲ፣ የማርቲን ሉተር ኪንግና የማሪያ ቴሬዛ ፎቶዎች ሁሌም ከመላኩ ጋር እንደተፋጠጡ ነው።

ግድግዳው ላይ ያለው ሰዓት ከቀኑ ዘጠኝ ሰዓት ሊሆን ሦስት ደቂቃ ቀርቶታል ይላል። በሩ ተንኳኩቶ ‘ግቡ’ ሲል ፎዚያ አንገቷን ብቻ ብቅ አድርጋ ክፍሉን ቃኘች።

“ሄይ ፎዚ ግቢ። አንቺኑ እየጠበቅሁ ነው።” አለ ወደ ኋላው ደገፍ ብሎ።

"እንግዶችህ ሄዱ እንዴ? እኔማ እንዲህ በቀላሉም የሚለቁህ አልመሰለኝም ነበር።" አለች ከጠረጴዛው ፊትለፊት ካለው ሶፋ ላይ ለመቀመጥ ራሷን እያመቻቸች።

"እኔም መስሎኝ ነበር፣ ግን ከሆቴል ወጥተው ወደ ጌስት ሃውስ ለመግባት ቀጠሮ ስላለባቸው ከምሳ በኋላ ሾፌሩ ይዟቸው ሄደ። እኔም ያው መቂ እሄዳለሁ ብዬሽ የለ? ትንሽ አውርተን አንዳንድ ነገሮችን አሳይቼሽ ልወጣ እያሰብኩ ነው።" አለ ወረቀቶቹን እሷም እንድታያቸው ቀረብ እያደረገ።

"ሥራ እንዴት ነው፣ ደወሉ እንዴ ከድሬዳዋ?" አለ ካሏቸው ፕሮጀክቶች ብዙ ውጣ ውረድና ችግር ያለበት ድሬዳዋ የሚገኘው ስለሆነ እሱም ብዙ ይመላለሳል፣ ፎዚያንም ከዚያው ነው ወደ አዲሳባ እንድትዛወር ያስደረጋት። ፎዚያ የድሬዳዋ ልጅ ስትሆን በኢኮኖሚክስ የመጀመሪያ ዲግሪዋን እንደጨረሰች ነው ፕሮጀክት ላይ ተቀጥራ ድሬዳዋ ተመልሳ የገባችው። ለእናቷ የመጀመሪያ ልጅ ስትሆን፣ ላባቷ ደግሞ የመጨረሻ ልጅ ናት። በንግድ በተሰማሩት ቤተ ሰቦቿ መካከል ባለዲግሪ እርሷ ብቻ በመሆኗ በእነርሱ ዘንድ ተሰሚነት አላት። ሰውነቷ ሞላ ያለ ረጅምና የጥቁር ቆንጆ ናት። ግልጽነቷ፣ ተጫዋችነቷና ተግባቢነቷ በቀላሉ የምትወደድ ያደርጋታል።

ትንሽ እገዛና ክትትል ብታገኝ ከፍተኛ ቦታ ልትደርስ እንደምትችል ስላወቀ ነው ወደ አዲሳባ ተዛውራ በሥሩ እንድትሠራ ያደረገው። ለመማር ያላት ፍላጎት ልክ የለውም። በስድስት ወር ጊዜ ውስጥ መላኩ የሚሠራውን ሥራ ሁሉ ጠንቅቃ ስላወቀች፣ እሱ በማይኖርበት ጊዜ ሥራውን ለሷ ነው ወክሎ የሚሄደው። ከመላኩ ጋር ክርክር ደስ ይላታል። ከልቧ ስለምታከብረውና እንደ ታላቅ ወንድሟም ስለምታየው ከሱ የምትደብቀው ምንም ነገር የላትም። መላኩም ከሷ ጋ ሲሆን ራሱን መሆን ይችላል። ለሷ የተለየ ኀላፊነት እንዳለበት ይሰማዋል። ድሬዳዋ እያለች ከቤተ ሰቦቿ ጋ ሁሉ አስተዋውቃዋለች።

"ከድሬዳዋ ደውለው ነበር። ያው እንደገና ለሚቀጠለው ሳምንት ቀጥረዋቸዋል ክልል ቢሮ። ያልኸኝን ወረቀት ፋክስ አድርገንላቸዋል። ሌላ ... እምም... ቢሮው ውስጥ ያለው ግጭት የረገበ ይመስላል። አንተ መቼ ነው ወደ መቂ መሄድ ያሰብኸው?" አለች ከሻሿ አምልጦ የወጣውን ፀጉሯን ወደ ውስጥ ገፋ ገፋ እያደረገች።

"ነገ ነው። እስኪ እንግዲህ ነድቼ ለመሄድ ነው ያሰብሁት፣ እናያለና።" አለ በሁለት እጆቹ ፊቱንና ዐይኖቹን እያሻሸ፡፡ "ምናለች በለኝ ይቀናሃል። አላህ ይረዳሃል።" አለች በተለመደው ተስፋ አዘል ድምፅዋ ፈገግታዋ እየተፍለቀለቀ፡፡ "እንዳፍሽ ያድርገው። እንግዲህ ቢሆንም ባይሆንም ወይ ሰኞ ወይ ማክሰኞ

መመለሴ አይቀርም። ደውዪልኝ የሆነ ነገር ካለ። አባትሽ ተመለሱ እንዴ?" አለ የያዛቸውን ወረቀቶች እየሰጣት።

"አዎን ወዲያው እኮ ነው የሄደው። እሱ እኮ ድሬዳዋ እንጂ አዲሳባ ሰው እንዴት ይኖራል? ብሎ ሸንጡን ይዞ ነው የሚሚገተው።" አለችና ባለፈው ሳምንት ያዋሳትን መጽሐፍ አመስግና መለሰችለት። ሊነጋገሩበት የሚገባቸውን የሥራ ጉዳይ እንደጨረሱ ወደ ካፌው ሄደው ቡና ጠጡና መልካም ተመኝታለት እሱም ወጣ።

ለጉዞው መኪናውን ለማስፈተሽና ለመዘገጃጀት ብሎ ወደ ጋራጅ አቀና። ወዲያው ማርቆስ ደውሎ ሲያወሩ የሱን ከፍ ያለች ራቭ ፎር መኪና ቢይዝ የተሻለ እንደሆነ ሲነግረው አሳቡን ቀየረ። ዐሥራ አንድ ሰዓት ሲሆን ሶስናን ከትምህርት ቤት ሊቀበል ሄደ። የሰሎሜን አያት ከልጃቸው ቤት ወደ ሰሎሜ ቤት ሊወስዳቸው ስለተነጋገሩ በቀጥታ ወደ ሣር ቤት ነበር የሄዱት።

ሶስና እውነተኛ መልኳ እየወጣ በጣም የምታምር ልጅ ሆናለች። ፍርሀቷና የደረሰባት ሥቃይም እየለቀቃት ደስተኛ እየሆነች ስትመጣ፣ ፏ ብሎ እንደበራ አምፖል እውነተኛ ሰብእናዋም ይታይ ጀምሮአል። ድኅነትና ሥቃይ መልክ አጥፊና አስከፊ የሆነ ሰብእናን የሚያጨራምት ነገር ነው። መላኩን መሊ ነው የምትለው ልክ እንደ ሰሎሜ። መኪና ውስጥ ገብታ ጉዞ እንደጀመሩ " መሊ ... ቃል የገባኸውን መርሳት የለም። ምንም ኤክስ ካላገኘሽ ምን ነበር አደርግልሻለሁ ያልከኝ?" ብላ የመቆም ያህል ወደሱ ተጠግታ አገጩን ወደሷ ለማዞር እየሞከረች ጠየቀችው። "ደስ ያለሽን የእኔ ቆንጆ ... ፈተና ውጤት ሰማችሁ እንዴ?" ብሎ እሱም ፊቱን አዙሮ ጠየቃት።

"አዎና ... ሂሳብና እንግሊዝኛ ... ሁለቱንም ድፍን በድፍን ..." ብላ ከቦርሳዋ ውስጥ... አውጥታ በጥድፊያ ለመላኩ እንደ ታጠፉ እጁ ላይ አስቀመጠችለት። እውነትም በሁለቱም ቴስቶች ምንም ኤክስ አላገኘችም።

"ታዲያ ሶሲዬ ... ምንድነው የምትፈልጊው...? ጐበዝ እኮ ነሽ የእኔ ቆንጆ..." ብሎ ግንባሯ ላይ ሳም አድርጎአት ምን እንድምትፈልግ እስክትናገር መኪናውን ማዞር ጀመረ።

"እ ... እ... አይስክሬም እገዛልሻለሁ ... ደሞ ሼራተን ዋና እወስድሻለሁ ብለኸኝ አልነበረም ... ዋናና አይስክሬም.." ብላ እንደ ከዋክብት በሚያበሩ ዐይኖቿ እያየችውና እየተቅበጠበጠች ጠበቀች።

"አንዱን ምረጪ ... የቱ ይሻልሻል ...?" አለ መላኩ ከጎን የመጣውን መኪና ለማሳለፍ ቆም ብሎ።

"እረ... ባክክ ... ሁለቱንም ... እምቢ ... እኔ ኮ ድፍን በድፍን ነው ያገኘሁት ...አይስክሬምም ዋናም ..." ብላ ዐቋሟ እንደማይቀየር በሚገልጽና እምቢታን በሚያሸንፈው የልጅነት ለዛዋ ጥያቄዋን አቀረበች።

" እሺ ሁለቱንም ... እገዛልሻለሁ ... አሁን ግን እማማ ስለሚጠብቁን ... አይስክሬሙን ልግዛልሽና ሰሞኑን ዋናው ቦታ እንሄዳለን ... ጥሩ ነው?" አለ እንደምትስማማ በማመን።

"እሺ ግን ማረሳሳት የለም ..." አለች አሁንም በከፊል ተቀምጣ፡፡ "እሺ ... ሶሲዬ በደንብ ተቀመጫ እንዳትወድቂ። አሁን አይስክሬም ያለበት ቦታ ሄደን ገዝተን ወደነማማ ጋ እንሂድ እሺ..."

"እሺ ... ግን ቆይ ... የት ነው አይስክሬም የምንበላው..?"

"እም ... ካልዲስ መንገዳችን ላይ ስላለ ... እዚያ እንገዛለን ... በዚያውም ኬክ ገዝተንላቸው እንሄዳለን" አለ ፍጥነቱን እየጨመረ። እንዲህ እንዲህ እያሉ እሷ በጥያቄ እሱ በሹፌርነት እየተጋገዙ ካልዲስ ደረሱ። ሁለቱም አይስክሬም እየላሱ የማያልቀውን የሶስናን ጥያቄ ለመመለስ እየሞከረ አንዳንዴም እያሣቀችው መኪና ውስጥ ትንሽ ቆዩ። ከልጅ ጋር መሆን እንዴት ሕይወት ያድሳል። ሁሉንም ነገር እነሱ የሚያዩበት እይታ ተስፋ ያዘለና እምቅ ሃይልን የሚለቅ ነው። ደስታም ሩቅ አይሆንም። ጉጉትና ደግነት፣ ፍቅርና ወዳጅነት በልጆች ዓለም ሳይበረዝና ሳይለዝዝ ይኖራል። ይዘውት የሚሄዱትን ቶርታ ይዘው ወደ ሰሎሜ አክስት ቤት ብዙም ሳይቆዩ ነው የደረሱት።

ወደ ቤት እስኪደርሱ ድረስ ስለ አይስክሬም የጠየቀችውን ጥያቄዎች ብዛትና ዐይነት አስቦትም አያውቅም። የብዙዎቹን ጥያቄዎቿን መልስ እሱም አያውቃቸውም። እሱም ቢሆን ጠይቋቸው አያውቅም። ምክንያቱም እሱ ዐዋቂ ሰው ነው እሷ ደግሞ ልጅ። ልጅ ለማወቅ የሚጠይቃቸው ጥያቄዎች አዋቂዎችን ለምን ይሆን የሚያውኳቸው። በተደጋጋሚ መልስ ያጣች ልጅ ደግሞ ቀስ በቀስ ያላዋቂ አዋቂ ወደ መሆን ትቀየርና እሷም መጠየቅ ታቆማለች። ደርሳ የራሷ ልጅ ሲኖራት እሷም ሌላ ያላዋቂ ልጅ ታፈራለች። በዚህ መሠረት በትምህርት ቤትም ሆነ በቤት ዕውቀትን የተራቡ ልጆችን ተቀብለን ዕውቀት ብለን በምንሰጣቸው የተዛባ መረጃ ተብትበናቸው ያላዋቂ አዋቂዎችን እናፈራለን። እነሱንም እንደኛ።

ያላዋቂ አዋቂነትም ተብትቦ ማኅበረ ሰብ በሚኰራበት ባህል በተባለ ባቡር ሁላችንንም ፍጻሜ ወደሌለው እንጦሮጦስ ይዞን ይወርዳል። ጥቂት ደፋርና እምቢ ባይ በጥያቄ አስጨናቂ ከዚህ ወረርሽኝ የተረፉ ነፍሶች እስኪገኙ። ማኅበረ ሰብን ካላዋቂ አዋቂነቱ የሚያባንኑ። ነገር ግን ልጆች አላዋቂዎች ስለሆኑ ማን ይሰማቸዋል? አላዋቂ የሚባለው ጠያቂ፣ አዋቂው ደግሞ የማይጠይቅ መሆኑ አንዱ

የሕይወት አሳዛኝ ገጽታ ሳይሆን አይቀርም። በርግጥም ድንቅ ነው!! ጥያቄ አቁመው በቁመት ስላደጉ ብቻ አዋቂ የሚል የክብር ስም በዕድሜያቸው ብቻ ለገፉ ሕፃናት እንደ ካባ ሲደረብ።

እነሰሎሜ አክስት ቤት ሲደርሱ በሩን የከፈተላቸው በቅርቡ የሰሎሜ አክስትና ባሏ ወደ ወለጋ ዘመድ ጥየቃ ሄደው ያመጡት የሩቅ ዘመድ ልጅ የሆነው ደንዴሳ ነው። እነመላኩም ገብተው ትንሽ ተጫውተውና መክሰስ ቢጤ በልተው የሰሎሜን አያት ይዘው አመሻሹ ላይ ወደ ቤት ተመለሱ። እቤት ሲገቡ ብርቄ ጓዳ ራት ለማዘገጃጀት ጉድ ጉድ ትላለች። እንደገቡ ሶስና ሮጣ ቴሌቪዥኑን ከፍታ ከዚያም ወደ መኝታ ቤቷ ሄዳ ልብሷን ቀያይራ ከብርቄ ጋር ወሬ ጀመረች። ከዚያም ሮጣ መጥታ ከሰሎሜ አያት ጋር ልፊያ ጀመረች። እሳቸውም እየሣቁ፣ ትንሽም እየኰረኰሩ ተላፉት። ቀጥሎም መላኩ በፈተና ያመጣችውን ውጤት እየነገራቸው ሁለቱም አሞጋገሱዋት። ሶስናም መላኩ ሼራተን ለዋና እንደሚወስዳት እየዘለለች ማውራት ቀጠለች። የቤት ሥራዎቿን እንድትሠራ ነግረዋት ስትቀመጥ መላኩና የሰሎሜ አያት ጨዋታቸውን ቀጠሉ። በወሬ ወሬ የቤተ ሰብ ጉዳይ ተነሣና መላኩን ስለ ቤተሰቦቹ አንዳንድ ጥያቄዎችን ይጠይቁት ጀመር።

መላኩም በጠቅላላ የሚያውቀውን፣ አሁን እያሰበ ያለውንም ነገር ሁሉ አጫወታቸው። የነገራቸው ነገር ያልጠበቁት ሆኖባቸው ፍለጋውን ከመቂ ያቀደ መሆኑን ሲነግራቸው በሃሳቡ ተስማምተው የበኩላቸውን ምክር ሰጡት። ያለፈበት የሕይወት መንገድና አሁንም አንድም የሚያውቀው የሥጋ ዘመድ የሌለው መሆኑን ሲያውቁ አንጀታቸውን እየተንሰፈሰፈ እንዲህ አሉት።

"ዝምድና ቋንቋ ነው፤ ደግሞም ልጄ እኛም ቤተ ሰቦችህ አይደለን! አምላክ እርሱ እግዚያህር ይቅደምልህ። መቼም ከባድ ነው። ግን ልብ ካለ መንገድ አለ። የአሁኑ ዐርብ ነው ታድያ መቂ መሄድ ያስብከ?"

"ልክ ነው እማማ ዐርብ ነው። እንደነገርኩዎት አክስቴ ስልክ ኦፕሬተር እንደነበረች ነው የማውቀው። እስከ አሁን መቼም ጡረታ ወጥታ ይሆናል። ግን ያው ትንሽ ከተማም ስለሆነች አንድ ፍንጭ አላጣም ብዬ ነው።" ብሎ እንደ ለመደው ወለሉን በእግሩ መታ መታ እያደረገ ዝም አለ።

" እዚህ ያሉትን የናትህን ዘመዶች ምንም ልታገኛቸው አልቻልክም?"

"እም ... አዎን ሞክሬ ነበር። አሁን እዚያ ሰፈር ያሉ ሰዎች የሚያውቁዋቸው አይመስልም። ያው አያቴን የሚያውቁ ሰዎች ቢኖሩም፣ አጎቴ ግን የት እንደገባና ምን እንደሆነ በትክክል ሊነግሩኝ የሚችሉ ሰዎችን አላገኘሁም። ያባቴ ጉዳይ ግን ጭራሽ ውልም የለው" አለ ወደርሳቸው እያየ።

"አይ እሱ ያውቃል አይዞህ። ምናልባት እናትህ እኮ ላክስትህ የነገረቻቸው ነገር ስለሚኖር አንዴ አክስትህን ካገኘህ፣ ስላባትህ ደግሞ አንድ ፍንጭ እዚያ ታገኝ ይሆናል።"

"እኔም እንደሱ ተስፋ እያደረኩ ነው።" ብሎ ሊቀጥል ሲል ሶስና ደብተሯን ይዛ ጥያቄዋን ለማቅረብ አጠገቡ ቆመች። እሱ ሶስናን ለማስረዳት ሲጀምር ወይዘሮ መገርቱም እስኪ ብርቄን ልያት ብለው ወደ ጓዳ ገቡ። ትንሽ ቆይተው ብርቄ እራት አቀረበችና በልተው ጥቂት ከተጫወቱ በኋላ መላኩ ወደ ቤቱ ሄደ።

ዐርብ በአስራሁለት ሰአት መንገዱ ሳይዘጋጋ ካዲሳባ ወጣ። መንገዱ ውርውር ከሚሉ ጥቂት ሰዎች በቀር ባዶ ነው።

ምንም ትራፊክ ሳያጋጥመው በአጭር ጊዜ ደብረ ዘይት ስለቁርስ ለማድረግ ፒራሚድ ሆቴል ደጃፍ መኪናውን አቆመ። ፍርፍር በሻይ የሚወደው ምግብ ነውና እሱኑ ቀማምሶ ውሃውን እየተጐነጨ ጉዞውን ብዙም ሳይቆይ ቀጠለ። ሞጆ ላይ ሲደርስ ዋናው መንገድ ተበላሽቶ ኖሮ በከተማ ውስጥ አለፈ። ከተማዋ ከማርጀቷም በላይ በቁሚ የምትፈርስ ትመስላለች። ሰዉ ከቀን ወደ ቀን መብዛቱ ያስታውቃል። የከተማዋ ውበት ግን መጥጠው የተፉት አገዳ ይመስል ተጨራምቷል። መጎሳቆሏ ይታወቃል። የቆዳ ፋብሪካዎች የሞጆን ወንዝ ተከትለው ተሠርተዋል። አብዛኛው ሰው በአነስተኛ ንግድና በፋብሪካ ሥራ ነው የሚተዳደረው። ከአምሳ ዓመት በፊት ከጃፓኖች ጋር በሽርክና የተከፈተ የመጀመሪያው የሃገሪቱ የናይለን ጨርቃ ጨርቅ ፋብሪካ የሚገኘው እዚሁ ከተማ ነው።

ሞጆን ካለፈ በኋላ አየሩ ቅልል ያለ የመኪናውም ብዛት ሳሳ ያለ ስለሆነ ዘና ብሎ ነዳ። በአንድ ወቅት ጥቅጥቅ ያለ ጫካ እንደነበር የሚነገርለት ከሞጆ አዋሳ ያለው መንገድ ከጥቂት እዚያ እዚህ ከተራረፉ ግራርናና መሰል ዛፎች በቀር ዕርቃኑን ቀርቶአል። ቆቃና ዝዋይ መግቢያ ላይ ያሉት አረንጓዴ ዛፎችም ባካባቢው ያለው ውሃ ያተረፋቸው እማኝ ምስክሮች ይመስላሉ። አሁንም በመንገዱ ግራና ቀኝ ያሉት ከሰል ነጋዴዎች ሲመለከት ትርፍራፊዎቹንም ዛፎች እንደማይምሯቸው አስቦ አዘነ።

እንደ ሞጆ ያሉ ትናንሽ ከተሞችን ያቆረቆዘውም ሆነ፣ ተንጣሎ የነበረውን አገር ደን ያወደመው ተፈጥሮ ብቻ ነው ብሎ ማሳበቡ ብዙም አያስኬድም። ሕዝብ አልሚም አጥፊም ነውና። ሕዝብን ደግሞ አጥፊም አልሚም የሚያደርገው አስተሳሰቡ ነው። ይህም ከአእምሮው የሚመነጨው የምናቡ ውጤት የሆነው ያዳደር ዘይቤውና የኑሮ እሴቱ ድምር ነው። የዛሬ አምሳና ስልሳ ዓመት እንኳ አካባቢውን ሸፍኖ የነበረው ደን የት ገባ? ብሎ አለመደንገጥና የቀረችውን እንደ

ጠላት ገንዘብ መንጥሮ ማጥፋት ምን ሊሆን ይችላል? ምናልባት ድኽነት ሊሳበብበት ይችላል። ግን ለምን ድኻ ሆንን? ብሎም መጠየቅ ያስፈልጋል። ድኻ ስለሆንን ነው የሆነውን የሆነው ወይንስ ባስተሳሰባችን መደኀየታችን ነው ድኻ ያደረገን? ከተማውን ያቆረቆዘውና ገጠሩን ያራቆተው የተፈጥሮ ብቻ ሳይሆን ያስተሳሰብም ቀውስ ነው። ቅድሚያ መፈወስም ያለበት የተቃወሰው አስተሳሰባችን እንጂ የሚያለቅሰው ከተማና ጹሩ አይደለም።

መቂ ከተማ መግቢያው ላይ ሲደርስ ልቡ ድንግጥ ጭንቅ አለበት። ከተማዪቱ መሃል ለመሃል ሰንጥቆ የሚሄደውን አስፋልት ተከትላ አድጋለች። የሚታዩት ባብዛኛው የንግድ ቤቶች ናቸው። መጠጥ እና ምግብ ቤቶች ይበዛሉ። የተለያየ ሸቀጥ መሸጫዎችም ጥቂት አይደሉም። ሕዝቡ ፈጠን ያለ ሲሆን ከተማዪቱም የበለጠ ሕይወት ያላት ትመስላለች። መኪናውን ወደዳር ወጣ አድርጎ እመንገዱ ጠርዝ ላይ የቆመ መካከለኛ እድሜ ያለውን ሰው የከተማውን ቴሌ መስሪያ ቤት አቅጣጫ ጠየቀ። ሰውዬውም ወደ ከተማው መውጫ አካባቢ በስተ ቀኝ በኩል እንደሆነ ጠቆመው። አሁንም ከተማዋን ግራና ቀኝ እያየ ወዳመለከተው አቅጣጫ መንዳቱን ቀጠለ። ትንሽ እንደነዳ ሐሳቡንም ለመሰብሰብና ቡና ነገር ለመጠጣት አስቦ ደኅና ቤት እየፈለገ ነበር። የቴሌውን የማሠራጫ ምሰሶ ከሩቅ አየው። ወደዛው ሲነዳ በስተግራው ያለዉን በቀለ ሞላ ሆቴል አይቶ መጀመሪያ ወደዚያ ጎራ አለ። እግረ መንገዱንም አልጋ መኖሩንና ዋጋውንም ጠየቀ። ውድ የሚባል አይደለም። ከዚያም ሊያስተናግዱት የመጡትን ቀላ ያሉ ዕድሜያቸው ወደ ስልሳ የሚጠጋ ሴት ማኪያቶና አምቦ ውሃ አዘዘ። ፊቱን ወደ አስፋልቱ መልሶ የቴሌውን ታወር እያየ በሐሳብ ነጎደ።

የዛሬ ሠላሳ ዐመት አካባቢ እናቱ ስመኝም ላገሩ እንግዳ ሆና እርሱን እርጉዝ ሆና ነበር እዚሁ ስፍራ የመጣችው። እትብቱም የተቀበረባት የትውልድ ከተማው የሆነችው ይህቺው ዛሬ የመጣባት መቂ ናት። ‘ዎው…ይገርማል’ ብሎ ተንጠራራ።

ያዘዘውን መጠጥ ይዘውለት የመጡትን አስተናጋጅ አመስግኖ፣ “ሥራ እንዴት ነው? ፀሐይቱ በጊዜ ነው ማቃጠል የጀመረችው” ብሎ ወሬ ጀመራቸው።

“ምንም አይል ተመስገን ነው። ሥራውማ ያው እንደምታየው ቀዝቀዝ ያለ ነው። የፀሐዩዋማ ጉዳይ ምን ይወራል ብለህ ነው።” አሉት ቆም እንደ ማለት ብለው። ሴትዮዋ ቀጠን አጠር ያሉ ሲሆኑ የላይኛው አንገታቸውና አገጫቸው ላይ የተገጠገጠው ንቅሳት አንዳች ውበት ሰጥቶአቸዋል። ከሻሹ አምልጠ የወጣው ፀጉራቸው ሽበት በዛ ያለው ነው። ንቁና ቁጡም ያስመስላቸዋል ድምፃቸው።

“ እዚህ ብዙ ጊዜ ሠሩ እንዴ እርሶ?” ሲላቸው፣ “አዎን አሁን አንድ አስራ አምስት ዓመት አካባቢ አልሆነም ብለህ ነው፤ መቂ ኑሮ ከጀመርሁ ግን ሠላሳ ሰባት

ዓመቴ ነው። ትውልዴና እድገቴ ግን ሰላሌ ነው።" አሉ ኰራ ብለው በዚያውም ለወሬ አቆብቁበው ሙሉ ለሙሉ ወደርሱ ጠጋ ብለው እያጤኑት።

"ምነው ሰው ልትጠይቅ ነው አመጣጥህ ወይስ እንዲያው ዐላፊ ነህ?" አሉ መልሱን እየጠበቁና ያዘዙትን ያመጡበትን ትሪይ በሁለት እጃቸው እያንሸራሸሩ።

"ልክ ነው ... ሰው ፈልጌ ነበር አመጣጤ። ግን በጣም ረጅም ጊዜ ነው። አክስቴ ናት የምፈልጋት። እም...ም የዛሬ ሃያ አምስት ዓመት ገደማ በርግጠኝነት እዚህ ቴሌ ኦፕሬቶር ሆና ትሠራ ነበር።" ብሎ ማኪያቶውን ፉት ሲል ካፉ ለቀም አድርገው፣ "ማስረሻ ትሆን ወይስ ከበቡሽ?" አሉ ጭንቅላታቸውን ጨምቀው ሌላም ስም ለማስታወስ እየሞከሩ።

"አይ አሰለፈች ነው የሷ ስም። ባለቤቷ ነጋዴ ነበሩ መሰለኝ። የናቴ እኅት ነች" አለ ምናልባት ያውቁዋት ይሆን በሚል ጥርጣሬ።

"አሰለፈች አሰለፈች ... ስሟ አዲስ አይደለም። ብዙዎቹን አውቃቸዋለሁ። ምን መሰለህ አንድ እዚህ የቆዩ ዘበኛ አሉ ምናልባትም አርባ ዓመት ሳይሠሩ አይቀሩም ቴሌ እሳቸውን እንጠይቃቸዋለና።" አሉና "እስኪ መጣሁ እዚያ ጋ ደንበኛ መጥቶአል መሰል" ብለው ሄዱ። ትንሽ የተስፋ ጭላንጭል ታየው። ተስተናጋጆቹን አስተናግደው ተመልሰው መጡ። "በል ተነስ እንሂድ ልጄ" አሉና መላኩን ከመንገድ ባሻገር ያለው ቴሌ ይዘውት ወጡ፣ ለካሸር ቶሎ እንደሚመለሱ ነግረው።

"በጣም ረጂም ጊዜ ነው ልጄ፣ ምነው ውጪ አገር ነው እንዴ የምትኖረው ይህንን ሁሉ ዘመን ሳትተያዩ?" አሉ ሴትዮዋ ስለ መላኩ የበለጠ ለማወቅና ወሬያቸውንም ለመቀጠል።

"እ እ.. አይ አይደለም። ያው ተራርቀን ቆየን መሰል። የእኔ እናት በልጅነቴ ስለነበር በድንገት የሞተችው ከዚያ በኋላ ከዘመድ ሁሉ ርቄ ነበር የቆየሁት። በመሃል ግን ለተወሰነ ጊዜ እኔም አገር ውስጥ አልነበርሁም" አለ የጥያቄያቸውን ጥማት እንደሚያረካላቸው በማመን።

"ውይ እኔ ዐፈር ልብላ። በቃ እኮ ሰው ከተራራቀ በዛው መለያየት ነው። አባትህሳ እዚሁ ናቸው? ካባትህ ዘመዶች ጋር ነው ያደግኸው? አንዳንድ ቤተ ሰብ እኮ በቃ እናት ወይ አባት ከሞተ ልጅን ከቀረው ቤተ ሰብ እንደ ጠላት ነው የሚያርቀው" አሉ ሴትዮዋ አሁንም የመላኩን ታሪክ በመቆፈር ዐይነት የራሳቸውንም መላ ምት እየጨመሩበት።

መላኩ ሊዋሻቸው አልፈለገም ደግሞም አላስፈላጊ ዝርዝር ውስጥም ገብቶ

ታሪኩን ከግማሽ ሰዓት በፊት ላገኛቸው አንዲት የማያውቃቸው ሴት ሊዘረግፍላቸው አልፈለገም። በዚያ ላይ ደግሞ ጥያቄያቸውም ማብቂያ ያለው አልመሰለውም።

"እም … አይ አባቴ ሌላ ቦታ ነው ያለው። ከሱ ጋር አላደግሁም።" አለ አስፋልቱን እየተሻገሩ።

"ወይኔ ልጄ … ያለናት ያላባት… ታድያ ማን አሳደገህ? እዚሁ አገር ነው ያደግኸው? ውይ ውይ እናት እኮ አትሙት።" አሉና አሁንም እየጣማቸው የመጣውን ወሬ ለመስማት ጆሮአቸውን የበለጠ አሰገጉ።

አዪዪ ይሄ ነገር ማክተሚያም የሚኖረው አይመስል ብሎ በማሰብ ነገሩን እንዴት አድርጎ ከእርሱ ላይ ማዞር እንዳለበት አሰብ ሲያደርግ የመጣለት አሳብ ስለ እርሳቸው መጠየቅ ነው። ሰው ከማንም ይልቅ ስለ ራሱ ማውራት ይወዳልና።

"እዚሁ እትዮጵያ ነው አዲሳባ ነው ያደግሁት። እኔ ምለው መቼም ይህን ያህል ዓመት እዚህ ከኖሩ መቺ በጣም ሳትቀያየር አትቀርም። እርሶስ ቤተ ሰቦችዎም እዚሁ ናቸው?" አለ ጥረቱ እንደሚሳካለት በማመን ጥያቄያቸውን በከፊል ብቻ እየመለሰ።

"አዪ የኔ ልጅ መቺ አንድ ፍሪት አስፋልት ተከትላ የተከተመች ትንሽ ከተማ ነበረች። አሁንማ አታየውም እንጄ ዝዋይን ሊያክል ምን ቀረው ብለህ ነው። አዎን ልጆቼ ሁሉ አድገዋል። እኔና ባሌ ነን ከምናሳድጋቸው የዘመድ ልጆች ጋራ እዚህ ያለነው። ግማሾቹም አዲሳባ ነው ያሉት፣ የቀሩትም ውጪ ሃገር ናቸው።"

ሌላ ጥያቄ ሳያነሡ ፈጠን ብሎ " ስንት ልጆች ነው ያለዎት?" አለ ቁጥራቸውን ማወቁ ጉዳዩም ባይሆን።

"የወለድኳቸው አራት ያሳደግኳቸው ደግሞ ሦስት። ሁሉም እንደ ልጆቼ ናቸው። ዓመት በዓል ሲሆን በቃ ቤቱ ሰራዊት የሰፈረበት ነው የሚመስለው። አስራ ስድስት የልጅ ልጆችም አሉኝ" አሉ ድምፃቸው እናታዊ ኩራታቸውን በሚገልጽ ቅላጼ ንግግራቸውን እያጋነነው።

እንግዲህ በዚህ መሃል ነው ቴሌው ጋ የደረሱት። በር ላይ የቆሙትን ዘበኛ በስም ጠርተው ሰላም ካሉ በኋላ "ያደታ ዛሬ አልገባም እንዴ?" አሉ ወደ በሩ እየተጠጉ።

"ውይ እንዴት አደሩ! አሁን ነው የወጣው። እዚህ ሱቅ ነው መሰል ባትሪ

ድንጋይ ልግዛ ብሎ የሄደው" አሉ በሩ ላይ የቆሙትም ዘበኛ ለሰላምታ እጃቸውን እየዘረጉና መላኩንም አየት እያደረጉ። "እንዲያውም መጣ ያውና፤ ምነው በሰላም?" አሉ ውሃ ሰማያዊ የቴሌ ጥበቃ ዩኒፎርም የለበሱት በዕድሜ ጠና ያሉ ዘበኛ።

"አይ ሰላም ነው ሰው ልጠይቀው ፈልጌ ነው። አሰለፈች የምትባል ኦፕሬተር እዚህ ነበረች እንዴ እርሶ ያቋት ይሆን?" አሉ አቶ ያደታ እስኪመጡ ቢያቋየን በሚል ድምፅ፡፡

"እንዴ ታዲያስ ... እርሶም ያቋቸዋል እኮ። ትንሽ ቆዩ ጡረታ ከወጡ አንድ ሰባት ዓመት አይሆናቸውም ብለው ነው? ነፍሳቸውን ይማርና ያቶ አደፍርስ ባለቤት ናቸዋ፤ ቀላ ያሉ ረዘም ያሉ በጣም ሰላምተኛ። አይ አሁን እንኳ አንድ ሦስት ዓመት ሆነ መሰል አይቼያቸውም አላውቅ ...።" አሉ ከተቀመጡበት ያረጀች ወንበር ላይ እየተነሡና መላኩን በማጥናት ዐይነት እያዩ፡፡

"ውይ ውይ በሞትኩ እሷንማ መች አጣሁዋት፤ ደግ ሰላምተኛ የድኻ እናት። ጊዜው ሲርቅ እኮ ነው። በል በል ልጄ እኔው አሳይሃለሁ ቤቷም ከዚህ ብዙም አይርቅ። እንግዲህ እዛው ቤት ከሆነ ያሉት። ብዙ ጊዜ ሆኖኛል ካየሁዋትም ለነገሩ። ለማንኛውም እስኪ አቶ ያደታንም እንጠይቃቸው።" ብለው ዘበኛውን አመስግነው ወደነሱው እየመጡ ያሉትን አቶ ያደታን ለማናገር ወደሳቸው አቀኑ። አቶ ያደታ መልካቸው ጠቆር ያለ ሸበቶ፣ ከቁመታቸው ዘለግ ያሉ ሰው ናቸው። ዕድሜያቸው ጠና ያለ ቢሆንም አሁንም ሸንቃጣ ናቸው። ወታደር ቤት የኖሩ ይመስላሉ። አጠገባቸው ሲደርሱ ሞቅ ያለ ሰላምታ ተለዋውጠው የመጡበትን ጉዳይ ባጭሩ ነግረዋቸው ስለ ወይዘሮ አሰለፈች ጠየቋቸው።

"አይ ብሪትዬ የመቼውን አንድ አራት ዓመት አይሆናትም ብለሽ ነው? ልጇ ጋ ዝዋይ ጠቅልላ ገብታለች። ያው ከዚህም ጡረታ ወጣች። ደግሞ አደፍርስ ከሞተ በኋላ እኮ ምንም አልሆነላትም፤ ጤናዋም ችግር ነበረበት። ትልቋ ልጇ ዝዋይ ናት እዛው ሄዳለች። እዚህ ያለውን ቤቷን ሳታከራየውም አልቀረም። ትንሿም ልጇ ያው ካረብ አገር ከመጣች ወዲህ እኮ ታማሚ ነው የሆነችው። ምነው በሰላም ነው?" አሉ እስካሁን መላኩን እጅግም ልብ ያላሉት አቶ ያደታ ነገሩን ሳያውቁ ብዙ መዘብዘባቸው ትንሽ ሸንቆጥ እያደረጋቸው።

"አይ ደኅና ነው። አክስቴ ናት ለሱ። በእጣንነቱ ነው ያያት። ሊጠይቃቸው ካዲሳባ መጥቶ ግን ያው ምንም ስለማያውቅ የት እንዳለች እዚህ ቴሌ ትሠራ ነበር ስላለኝ አንተ መቼም የማታውቀው ሰው የለም ብዬ ነው። ለነገሩ እኔም አስታውሼያታለሁ፣ እንዴት አይነት ጥሩ ሰው ናት።" አሉ የሚያደርጉት ግራ እየገባቸው።

"አዎን ወርቅ ሰው ናት። ባለቤቷም መሬት የሆነ የሥራ ሰው ነበር። ደግ ሰው መቼም አይበረክት። ታዲያ ምንም ስልካቸውም የለህም እንዴ ልጄ?" አሉ ወደ መላኩ ዞረው፡፡ "በጣም ረጅም ጊዜ ነው ካየኋቸው። በጣም ልጅ ነበርኩ መሰል። የልጇን ስምና እዛ የት እንደምትሠራ ወይም አድራሻቸውን የሚያውቁት ነገር አለ?" አለ መላኩ አሁንም ተስፋ ሳይቆርጥ።

"ትልቋ ልጇ መዐዛ ነው ስሚ መሰል። እሷ እዛ አንድ አስተማሪ አግብታ ነው የምትኖር። ልጁም የዚሁ የመቂ ልጅ ነው፤ አይ የኔ ነገር ማን ነበር የሱ ስም ልጄ ... አፌ ላይ እኮ ነው ... አዎን ዘነበ ... እዛ ሁለተኛ ደረጃው ትምህርት ቤት ነው ብላኛለች የሚያስተምረው። እንግዲህ ከቻልክ እተማሪ ቤቱ ሄደህ እሱን ከጠየቅህ ይመሩህ ይሆናል። ቅዱስ ሚካኤል ይርዳህ እንግዲህ። ሌላ ማን ይኖራል የሚጠየቅ?" ብለው ሐሳባቸው እንዳለቀባቸው ሁሉ ዝም አሉ።

"ልጄ ዛሬ ዐርብ ስለሆነ ጊዜው ሳይሄድብህ ቀጥ ብለህ እተማሪ ቤቱ ሂድና ጠይቅ። እዛ ካሉ አታጣቸውም። ተማሪ ቤቱ የት ጋ እንዳለ መንገደኛ ብትጠይቅ ማንም ያሳይሃል።" አሉ ወይዘሮ ብሪቱም ያቶ ያደታን ፍንጭ በመከተል። መላኩም የተሻለው አማራጭ ይሄው እንደሆነ በማሰብ ወደ ዝዋይ ቶሎ በመሄዱ ላይ አዘነበለ። ከዛም ትንሽ አውርተው አቶ ያደታን ተሰናብተው ወደ ሆቴሉ እያወሩ ተመለሱ። ወደ ሆቴሉ እየተመለሱ እያሉ

"አንተ እዛ እስክታጣራ እኔም የድሮ ሰፈራቸው ከሥራ በኋላ ሄጄ እጠይቃለሁ፤ እኔ ሰፈርም ያሉ የሚያውቋት ሰዎች ስላሉ እነሱንም እጠይቃለሁ። ለማንኛውም ስልክህን ስጠኝ የኔንም ውሰድ። እመ ብርሃን ታምሯን እንዴት እንደምትሠራ ማን ያውቃል? አይዞህ እሷ ትረዳሃለች።" አሉ ሴትዮዋ ባዘኔታ መልክ እያዩት።

"መቼም በጣም በጣም ነው የማመሰግነው። ሥራዎትን ትተው ለኔ ብለው ይህንን ሁሉ ስላደረጉልኝ። እንዳሉኝ እዛ ደርሼ ያጋጠመኝን ሁሉ ደውዬ እነግሮታለሁ። ሳልፍም ካሉ በዚሁ ቆም ብዬ ሰላም እልዎታለሁ።" አለ መላኩ ስልካቸውን ከተለዋወጡ በኋላ ሲሰነባበቱ።

"እረ ልጄ ምናደረኩልህና። እመብርሃን እሷ አለሁ ትበልህ። እንዳልኩህ እኔም እዚህ ያለውን ጉዳይ አጣራለሁ። አሁን ፀሐዩም ሳይሞቅብህ በጊዜ ውጣ።" አሉ እየጨበጡት።

መላኩ ተሰናብቶአቸው ዝዋይ ደግሞ ምን እንደሚያጋጥመው እያሰላሰለ ሳያስበው ደረሰ። መኪናውን ካንድ ትልቅ ሱቅ አጠገብ አቁም የከተማይቱን ድምቀት እየተመለከተና ከሚነሳው አቧራ ጋር እየታገለ ትምህርት ቤቱ

የሚገኝበትን አቅጣጫና አካባቢ ጠያየቀ። ዝዋይ ሞቅ ደመቅ ያለች ከተማ ናት። ትምህርት ቤቱን እግኝቶ የመዐዛን ባል የሚያውቅ አንድ አስተማሪ አገኘና ዘነበ እየሰከረ ትምህርት ቤት በመሄዱ ከሁለት ዐመት በፊት ከሥራ እንደተባረረና ከሚስቱም እንደተፋታ፤ እሷም ልጆቿን ይዛ ብዙም ሳትቆይ ከተማውን ለቃ እንደወጣች ነገረው። ምናልባት ግን የመቂ ልጅ ስለሆነች ቤተ ሰቦቿ ጋ እዚያው ተመልሳ ይሆናል የሚል ግምት ሰጠው። ነገሩ ውሃ ቅዳ ውሃ መልስ ስለሆነበት አስተማሪውን አመስግኖ ቀጥሎ ምን ማድረግ እንዳለበት እያሰበ ጉዞውን ወደ ላንጋኖ ቀጠለ። ላንጋኖ ዐረፍ ብሎ ለማሰብ፣ ካስፈለገም አድሮ ወዳዲሳባ ለመመለስ አቀደ። አንድ ልቡ ተስፋው ሁሉ ውሃ እንደፈሰሰበት ቢነግረውም ሌላኛው ልቡ ደግሞ አሁንም ተስፋ እንዳይቆርጥ ሲያበረታታው ተሰማው።

አመሻሹ ላይ ላንጋኖ ደረሰ። በሓይቁ ዳርቻ እየተዘዋወረ ብዙ ነገሮችን አወጣ አወረደ። ዐርብ ማታ ስለነበር ከየቦታው በመጡ እንግዶች ቦታው ደመቅመቅ ብሏል። የቦታው ድምቀት ግን የሱን ብቸኝነት አላረገበለትም። ስለ እናቱ ቤተ ሰቦችና ስለ አባቱ ብዙ አውጠነጠነ። አብዛኛው ሐሳቡ ግን ስለ ሰሎሜ ነበር። ከሄደች በኋላ ለመጀመሪያው አንድ ወር በየቀኑ ያወሩ ነበር። ከዛም እሱም ሥራው ሲበዛበት፣ እሷም በሶለን ጉዳይ ተጠምዳ ሁሉ ነገር እየተረጋጋ ሲሄድ በስልክ ማውራታቸው ቀንሶ በየቀኑ በኢሜይል ነበር የሚገናኙት። ከቅርብ ጊዜ ወዲህ ግን ብዙም እንደ ድሮው ቅርብነታቸው ስለጠፋበት ግራ ገብቶታል። ግኑኝነታቸው ያልለየለትና መልኩ ያልታወቀ መሆኑ ደግሞ ችግሩን ይበልጥ አባባሰበት። እሷ ስሜቱንና ሐሳቡን እንዲገልጽላት መንገድ ብትከፍትለትም፣ እሱ ግን ፍቅሩ ዛሬም በልቡ ተንሰራፍቷል እንጂ አፍ ሊፈታ አልቻለም። ከዐይን የራቀ ከልብም የራቀ የሚለው ተረት ትዝ አለው።

አንድ ዛፍ ስር ቁጭ ብሎ ዘለግ ላለ ጊዜ ሕይወቱን ማውጣትና ማውረድ ቀጠለ። ከዚያም ፀሓዩዋ እንደጠለቀች ደግሞ ዳገቱን ቀስ እያለ ወጣና ወደ ምግብ ቤቱ ሲደርስ ከመስኮት አንጻር ያለ መቀመጫ ላይ ተቀምጦ ራት አዘዘ። እስኪመጣለት ድረስ አምቦ ውሃ እየጠጣ ማርቆስ ጋ ደውሎ ስለቀን ውሎው አወሩ። ማርቆስም ተስፋ እንዳይቆርጥ ብዙ ምሳሌዎችን እየሰጠ አበረታታው። ከዚያም የባጥ የቆጡን ተጨዋወቱና በማግስቱ ሊደዋወሉ ተስማምተው ተለያዩ። ራቱን ከበላ በኋላ ድካም ስለተሰማው ወደ ክፍሉ ገብቶ በመንግሥቱ ለማ የተጻፈውን መጽሐፈ ትዝታ የተባለውን መጽሃፍ ማንበብ ቀጠለ። ልቡ እየሸፈተ ቢያስቸግረውና ደራሲው የአባታቸውን ትዝታ ያቀረቡበት አጻጻፍና የታሪኩ ጣፋጭነት ቀልቡን ቢስበውም በየመሃሉ ግን ስለማያውቀው ስለ ራሱ አባት እያሰበ ነበር። ሳያውቀው ሰዓቱ ብዙ ሄዶ ነበርና ሌሊት ወደ አምስት ተኩል ላይ ለመተኛት ሲዘጋጅ ስልኩ ጮኸ። የማያውቀው ቁጥር ነው። ለማንሣት ብዙም ፍላጎት ባይኖረውም ለማንኛውም ብሎ ሲያነሣው ወይዘሮ ብሪቱ ሆነው አገኛቸው።

"ልጄ በጣም ደስ ስላለኝ ነው በዚህ ውድቅት መደወሌ። አሁን ምሽት ላይ እኮ አንድ ወዳጄ ታማ ልጠይቅ ሄጄ አክስትህ እዚሁ ተመልሳ መምጣቷን ነገረችኝ። እዚያው በድሮ ቤቷ ናት ያለችው አሉ። አሁን ሁለት ዓመት ሊሆናት ነው። አንተ መቼም እመቤቴ የቆመችልህ ልጅ ነህ..." አሉ ትንፋሻቸውን እየሰበሰቡና በደስታ እየተፍለቀለቁ ያልጠበቀውን ዜና እያዘነቡበት።

መላኩም ያላሰበውን በመስማቱ "የሚገርም ነው! በጣም ደስ ይላል። መቼም ቃል የለኝም እርሶን ለማመስገን። እኔማ በቃ ተስፋ ቆርጬ ነበር። ልደውልዎት ነበር እኮ። እዚህ ያለው ነገር ምንም ፍሬ አልነበረውምና በቃ እዚሁ አድሬ አዲሳባ ነገ ልመለስ ነበር። በዚያውም አግኝቼዎት ልሄድ ነበር ዕቅዴ" አለ ሐሳቡ ሁሉ እየተደበላለቀበትና ለስሜቱ ምን ዐይነት ስም መስጠት እንደሚችል ግራ እየገባው።

"በል እንግዲህ አሁን የእንቅልፍ ሰአት ነው። ነገ ሥራ የምጀምረው አንድ ሰአት ላይ ነው። አንተ ሶስት ሰአት ላይ ድረስ። አስፈቅጄ ይዤህ እሄዳለሁ። ደህና እደር ልጄ።" አሉና ተሰነባብተው ስልኩን ዘጉት። ከዚያ በኋላ የመጣው እንቅልፉ ሁሉ ጠፍቶ የሚያደርገውን አሳጣው። ለማርቆስ ደውሎ መንገሩን እንኳ ረሳው። ሲያገኛቸው ምን እንደሚላቸው፣ ያክስቱ ልጆች የት እንዳሉና ምን እንደሚመስሉ ... ወዘተ ሲያስብ ቆይቶ ደክሞት ኖሮ እንቅልፍ ገላገለው ከማያልቀው የሐሳብ ማዕበል።

ጠዋት ላይ ቁርሱን እዚያው በልቶ ለሦስት ሩብ ጉዳይ ሲሆን መቂ በቀለ ሞላ ደረሰ። ወደ አዋሳ የሚያልፉ ብዙ እንግዶች እየተስተናገዱ ስለ ነበር ወይዘሮ ብሪቱ ቡና ጋብዘውት እስኪጨርሱ እየጠበቃቸው እዚያው ዐላፊ አግዳሚውን እያየ መቁነጥነጡን ቀጠለ። ወደ ሦስት ሰዓት ተኩል ላይ ተያይዘው ወደ ወይዘሮ አሰለፈች ሰፈር አቀኑ። በየመሃሉም የማያልቀውን የወይዘሮ ብሪቱን ጥያቄ መመለሱ እምብዛም አላስጨነቀውም።

ከአስፋልቱ ወደ ውስጥ ገባ ብለው የሚጠማዘዙ የሰፈር ውስጥ መንገዶችን ከሄዱ በኋላ ብዙ ሕፃናት ውር ውር ወደሚሉበት ሰፈር ገቡ። ትንሽ እንደ ሄዱ እየተጠራጠሩ በወዳደቀ የእሾህ አጥር ወደ ታጠረ አንድ ግቢ ሲደርሱ ወ/ሮ ብሪቱ "ይሄ ነው መሰል እስቲ እዚሁ አቁም ልጄ" አሉትና መኪናውን እበራፉ ላይ አቆመ። በዚህ ጊዜ ብዙ ሕፃናት መኪናውን እየተንጫጩ እንደንብ ከበቡት። ብዙዎቹ በባዶ እግራቸው ስለሆኑ አቧራው ከሰውነታቸውም ከልብሳቸውም ጋር ተቃቅሟል። የመኪናውን መስተዋት ዝቅ ሲያደርግ ልጆቹ ግር ብለው ወደ መኪናው ተጠጉ። ብዛታቸው የተወለዱ ሳይሆን የተዘሩ ነው የሚመስለው።

"ልጆች የወይዘሮ አሰለፈች ቤት የቱ ነው?" አሉ ወይዘሮ ብሪቱ። ሁሉም

እየተንጫጩ፡ ከቆሙበት ቤት ፊት ለፊት ሦስት ቤት ርቆ ያለውን ቤት እየጠቆሙ "እዛ በሩ ላይ ጣሳ የተሰቀለበት ቤት ... ግቢያቸው ውስጥ ትልቁ ዛፍ ያለበት ..." እያሉ ወደ ቤቱ አመለከቱ። በዚህ መሃል አንድ ወደ ሰባት ዓመት የሚጠጋው ልጅ "የኛ ቤት ነው ...የኛ ቤት ነው" እያለ ደስታና ኩራት በተቀላቀለው ስሜት ከልጆቹ መሃል ተጋፍቶ ወደ ፊት ቀረበ። ልጁን መኪና ውስጥ አስገብተውት ሌሎቹ ልጆች ደግሞ ከኋላቸው እየሮጡ ቤቱ ጋ ደረሱ። በመሃል የማን ልጅ እንደሆነ ጠይቀውት የወይዘሮ አሰለፈች የልጅ ልጅ እንደሆነ አወቁ። አያቱም እቤት እንዳሉ ነግሮአቸው መኪናው ቤታቸው አጠገብ ሲቆም አያቱን ሊጠራ ወደ ቤት ከነፈ።

"አንተ ልጅ እመ ብርሃን ትወድሃለች ልጄ ይሄው እቤታቸው ድረስ ሰተት አድርጋ አመጣችህ እኮ!" አሉ ወይዘሮ ብሪቱ ፊታቸው በደስታ እየተፍነከነከ። ፍንጭት ጥርሳቸው እርጅና በከፊል ከሸበሸበው ፊታቸውና ንቅሳታቸው ጋር ለሚናገሩት ነገር እናታዊ ጸጋንና መታመንን የፈጠረላቸው መስሏል። እንደሳቸው ባይፍነከነክም፣ የመላኩም ልብ በደስታ መደነስ ሳትጀምር አልቀረችም።

"በጣም ካሰብኩት በላይ ነው ቀና የሆነልኝ። እግዜር ከርሶ ባያገናኘኝ ግን ጭራሽም ላላገኛቸው እችል ነበር፣ ወይ ቢያንስ ብዙ መልፋቴ አይቀርም ነበር፣ እድሜ ይስጥልኝ" አለና ከልቡ አመሰገናቸው። በርግጥም እርሳቸውን ማግኘቱ በጣም ረድቶታል። ደግሞ እኮ ስራቸውን ትተው ያደረጉለት ዕገዛ ቀላል አይደለም። በዚህ መሃል ሲሮጥ ወደ ቤት የገባው ልጅ ከኋላው አንዲት ከቁመታቸው ዘለግ ያሉ አሮጊት ሴት አስከትሎ መጣ። ሴትዮዋ ቀስና አንከስ እያሉ ሲሆን የሚራመዱት የለበሱት ቀሚስ መኾጐርጐሩ ማደፉን ሊደብቅ አልቻለም። ወገባቸውን ጥቂት ቁልፎችን ባንጠለጠለ መቀነት ሸብ አድርገውታል። የፊታቸውና የደረታቸው ዐጥንት ወጣ ወጣ ብሎ ይታያል። ፊታቸው ጥላሸት የተቀባባ ሲሆን፣ ያይናቸውም መሞጭሞጭ ካደረጉት አሮጌ ሻሽ አምልጦ ከወጣው ነጭ ፀጉር ጋር ያሳለፉትን ጉስቁልና አግዝፎ ያሳያል። ካዲሳባ ሲመጣ አቋርጦ ያለፋትን የሞጆ ከተማና ከመንገዱ ግራና ቀኝ ተመንጥሮ ከተረፉት ጥቂት ዛፎች ላይ ያለው ጉስቁልና በሰው መልክ ከፊቱ የቆመ መስሎ ታየው። ከመኪናው ወርደው የሚመጡትን ሴት ሰላም ለማለት ወደ ደጃፉ ተጠጉ። በዚህ መሃል ከሩጫው ማለከለክ ትንፋሹ ቁርጥ ቁርጥ የሚለው ልጅ ቀድሞ ደርሶ "እማማ እየመጣች ነው ..." ብሎ መኪናዋን በባለቤትነት ስሜት ዐይነት መነካካት ጀመረ።

መላኩ ምን ብሎ እንደሚጀምር ግራ ገብቶታል። የሚያየው ሁሉ ካሰበው በላይ ሆኖበታል። ከፊቱ ያሉት አሮጊት አክስቱ መሆናቸውን ለማወቅና ለመቀበል እየሞከረ ነው። በዚህ መሃል አብረዉት የመጡት የበቀለ ሞላ አስተናጋጅ በተለመደው ፍጥነታቸው ቶሎ ማውራታቸውን ጀመሩ።

"ውይ እመቤቴ ... አ..ሰለፍ!... አንቺ ነሽ እንዴ?" አሉ ጠጋ እያሉ። ግራ

የገባቸው ወይዘሮ አሰለፈችም ዐይናቸውን የበለጠ እንዲያይ ይመስል ያንኑ ያደፈ ቀሚሳቸውን ከፍ አድርገው፣ አይናቸውንም ፊታቸውንም ጠራረጉና "አዎን ነኝ። የኔ ነገር አላወቅሁሽም እኮ! ማነሽ?" አሉ ወደ እንግዳው ወጣትም በከፊል እየማተሩ።

"አይ ቆየን ከተያየንም ብሪቱ ነኝ እዚያ በቀለ ሞላ የምሠራው። የበላይሁን ሚስት" አሉ ሌላ ምን ምልክት መናገር እንዳለባቸው ፈጣኑ አእምሮአቸው እያስታወሰ። ገና ማስታወስ አለማስታወሳቸውን ለመናገር እንኳ አፍታ ሳይሰጡዋቸው ለወሬ አላደርስ ያላቸው ወይዘሮ ብሪቱ "ምሥራች ነው ይገርልሽ የመጣሁት ... የመቤቴ ታምሯ አያልቅ! ... ትልቅ ዘመድ ነው ይዤ የመጣሁት ... ናስኪ ጠጋ በል እንጂ ..." ብለው ወደ መላኩ ዞር አሉ። ከችኰላቸው ይሁን ከርጅናቸው የተነሣ ስሙ ጠፋባቸው።

"የስመኝ ልጅ ነኝ። መላኩ ነኝ አክስቴ" ብሎ እያመነታ ጠጋ አለ መላኩ ወዳክስቱ። ድንጋጤው ክው ያደረጋቸው አክስቱ ትንሽ እንደ መንገዳገድም ሲሉ መላኩ ትከሻቸውን በደመነፍስ ሲይዛቸው፣ እሳቸውም ዐቅፈውት እሪታቸውን አስነኩት። የትርእይቱ ስሜታዊ ጥልቀት ፈጣኗን ወይዘሮ ብሪቱን እንኳ ረትቶ አድርቆ አስቀራቸው። ድሮም እንባቸው ቅርብ ነበርና እሪ ባይሉም እንኳ በልቅሶአቸው አጀቡዋቸው። ይህ ሁሉ ሲሆን ግራ የገባቸው ሕፃናት ነገሩን እንደ ጉድ እያዩ ከበዋቸው ይቅበጠበጣሉ። ወይዘሮ አሰለፈችን ጠርቶ የመጣው ልጅ ግን አሁንም ወደ ቤት እየበረረ ሄደ። መላኩ ስሜቱ መደባለቁ ብቻ ሳይሆን ያክስቱ ጉስቁልናና እንባ ተደባልቆ የሱም እምባ ሳያውቀው መፈሰስ ጀምሮአል። እሱ ላይ የተለጠፉት አክስቱ እያገላበጡ ሲስሙት ሲታጠኑት ያረፈደው ጭስና ተደራርቦ የከረመው የጉስቁልና ጠረን ባፍንጫው ዘልቆ ልቡናውን ሰቀሰቀው።

ሽታ ከሌሎቹ የስሜት ህዋሳቶቻችን ይልቅ ለአእምሮአችን በተለይ ስሜታችንን ለሚቆጣጠረው ክፍል እጅግ ቅርብ ነው። ለዚህም ነው ጠረን ከፍቅርና ከፍርሀት ስሜቶቻችን ጋር ያለው ቁርኝት ዘመናት ያልሻረው ሐቅ የሆነው። እንኳን በሰው በእንስሳውም ዓለም ጠረን ኀይለኛ የስሜት ቆስቋሽ ነው። የሽቶ መዐዛና የጽጌረዳ ለዛ የማይገዛው ማን አለ? ክፉ ጠረንም ቢሆን ጉልበቱ ቀላል አይደለም። ምራቅ የሚያዝረበርብ የምግብ ሽታ፣ ስሜት የሚኰረኩር የፍቅረኛ መዐዛና ነፍስ ያላወቀን ሕፃን የሚያስፈነድቀውን የእናት ጠረን የሚበልጥ ግን የለም። መላኩም በአክስቱ ጠረንና ደረቱ ላይ ተለጥፈው ባንዠረዠሩት ቅልቅል የሥቃይና የደስታ እንባ ጉልበት ከመቃብሩ ፈንቅሎ በወጣ እሱነቱ እዚሁ እትብቱ በተቀበረበት መቂ እንደገና የመወለድ የስሜት ብኽርታ ተሰማው።

ራሳቸውን ለመቆጣጠር ብዙም ጊዜ የማይወስድባቸው ወይዘሮ ብሪቱ "ኧረ በቃ በቃ ... ዛሬ የፌሽታ ቀን ነው። በሉ ዕልልታ እንጂ የምን እሪታ ..." ብለው

የልቅሶውን ድባብ አንዴ እልልታቸውን በማስነካት ቀየሩት። ወይዘሮ አሰለፈችም ተከትለው እልልታውን ተቀላቀሉ። በዚህ መሃል ፈጣኑ ልጅ በሩጫ ወደ ቤት ሄዶ የወይዘሮ አሰለፈችን ልጆች አስከትሎ ደረሰ።

"የስመኘዬ ልጅ መላኩ ነው እኮ መዐዝዬ።" አሉ ወ/ሮ አሰለፈች አሁንም እንባቸውን ከሞጨሞጩ ዐይኖቻቸው ላይ በመቀነታቸው ጫፍ እያባበሱ።

"ውይ መልዬ ... አቤት አቤት አንተ ገብሬኤል አያልቅብህ... " ብላ እሷም ተጠመጠመችበት። ከዚያ በኋላማ በቃ ምኑ ቅጡ። ሦስቱ ያክስቱ ልጆች ናቸው። ሁሉም በተራ በተራ እየተጠመጠሙ የደስታ እንባቸውን አዘሩ። የነሱ ልጆች ደግሞ ስድስት ናቸው። ሁሉም እዚሁ ቤት ነው የሚኖሩት። መላኩ በዘመድ ተከቧል። ትናንት አንድም ዘመድ የሌለው ሰው ዛሬ በቅጽበት ዘመድ በዘመድ ሆኖ በእልልታ ታጅቦ ወደ ተወለደበት ቤት ገባ። ግንባሩ ላይ ነጭ ጣል ያደረገበት ጥቁሩ ችሎማደር የተባለው ውሻም ነገሩ ባይገባውም ከኋላቸው ኩስ ኩስ እያለ ውሻዊ አጀቡን አልነፈገም። ነገሩ ደስታ መሆኑ የገባው ይመስል ጭራውን እየቆላ ወዲያ ወዲህ ግቢው ውስጥ ተሯሯጠ። እነሱ በረንዳ ላይ ሆነው ድብልቅልቅ ያለ ደስታ በናረበት ሰዓት ሳሎን ቤት ውስጥ አሥራ ሦስት ጫጩቶቿን አስከትላ የምትለቃቅመው እናት ዶሮ የእሪታ ካካቴዋን ለቀቀችው። ጫጩቶቿም በናታቸው ዙሪያ ተሰብስበው ተንጫጫጩ። ግርግር ለሌባ ያመቻል እንዲሉ አንዲቱን ጫጩት ሞጭልፋ የሮጠችው ውርዬ ግን ባካባቢውም የለችም። በጓሮው በር ነው ይዛት የተፈተለከችው። ነገሩ ከሁሉም ቀድሞ የገባቸው የመላኩ አክስት ናቸው፡፡

"እዬ አንተ ካሳሁን ጠብቁ እያልኳችሁ ይኸው ይዛላችሁ ሄደች፣ እስኪ ሂድና እይ። ጫጩት ወስዳ ነው ወይስ ምንድነው? አምስተኛዋ መሆኑ ነው እኮ። አይጥ መብላቷን ትታ የቤቱን ጫጩቶች ጨረሰቻቸው እኮ። ቆይ ዛሬ እኔ አይደለሁም ጠፍሬ ነው የማስቀምጣት" አሉ ወደ ልጅ ልጃቸው እየተመለከቱ። ጫጩቶቹን የመጠበቁ ጉዳይ በተለይ የሱ ኃላፊነት ነው። እናቲቱ ዶሮ የሱ ናትና።እሱ ደግሞ የአይሱዙ ረዳት ሆኖ ረጅም ጊዜ ሲሠራ ከቆየ በኋላ፣ ከቅርብ ጊዜ ወዲህ ደግሞ ሾፌር ሆኖ በአርባምንጭ መሥመር የሚሠራው የወንዱ ልጃቸው ልጅ ነው። እናቱ በወሊድ ስትሞት ነው ልጃቸው አምጥቶ እሳቸው ጋ ያስቀመጠው። ካሳሁን መባሉም ለዚህ ሳይሆን አይቀርም።

ሰዓቱ ከጠዋቱ አራት ሰዓት አካባቢ ነው። ጥርት ባለው ሰማይ ላይ እየጋለች ያለችውን ፀሐይ ለማቀዝቀዝ ይመስል መጠነኛ ነፋስ ሽው ይላል። ዐልፎ ዐልፎ ደግሞ ዐቅሙን እየጨመረ አቧራና ሳር ቅጠሉንም እያነሳ ያገኘውን ያለብሳል። ባሮጌ ቆርቆሮ ተለጣጥፎ የተሠራው የውጭ በር ክፍት ነው። አጥሩም ያው እንደ ነገሩ ወሸልሸል ያለ ነው። ዐልፎ ዐልፎ የቆመ ዕንጨትና የኮሽም ተክል

ይታያል፣ በመሃል የተሰገሰገው ጭራሮ ቀስ በቀስ ለማገዶም ለምንም ሲባል ያለቀ መሆኑ ያስታውቃል። ቤቱ ግን ትንሽ አይባልም፣ ከሃምሳ ቆርቆሮ አያንስም። በረንዳው ሲሚንቶ ሊሾ የነበረ ቢሆንም፣ አሁን ፈራርሶ ተመልሶ ያፈር ወለል ሆኖአል። እንዲያምር በእበት ተለቅልቆ አንድ ሦስት አግዳሚ ወንበሮችና ድክም ያሉ ጠረጴዛዎች የጠላ ደንበኞችን ለማስተናገድ ተደርድረዋል። ግድግዳው የተቀባው ቀለም ከጥቂት ስፍራዎች በቀር ለቅቆአል። አልፎ አልፎ የግድግዳው እንጨት አግጥጦ ይታያል። እግቢው ውስጥ ደግሞ አጠገብ ላጠገብ የጌሾና የጠላ እህል ተሰጥቷል።

ወደ ቤቱ መግቢያ በር ሲደርሱ፣ "እስኪ ግባ የኔ አባት፣ ቤቱም እንደተተራመሰ ነው እንግዲህ" አሉ ከፊት ቀደም ብለው በሩን የበለጠ እየከፈቱ የመላኩ አክስት። መላኩና ወይዘሮ ብሪቱ ተከትለው የቀረውም ሰራዊት ከነሱ በኋላ ጨለም ወዳለው ቤት ገቡ። ሳሎኑ ሁለት መስኮቶች ቢኖሩትም፣ ሁለቱም እንደተዘጉ ናቸው። በመስኮቱም ላይ ጠቆር ያለ አሮጌ መጋረጃ ተደርቦበታል።

ከወደ አንድ ጥግ ደግሞ ያልተነጠፈና የተዘብራረቀ አልጋ ይታያል። ባልጋው አጠገብ ያለው የልብስ ሣጥን በላዩ ላይ የተጀመረ ፈትልና ባገልግል ክዳን ላይ የተቀመጡ ጥቂት ልቃቂቶች ተሸክሟል። የተፈለቀቀ ጥጥም ባገልግሉ ውስጥ ሆኖ ወለሉ ላይ እንደ ተዘረጋጋ ነው። ወለሉ በእበት የተለቀለቀ ሲሆን፣ እዚያና እዚህ የወዳደቁ ጣሳዎችና የልጆች ልብሶችም ቤቱን የበለጠ አዝረክርከውታል። ከበሩ ትይዩ በጉዝጓዝ ላይ የተቀመጠ ስኒ የተደረደረበት ረከቦትና የከሰል ምድጃ ጀበና እንደተጣደበት ይታያል። ትልቅ አሮጌ ጣሳ ከምዳጃው አጠገብም ተቀምጧል። የተፈጠረውን ግርግር ተጠቅሞ ከሕፃናቱ አንዱ እጁን ወደ ጣሳው ሰድዶ ለቡና ቁርስ ከተሾቀው አሹቅ ያቅሙን ያህል አፍሶ ሲሮጥ እናቱ አጠገቡ ኖራ፣

"በል ቁጭ አድርግ የምን ብልግና ነው፤ እንግዳም አታፍር እንዴ?" ብላ እጁን ልምዝግ አድርጋ ስትቆነጥጠው፣ የዘገነውን በንዴትና በዕፍረት ሲለቀው አሹቁ መሬቱ ላይ ተበተነ። የሱ እሪታ አንጀታቸውን የበላው ወይዘሮ አሰለፈች፣

"ምነው ልጄ ብትተዪው በቃ፣ ና የኔ ከተፎ ና... ብለው እንባውን እየጠራረጉ አባብለው እሳቸው በትልቅ እጃቸው ዘግነው በሹራቡ ላይ አሹቁን ሲያስታቅፉት፣ መገንፈል የጀመረው የእንባና የንፍጥ ቋቱ ተለጐመ። የተበተነውን አሹቅ ግን ለቃሚም አላስፈለገው ዶሮቹ ከየት መጡ ሳይባል ተረባረቡበት። መላኩ ይህንን ትርእይት ሌላ ዓለም ውስጥ እንደገባ ያህል ባግራሞት እየተመለከተ ሳያስበው የሕፃንነት ጊዜውን አስታወሰ።

"እንዲያው እመቤቴ የፈላ አቦል ቡና ላይ እኮ ነው የደረሳችሁት። እስኪ

ቁጭ በሉ" አሉ መደገፊያ ያላቸውን አግዳሚ መቀመጫዎች እያስተካከሉ ወደ መላኩና ወደ ወይዘሮ ብሪቱ እያዩ።

"ኧረ እኔ ሥራ ጥዬ ነው የመጣሁት። ይሄንን ዓለም ያሳየችን እመ ብርሃን መቼም ምን ይሰጣታል አሉ?" እጅና ዐይናቸዉን በጢስ ወደ ጠቆረው ጣራ ሰቅለው።

መላኩም ቀለሙ በውል የማይለየው ግድግዳ ላይ የተሰቀሉትን ፎቶዎች እየቃኘ ኖሮ ትልቋ ያክስቱ ልጅ አይታው፣ "የውልህ መጨረሻ ከስመኝዬ ጋ የመጣችሁ ጊዜ የተነሣነው ፎቶ ነው። ይሄ ነህ አንተ። የኔ እናት፣ እማዬ ላይ ልጥፍ ብለህ አልሄድም ብለህ አስቸግረህ ነበር እኮ" አለች ሣቅ እያለች። ችግር አገርጥቶ ያሳለፈችው ኑሮ ከሰውነት ተራ ቢያወጣትም፣ መዐዛ ያክስቱ ልጅ አሁንም ደስ የሚለው ፈገግታዋና የሴትነት ለዛዋ ልብ ይማርካል። በትምህርቷም በጣም ጐብዝ ተማሪ ነበረች። ኀይለኛ ስለሆነች ከእናቷ ጋር ፈጽሞ አይስማሙም ነበር። በኋላም ዐሥራ አንደኛ ክፍል እያለች በዕድሜ ከሚበልጣት አንድ አስተማሪ ጋር በፍቅር እፍ ብላ ትምህርቱን ትታው ማትሪክም ሳታልፍ ቀረች። ከዚያ በኋላ ከድጡ ወደ ማጡ እየሆነ ኑሮ ፊቷን እንዳዞረችባት ነው ያለችው።

"ኧረ ምን ሲደረግ ... ብሪቱ ... አቦል ቡናማ ትተሽ አትሄጂም። እንዲያው ዐፈር ስሆን አንድ ስኒ በቁምሽ ፉት ብለሽ ትሄጃለሽ። አንቺ ማነሽ ሠናይት፣ ቶሎ በዬ ቡናው እኮ ከፈላ ቆየ፣ የቡና ቁርሱንም ቶሎ አቅርቢ። ብሪቱ ትቸኩላለች" አሉ እሳቸውም ወደ ጓዳ እየተጣደፉ። ሠናይት አጠርና ወፈር ያለች እንዳባቷ ጐረድረድ ያለች ደግና ዝምተኛ ልጅ ናት። ዐረብ አገር ለሥራ ሄዳ ጤና አጥታ ነው ባመት ከስድስት ወሯ የዛሬ ሁለት ዓመት ግድም የተመለሰችው። ከመሄዷ በፊት ሦስት ጊዜ ብታገባም መውለድ አለመቻሉ፣ የትዳር ጠር ሆኖባት ትዳርም አልበረክት ብሎአት ነበር። በመጨረሻም ምርመራው ያሳየው በማሕፀኗ ፅንስ አቃፊ ውስጠኛው ወለል ላይ ብዙ ትናንሽ ዕጢዎች ስለነበሩ፣ ፅንስ የመያዝ ችግር የነበረባት መሆኑ ነው። ይህም በወር አበባዋ ጊዜ ብዙ ደም እንዲፈስ ከማድረጉም በላይ ሥቃዩዋንም ያበዛው ነበር። የመረመራት የማሕፀን ሃኪምም ማህጸኗን ከማውጣት የተሻለ ርዳታ ማድረግ እንደማይቻል ቢነግራትም አሻፈረኝ ብላ ወደ ጸበል ወደ ዐዋቂ መሄድና የባህል ህክምና ለማድረግ ብትሞክርም ለውጥ አላገኘችም። እንዲያውም በማሕፀን የሚከተት የባህል መድኀኒት ተጠቅማ በተፈጠረው ኢንፌክሽን ሳቢያ ከሞት ለጥቂት ተርፋ፣ እንደፈራችው ማሕፀኗም መውጣቱ አልቀረም።

ከዚያ በኋላ ነው እንግዲህ ወደ ኩዌት የሄደችው። እዚያም ምንም እንኳ ሥራ ላይ ጐበዝ ብትሆን፣ ሣቂታነቷና ተግባቢነቷ በአሠሪዋ እመቤት ላይ በፈጠረው ቅናት መከራዋን መብላት ጀመረች። ዐርፎ የማይቀመጠው ባል ደግሞ

ሠናይትን መከጀሉ አልቀረም። በኋላም ትባረር የሚለው ጉዳይ በባልና ሚስቱ መሃል ጠብ ጫረ። ፖሊስ ወንድም ያላት አሠሪም ባሏ ለሃይማኖታዊ ጉዞ ከሃገር ውጭ በነበረበት ጊዜ፣ ወንድሟንና ጓደኛውን ጠርታ ጀርባዋ እስኪቆስል አስገረፈቻት። በዚህ ብቻ ሳይገቱም ለሁለት በግድ ደጋግመው ደፈሩዋት።ከዚያም በኋላ ሠናይት ሕመሙ ብቻ ሳይሆን፣ የአእምሮዋ መቃወስም ጤናዋን ሙሉ በሙሉ አመሳቀለው። የግርፋቷ ቁስል እስኪድን እቤት አስረው አስቀምጠው የአእምሮዋ መታወክ ሲብስባት ወደ ሆስፒታል ወስደው ጣሏት። የድኻ አገር ዜጋ መሆን ጉዳቱ ይህ ነው፤ አለሁ የሚል አይኖርምና። ድኽነት ሰዉን እቤቱ ብቻ ሳይሆን፣ በሄደበት ሁሉ ክብሩን አሳጥቶ ከሰው አሳንሶ አጉብጦ የሚያስቀር ቀንበር ነው።

በመጨረሻም ለወገን ምስጋና ይግባው ገንዘብ አዋጥተው ፓስፖርቷንም ጥለውባት ስለነበር ኤምባሲውን አናግረው ወደ ሃገር ቤት ላኳት። እሠራለሁ፤ ያልፍልኛል ብላ ባዶ እጇን አእምሮዋንና ሰብአዊ ክብሯን ተገፋ ተመለሰች። ከዚያ ወዲያ መቼም ማለቂያ የለውም ቤተ ሰቧ ከሷ ጋር ያየው መከራ። እናቷንም ያለዕድሜያቸው እንዲህ ያስረጃቸው ይህ ጉዳይ ሳይሆን አይቀርም። አማኑኤል ሦስት ወር ተኝታ ከብዙ ህክምና በኋላ ነው ሻል ያላት። ዛሬም ሌሊት መባነኗና የአእምሮዋ መዛባት አልተስተካከለም። በየሦስት ወሩ አማኑኤል እየሄደች መድኀኒት ትቀበላለች። የመድኀኒቱ የጎን ጉዳት ነው እንዲህ ድንቡሽቡሽ ያደረጋት። ከዚያ ወዲህ እቤት ውስጥ ሥራ ከማገዝ በቀር ውጪ ወጥታ መሥራት አልቻለችም። እናት መቼም ትኑር፤ ቢቸግርም ባይደላም ይሄው ሠናይትም ሰው ሆና የምትኖርበትን መጠለያ አላጣችም።

የቀይ ጤፍና ማሽላ ቅይጥ እንጀራ በድልህ አድርገው፣ አነስ ባለች አሮጌ ትሪ ላይ ይዘው ከወደ ጓዳ መጡ የመላኩ አክስት። ፊታቸው ፍክት ብሏል። ከጠዋት ጀምሮ ናላቸውን ሲያዞር የቆየው ራስ ምታትም ለቋቸዋል።

“እስኪ ይቺን አፋችሁ አድርጉ፤ ወጥም አልሠሩ እነዚህ ልጆች” አሉ ትንሽ እንደ መሳቀቅም እያደረጋቸው። አፍለኛና ትንሽ አብሽም ተጨምሮበት የተጋገረው እንጀራ በበርበሬ ሲበሉት ደስ የሚል ጣም አለው። ጠዋት ላይ የተጋገረም ስለሆነ የትኩስነቱ ለዛ ገና አልጠፋም። ቡናውን እየጠጡ ትንሽ ከተጫወቱ በኋላ ወይዘሮ ብሪቱ ለመሄድ እየተነሡ፣

“የቀን ብሩክ... ብሩክ ዜና አሰማን። በይ እስኪ አሰለፍ እኔም ብቅ እላለሁ ሰሞኑን አሁን ደግሞ ሰዎቹ ችግር እንዳይፈጥሩብኝ ቶሎ ልመለስ” አሉ

“እሱ ጊዮርጊስ አለሁ ይበልሽ። እሱ ውለታሽን ይክፈልሽ፤ እንዲህ በማለዳው ቸር ወሬ እንዳሰማሽን ቸር ወሬውን ይላክልሽ።” እያሉ ከተቀመጡበት ተነሱ ለመሸኘት። “እስኪ ባክሽ ትንሽ ዝገኚ። እንጀራውን እኮ ምንም አልበላሽ ብሪት” አሉ አሹቁ ያለበትን ዝርግ ሰሐን እያስጠጉ። ትንሽ ቆንጠር አድርገው፡፡

"ውይ በላሁ እንጂ ቆንጆ ቡና ነበር። በሉ ያለም ያድርገው" አሉና ወደ በሩ መንገድ ጀመሩ። መላኩም መልሶ ሆቴሉ ሊያደርሳቸው ተነሣ።

"አክስቴ እትዬ ብሪቱን አድርሼያቸው መጣሁ" አለ ቁልፉን ከኪሱ ውስጥ እያወጣ።

"ኧረ እኔ በእግሬ እሄዳለሁ። አንተ ቁጭ በልና ተጫወት፤ ደግሞ ቡናውንም ሳታከትም መነሣት ደግ አዶለም። እኔም የሥራ ነገር ሆኖብኝ ነው።" አሉ እንዲቀመጥ በእጃቸው ያዝ እያደረጉት።

"ኧረ በፍጹም። እርሶ ለኔ ብለው እዚህ ድረስ መጥተው ደግሞ ፀሓይዋም እየከረረች እኮ ነው፣ አይሆንም" አለ መላኩ ሌላም ያሰበው ነገር ስለነበር።

"በል አንተ ካሳ ና። ካጎትህ ጋር አብረህ ሂድ። ብሪቱን አድርሳችሁ ኑ።" ሲሉ ወይዘሮ አሰለፈች ካሳሁን እንደ ጀት በፍጥነት ከተፍ ብሎ የመላኩን እጅ ያዘ። ሌሎቹም ልጆች እኔም እኔም እያሉ ተንጫጩ።

"አይ ዐርፋችሁ ተቀመጡ አሁን ይመጣሉ እነሱም። የምን መተራመስ ነው? እሱ ይበቃል" አለች መዐዛ ኰስተር ብላ። ሁሉም ይፈሩዋታል። እየተነጫነጩ ዝም አሉ። መኪናው አይበቃም እንጂ መላኩ ሁሉንም ይዞ ቢሄድ ደስ ይለው ነበር።

"ማታ ላይ እንንሸራሸራለን። አሁን እትየ ብሪቱን አድርሰን ቶሎ እንመጣለን" ብሎ አጽናናቸው። ከዚያም ካሳሁንን ከኋላ አስቀምጠው ወይዘሮ ብሪቱን በቀለ ሞላ ሆቴል አደረሳቸው። መጥቶ እንደሚጠይቃቸው፣ ስልክም እንደሚደውልላቸው ነግሮአቸው አመስግኖ ተሰነባበቱ። የሳቸውን መውረድ በጉጉት ሲጠባበቅ የነበረው ካሳሁንም በወንበሩ መሃል ተንጠላጥሎ የፊት ወንበሩ ላይ ፊጥ አለ። ከዚያም የባጥ የቆጡን ማውራት በደስታ እየተምነሸነሸ ስለ መኪናዋ መላኩን በጥያቄ አጣደፈው። አባቱ በሚነዳት አይሱዙ ዐልፎ ዐልፎ ከመሄድ በቀር እንደዚህ ዐይነት መኪና ውስጥ ሲገባ የመጀመሪያው ነው።

"ፐ ያንተ መኪና ከሁሉም ሰው መኪና ትበልጣለች እኮ። ያባቴ መኪና አይሱዙ ነው። በቃ መአት ዕቃ መጫንና ፍራንክ ማግኘት ነው ሥራው። አንተ ሰው ታስከፍላለህ እንዴ ግን?" አለው በመቆምና በመቀመጥ መሃል ሆኖ።

"ስንት ልትከፍለኝ ትችላለህ?" አለው መላኩም እየቀለደ።

"ኧረ እኔ ምንም የለኝም። ደግሞ ትንሽ ልጅ እኮ አይከፍልም።" አለ ራሱን ነጻ ለማድረግ ይመስል።

"አይ ካስ ይሄ የቤት መኪና ነው የሚባለው። የንግድ መኪኖች ናቸው

ገንዘብ የሚያስከፍሉት።" አለው ጉንጩን እያባበሰ።

"ታዲያ አንተ ፍራንክ ከየት ታመጣለህ? ብቻህን ነው በቃ እዚህ ውስጥ የምትሳፈረው?" ብሎ የልጅ ፊቱን በጥያቄና ለመላኩ እንዳሰበ በሚመስል ትንሽ ጨምደድ አድርጎ ጠየቀው።

ጨዋታቸው እየጣመው የመጣው መላኩም "እኔ ሌላ ሥራ አለኝ። የምሠራላቸው ሰዎች ናቸው ገንዘብ የሚከፍሉኝ። አዎን ብዙ ጊዜ ለብቻዬ ነው የምሄደው።" አለው።

"ቆይ ሰዎቹ ብዙ ገንዘብ ይሰጡሃል እንዴ? መኪና እኮ ውድ ነው። አንተ የት ነው የምትኖረው ግን? ልጅ አለህ እንዴ?" ብሎ አሁንም የጥያቄ ናዳውን አወረደበት።

"እኔ የምኖረው አዲሳባ በሚባል ትልቅ ከተማ ውስጥ ነው። ልጅ የለኝም። የምኖረው ለብቻዬ ነው። አንተ አዲሳባ መጥተህ ታቃለህ እንዴ?" ብሎ እሱም በተራው ጥያቄውን አቀረበ። መላኩ ከልጆች ጋር ሲያወራ በቁምነገር ነው። ጥያቄያቸው ሁሉ ደስ ስለሚለውና ነገሮችን ባልገመተው አቅጣጫ ስለሚያሳየው እንደ ብዙ ሰው አያታክቱትም። በዚህ የተነሣ ልጆችም በቀላሉ ነው የሚወዱት። ልጆች የጥያቄ ዓለም ናቸው። ይህም ለዚች ዓለም አዲስ እንግዳ ስለሆኑ፣ ሁሉም ነገር ስለሚያስገርማቸውም ሊሆን ይችላል። ትልልቅ ሰዎች ግን የሰነበቱ የኖሩ ስለሆኑ ሞትና ሎተሪ ካልሆነ እምብዛም የሚገርማቸው ነገር የለም እያለም ይቀልዳል።

"አይ ... አባባ ሩቅ አገር ነው፤ ደግሞ ለመሄጃ የሚከፈለው ብዙ ብር ነው ብሎ ነግሮኛል። አንተ ግን መቼ ነው ከዚያ የተነሣኸው? እዚያ ብዙ ሰው አለ እንዴ? ፈረንጆችም ይኖራሉ?" የካሳሁን ጥያቄ ማለቂያም የለውም፣

የልጁን አባት ላለማሳጣት ብሎ "አዎን አዲሳባ ሩቅ ነው ሊባል ይችላል። ዋጋውም ለብዙ ሰው ውድ ነው። ብዙ ፈረንጆችም አሉ እዚያ ከተማ። በጣም ትልቅ ከተማ ነው። በጣም የሚያማምሩ ፎቆችም አሉ። ትልቅ የአውሮፕላን ጣቢያም ያለው እዚያ ነው።" ብሎ ሌላ የጥያቄ እሩምታ ከመተኮሱ በፊት "ካስ እዚህ ከተማ በግ የሚሸጥበትን ቦታ ታውቃለህ እንዴ?" አለው። ነገሩ ካሳሁንን አዘለለው።

"አዎን አቃለሁ። ከማማ ጋር ለፋሲካ ሄደን ነበር። ውድ ስለሆነ በቃ ሥጋ ብቻ ነበር የተገዛው እኛ ቤት። እኔ ግን በግ ነው ምወደው። በግ ልንገዛ ነው እንዴ?" አለ። መላኩ አቤት ልጆች ግልጽነታቸው ደስ ሲል ብሎ ዐሰበ። ይሄን ጊዜ አክስቱ ወይ ያክስቱ ልጆች ቢሆኑ፣ እየፈለጉም ቢሆን በማከላከልና በይሉኝታ መከራውን

ያበሉት ነበር። ይሉኝታ አበሻን የሚያጠቃ የዐዋቂ በሽታ ሳይሆን አይቀርም። ይሉኝታ ቢስነትም ጤና ነው ብሎ አያስብም። ሁሉም ነገር ሚዛን ያሻዋል። እውነትም ካሳሁን ያለምንም ችግር በግ ወደሚሸጥበት ስፍራ ይዞት ሄደ። የሚያምር ትልቅ በግ በስምንት መቶ ብር ገዝተው ከመኪናው ኋላ አስረው አስገቡት። ከዚያም አንድ ተለቅ ያለ ሱቅ ገብተው ሁለት ሣጥን ለስላሳና አንድ ሣጥን አምቦ ውሃ ገዝተው ወደ ቤት ሄዱ። እንዳሰበውም እቤት ሲገቡ ልባቸው ደስ ቢለውም፣ አክስቱና ያክስቱ ልጆች የደንቡን ጮኹበት። ለምን እንዲህ ታደርጋለህ ብለው። ከዚያም አክስቱን ጠጋ ብሎ አክስቴ የውልሽ ደስ ይበለኝ ቡና ምናምን የሚያስፈገውን ግዢ ብሎ አንድ ሺህ ብር ሲሰጣቸው እንቢ አሻፈረኝ አሉ።

"እኔ ልጅሽ አይደለሁም እንዴ? ልጅ እኮ እምቢ አይባልም፣" ብሎ ይሉኝታቸውን ልክ ጤዛ በፀሓይ እንዲሟሟ አቅልጦ እንዲቀበሉ አደረጋቸው። ልባቸው ግን ከጭንቀት እፎይ ነው ያለው። እቤቱ ውስጦ ያለው ነገር ጥቂት ከመሆኑም ባሻገር ላመት በዓል የተገዛው ሥጋዉም እህሉም አልቆ ቅራሬና ደረቅ እንጀራ በቀረበት ነው ሳይታሰብ የመጣው። እንኳን ገንዘብ ሊኖራቸው ላመት በዓልም ልጆቹ እንዳይጓጉ ብለው ላንዳንድ ነገር መግገርያ የተበደሩትን አንድ መቶ አምሳ ብር እንዴት እንደሚከፍሉት ግራ ገብቶአቸው ነበር። ያ ሁሉ ባንዴ ተረሳና አሁን ደግሞ ሌላ ገንዘብ መበተኛ፣ ጎረቤት ጠርቶ ብሉልኝ የሚባልበት ምክንያት ተገኘ። አንደኛዋን ልጃቸውን ልከው ሃያ ኪሎ ነጭ ጤፍ ገዝታ አስፈጭታ እንድትመጣ ተላከች። ለወጥ የሚሆን ሽንኩርት፣ ቲማቲም፣ ቅመማ ቅመም ለመግዛት ደግሞ መዐዛ ተሰማራች።

ከጎረቤት አቶ ማዕረጉ ተጠርተው በጉን ከባረኩ በኋላ ልጆቹ እያገዙዋቸው መበለት ይዘዋል። በግ ሲታረድ አይቶ የማያውቀውም መላኩ አብሮ ለማገዝ ቀረበ። ልብሱን እንዳያቆሽሽ ተው ቢሉትም፣ ዕድሉን ማጣት አልፈለገም። ያቶ ማዕረጉ ፍጥነትና ቅልጥፍና ሥራዉን ለብዙ ዓመት ብዙ ጊዜ የሠሩት እንደሆነ ያረጋግጣል። እሱ እየጠየቃቸው፣ እሳቸውም እየመሩት ገፈፋዉን ጨርሰው መበለቱን ተያይዘዋል። ዐልፎ ዐልፎ ንዝር ንዝር የሚለው የበጉ ሰውነት ቢሞትም፣ ነፍሱ ስትወጣ የቀረ የሕይወት ጭላጭ እንዳለው ያስመስለዋል። ደሙን መሬት ላይ ነው ያፈሰሱት። መላኩም ቆዳ ገፈፋው ላይ ለማገዝ ሲሞክር አቶ ማዕረጉ እንደፈሩት ሳያውቅ ትንሽ በሳው። ይህም የቆዳዉን ዋጋ ምን ያህል እንደሚያወርደው በቁጭት ነገሩት። የበጉን የዘር ፍሬ መውጣት በጉጉት የሚጠባበቁት እነካሳሁን ልክ እሱን ሲያገኙ ብር ብለው ወደ ቤት ሄዱ።

"ምን ሊያደርግላቸው ነው?" አለ መላኩ ወደ አቶ ማዕረጉ ዞሮ የልጆቹ ፈንጠዝያና አቶ ማዕረጉም ያውላችሁ ብለው ለልጆቹ ፈገግ ብለው ሲያስረክቡ ስላየ። "አይ የኔ ልጅ ... አንተ ልጅ ሆነህ ቆለጥ ጠብሰህ አልበላህም ማለት ነው? እንዴት መሰለህ የሚጣፍጥ። ታዲያ ሴት ልጅ አትበላም፣ ደግ አይደለም። በግ

ሲታረድ እኮ ለልጆች ዋናው ደስታ እሱ ነው። ሄደው ከሰል ላይ ይጥሉትና ጧ እያለ ሲበስል ለልጆች የሚሰጥቸው ደስታ ሌላ ጉዳይ ነው። ከዚያም በቃ አፍህ ውስጥ እንዴት ደስ የሚል ጣም አለው! ልጅ ሆነን እኔና ወንድሞቼ ሽሚያችን ትዝ ይለኛል" አሉ አሁንም ከሆድ ዕቃው ውስጥ አንጀቱንና ጨጓራዉን አውጥተው ባንድ ዕቃ ውስጥ እያደረጉ።

"የሚገርም ነው" አለ መላኩ በርግጥም ገርሞት! "ሴቶች ቢበሉት ምን ይሆናሉ?" አለ ነገሩ ከንክኖት። "አይ ልጄ ይህ የወንድ ፍሬ እኮ ነው። እኔ አላውቅም ምን እንደሚሆኑ። ያው ከድሮውም ሴት አትበላም ነው የሚሉ። ያክስቴ ልጅ የሆነች ከእኛ የማትለይ እኛ ያረግነው ሁሉ አይቅርብኝ የምትል ማንያህሎሽ የምትባል ዘመዳችን ነበረች። ታዲያ አንዴ እንዲህ እኛ እየጠበስን ስንበላ ጓጉታ ኖሮ ከታናሽ ወንድሜ ላይ አፈፍ አድርጋ ወስዳ እሱ ሲያባርራት እሷም እየገመጠች ስትሮጥ መጨረሻ ላይ ልቅሶውን ለቀቀው። እናቷ መጥታ ሁኔታዉን አይታ ጉድ ጉድ ብላ ልጅቱን እንዴት እንደገረፈቻት ትዝ ይለኛል። ልጅቱ ግን የልቧን አድርሳ ስለነበር እንባ ፍንጥቅም አላላት። ኋላም ይኸው ወንድ የማይደፍራት አገር ያንቀጠቀጠች ሆነች። ካደገች በኋላም ባሏን ታሾረው ነበር። እንግዲህ የበላችው የበግ ቆለጥ ነው አሉ እንዲያ ወንዳወንድ ያረጋት ይሉ ነበር።" አሉ ላቀረቡት መላ ምት ማስረጃ ምሳሌን አቅርበው ርግጠኛነትን በሚያሳይ ፊት።

ነገሩ አሁንም የበለጠ የመሰጠው መላኩ፣ "እኔ ምለው ግንኮ መጀመሪያውንም የበጉን ቆለጥ ከልጁ ነጥቃ መውሰዷና ለመብላት መቻሏ ልጅቷ ምን ያህል ደፋርና ወኔ ያላት እንደሆነች ነው የሚያሳይ። ነገሩን መብላቷም ላይሆን ይችላል የዚያ ዐይነት ባህርይ የሰጣት።" አለ ያቀረቡትን ማስረጃ እንዳልተዋጠለት በሚያሳይ ጥያቄ የተሞላ ፊት፡፡

"እንግዲህ ምናባቴ ዐቃለሁ ብለህ ነው ልጄ። የድሮ ሰው ብዙ የማይገቡ ልማዶች አሉት። አሁን ግን እዚህ ሴቱም ወንዱም ልጅ ነው ሚበላው። ዘመን ያመጣው የለ" አሉ በጉ የተሰቀለበትን ገመድ ለመፍታትና የቀረውን ክፍል በልተው ለመጨረስ እያወረዱ። ሊያግዛቸው ሲል "ተው ተው ይንጠባጠብብሃል እኔ አወርደዋለሁ ብዙም አይከብድ" ብለው ራቅ እንዲል ነገሩት። ጥቁሩ ዐፈር ላይ የፈሰሰው ደም ከትኩሱ የበጉ ሥጋና ፈርስ ጋር የፈጠረው ሽታ አንዳች አናዋዥ ዓመት በዓላዊ ናፍቆት ይፈጥራል። ትንሽ ቆይቶ ሥጋ ተጠባብሶ ከዱለት ጋር ተዘጋጅቶ ምሳ ተበላ። ቤቱን አንዳች የሆነ ደስታ አፍክቶታል። ከሰዓት በኋላ ደግሞ ሴቶቹ ለማታ ሽርጉድ ሲሉ፣ መላኩ ካክስቱ ጋር ሲያወራ ቆየ።ብዙውን ሰዓት ግን ከልጆቹ ጋር ሲጫወት ነበር የዋለው።

ወደ ማታ ላይ ጎረቤቶችም ተጠርተው ቤተ ሰቡ ሁሉ ተሰብስቦ የመላኩን መምጣት ምክንያት በማድረግ ሌላ ዳግማይ ትንሣኤ ሆነ። ሁሉም ነገር ለመላኩ

አዲስ ቢሆንም ፈጽሞ እንግድነት አልተሰማውም። የሰጡት ፍቅር ከንጹሕ ምንጭ በጠዋት እንደተቀዳ ኩልል ያለ ውሃ ሆኖ ነው የተሰማው። ብቸኛነቱ ለዓመታት የፈጠረበትን የዘመድ ጥማት አርክቶለታል። የዛሬው ድግስና የተጠሩት ጎረቤቶች ብዛትና አገባበዙ ሌላ ብድርም ሳያስገባቸው አይቀር። ድኻ ድኻ የሚሆነው ገንዘብ ስለሌለው ሳይሆን፣ ገንዘብን ከማሳደር ማውደም ስለሚቀናውም ነው። የድኻ ድኻነቱ ደስታውንና ኀዘኑን፣ የትኛውንም ጠንካራ ስሜቱን ተቆጣጥሮ ከስሜቱ በላይ መኖር አለመቻሉም ነው። ከለመደው የዕጦት ኑሮ ላለመውጣትም ይመስል፣ ያገኛትን ባንድ ቀን ባለው ኀይል ከዘመድ ከጎረቤት ጋር ተባብሮ ያወድማታል። ድሃ ብድር መውሰድና ፍቅር መስጠት አይፈራም። ጥላቻና ሞትም ከድኻ ያን ያህል የራቁ ነገሮች ናቸው ማለት አይደለም። ብዙ መገዳደልና መደባደብም እዚህ ይበዛል። ድኸነት የተወሳሰበ ያስተሳሰብና የአኗኗር ውጤት ነው። የማይዳሰስ ግን በቀላሉ የማይገፋ እንደ መላኩ ዘመዶች ዐይነት አሳዛኝ ሰዎች የሰፈሩበት የመከራ ተራራ ነው ። ይህንን ሁሉ መላኩ ነበር ያሰበው፤ በድግሱ እሱም እየተደሰተ፣ ድግሱን ያዘጋጁት ዘመዶቹ ግን አንጀቱን እየበሉት። እሱ ይህን ያስብ እንጂ እነሱ ግን ነገን ለነገ ትተው ዛሬን በድግስ እየዘረሩት ነው።

ወደ ሦስት ሰዓት ማታ ላይ ሰው ሁሉ እየተሰናበተ መውጣት ጀመረ። በኋላም ቤተ ሰቡ ብቻ ሲቀር የቤተ ሰብ ወሬ ተጀመረ። እንደገና ቡና ይፈላ ተባለ። መላኩ አልተቃወመም። እዚሁ እንደሚያድር ተበይኖበታል። እሱም ደስ ነው ያለው።

“አክስቴ ብዙ ሳይመሽ መኪናዋን ለማንኛውም እዚያ ሆቴል አቁሜአት ብመጣ አይሻልም?” አለ አሁንም ግድግዳ ላይ ያሉትን ፎቶዎች እያየ። መዐዛም፣ “ይሄ ማን እንደሆን ታቃለህ?” አለችው አንድ ቀሚስ ያደረገ የሚያለቅስ ትንሽ ልጅ ዕድሜዋ ዐሥር ዓመት አካባቢ የሚሆናት ልጅ ታቅፋው። “እኔንጃ .. ማነው? አልቃሻ ቢጤ ይመስላል” አለ እየሣቀ፤ በውስጡ ራሱ እንደ ሆነም ጠርጥሮአል።

“አልቃሾ ራስህ ነሃ የኔ ሆድ! አሁን እንዲህ ልትንቀዋለል” ብላ ዐቀፈችው። መላኩን እንደ ነፍሷ ነበር የምትወደው ሕፃን ሆኖ። እሷና ስመኝም ምስጢረኞች ሲሆኑ፣ እናቷ መዐዛን ሲመቷት ስመኝ ሆዱ ይንሰፈሰፍ ነበር።

“እቺ ደግሞ ነፍሷን ይማር ስመኝዬ ናት። አንተ እጅህን እየዘረጋህ ካልሄድኩ እያልክ የምታለቅሰው ወደሷ ነው” ብላ ዐይኗን እንባ ሞልቶት ዝም አለች። መላኩም ሳያስበው መዐዛ እንዳቀፈችው ለካ ዐይኑ ላይ እንባ ግጥም ብሎ ኖሮአል። የነበረውን ደስታ ወደ ኀዘን መለወጥ ስላልፈለገች እንደ ምንም ብላ መዐዛ ስሜቷን ዋጥ አድርጋ፣ “ኧረ አዎን... ይሄ ሰፈሩ ሰላምም አይደለም። ዘንድሮ ደግሞ ሌባ ተለቋል አሉ” አለች መዐዛ። መላኩም እንደ ምንም ብሎ ስሜቱን ለማርገብ ሐሳቡን ‘ሌባ ተለቋል’ ወደሚለው አባባል አዙሮ ጥያቄ ለራሱ አቀረበ። ማነው ሌባን

የለቀቀው? ከየት? ለምን? አፉን አውጥቶ መጠየቅ ግን አልፈለገም።

መዐዛና ሦስቱ ከፍ ከፍ ያሉት ልጆች አብረው ሄዱ። መኪናዋን አቁመው ሊመጡ። ከዚያ በፊት ግን ሻንጣውን አውርደው ወደ ቤት አስገቡ። ሲወጡ መዐዛ አንደኛዋን እህቷን "ዘለቃ በይ መኝታውንም አዘገጃጁለት። ቡናውን እያጣጠባችሁ ጠብቁን" አለችና ትዕዛዝ ሰጠች። መኪናውን በቀለ ሞላ አቁመው ለዘበኛው እንዲጠብቁላቸው አደራና ጉርሻ ቢጤ ሰጥቶ ተመልሰው እያወሩና እየተቀላለዱ ወደ ቤት ተመለሱ። ጨረቃ ስለነበርና አየሩም እጅግ ስለማይበርድ ሳይታወቃቸው ነበር ቤት የደረሱት። ልጆቹ እየተሯሯጡ ወደ ቤት ቀድመው ገቡ።

"እናንተ ልጆች እንዳትወድቁ ቀስ በሉ፤ ኧረ የምን መሯሯጥ ነው" አሉ የመላኩ አክስት ደጅ የወዳደቁ ዕቃዎችን ለማስገባት ጐንበስ ቀና እያሉ። ልጆቹ ግን ከቁብም ሳይቆጥሩዋቸው ግቢ ውስጥ አሳዶ መያዝ ዐይነት ሩጫቸውን ቀጥለዋል። ችሎ ማደርም ዛሬ የድርሻውን ጠቀም ያለ ሥጋም ስላገኘ የልጆቹን ፈንጠዝያ ተቀላቅሎ ግቢውን አድምቀውታል። አንድ ጊዜ መናገሯ የሚበቃው መዐዛ፣ "እንዴ እናንተን እኮ ነው። በሉ ወደ ቤት ግቡ የምን ሰፈር መረበሽ ነው። አንተነህ አትሰማም እንዴ" አለች የራሷን ትልቅ ልጅ። የሚከተለውን ስለሚያውቁ ሁሉም ተከታትለው ወደ ቤት ገቡ።

"እንዴት ነው ልጄ ሹር የምታደርጊያቸው" አለ መላኩ ግራ ክንዱን ይዛ አይን አይኑን እያየች የምታወራውን መዐዛን። "ምን ባክህ አንድ የሚፈሩት ሰው ከሌለ እኮ መጫወቻ ነው የሚያደርጉህ" አለች። "አየሽ እኔም እዚያ ፎቶ ላይ እኮ ሳለቅስ የነበረው ከድሮም ልጆች ስለሚፈሩሽ ነው" ብሎ ሲቀልድ ደማቅ ሣቋን ለቀቀችው።

"አንተን መላክዬ። የኔ ጎፈሬ ... አንተን አላስፈራራህም። እንዴት ተደርጎ።" ብላ ወደ ደረቱ ተለጠፈች የጐፈረውን ፀጉሩን እያሻሸች። መዐዛ ኀይለኛ ብትሆንም ሰው መውደዷ ልክ የለዉም። ኀይለኝነቷም ከዚያው ነው የሚወጣው። መላኩም ባጭር ጊዜ ከሁሉም ቅልል ያለችውና ውስጡ የገባችው እሷ ናት። ቀን ላይ ያሳለፈችውን አስቸጋሪ ታሪክ አጫውታዋለች። መዐዛ የመጀመሪያ ባሏ በኤይድስ የሞተው የዛሬ ዐሥራ አራት ዓመት ሲሆን፣ ከሱ የወለደቻት ልጇ ከቫይረሱ ንጹሕ ብትሆንም ባመቱ በተቅማጥ ሕመም ሞተች። ይህም መዐዛም በበሽታው ተለክፋለች የሚለውን ወሬ አናፈሰው። ዘወር ለማለት ብላ ወደ ዝዋይ ሄዳ ለመኖር ተገደደች፤ ወሬው አላስኖር ስላላት። እሷ ግን ከቫይረሱ ንጹሕ ነበረች።

በሁለት ዓመቱ እዚያው ዝዋይ አስተማሪ የነበረ አንድ የመቂ ልጅ አግብታ መኖር ጀመረች። በአራት ዓመት ውስጥ ሦስት ልጆችን ወለደች። እናቷም ኑሮ ከብዶአቸው እሷ ጋ ሄደው ነበር። እዚያ ያለውም ኑሮ ያልተሻለ ስለነበርና ሌሎቹም ልጆቻቸው አብረው ተደጋግፈው ለመኖር ስለ ወሰኑ ወደ መቂ ተመለሱ። መዐዛ የባሏን መቃምና መጠጣት ታውቅ ነበር። እንዲያውም መጀመሪያ እሷም ከእሱ ጋር መቃም ጀምራ ነበር። ኋላ ግን ጠጪነቱ እየባሰ ሄዶ ቤቱን ርግፍ አርጎ ተወው።

እሷንም ልጆቿንም መሳደብ፣ ብሎም መደባደብ ጀመረ። ደጋግማ ከቤት ልጆቿን ይዛ ብትወጣም ታርቃ በገባች ቁጥር ነገሩ እየባሰ መጣ። በሥራ ሰዓት ሰክሮ ትምህርት ቤት ገብቶ ተማሪ ካልደበደብሁ ብሎ ከሥራው ተባረረ። በመጨረሻም የለየለት ከጫት ቤት የማይጠፋ ጀዝባ ሆኖ ቀረ። መዐዛም የልጆቼን አእምሮ ከሚያበላሽብኝ ብላ ጠቅልላ ከነልጆቿ እናቷ ቤት ገባች። ትንሽ ትንሽ እየነገደችም ኑሮን ለማሸነፍ እየሞከረች ነው።

የምሽቱን ቡና እኔ ካላፈላሁ ብላ የመዐዛ ልጅ ናት እየቆላች ያለቸው። ሠናይትም ዕቃ ማቀራረቡን እያገዘቻት ነው። አይናፋር ብትሆንም ሰው ወዳድነቷ እንደናቷ ነው። ከትምህርት ቤት እንደ መጣች ጀምሮ መላኩ ላይ ልጥፍ ብላበት ነበር። ከንግግር ይልቅ በተግባር ነው ፍቅሯንም ኀዘኗንም የምትገልጸው።

“ጎሽ! የኔ ባለሙያ፤ አጎትሽን ዛሬ ምናይነት ቡና እደምታጠጪው ይታያል” አሉ ወይዘሮ አሰለፈች ከጓዳ አንዲት ትንሽ ሣጥን መሳይ ነገር ይዘው ወደ መላኩ እየመጡ። መላኩ በልጆቹ ተከቦና መዐዛ አጠገቡ ተቀምጣ ዙሪያው በወሬ ደምቋል።

“እዚህ ጋ ሁኚ እማምዬ” አለች በመላኩ ግራ በኩል ያለውን ቦታ ካሳሁን እንዲለቅ፡፡ “አጅሬው ተነሥላት እስኪ፣ ትልቅ ሰውም ማክበር የለ? ና አንተ እዚህ እኔ ጋ” አለች እጁን እየጐተተች። መዐዛን እምቢ የሚል ልጅ የለም ስለዚህ እሷ ጭን ላይ ተቀመጠ።

“መላክዬ ጥዬህ ጠፋሁ አይደል። ዛሬ ኮ ነፍሴንም አላቅ። መድኀኔ ዓለም እሱ መቼም አያልቅበት። በሽታዬ ሁሉ እኮ ነው ጥርግርግ ብሎ የጠፋው።” አሉ ተስተካክለው እየተቀመጡና ይዘውት የመጡትን ትንሽ ሣጥን እየከፈቱ። የሁሉም ዐይን ፎቶ የሞላዉን ሣጥን በረበረ።

“መቼም አንተ ይህን አታውቅም። ስመኝዬ በሞተች በስምንት ዓመቱ አጎትህም በዚህ በዘበኑ በሽታ ተይዞ ድንገት ታሞ ሞተ። ያው ሚስቱም እንዲህ የዋዛ እንዳትመስልህ ቤተ ሰቡን ሁሉ አንገርግባ አላስጠጋ አለችን። ያባታችንንም የቀበሌ ቤት በስሟ አዙራ ኖሮ በቃ በገረገራውም አላስደርስ አለችን። አንተም በያ ጊዜ የት እንዳለህም ማወቅ አልቻልን። ውጪ አገር የስመኝ መሥሪያ ቤት ሰዎች ወስደውታል ስላሉን በቃ ተስፋ ቆረጥን። እናም በስንት ሥቃይ ያባቴንና የስመኝን፣ የሚቹንም ወንድሚን ፎቶዎች ቅርሶች ብቻ አውጥታ ወረወረችልን። ከዚያም ወዲህ እኛም ድርሽ አላልን ወደዛ። ግን ብዙም ሳይቆይ እሷም በዛው በሽታ ሞተች አሉ።”

መላኩ ነገሩ መስጠት ዝም ብሎ ነው እየሰማ ያለው። ልጆቹም ታሪኩን በጸጥታ መስማት ጀመሩ። “እስኪ ልጆች አሁን ያዋቂ ጨዋታ ነው። ወደዛ ሄዳችሁ

ተጫወቱ" ስትል መዐዛ። "ተያቸው ይሁኑ። እነሱም ይወቁት ታሪካቸው አይደል! ደስ ካላቸው ይስሙ መዐዝዬ" አሉ ወይዝሮ አሰለፈች አጠገባቸው ያለችውን የዘለቃን ልጅ ጭንቅላቷን እየዳበሱ።

"ኧረ እማዬ ... እኛ ልጆች ሆነን ምነው እንደዚህ ነጻነት አልሰጠሽን? ገና አዋቂ አፉን ሲከፍት አልነበር እንዴ እያርበደበድሽ ጓዳ የምትከቺን።" አለች መዐዛ የሰማችውን ማመን እያቃታት ፈገግ ብላ።

"ሁልጊዜ እኮ ተደንቁሮ አይቀርም መዐዝዬ። ያኔ ባለማወቅማ ስንት ነገር ጠፋ። በእኛ ይብቃ እስኪ። እናም ይሄውልህ እንግዲህ ቢያንስ ይህንን ፎቶ ለቅርስ ማስቀረት ቻልኩ ሌላው ቢቀር።" አሉና ፎቶዎችን እያወጡ ሲያዩ ትንሿን ልጁን ስታስተኛ የነበረችው ዘለቃም ተቀላቀለቻቸው። ፎቶውን አንድ ባንድ እያዩ ቡናውን እየጠጡ ሲሟሟቁ አመሹ። ቡናውንም እየጠጡ። ብቻ ከሌሊቱ ስምንት ሰዓት ነው መተኛት የቻሉት። መላኩም ዕድሜ ልኩን ሲናፍቀው የኖረውንና ከማሰብ በቀር ምስሉ የሌለውን ስንት የትዝታ ገደል መግጠም ቻለ፤ ባንድ ምሽት። የአያቱን፣ የእናቱንና የሌሎች አክስቶቹን ጭምር፣ የጠቅላላ ቤተ ዘመዱን ሁሉ ፎቶ አክስቱ እያብራሩ አሳዩት። ያቶ አደፍርስንም ፎቶ እያሳዩት ድንገተኛ አሟሟታቸዉንና ከሳቸው ሞትም በኋላ ቤተሰቡ እንዴት አሽቆልቁሎ አሁን ያሉበት ኑሮ ደረጃ እንደ ደረሱ አጫወቱት። የእናቱ ወገኖች አገራቸው ምንጃር ሲሆን፣ አሁን የቀሩት ጥቂት ዘመዶች እንደሆኑና የችግሩም መንሥኤ ከብዙ ሰው ጋር ደም በመቃባት አገሩን ለቀው መሄድ መገደዳቸውና መተላለቃቸው መሆኑንም ነገሩት።

ከሁሉም ፎቶዎች ግን የመላኩን ቀልብ የሳበው እናቱ ወጣት እያለች ካንድ ሸርጥ ከለበሰ ጠቆር ያለ አፍሮ ሰው ጋር አጠገብ ላጠገብ ቆመው የተነሣችው ፎቶ ነው። መልኩ ከሱ ጋር ተቀራራቢ ይመስላል። አክስቱም ፎቶውን አንሥተው "እስኪ እይ መላክዬ እነዚህን ታውቃለህ ማን እንደሆኑ?" አሉ ፈገግ ብለው።

"እም ... እማዬ ናት ይቺ ... ይሄ ... ደግሞ ...አላቀውም ግን..." ብሎ ዐፈር ሲል አይታ መዐዛ፣ "የኔ ሆድ ... ምን እንዳለወቅህ ትሆናለህ አፈርህ እንዴ ... አባትህ እኮ ነው። ሃሰን ነው አይደል ስሙ እማዬ?" አለች ወደሳቸው ዞር ብላ የመላኩን እጅ እንደያዘች።

"እንዴ ሃሰን እኮ የእስላም ስም ነው" አለ ካሳሁን ፈጠን ብሎ።

ሁሉም ሣቁና ወደ ካሳሁን ዞር ሲሉ እሱም ዐፈር እንደ ማለት ብሎ "እንኳን ጋሽ ሃሰን ወፍጮ ቤት ያላቸው የእስላም ኮፍያ ያረጉ የለ?" አለ አሁንም ሙግቱን እያጠናከረ የሣቁት በሱ ስለመሰለው። "ልክ ነህ ካስ የሙስሊም ስም ነው" አለው

መላኩም እየሣቀ።

“ታዲያ አንተም እስላም ነህ እንዴ? የክርስቲያን ሥጋ ትበላለህ እንዴ? ስምህ ታዲያ እንዴት መላኩ ሆነ? እማማ እስላም ዘመዶችም አሉን እንዴ?” ብሎ ባንዴ ጥያቄውን አዥጐደጐደባቸው።

ጥያቄው ትንሽ ያሳፈራቸው ወይዘሮ አሰለፈች ቆጣ ብለው “አንተ ጣጣቴያም ... መቼም ፊት ከሰጡህ አትቻልም። እንዲያው ልጅ እኮ ዝም ሲሉት በቃ ራስ ላይ ነው የሚወጣው” አሉ መመለስ እንደከበዳቸው ወይም እንዳሳፈራቸው እንዳይታወቅባቸው። መዐዛም ቶሎ መልስ አልመጣላትም፣

“ምን መሰለህ ካስ የእኔ እናት አፋር የሚባል አገር ትኖር ነበር። እዚያ ደግሞ በብዛት ነዋሪዎቹ ሙስሊሞች ናቸው። ዘራቸው ደግሞ አፋር ነው የሚባለው። ሃሰን የሚባለው ይሄ ሰውዬና የኔ እናት ደግሞ ተዋደዱና እኔን ወለዱኝ። ነገር ግን እናቴ እዚያ ስላልተመቻት እዚህ መጥታ አክስቴ ጋ እናንተ ቤት ተወለድሁ። ስለዚህ እኔ ክርስቲያን ነኝ እንደናቴ። አባቴ ደግሞ ሙስሊም ነው። ገባህ?” ሲለው ፊቱ በደስታ ፈክቶ አንገቱን ነቀነቀ። አሁንም ግን ብዙ ጥያቄ ነበረው፤ ፈርቶ ለጊዜው ያዝ አደረገው እንጂ። እነዚህን ጥያቄዎች ቢጠይቅ ችግር መከተሉ አይቀርም ብሎ ስለሰጋ።

አያቱ ደስ ያለህን ውሰድ አሉትና መላኩ አንድ ሃያ የሚሆኑ ፎቶዎችን መርጦ ወሰደ። እሱም ከመጣ ጀምሮ ስፍር ቁጥር የሌለው ፎቶ አንስቷል። ሁሉም ስለደከማቸው እንተኛ የሚል ሃሳብ ቀረበ።

“በል ና ልጄ አረፍ በል እስኪ አደረቅንህ እኮ” ብላ መዐዛ ወደ አንደኛው መኝታ ቤት ወሰደችው። እኔ አልጋ ላይ ነው የሚተኛው ብለው ስላስቸገሩ የአክስቱ አልጋ ነበር ለእሱ የተሰናዳለት። ሳሎንም ፍራሽ ማነጣጠፍ ጀምረዋል።

“እንዴ እኔ ብቻዬን አንድ አልጋ ይደርሰኛል እንዴ?” ብሎ በቀልድ ጠየቀ። ልጆቹ ሁሉ አስተያየታቸውን እንደተጠየቁ ሁሉ ሁሉም ካረሱ ጋ ካልተኛሁ እያሉ ተረባረቡ። በመጨረሻም በስንት ትግል ለሁለቱ ተፈረደላቸው። ሌሎቹ ደግሞ አኩረፉ። ሌላ ቀን ደግሞ እነሱ እንደሚተኙ ተነግሮአቸው ተጽናኑ። እዚህ ቤት የኑሮ እንጂ የፍቅር ድኽነት የለም።

“እንግዲህ ባይደላም የናት አልጋን የሚያህል የትም አይገኝም መላክዬ አረፍ በል እስኪ። እነዚህ ልጆች ግን ሲረጋግጡህ ነው የሚያድሩት። እንደው ለብቻህ ብትተኛ አይሻልህም?” አሉ አክስቱ አሁንም እየተጨነቁ።

“አይ አክስቴ ምንም አትጨነቂ ይመቸኛል” አለ መላኩም አልጋው ላይ

ወጥተው የሚላፉትን ልጆች በፈገግታ እያየ።

“ኧረ እናንተ ልጆች ተው አልጋውን ትሰብሩት እንዴ? ሰሞኑን ተነፍቶበት ነበር… ትንሽ አንዳንድ ተባዮች ካስቸገሩህ እንግዲህ ቻለው መላክዬ” አሉ የመጨረሻውን ማስጠንቀቂያ ለመንገር ያህል። ደግሞም ሌሊት ላይ ቢበርደው እንዲደርበው ብለው የታጠበ ጋቢ ሰጡት። ልጆቹ ትንሽ አውርተው እንቅልፍ ይዟቸው ጥርግ አለ። ሁለቱም መላኩን እንዳቀፉት ነው። እሱ ግን ረዘም ላለ ሰዓት እንቅልፍ ባይኑ አልዞረም። አልጋው የሽቦ አልጋ ሲሆን ብዙ ዓመት ያገለገለ ነው። ፍራሹም ሳሳ ያለ የጥጥ ነው። ሽቦው ስለረገበ ሁሉንም ወደ መሃል ሰብስቦአቸዋል። ብርድ ልብሱና አንሶላውም ብዙ ያገለገሉ ናቸው። ይህቺ ቤት ስንት ነፍስ ይዛለች? አቤት ይገርማል! እሱ ሲወለድ ልጆች የነበሩት ሁሉ ባለልጆች ናቸው ዛሬ። ጉስቁልናቸው ግን ጥልቀቱም ስፋቱም ሕመም ፈጥሮበታል። ሌላ ብዙ ሐሳቦችም አእምሮውን እንዳውሎ ነፋስ ከወዲያ ወዲህ ሲያላጉት ቆይተው ወደ ዘጠኝ ሰዓት አካባቢ ነበር እንቅልፍ የወሰደው።

ቤቱ ጸጥ ብሎአል። ዐልፎ ዐልፎ ብቻ የውሾች ድምፅ ይሰማል። ወደ አነጋጉ ላይ ነቃ። መብራቱ ጠፍቶ ስለነበር አንገቱ አካባቢ የሆነ ነገር አሳከከው። እጁን ቢሰድ ትንሺዬ ድብልብል ነገር በጣቶቹ ያዘ። ጫን ሲላት እጁ ላይ ፈረጠች። ትኋን መሆኑን ከልጅነት ትዝታው ለማወቅ ጊዜ አልወሰደበትም። ወደ አፍንጫው በማስጠጋት ነገሩን አረጋገጠ። ቀስ ብሎ ተነሥቶ መብራቱን አብርቶ ሲያይ አብዛኞቹ ጠግበው በግድግዳው ላይ ወደ ጎሬያቸው ሲሄዱ፣ ጥቂቶች ደግሞ ማወራረጃ ይጠብቁ ይመስል ልጆቹ ላይ ሲንጐማለሉ አያቸው። ሁሉም ግን የጠገቡ መሆናቸውን ማወቅ የቻለው እያነሣ ካፈረጣቸው ጥቂት ትኋኖች ነው። ልጆቹ ለምደዋቸዋል መሰል እየተበሉ ጢ ብለው ነው የተኙት። እዚህ ተባይም፣ ዶሮ ከነጫጩቶቿም፣ ድመትም፣ ውሻም፣ ሰዉም ሁሉም ተቻችለው የሚኖሩበት ቤት ይመስላል። ተባይና ሥሥታም ሀብታም ለምን የድኻ ደም እንደሚጣፍጣቸው ማወቅ ይቻል ይሆን?

እንቅልፉ ሙሉ በሙሉ ስለጠፋ ከሻንጣው ውስጥ አንድ መጽሐፍ አውጥቶ ከጥግ ያገኛት በርጩማ ላይ ቁጭ ብሎ ማንበብ ጀመረ። የጧቱ ብርሃን በመስኮት መግባት ሲጀምር ዛሬ የቅዳሜ ጠዋት ጊዜው እንደማይኖረው ስላወቀ መጽሐፍ ቅዱሱን አውጥቶ አነበበና እዚያው በርከክ ብሎ ለአንድ አሥራ አምስት ደቂቃ ያህል ጸሎት አደረሰ። በጸሎቱ ሁሌም ስለማትቀረው ሰሎሜና ስለ ሶለንም ጸለየ። ከዚያም በሌሎቹ ጉዳዮች ሁሉ ጸልዮ ከትናንት ጀምሮ ስለሆነለት መልካም ነገር አመስግኖ ተነሣ።

ሰሎሜ ይህንን ብትሰማ እንዴት እንደምትደሰት በየመሃሉ ማሰቡ አልቀረም። ወደ ማታ ላይ ሊደውልላት አስቦአል። ለማርቆስም ገና

አልደወለለትም። መጨረሻ የደወለለት ወይዘሮ ብሪቱ ደውለውለት ከላንጋኖ ወደ መቂ እየመጣ ሳለ ነበር። በጣም እንደሚያስብ ተሰምቶታል። ልቡ ጥፍት ብሎ ስልኩን ከመኪና ውስጥ አላወጣውም። አሁን መደወል ቢፈልግም ስልኩ እጁ ላይ የለም። ትንሽ ጨነቀው። ማርቆስ ደግሞ በጣም ጭንቀታም ነው። የመላኩ ነገር አይሆንለትም። ማርቆስና መላኩ እንግሊዝ አገር እያሉ ነበር የተዋወቁት። እዚያም ጥሩ ጓደኞች ነበሩ። ማርቆስ ሁሌም ስለ ንግድ ነው የሚያስበው። በዕድሜው ከመላኩ አንድ ሦስት ዓመት ይበልጣል። የተማረውም ቢዝነስ ማኔጅመንት ሲሆን እንደመጣ ነው የራሱን ሥራ የጀመረው። ለቤቱ የመጨረሻ ልጅ ሲሆን ከአያቱ ጀምሮ ቤተ ሰቡ ነጋዴዎች ናቸው። ታላላቅ ወንድሞቹ አስመጪና ላኪ ትልልቅ የንግድ ድርጅት አላቸው። አንድ ወንድሙ ደግሞ የሕንጻና የመንገድ ሥራ ተቋራጭ ካምፓኒ ባለቤት ነው። አባታቸው ደግሞ ቡና ላኪ ነበሩ፤ አሁን ከሞቱ ስምንት ዓመት ሲሆን፣ ትልቋ እኅታቸውና እናታቸው ናቸው ሥራውን የሚያስተዳድሩት። በእናቱ በኩል የሚዛመዱት አያቶቹ ደግሞ ቡታጅራ የሚኖሩ የቡታጅራ ሰዎች ናቸው።

ማርቆስ የተለያዩ የኤሌክትሮኒክስና የኮምፒውተር ዕቃዎችን ማስመጣትና ማከፋፈል ይሰራል። የሥልጠናና የማማከር ሥራውም እያደገለት ነው። ከመላኩ ጋር ምንም የሚደባበቁት ምስጢር የለም። መላኩንም አብረው ቢዝነስ እንዲሠሩ ብዙ ጊዜ ጠይቆት አሁንም እርሱ እንዳመነታ ነው ያለው። ማርቆስም ሚስት አላገባም። በጣም መራጭ ነው። ሁሉንም ሰው የሚለካው መጨረሻ ላይ ወጁት በሰው ጣልቃ ገብነት በተለያት በማርታ ስለሆነም ሳይሆን አይቀርም። አስተሳሰቡ ቀጥተኛ ቢሆንም ፍልስፍናና ሙግት ብዙም አይሆንለትም። ሰውን ለማወቅ ግን ጊዜም አይወስድበት። ሉጫ ፀጉሩ፣ ቀይ መልኩና ትልቅ አፍንጫው የጣሊያን ክልስ ቢያስመስለውም እሱ ግን ከቅድመአያቱ አካባቢ ካለበት ትንሽ የአርመን ዝርያ ውጭ ድፍን አበሻ ነው።

መኝታ ቤቱን ከኮሪደሩ የሚለየውን መጋረጃ ገለጥ አድርጎ ወደ ሳሎን ለመውጣት ሲል በጠዋት ቤተ ክርስቲያን ሰመው የተመለሱት ጉድ ጉድ ሲሉ የነበሩት አክስቱ፣ “ምነው ልጄ በጠዋቱ። እንቅልፍ ነሡህ እነዚህ ልጆች?” አሉ ቀና ብለው እያዩት።

“አይ አክስቴ እኔ በጠዋት ነው የምነሣው ልማድ ሆኖብኝ፡” አለ፡፡

“አይ ተው ወይ ተባዩም አስቸግሮህ እንዳይሆን፤ ደግሞ አልጋውም ትንሽ ረግቦአል መሰል” አሉ መላኩን እንቅልፍ ይነሣዋል ብለው ያሰቡትን ሁሉ በመደርደር፡፡

“አይ አክስቴ በደንብ ነው የተኛሁት። አንቺን ካልጋሽ አስወርጄ ግን በውነት ልክ አይደለም” አለ ነገሩ ክብድ ብሎት።

"አይ ልጄ ደግሞ ይሄ ትልቅ ነገር ሆኖ። መቼም ትሰነብታለህ አይደል?" አሉ አሁንም እንደቆሙ።

"ውይ አክስቴ ቶሎ መመለስ አለብኝ። ባይሆን አሁን ካገኘኋችሁ ሌላ ጊዜ በሰፊው እመጣለሁ እንጂ። ዛሬ ነው የምሄደው። ብዙ የሚጠብቀኝ ነገር አለ" አላቸው እንደሚለቁት ተስፋ አድርጎ።

"ያንቺ ያለህ! ዛሬ...? አብደሃል እንዴ? ልጆቼም አይለቁህ..." አሉ ፈጽሞ ያልጠበቁት ስለሆነባቸው።

"አዎን አክስቴ ... ግድ የለሽም ሌላ ጊዜ በደንብ ተዘጋጅቼ እመጣለሁ። አሁንማ ተገናኘን። እናንተም ትመጣላችሁ።" አለ ነገሩን እያረገበ።

"እስኪ እነመዐዝ ይነሡና እንነጋገራለን።" አሉ ሳሎን ቤት ተነጥፎ የነበረውን ምንጣፍ እየጠቀለሉ። ብዙም ሳይቆይ ሁሉም ሰው መነሣሣት ጀመረ። ትንሽ ሞቅ ሲል ደግሞ ልጆቹም ጫጩቶቹም መንጫጫት ጀመሩ። ሕይወት ቀጠለች ማለት ነው። ሁሉም ነፍሱን ለማቆየት የሌላውን ጆሮና ፍቅር ለማግኘት 'ተው ስማኝ አገሬ' እንዳለው ኧረ ስሙኝ ይላል አምላክ በሰጠው ድምፁ። ቁርስ ቡና ሲባል ጊዜው ሳይታወቅ ሄደ። ከብዙ ክርክር በኋላ መሄዱን ተቀበሉለት። ቶሎ እንደሚመጣ ቃል ስለገባላቸው።

"ኧረግ ኧረግ ልጄ አንድ ትልቅ ሰውማ ሳታገኝ አትሄድም... እኔን ሞት ይርሳኝ። እማማን ያዋለዱህን፤ መቼም ባታቃቸውም አንተን ሲያዩ እንዴት ደስ እንደሚላቸው ይታየኛል። ስምህን ያወጡልህም እኮ እሳቸው ናቸው። እንዴያው አየት አርጋቸው ሳትሄድ። በጣም አርጅተዋል ግን።" አሉ የመላኩ አክስት።

"ኧረ በጣም ደስ ይለኛል" ብሎ ብዙም ሳይቆይ ተከታትለው ሄዱ። በጣም ያረጁ አሮጊት ሴት በትንሽ ደሳሳ ጎጆ ውስጥ አሚቸው ደረሱ። ብዙ ያስላቸዋል፤ ድምፃቸውም የተያዘ ይመስላል። እቤታቸውም ውስጥ የሚላስ የሚቀመስ አልነበረም። ጧሪም የላቸው። የመላኩ አክስት ይዘዉት የሄዱትን ፍትፍት ትንሽ ቀምሰው ነፍሳቸው መለስ አለላቸው። አብሮአቸው የሄደውም ካሳ መላኩ ልኮት ለስላሳ ገዝቶ አምጥቶ ትንሽ ጠጡ። መላኩን ግን አላስታወሱትም። ብዙ ነገር አሁን አያስታውሱም። ቢሆንም አቅፈው ስመው መረቁት። መላኩ ልቡ በጣም ተነክቶ ነበር። ስንት አዋላጆች ይሆኑ ስንቱን ወደ ሕይወት በማምጣት ክቡር ሥራ ሠርተው፣ ሕይወታቸውንም ሁሉ ለሰው ሰጥተው ጧሪ ቀባሪ እንኳ ሳይኖራቸው የሚሠቃዩ። መላኩ በሕይወት እስካለ ድረስ የሚያስፈልጋቸውን ሊያደርግላቸው በልቡ ወሰነ። ለጊዜው ግን ምንም አላለም።

የቀረውን ረፋዱንና ከሰዓት በኋላውን ምሳና ቡና ሲሉ ቆዩ። መላኩም

ከመሄዱ በፊት ለልጆቹ ሁለት ሁለት መቶ ብር፣ ላክስቱ ልጆች አንድ አንድ ሺህ ብር ላክስቱ ደግሞ ሦስት ሺህ ብር ሰጣቸው። የልጆቹ ደስታና ፍንደቃ ልክም አልነበረው። ትልልቆቹም ውስጣቸው ደስ ቢለውም መቼም ጫና ሆንንብህ አንተስ ምን አለህ? ኧረ ይሄ ሁሉ ምንድነው? ... ወዘተ በማለት ምስጋናቸውን በይሉኝታ ቅቤ በታሸ ቁጥብነት አቀረቡ። ከዚያም ላዋለዱት እማማ አንድ አንድ ነገር እንዲያደርጉላቸው ላክስቱ አንድ ሺ ብር ጨምሮ ሰጣቸው። በመጨረሻም ተሰናብተው ሁሉም አቅፈው ስመውት ልጆቹም ቶሎ እንዲመጣ ቃል አስገብተውት ሄደ። መዐዛ ግን እስከ መኪናው ድረስ ካልሸኘሁህ ብላ አብራው ሄደች። በቀለ ሞላ ትንሽ ቁጭ ብለውም ሻይ እየጠጡ የልብ የልባቸውን አወሩ። የበለጠ የገረመው አንድም ስለ ራሷ ወይም ስለ ቤተ ሰቡ ችግር አላነሣችበትም።

"እኔ ምልህ መሌ ያንተስ ኑሮህ እንዴት ነው? አጠገብህ ሆኖ የሚያግዝህ ሰው አለ? ካሁን አሁን እጠይቅሃለሁ ስል ለመሆኑ አግብተሃል?" አለችው መዓዛ እየተጨነቀች።

"እ... ም...ም ለማግባቱ እስኪ እደርሳለሁ። ይህንን ያንን ስል እስካሁን አልሆነም። አሁንማ እናንተ አላችሁልኝ አይደል?" አለ እንደማፈርም እንደመሳቅም ብሎ

"ከእንግዲህ ምን ትጠብቃለህ? ቶሎ አግባና ለኛም ወግ አሳየን አንተም አይንህን ባይንህ ቶሎ ማየት ነው እንጂ የኔ ጎፈሬ።" አለች እሷም ፈገግ ብላ

"አይደል መዐዚ እስኪ እሱ ያውቃል። እኔም የቻልኩትን አደርጋለሁ።" አለና ትንሽ እንደማሰብ ብሎ "መዐዚ የውልሽ አንቺ ለዚህ ቤት ዋነኛ ነሽ። ሁሉም ይሰሙሻል። በርቺ አይዞሽ። ይሄ ሁሉ ያልፋል" ብሎ አበረታታት። ከዚያም እንዳለ እሽግ ዐምሳ ብሮች አጠቃላይ ዐምስት ሺህ ብር ከጃኬቱ ኪስ አውጥቶ "ትንሽ ለንግድሽ ታግዝሻለች" ብሎ እጇ ላይ ሲያስቀምጠው ስቅስቅ ብላ ማልቀስ ጀመረች። ምንድነው ብሎ ቢጠይቃትም፣ መልስ መስጠት አቅቷት አሁንም እንባዋና ንፍጧ እየተዝረበረበ ልቅሶዋን ቀጠለች። ትንሽ ጋብ ሲልላት፣ "አይ ተወው መልዬ ምንም አይደለም" ብላ መሬት መሬቱን እያየች በእግሯ መቆርቆር ቀጠለች። ባደረገችው አሮጌ ሸራ ጫማ ወጥቶ የተሰነጣጠቀው ተረከዟ ይታያል። ልቅሶዋ የመላኩን አንጀት አላወሰው። እንዴት ይህንን ሁሉ ኀዘን ተሸክማ እየሣቀችና እያቀፈች ለሱ ያንን ሁሉ ፍቅር መስጠት እንደቻለች ምስጢር ሆኖበታል።

"መልዬ ... አንተ አይክበድህ። አሁን የምነግርህን የምነግርህ ላመሰግንህ እንጂ ላስጨንቅህ አይደለም። እኔ በቃ በሕይወቴ ተስፋ ቆርጬ ራሴን ለማጥፋት ወስኜ የአይጥ መርዝ ገዝቼ ትናንት ማታ ነበር የመጨረሻ ቀጠሮ ለራሴ የሰጠሁት። የእናቴ መከራ፣ የልጆቹ ረኀብና ሰቆቃ በቃ ምን ልበልህ ድኽነት እንዴት

እንደጠበሰን ልነግርህ አልችልም። አንዳንዴ ልጆቹ የሚበሉት ምንም ሳይኖር ትምህርት ቤት ሄደው እንዳይወድቁ ቤት ይቀራሉ። ሠናይትም ታማሚ ናት፤ ዘለቃም ያው ዝም ነው፤ አሁን ደግሞ በቅርብ ነው የወለደችው። አባቱም የሚታወቅ አይመስለኝም። ብን ብዬ መጥፋትም አምሮኝ ነበር ግን ወደየት? እናቴም በቃ ታሳዝነኛለች። በመጠሪያዋ እኛ ተጧሪ ሆነን ጀርባዋን ላጥነው። ለምሳሌ፣ ላመት በዓል ልጆቹ እንዳይጓጉ ብለን የተበደርነውን መቶ አምሳ ብር እንኳ መክፈል አቅቶን ያበደሩን ሰዎች በቃ ጉሮሮአችንን አንቀውን ነበር ጧትና ማታ። አንተ ነፍሳችንን አዳንከው።መላክዬ ላስጨንቅህ ብዬ አይደለም። እንደ መላክ ነው እግዜር የላከህ። ነፍሴን ነው ያተረፍካት" ብላ አሁንም ተጠምጥማበት እዬዬዋን ለቀቀችው። የሱም ዐይን እንባ ማመንጨት ጀመረ። እንደ ምንም ብሎ ዐቅፏት እንደ ሕፃን ልጅ ጀርባዋን በእጁ እየጠበጠበ አባበላት።

"መዐዚ ካሁን በኋላ አይዞሽ እኔም አለሁልሽ። እግዚአብሔርም ይረዳናል ይህንን ቤተ ሰብ ተጋግዘን እንቀይረዋለን። ድኽነት ጊዜያዊ ነው፤ ሕይወት ግን ትቀጥላለች። አይዞሽ" አላት ግንባሯ ላይ ሳም እያደረገና እንባዋን በጃኬቱ እየጠረገላት።

"እታስብ አሁን ዐይኔን ነው ያበራህልኝ። ሁሉም ነገር ተቆላልፎብኝ ስለ ነበር ነው ራሴን ከማጥፋት በቀር ሌላ ቀዳዳ ያልታየኝ። አሁን ግን አንተን ማየቱ ብቻ ምን ያህል የተስፋ ብርሃን ውስጤ እንደፈጠረ ልነግርህ አልችልም። አንተ ላይገባህ ይችል ይሆናል፤ አሁን ውስጤ ተስፋ አለ። ብቻ እሷ እመቤቴ አለች። መላክዬ አስጨነቅሁህ አይደል የኔ ጌታ?" አለችው ይሄንን ሁሉ ጉድ ትናንት ዘመድ ፍለጋ በመጣ ሰው ላይ ማራገፏ ውስጧን እያሳፈረው።

"ምንም አታስቢ መዐዚ... በፍጹም አስጨነቅሁት ብለሽ አታስቢ። ምንም ከባድ ቢሆን የማይለወጥ ነገር የለም።" አለ ከልቡ አምኖበት ይሁን ወይም እሷን ለማጽናናት ርግጠኛ ባልሆነ ስሜት። የገባበት ይህ ነገር ለረጅም ጊዜ በትምህርት ቤት ከተማረውና በውስጡ ያሳደገውን ስለ ለውጥ ያለውን አስተሳሰብ በተግባር የሚፈትሽበት ፈተና እንደሆነ ተገነዘበ። አሁንም እጇን እንደያዘ የተጕሳቆለችውን ያክስቱን ልጅ የመዐዛን ጉዳይ ከልቡ አጤነው። "በችግር የተቀበረ ውበት፣ በኀዘን የተሰበረች ነፍስ" አለ ለራሱ።

ከዚያም ትንሽ ዝም ካሉ በኋላ እንደ ምንም ሌላ ጨዋታ አምጥተው ትንሽ ተሣሥቀው ተለያዩ። መዐዛ አዲስ ሰው የመሆን ስሜት ብቻ ሳይሆን በአዲስ ተስፋ ውስጧ ታድሶ ወደ ቤት ተመለሰች። እንደ ገባች ራሷን ለማጥፋት የገዛቻውን መድኀኒት ለማንም ሳታሳይ ሽንት ቤት ጨመረችው። ቀኑን ሙሉ ስታስብ ውላ ጥላ በረድ ሲል ደግሞ ቤተ ክርስቲያን ሄዳ ስትጸልይ ቆይታ ወደ ቤት ተመለሰች። ማታ ላይ ሁሉንም ሰብስባ ያሰበችውን ነገረቻቸው። መላኩ የሰጣቸውን ገንዘብ

ሳያጠፉ አንድ ላይ ቢሰበስቡ፣ ራሳቸውን የሚያስችል ሥራ ለመጀመር በቂ መሆኑንና ያሰበችውንም ነገረቻቸው።

"የትናንቱ በግ አሁን የታለ? ስንት ነው የገዛችሁት ካሳሁን?" ብላ ስትጠይቀው ፈጠን ብሎ፣

"ስምንት መቶ ብር ነው" አለ፡፡

"እሺ እማማ ስንት ሰጠሽ ትናንት ላንዳንድ ነገር መግዣ?" አለች ወደናቷ ዞራ፡፡

"ሺ ብር ሳይሆን ይቀራል" አሉ እሳቸውም ዐይናቸውን ከመዐዛ ላይ ሳይነቅሉ።

"እሺ ስንት ቀረ አሁን?" አለች፡፡

"እንጃ አምሳ ወይም ስልሳ ብር" አሉ ዐፈር ብለው፡፡

"ለዓመት በአል የተበደርሽውን መቶ ዐምሳ ብር ከፈልሽ?" አለች አሁንም ፊቷ ኮስትር እንዳለ፡፡

"ኧረ ከየት እምጥቼ ልጄ?" አሉ አካሄዷ ግን ገብቶአቸው አንገታቸውን ሰበር አደረጉ።

"እዩ ባንድ ቀን ከሁለት ሺ ብር በላይ ነው ያወደምነው። ምን ቀረ? ምንም። ነገ እንደገና ረኃብ ልመና ጉስቁልና? እኔ ግን በቅቶኛል። ጉልበት አለን ጤና አለን። ምንድነው የሌለን? ገንዘብ ይሄው፡፡ አሁን እጃችን ላይ ካስር ሺህ ብር በላይ ነው ያለን። አሁን ልብና ውሳኔ፣ ተባብረን መሥራት ነው የሚቀረን። ካሁን በኋላ ድኽነት አንገሽግሾኛል። ራሳችንን ከዚህ ዐዘቅት ካላወጣን ማንም አያወጣንም። መላኩ እንዲህ ያደርግልናል ብለሽ እያንዳንድሽ አስበሽ ከሆነ፣ እዚች ቤት ድርሽ እንዳይል ነው የማደርገው። ምን ቦጣው እሱ። እሱ እናቱ በልጅነቱ ሞታበት አባቱን አያውቅ ... እም ... የገዛ አጎቱ አበሳውን ሲያሳየው ... ፈጣሪ የሰጠውን ዕድል ተጠቅሞ ነው እዚህ የደረሰው። ይሄው ጠንክሮ ስለሠራ፣ ስለተማረም ባለመኪና ባለሥራ ሆኖ እኛንም ፍለጋ መጣ። እኛ ነበርን እሱን መፈለግ የነበረብን። አባታችን ከሞተ በኋላ ሁሉም ነገር ተፈረካከሰ። አሁን ያለፈው አልፏል ካሁን በኋላ ግን ከፈለጋችሁ አብረን እንስራ፣ እምቢ ካላችሁ ግን እኔም ጥያችሁ ነው የምሄደው። እዚህ በድኽነት በስብሼ አልሞትም" ብላ ዝም ስትል፣ ሁሉም አንዳች መብረቅ እንደወረደባቸው ጸጥ አሉ።

አሁንም ማብራሪያዋን በመቀጠል ጸጥታውን አደፈረሰችው። "አሁን

ሁሉም ሠራተኛ ነው ። የምንጀምረው ሥራ ባለቤቱም ሠራተኛዉም ሁላችንም ነን። ትንሽ የለም ትልቅ የለም። ለአዋላጇ እማማም መልዬ የሰጣቸው ብር እዚሁ ውስጥ ይጨመራል። አንዴ ተጠቅመው ከሚያልቅ እሳቸውም የትርፉ ተካፋይ ይሆናሉ። እኛ ነን የምንጠራቸው ካሁን በኋላ። መላኩ ምንም ዕዳ የለበትም፡፡ ይሄ ሁሉ ሰው እየተንጋጋ እዚህ።" ብላ ሁሉን ኰስተር እንዳለች ማየት ስትጀምር፣ ሁሉም እንደማያቋት ሁሉ በፍርሀት ጸጥ ብለው ያዩዋት ጀመር።

"በሉ ሁላችሁም ገንዘባችሁን አምጡ" አለች ባዶ አገልግል አቅርባ። መጀመሪያ የራሷን ገንዝብ ጨመረችው። ስድስት ሺህ ብር ስትጨምር ሁሉም ዐይናቸው ፈጠጠ። ማንም ሳያንገራግር ገንዘቡ ሁሉ ተሰበሰበ። ልጆቹ ለከረሜላና ምናምን መግዣ ብለው በዚች ቅጽበት ካጠፉት ስልሳ ሦስት ብር በቀር ሁሉም ገንዘብ በመዐዛ እጅ ገባ። "ሰሞኑን እዚሁ ቁጭ ብለን የሥራ ዕቅድ ማውጣት እንጀምራለን አሁን መሄድ ትችላላችሁ" ብላ በተነቻቸው። እሷ ግን ከእናቷ ጋር ተያይዛ ወደ ጓዳ ገባች።

"እማዬ አንቺ ጣልቃ እየገባሽ ነገር እንዳታበላሺ።" አለቻቸው፡፡

"መዐዝዬ እኔ አንቺ ባልሽው ሁሉ እስማማለሁ። እመቤቴ ትርዳሽ ብቻ" አሉ አሁንም የመዐዛ እንዲህ ባንዴ መለወጥ አልገባ ብሎአቸው። መላኩን ልትሸኘው ሄዳ ምን ብሎአት ይሆን ብለውም አሰቡ። ግን ለመጠየቅ ወኔውን አጡ።

"በይ ይሄንን መቶ አምሳ ብር ወስደሽ አሁኑኑ አመስግነሽ ስጪ ላቶ ገላጋይ። እዚህ እየመጡ እንዳይደነፉብን። ደግሞ የሳጥኑን ቁልፍ ስጪኝ፣ እዚያ ይቀመጥና ነገ ወስጄ ባንክ አስገባዋለሁ።" ብላ ቁልፉን ተቀብላ እያጉተመተመች ሄደች። የሣጥኑን ቁልፍ ከእናቷ፣ የአእምሮዋን ቁልፍ ከመላኩ የተቀበለችው መዐዛ ሌላ ሰው ሆነች። ሰው አንዳንዴ የተስፋው ጭላጭ ስትሚጠጥና የሕይወቱ ገመድ ተገዝግዛ ልትበጠስ ስትደርስ ሞትን መጐንጨት አስፈሪ አይሆንበትም። ታዲያ በዚች ቅጽበት ጨለማውን የሚገፍ የተስፋ ብልጭታና እንደገና ጨብጦ የሚወጣጣበት የምርጫ ገመድ የሚያሳየው ሲያገኝ የሚፈጠረው ለውጥ አቻ አይኖረውም። ፈጣንና ወሳኝ ለውጥ። የመዐዛም ነፍስ በመላኩ መምጣት እንዳሰበችውም ተቆልፎበት የነበረውን የሕይወቷን ቁልፍ አግኝታው ከሆነ በጊዜና በሥራ የሚፈተን ይሆናል።

መላኩ ከመዐዛ ሲለይ ሰዓቱ ወደ ዐሥር ሰዓት ስለሆነ ዛሬውን ወዳዲሳባ የመመለስ ዕቅዱን ሰረዘ። ውስጡ በደስታና በኀዘን፣ በተስፋና በጭንቀት እየተተራመሰ ነው። እናቱ ስትሞት አክስቱ እዚህ አምጥተውት ቢያድግ ኖሮ፣ ምን ዐይነት ሰው ሊሆን እንደሚችል አሰበ። ምናልባት ሚኒባስ ሾፌር ወይም እስካሁንም በኤይድስ ሊሞት ይችል ነበር። አንድ ሁለት ሦስት ልጆችም ይኖሩት ነበር።

እነርሱም አክስቱ ጋ ሆነው እንደ ሌሎቹ ያክስቱ ልጆች የሥቃይና የድኸነት ተቋዳሽ መሆናቸው አይቀርም ነበር። በርግጥ የእናቱ አለቃ ወይዘሮ የትናየት የዋሉለት ውለታ ምን ያህል ታላቅ እንደሆነ አሁን ነው የገባው። "የሕዝብ አስተሳሰብ፣ የአገር መልክ መለወጥ የሚባለው በቃ ይሄው ነው። አንድ ቤተሰብ አንድ ልጅ መለወጥ። አቅጣጫና ተስፋ የሚሰጡ ቢበዙ፣ የስንቱ ሕይወት ይለወጥ ነበር። አንድ ቤተሰብ ቢለወጥ አገር ተለወጠ ማለት ነው" አለ አሁንም ለራሱ። መላኩ ይህንን እያሰበ ወደመኪናው ደረሰ።

ወዲያው ስልኩን አንስቶ ማርቆስ ጋ ለመደወል ሲከፍተው፣ ዐሥራ ስድስት ጥሪ እንደነበረው አየ። ዘጠኙ የማርቆስ ነበር። ሰሎሜም አራት ጊዜ ደውላለች። መጀመሪያ ማርቆስ ጋ ደወለ። አንዴ ሲጮኽ ነበር ስልኩን ያነሣው ማርቆስ፡፡

"አጅሬው ... ሰው ያስባል አትልም እንዴ ... በዚያው እልም ይባላል እንዴ ... እኔ ኮ በቃ ልመጣ ሁሉ ነበር ... በጣም ነው የተጨነቅሁት... ደግሞ ስልክህንም ሆቴልህ የረሳኸውም መሰለኝ ... እሺ እስኪ ንገረኝ ..." አለ ወቀሣውንም የጉዞውንም ውጤት ለማወቅ ያለውን መቅለብለብ በሚገልጽ ድምፅ

"ማርክ ማርክ ... በጣም ሶሪ ... ስልኬን መኪናዬ ውስጥ ረስቼው ... በቃ ... ምንም ልቤ ሁሉ ጠፍቶ ነበር ... ገምት ... የሚገርም ነው ... አገኘኋቸው ... ገና አሁን ነው የተለያየነው ... ልነግርህ አልችልም... በቃ ቁጭ ብለን የምናወራው ነው እንጂ ... አሁን በስልክ የሚያልቅ አይደለም።" ብሎ ደስታው እየፈነቀለው ድምፁን ሳይታወቅ ከፍ አድርጎ ነገረው፡፡

"Oh my God ... ይሄ የሚታመን አይደለም ... አንተ በውነት እግዚአብሔር ይወድሃል ... እስኪ በናትህ ንገረኝ ትንሽም ቢሆን...?"

ላንድ ዐሥር ደቂቃ ሁሉንም ነገር አስረድቶት ትንሽ ማሰብና ማረፍ ስለፈለገ ላንጋኖ ዛሬንና ነገን አድሮ ማክሰኞ ለመለስ እንዳሰበ ነገረው። ከዚያም ተሣሥቀውና ተተራርበው ተሰነባበቱ። ጊዜው ሳይመሽ ወደ ላንጋኖ ለመድረስ ስለፈለገ ሰሎሜ ጋ ማታ ላይ ለመደወል ወሰነ። እየነዳ ስልክ ማውራት አይወድም። ከመቂ እስከ ላንጋኖ ያለው መንገድ ደኅና ነው። አይሱዙና የሕዝብ ማመላለሻ መኪኖች፣ አንዳንድ ከባድ መኪኖችና ትንንሽ የግል ተሽከርካሪዎች ናቸው የሚበዙት። መንገዱ ለጥ ያለና የሁለትዮሽ ስለሆነ ለአደጋ የተጋለጠ ነው፤ በተለይ መሽቀዳደም የሚወዱት ሚኒባሶችና አይሱዙዎች በዚህ የታወቁ ናቸው። ተጋጭቶ የተገለበጠ አይሱዙም በመንገዱ ላይ አይቷል። ዝዋይ ከመቂ ይልቅ ደማቅም ትልቅም ናት። አቧራዋ ግን ውበቷን ደብቆታል። የዝዋይ ሐይቅም ለከተማዋ ከሚሰጠው ዓሣ ባሻገር ለመዝናናት የሚሆን ምንም ነገር የለውም። ውሃው ንጹሕ አይደለም ዳርቻውም በቀጤማና በቁጥቋጦ የተከበበ እጅግም የማይስብ ነው።

ጉዞውን ቀጥሎ አንድ ሁለት ትንንሽ ከተሞችን አልፎ ፀሓይ ሳትጠልቅ ላንጋኖ አካባቢ ደረሰ። ሳባና ሎጅ ለማረፍ ነው የፈለገው፤ አንዳንዴ ግን በሳምንቱ መጨረሻ ላይ ቀድሞ አልጋ ካላስያዙ ላይገኝ እንደሚችል ገምቶአል። እንዳሰበውም አልጋው ሁሉ ተይዞአል። የቤቱ አሠራር ልቅም ያለና አጨራርሱም እንከን የማይወጣለት ስለሆነ እዚህ ቤት ማረፍ ደስ ይለዋል። ገና ብዙ ያላለቀ ነገር ቢኖርም፣ ግቢውም ገና መልማት የሚያስፈልገው ቢሆንም መንፈስን የሚያድስና የሚስብ ስፍራ ነው። በተለይ ዋናው የመመገቢያ አዳራሽ ሥጋን ብቻ ሳይሆን ነፍስንም የሚመግብ ውበት አለው። ባህላዊውንና ዘመናዊውን ባጣጣመ መንገድ ተዋሕዶ ነው የተገነባው።

አንዴ ከመጣሁ አይቀር ብሎ በሐይቁ አቅጣጫ በተከፈተ መስኮት አጠገብ ያለ ወንበር ላይ ተቀምጦ፣ አይስክሬም አዞ ከትናንት ጀምሮ ያለውን በድርጊት የታመቀ ፈጣን ክስተት ማሰብ ጀመረ። በመሃል አይስክሬሙን የታዘዘው ልጅ ደርሶ ኖሮ ሲያስቀምጥለት ከሐሳቡ ነቃ። ልጁ ጠቆር አጠርና ከሳ ያለ ሲሆን አነጋገሩ ወደ ኦሮሚኛ ሳብ ያደርገዋል። ስሙን ሲጠይቀው "ሰኢድ" አለው ቆም ብሎ በደብዛዛ ፈገግታ እያየው ብልዝ ጥርሱን ፈልቀቅ አርጎ።

"እሺ ሰኢድ አመሰግናለሁ። ቆየህ እንዴ እዚህ" አለው አሁንም ዐይኑን ከሱ ላይ ሳይነቅል፡፡ "አይ ሦስት ወሬ ነው።" ሲል፣ "የየት አገር ልጅ ነህ?" አለ መላኩ አሁንም ትውውቁን እያጠናከረ፡፡ "የዚሁ አገር ልጅ ነው። ሁሉም እዚህ የሚሠራ ያካባቢ ልጅ ነው" አለ፡፡ "ኦ በጣም ጥሩ ነው። እዚሁ ነዋ የምትኖረው? ትማራለህ?" አለው

"ትምህርት ዐሥር ደርሶ አቁማለሁ። ግን ቤተ ሰቡ እዚሁ ስላለ እዚሁ ሰፈር ነው ሚኖር እኔ" አለ አሁንም አማርኛውን እየተቆጣጠረ።

"በጣም ጥሩ ነው ባክህ እዚህ አልጋ የለንም አሉ፤ የበቀለ ሞላን ወይም የዋቢሸበሌን ቁጥር ታገኝልኛለህ?" አለው ቅድም ሪሴፕሽን ሳይጠይቃቸው ስለ መጣ።

"እሺ እመጣሎታልው" ብሎ ሄደ ሰኢድ። አይስክሬሙ በጣም ጥሩ ነበር። ከሰሎሜ ጋር ነበር ብዙ ጊዜ አይስክሬም የሚልሱት። እሷ አይስክሬምና ቸኮሌት ነፍሷ ነው። ትዝ አለችው።

ስልካቸውን የመለሱት ዋቢሸበሌዎች ስለነበሩ አልጋ አግኝቶ ፀሓይ እንደጠለቀች ከሳባና ወጥቶ ሄደ። የዋጋው ይሄን ያህል መለያየት አስገርሞታል። ዋቢሸበሌ ገብቶ የተሻለ ክፍል ተከራየ። ቤቱ ከጥቂት ፈረንጆችና አንድ ሁለት አበሾች በቀር ጸጥ ብሎአል። ግቢው በጥሩ ሁኔታ አልተያዘም። አስተናጋጆቹም

ዝግተኞችና ግዴለሾች ይመስላሉ። ይሄ በመንግሥት ሆቴሎች ሁሉ ያለ ችግር ሳይሆን አይቀርም። ሰው ሲያስተናግዱ እንደ ውለታና ለቅጣት እንደሚሠሩት ያህል ያስመስልባቸዋል። ትንሽ ለፈረንጅ ይሻላሉ፤ የጉርሻ ተስፋቸው በፈረንጆቹ ከፍ ያለ ስለሆነም ሊሆን ይችላል። አንዳንዶቹ ደግሞ የሌላ ዘመን ሰዎች ይመስላሉ። በትዝታ የሚኖሩ ጡረታ የሚባል ነጻ አውጭ መጥቶ እስኪታደጋቸው በሠራተኛ የምርኮኛ ካምፕ ውስጥ የታገቱ ነው የሚመስሉት። በችሎታ ግን በግል ከተከፈቱ ሆቴሎች ሠራተኞች እንደሚበልጡ እማኙ ጠቀም ያለ ጉርሻ ለሰጣቸው የሚያሳዩት አንደኛ ደረጃ አገልግሎት ነው።

መላኩ እንደነገሩ የሆነ ራት በልቶ በጣም ደክሞት ስለነበር ወደ ክፍሉ በጊዜ ገባ። ክፍሉ ለመተኛት ብቻ ካልሆነ ለመዝናናት የሚሆን ነገር ነው ብሎ ለማለት ይከብዳል። እሱ ራሱ ለመደወል ሲዘጋጅ ሰሎሜ ራሷ ደወለች። ወደ ግማሽ ሰዓት ያህል አወሩ። ከሄደች እንደዚህ አውርተውም አያውቁም። በጣም ነው ደስ ያላት። የሶለንም ጉዳይ አሁን ሻል ያለው ስለሚመስል በዚህ ከቀጠለ፣ እሷም ቶሎ የመመለስ ተስፋ እንዳላትና አፋር አባቱን ፍለጋ አብራው በመሄድ እሷ እንደምታገኝለት እየቀለደች ነገረችው። ፎቶዎቹን በኢሜይል እንዲልክላትም ጠየቀችው። ያወሩት ነገር ሁሉ ደስ የሚል ቢሆንም፣ አሁንም የሆነ ስስ ግድግዳ በመካከላቸው እንዳለ ቢሰማውም ይሄ የራሴ ቅዠት ነው ብሎ አሰበ። በጣም ደክሞት ስለ ነበር ሌሊቱን ሙሉ ለሽ ብሎ ተኛ፤ ህልምም የለ መንቃትም የለ።

በጠዋት ተነሥቶ ሻወር ሊወስድ ሲል ውሃው ቀዝቃዛ በመሆኑ አመነታ። በኋላ ግን እንደ ምንም ብሎ ታጥቦ ልብሱን ለባብሶ ወጣ። ቁርሱንም እዚያው ሳባና በልቶ ለማረፋፈድ ስላሰበ አንድ ሰዓት ተኩል ላይ ቁልፉን አስረክቦ ወጣ። የሳባናውን የእሑድ የቁርስ ብፌ በጣም ይወደዋል። ቁርሱን ከበላ በኋላ ወደታች ወርዶ ከሓይቁ አጠገብ ካለ አንድ ዛፍ ስር ቁጭ ብሎ ደስ የሚለውን የጠዋት አየር እየተቀበለ ይዞ የመጣውን መጽሃፍ ማንበብ ጀመረ።

'ማንስ ሰርች ፎር ሚኒንግ' /'የሰው ልጅ የሕይወት ትርጉም አሠሣ'/ የሚለውን የፖላንዳዊ አይሁድ የአእምሮ ህክምና ባለሙያ የቪክተር ፍራንክልን መጽሐፍ ከዚህ በፊት ቢያነበውም እንደገና ሊያነበው ጀምሯል። ሣራ ናት የላከችለት። አንዳንድ መጻሕፍት አንዴ ብቻ ሳይሆን ብዙ ጊዜ መነበብ አለባቸው ብሎ ያምናል። ይህም መጽሐፍ ዓለማቀፍ ዝና ያለው ጥልቅ አስተሳሰብንና ለሕይወት ያለንን እይታ የሚመረምር ነው። ሰውዬው ታዋቂ የአእምሮ ሃኪም ሲሆኑ፣ በናዚ ጀርመን ጊዜ ቤተሰባቸው ሁሉ የተገደለባቸውና እርሳቸውም ከማጎሪያ ካምፖቹ በአንዱ ሲማቀቁ ከርመው መጨረሻ ሂትለር ሲወድቅ ነጻ የወጡ ናቸው። መጽሐፉን ካምፑ ውስጥ ሳሉ ካጋጠማቸውና እሥቃዩ ውስጥ ከመግባታቸው በፊት ስለ ሰው ያላቸውን መላምት ፈትሸው ድምዳሚያቸውን ያቀረቡበት ሥራ ነው። አጻጻፉ ለማንኛውም ሰው እንዲሆን ታሪካቸውን

አሰባጥረው ስለጻፉት ተነባቢ ነው። ሰው ዕድሜውን ሁሉ የሚማስነውና የሚያደርገውን እንዲያደርግ ከሚገፋፉት ነገሮች ሁሉ ትልቁ ኀይል የሕይወት ትርጉም ፍለጋ ነው ባይ ናቸው። ከዚህም ሥራቸው ሎጎቴራፒ የሚባል የማማከር አስተሳሰብ ወጥቶአል። እስከ ምሳ ሰዓት ድረስ በመጽሐፉ ተጠምዶ ሌላውን ሁሉ ረስቶት ቆየ።

ዛሬም አዲሳባ የመመለስ ዕቅድ ባይኖረውም፣ ትናንት ባደረበት ሆቴል ማደር አልፈለገም። ወደ አዋሳ ለመዝለቅም አስቦ ነበር። ግን ደግሞ ወዳዲሳባ መመለስ ወይም ደብረ ዘይት ማደር የሚለውም አሳብ ውስጡን እየተጫነው ነው። ይህንን እያሰበ ሳለ ስልክ ተደወለለት። ከሰሎሜ ጋር አንድ ቀን ፒያሳ ካፌቴሪያ ውስጥ ያገኙት የቀድሞ ጓደኛው ወንድም ዳንኤል ነበር። ደውሎለት ስለማያውቅና ከተገናኙም ስለቆዩ እንደ መገረምም ብሎ፣

"ሃሎ ... ዳኒ እንደምን አለህ?"

"ሃይ መሌ ... አለን ባክህ... እንዴት ነህ አንተ?"

"ምነው ድምፅህ ደኅና አይደለህም እንዴ?"

"ሰላም ነው ... ሰላም ነው፤ ምን ትንሽ ባክህ ችግር ነገር ... ቅርብ ነህ እንዴ?... የት ነህ?"

"ምነው? ምንድነው? ቤት ሰላም ነው?" አለ ድንጋጤው እያስታወቀበት።

"ማዘር ትናንት ማታ ደኅና ተኝታ ... ደም ግፊቷ ይሁን የልቧ ጉዳይ ብዙም አልታወቀ በቀኝ በኩል ፓራላይዝድ ሆና አትናገር አትሰማ ዛሬ ጠዋት ላይ... አሁን እኮ ሆስፒታል አስገብተናት ... እሱን ልንገርህ ብዬ ነው" አለ በኀዘን ድምፅ፡፡

"Oh my God ... ... ኡ ምን አገኛቸው ባክህ? ... እኔ አሁን ከከተማ ውጪ ነኝ ... ግን አሁኑኑ እመጣለሁ ... ብዙ ሩቅ አይደለሁም... ስንኪስ ሰማች?" አለ። እቤት ቤቢ ነው የሚሏት። እውነተኛ ስሟ ግን ስንክሳር ነው። የዳንኤል እኅትና የመላኩ ጓደኛ ናት።

"አዎን ደውዬላታለሁ፤ ከቻለች ነገ ለመድረስ ቲኬት እሞክራለሁ ብላለች" አለ። የተኙበትን ሆስፒታልና የክፍል ቁጥር ነግሮት ሲደርስ እንደሚደውልለት ተነጋግረው ስልኩን ዘጉት። የዳንኤልን እናት ካያቸው አንድ ሁለት ወር ያልፈዋል። ስንክሳርም መጨረሻ የመጣችው ከዓመት በፊት ነበር። ያኔ አንድ ሦስት ወር ብትቆይም፣ መላኩ ጋር ብዙ መገናኘት አልቻሉም። የተደላደለ ኑሮ

ብትኖርም፣ እስካሁን በለስ ቀንቷት አላገባችም። ቢሆንላት መላኩን እንደገና የራሷ ከማድረግ አትመለስም። ምን ያህል ይወዳት እንደነበር ታውቃለች። አሁን ግን በመሃል ብዙ ጊዜ ዐልፎአል። እሱም ምን ዐይነት ነገር ላይ እንዳለ ብዙም አታውቅም። አሁን የምትኖረው ኢንዲያናፖሊስ በሚባል ከተማ ነው።

መላኩ የሰማው ነገር ስላስደነገጠው አዋሳ ወይም ደብረዘይት የሚለውን አሳቡን ትቶ ወደ አዲሳባ ነዳ። ከምሽቱ ወደ ዐሥራ ሁለት ሰዓት ላይ ነበር አዲሳባ የገባው። ያው ከሞጆ አዲሳባ ባለው መንገድ እንደ መቶ እግር መጐተት ነው። ብዙ መኪና ከመኖሩም በላይ የመንገዱ ጥበትና የሰዉ ሁሉ ልቅደም ልቅደም ማለት ጉዞውን አድካሚ ብቻ ሳይሆን፣ ደም መጣጭ ያደርገዋል። አዲስ አበባ እንደገባ በቀጥታ ጥቁር አንበሳ ሄደ። ዳንኤልም እዚያው ነበር። የዳንኤል እናት ሙሉ ለሙሉ አልነቁም። የፈሰሰው ደም ብዙ ስለነበር ሐኪሞቹ እምብዛም ተስፋ አልሰጡዋቸውም። በዚያ ላይ ደግሞ ጭንቅላት ውስጥ ለሚፈጠር እንደዚህ ዐይነት ችግር ሃገር ውስጥ ሊደረግ የሚችለው ነገር ውሱን መሆኑን ዳንኤልና መላኩ እየተወያዩ እያሉ ዳንኤል ስንክሳር ማክሰኞ ማታ እንደምትገባ ለመላኩ ነገረው። መላኩም እሱ ሊቀበላት እንደሚችል ገልጾ ትንሽ ተጨዋውተው ተለያዩ።

እኩለ ሌሊት ላይ የገባችው ስንክሳር ድክም እንዳላት ታስታውቃለች። ጥቁርቁር ብላለች። ጂንስ ሱሬና ሳሳ ያለ ጥቁር ሹራብ ነው የለበሰችው። መላኩን ስታይ ፊቷ ፍክት ብሎ አጠገቡ ስትደርስ ግን ባንዴ ልቅሶዋን ለቀቀችው ላዩ ላይ ተጠምጥማ።

“እንዴ ስንኪ ምን ነካሽ። ደኅና ናቸው እኮ። ኧረ ባክሽ...” ብሎ የሚለው ጠፋበት።

“እነጋሼና እቴቴ የታሉ ታድያ? ... ሞታለች አይደል...? ለዚህ ነው አንተን የላኩህ...” ብላ እሪታዋን አቀለጠችው። ከእናቷ ጋር ቅርርባቸው ለየት ያለ ነው። ባሕሪያቸውም ይቀራረባል ይላሉ። ሁለቱም ስሜታቸው ቅርብና ነገር የሚሳካላቸው ሲሆኑ፣ የሚጠቅማቸውን ለማድረግ የማይፈነቅሉት ድንጋይ የለም። አላማቸውን ለማስፈጸምም ስለ ሌላው ሰው ያን ያህል ደንታ አይሰጣቸውም። የማይጠቅማቸው ከሆነ፣ ሲንሰፈሰፉለት የነበረን ሰውም የፈለጉትን ነገር ከጨረሱ በኋላ ዞር ብሎ ማየት አይሆንላቸውም። ስንክሳር የሰዎችን እምነት በቀላሉ የማግኘትና የምትፈልገውን የማስፈጸም ችሎታዋ ከፍተኛ ነው። አንድ ቁጥር ጭንቅላት ጠምዛዥ ጉልበተኛ እንደሆነች የሚያቋት ሁሉ የሚያቁት ግን የሚጠሉት ሐቅ ነው። ይህን ባሕርይዋን ቢያውቅም፣ መላኩ በስንክሳር ላይ የሚጨክን ልብ የለውም።

እሱን አላምን ስላለችው ዳንኤል ጋ ደውለው እሱም እዚያው ሆስፒታል እንዳለ ነግሮአት ተረጋጋች። ከዚያም ዕቃዋን እያስገቡ ወደ መኪናው ሄዱ።

ስንክሳር ለመካከለኛ ቁመቷ ወፍራም አትባልም። ፀጉሯን ተቆርጣው ባጭሩ ተሠርታው ክብ ፊቷን የበለጠ አሳምሮታል። ዐይኖቿ ተለቅ ተለቅ ያሉ ሲሆኑ የዐይን ብሌኗ ደግሞ ትልቅ መሆኑ የበለጠ ዐይኗን አጉልቶታል። ድንቡሽቡሽ ባለው ጉንጯ መሃል ቀጭንና ስልክክ ያለች አፍንጫዋ ከጠባብ አፏ በላይ በጥንቃቄ የተቀመጠች ነው የምትመስለው። በሥሥ ከንፈር የተሸፈኑት ነጫጭ ጥርሶቿ ተገልጠው ሲሥቁ ድምቅ ያለች የደም ገምቦ ያስመስሉዋታል። ዐንገቷ ረዘም ያለ መሆኑ ቁመቷን ረጅም ያስመስለዋል፣ በተለይ ከፍ ያለ ጫማ ስታደርግ። የክራንቻ ጥርሶቿ ሾል ሾል ማለታቸውም ስትሥቅ ለየት ያለ መልክ ይሰጣታል ከትንሽ አገጯ ጋር።

ሆስፒታል ሲደርሱ ዳንኤልና ትልልቆቹ እኅቶቿ አቅፈው ተቀበሉዋት። እናቷ ግን አሁንም ማንንም አይለዩም። ፊታቸው ላይ ተኝታ ብታለቅስም፣ ምንም የሰጡት ምላሽ አልነበረም። እንደምንም አባብለው ጥያቄዎቿን መመለሳቸውን ቀጠሉ። መላኩም ትንሽ ቆይቶ ጠዋት ስብሰባ እንዳለው ነግሮአቸው ይቅርታ ጠይቆ ከሌሊቱ ስምንት ሰዓት አካባቢ ወደ ቤቱ ሄደ። በማግስቱ ወደ ማታ ላይ የስንክሳር እናት አረፉ። መላኩም ከዚያው ሳይጠፋ ከረመ። ከስንክሳር ጋር በመጀመሪያው ሳምንት የተቻለውን ያህል ጊዜ ነበር ያጠፋው። እሷም የመላኩን ዐብሮ መሆን ሳትወደው አልቀረችም። ማርቆስም ለቅሶ ደርሷል። በዚያው ሰሞን ውጪ ራት አብረው በልተው እሷን እቤት አድርሰው ሲመለሱ ማርቆስ፣ "ስማ መላኩ እኔ ይቺን ልጅ በርግጥ አላውቃትም። ግን በቃ ውስጤ ምንም አልወደዳትም። በናትህ ሁለተኛ አትጥራኝ ከእሷ ጋ ስትሆን።" አለ አንዳች ነገር እንደቀፈፈው ፊቱን አጨማዶ።

"እሺ ደግሞ ምን አረገችህ? ያው እኔ ታሪካችንን ስለ ነገርሁህና ያደረገችውን ስለምታውቅ ነው ያስጠላችህ። ከዛ ዉጭ ግን ምን ያወቅኸው ነገር አለ?" አለው ሊከላከልላት እየሞከረ።

"መሌ አንተ ለምን ይህንን ያህል ለእሷ ጥብቅና መቆም እንዳስፈለገህ አላውቅም። በፊት ስለሷ የነገርኸኝም ነገር ሊሆን ይችላል ግን እኔንጃ። እየው ለእኔ በቃ ... ሹል አፍንጫዋ፣ ስስ ከንፈሯና ሚጢጢ አገጯ ... ደግሞ ይሄ ክራንቻ ጥርሷ አይተኸዋል? ሹል ሹል ነገር ነው ... ጥፍሯን ደግሞ የምትቀባው ጥቁር ቀለም ... አላውቅም እኔ ደም መጣጭ ቫምፓየር ነው የምትመስለኝ ... ይቅርታ በእናትህ ተሳስቼ ይሆናል ... ግን በቃ አልወደድኳትም አለቀ።" ብሎ ራሱን ይዞ ወደ ኋላ ተለጥጦ ተኛ መኪናው ላይ።

መላኩ ለረጂም ጊዜ ከት ብሎ ሥቆ ... "ወይ ማርክ ... ብለህ ብለህ የሰው ልጅ ጭራቅ ትመስለኛለች አልክ ... እኔንም እኮ አስፈራኸኝ .." አለ አሁንም እየሳቀና ፊቱን እያባበሰ።

"በቃ መሌ እኔና አንተ እንለያያለን ማለት ነው በዚህ። አንተ በምክንያት ነው ሁሉን ነገር የምታምነው። እኔ ደግሞ መጠርጠሪያዬን በጣም ነው የማምነው። ይሄን እንተወው። እንዴት ነች ሰሎሜ? በቅርብ ተደዋውላችሁ ነበር?"

"አዎን በስልክ ብዙ አውርተናል። ደኅና ናት። ሶለንም ሻል እያለው ነው። ከትናንት ወዲያ ስትደውል ደስ ብሎአት ነበር፡፡"

"ለምን እኔ ጋ አድረህ አትሄድም። አሁን በጣም መሽቶአል እኮ?" አለ ማርቆስ ዘና ብሎ።

"ይሻላል ... እሺ እንዲያውም በጣም ነው የደከመኝ...ጥሩ" ብሎ ወደ ማርቆስ ቤት አመሩ።

በሚቀጥሉትም ቀናት መላኩ ስንክሳርን ማግኘቱን ቀጠለ። ስለ ሰሎሜና ሶለንም አጫወታት። ለሰሎሜ ያለውን ፍቅር ገምታ ውስጧ በቅናት አረረ። ስሜቷን ደብቃ እሷም ብታውቃት ደስ እንደሚላትና ቶሎ ብሎ ሳታመልጠው እንደሚወዳት ሊነግራት እንደሚገባ አስጠነቀቀችው። እሷ የምትኖርበት ከተማም ከዚያ ብዙም ስለማይርቅ ብትተዋወቃት ደስ እንደሚላት ገልጻለት ስትሄድ ስልኳን እንደሚሰጣት ሲነገራት ደስ አላት። ሁለተኛ ስሕተት እንዳይሆንባት ልታገባው ዳር ዳር የምትለው ሃኪም ብልጣብልጥ እንደሆነና እንድትጠነቀቅ መከሮአታል። እሷም ብዙ ነገር ተከታትላ እንደደረሰችበትና ልጁ አሜሪካ ዕጮኛ ያለው ሰው መሆኑንና እሷን እንደ ደረጃ ሊጠቀምባት እንደሆነ ደርሳበት "ዐፈር ቅመስ" ብላ ጥግ አሲይዤዋለሁ ብላ አሳቀችው። ቶሎ ማግባት እንደምትፈልግና የሚሆን ሰው ካወቀ እንዲያስተዋውቃት ነገረችው።

ማርቆስን መከጀሏንም ስትነግረው በውስጡ እየሣቀ "ምን እንዳለሽ ብታውቂ" አለ በሆዱ። እሷም ማርቆስ አካባቢ ምቾት አልተሰማትም፤ ጥያቄዋም የስለላ እንጂ የፍቅር አልነበረም። እንደ ማርቆስና ስንክሳር ዐይነት ሰዎች ያላቸው ብስለትና የዕውቀት ዐይነት መላኩ እጅግም የማያውቀው ነው። ትምህርት ቤትና መጽሐፍ ውስጥ የሚገኝ ሳይሆን ኑሮ የሚሥለው የልብ ሙያ ነው። ከዩኒቨርስቲ ፕሮፌሰሮች ይልቅ ኪስ አውላቂ ወይም 'ቁጭ በሉ' የሚባሉት ዐይነት ሰዎች ጋ ነው የሚገኘው። ያንዳንዶቹ ብልጣብልጥነት ሊባል ሲችል ራስወዳድ ያልሆኑት የእንደነማርቆስ ዐይነቶቹ ግን ልባምነት የሚለው ቃል የተሻለ ይገልጸዋል። ይህ ዐይነቱ ዕውቀት በምክንያትና በመረጃ ላይ የተደገፈ ክሂሎት ሳይሆን፣ ማርቆስ እንዳለው የመጠርጠሪያና የስሜት አንባቢነት ችሎታ ነው።

ሽኝት

ሶለን ተመልሶ ሆስፒታል ከገባ በኋላ የመጀመሪያው ሦስት ቀን አተነፋፈሱ ጥሩ ስላልነበረ በመተንፈሻ ማሽን መረዳት ነበረበት። ከምግብ ቧንቧው በትንታው ምክንያት ወደ አየር ቧንቧው የገባው ምግብ ኢንፌክሽን እንዳይፈጥርበት ስለተሠጋ የተለያዩ መድኀኒቶች እየተሰጡት ነው። በሦስተኛው ቀን በመጠኑ ስለተሻለው በራሱ መተንፈስ፣ ቁጭ ማለትና ትንሽ ትንፋሹ ጋብ ሲልለትም ማውራት ችሎአል። ሆኖም አልፎ አልፎ እየመጣ የሚሄደው ሳልና ትኩሳት ሃኪሞቹን አሳስቦአቸዋል። ሆስፒታል በቆየ ቁጥር ደግሞ ሌላ ኢንፌክሽን እንዳይዘው ፈርተዋል።

ሰሎሜ ከአጠገቡ አልተለየችም። ውሎዋና አዳሩዋ እዚያው ሆኖአል። እናቷ ተተክተውላት እቤት ሄዳ ለማረፍ እንኳ እንቢ እንዳለች ነው። እያሳየ ያለው መሻሻል መጽናናት ሆኖአት እንጂ አንድ ነገር ቢሆን ኖሮ ሰውም አትሆን ነበር። ምክንያቱን በቅጡ ባታውቀውም፣ ከክብሮም ጋር በብዛት በመሆኑዋ ሶለንን ጣል ጣል እንዳደረገችውና ይህም እንደገና ለመታመሙ አስተዋፅኦ ያደረገ መስሎ ተሰምቷታል። እንደዚህ ጠባይዋን ባንዴ ምን እንደቀያየረው ክብሮም ብዙ አልገባውም። ከሆስፒታል ባይጠፋም፣ ከሰሎሜ ጋር እንደወትሮው ወሬያቸው አልሞቅ ብሎት ተብከንክኗል።

ሶለን ሆስፒታል ከገባ ሰባተኛ ቀን ሆነው። አሁንም በደም ሥሩ የተለያዩ መድኀኒቶችን እየወሰደ ነው። ትንሽ ሻል ሲለውና ጤና ሲሰማው በመስኮት ወደ ውጪ እያየ ትንሽ ትንሽ ያወራል። ጠዋት ላይ የተነሣው ራጂ እንደሚያሳየው ሳምባው ላይ ያላጠገገ ኢንፌክሽን ይታያል። አብራው ያለችው ሰሎሜ ብቻ ናት። የተለያዩ ነገሮችን እያወሩ ላፕቶፗ ላይ ኢንተርኔት ከፍታ ኢሜይል እያነበበች ነበር። "ጢኒ አንድ ነገር ... ላስቸግርሽ..." አለ ደከም ባለ ድምፅ።

"ምን ቤቢዬ ... ምን ችግር አለ...ምን ላርግልህ...?"

"ከኢሜይሌ ውስጥ አንድ ፋይል ልሰጥሽ ፈልጌ ነበር...እስኪ ፓስዎርዱን ካስታወሰሁ እንሞክረው። ምናልባትም ብዙ ኢሜይልም ይኖረኝ ይሆናል።

ምናልባት ሶፊ ጽፉስ ቢሆን ማን ያውቃል?" አለ አነጋገሩ በትንፋሹ ማጠር ከላይ ከላይ ቢሆንም፣ የአእምሮውን እየተሻለው መምጣቱ ከንግግሩ ደነቃት።

"እሺ .. ላቅርብልህ ኮምፒዩተሩን?.."

"አይ ጢኒ በምን አቅሜ ...ፓስዎርዱን ልንገርሽ... በትክክል ትዝ ካለኝ...ተሳክቶ ከተከፈተ ለማንኛውም አንዳንድ ሥራዎቼን ... እዚያው ውስጥ ስላሉ... ፓስዎርዱ አንቺ ጋ ቢሆን ጥሩ ነው... በዚያውም በየቀኑ ኢሜይሌን ታይልኛለሽ። ያው ባለፈው እንደነገርሽኝ ላፕቶፔም ተወስዷል፣ ዶክመንቶቼን ሁሉ ባክ አፕ ያደረግሁበት ዲስክም የት እንደገባ አላውቅም። ቤት ይሁን ሶፊያ ጋ አሁን ትዝ አይለኝም በደንብ። ግን ለማንኛውም ብዬ ለራሴ ኢሜይል አድርጌው ስለነበር እስኪ ከተከፈተ ቼክ እናርገው።" አለ ጉጉቱ ፊቱ ላይ እየተነበበበትና በከፊል አሁንም ደጅ ደጁን እያየ፡፡

"እሺ ካልህ... ይሄን ያህል ካመንከኝ ..." ብላ እየቀለደች ፓስወርዱን እስኪሰጣት ሌላውን መረጃ አስገብታ መጠበቅ ጀመረች።

"እህ ... አኡህ አኡህ ... ኡፍ ... አሁንስ ይሄ ሳል ራሴን በጠበጠው እኮ... ካንቺ በላይ ማንን አምናለሁ ... ጢኒ ... ለዚያውስ ምን አለኝ ብለሽ ነው ... ሁለት የሌሉኝ ነገሮች ... ሀብትና ምስጢር ናቸው ... አይደል እንዴ ...?" ብሎ ከላይ ከላይ መተንፈሱን ቀጠለ።

"እንዳንተ ብልጥ የለም ባክህ ቤቢዬ...፣ ሃብትህንም ሚስጥርህንም ልብህ ቀብረህ ነው የምትኖረው...?" ብላ ዐይን ዐይኑን እያየች ወደርሱ ጠጋ ብላ ተቀመጠች።

"አዬ... እሱን አይደል .. ያለችኝ ትንሽ ሀብቴም ምስጢሬም የምላት በኢሜይሌ ውስጥ ተቀብራለች ... እንዳልኩሽ ላፕቶፔ ላይ ያሉ ነገሮች ነበሩ፣ እሱም ጠፍቶአል እንግዲህ። ከዚህ በፊት ባክ አፕ ዲስክ ከጠፋብኝ በኋላ በጣም የምጠነቀቅላቸውን ሥራዎቼን ኢሜይሌ ውስጥ ነው ያስቀመጥኳቸው። ፓስወርዱ ...ካልተሳሳትኩ አ ኤች... ኤች ...ኤስ ...ኤስ እምምም ከዛ ምን ነበር ባክሽ ... ? ጋሽ ... ይሄንንም ማስታወስ አቃተኝ እንዴ ስንት ዓመት ሙሉ የተጠቀምኩበት ... እኮ ነው ... እምም ... አዎን እስኪ ... ዋን ኤንድ ፋይቭ ብለሽ ሞክሪው፣ ካፒታልና ስሞል ሌተር በተራ በተራ እያደረግሽ። ኤንድን በምልክት አድርጊያት።" አለ ትንፋሹ ቁርጥ ቁርጥ እያለ።

"እስኪ ... እም ... አንተ ልክ ነህ ... ወይኔ ...ባንድ ጊዜ ... ዩ ሲ ... ቤቢዬ በጣም እየተሻለህ ነው ... ደስ ሲል!" ላፕቶፑን ባለበት ትታ ዘላ ተነሥታ የደስታ ሲቃ እንደያዛት እላዩ ላይ ተጠምጥማ አንገቱን ጉንጩን ሳመችው። ደስታዋ ልክ

አልነበረውም። አሁንም ፊቷ እየተፍለቀለቀ፣ "ግን ምን ማለት ነው ፓስ ወርዱ ከተፈቀደ ?..." ብላ ጥያቄዋን አቅርባ የተከፈተውን ፋይል ማየት ጀመረች።

"አይ ምን ምስጢር አለው ብለሽ ነው፤ ያው የቤተ ሰባችን የስማችን የመጀመሪያ ፊደላትና አንድም አምስትም ነን ማለት ነው... አለ አይደል ...ገባሽ ... ለዛም መሰለኝ ሳልረሳው የቆየሁት..." አለ እሱም ፊት ላይ የደስታ ፍካት እየታየ፡፡ "እውነት ነው መቼም አይረሳም ... ዋው ቤቢዬ አሪፍ ነው... እሺ ከፈትኩት... የትኛውን ፋይል ነው... የፈለግሽው...? አቤት ብዙ ኢሜይል ነው ያለው ያልተከፈተ..."

"በናትሽ እስኪ እዩ ሶፊ ላቭ የሚል ወይም ከሶፊያ የመጣ ኢሜይል የለም? ሌላውን ተይው እሱን አግዜር ፈቅዶ ከዚህ ሁሉ ነገር ውስጥ ከወጣሁና እንደገና ሰው ከሆንሁ ይከፈታል... ወይም እኔን ወክለሽ አንቺ ትመልሺልኛለሽ ... ግን እስኪ በናትሽ መጀመሪያ እንዳለ ሁሉንም ቼክ አድርጊው... ከአደጋው ቀን ጀምሮ ሶፊ ላቭ የሚል የተላከልኝ ኢሜይል ካለ።" አለ ጉጉቱ ፊቱ ላይ እየተነበበ።

"በጣም ብዙ ኢሜይል ነው ... ደግሞ በናትህ እንደዚህ አትበል ... በጣም ነው የምፈራው... ምንም አትሆን ... ራስህ ነህ የምትመልሳቸው..." አለች እሷም ፊቷን የኀዘን ደመና እየጋረደው። ኢሜይሉን በፍጥነት ማየት ጀመረች። ወደ አንድ ሺህ አንድ መቶ ስልሳ አራት ያልተከፈተ ኢሜይል አለ። ቶሎ ቶሎ ብላ ብታየው ምንም የለም ከሶፊ የተላከ። ጃንክ ሣጥን ውስጥም ብትገባ ምንም አላገኘችም። ሁለቱም አዝነው ለጥቂት ጊዜ ዝም አሉ ልክ እንደ ተነፈሰ ፊኛ ተስፋቸው ተጨራመተ።

አሁንም ፊቱን ቅጭም እንዳደረገ... "በቃ ምንም የለም። ወይኔ ሶፊ ሞታ ነው ማለት ነው እንጂ አትጨክንም ነበር። እኔንጃ ጢኒ በቃ እኔስ እንደዚህ ሆኜ መኖር ምን ያደርግልኛል? ... ለምን እንደሆነ አላውቅም ... ብዙም ጊዜ ያለኝ አይመስለኝም... አይ ዶኖ ... በቃ ... ተይው አሱን አሁን ለማንኛውም... ፐርሰናል የሚለው ... ፋይል ውስጥ ግቢና ሁለት ጽሑፎች አሉ ... አገኘሻቸው?" አለ እንባው እንዴት እንዳመለጠው ሳያውቀው ጠብ ጠብ አለ።

ሰሎሜ ድንብርብሯ ወጣ። ላፕቶፑን አስቀምጣ "እንዴ ቤቢዬ ኧረ በናትህ አይዞህ። ምንድነው ወይ እሷም እንዳተው ታማ አንድ ሆስፒታል ሆና ይሆናል። ምናለ ትንሽ ታገስ ደግሞ አሁን አሞህ እንደዚህ ተስፋ ከቆረጥክ እኮ ጥሩ አይደለም... በናትህ ቤቢዬ ..." ብላ እንባውን ጠራርጋለት፣ እርሱ ዊልቼሩ ላይ ቁጭ እንዳለ እቅፍ አድርጋው ራሱን እያሻሸች ማባበሉን ቀጠለች።

ትንሽ ጋብ ሲልለት እንደገና ወደ ኮምፒዩተሩ እያመለከተ "እም እስኪ ... እንግዲህ ምን ማድረግ ይቻላል። ሶሪ አንቺንም አሠቃየሁሽ። ፐርሰናል የሚለው

ፍይል ውስጥ ... አንዱ 'Solen's Note የሶለን ማስታወሻ' የሚል ነው?... እም ሌላው ደግሞ ' The Four Romantic Pearls አራቱ የፍቅር ፈርጦች' የሚል፡፡ ... እነሱ ማለት ... በቃ ብዙ የደከምኩባቸው ...ምናልባትም ልጆቼ ማለት እችላለሁ ... ድንገት አያርገውና ብሞት እንኳ መታሰቢያዎቼ ናቸው፤ ... የትዝብቴና የሕይወቴ ጭማቂዎች... ኡህ ኡህ..እክክ ... ኡፍፍፍፍ" ብሎ ትንሽ ደም የተቀላቀለውን ዝገት መሰል አክታ አጠገቡ ባለው ስኒ መሳይ ማጠራቀሚያ ውስጥ ተፍቶ ወደ ውጪ እያየ ... ተክዞ ዝም አለ...።

ትካዜው ተጋባባት። ብዙም አልወደደችውም አካሄዱ... ኑዛዜም መሰላት... በጣም ደግሞ የምሩን ሆኖ በቁም ነገር እያወራት ስላለ ልታስቆመው ወይም ሐሳቡን ልታኮላሽበት አልፈለገችም። ስለዚህ "እሺ ..." ብላ ወደሱ እያየች ቀጥሎ የሚለውን መጠበቅ ጀመረች።

"እም ... ምም ... ያው ከማስባቸው አሳቦችና ...ካነበብኳቸው መጻሕፍትም ሆነ በሕይወቴ ካሳላፍኳቸው አንዳንድ ነገሮች ... ላለፉት አመታት ያጠራቀምኳቸው የአስተሳሰቤ ጭማቂዎች ናቸው ... የሶለን ማስታወሻ በሚል ሥር የተጻፉት... እነዚህን መጻፍ የጀመርኩት... ትዝ ይለኛል የዛሬ ሰባት ዓመት ነው። ያው ቁጥራቸው ከዕድሜዬ እንዳይበልጡ ስለወሰንኩ አሁን ያሉት ሃያ ስምንት ብቻ ናቸው። በያመቱ የጻፍኩዋቸውና የነበሩት እየተጨመቁ የዕድሜዬን ቁጥር ያህል ብቻ ወደሚቀጥለው ዓመት ይሸጋገራሉ። አርባ ዓመት ሲሆነኝ ነበረ ላሳትማቸው ያሰብኩት።... እኔንጃ ካነበብሽው... የፈረንሳዊው ፈላስፋና ሳይንቲስት ፓስካል ዕሳቤዎች /thoughts/ የሚለውን መጽሐፍ ካነበብኩ በኋላ ነው ይህ አጻጻፍ የማረከኝ። እሱ ያው ባደረበት ሕመም ሳይጨርሰው ነው የሞተው። ወዳጆቹ ናቸው አሉ ከየኪሱና ስርቻው ለቃቅመው ያሳተሙት። ስለብዙ ጉዳዮች ስለሆነ የጻፍሁት ወጥ ላይመስል ይችላል። ግን ካንድ ጭንቅላት ውስጥ ተጨምቀው የወጡ ስለሆኑ... አንድም ሃያ ስምንትም ናቸው...። ሁሉም ካንድ አረፍተ ነገር እስከ አንድ አንቀጽ ርዝመት ነው ያላቸው። እስኪ ካነበብሻቸው በኋላ እናወራለን... ኡፍ...ብዙ አወራሁ መሰል ድክም አለኝ ..."

"እሺ ... ትንሽ አረፍ ትል እንዴ ... ቤቢዬ ... የሚጠጣ ነገር ልስጥህ እንዴ ... ወይስ ጋደም ትል ... ?" አለች የምታደርገውም የምትለውም ጠፍቶባት።

"እም ... አይ ይሁን ... ልቀጥልልሽ ግዴለም...እናም ይህ ጽሑፍ አለ አይደል ... እ...ም ልጄ ማለት ነው ወይም ያለኝ ብቸኛ ሀብቴ ስለሆነ በደንብ ያዢው... ምናልባት ወደፊት አንድ ሰውም ቢሆን ይጠቅም ይሆናል... ለዚሁ ብዬ ራሴን አማርኛ ለማስተማርና በተቻለኝ መጠን ጥሩ ለመጻፍ በጣም ነው የደከምሁት... ባማርኛ የጻፍኩት ደግሞ ያው ለሃገራችን ሕዝብ ቢጠቅም ብዬ ነው ...። እም...ም... ሌላው ጽሑፍ ደግሞ ... አራቱ የፍቅር ፈርጦች... ሀብቴ

ባልለውም ከዚያ ባላነሰ የእኔው ክፋይ ... ምስጢሬና የኑሮዬ ፍሬ ነው። ያው ዝርዝሩን ባታውቂም ... የፍቅር ሕይወቴ ያጠነጠነው በአራት ልጆች ዙርያ ነበር። የጀርመን ዝርያ ያላት አሜሪካዊቷ ካርላ፣ የሂንዱ እምነት ተከታይዋ ህንዳዊቷ ፐርያንካ፣ የእኛው ቢጤ አበሻዪቷ ሳሮንና በመጨረሻም ምናልባት አታውቂ ይሆናል ላለፉት አንድ ዓመት ተኩል አካባቢ ዐብረን የነበርን የዚሁ አገር አፍሪካን አሜሪካንና ግሪክ ክልስ የሆነቸው ሶፊያ ናቸው። ከሁሉም ጋር ያሳለፍኩትን ሕይወትና የሕይወት ልምድ ያወራሁበት ጽሑፍ ነው። በአንድ ወቅት ሩቅ ምሥራቅና ላቲን አሜሪካ፣ ምሥራቅ አውሮጳና አውስትራልያ አካባቢ እደርሳለሁ የሚል ምኞትም ነበረኝ። ግን ይህ ያለመብሰልና ከንቱ ዝላይ እንደሆነ ሶፊን ካገኘሁ በኋላ ነው የተረዳሁት። ሴት መቀያየርና እዚህም እዚያም መዛለሉ ሳይሆን ከትክክለኛው ሰው ጋር እውነተኛ ፍቅርን መስጠትና ማጣጣሙ እንደሆነ ዋናው ነገር እስኪገባኝ የሄድኩበት የድካም መንገድና ምኞት ነበር። ከሶፊ ጋር ከሆንን በኋላ ግን የሆነ የማረፍና አደብ የመግዛትም ነገር ተፈጠረብኝ። እሷ ሁሉም ነግሬ ሆና ነበር።" አለና ከሶፊያ ጋር እንዴት እንደተገናኙ ሊያወራላት አስቦ "ሶፊን እንዴት እንዳገኘኋት ማወቅ ትፈልጊያለሽ?" አለ አሁንም ስሜቱ ጋል እያለና ውስጡም ሶፊያን ያገኘ ያህል ፈካ እያለ

"ፕሊስ ቤቢዬ ... በማሚ... እኔም ልጠይቅህ ነበር።" አለች የሷም ፍላጎት እየታወቀባት

"አንድ ቀን እንዲሁ ብዙም ስራ ስላልነበረኝ ሳልፍ የስዕል ኤግዚብሽን ፖስተር አየሁና ወደ አዳራሹ ገብቼ ወዲያ ወዲህ እየተንከላወስሁ ሳማትር አንድ ስዕል ቀልቤን ሳበውና ጠጋ ብዬ ሳላውቀው ዘለግ ላለ ጊዜ ቆይቼ ኖሮአል። ስዕሉ አንዲት ሴት ህጻን አዝላ እህል ስትወቅጥ የሚያሳይ ሲሆን ኢትዮጵያዊ ለመሆኗ ምንም ጥርጥር አልነበረኝም። ለካ ሰዓሊዋ ሶፊያም ብዙ መቆየቴን አይታ ስለስዕሉ ምን እንደማስብና ምናምን ስትጠይቀኝ በዛው ተግባባን። እሷም ከኢትዮጵያ ከመጣች ገና ስድስት ወር አካባቢ ስለነበር ብዙ የምናወራው ነበረን። ደግሞ ያን ጊዜ ከሳሮን ጋር ያለን ግንኙነት በቋፍ የነበረበት ጊዜ ስለነበር ከሶፊያ ያለን ጓደኝነት በፍጥነት ነበር ያደገው። በጣም ብዙ ነገሮችን አብረን ማድረግና ማውራት ጀመርን። ምን ልበልሽ የሆነ ለመጀመሪያ ጊዜ የምትረዳኝና ሁሌም አብሬያት መሆን የምፈልጋት ልጅ ሆና አገኘሁዋት። ማለቴ ካንቺ ቀጥሎ!" ብሎ ፈገግ ሲል

"አሄ አጅሬው ... ለዚህ ነዋ የጠፋህብኝ ... እኔም እኮ መጠርጠር ነበረብኝ" ብላ ራሱን እያሻሸች "እኔ እምልህ ያንተና የሳሮን ጓደኝነት በጣም በቃ ዘላቂ ይመስለኝ ነበር። ግን ምን ገባ በመካከላችሁ?" አለች ከሳሮን ጋር ምን እንዳለያያቸው ለማወቅ እየጓጓች።

"እ...ምም... ሳሮን ያው እንደምታውቂያት በጣም የምትገርም ቅመም ልጅ ናት። ጭንቅላቷ ፈጣን የምትፈልገውን ማግኘት የምታውቅና ለኑሮ ቆቅ የሆነች

ልጅ ናት። አንዳንዴ አሳንሶ የፈጠረሽ በጣም ውድ ከሆነ ማቴርያል ስለተሰራሽ ነው እላት ነበር። እንዴ በሃያ አራት አመቷ ሁለት ማስተርስ መጨረሷ፣ እንደገና አራት ቋንቋ አቀላጥፋ እኮ መናገሯ ... በዛላይ ደግሞ ምንም የማታውቀው ነገር የለም እኮ። አሁን ሳስበው ግን እሷም እኔም ሃይለኞች ሆንን መሰለኝ። ሁለታችንም መሸነፍ አቃተን። በተለይ እሷ ቶሎ ማግባትና እዚሁ አገር ትልቅ ኑሮ መኖር ምናምን ነው የምትፈልገው። መጀመሪያ ያያዘን የህይወት አላማ የመሰለኝ ነገር ሁሉ ተንነብኝ። ደግሞ ቶሎ እንጋባ አለበለዚያ እኔ ብዙ እየተንገታገቱ መጠበቅ አልችልም እያለች ንዝንዝ ስትጀምር እኔም ፍላጎቴ እየቀነሰ ላገባት የምፈልጋት ልጅም አልመስልህ እያለችኝ መጣሁ። በዚህ የተነሳ ተኳርፈን ተለያይተን ጥቂት ወራት እንደቆየን ሶፊያ ሳላስበው ሕይወቴ ውስጥ ስትመጣ ሁሉም ነገር ተቀያየረ" አለና ዝም አለ።

"እሺ ... ከዛስ ከሶፊያ ጋር ስላለው እስኪ ንገረኝ። ማለቴ ካላደከምኩህ። ከደከመህ ግን አረፍ በል፣ ሌላ ጊዜ ይደርሳል።" አለች እንደደከመው ከፊቱ ላይ ስለተረዳች።

"አሁን ትንሽ ሁሉም ሳይደባለቅብኝ አልቀረም። ነገሩ እንደዚህ ያልቃል ብዬ ዐስቤም አላውቅ። ደግሞ የኔንና የሷን ታሪክ ጅማሬውን እንጂ አደጋው ከመድረሱ በፊት ያለውን አራት ወር የጻፍኩት አልመሰለኝም። እሷ የመጨረሻዬ እንደሆነች እያወቅሁ መጣሁ መሰለኝ። ደግሞ በጣም ጠቃሚውና ብዙ ነገር የተከናወነበት ጊዜ ያለፈው አራት ወር ነበር። ሁሉም ነገር ተሰነካክሎ ቀረ።" አለና ትንሽ ቆዝሞ ቆየ ከምን ጀምሮ ምኑን እንደሚነግራት ግራ ገብቶት። በርግጥ የረጅም ጊዜ ነገሮችን ማስታወስ በቀላሉ ከጭንቅላት አይፋቅም። በአደጋው አካባቢ ወዲህና ወዲያ ያሉ ነገሮች ግን በእንደዚህ ዐይነቱ የጭንቅላት አደጋ ፈጽመውም ሊጠፉ ይችላሉ። ቢሆንም የሶለን መሻሻል አስገራሚ ነው። አሁን ደግሞ ሆስፒታል ገብቶ ከተሻለው ወዲህ የበለጠ በፍጥነት ነገሮችን የማስታወሱ ሁኔታ ጨምሮአል። ይህም በቤተሰቡ ላይ የበለጠ ደስታን ነው የፈጠረው።

"ከዚያ የተረፈው ያን ያህል እዚህ ግባ የሚባል ቁምነገር የለውም። እንግዲህ እኔ ባልችል እንኳ አንቺ እንደሚሆን እንደሚሆን አርገሽ በሆስፒታል ካሳለፍኩት መራራ ትግልና በልጅነታችን ካሳለፍነው ጣፋጭ ትዝታ ጋር ቀላቅለሽ መጽሐፍ አርጊው... ኡፍፍፍፍፍፍፍ ደከመኝ አሁንስ እስኪ አልጋው ጋ ልሂድ አግዢኝ....ፕሊስ.. ጢኒ...ኡፍ ኡፍ ኡህ..." አሁንም አፏ እንደተለጐመ ደገፍ አርጋው በቀስታ ወደ አልጋው ተመለሰ። ምንም ልትለው ያልፈለገችው አሁን እሱን አታካሮ ውስጥ መክተቱ አስፈላጊ ስላልመሰላት ነው። ደግሞ በመዳኑ ጉዳይ ላይ ተስፋ እየቆረጠ እንዳለ ስለተሰማት ቅፍፍ የሚል አንዳች ነገር የተጫናት መሰላት። ቢሆንም ከሱ ይልቅ እሷ ጠንካራ መሆን እንዳለባት ስላሰበች ሁሉንም በሆዷ ውጣ እሱኑ ማስታመሙ ላይ ለማተኮር ፈለገች። ግን እንዴት ነው ተስፋውን

እንዲህ ከተፈረካከሰበት እንደገና ቅርጽና ሕይወት ልትሰጠውና ልታለመልምለት የምትችለው?

"ቤቢዬ አሁን እስኪ አረፍ በል... ደግሞ አስብ እስካሁን የመጣኸውን መንገድ ... የባሰው እኮ አልፎአል። ደግሞ ስንት ህልም ስንት ራእይ ያለህ ሰው ነህ። እንደዚህማ ቶሎ እጅ መስጠት የለም። ደግሞም አስበው ሶፊያም ብትሆን ለመትረፍ አንተን ተስፋ እያደረገች ትንቅንቅ ላይ ትሆናለች እኮ ማን ያውቃል?" አለች አልጋው ላይ እያስተካከለችውና ግንባሩ ላይ እየሳመችው ለእኔ ብለህም ባይሆን ለሶፊ ብለህ ያለች በሚመስል ሐሳብ።

"እስኪ እናያለን። ለምን እንደሆነ እንጃ ተመልሼ ሆስፒታል ከገባሁ ጀምሮ ቶሎ ነው ድክም የሚለኝ። ሁሉም ነገር መጨረሻው ላይ ያለ ይመስለኛል። መሞት አልፈራም ነገር ግን ደግሞ እናንተን ሚስ አደርጋችሁዋለሁ። በጣም ጭር ባለ የብቸኝነት መንገድ ላይ እንዳለሁ ነው የሚ...ሰ..." ብሎ አሁንም ሳሉ አቋረጠው።

እጇን ግንባሩ ላይ እንዳደረገች "ቤቢዬ ግድ የለህም ይህንንም ታልፈዋለህ... ቀላል እኮ አይደለም... ደግሞ ማንም ቢሆን አንተ ባለህበት ሁኔታ ውስጥ ቢሆን ይህንንም ያህል አይቆይም። ፕሊስ በእናትህ ... በባቢ ይዤሃለሁ...ስለ ሞት አታውራ... ከቻልክ እንደዚያ አታስብ..." ብላ እንባዋን ለቀቀችው። እሱም ዝም እንዳለ እንባው ይፈስ ጀመረ።

"ጢኒ እንደዚያ ማሰብ ስለፈለግሁ እኮ አይደለም... በጣም ነው የፈራሁት... አላውቅም ለምን እንደሆነ... ግን ደግሞ እኮ ሳወራው ነው ትንሽም ቢሆን ቀለል የሚለኝ...ይቅርታ ... I don't mean to make you cry..." ብሎ ባየሩ አጮልቆ በጣራው አሻቅቦ... በሐሳቡ ሊመጥቅ ሊያርግ ጀመረ...። በሞት ጉዳና ላይ ያለ ወይም የሞት ጥላ የሚያስፈራው ሰው የሚያወራው ይፈልጋል። ኗሪ ደግሞ ፈሪ ነው። የሞት ወሬ ነፍሱን ያርዳታል። ስለዚህ ከሞት ጋር እየተሻሹና እየተናነቁ በሕይወት ድር ላይ የተንጠለጠሉ ታማሚዎች ስለ ሞት የሚሰማቸውን እንዳያወሩ የታፈኑ ያህል ተለጕመው ይሞታሉ።

"I know ቢቢዬ... I know የፈለግኸውን አውራልኝ... እኔም አታውራልኝ ማለቴ አይደለም ብላ...." እሷ ደግሞ ወለል ወለሉን እያየች... ወደ ሰማዩ ለማሻቀብ እንደፈራች ሁሉ ወደ ምድር ሠርጋ በሐሳቧ ነጐደች። ብዙም ሳይቆይ በሩ ተንኳኳ። ወላጆቻቸው ተከታትለው ገቡ። ሰሞኑን ሁሉ እጅግም እንቅልፍ ባይኑ ያልዞረው ሶለንም አልቅሶ እንዳባበሉት ልጅ ከሐሳቡ መንኰራኩር ወርዶ ከእንቅልፍ የጠፈር ጣቢያ እንደደረሰ ሁሉ ክንብል አለ። አተነፋፉሱ ከላይ ከላይ ቢሆንም ብዙም ጭንቀት አይታይበትም እንደ ሰሞኑ። እናቱ ሲያዩት አንጀታቸው

ተንሰፈሰፈ። ግንባሩ ላይ እጃቸውን ሲያሳርፉ ብዙም ትኩሳት ስለሌለው ደስ አላቸው። ትንሽ ላብ ብቻ አቸፍችፎአል።

"እንዴት ናቹ የኔ ጢኒ ...? ውይ እንዴት ጥሩ ነው፤ ቆየ እንዴ ከተኛ...? ተመስገን" አሉ ወይዘሮ ሕይወት ረጋ ባለ ድምፅ ላቶ ኦላና ወንበር ቀረብ እያደረጉና የሶለን መተኛት እፎይታ ሰጥቶአቸው።

"እም ... አይ አሁን ነው ...አሁን ነው የተኛው... ቁጭ ብለን ብዙ ተጫወትን.. እንደ ዛሬውም አውርተን አናውቅ ከታመመ... ብዙ ነገሮችን የተሻለ ማስታወስ ችሎአል። ሌላው ቀርቶ አይገርምሽም የኢሜይል ፓስወርዱን እንኳ ባንዴ ነው ያስታወሰው። ከዚያ ደከመው መሰል ማሚዬ... ገና አሁን ነው ሸለብ ያረገው" አለች እንዴ እናቷን አንዴም አባቷን እያየች። እናቷ ወደ መታጠቢያ ክፍሉ ሲሄዱ እሷ ደግሞ እንደለመደችው አባቷ ላይ ተጠምጥማ "ዳዲዬ እንዴት ነህ?" አለች ዐይናይናቸውን እያየች።

"ደኅና ነኝ ጢኒ... አንቺ ግን አላበዛሽውም እንዴ... በድካም ልትሞቺ ነው እንዴ...?... እይው ...አሁን ተሽሎታል.. እስኪ ቤት ሂደሽ ትንሽ ዐረፍ በይ... ጉስቁል አልሽ እኮ የኔ ልጅ..." አሉ እሳቸውም ፀጉሯን እያባበሱ እንደ ልጅነቷ ዕቅፍ አድርገዋት።

"አይ ባቢዬ እያወቅህ... እኔና ሶለን ካሁን በኋላ ከዚህ አብረን ነው የምንሄደው.... ደግሞ ምንም አልተጕሳቆልኩኝም.... ደስ አይልም ዛሬ አት ሊስት ተኛ እኮ...ኡፎይ... አንተስ ምን አዲስ ነገር አለ?"

ሶለን እንደተኛ ሦስቱ ድምፃቸውን ዝቅ አድርገው የባጥ የቆጡን እያነሡ መጫወታቸውን ቀጠሉ። በሁሉም ላይ የሶለን ለመጀመሪያ ጊዜ እንደዚህ መተኛት ትንሽ እፎይታን ሳይፈጥር አልቀረም። ሰሎሜ ወላጆቿ ለመጀመሪያ ጊዜ በፍጥነት ያረጁ መሰላት። እነሱን ለማሳደግና ቁም ነገር ላይ ለማድረስ የማሰኑትና የራሳቸውን ፍላጎት መሥዋዕት ያደረጉት ሁሉ ወለል ብሎ ታያት። አንዳቸውም ስላላገቡ ደግሞ እስካሁን የልጅ ልጅ አላዩም። ምንም እንኳ ይህንን ምኞታቸውን ጫን አድርገው ልጆቻቸው ላይ መከመር ባይፈልጉም፣ ቢሆንላቸው የልባቸው ደስታ መሆኑን ታውቃለች። ሶለን ነበር ቶሎ ያገባል ተብሎ የተጠበቀው፣ ምክንያቱም ከልጅነቱ ጀምሮ በቃ ማግባት ለሱ ትልቁ ግቡ የሆነ ያህል ካፉ አይጠፋም። ኋላ ላይ ግን ካገባሁ ላደርገው አልችልም፣ አሁኑኑ የምፈልገውን እስካውቅ ብሎ ቢያንስ ከያንዳንዱ አህጉርና ዋና የዘር ሐረግ ሂዋናውያንን ማወቅ አለብኝ ብሎ ነው ማግባቱን ለማዘግየት የወሰነው።

በመጨረሻ የተወዳጀትን ሶፊያን ጥሎ መሄድ ግን አልሆነለትም።

እንዲያውም ለመጋባት ወስነው ባለበት ሰዓት ነው ይሄ አደጋ የደረሰው። ሕያው ደግሞ የጀመረው የአእምሮ ቀዶ ህክምና ጥናት ገና አልተገባደደም። ጓደኛም የለውም። የእናቱ ልጅ ነው። እናቱን የመሰለች ልጅ ካልተገኘች ላያገባም ይችል ይሆናል። ቢጤውን አያጣም። ደግና ያልተወሳሰበ ጥሩ ባል የሚሆን ታማኝ ሰው ነው። ጠንካራ ሠራተኛ ሲሆን በመጠኑ ግን ዐይናፋርና ቁጥብ መሆኑ እምብዛም ከሰው አያገናኘውም። ሰሎሜም ለሱ ይሆናሉ ብላ ካሰበቻቸው ሁለት ጓደኞቿ ጋር ልታስተዋውቀው ያደረገችው ሙከራ አልተሳካም። አሁን ግን እናቱ ሊድሩት ታጥቀው ተነሥተዋል።

ሰሎሜ ናት እንግዲህ የቀረችው። እሷም አሁን አሜሪካ ከመጣች ወዲህ ከክብሮም ጋር ያላቸው ቅርርብ ልቧን እያለሳለሰው ነው። የምር ይወራ ከተባለ፣ ከልቧ የምታከብረውና ነፍሷ አምርራ የምትወደው መላኩን እንደ ሆነ ታውቀዋለች። ክብሮም ውለታው፣ ደግነቱ እና ቁምነገረኛነቱ ነው የሚማርካት። ግን አንዳንዴ ውለታው ከብዶአት እንጂ ፍቅር ይዞአት እንዳልሆነ ልቧ ያውቀዋል። ደግና ቅን ሰው ያሸንፋታል። ደግሞ ዛሬን በጥልቀትና በድምቀት የምትኖር ዐይነት ስለሆነች አካባቢዋ ያለው ደኅና ነገር ካይኗ የራቀውን የተሻለ ዕድል የሚሸፍንባት ያስመስልባታል። ወላጆቿ አንድም አሜሪካ ብትኖር እንደሚሻላት ስለሚያስቡ፣ ደግሞ ከልጅነቱ ጀምሮ ስለሚያውቁትና እንደ ልጃቸው ስለሚያዩት ክብሮምን ብታገባ ደስተኛ ትሆናለች ብለው ይመኛሉ። ክብሮምም ከልቡ እንደሚወዳት ሳያውቁ አይቀሩም። ሕያውም ቢሆን ክብሮም ለሰሎሜ ጥሩ ባል ይሆናል ባይ ነው። ከሶለን ጋር በዚህ ጉዳይ ላይ ብዙ ጊዜ ተሟግተዋል።

ሶለን ደግሞ ሕያውም ክብሮምም እጅግም አይመስጡትም። የተራቀቁ ቴክኒሻኖች ነው የሚላቸው። ጥልቅ ውይይትንና የሕይወትን ምስጢራዊ ውበት ሊረዱ የሚችሉበት ያስተሳሰብ መሥመር በጭንቅላታቸው አልተዘረጋላቸውም ብሎ ያምናል። የኀብረተ ሰብ አድማቂና የስኬት ተደናቂዎች እንጂ ረቂቅ ውበትን የማጣጣምም ሆነ በጥበብ የመዋኘት ተፈጥሮ አልፈጠረባቸውም ብሎ ያስባል። ሰሎሜ ደግሞ በውስጧ የተቀመጠ እንደ ክብሮም ዐይነት ሰዎች ሊረዱትም ሆነ ሊያደንቁት የማይችሉት የጥበብ ዘር አለ ብሎ ይሟገታል። እንደሷ አይነት ሰዎች በምቾት መቀጨት የለባቸውም ብሎ ስለሚያምን ሁሌም ራሷን ፈልጋ እንድታገኝ ያበረታታል። ሶለን ገና ከልጅነቱ ሰውን በእቅጩ የመመዘንና ሚዛኑ የነገረውን አሳቡን ያለ ይሉኝታ መናገር ልማዱ ብቻ ሳይሆን ስጦታውም ነው። ብዙ ሰዎች ቢበሳጩበትም፣ ልባቸው እውነቱን ውሎ አድሮ ማወቁ አይቀርም።

የሰሞኑ ድንጋጤ ከአእምሮዋ ሰውሮት የነበረ ነገር ድንገት ብልጭ አለላት። "ነገ እኮ የሶለን ልደት ነው። ሃያ ዘጠኝ ዓመት ሆነው ማለት ነው።" አለች። ከዚያም ቀስ ብላ ሶለንን ለማስገረም ልደቱን እንዴት እንደሚያከብሩለት ከወላጆቿ ጋር ትንሽ ተማከረች። አሁን እሱ ተኝቶ ባለበት ሰአት እናቷ እያሉ አንዳንድ

ነገሮችን ለማድረግ አሰበች። የቅርብ ጓደኛዋ ጋ ብትደውል ከከተማ ውጭ እንደሆነች ነገረቻት። ቤት ሄዳ ልብስ ቀያይራ ወጣ በማለት ለልደቱ የሚሆኑ ነገሮችን ለማዘገጃጀት አሰበች።

“በቃ እናንተ እዚህ ካላቹ አንድ አፍታ ደረስ ብዬ ልምጣ… በዚያውም ቤት ደረስ እላለሁ… ብዙ አልቆይም ከተነሣ ለቤቢ ንገሩት…” ብላ የመኪና ቁልፍ ከአባቷ ተቀብላ ጣደፍ ጣደፍ እያለች ሄደች። ሶለን ከገባ ጀምሮ እዚሁ ሆስፒታል ስለነበረች ውጪውን ምን ያህል እንደራቀች ያወቀችው የመኪናዋን መስኮት ከፍታ ወደ ቤት ስትነዳ ነው። ቺካጎ በዚህ ወቅት በጣም ነው የምታምረው።

ክብሮምና ሕያውም በጊዜ ከሥራ ወጥተው ሌሎች ጓደኞቻቸውንም ጠርተው የሶለንን ልደት በድምቀት አከበሩለት። የሆስፒታሉ ነርሶችም አበባና ካርድ አምጥተው መልካም ምኞታቸውን ገለጹለት። በርግጥም ሶለን ፊቱ በፈገግታ ተሞልቶ ከልቡ ደስ ብሎት ነበር ያመሸው። ምናልባት አደጋው ከደረሰበት ወዲህ እንደዚህ ደስ ብሎትም አያውቅ። ልደቱ እንደ ነበር ፈጽሞ ረስቶትም ስለነበር ሊሆን ይችላል። የሥራና የትምህርት ቤት የቅርብ ጓደኞቹም ተገኝተው ስለነበር ስሜቱ ድብልቅልቅ ማለቱ አልቀረም። ምናልባት ሶፊያም መጥታ ሰርፕራይዝ ታደርገኛለች ብሎ አስቦ ስለነበር ዐይኑ ቢዋትትም ቆይቶ ግን ልቡ ተስፋ ቆረጠ።

ቅርርባቸው ከዕለት ዕለት የልብ ልብ የሰጠው ክብሮም የሰሎሜ ልደት ጥቂት ሳምንታት ስለነበር የቀረው በልቡ ነገር ሳያስብ አልቀረም። አሁን ሶለንም እየተሻለው ስለሆነ ያበጠው ይፈንዳ ሰሎሜን ለጋብቻ ሊጥይቃት ቆርጧል። ሶለን ከተሻለው ወደ ኢትዮጵያ እንደምትመለስ ያውቃል። ልቡ ፍርሀት ፍርሀት ሲልበት ደግሞ ሰው በፍርሀት ከሚሞት፣ እምቢ ተብሎ ቢታመም ይሻላል እያለ ራሱን ያደፋፍራል። አንድ ቀን እራት ለመብላት እጇን ሲታጠብ በቀኝ የቀለበት ጣቷ የምታደርገውን ቀለበት እመታጠቢያ ቤት ትታው አገኘ። መጠኑን በወረቀት ላይ አስደግፎ ለማስቀረት ሞከረ። ከዚያም ሐሳብ ብልጭ ብሎለት ቀለበቱን ሲሞክረው ለግራ ትንሿ ጣቱ ልክ ስለሆነችው እንደተጨማሪ እሱንም ያዘ። አሁንም እርግጠኛነት ያልተሰማው ክብሮም ቀና ሲል ባየው ያልተከፈተ ሳሙና ላይም የቀለበቱን መጠን ቀርጾ ለማስቀረት ሞከረ። ነገሩ የሰሎሜን ጣት ያገኘ ያህል ነው ክብሮምን ያተረማመሰው። ሳሙናውን በጃኬት ኪሱ ውስጥ ከተተው።

ሶለን ደኅና ከሆነ ራት ሊጋብዛት ነው ያሰበው። ሌላ ዕቅድ እንዳትይዝ አሁኑኑ መንገርም ይኖርበታል። በዚያው ሦስት ቀን ውስጥ ነው ቀለበቱን ከብዙ አሠሣ በኋላ የገዛው። ነጭ ፕላቲነም ሲሆን በላዩ ላይ በልብ ቅርጽ ተቀርጦ የተገጠመ ሳፋየር የተባለ ቀለሙ ሰማያዊ የሆነ ክቡር ድንጋይ አለው። ሳፋየሩ ደግሞ ዙሪያውን በጥቃቅን ነጭ የአልማዝ ፍንጣቂዎች አጊጦአል። ትወደዋለች ብሎ ከልቡ አምኖአል። ዋጋውም ቀላል የሚባል አይደለም።

ሰሎሜም ከኢትዮጵያ ከመጣች ሁለት ወር ተኩል እንዳለፋት ስታስበው ገረማት። ሶስናና ብርቄ በጣም እንደናፈቁዋት ሁሌ ታወራለች፤ አልፎ አልፎም በስልክ ታወራቸዋለች። የመላኩ ነገር ግራ ግብት ብሏታል። እንደ ድሮው ልብ ለልብ የተገናኙ አይመስላትም። አንዳንዴም ሩቅ ይሆንባታል። ይጻፋል የተባለውም መጽሐፍም አልተጀመረም። የኢሜይሉም ጉዳይ ሁለትና ሦስት መሥመር እየሆነ ነው።

*　　　*　　　*

መላኩ በየቀኑ ካላገኘሁህ የምትለውን ስንክሳርን ቀስ በቀስ መራቅ ጀምሯል። ኩርፊያ እንደማይሠራ ስለገባት አሁን ሰበብ እየፈጠረች ነው እሱን የምታገኘው። ሰበብ አያልቅባትም። አንድ ቁጥር ጭንቅላት ጠምዛዥ ናት። ከሱ ጋር ምንም ነገር ሊኖራቸው እንደማይችል በግልጽ ደጋግሞ ነግሯታል። ከእሱ ምን እንደምትፈልግ ግን አሁንም በውል ሊገባው አልቻለም። ያው የእናቷ ሞት የፈጠረባት ባዶነትና ኀዘን ሊሆን እንደሚችል በመገመት በነገሩ ብዙም አልተጨነቀበትም። ስንክሳር የሰሎሜን ስልክና ኢሜይል ወስዳለች። ለሰሎሜም በስልክ የስንክሳርን እናት ደንገተኛ ሞት አጫውቷት ከቻለች ስንክሳር ወደ አሜሪካ ስትመለስ እንድታገኛት፣ ብቻዋን ስለሆነችም በስልክ እንድታጽናናት ነግሮአታል።

ወደ አሜሪካ ለመሄድ ሦስት ቀን ሲቀራት መላኩ ቢሮ ሄዳ ነበር። ሻይ እየጠጡ ለሰሎሜ የሚልከው ነገር እንዳለ ጠየቀችው። የሱንና የሰሎሜን ግንኙነት በተመለከተ ከዚያም በፊት ካወሩት በላይ ብዙ አወሩ። ከብዙ ክርክር በኋላ በዚህ አስቸጋሪ ሰዓት እርሱ ለእሷ ያለውን ፍቅር ገልጾ ቢጽፍላት ጥሩ እንደሆነ አሳመነችው። የርቀት ግኙነት ለሴት ልጅ ምን ያህል አስቸጋሪ እንደሆነ አስረዳችው። ደብዳቤ ከካርድ ጋር ቢልክላት ግንኙነታቸውን ወደሚቀጥለው ደረጃ ሊያሻግረው እንደሚችልም የፈጠራ ምሳሌዎቿን እየደረደረች አብራራችለት። ኢሜይል ስሜት አልባ የሆነ ደረቅ ፍቅርን ለመግለጽ የማይችል የመረጃ መለዋወጫ ብቻ ስለሆነ ጥሩ መንገድም እንዳልሆነ በቀላሉ እንዲቀበላት አደረገችው። በተጨማሪም ደብዳቤ ለሴት ልጅ ምን ያህል ትልቅ ነገር እንደሆነ እሱም ራሱ ተጨንቆና ተጠቦ በራሱ እጅ ጽሑፍ የጻፈው በመሆኑም ያለውን ፋይዳ አጋንና ነገረችው። ደብዳቤ እንዲያውም እየተያዩም ከመነጋገር የበለጠ አቅም ያለውና የሚቀር ቅርስም እንደሆነ ገለጸችለት።

ይቺ ልጅ አሜሪካ ሄዳ ኑሮም ዕድሜም ቀይሮአታል ብሎ በቀና ያሰበው መላኩ ለእሱ በምታሳየው መጠበብ ተደንቋል። በግልጽ ባል ፈልግልኝ ብላ ስለነገረችው ለሷም የሚሆን ሰው ፍለጋ ጀምሯል። በምትሄድበት ቀን ማታ ቆንጆ

ካርድና ለሰሎሜ ያለውን ስሜት ሁሉ ዝክዝክ አድርጎ የጻፈውን ረጅም ደብዳቤ እንድታደርስለት ሰጣት። ከደብዳቤው ጋርም የምትወደውን ኤልሳ ቆሎም ልኮላታል። ስንክሳር ከሄደች በኋላ ግን ለሰሎሜ ያለውን ፍቅር በደብዳቤ በዚህ ሰአት በተለይ ደግሞ በስንክሳር በኩል መላኩ የሆነ ደስ የማይል ስሜትና ቁጭት ሳይፈጥርበት አልቀረም።

ስንክሳር ደብዳቤውን ለሰሎሜ የማድረስ ሐሳብ አልነበራትም። ደብዳቤውን እንዲጽፍ የገፋፋችው መላኩ ለሰሎሜ ያለውን እውነተኛ ስሜት ለመሰለልና መረጃ ለመቃረም እንጂ። አውሮፕላኑ ውስጥ ገብታ ትንሽ እንደቆየች ከፈተችው። ካርዱ ላይ የጻፈውም ሆነ በደብዳቤው ያንቆረቆረው የፍቅሩ ኑዛዜ እያዝናናት እየሣቀች አነበበችው። "አይ መሌ ዛሬም የዋህ የግዜር በግ ነህ። አሁን ይሄን ሁሉ ዐሥር ሴት የሚያሰክር ፍቅር ላንድ ምንነቷ ለማይታወቅ ልጅ ታባክናለህ?" አለችና ለራሷ ራሷ በፈጠረችው ቀልድ ፈገግ አለች፣ ውስጧን ያልሞተ ቅናት እያንጨረጨረው። መጀመሪያ ቀዳድዳ ጥላው ከሻንጣዬ ውስጥ ጠፋ ልትለው አሰበች። ኋላ ግን የተቀመጠ ነገር መቼ እንደሚጠቅም አይታወቅም ብላ ቦርሳዋ ውስጥ አስቀመጠችው። ብዙም ሳይቆይ የሰሞኑ እንቅልፍ ተደራርቦ አውሮፕላኑ ሮም እስኪቆም አልነቃችም። ደብዳቤው ያጠገባት ይመስል የሚጠጣ ነገር እንኳ አልወሰደችም።

ስንክሳር አሜሪካ በገባች በማግስቱ መላኩ ጋ ደውላ ቆሎውንና ደብዳቤውን የያዘው ሻንጣ እንደጠፋና ፈጽሞ ሊያገኙት እንዳልቻሉ፣ ነገር ግን እስከ ሳምንት ተስፋ እንደሚኖር እያዘነች ነገረችው። መላኩም እሷ ከሄደች በኋላ ደብዳቤውን በሷ መላኩ ቆጭቶት ስለነበር መጥፋቱ በውስጡ ደስ እያለው " አትጨነቂ! መጥፋቱ ለበጎ ነው" ብሎ ቅሬታ እንዳላደረበት ገለጸላት። በሆዷ እየሣቀች 'ለበጎ ነው!' አለች ለራሷ። ሳሎን ቤት ልቅሶ ሊደርሱ ለመጡ ዘመዶቿና ጓደኞቿ የቀረበው ግን እሱው ለሰሎሜ የላከው ቆሎ ነበረ። ለሰሎሜም ስለ ደብዳቤው እንዳትነግራት አሳሰባት፣ ስንክሳር የምትፈልገው ይህንኑ ነበር። በማግስቱም ደውላ ከሰሎሜ ጋር በስልክ ብዙ ተጫውተው ሆስፒታል ሄዳ ሶለንን ለመጠየቅ ብላ ተቀጣጠሩ ። በዚህ ጊዜ ነበር ክብሮምንና ሕያውንም የተዋወቀቻቸው። አንዳንዴ ክብሮም ከሆስፒታል ቤቷ ያደርሳት ስለነበር በመጠኑ ተቀራርበዋል። ሕያው ግን በጣም ሥራ ይበዛበት ስለነበር ካንድ ወይም ከሁለት ቀን በላይ አላገኘችውም።

የሰሎሜን እናትና አባትም ተዋውቃቸዋለች። ባንድ ጊዜ ቤተኛ ሆና ከቤቱ የጐደለውን ሣቅና ጨዋታ ፈንጥቃባቸው ጭራሽ ሰው በቀላሉ የሚወዱት ወይዘሮ ሕይወት ለሕያውም ሳይመኟት አልቀሩም በልባቸው። ከክብሮምና ከሰሎሜ ጋርም እፍ ብለዋል። ለየብቻም ስታገኛቸው ላንዳቸው ስለ ሌላው ያለ የሌለ ጥሩ ነገር እያወራች በመካከላቸው ያለውን ግንኙነት ለማጋም ጥረቷን ቀጥላለች። ከሰሎሜ ጋ ብቻ ስትሆንም መላኩ ጋ ትደውልና በቃ እየተቀባበሉ ያወሩታል። መላኩንም

'አንተ ባል አላገኘህልኝም እንዴ?' እያለች ትቀልድበታለች። እሱም የሁለቱ መቀራረብ ደስ ብሎታል። ለሰሎሜ ኢትዮጵያ ሄዳ በነበረ ጊዜ፣ መላኩ እንዴት ሰሎሜን እንደ ንጹሕ እኅቱ እንደሚያያትና ለሷ ያለው ክብር ታላቅ መሆኑን ደጋግሞ ይነግራት እንደነበር በነገር መሃል ጣል ታደርጋለች። ይህም የሰሎሜን ልብ እንደሚያጨራምተው ስለምታውቅ ነገሩን ወዲያው ትቀይርና ታሣሥስቃታለች። መላኩ በሁለቱ ጓደኝነት ልቡን እንዳረጋጋ ስታውቅ ስለ ክብሮምና ስለ ሰሎሜ ቅርርብና አብሮ አደግነት፣ አብረውም ብዙ ጊዜ እንደሚወጡ ለሱ ተቆርቋሪም ሆና፣ አንዳንዴም እንደ ተራ ወሬ እያደረገች ትነግረዋለች። ይህም ቀስ በቀስ ሳያውቁት በሰሎሜና በመላኩ መካከል ያለውን የልብ መቀራረብ ሳያቀዘቅዘው አልቀረም። ቢያንስ እንደ ድሮው ቶሎ ቶሎ አይደዋወሉም።

*   *   *

በሚቀጥሉት ቀናት ውስጥ የሶለን ጠቅላላ ሁኔታ የተሻሻለ ቢመስልም፣ አልፎ አልፎ የሚታይበት ትኩሳት እየባሰ መጥቶ አዲስ መድኀኒት ተጀምሮለታል። አንድ ቀን ጠዋት ላይ ሶለንን ቁርሱን እንዲበላ እያገዘችው ከቆየች በኋላ ላፕቶፗን ከፍታ የራሷን ኢሜይል ስታይ ቆየችና የሶለንንም ቼክ ለማድረግ ከፈተች። ያየችውን ማመን አልቻለችም። ሳታስበው "እኔ አላምንም" ብላ ጮኸች።

"ምንድነው ጢኒ? ሰላም ነው?" አለ ሶለንም ፉት ሊል የያዘውን ውሃ መልሶ ጠረጴዛው ላይ እያስቀመጠ።

"ቤቢዬ ሶፊ ሶፊ .. ሁለት ኢሜይል ... ዛሬ ጠዋት ነው የተጻፈው። እስኪ..." ብላ አሁንም በደስታ ድንጋጤ እንደሰከረች መልእክቱን ለመክፈት ሞከረች። ሶለን ዐይኑ ፈጠጠ...

"ሪሊይ ... እስኪ ክፈችው ... እ...ህ...ኡሁህ.." ሳሉ አቋረጠው።

ኢሜይሉን ከፍታ ጎን ለጎን ቁጭ ብለው አነበቡት። እንደዚህ ነው የሚለው፦

ሁልጊዜም በጣም የምወድህ የኔ ፍቅር ሶል

በምን ዐይነት ሁኔታ እንዳለህ በትክክል ባላውቅም አንድ ቦታ እንዳለህ ግን አምናለሁ። የደረሰብን አደጋ ምን ዐይነት ጉዳት ይሆን አንተ ላይስ ያደረሰው? እንድትተርፍልኝ ግን የቀንና የሌሊት ጸሎቴ ነው። ለረጅም ጊዜ ሆስፒታል ቆየሁ። መትረፌ ራሱ ተአምር ነው። በአደጋው ጊዜ ከደረሰብኝ ቃጠሎ ለማገገም ጊዜ ፈጀብኝ። ሆዴ ላይ በመታችኝ

ጥይት ጠስ ሳቢያ ጣፊያዬም መውጣት ነበረበት። የቀኝ እጄና ሳምባዬም ላይ ከፍተኛ ቁስለት ደርሶብኝ ነበር። ጭንቅላቴም የተወሰነ ቅጥቅጥ ደርሶበት ስለነበር ለዐሥር ቀን ያህል ራሴን ሳላውቅ አይሲዩ ቆየሁ። ሕይወቴን ለማትረፍ የተደረገው ህክምና እንደተሳካ፣ የቃጠሎውንና የማገገሙን ህክምና ለመጨረስ ወደ ሌላ ግዛት የሚገኝ ሆስፒታል አዛወሩኝ።

የአደጋው መንሥኤ በጣም የተወሳሰበ በመሆኑ አሁን በኢሜይል መግለጽ አልችልም። እስካሁን ኢሜይል እንዳላደርግ ምርመራውን የያዘው ክፍል አልፈቀደልኝም ነበር። አንድ ሁለት ጊዜ በድብቅ ኤሚይል ላደርግልህ ያደረኩትን ሙከራ እንዴት እንደሆነ ባላውቅም አስቁመውታል። ያንተን ኢሜይል አድራሻ ወንጀለኞቹ ሊያነቡት እንደሚችሉና መረጃንም ሊሰጣቸው ይችላል በሚል ሰበብ ነው። ስልክህም የተዘጋ ይመስላል። ኢሜይል እንዳልጠቀም ለደኅንነት በሚል ከልክለውኝ ነበር። አሁን ህክምናዬን ከሞላ ጐደል ጨርሼ በተመላላሽ ህክምናዬን እየተከታተልኩ የቅርብ ሰው ጋ ነው ያለሁት። አሁን ምርመራቸውን እያገባደዱ ስለሆነ ለመደወልም ሆነ ኢሜይል ለማድረግ ተፈቅዶልኛል። መገናኘት የምንችልበትን ሁኔታ ስልክ ብትደውልልኝ ወይም ሌላ ኢሜይል ላክልኝ በናፍቆትህ ልሞት ነው።

ሶለንዬ እወድሃልሁ። መትረፌም ሆነ ይህንን ሁሉ ሥቃይ ማለፍ መቻሌ አንተም እንደኔው አንድ ቦታ እንዳለህ እንዳምንና ልንገናኝ እንደምንችል እንዳስብ አድርጎኛል፡፡ ቀንና ሌሊት ነው ስላንተ የማስበው። እስከምንገናኝ ቸኩያለሁ። እንደገና አንተን ለማየት ያለኝ ጉጉት ብቻ ነው ነፍሴን ያቆያት። ወንጀሉ ፈጽሞ ልታስበው ከምትችለው በላይ የተወሳሰበና በዋናነት እኔን ለማጥፋት የታቀደ ከቀድሞ ታሪኬ ጋር የተያያዘ ነው። አሁን በአብዛኛው ምርመራው አልቆ የፍርድ ቤት ሂደቱም በቅርብ እንደሚጀምር ነው የሚታወቀው። አሁንም ወደፊትም ከማንም በላይ ከውስጥ ከልቤ እወድሃለሁ። ሶለን የኔ ብዙ መሳሞቼና ፍቅሬ ይድረስህ። ደኅና ሁንልኝ። መልስህን እጠብቃለሁ። ሶፊ ያንተ ብቻ

ይላል። ኢሜይሉን አንብበው ሲጨርሱ ሶለንና ሰሎሜ ተቅቅፈው አለቀሱ። ሁለተኛውም ኢሜይል ተመሳሳይ ይዘት ያለው ሆኖ ብዙ ማበረታቻና የፍቅር ሐሳቦችን የያዘ ነው።

ይህ ደግሞ ከአንድ ቀን በፊት ለነሰሎሜ የምርመራ መኰንኑ መጥቶ ከነገራቸው ጋር የሚሄድ ነው። ከዚያ በፊት ምንም ዐይነት ኢሜይልና ስልክ ቢደርሳቸው ወዲያው እንዲነግሩት አስጠንቅቆአቸዋል። ምክንያቱም የሶለንን

ጓደኛ ሶፊያን ወይም ስለሷ ጉዳይ የሚያውቁ መስለው ከወንጀሉ ጋር የተያያዙ ሰዎች በሷ ስም ኢሜይል ሊያደርጉ ስለሚችሉ እንዲጠነቀቁ ነግሮአቸው ነበር። ለነሰሎሜም ባይነግሩዋቸው የሶለንንም ደኅንነት የሚጠብቁ የደኅንነት ሰዎች በስውር ሆስፒታሉ ውስጥ ተመድበው ነበር ለመጀመሪያው ስድስት ሳምንት። ከአንድ ቀን በፊት ግን የወንጀሉን መሠረትና ዋና ዋና ወንጀለኞቹን ከበቂ ማስረጃ ጋር በቁጥጥር ሥር እንዳደረጉዋቸውና ከአሁን በኋላ ለደኅንነት የሚያሠጋ ነገር እምብዛም እንደሌለ ነግረዋቸዋል። ለማንኛውም ብላ ሰሎሜ ስለ ኢሜይሉ ለምርመራ መኰንኑ ደውላ ስትነግረው ትክክል ሊሆን እንደሚችልና ችግር እንደሌለው አረጋግጦላታል።

ሶለን ሕመሙ ቢያሠቃየውም ደስታው ግን ወደር አልነበረውም። ወዲያዉኑ አዲስ በሰጠቻቸው ኢሜይል ስልኩንና ሌላ ኢሜይል ለሶፊያ ላኩላት። የሶለንንም ኢሜይል ፓስዎርድ ሰሎሜ ቀየረችው፤ ድንገት ከፍቶ የሚያየው ሰው እንዳይኖር ብላ። እስካሁንም ይህንን ለምን እንዳላደረገች ገርሞአታል። ብዙም ሳይቆይ ከአንድ ሰዓት ተኩል በኋላ የሰሎሜ ስልክ ጮኸ። አንስታ "ሀሎ" ስትል ድምፁ የአንዲት ወጣት ሴት ድምፅ ነው፤ ከንግግር ለዛዋ ደዋይዋ የዚህ አገር ሰው እንደሆነች ያስታውቃል። ቁጥሩም የቨርጂኒያ ግዛት አካባቢ ነው።

"ሰላም። ሶፊያ እባላለሁ። ሶለንን ማግኘት እችል ይሆን?" ስትል ድንግጥ ያለችው ሰሎሜም ቀበል አድርጋ ትንሽ በተርበተበተ ድምፅ "እም...ምም ... እኅቱ ነኝ ... አሁን ኢሜይሉን እኮ ደርሶን ስናነብ ነበር። ስለ ደወልሽ እናመሰግናለን። አንቺ እንዴት ነሽ..." ወዘተ እያለች ቀባጠረች። መደንገጧ ያስታውቃል።

"ደኅና ነኝ። ሶለን ስላንቺ ብዙ ብዙ ነው የነገረኝ። በእንደዚህ አይነት ሁኔታ በመገናኘታችን ዐዝናለሁ። ሶለን እንዴት ነው ግን? አሁንም ሆስፒታል ነው እንዴ?" አለች አዲሷ ልጅ።

ከቅጽበት ዝምታ በኋላ "አዎን ሆስፒታል ነው ያለው። ቆይ አንድ ጊዜ" ብላ ፊቱን አዙሮ ወደ ግድግዳው ተኝቶ ያለውን ሶለንን "ሶለን ሶለን... ሶፊያ ነች... ሶፊያ..." ስትለው ከየት እንዳገኘው በማይታወቅ ዐቅም ብድግ ብሎ "እም ... ምን... ደወለች.... እስኪ...." እያለ እጁን ዘረጋ ስልኩን ሊቀበላት። አሁንም ግን ትንፋሹ እጥር እጥር እንዳለ ነው። ሲቃ፣ ናፍቆት፣ ፍቅርና ሥቃይ ሲቀላቀሉ የሚፈጠረውን ስሜት መግለጽ ያዳግታል። እዚያ ሆስፒታል በስልክ ለሚቀጥሉት ደቂቃዎች የነበረውን የሶለንና የሶፊያን የስልክ ንግግር ላደመጠ ሰው ሌላ ማብራሪያ አያስፈልገውም። አሁን ሜሪላንድ አካባቢ የቅርብ ሰዎች ጋ እንዳለችና መቅረት የማትችልበት የህክምና ቀጠሮ ስላላት፣ በሁለት ቀን እንደምትመጣና እንደሚገናኙ ተነጋገረው፣ ከሰሎሜም ጋር ትንሽ አውርተው ስልኩ ተዘጋ። የሶለን ተስፋ መቁረጥ እንደ ጉም የበነነ ይመስላል። ከሰሎሜ ጋር ብዙ ሲጫወቱ ቆይተው በጣም ደክሞት

ወደ ምሳ ሰዓት ላይ ትንሽ አረፍ ለማለት ለመተኛት ሞከረ። ነፍሱ ያልጠበቀችውን የምሥራች ብትሰማም፣ ሥጋው ግን ብዙም ጤንነት አልተሰማውም።

ወደ አመሻሹ ላይ ከፍተኛ የደረት ውጋትና የትንፋሽ ማጠር ይዞት እያጣደፉ ወደ አይሲዩ እንደገና አስገቡት። የተደረገለት ምርመራ እንዳሳየው ከሆነ ብዙ ካለመንቀሳቀሱና ከአጠቃላይ ሕመሙ ጋር በተያያዘ በታችኛው የሰውነት ክፍሉ የተፈጠረ የረጋ ደም ወደ ሳንባው ገብቶ ትልቅ የደም ሥር ዘግቶ ነው። ከአንድ ቀን በፊት የተደረገው የደም ምርመራ ውጤት ኢንፌክሽን በደሙ እንደተሠራጨ አሳይቶአል። ይህም የሰውነትን የደም መርጋት ሥርዐት ሊያዛባም ሊያባባስም ስለሚችል ሃኪሞቹ ተጨንቀው ነበር። በማግስቱ ጠዋት ደግሞ ኩላሊቱና ጉበቱ ሥራቸውን በትክክል መሥራት አልቻሉም የሚል አስደንጋጭ ዜና ይዘው መጡ ሃኪሞቹ። የምታደርገውን ያጣችው ሰሎሜም ሶፊያ ጋ ደውላ ነገሩን ነግራት ከቻለች በምትችለው ፍጥነት እንድትመጣ ሁኔታውን አስረዳቻት። ሶፊያም የምትይዘውን የምትጨብጠውን አጥታ ባገኘችው የመጀመሪያ በረራ ለመጓዝ ወሰነች።

የኩላሊቱና ጉበቱ በትክክል አለመሥራት ደግሞ የሚያስፈልገውን መድኀኒት የሚፈለገውን ያህል እንዳይሰጠው ዕንቅፋት ሆነ። የደም መርጋት ሥርዐቱም መዛባት በሳንባው ውስጥ ገብቶ ትንፋሹን እንዲያጥርና ልቡም ላይ ተጽዕኖ እያደረገ ያለውን የረጋ ደም ለማሟሟት የሚሰጠውን መድኀኒት እንዲፈሩ አደረገ። ምክንያቱም በጭንቅላቱ ውስጥ ያለው ቁስልና ያልተረጋጋ ሁኔታም በቀላሉ አእምሮው ውስጥ ደም ፈስሶ ሕይወቱን አደጋ ውስጥ ሊጥለው ይችላል። ብቻ ሁሉም ነገር ውስብስብ ሆነ። ወደ ማታ ላይ ጀምሮ ደግሞ ምንም እንኳ ሙሉ በሙሉ አቅሉን ባይስትም፣ በትክክል ማሰብ እያቃተው ወሰድ መለስ ያደርገው ጀምሮአል። በተደጋጋሚ የሶፊያን ስም መጥራት፣ ደግሞም ሰሎሜ ካጠገቡ እንዳትርቅ እጇን ይዞ ትንሽ ረጋ ብሎ ይቆይና ርብሽ ይላል። ከካቴተሩ የሚወጣው የሽንት መጠንም በጣም ቀንሶአል። መልኩ ወደ ጥቁር ሻይ ያደላል። የነገሩ እንደዚህ በፍጥነት ማሽቆልቆል ቤተሰቡን ሁሉ የሚይዘውን የሚጨብጠውን አሳጣው።

የዛሬው ሁኔታ ስላስፈራቸው ወይዘሮ ሕይወት፣ ሰሎሜና ሕያው እዚያው ሆስፒታል አደሩ። አቶ ኦላና ትንሽ ጉንፋን ቢጤም አሟቸው ስለነበር፣ በግድ ወደ ቤት ሄዱ። ሌሊቱን የሶለን ሁኔታ እምብዛም አልተለወጠም። የሶፊያንም ጉዳይ ሰሎሜ ለሕያውና ለእናቷ አጫወተቻቸው። በጠዋት ልትመጣ እንደምትችልም ነግራቸዋለች። ባንድ በኩል እሷን የዚህ ሁሉ መንሥኤና ጦስ አድርገው ማሰባቸው አልቀረም። በሌላ በኩል ደግሞ ሰሎሜ ስለ አደጋው ውስብስብነት ከነገረቻቸው በኋላ፣ ሶለንም አሁን ያለበትን ሁኔታ እያዩ ስለ ሶፊያ ምን ማሰብ እንዳለባቸው እርግጠኛ እንዳይሆኑ አድርጎአቸዋል። ሶፊያን በዚህ ሰአት በደስታ ለመቀበል

አዳጋች ሆኖባቸዋል።

ሰሎሜ ግን ሶለን ስለሶፊያ ከነገራትና ጥቂት ጊዜ ሶፊያን ካወራቻት በኋላ አስተሳሰቧ ተቀይሮአል። በተቻላት አቅም ነገ ስትመጣ ቤተ ሰቡ እንደልጃቸው ገዳይ እንዳያዩዋት ሐሳባቸውን ለማስቀየር ብዙ ጥረት አድርጋለች። ሶፊያ ጠዋት ሁለት ሰዓት እንደምትደርስ ደውላ ለሰሎሜ ነግራታለች። ክብሮም ሥራ እንደሌለው ስለ ነገራት እንዲቀበላትና ሆስፒታል በቀጥታ ይዞአት እንዲመጣም ተስማምተዋል። የምትመጣው ኤየርትራን በሚባለው አየር መንገድ እንደሆነና ሚድዌይ አየር ማረፊያ እንደሆነም ነግራታለች። እንደደረሰች እንድትደውልለት የክብሮምን ስልክ ሰጥታታለች።

ሶፊያ ከሶለን ቤተሰብ ጋር መገናኘቱ ሰቀቃ ሆኖባታል። ትንሽም ቢሆን ሰሎሜ ትረዳኛለች ብላ ብታምንም፣ የሶለን ጤና ደግሞ በመጥፎ ሁኔታ መገኘቱ ይባስ ነገሩን አመሳቅሎባታል። ማነኝ ልትል ነው? የደረሰውንስ አደጋ እንዴት ነው የምታስረዳቸው? ባጠቃላይ ለሶለን እንዲህ መሆን ከሷ ሌላ ተጠያቂ ማን ይሆናል? ምን ያህል ሰዓት ነው ሆስፒታል የምትቆየው? ሶለንንስ እንደ ፍቅረኛ ነው ወይስ በቃ እንደ ጓደኛ የምትቀርበው? ናፍቆቷንና ፍቅሯን መደበቅ ትችላለች? በተለይ እናቱንና አባቱን በጣም ፈርታለች። ቺካጎ ኤልጂን አካባቢ አንድ የአባቷ እኅት ብትኖርም መምጣቷን አልነገረቻትም። የምታደርገውን እስክታውቅ ድረስ ከሆስፒታሉ አካባቢ ባለው ሼራተን ሆቴል ነው አልጋ የያዘችው። የኪራይ መኪናም ሪዘርቭ አድርጋለች። ግራ እጇ ላይ ያለው ቁስለት ትንሽ ቢሰማትም፣ ላለፈው አንድ ሳምንት ትንሽ ነድታ ስላየችው ብዙም አላስጨነቃትም። ምንም እንኳን ቺካጎ ከተማ መንዳት አንዳንዴ ሦስተኛ እጅ የሚያስፈልገው ቢሆንም። በተለይ ከተማ ውስጥ ሰዉ ትግሥት የለውም። ክላክሱን በላይ በላዩ ነው መንፋት የሚወዱት፤ ታክሲዎቹማ አይጣል ናቸው።

ስትደውልለት የመኪናውን ዐይነትና የለበሰውን ልብስ ነግሮአት ስለነበር ከክብሮም ጋር በቀላሉ ነበር የተገናኙት። አየር ማረፊያውም እጅግም ትልቅ ስለማይባል ሰው ለማግኘት እምብዛም አያስቸግርም። ይሄኛው አየር ማረፊያ በደቡባዊ የቺካጎ ክፍል እከተማዪቱ ውስጥ ነው ያለው። "ኪብሮም?" አለችው ወደርሱ ጠጋ ካለች በኋላ ለማረጋገጥ ብላ።

"አዎን ሶፊያ?" አለ እርሱም እጁን እየዘረጋላት ለመጨበጥ።

"አዎን፤ በጣም በጣም ነው የማመሰግነው።" ብላ እሷም ጨበጠችው። "በመገናኘታችን ደስ ብሎኛል" አለ ክብሮምም እንደ አገሩ ወግ ሻንጣዋን ተቀብሎ ከመኪናው ኋላ እያስገባ። እርሷም ያንኑ ባገሩ ወግ ደገመች ልታግዘው እየሞከረች። በሩን ከፍቶላት ከገባች በኋላ ወደ ሆስፒታሉ ከነፉ።

ጥቁር ጂንስ ሱሪና አንገቷን ሙሉ በሙሉ የሚሸፍን ሳሳ ያለ ጥቁር አረንጓዴ ሹራብ ነው ያደረገችው። ዥጉርጉር ሻሽ የምታክል ያንገት ልብስም በተጨማሪ አንገቷን ሸፍኖአል። ቁመቷ ረጅም፣ ፊቷ ጥርት ያለ የቀይ ጠይም ስትሆን፣ ፍፁም አበሻ ትመስላለች። ጠጋ ሲሏት ግን የፈረንጅና የጥቁር ክልስ መሆኗን የሚያሳብቁ ነገሮችም አሏት። ቀጭን ባትባልም እንከን የማይወጣለት የሚያምር ቅርጽ ነው ያላት። ቁንጅናዋ የፊት መልክና የሰውነት ቅርጽ ብቻ አይደለም፤ የሚስብ ለዛና የሴትነት ሞገስም አላት። የባጥ የቆጡን እያወሩ፣ የሶለንንም ሁኔታ እያስረዳት አንዳንድ ጥያቄዎቿንም እየመለሰ ሆስፒታል ደረሱ። ስለ በረራውና አሁን እንዴት እንደሆነች ከመጠየቅ በቀር ስለ እሷና ሶለን ግንኙነት ምንም አልጠየቃትም።

መኪናቸውን አቁመው ወደ ሊፍቱ ሲገቡ ልቧ ልትፈነዳ ደረሰች። ስም የሌለው ስሜት ውስጧን አንዘፈዘፈው። የውስጥ እጇና ጀርባዋ በቀዝቃዛ ላብ ርሷል። ሶለን ያለበት ቦታ ስትደርስ ምን እንደሚጠብቃትና ምን እንደምታደርግ አታውቅም። ጭንቅላቷም ቅልል ያላት መሰላት። ወደ ውስጥ በረጂሙ እየተነፈሰች ራሷን ለማረጋጋት ሞከረች። “ፈጣሪዬ ባክህ ርዳኝ” አለች ከልቧ። ደግነቱ መቼም ሳይደግስ አይጣላም እንዲሉ ሕያውና ወይዘሮ ሕይወት ቡና ለማምጣት ወደ ካፊቴሪያው እንደሄዱ ስለነበር የደረሱት ክፍሉ ውስጥ ያሉት ሰሎሜና ሶለን ብቻ ነበሩ። ሰሎሜን በፎቶ ታውቃት ስለነበር ማንነቷን ወዲያው ነው የለየችው። ሶለን ደግሞ ሕይወቱን የሚደግፉለት ሽቦዎችና ቱቦዎች በያይነቱ ተገጣጥመውለት አልጋው ላይ በጀርባው እንደተኛ ነው። ጢጥ ጢጥ የሚሉ ድምፆች አሁንም አሁንም ይሰማሉ። ልክ ወደ ክፍሉ ከመግባታቸው በፊት መስተዋት በመስተዋት ከሆነው ክፍል ከሰሎሜ ጋር ዐይን ላይን ተጋጩ።

ሰሎሜም ክፍሉ ሲገቡ ቆማ ጠብቃት ግራ የገባትን ሶፊያን አቀፈቻትና፣ “እንኳን ደኅና መጣሽ፤ ስለ መጣሽ ደስ ብሎኛል” ብላ ሰላምታ ስትሰጣት የፍርሀቷ ግማሽ የተቀነሰላት መሰላት። እንባም ተናነቃት። ከዚያም ሰላምታቸውን እንደቀጠሉ የሁለቱም ዐይን ወደ ሶለን ዞረ። ሶፊያ ከሩጫ ባልተናነስ አካሄድ ወደ ሶለን ሄዳ እንባዋን እያዘራች እጁን ያዝ አድርጋ ከሽቦና ቱቦ ነጻ የሆነውን ግንባሩን እየሳመች መናገር አቅቶአት ማልቀሷን ቀጠለች። የእንባዋ እርጥበት ይሁን ትኩሳት ወሰድ መጣ እያደረገው ሰመመን ውስጥ ያለውን ሶለንን ያነቃው ይመስል ለቅጽበት ዐይኑን ከፈት አድርጎ አያት። ፈገግ ብሎ አይቶአት እንባው ሲፈስስና የያዘችውን እጇን ጭምቅ ለማድረግ ሲሞክር እንዳወቃት አወቀች። በቅርብ ሆና ነገሩን ስትከታተል የነበረችው ሰሎሜና ክብሮምም ሳያውቁት እንባቸው አመለጣቸው። የመተንፈሻ ቱቦው አፉን የለጐመው ሶለን ምንም መናገር አይችልም። ከትናንት ማታ ወዲህም ይህ የመጀመሪያ ጊዜው ነው ነቅቶ ሰው ሲያውቅ። ወዲያው ግን ዐይኑን ከድኖ እንደ መወራጨት አለ። በዚህ ጊዜ የተወሰኑት የመድኀኒት መሥመሮች ሲዘጉ የተፈጠረውን የመቆጣጠሪያ ማሽኑን

ድምጽ ስምታ ነርሷ እየሮጠች መጥታ ማስተካከል ጀምረች።

ከሶለን አለ ጋ እልፍ ብለው ቆመው እያወሩ ሳለ እነሕያውም መጡ። አዲስ የመጣችው ልጅ ሶፊያ እንደሆነች ሁለቱም ዐውቀዋል። ክብሮም ሊቀበላት ወደ አውሮፕላን ማረፊያ እንደሄደ ዐውቀው ስለነበር። ወይዘሮ ሕይወት ድብልቅልቅ ያለ ስሜት ስለተሰማቸውና የሶለንም ነገር የፈጠረባቸው ፍርሀት ስላለ እንዴት ብለው እንደሚያናግሩዋት አላወቁም። ብቻ በሰሎሜ ብርታት ውጥረቱ ረግቦ ሰላምታ ተለዋውጠው በመሃል በመሃሉ ትንሽ እየተወራ ቆዩ። ለሁሉም የሚከብድ ዝምታ ክፍሉን አድብቦት ቆየ። ወይዘሮ ሕይወት ወደ ሶለን ሄደው አንድ እጁን ይዘው፣ እየጸለዩም ዐይን አይኑን እያዩም ከነሶፊያ ራቅ ብለው ተቀመጡ። ሶፊያ አሁንም ግራ ገብቶአታል። ልጇን አትንኪብኝ ይመስል ከሶለን አጠገብ የተሰየሙትን እናቱን መጋፋት እንዳይሆንባት ፈርታ ወደ ሶለን መጠጋቱን ልቧ ቢናፍቀውም አልቻለችም፤ ከሩቅ ከማየት በቀር። በሳቸው ዓለም የልጃቸው አጥፊ፣ እንዲህም የመሆኑ ምክንያት ከሷ ሌላ ማን ሊሆን ይችላል? ሰሎሜም ምን ማድረግ እንዳለባት ግራ ግብቷታል። እናቷ ለሶፊያ እጅግም ግድ እንዳልሰጣቸው ምናልባትም ውስጣቸው እንዳልወደዳት አውቃለች። ወይዘሮ ሕይወት ሰውን ከጠሉ ማራቅና ግዴለሽነት ማሳየት ነው የሚቀናቸውና። ካልባሰባቸው አልፊው ክፉ ቃል አያወጡም።

ሕያውና ክብሮም የተፈጠረው ደባች ስሜት አስጨንቋቸው ኖሮ መጣን ብለው ወጥተው ቶሎ አልተመለሱም። ሶለንም ከዚያ በኋላ የደም ግፊቱም እየዋዠቀ የበለጠ አቅሉን እየሳተ መጣ። እነሕያው ምሳ ከውጪ ለሁሉም ገዝተው መጡ። ወይዘሮ ሕይወት ሕያውን፣ “አንት ሕያው እስኪ ና እየው አላማረኝም፤ ሰውነቱም የዛለ ይመስላል ግፊቱና የልብ ምቱም ከፍ ዝቅ የሚል ይመስላል። እስኪ እየው ባክህ” አሉ ክብሮምንና ሕያውን በተራ በተራ እያዩ።

ሁለቱም ጠጋ ብለው ሲያዩት እጅና እግሩ የዛለ፣ የንቃት ደረጃውም በጣም የቀነሰ ሆኖ አገኙት። ኪሱ ውስጥ ባለው እስኪርቢቶ ባትሪ የዐይኑን ብሌን ሲያየው፣ የግራውና የቀኙ እኩል ስላልመሰለውና ለብርሃኑም ብዙ ለውጥ ስላላሳየ፣ ሕያው በድንጋጤ ተርበትብቶ ባትሪውን ለክብሮም ሰጠው። ክብሮምም ያንኑ አረጋገጠ። ወዲያው ሃኪሞቹን በፍጥነት ጠርቶ ሁኔታውን አስረዳቸው። ወዲያው የጭንቅላት ሲቲስካን ተደረገ። ከምርመራው ውጤት የተገኘው ነገር አስደንጋጭ ነበር። ጭንቅላቱ ውስጥ በጣም ብዙ ደም ፈሷል። ይህም ሁሉንም ነገር በፍጥነት አወሳሰበው። ያለበት የደም መርጋት ሁኔታና የሰውነቱ ጠቃሚ አካላት ሥራ በከፍተኛ ደረጃ ተዛብቶ ስለነበር ቀዶ ህክምና የማይታሰብ ሆነ። ሶፊያ እንባዋ እንደወራጅ ጅረት ሳያቋርጥ ይፈሳል፤ በመጨረሻም ሄዳ እጁን ይዛ ያለቀሰችው ልቅሶና የልብ ስብራት የወይዘሮ ሕይወትንም ልብ ሳይገለባብጠው አልቀረም።

የተደረገው ቢደረግም የሶለን ሁኔታ በፍጥነት እያሽቆለቆለ መጣ። ቤተ ሰቡ ሁሉ ተስፋቸው እንደ ጭላንጭል ኩራዝ ሆነ። አቶ ኦላናም ተጠርተው ባስቸኳይ መጡ። ሰሎሜ የምትይዘውን የምትጨብጠውን አጣች። ኢትዮጵያም አሜሪካም ወደ ሚያውቁት ሰው ሁሉ ጋ እየደወሉ ጸሎት እንዲያደርጉላቸው ተማጸኑ። እዚያ ያሉት ሁሉ እግዚአታቸውን አጠነከሩ። በመጨረሻም ከምሽቱ ሁለት ሰዓት ገደማ ቤተ ሰቡ እንደ ተሰበሰበ፣ የሶለን ሕይወት የጀመረችውን ሩጫ ማጠናቀቋንና ሃኪሞቹም ምንም ሊያደርጉ እንዳልቻሉ በኀዘን መርዶውን ተናገሩ። የመጨረሻውን ነገር ሳይናገር ማንም ያልገባው ፈዛዛ ፈገግታና ጥቂት እንባ ካይኑ ላይ ታይቶ ነው በዚያው የነጐደው። የሩቅ መንገደኛ የቅርብ ተሰናባች ሶለን። እንኳን ለቤተ ሰቡ ሶለንን አንድ ቀን እንኳ ለሚያውቀው ሞቱም አሟሟቱም ያንገበግባል።

አበሻ መቼም አበሻ ነው፤ በደስታውም በኀዘኑም። ሰሎሜና እናቷ ልቅሶአቸውንና እሪታቸውን ለቀቁት፤ “ወይኔ ልጄ ... እኔ ልደፋልህ... ሶለንዬ የኔ አጫዋች... የኔ አበባ.. እኔ ልቀጠፍ...” የሶለን እናት ነበሩ።

ሰሎሜ ለመያዝም ለማናገርም አስቸግራ ነበር። ነርሶቹ ምን ያህል ከሶለን ሳትለይ እንዳስታመመችው ያውቁ ስለነበር ልባቸው በጣም ነበር የተነካው። በተለይ አንደኛዋ ነርስ አብራ እያለቀሰች ልታረጋጋት ሞከረች። አቶ ኦላናም እንባቸው እየፈሰሰ የሆነ ነገር ያጉተመትማሉ። ሕያውና ክብሮም በኀዘኑ ቢደነግጡም፣ ያው ሃኪምም ስለሆኑ ይሁን አስክሬኑን የመረከቡን ሂደትና ከሆስፒታሉ ጋር ያሉትን ጉዳዮች ለመፈጸም ጭክን ብለው ነገሮችን መልክ መልክ አስያዙ። ቤተ ሰቡን ወደ ቤት የማድረስና መስማት ላለባቸውም ሰዎች እየደወሉ የመንገር ኀላፊነቱን የወሰዱት እነሱ ነበሩ። ሶፊያ በመሃል ከሁሉም እኩል የተጐዳች ብትሆንም እሷን ግን አይዞሽ የሚልም ይሁን የሚደግፋት አልነበረም። ክብሮም ወይዘሮ ሕይወት ከሰሎሜ ጋር ተቃቅፈው ወደሚላቀሱበት ሲፈራ ሲቸር ጠጋ ብሎ “አሁን ወደ ቤት መሄድ ይሻላል።” አለ ድምጹን ዝቅ አድርጎ።

“እባክህ ክብርሽ ሶፊያን አብረኻት ሁን። ወደ ሆቴሏም መሄድ ካለባት አድርሳት። የምትፈልገውን አድርግላት፣ አደራ አትለያት።” አለች እንባዋን እየጠረገች ሰሎሜ። እሷ ያለችውን ማድረግ ለክብሮም ምንም ቢሆን አይከብደውም። ሶፊያም በጣም ነው ያሳዘነችው። ሰሎሜ አሁንም ግራ እንደገባት ልቅሶዋን ቀጥላለች። ሌሎች የሚያውቁዋቸው አበሻ ወዳጆች ደግሞ ቀድመው እቤት ደርሰው ነበር። ሰሎሜና ወይዘሮ ሕይወት ግን አሁንም ለያዥ ለከልካይ አስቸግረዋል። እነሱን ላየ ደግሞ አለማልቀስ የሚቻል አይደለም። አቶ ኦላናም መንፈሳቸው ስብር ብሎ ላያቸውና በአራት መንታ የሚፈሰውን እንባቸውን ለተመለከተ፣ የሶለን ሞት ምን ያህል የነፍሳቸውን አጥንት እንዳደቀቀው መረዳት አያዳግተውም።

አቶ አላና ከሶለን ጋ ለየት ያለ የነፍስ ቁርኝት ነበራቸው። አንዳንዴ አባትና ልጅ ሳይሆን ጓደኛሞች ይመስላሉ። ከዓለም ፖለቲካና ኢኮኖሚ ጀምሮ እስከ ታሪክና ፍልስፍና፣ ሃይማኖትና ዕለታዊ ክንውኖች ድረስ በአንድነት ሊያወሩት የማይችሉት ርእሰ ጉዳይ አለ ማለት አይቻልም። ስፖርትና ኪነ ጥበብ አፍቃሪያንም ስለሆኑ አብረው የሚያደርጉት ነገር ብዙ ነው። ልጅ ሆኖ ሶለን ሁሌ አባቱን ማሸነፍ ነበር የሚያስፈነድቀው ምክንያቱም የሁሉም ነገር መለኪያው አባቱ ነበሩ። በኋላ ደግሞ የቅርብ ጓደኛውና ምስጢረኛው ሆኑ። ያለፈው አንድ ዓመት አካባቢ ግን ሶለን ከውስጡ ጋር የገጠመው ትግል ካባቱም አርቆት ነበር። እስካሁንም ቢሆን ሶለን የደረሰበት አደጋ መንሥኤና ከጀርባው ያለው ታሪክ ለቤተ ሰቡ ሙሉ በሙሉ ያልተፈታ እንቆቅልሽ እንደሆነ ነው።

ክብሮም ሶፊያን ሆቴሏ ካስገባት በኋላ አብሮአት አንድ አርባ ደቂቃ ቆየ፣ እንደዚያ ሆና ጥሎአት መሄዱ በጣም ስለከበደው የሚችለውን ያህል አጽናናት። አልፈልግም ብትለውም ምግብ ክፍሏ ድረስ አዘዘላት። በማንኛውም ሰዓት ከፈለገችው ሳትሳቀቅ እንድትደውልለት ነግሮአት እሱም ወደ ቤት አቀና። ሶፊያ ግን አሁንም በህልም ውስጥ ያለች መስሏታል። ክብሮም ከወጣ በኋላ ሃያ አራተኛ ፎቅ ላይ ካለው ሆቴሏ በመስኮት ከታች የሚርመሰመሰውን መኪናና ሰው፣ ከማዶም የጨለማውን ግርማ ለብሶ ጸጥ ብሎ የተንጣለለውን የሚቺጋንን ሐይቅ አየችው።

በዚህ ስፍራ ብዙ ጊዜ ከሶለን ጋር በዚሁ ሰዓት አካባቢ አብረው ማምሸት ያዘወትሩ ነበር። አሁንም እንባዋ ዝም ብሎ ይፈሳል። ዐይኗ አባብጧል። ያልጠበቀችው ሐሳብ አእምሮዋን ወጥሮ ስለያዘው፣ ከመስኮቱ አጠገብ የደመነፍሷን ዞር አለች። “ራሴን ብወረውርስ” አለችና በውስጧ ወደታች ተመለከተች። ወዲያው ደግሞ የክፍሉን ተከፋች መስኮት ተደራራቢ መስተዋት መስበር አስቸጋሪ ሳይሆን አይቀርም አለችና ወደ መታጠቢያ ክፍል ገብታ በመስተዋቱ ራሷን አየት አድርጋ፣ ፊቷን ታጠበችና ክፍሏን ለቃ ወደ ታች ወረደች።

ከሆቴሉ ወጥታ ለአንድ ሰዓት ያህል በአካባቢው ዘወር ዘወር ካለች በኋላ እዚያው አካባቢ ካለ ሃያ አራት ሰዓት የሚሠራ ሱቅ ገብታ ለእንቅልፍ የሚረዳ መድኀኒትና የሕመም ማስታገሻ አንድ አንድ ብልቃጥ ገዝታ ወደ ክፍሏ ተመለሰች። ከሶፋው ላይ ቁጭ ብላ ያልተነካውን ምግብ እየተመለከተች ጆሮ የሚበጥሰውን ጸጥታና የሐሳቧን ሁካታ ማዳመጥ እንደ መረራት ሁሉ፣ ጆሮዎቿን ይዛ ወደ መታጠቢያ ቤት ገባች። ትንሽ ቆመችና ተመልሳ ጠረጴዛው ላይ የተቀመጠውን ውሃ ከፍታ በጇ ያዘች። ከዚያም ሁለቱንም የመድኃኒት ብልቃጦች እያፈራረቀች ተመለከተች። ሁለቱንም ከፍታ መወሰን አቅቷት ፈዛ ቀረች። መድኃኒቶቹን ልትቅማቸው ወደ አፏ አስጠግታ የተወሰነ ጊዜ ከውስጧ እየታገለች ቆየች።

በዚህ መሃል ከኪሷ ውስጥ ደንገት ስልኳ ሲጮኽ ልክ ሲሰርቅ እንደተያዘ ሰው ክው ብላ ደነገጠች። ሰሎሜ ነበረች። እየተርበተበተች ስልኩን አነሣችው። እንዴት እንደሆነች ለማወቅ እንደደወለችና የቀብሩ ሥነ ሥርዐትም በነጋው እንዲሆን መወሰኑን ነግራት ትንሽ አውርተው ስልኩን ዘጉት። ከዚያም እውነቱን ማወቅ ለሚገባው ሁሉ ሳትናገር ራሷን ማጥፋቱ የሶለንንም ሕይወት ክብር ማሳደፍ መስሎ ተሰማት። ይህም ለመሞት ያላትን ጥድፊያና ድፍረት አጠፋው። ከሁለቱም ኪኒኖች ሁለት ሁለት ፍሬ ውጣ በሰላምም ባይሆን እንደነገሩ ስትገላበጥ ነጋላት።

ያሜሪካን አገር ዕድር ከኢትዮጵያው ይለያል። ሁሉም ንግድ ነው እዚህ አገር። Funeral home (አቃባሪ ድርጅት) ይባላል ያገሩ ዕድር። ድንኳን በየቤቱ አይተክልም። ድርጅቱ ሬሳውን ለቀብር ከሆስፒታል ጀምሮ ያሰናዳል፣ የቀብር ቦታውን ያዘጋጃል፣ የቀብሩን ሥነ ሥርዐት በሟቹ ቤተሰብ ሃይማኖትና ፍላጎት መሠረት ያስተባብራል። ለዚህ ሁሉ ገንዘቡ አንድ ላይ ይከፈላል፤ ይህም የማይከስም ገቢ ያለው ቢዝነስ ነው ይባላል። ለነገሩ የሚሞት እንደሁ ሊጠፋ አይችልም፤ ሟች ውሎ አይግባ እንጂ። የሶለንም የቀብር ሥነ ሥርዐት ከነዚሁ ያገሬው አቃባሪ የፈረንጅ ዕድሮች ባንዱ ተቀናብሮ እሁድ ከሰአት በኋላ ተፈጸመ።

እዚህ አገር ሰው ከመቀበሩ በፊት በደንብ ለብሶ ተውቦ ነው የሚሰናበት። ያው በሣጥኑ ተሰድሮ አይለማ አይሰማ እንጂ። ቀባሪም ተቀባሪም ዝንተ ብሎ ነው የሚሰነባበት፤ እዚህ አገር ደረት መምታት የለም፤ አስለቃሽ ጠርቶ "ዋይ ዋይ ..." አይባልም። ሶለንም ከሥቃይ ህመሙ ዐርፎ በፍጥነት የጀመራትን የሚወዳትን ሕይወት ባጭሩ ተሰናብቷል። የሚወደውን ጥቁር አረንጓዴ ሙሉ ልብስ እንደለበሰ በተከፈተው የሚያምር ሣጥን ውስጥ ለተሰናባቾቹ እይታ ቀርቦአል። ለመጀመሪያ ጊዜ ዝምታ ገዝቶት ጸጥታ ውጦት የምድር ጉዞውን አጠናቆ መሄዱ የምር መሆኑን ለሁሉም አረጋገጠ። ለወላጅ ግን ትናንት በዕቅፍ ውስጥ የነበረን ልጅ ዛሬ በሣጥን ውስጥ በድን ሆኖ ማየቱ መቼም ወደር የሌለው ሥቃይ መሆኑን ማን ይክዳል?

ከቤተ ክርስቲያን መልስ በቀጥታ አብዛኞቹ ሰዎች እነአቶ አላና ቤት ሄዱ፤ ሌሎቹ ደግሞ የቀብር ሥነ ሥርዐቱ በሚፈጸምበት አዳራሽ በሰዓቱ ተገኝተዋል። ከተለያዩ ግዛቶችና ከተሞች ብዙ ዘመዶችና ጓደኞቻቸው ለቀብሩ መጥተዋል። ከፓስተሩ የመጽሐፍ ቅዱስ የማጽናኛ ስብከት በተጨማሪ ጥቂት መዝሙሮችም ተዘመሩ። የተለያዩ የቤተ ሰብ አባላት የስንብት ንግግር ያደረጉ ሲሆን፣ ዋነኛ ተናጋሪና የሕይወት ታሪኩን ያቀረበችው ሰሎሜ ንግግሯ በስሜትና በእንባ የታጀበ ብቻ ሳይሆን፣ ከልጅነት እስከ ዕለተ ሞቱ ያለውን ጊዜ ሥዕላዊ በሆነ መንገድ ነበር ያቀረበችው።

በመጨረሻም "ሶለን በሥጋ ቢሞትም በእኛ ልብ ውስጥ አይሞትም።

ማንም ያላያቸው ውድ ሥራዎችን ትቶልን ነው የሄደው። ይህም የሶለን ማስታወሻ ለእኛ ብቻ ሳይሆን፣ ለትውልድ ሁሉ በሚቆይ መልኩ መቅረቡ አይቀርም። ሶለን ሕይወቱ ሁሉ የጥድፊያ እንደነበር እኛ ቤተ ሰቦቹ እናውቃለን። ነገር ግን በጥድፊያም ቢሆን ብዙ ሰዎች በሰባና በሰማንያ ዓመት በማይደርሱበት ያስተሳሰብ ደረጃ ላይ የደረሰ ሰው ነበር። ይህም እሱን ማሞገሻ አይደለም። እርሱ አሁን እዚህ የለምና በማሞገስ አንጠቅመውም። በመጨረሻዎቹ ቀናት የሰጠኝን ለሰባት ዓመታት የሠራቸውን የሕይወቱና የአስተሳሰቡ ክፋይ የሆኑ ሥራዎቹን ከሕይወቱ መዘክር ጋር ታትመው እንዲወጡ እናደርጋለን። ሶለን ወንድሜም መካሪዬም ኀሊናዬም ተፎካካሪዬም ... መንትያዬና ... መስተዋቴ ...” ብላ ልቅሶዋ ቀድሞ መናገር ስላቃታት ሕያው ደግፎ ወደ መቀመጫዋ ወሰዳት።

ለብቻዋ ከወደኋላ ተቀምጣ የነበረችው ሶፊያ ሥነ ሥርዐቱ አልቆ ሰው ሲሰናበት ወደ ቤተሰቦቹ ጠጋ አለች። መጀመሪያ ሕያውን፣ ከዚያም አባቱን “በጣም አዝናለሁ፤ በጣም አዝናለሁ..’’ እያለችና እያለቀሰች ኀዘናን ገልጻ እናቱ ጋ ስትደርስ ሳታስበው ዐቅፋቸው፣ “አውቃለሁ ምን ያህል እንደ ተጐዱና የልጅዎ ሞት አንጀትዎን እንዳሳረረው። እኔም ለዚህ ምክንያት እንደሆንኩ ቢያስቡ አልፈርድብዎትም። ግን እውነቱ እሱ አይደለም። ባይሆንም ግን ሶለን የለምና ምን ጥቅም አለው? ግን አንድ ቀን እውነቱን ማወቁ ይጠቅምዎት ይሆናል። እኔን ግን ይቅር ይበሉኝ። እኔ ምን እንደምሆን ከዚህ በኋላ አላውቅም። ሶለንን ግን ከማንም በላይ እወደዋለሁ።” አለችና እያለቀሰች እንዳጐነበሰች ዐይናቸውንም ሳታይ ወደ ሰሎሜ ዞረች። ወይዘሮ ሕይወት እንደ ድንጋይ ሆነው ምንም ሊሏት አልቻሉም።

ከሰሎሜም ጋር እንዲሁ ተቃቅፈው ትንሽ አለቀሱና፣ “አሁን የማይመችና ከባድ የኀዘን ጊዜ ነው ለኔም ለሁላችንም። ሰሞኑን እደውልልሻለሁ ብዬ አስባለሁ። አሁን ግን መሄድ አለብኝ። እዚህ ያለውን ሥቃይ ከዚህ በላይ መቋቋም አልችልም” አለችና ዞር ብላ በፍጥነት ፊቷን አዙራ የሩጫ ያህል አካባቢውን ጥላ ተፈተለከች።

ሰሎሜም ተከትላት፣ “ሶፊያ ቆይ እንጂ ... አንድ ጊዜ..” እያለች ስትጣራ፣ “እባክሽን ተመለሺ. እኔ ታክሲ እየጠበቀኝ ነው። እባክሽ ተመለሽ” ብላ ሳትቆም በፍጥነት ካካባቢው ራቀች። ሰሎሜም ተመልሳ ከወላጆቿ ጋር እንግዶችን ማሰናበቱን ቀጠለች። አንድ ልቧ ግን ከሶፊያ ጋር እንደሄደ ነው።

ስንክሳር ከቀብሩ ቀን ጀምሮ ካጠገባቸው ሳትጠፋ እስከ ሰልስቱ አብራቸው ከረመች። ሶፊያን ቀብሩ ላይ ያየቻት ቢሆንም፣ ያን ያህል ቀልቧን አልሳበችውም ነበር። ስንክሳር ሰው የሚጠቅማት ካልመሰላት ቀልቧን አይስበውም። የሚጠቅማትን ግን አይቶ ጉድጓድ ውስጥ እንኳ ቢገባ ገብታ የማግኘት ጥንካሬው አላት።

ጥልፍልፍ

የወይዘሮ የትናዬት ልጅ ዶክተር ሣራ ከሳምንት በኋላ አዲስ አበባ ትገባለች። መላኩ ሣራን ለመቀበልና ለማስተናገድ በዝግጅት ተጠምዷል። ደግነቱ ሥራው ከወትሮው ትንሽ ጋብ ስላለለት ትንፋሽ ሰጥቶታል። መካኒሳ ሰፈር ካስፋልቱ ብዙ ሳይገባ ቆንጆ ግቢ ያለው ቤት ከነሙሉ ዕቃው የማርቆስ ታላቅ እኅት ስለምታከራይ፣ ያንን ነው ለሣራ አዘጋጅቶ የጠበቃት። ከባሏ ዘመዶች ጋር ብዙም ስለማይግባቡ በብዙ ጭንቅ ነው ከአየር ማረፊያው በቀጥታ ወደ ተዘጋጀላቸው ቤት የሄዱት። የባሏም የሷም ዘመዶች እኛ ጋ ካላረፋችሁ ብለው አስቸግረው ነበር። ሣራ ደግሞ ትንሹ ልጃቸው ታማሚ ስለሆነ ሰው ቤት ሆና ልጇንም ራሷንም ማሠቃየት አልፈለገችም። መላኩም በነገረችው መሠረት ቀንና ማታ የሚያግዟት ሁለት ሞግዚቶች፣ አንድ ምግብ የምትሠራና የምታጸዳ ሠራተኛ አሰናድቶላቸዋል።

ለስድስት ወር እነርሱ ጋ ከርመው የመጡት የባሏ የምንተስኖት እናት ውሃ ቀጠነ ባይ ጨቅጫቃና አኩራፊ ሴት ናቸው። እሳቸው አሜሪካ የቆዩበት ጊዜ ለሣራ ስድስት የሥቃይ ወራት ነበሩ። ድሮም በቋፍ የነበረው ከባሏ ጋር ያለው ግንኙነት ለመበጠስ ጥቂት ሲቀረው ነው ባለቤታቸው ታመሙ ተብለው የመጡት። ሁለት የክፍለ ሀገር ካቻማሊ መለስተኛ አውቶቡስና አንድ የጭነት መኪና ያላቸው የምንተስኖት አባትም ትምህርት በዞረበት ያልዞሩ፣ በራሳቸው የተሞሉ አንድ ቁልል ተራራ ናቸው። በተጨማሪም ሰባት የሚደርሱ ወፍጮ ቤቶች በየገጠሩ አሏቸው። ከደብረ ማርቆስ ጠቅልለው ዐዲሳባ ከገቡም አሥራ አምስት ዓመታቸው ነው። የቀሩት ልጆቻቸው ሁሉ ሴቶች ሲሆኑ ሁሉም አግብተው ደብረ ማርቆስና ባሕርዳር ነው የሚኖሩት። በናቱም ባባቱም ዐይኑ እስኪጠፋ ተሞላቆና ቀብጦ ያደገው ምንተስኖት ብቻ ነው የቤቱ ባለዲግሪና አሜሪካም ኗሪ። በዚህም የተነሣ ሣራን ለእንግሊዝ ልዑል የዳሯት ያህል ነው የሚንቀባረሩባት።

ሣራና ምንተስኖት የተዋወቁት ደግሞ አልባከርኪ ኒው ሜክሲኮ የሚባል ከተማ በአእምሮ ህክምና ስፔሺያላይዝ ስታደርግ በነበረ ጊዜ ነው። እርሱ ደግሞ እዚያው ዩኒቨርስቲ ኦፍ ኒው ሜክሲኮ በኢንተርናሽናል ደቨሎፐመንት የማስተርስ ዲግሪ ትምህርቱን ገና መጀመሩ ነበር። ለአንድ ዓመት ተኩል ያህል ምንም አበሻ

ያላገኘችው ሣራ ድንገት ዩኒቨርሲቲው መጻሕፍት መደብር ውስጥ ምንተስኖትን ስታየው፣ አበሻ መሆኑን ብቻ ገምታ ፈቷ ጥርስ በጥርስ ሆነ። ከዚያም ጠጋ ብላ የሚያወራውን ስልክ ስትሰማ ግምቷ ልክ እንደሆነ አወቀች። አበሻ መሆናቸውን ሲያውቁ ሁለቱም የሚሠሩትን ሁሉ ጥለው አስከ እራት ድረስ አብረው ቆይተው እሷው ቤቱ አደረሰችው። ሁለቱም አበሻ ተርበው ኖሮ በዚያ የተጀመረው ትውውቃቸው ወደ ፍቅር ለመለወጥ ጊዜም አልወሰደበት። ከቤት ሰብ ርቃ ለማታውቀውና የመጀመሪያ ፍቅሯ ለነበረው ለሣራ ሁሉም ነገር ፈንጠዝያ ሆነ። ብዙ ታሪክ ላለውና በዕድሜም ዐሥራ ሁለት ዓመት ለሚበልጣት ምንተስኖትም ዕድሉ የሎተሪ ያህል ነበር። ቆንጆና የቤት ልጅ ዶክተር አግኝቶ ልቡ ስለሰከረ አገር ቤት መጥቶ ሊያገባት የነበረችውን የረጅም ጊዜ ዕጮኛውን የሌለች ያህል ዘጋት። ሁለቱም ትምህርታቸውን እንደጨረሱ ነበር በደመቀ ሰርግ የተጋቡት። ከዚያም ወደ ካንሳስ ሲቲ ሄደው ኑሮ በመጀመር አሁን የሦስት ልጆች ወላጆች ለመሆን በቅተዋል።

ከመጋባታቸው በፊት ግን ሶስቱም ወንድሞቿ ሆኑ እናቷ ምንተስኖትን የማግባቷን ሐሳብ አንቀበልም ብለው ድርቅ ብለው ነበር። ሣራ ግን አሻፈረኝ ብላ አግብታው ይኸው አሁን መከራዋን ትበላለች። አንድ ልጅ ከወለደችለት በኋላ የናቱ ቢጤ ጨቅጫቃ ያባቱ ልጅ ማናለብኝ ባይ ሆነ። ቀድሞውንም እንዳልወደዱት አውቋልና ቤተሰቦቿን ደጄ እንዳይደርሱ ብሎ ከቤት ሰዷም አቆራርጧታል። እነሱም ድሮም አንጀታቸው ያርር ስለነበር የልባቸውን ነግረውት ነው ዐይንህ ላፈር ያሉት። የመጨረሻው ታማሚ ልጅ ከተወለደ በኋላ ጭራሽ እንደ ሰውም አያደርጋት፤ አገሩ አሜሪካ ሆኖበት እንጂ ለመደባደብም ይከጅለዋል።

ካገር አገር እየዞረ በየፖለቲካ ፓርቲው ስብሰባ ላይ ሲደሰኩርና ሲቆራቆስ ከርሞ ብስጭቱን የሚወጣው እሷና ልጆቹ ላይ ነው። በተለይ ለእናቱ ተቆርቋሪ የሆነውን ትልቁን ልጁን ጥሎበት አይወደውም። ብዙ ጊዜ በቀበቶ ይገርፈዋል። ልጁ አባቱን እንዳይጠላ በማሰብ ብትመክረውም ምንተስኖት የሚሰማ አልሆነም። ሁለተኛ ልጃቸው ግን ያባቷ ልጅ ናት፤ እሱም በግልጽ ለሷ ያዳላል። በጣም ተናዶ ካልሆነ በቀር ተቆጥቶአትም አያውቅ። እሷም ለናቷ አስቸጋሪ ሆናለች። የመጨረሻውን ልጅ እንደ ልጁ ታቅፎትም ሆነ ተንከባክቦት አያውቅም። እንዲያውም ኦቲዝም ያለበት ልጅ እንዳለው እንኳ መናገር ስለሚያሳፍረው፣ እሱን ይዘው የሆነ ቦታ እንኳ ሲሄዱ ንጭንጭ ነው የሚለው። ለሊት ተነሥቶ እያለቀሰ አላስተኛ ሲለው ሣራን ‘ይህንን ልጅሽን ወደዚያ ወስደሽ አባብይው’ ማለት ይቀናዋል።

ቤተ ሰቡ ሙሉ በሙሉ የሚተዳደረው በሣራ ደሞዝ ቢሆንም፣ ገንዘቡን እንደፈለገ ከማድረግ ግን አይመለስም። በተማረበት ሙያ ሥራ ሊያገኝ ካለመቻሉም ባሻገር ለሌላ ሥራ አሻፈረኝ ብሎ ነው የተቀመጠው። ካለፉት ሦስት

ዓመታት ወዲህ ደግሞ ሣራ ወደ ፕሮቴስታንት ቤተ ክርስቲያን ተመልሳ መቀላቀሏና እዚያ አባል መሆኗ ጭራሽ ኤሌክትሪክ አስጨብጦታል። የሱም ሆነ የናቱ ንቀትና ስድብ መንሥኤ አንድም ይህ ነው። ከተጋቡ ጀምሮ ይሄ ነው የሚባል ሥራ ሠርቶ ባያውቅም፣ ኩራቱን የሚቀንስ ነገር አልተገኘም። አሁን ያለውን መንግሥት አምርሮ የሚጠላ ስለሆነ፣ ስለዚህ መንግሥት በጎ የሚያወራ ሁሉ አገር የሸጠ፣ ወገን የከዳ አድርጎ ነው የሚያስበው። በዜግነቱም አሜሪካዊ ከሆነ ብዙ ጊዜ ሆኖታል። ከአገር የወጣው በደርግ ጊዜ ሲሆን በተለይ ባለፉት ስድስት ዓመታት ደጋግሞ ወደ ኢትዮጵያ ተመላልሷል። የሚመላለሰው ቢዝነስ እጀምራለሁ በሚል ቢሆንም የሱ ዋና ሥራ አዲሳባ ካሉና ካሜሪካም አብረውት ከሚመጡ ጓደኞቹ ጋር ሲጨፍሩና የሴት ጭራ ሲከተሉ መዋል ነው። እሱ እንደፈለገው ለመሆን ባለመብት እንደሆነ ቢያስብም፣ በጣም ቀናተኛ ከመሆኑ የተነሣ ሣራን ከማንም ወንድ ጋር ቢያያት ሊያብድ ነው የሚደርሰው። ከኬንያ ጀምሮ አገባችኋለሁ እያለ የተጠቀመባቸው ሴቶች ቁጥር ጥቂት አይደለም። ከሣራ ጋር አብረው ወደ ኢትዮጵያ ሲመጡ ግን ይህ የመጀመሪያ ጊዜያቸው ነው።

መላኩ የሣራ ነገር ሆኖበት እንጂ ምንተስኖትን ጭራሽ ባያገኘው ይመርጣል። ሣራም ለምን እንዳገባችው አይገባውም። አንዳንዴ "ጠንቋይ ለራሱ አያውቅም እንዲሉ እሷም እንዲህ አይነቱን በራሱ የተሞላ አእምሮ ቢስ ማግባቷ አይገባኝም።" ይላል መላኩ። አንዳንዴ ደግሞ "እንግዲህ ወይ አክመዋለሁ ብላ በዛው ፍቅር ይዟት ይሆናል የተጋቡት" ብሎ ውስጡ እያረረ ይቀልዳል። የሣራን ህይወት የበለጠ ያከበደው የሦስተኛ ልጃቸው ኦቲዝም በሚባል የአእምሮ እድገት መዛባት ችግር ህመምተኛ መሆን ነው። የህመሙ ደረጃ አስከፊ ስለሆነ የሃያ አራት ሰአት ክትትልና ክብካቤ ስለሚጠይቅ ብዙ ጊዜ ካጠገቡ መለየት አትችልም።

እነሣራ ቦሌ አየር ማረፊያ ከምሽቱ አራት ሰዓት ነው የደረሱት። ሊቀበሉዋቸው የመጡት የምንተስኖት ወላጆችም "ወደ ቤት እንሂድ" አሉ። ልጆቹ ሁሉ ደካክመው ስለነበርና በተለይ ታማሚው ልጅ ፈጽሞ ስላልተኛ፣ ሣራም ከሚገባው በላይ ደክማ ስለነበር "ልጆቹም ደክመዋል እኛም ደክመናል አሁን የሚያስፈልገን እንቅልፍ ነው፣ ስለዚህ ወደማረፊያችን ነው የምንሄደው።" ብላ እቅጩን ነገረቻቸው። በንዴት የጦፉት የምንተስኖት እናት፣ "ስማ አንተ እሷ ከፈለገች ሄዳ መጋደም ትችላለች አንተ ግን ቤተ ዘመድ እየጠበቀህ ስለሆነ ከኛ ጋር ነው የምትሄደው።" አሉ እየተቆናጠሩ እንዲያግዟቸው ወደ ባላቸው እያዩ።

አባትዬው ትንሽ ዝም ብለው ከቆዩ በኋላ፣ "ሣርዬ ... ቤተ ሰቡ ሁሉ አፉን ከፍቶ እየጠበቀ ነው። በርግጥ ምንም ጥያቄ የለውም ድካሙ። ግን ያው አንዳፍታ እኮ ቀመስ ቀመስ አርጋችሁ ትሄዳላችሁ" አሉ አባትዬው ረጋ ባለ ድምፅ።

"አባባ ይቅርታ ያርጉልኝ እኔ ወላልቄያለሁ ምንም አልችልም። ባይሆን በቃ እንደሱ ከሆነ ሁለቱን ልጆች ይዞ ምንተስኖት ከናንተ ጋ ይሂድና ረጋ ብሎ

ይምጣ። እኔ ይሄኛውን ይገፍ ቶሎ ላስተኛውና ባይሆን ነገ ጠዋት ሁላችንም አብረን እንምጣ" አለች ትግሥቷን ሳትስት።

"ዘመድ ምን ይላል ግማሽ ቤተ ሰብ ይዘን ስንሄድ፤ አንተ ምንተስኖት አንድ አትልም እንዴ?" አሉት እናትዬው በቁጣ እያዩት። ምንተስኖት የሣራን ትክክለኛነት ስላወቀ እናቱን ምን አድርጎ ማብረድ እንደሚችል ግራገብቶት ሲቁለጨለጭ፣ አባቱ ከዘራቸውን እያወናጨፉ፣ "ምን ትላለች ይቺ ... የምን መንጣጣት ነው... ዝም በይ ወዲያ... አታይውም እንዴ ሕፃኑ እንዴህ እየጮኸ ... መከራዋን ሲያበላት ... ደግሞ እሷ እምቢ አላለች። እሺ ልጄ ሣራ... ሁላችሁ ብትመጡ ደስ ይለን ነበር፤ ግና ልክ ነው ያልሽው። ምንትዬና ልጆቹም ቶሎ ይመጣሉ። ዘመድ ሰላም ብለው።" አሉና የመጨረሻ ብይናቸውን ሰጡ። ከዚያም ጠጋ ብለው፣ "አይዞሽ ልጄ በርቺ ነገ እንጫወታለን አሁን ገብታችሁ ዕረፉ" ብለው የሚያለቅሰውን ልጅ ራስ አባብሰው ዞር ሲሉ ሁሉም በየፊናው ተበታተነ።

እነሣራ ከጥቂት ቀናት በኋላ እንቅልፋቸውም እየተስተካከለ ያዲሳባንም አየር እየለመዱት ነው። ምንተስኖትም አገር አልበቃ ብሎታል። አሁንማ በቃ ከጓደኞቹ ጋር ከከተማ እየወጣ አድሮ መምጣት ይዟል። ቤተ ሰብና ታማሚ ልጅ ያለው ቀርቶ ትዳር ያለውም አይመስል። ከአሜሪካና ከአውሮጳም ወደ አገር ቤት ገብተው መኖር የጀመሩ ጓደኞቹ ጋር አገር ምድሩን ሲያብጠለጥሉ 'አበሻን' ሲረግሙና ያለውን መንግሥት ኀጢአት ሲከምሩ ነው ውለው የሚያመሹት። ከሣራ ጋር አልጋም ከለዩ ይሄው ስድስት ወር ሆኖአቸዋል። እሱም ይህን እንደፈለገው ለመሆን እንደተሰጠው የምስክር ወረቀት ቆጥሮታል። አዲሳባ ሲመጣ አርፎ አይቀመጥም፤ እንዲያውም ታስሮ እንደተፈታ ሲዘል ሲቀብጥ ነው የሚከርመው። ይህንን ሣራም ሙሉ በሙሉም ባይሆን ታውቃለች። እሷም ነገሮች ጋብ ሲሉላት ከነመላኩ ጋር ወጣ ወጣ እያለች ሀገር ማየት፣ አዳዲስ የተከፈቱ ቤቶችን መጐብኘት ደስ ይላታል። ዘመዶቿ ቤትም ልጆቿን ይዛ ትሄዳለች።

ሁልጊዜም ለመሄድ ታስብ ስለነበር መላኩ አማኑኤል ሆስፒታልን ወስዶ አስጎብኝቷታል። ያየችው ነገር ልቧን ነው የሰበረው። አሜሪካ ለተማረ ሰው በርግጥም ልዩነቱ የማታና የቀን ያህል ነው። በመጀመሪያ ሆስፒታሉ መርካቶ ውስጥ መሆኑ የሚፈጥረው ጭንቅንቅና ውጥረት ደኅና አእምሮንም ይፈታተናል። የቤቱ አሠራርና የበሽተኞቹ መኝታ ክፍል፣ እፍግፍግ ማለቱ፣ ያለው የበሽተኛ ቁጥርና የጤና ባለሙያው መጠን ሁሉም ነገር ነፍሷን ጭቁን አድርጎት ነው የተመለሰችው። ከሁሉም በላይ ደግሞ ይህ የአገሪቱ ብቸኛ የአእምሮ ህክምና ሆስፒታል መሆኑ ራሷን ነው ያዞራት።

እሷ በምትሠራበት አገር ባንድ ሆስፒታል ውስጥ ያለውን የአእምሮ ህክምና ዶክተር ቁጥር ያህል እዚህ በሀገሪቱ ውስጥም እንደሌለ ስታውቅማ ነገሩ

የባሰ ዘገነናት። ከዚያም የሆስፒታሉን ዳይሬክተርና የክፍል ኀላፊም አገኘቻቸው። እስካለችም ድረስ በማስተማርና በምትችለው ለማገዝ ተስማምተው ተለያዩ። ጉዳዩ ከግቢው ከወጣችም በኋላ ፈጽሞ ሊለቃት አልቻለም። እሷ ደግሞ የሕፃናት አእምሮ ስፔሻሊስት ስለሆነች የሕፃናቱማ ጉዳይ ገና ተመልካችም እንዳላየው ሆኖ ነው የተሰማት። ስለ ኦቲዝም ህክምና ጠይቃ እንኳ ህክምናውን የሚሰጥ ማዕከል ቀርቶ ህመሙንም በደንብ ተረድቶ በሰዓቱ ለቤተ ሰብ በትክክል ማሳወቅ የሚችልም ብቁ ባለሙያ እንደ ልብ እንደማይገኝ ተረዳች። ይህም ታማሚ ልጅ እንዳላት እናትና እንደስፔሻሊስት ሃኪም ትልቅ ሸክም ፈጠረባት። እዚህ አገር ብትኖር ልታመጣ የምትችለውን ለውጥ ስታስብ ደግሞ የተስፋ ጭላንጭል ታያት።

በሚቀጥሉት ቀናት ውስጥ የዩኒቨርሲቲውን የአእምሮ፣ የነርቭና የሕፃናት ህክምና ክፍሎች በማናገር የሁለት ቀን ሴሚናር በኦቲዝምና ተያያዥ የአእምሮ እድገት መዛባት ህመሞች ላይ አጭር ሥልጠና እና በሬድዮና በቴሌቪዥንም ቃለ መጠይቅ ሰጠች። ባሏ አካኪ ዘራፍ አለ እንጂ የራሷን ልጅ ይዛ በቲቪ እያሳየች ነበር ሕዝብ ማንቂያ ትምህርቱን ልትሰጥ ያሰበችው። እዚህ አገር እንደዚህ በፍጥነት እያገኘችው ያለው ዕውቅናና ተሳትፎ ምንተስኖትን ውስጥ ውስጡን ሳይበላው አልቀረም። ባባቷ ትግሬ መሆኗን ስለሚያውቅ አንዳንዴ ወያኔ ሆነሽ አረፍሽው እያለም ብስጭቱን ግልፍ እያለው ያሰማል። እሷ ከቁብም አትቆጥረው። በተናደደ ቁጥር ሁሉ እነሱን በመስደብ ስለሆነ ቁጣውን የሚያበርደው። እሷ ግን በየመንገዱ ላይ ጨርቁን ጥሎ ካበደው ጀምሮ በየቤቱ ታምሞ ቤተ ሰቡ ምን ማድረግ እንዳለበት ግራ ገብቶት እስካለው ድረስ አንድ ነገር ማድረግ እንዳለባት ነው ውስጧን የተሰማው። ለመሄድ አንድ ሁለት ሳምንት ቢቀራቸውም ጊዜውን ለማስረዘምም አስባለች። ለምንተስኖት ግን አልነገረችውም። እሱ ምን ጨነቀው! እዚያም መጨፈር እዚህም መጨፈር።

ደብረ ዘይት ከልጆቹና ከነመላኩ ጋር ውለው በጊዜ ገብተው መላኩ ከልጆቹ ጋር ሲጫወት ማርቆስና ሣራ ደግሞ ሶፋው ላይ ቁጭ ብለው እያወሩ ነበር። ያለወትሮው ምንተስኖት ዛሬ በጊዜ ነበር የገባው። ሁሉንም ሰላም ካለ በኋላ ፊቱን አጨማዶ፣ “ማነው ይሄን የጴንጤ ነገር የሚያዘፍነው ባካቹ። በናትሽ አቁሚው ወይም ቀይሪው።” አለ።

ነገር እንደፈለገ ሣራ ገብቷታል። በዚህ መሃል መላኩ ተነሥቶ ሙዚቃውን እያጠፋ “ይቅርታ የጴንጤ ስለሆነ ነው ወይስ መዝሙር ስለሆነ ነው የሚያስጠላህ?” አለው ለስለስ ባለ ድምፅ።

“ዩ ኖው ... ጴንጤ ሲባል ግብዝ ... ናቸው። ደግሞ የፈረንጅ አሻንጉሊት

ናቸው..ከዚያ ትንሽ ብር ይልኩላቸዋል እዚህ በቃ አገር ያጠፋሉ። የእኛ ባህል ምናላቸው እሺ? በናትህ ተወኝ ... እኔ ልቅሶ ነው የሚመስለኝ። ነገረ ሥራቸው ሁሉ አያምረኝም። ለማያቅሽ ታጠኝ አለ ያገሬ ሰው ... ቅኝ አገዛዝ አልሠራ ሲላቸው አሁን ደግሞ የሰው ባህል አጥፍተው የዚህን ደሃ ህዝብ አእምሮ ሊቆጣጠሩ የፈጥሩዋቸው አሽቃባጮች ናቸው። እንድያውም እኔ ሃይማኖት ሲባል አይመቸኝም ... የደካሞች ምርኩዝ፣ የሕዝብ ማደንዘዣ ዕፅ ነው። ሁሉም ያስጠሉኛል...” አለና አንዱ ሶፋ ላይ ዘፍ አለ የቲቪውን ሪሞት በእጁ ይዞ።

ሙግት የለመደው ስሉ የመላኩ አእምሮ በየትኛው አቅጣጫ እንደሚሄድ ትንሽ አስቦ፣ “ስለዚህ ችግርህ ሃይማኖታዊ ሙዚቃ ላይ መሆኑ ነው ወይስ የምዕራባውያንን ባህል ማንጸባረቁ ላይ?” አለ አንድ ባንድ ራሱ የተናገራቸውን ምክንያቶች እየመዘዘ ሊሞግተው።

“ሁለቱም ... ሰዎቹ ራሳቸውም ለእኔ ችግሮች ናቸው። ሰብስቦ አንድ ቤት አጉሮ መጨረስ ነው መፍትሔው” አለ አሁንም ድምፁን አግሎ። ሣራ መላኩ እንዲተወው ባይኗ ነገረችው። ቢገባውም ሊተወው አልፈለገም።

“አሁንም አልገባኝም ... አንድ ባንድ ብታስረዳኝ ደስ ይለኛል። በነገራችን ላይ እኔም ጴንጤ ስለሆንኩ ያልከው በቀጥታ ይመለከተኛል። ልክ ከሆንክ ደግሞ ማወቅ እፈልጋለሁ። ዝም ብለህ በሌላ ነገር ተናደህም ከሆነ መተው እችላለሁ” አለ መልስ እየጠበቀ።

“በናትህ መላኩ ... ምናርግ ነው የምትለኝ .. አሁን ያልኩት ግልጽ አይደለም? ለምን አንተን እንደ ሰደብኩ አድርገህ ታቀርበዋለህ? እሺ ምኑን ነው ማስረዳህ። ራሴን ኮ ግልጽ አድርጌ የተናገርኩ መሰለኝ። እንደ ስድብ ከመሰለህ እንደዚያ ማለት አይደለም። ሰው ሐሳቡን መግለጽ አይችልም ማለት ነው እዚህ አገር” አለ መውጫም እየፈለገ በተወሰነ መጠንም የተናገረው እየጸጸተው።

“አይ እኔ ተቀይሜ ምናምን አይደለም። እኔም ሐሳብን በመግለጽ አምናለሁ። ግን መዝሙሩን የጠላኸው ሃይማኖታዊ ስለሆነ ከሆነ ለምሳሌ፣ ከኦርቶዶክስ መዝሙር ጋር ችግር ያለብህ አትመስልም። የራሳቸው እያለላቸው ስላልክ ማለት ነው። እናም ሳስበው ሃይማኖትን በድፍኑ የምትጠላ ዐይነት ሰው አትመስለኝም። የሌላ ሰው ባህልና የምዕራባውያን ሙዚቃ መሆኑም ከሆነ ያስቆጣህ አሁንም ለኔ ይጋጭብኛል!” ሲል፣

“ምኑ ነው የሚጋጭብህ መላኩ? ልክ እኮ ነው፤ እስኪ አስበው ሁሌም እኮ

የራሳችን ስንት ውብ ነገር እያለን መጀመሪያ የራሳችንን ያስጠሉንና እኛ ስንጥለው ወስደው አሽገው መልሰው ለኛው ይሸጡልናል። ድሮውንም አፍሪካን፣ ኢንዲያን፣ ደቡብና ሰሜን አሜሪካን በዚሁ በሃይማኖት ከለላ አይደለም አንቀው ስንት ዘመን የቦጠቦጡን? እሺ ይሄስ ውሸት ነው?" አለ የማይረታ ነጥብ እዳቀረበ በመተማመን፡፡

"ያልከውን አልቃወምም፤ ሃይማኖትን ከማንኛውም ነገር በላይ ሰዎች የራሳቸውን ፍላጎት ለማስፈጸምና ኀይላቸውን ለማንሰራፋት በተሳሳተ መንገድ ተጠቅመውበታል። ይህ ግን የአውሮፓ ፕሮቴስታንት እምነት ብቻ ሳይሆን፣ ካቶሊኩም በደቡብ አሜሪካ፣ እስላሙም በሰሜን አፍሪካና መካከለኛውን ምሥራቅና እሲያን ሲቆጣጠር፣ እዚሁ አገራችንም ቢሆን እስከ ቅርብ ጊዜ ድረስ በኦርቶዶክስ እምነትም ቢሆን ያው ስሕተት ተሠርቶ ያውቃል። በብዙ ሚሊዮን የሚቆጠሩ ሰዎች በሃይማኖት ጦስ ሕይወታቸውን አጥተዋል። ሕዝቦችም ክብራቸውን ተገፈዋል። ዛሬ የእኛ ብለን የምንዋደቅለት ሃይማኖት ምናልባት ከተወሰነ ትውልድ በፊት የኛ አባቶች በሞትና በሕይወት ትንቅንቅ ውስጥ ሆነው በግድ የተቀበሉት ሃይማኖት ሊሆን ይችላል። ደግሞ መርሳት የሌለብን ነገር ከምንም ይልቅ በሃይማኖት የሰዎች ቁስል መፈወሱን፣ ችግረኞች መረዳታቸውን፣ ኀብረተ ሰብ ከቀውስና ከዝቅጠት መዳኑን ማወቅ ያለብን መሆኑን ነው። ዛሬ የብዙ አገሮች ሕጎች እንኳ ምንጫቸው ሃይማኖት ነው። ለሃይማኖት ግድ የሌላቸው እንደሆኑ የሚሰብኩን ሰዎች እንኳ ሃይማኖት የለሽነታቸው ያለሃይማኖት አይቆምም።" ሲል ሁሉም ጸጥ ብለው ይሰሙት ነበር።

ምንተስኖትም ተረጋግቶ ማዳመጡን ቀጥሎ መላኩ ሲያቆም "መሌ አንተ ካልከው ጋር እኮ ችግር የለብኝም ልክ ነህ። ግን ለምን እንደማታውቅ ትሆናለህ? እኔኮ አውቃለሁ በጣም ብዙ ግብዝ ሰዎች... መፈጠርህን የሚያስጠሉህ ... በሃይማኖት ስም የሚነግዱ፣ አገር የሚሸጡ... በቃ ኀሊናቸውንም በጨው አጥበው የበሉ... እሺ ውሸቴን ነው?"

"ፈጽሞ አይደለም። እኔም አውቃለሁ። ግን የውልህ እስኪ አስብ አንተ አሁን የምትሰማው ዘፈን ባህላዊ ብቻ ነው? ራፕ ካንትሪ ሮክ አትሰማም? ውስጡ ምንድነው በብዛት ያለው? በቃ ቲቪያቸውን ፊልማቸውን ሌላው ቀርቶ የተማርከው እዛው እነሱ አገር አይደለም? ስለዚህ አንተ ዋሸራ ገብተህ ቅኔ መማር ነበረብህ ወይስ በራፕ ፋንታ ፉከራ ማዳመጥ አለብህ? ለምንድነው መንፈሳዊ ሲሆን ነገሩ በሌላ ዐይን የሚታየው? እንዲያውም እኮ እየው ... ይሄን መጽሐፍ ቅዱስ፤ እሱንስ የነሱ ነው የምትለው? አውቃለሁ፤ ለምሳሌ፣ ህንዶች 'እንግሊዞች አገራችን መጽሐፍ ቅዱስ ይዘው መጥተው ሰጡንና ጸሎት አስተማሩን። ለመጸለይ አቀርቅረን ስንነሣ እነሱ መሬታችንን ወሰዱ፣ እኛም ከመጽሐፍ ቅዱሳቸው ጋር ቀረን' ይላሉ። ስታየው ዎው! ያስብላል። ግን ያን ሁሉ ሚሊዮን ህንዳዊ ምን ህንዳዊ ብቻ 'በእንግሊዝ ግዛት ፀሓይ አትጠልቅም' እስኪባል ድረስ ዓለምን ለስንት ጊዜ የገዙት በመጽሐፍ ቅዱስ እያታለሉ ነዋ? እስኪ አስብ ክርስቲያን እንኳን ያኔ ዛሬም ህንድ

ውስጥ ጥቂት ፐርሰንት ነው። እንግሊዞች ደግሞ የገዙት ሁሉን ክርስቲያን አርገው አይደለም። ዐረቡን እሲያዊዉን አፍሪካዊዉን ነው እንደ በግ ሲነዱት የነበረው። በአስተሳሰባቸው ስለበለጡን ነው። ሮምና ግሪክ ዓለምን ሲገዙ እኮ ክርስትና አልነበረም። በሃይማኖትም አይደለም። ሰው ሰውን የሚገዛው በአእምሮው ሲበልጥ ነው። አሁን ለምሳሌ የቻይናን መንግስት ሃይማኖት የለሽ ልንለው እንችላለን። ያለምንም ሃይማኖታዊ አጀንዳ ይሄው ቀስ በቀስ ዓለምን እየጠቀለለች ነው። እኛ አሁንም የምዕራባውያንን ሃይማኖት ስንሰድብ፣ ነገ ደግሞ ያለሃይማኖት የምሥራቃውያን የኢኮኖሚ አሽከር እንዳንሆን ያስፈራል። ብዙ አወራሁ መሰል ግን እስኪ ጠይቅ ራስህን ለምንድነው መዝሙሩን የምትጠላው? ይሄንን ያህል እስኪያገሸግሽህ ድረስ?” ብሎ ከጠረጴዛው ላይ የተቀመጠውን ውሃ ፉት አለ።

“ሊሆን ይችላል መሌ .. ግን በቃ እኮ ተስፋ ነው የሚያስቆርጥህ... አለ አይደል.. መንገድ ላይ ይዞ አንዱ ይነዘንዝሃል፤ ... ሌላው ከድኻ በሰበሰበው ገንዘብ ሲንደላቀቅ አይተህ ይቀፍሃል፤ ... አንዱ ደግሞ እፈውስሃለሁ ብሎ አበሳህን ያሳይሃል፣ ሲሻው በቲቪ ፌክ ነገር እያሳየ ከመድረክ ጀርባ ይሥቅብሃል ... ዘዴው ሲያልቅባቸው ደግሞ ... የፈረደበት የአፍሪካ ጥቁር ድኻ ሕፃን አለ፤ ከሆነ ቦታ ቅንጬ እያበሉ ፊልም ይቀርጹና፣ በልጅ ሠላሳ ብር በወር እርዱ እያሉ በሌለ ልጅ ስም የውሸት ደብዳቤ እያጻፉ በሰው ይነግዳሉ። ስንቱን ልንገርህ ይሄ ታዲያ ሃይማኖትን አያስጠላህም? አሁን ይሄ የርዳታ ድርጅት ሁላ ... በናትህ አጭበርባሪ ብቻ ነው የተሰበሰበው። ታውቃለህ እኔ ኢንተርናሽናል ዴቨሎፐመንት ስማር ነው ... ይሄ በጎ አድራጎት ምናምን እየተባለ የሚለፈፈው ሁሉ ያስጠላኝ። ንግድ ነው። አሁን ማነው ያ የናንተ ሰባኪ ማነው ስሙ አንኳን? ... ያ ፈውሱ ሁሉ የውሸት ነው ሚመስለኝ። ደግሞ ስንት አውሮፕላን ነው ያለው አሉ። አንተ ግን የተማርክ ሆነህ እንዴት ነው እንደዚህ እንደ በግ የምትነዳው?” ብሎ ሶፋው ላይ ደገፍ አለ።

“ምንቴ ያልከው ሁሉ እኮ ውሸት አይደለም። የምትለው ሁሉ ግን እውነት ነው ለማለት አዳጋች ነው። ድምዳሜህን የወሰድከው ክፉ ክፉውን ሰብስበህ ባገኘኸው የተንሻፈፈ መረጃ ላይ ተመሥርተህ ነው። ዋናው ጥያቄዬ ግን ለምንድነው ክፉ ክፉውን ብቻ ለማየት የመረጥከው? ነው። እመነኝ ምክንያት አለህ። ወይ የምትሸሸው ነገር አለ ወይ ደግሞ ያልሻረ ቁስል አለህ። ሌላው ግን አብዛኞቹ ያነበብካቸውና የሰማሃቸው ነገሮች አስተሳሰብህን ወደ አንድ አቅጣጫ ያጦዙብህ ይመስለኛል። ለዚህ መፍትሔው ምን መሰለህ? ለምን ከመሄድህ በፊት አንዳንድ ደጎና ነገርን የሚሠሩ የበጎ አድራጎት ድርጅቶችን፣ ደግሞም በጣም ችግረኛ ሰፈር ውስጥ የተሰሩ ጥሩ ጥሩ ሥራዎችን አታይም? እኔም የምሠራባቸው ሌሎችም አሉ። ፈቃደኛ ከሆንክ። ሌላው ግን ይሄ ሁሉ ችግርና ማጭበርበር መኖሩ የሆነ ጥሩ ነገር ሊገኝበት የሚችል ነገር ስላለ አይመስልህም? ማለቴ ገንዘብ በሌለበት ቦታ ሌባ፣ ሥጋ በሌለበት ቦታ እኮ አሞሮች አይሰበሰቡም። ታዲያ ለምን ሌቦቹንና አሞሮቹን ስላየን ሥጋውንና ገንዘቡን እንረግማለን? ይልቅስ

ትክክለኛውን ነገር በማድረግ ምሳሌ መሆን ነው እንጂ" ብሎ ዝም አለ፡፡

በጣም ቀዝቀዝ ብሎ ምንተስኖትም "ሪሊ ብታሳየኝ ደስ ይለኛል። ባይ ዘ ዌይ ያን ያህል ከመዝሙሩ ጥል ኖሮኝ አይደለም እንዳልኩህ ብዙ የሚያናድደኝ ነገር ስላለ ነው። ሌላው ደግሞ እንደዚህ እኮ ቁጭ ብሎ ጤነኛ ውይይት የሚያደርግም የለም። በቃ አንተ ሰይጣን እንደሆንክና ደንቆሮ መጽሐፍ ቅዱስም የማይገባህ አድርገው ራሳቸውን ሰማይ ሰቅለው ነው የሚገጥሙህ። ያ ደግሞ የባሰ ያናድድሃል። አሁን አንተ ያልኩትን ሁሉ በደንብ መስማትህ ራሱ በቂ ነው። ሌላው ደግሞ እኔ ያልኩህን ተጋትልኝ ብለህ ጉሮሮዬን አላነቅኸኝም። ገባህ? ነጥብህን ተናግረህ ፍርዱን ለኔ ተውክልኝ። ይቅርታ ደግሞ በጣም ተናድጄ ስለነበር አንተንም እንደ በግ ትነዳለህ ስላልኩ። በጣም ነው ልቤን የመለስከው። ሌላው ቀርቶ ቴፑን ቶሎ ብለህ አጥፍተህ አልገባኝም አስረዳኝ ብለህ ስትጀምር እንዴት እንዳሳፈርከኝ አታውቅም። ልክ ያን ጊዜ ነው ልቤን የከፈትከው።" አለ ቀደም ሲል የነበረው ቁጣውና መነፋፋቱ ፈጽሞ ጠፍቶ። "እንዴት ነው ሣሪ ራት የለም እንዴ ዛሬ?" አለ አሁንም ረጋ እንዳለ በዛውም ከገባበት ማጥ ለመውጣት ይመስል ራት ከጓደኞቹ ጋር መብላቱንም ረስቶ።

"ኧረ ዝግጁ ነው። እስኪ ንገራቸው እንዲያቀራርቡ" አለች ባሏን። እሷም ላዩዋ ላይ የተኛውን ልጅ ለማስተኛት ለመነሣት እየሞከረች።ከተቀመጠበት በፍጥነት ተነሥቶ ምንተስኖት ልጁን ተቀብሏት ወደ መኝታ ቤት ይዞት ሲሄድ ተከትላው እሷም ሄደች። "ዛሬ እንዴት ነው?" አለች በሆዱ። ለነገሩ ደስ ባለው ቀን ምንተስኖት እንደ ስሙ ነው።

እራት እየበሉም ሣራ በጣም እንደገረማት ነበር። እንደዚህ ልብ ሰጥቶ ሰውን ሲያዳምጥ፣ በሙግት ጀምሮም በምስጋና ሲጨርስ አይታው አታውቅም። ለራሷም ብዙ ነገር ነው የተማረችው። ከእራት በኋላ የነበረው ጊዜ መሣሣቅና መቃለድ የበዛበት ነበር። መላኩም ወደ ሌላ አከራካሪ ጉዳይ እንዳይገቡ በዘዴ ሲከላከል ቆየ፡፡ ሁሌም ከባድ ጉዳይ ከተወራ በኋላ ሰዎች ነገሩን ለራሳቸው እንዲያብላሉት ዘና የሚያደርግ ነገር ማውራት ይወዳል። ምሽቱ እንዳማረበት አለቀ። ምንተስኖት ከመጣ ዝም ብሎ የቆየው ማርቆስም ራት ላይ ትንሽ ተጫውቶ ወደ አምስት ሰዓት አካባቢ መላኩ ቤት ሊያድሩ ሄዱ።

"ስማ እንጂ፣ አንተ ትእግሥቱን ሰጥቶሃል... ዋው!... እኔማ ውጣ ውጣ ነበር ያስባለኝ። ግን እኔ የምለው ይቺን የመሰለች ወርቅ ልጅ ምን ስታደርግ ነው ከዚህ ... ምን እንደምል አላውቅም... ከሱ ጋር የተጋባችው በናትህ? የሚመክራት ዘመድ አልነበረም? በቃ እኮ ዓለም ሁሉ በሱ ዙሪያ የምትዞር ሚጢጢዬ ሉል ነው የምትመስለው። እኔ እንዲያውም አንተ ያው በመላኩኛህ ስላባርደከው ነው እንጂ ... የሆነ ነገር ሁሉ ልል እችል ነበር። በሰው ቤት ብዬ ያው ዝም ማለቱን መረጥኩ እንጂ" አለ ማርቆስ በረጅሙ ተንፍሶ ከግቢው ውስጥ ሲወጡ።

"ምን ታደርገዋለህ? ያው እምቢ አሻፈረኝ ብላ ነው ቤተ ሰብ እንኳ አስቸጋሪ ሰው እንደሆነ ተረድተው ተይ ብለው ነበር። አሁንማ ጭራሽ ከቤተሰቦቿ ሁሉ ነው እኮ ያቆራረጣት። ምን ማድረግ እንደሚቻል … አላውቅም። እሷም ድክም ያላት ነው የሚመስለው። በቀደም በቃ ከሁለት ሰዓት በላይ ነው ያለቀሰችብኝ።" አለ መላኩ ወደ ዋናው አስፋልት እየገቡ።

"ስንቱ መሬት የሆነ ወንድ ደግሞ ጅራፍ የሆነች ሚስት አግብቶ በምላስ ቀብቶ ሲለጠለጥ ይኖራል። ለዚህ ያችን ስንክሳርህን ነበር መዳር።" ብሎ ውስጡ እየተናደደ የለበጣ ሣቅ ሣቀ።

"አንተ ልጅቷ ምናረገችህ? እሷም የራሷን ድርሻ ጅራፍ ተቀብላ ይሄው በዚህ ዕድሜ ተፋታ መከራዋን እያየች አይደል? ደግሞም በጣም የምትወዳቸውን እናቷን አጣች፣ አታሳዝንህም?" አለ መላኩ። ማርቆስ ለስንክሳር ያለው አመለካከት ለምን እንዲህ በጥላቻ እንደተሞላ ሊገባው አልቻለም።

"የውልህ ሰው ማለት ሣራ፣ ሰሎሜ እም … ደግሞም ማነች ያቺ ቢሮህ የምትሠራው ያንተ ረዳት ፎዚያ … በቃ! እኔ የምለው ሣራ ግን እስከ መቼ ነው እንደዚህ የምትኖረው በናትህ? ሥራ የምትሠራው እሷ፣ ልጅ የምታሳድገው እሷ… በዚያ ላይ የትም ሲዘል መጥቶ እንደፈለገው ይጨፍራል። የሆነ ነገርማ መደረግ አለበት።" ብሎ መላኩ ላይ አፈጠጠበት እሱ መፍትሔ እንዳለው ሁሉ። ማርቆስ ሰው ሲወድም ለብቻው ነው። ጥሩ ሰው ሲበደል ሲያይ የሚያደርገውን ነው የሚያሳጣው።

"እስኪ እናያለና። እኔ ምልህ ብራዘር እንዴት ናቸው? ባለፈው ያልከኝ ፕሮጀክታቸው እንዴት ሆነ?" አለ ተቋራጭ ሆነው የሚሠሩት የማርቆስ ትልቅ ወንድም፣ ከተቆጣጣሪ መሃንዲሱና ከክልል ባላሥልጣናት ጋር በገንዘብ ኀይል ደጋግፈውት የቆየው ፕሮጀክት፣ ከፍተኛ የገንዘብ እጥረትና ብክነት ተገኝቶበት መንግሥት ምርመራ እያደረገበት እንደነበር ነግሮት ስለነበር።

"እኔንጃ ባክህ መሌ። ሰው የሚነግራቸውን አይሰሙም። ሁሉን የሚያውቁ አርገው ነው ራሳቸውን የሚያዩት። ሁሉን በሰውና ባቋራጭ ነው የሚሠሩት። በገንዘቡ ይቦርቁ ይቦርቁና ማጣፊያው ያጥራቸዋል። ከሁለት ዓመት በፊት ከኔ ጋር የሌለ ጸብ ነበር የተፈጠረው። ለልጆቹ ቤት ገዛ። ሰው እንዴት ነው ገና አምሳ ፐርሰንት እንኳ ባልተጠናቀቀ ፕሮጀክት ብር ዐይን የሚያጭበረብር ሰርግ ሼራተን ደግሶ ማርሴዲስ መኪና ስጦታ የሚሰጠው። ለሌላው ሀብታም ስለሆኑ ይመስላል። አየህ እኔ አውቃለሁ ጉዳቸውን። ካቅም በላይ ፕሮጀክት ይወስዳሉ። ፕሮጀክቱን ለማሸነፍ ገና ስራው ሳይጀምር ብሩን ባካፋ እየዛቁ ላጫራቾችና ተቆጣጣሪዎች ለመስጠት ይስማማሉ። ከዚያ ማጣፊያው ሲያጥራቸው ሌላ ፕሮጀክት ይወስዳሉ። ገባህ አሁን እሱ ሰባት ፕሮጀክት አለው። ጓደኞቹንም ስለማውቃቸው እኮ ነው።

ታውቃለህ ሲንጐማለሉ የሆነ አዋቂና ባለጸጋ ይመስላሉ። ግን ገባህ በድኻው ሕዝብ ስም በብድር የሚመጣውን ብር ከጓሮ እንዳጨዱት ሁሉ ይዘሩታል። ... በናትህ ተወኝ ያናድደኛል።"

"አንተ ግን ቻሌንጅ ልታረጋቸው ሞክረህ ነበር?" አለ መላኩ ምን ማለት እንዳለበት ስላላወቀ። "ወይ ቻሌንጅ? እነሱ ያደርጉሃል እንጂ። ባለፈው ብዙ ኮምፒውተር ተይዞብኝ ሊረዳኝ ፈለገ ትልቁ ወንድማችን፤ ያው እሱ አስመጪና ላኪ ምናምን ትልቅ ድርጅት አለው አይደል? ደግሞም ብዙ ሰው ያውቃል። ሚስቱም የነሱ ሰው ናት። እና እንዴት ነው የምትረዳኝ? ብለው፣ "ኮኔክሽን ነው ዋናው። ብሎኑን መፍቻ ብቻ ነው የሚያስፈልገው።" ብሎኝ ጭራሽ እኔን ከሰው ሊያስተዋውቀኝ፣ እንደማላውቀው ሁሉ የነሱን የተግማማ መንገድ ሊያሳየኝ ይዞኝ ሄደ። እኔም እቅጩን ነግሬያቸው ወጣሁ። ሥራ እንጂ ሌብነት እንደማልፈልግ። ሰዉ እኮ በቀላሉ ገንዘብ ያገኘ እየመሰለው ጭንቅላቱ ውስጥ አንጎል ሳይሆን ጥጥ ነው ይዞ የሚዞረው። እንደ አቋራጭ አእምሮን የሚያቀጭጭ፣ እንደ ጉቦም የሰዉን ነፍስ የሚያሳድፍ አስቀያሚ ነገር እኮ የለም። ደግሞ የተማረውም፣ ሀብታሙም ሁሉ እንደዚህ ከተጨመላለቀ አገር እንዴት ነው የሚለወጠው?" አለ ማርቆስ ስሜቱ ሳያስበው የበለጠ እየጋለ።

"እና ግን ምን ሆነ ታዲያ ጉዳዩ?"

"እኔንጃ በናትህ... መስማትም አልፈልግም አንዳንዴ ... እንደሆነ ሆኖ ተርመጥምጦም ይወጣ ይሆናላ። እኔ ጋ ደውሎ ነበር። ነግሬዋለሁ እኔ እንድሳተፍ ከፈለገ፣ ከሥር ከመሠረቱ የተበተቡትንና ያጨመላለቁትን ነገር ሁሉ ማስተካከል ብቻ እንደሆነ መፍትሔው አለበለዚያ እንዳያናግረኝ ነው የነገርኩት።" በጣም ተናድጄ ነበር መሰለኝ።

"ከባድ እኮ ነው፤ ወንድምህ ስለሆነ ምን ማድረግ ይቻላል? ማለቴ ... ቆርጠህ አትጥለው" አለ መላኩ ግራ ገብቶት፡፡

"የውልህ መሌ እኔ መጀመሪያ የራሴን ኑሮና ቢዝነስ ከዚህ ቆሻሻ መጠበቅ ነው ሥራዬ። ወደፊት ግን እኔ ጥሩ ምሳሌ መሆን ከቻልኩ በኋላ ወንድም፣ ጓደኛ፣ ምናምን የሚባል ነገር የለም። መጀመሪያ እንዲለወጡ የምችለውን አደርጋለሁ። ከዚያ በኋላ ግን የሥራውን ማግኘት አለበት ሁሉም። የትውልድን ሀብት እየመጠመጠ ከሚኖር ... አይ ዶኖ .. የውልህ ኮረፕሽን ሰው የፈጠረው ርካሽና አጥፊ አኗኗር ነው። እኛ ደግሞ ራሳችንን ከሱ ካጸዳን በኋላ አገርንም የማጽዳት ሥራ አለብን። በተገኘበት ቦታ መኰነንና መጋለጥ አለበት። አይገባኝም ለምን ሰው ራሱ ተጨመላልቆ ሌላውን ለማጽዳት ሳሙና ፋብሪካ እንደሚከፍት። ኮረፕሽንን ሁሉም ሰው ራሱ ላይ ሲያየው ሊጸየፈው የሚገባ የአመለካከት እድፍና

አስቀያሚ የአስተሳሰብ ትውከት እንደሆነ እንዲያውቅ ማድረግ አለብን።"

"እስማማለሁ፤ ግን እኮ ነገሩ በባህልና በፖለቲካ ውስጥ ያለውን ሥር መስደድና የሚጠቀሙበትንም ሰዎች ጉልበትም መርሳት የለብህም። ለዚህ ይመስለኛል ሰው ሁሉ በሬድዮና በየስብሰባው እየረገመው በየቢሮውና በየንግድ ቤቱ አሽሞንሙኖ የሚይዘው። ቲፕ፣ የእጅ መንሻ፣ ጉዳይ ማስፈጸሚያ፣ ያማካሪ ክፍያ፣ ምናምን... አለ አይደል? ስሙም ብዙ ነው። በሰዎች ላይ ብቻ ሳይሆን በባህሉም ውስጥ ሠርጾ የገባ ይመስለኛል። ገና እኮ ስናድግ ማሙሽዬ ፊትህን ከታጠብክ ... ካጠናህ ... አልጋህን ካነጠፍክ ... ይሄ ይደረግልሃል እየተባልን እናድግና ሥራ ስንይዝ፣ የተቀጠርንበትን ሥራ ለመሥራት ማባበያ ያስፈልገናል። ሠርቶ ማግኘት ሁሌም አድካሚና ጊዜ የሚወስድ ስለሆነ አቋራጭ መጠቀሙ የሰው ደካማ ጎን ይመስለኛል፤ እዚህም ሆነ የትም አገር አማራጩ እስካለ ድረስ። በተጨማሪም ከጥንት ጀምሮ ለባለስልጣኖችና ለአዛዦች የሚሰጥ እጅ መንሻ የሚለው ባህላዊ ዕሴትም በደማችን ውስጥ አሁንም ያለ ይመስለኛል። ነገሩ ተቀባይና ሰጪ ተረዳድተው የሚያኖሩት ተባይ ነው" አለ መላኩ የሚለው ነገር አሁንም እያለቀበት።

"የውልህ አስተዳደግም ይሁን ባህል፣ የሰው ተፈጥሮም ይሁን ክፋት፣ የሚገባኝ ነገር መጥፎ ነገር እንደሆነ ነው። ጥሩ ነገርና እውነት ደግሞ ባንድ ሰውም እጅ ቢሆን ጉልበት አላት። እኔ ራሴ እውነትን ገንዘቤ ማድረግ ነው የመጀመሪያ ኀላፊነቴ። ሌላው ለሰረቀው ለምንድነው እኔ የማፍረው? ቆሻሻውን ቆሻሻ ብዬ መጥራት አለብኝ። ወንድም፣ እኅት፣ ጓደኛ ባለሥልጣን አይ ዶንት ኬር። ቁም ነገሩ እንደዚህ የሚያስቡ ሰዎች እየበዙ ሲመጡ ውሸት መፍረክረክ ትጀምራለች። ሌብነት ርቃኗን ትቀራለች። ስንፍና የባህል አተላ ይሆናል። ደግሞም እውነት የውሸት ያህል ደጋፊዎች አትፈልግም፤ ጥቂት እውነተኛ ምስክሮችን ነው የምትሻው። እኔ ይቺ አገር መቀየር ካለባት፣ በሙስና ኮሚሽን ሳይሆን ከኔና ካንተ ከመሳሰሉት ነው መፍትሔው የሚገኘው። የሰረቀ ይፈር፤ አቋራጭ የተጠቀመ ይጨነቅ፤ የዋሸ ይሳቀቅ እንጂ እኔ ቀና ብዬ ነው የምኖረው።" አለ ሰዓቱን እያየ።

"እስኪ እንግዲህ አይ ቲንክ ያው በሂደት ነው የሚለወጠው መሰለኝ። ማርክ አሁን እንዴት እንደ ደከመኝ አትጠይቀኝ። ትናንትም እኮ በደንብ አልተኛሁ" አለ ወደ ሰፈር እየገቡ። ሁለቱም ደክሞአቸው ስለነበር እንደገቡ ነው ወደየመኝታቸው የሄዱት።

ሙስና ከስንፍና፣ ከሌብነትና ከውሸታምነት የሚሠራ ርካሽ አስተሳሰብ ያላቸው ሰዎች እየጠመቁ ከመሰሎቻቸው ጋር በድኻ ደም እየበረዙ የሚጠጡት የተበላሸ መርዝ ነው። እንደ ኢትዮጵያ ያሉ አገሮችን ከማደግ ያቀበ የአእምሮ ቀበኛ፣ የሰነፍ አልጋ ነው። አቋራጭ ለማግኘትና የሚጠበቅበትን ላለማድረግ

ወይም የማይገባውን ለማግኘት በሙስና የሚጠቀም ሰው የሚጐዳው ሰው ተቆጥሮ አያልቅም። በመጀመሪያ የራሱን አእምሮ የፈጠራና የሥራ አቅም ይገድላል። የጉቦ ተጠቃሚውንም በሰጠው የጥቅም መደለያ አፍኖ ያኰላሻል። ከዚህም በተጨማሪ ነገሩ በትክክል ቢሠራ ኖሮ ሊጠቀሙ የሚችሉትንም ሰዎች ዕድል በማጥፋትና በመዝጋት ሕይወታቸውን ያጨልማል። ከሁሉም የሚያሳዝነው ደግሞ ላገርም ለወገንም የሚፈይድ ሥራ ሊሠሩ በትክክለኛ መንገድ የሚማስኑትን ሰዎች ዕድል በመዝጋትና ተስፋ በማስቀረጥ አገር ያላትን ከሁሉ የተሻለ ሀብት ያጠፋል። ጥይት አንድን ሰው ነው የምትገድል፤ ሙስና ግን አገርን። ጥይት የሰዉን ሥጋ ያቆስላል፤ ሙስና ግን አእምሮንና መንፈስን የሚመርዝና የሚያቀጭጭ፣ የዝቃጭ ዝቃጭ የሆነ ከስግብግብ አእምሮ የሚወጣ የከረፋ ዐይነምድር ነው ቢባል ማጋነን አይሆንም።

ማርቆስ እንደ ጓደኞቹ አቋራጮችንና ትውውቆችን ልጠቀም ቢል፣ ባለ ብዙ ብር የወጣት ቱጃር መሆን ይችል ነበር። እሱ ግን ሁሉንም ነገር በትክክለኛ መንገድ ነው የሚሠራው። ታክሱን በትክክል ስለሚከፍል፣ አንዳንድ ጊዜ ሞኝ እየመሰላቸው እንዴት ገንዘብ ማትረፍ እንደሚችል ሊያስረዱትና ሊረዱት የሞከሩ ሰዎችም አሉ። የገዛ ወንድሞቹና የነሱም ጓደኞች መጀመሪያ እንደ ሐቀኛ የምዕራብ አገር ሐሳባዊ ያዩት ስለነበር፣ ሲገባው ይገባዋል ብለው ይቀልዱበት ነበር። በኋላም እየተናደዱበትና እየተበሳጩበት መጡ። እስከ መጨረሻው ባለሥልጣን ይሄዳል እንጂ የማያምንበትን ነገር ፈጽሞ አያደርግም። ሠራተኞቹም ይህንን አቋሙን ያውቃሉ። የችሎታ ማነስ ያለባቸውን ሰዎች ታግሦ በማሠልጠን ያምናል። ለሙስና ግን ምንም ርኅራኄ የለውም። ያለምንም ማስጠንቀቂያ ነው የሚያባርራቸው።

አሁን አሁን ብዙ ቢሮዎች እያወቁት ስለመጡ ለሱ ትልቅ ክብር አላቸው። የጓደኞቹንና የቤተሰቦቹን አስተሳሰብ ለመለወጥ ገና ባይችልም፣ ቢያንስ የኅሊና እሾክ ሆኖባቸዋል። በስምንት ዓመት ውስጥ ብዙ ዋጋ ያስከፈለው ጉዳይ ቢሆንም፣ ንጹሕ ኅሊናና የጠራ አእምሮን የሚያህል ትርፍ ግን በገንዘብ ሊገመት አይችልም። ከሙስና የመራቁ ትልቅ ጥቅም ሆኖ ያገኘውን ጠንካራ ሠራተኛነትና ተፎካካሪነትን ለማግኘት በትክክለኛ መንገድ ስለሚሠራ የሱ ሥራ ከማንም ሥራ የጠራና ምሳሌ የሚሆን መሆኑ ነው። በተጨማሪም እውነቱን በድፍረት ለመናገርም የኑሮው እውነተኛነት የፈጠረለት አቅም ቀላል አይደለም። መላኩ ሁሌም እንደሚለው በሙስና የተያዘ አእምሮ እንደተቆለፈበት ቁልፍ ስለሆነ ለምንም አይጠቅምም።

*　　　*　　　*

መላኩ መቂ ሄዶ ከመጣ ወዲህ የጐደለውን አንድ ነገር እንዳሚላ ተሰምቶታል። በአክስቱና በእነመዐዛም ከረጂም ሌሊት በኋላ እንደወጣች ፀሓይ ተስፋን ዘርቶባቸዋል። በሳምንት ሁለት ሦስት ጊዜ ይደዋወላሉ። በተለይ ከመዐዛ ጋር አንዳንዴ ሳያውቁት ረጅም ሰዓት ያወራሉ። መዐዛ ደስተኛ ሆናለች። የምታወራለት ሁሉ በጣም በጎና ደግ ነገር ሲሆን፣ ሥራዋም መልክ እየያዘ መሆኑን በደፈናው ነግራዋለች። አርባምንጭ ያለው ወንድሚም ሰሞኑን መጥቶ ስለነበር ከመላኩ ጋር በስልክ ተዋውቀዋል። መላኩም በፌናው እንዴት አድርጎ ሊረዳቸውና ሕይወታቸው የሚለወጥበትን መንገድ ሊያሳያቸው እንደሚችል ብዙ እያሰበ ነው የከረመው። ከሁሉም ከሁሉም ግን አኗኗራቸው በእጅጉ ያሳስበዋል። ቢያንስ ልጆቹም በትክክል አርፈው ማጥናትና መተኛት የሚችሉበትን ሁኔታ መፍጠርና ቤተ ሰቡም ሥርዐት ያለው ኑሮ እንዲኖሩ እንዴት ሊረዳቸው እንደሚችል ያሰላስላል፡፡ የገንዘብ ድጋፉ በተወሰነ ደረጃ ሊረዳ እንደሚችል ቢያምንም፣ አሁን የሚኖሩትን ኑሮ የፈጠረውን ያስተሳሰባቸውን አቅምና አቋም ግን ለመለወጥ ከሁሉም አስቸጋሪውና አስፈላጊው እርምጃ እሱ መሆኑ አስጨንቆታል። ከማርቆስም ጋር ብዙ አውርተውበታል። ማርቆስ ረጋ እንዲልና ትክክለኛውን ቀዳዳና ጊዜ እንዲጠብቅ መክሮታል። ማርቆስ እንደ መላኩ ተናጋሪና ነገሮችን አብጠርጥሮ የማሰብ ተሰጥዎ ባይኖረውም፣ ተግባራዊና ስልታዊ አስተሳሰቡ ግን መሬት ጠብ አትልም።

መላኩ ያክስቱ ዐይን ጉዳይም ከንክኖት ስለነበረ ከመዐዛ ጋር ተነጋግረው እዚሁ አዲሳባ ይዛቸው መጥታ ሊያሳክማቸው፣ አዲሳባን እንደሚያሳየው ቃል ስለገባለት፣ ካሳሁንንም ከቻለች ይዛው እንድትመጣ ተስማምተዋል። የዐይን ቀጠሮውን ለዕሮብ ጠዋት ስለያዘላቸው ማክሰኞ ሊመጡ ነው ያቀዱት። ተመላልሳ ለምትሠራለት ሠራተኛው እንግዳ እንደሚኖረውና ምግብም መኝታ ቤቶቹንም እንድታዘጋጅ ነግሮአታል። ሁልጊዜም ቢያንስ አንድ ትርፍ መኝታ ቤት መኖሩ ተገቢ ነው የሚል እምነት አለው። ዐቅሙ ፈቅዶ የራሱን አፓርትመንት መከራየት ከጀመረበት ጊዜ ጀምሮ ይህንን ከማድረግ አልተቆጠበም። የራሱን መኝታ ለሰው መስጠት ስለማይወድ ይሆናል። ከማርቆስ ጋር ግን ድሮም አሁንም አብረው ነው የሚተኙት፤ ሲያወሩ ነው ግማሹ ሌሊት የሚያልቀው። መላኩ ለመጀመሪያ ጊዜ ነው እንግዳህ ዘመድ እቤቱ የሚያስተናግደው። በርግጥ እነሣራን አንድ ሁለት ጊዜ ራት ጋብዞአቸዋል። ለነገሩ ከሣራስ የቀረበ ዘመድ ለሱ ማን አለው? ማን ያውቃል አንድ ቀን ደግሞ አፋር አባቱን ያስተናግድ ይሆናል። 'አይታይህም አቶ ሃሰን ባዲሳባ ከኔ ከልጃቸው ጋር' አለና ሣቀ ከራሱ ጋር። ግን ማን ያውቃል እዚሁ አዲሳባም ሊሆኑ ይችላሉ እኮ የሱ አባት ወይ ደግሞ በሕይወትም አይኖሩ ይሆናል።

መላኩ መቂ ሄዶ ከተመለሰ በኋላ መዐዛ ብዙ ለውጦችን አድርጋለች። በሳምንቱ ወንድማቸው ከአርባምንጭ ሲመጣ እሱን ቁጭ አድርጋ አናግራው በሥራው ተሳታፊ ለመሆን ተስማማ። እሱም አይሱዙ መኪና ላይ ረዳት ሆኖ ሲሠራ

ቆይቶ ብዙም ጊዜ አልሆነውም ሾፌር ሆኖ መሥራት ከጀመረ። ባንክ ካስቀመጠው ዐሥራ ዘጠኝ ሺህ ብር ላይ አስር ሺህ ብሩን ለሥራው ሊያዋጣና በየአሥራ አምስት ቀን ከአርባምንጭ ፍራፍሬና አትክልት በአይሱዙው ጭኖ ሊያመጣና እነሱ ትንሽ ሱቅ ነገር ተከራይተው ሊሸጡ አቀዱ። ጉዳዩን ያማከራቸው የመኪናው ባለቤት የነዳጁን ከሸፈነ ሊፈቅዱለት ተስማምተዋል። እንደ ልጃቸው ስለሚያዩትና እሱም ታማኝ ስለ ሆነ ሳያንገራግሩ ነው የፈቀዱለት። ከዚያ አካባቢ ረከስ ያሉ እንደ ቅቤና ቆጮ የመሳሰሉ ሌሎች ሸቀጦችንም ማምጣት እንደሚችሉ ተስማምተዋል። ሲመለስም ከመቂ ወደ አርባምንጭ ሊሄዱ የሚችሉ ነገሮችን ወስዶ ትርፉን ዕጥፍ በማድረግ የነዳጁን ወጪ መሸፈን እንደሚችሉ ገምተዋል።

ወንድሟ የሰጣትንም ገንዘብ ባንክ ጨምራ የባንክ ደብተሯንና ዕቅዷን በመያዝ ከአነስተኛ የብድር ተቋም ተጨማሪ ዐሥር ሺህ ብድርም አግኝታለች። በከተማው ወዳሉ ትልልቅ ሆቴሎች ሁሉ ሄዳ ጥሩ እንጀራ ለማቅረብ አናግራ አምስት ሆቴሎችና ሦስት ሥጋ ቤቶች ፍላጎታቸውን ገልጸዋል። በከተማው ውስጥ ያሉ ትልልቅ ነጋዴዎች ሚች አባቷን ስለሚያውቋቸው ሊረዷት ፈቃደኛ ሆነዋል። አሁን የጀመረችው ሥራ ከተቃናላት፣ ከከተማው ብዙም የማይርቁ የአበባ ዕርሻዎችንም አናግራ ምግብ ለማቅረብ አስባለች። ሐሳቧ ሰፊና ብዙ ቢሆንም፣ አሁን ግን ባላት ደረጃ ሐሳቧን ሳትበታትን አቅማቸውን መገንባት ነው ያሰበችው። ተናግራ ማሳመን የምትችለው መዐዛ የራሳቸውን ብቻ ሳይሆን፣ የጎረቤት ሰፈር ወጣቶችንና ባል አልባ ብቸኛ እናቶችንም ሕይወት መቀየር ዕቅዷ ውስጥ አለ።

ወደ ዐሥራ አንድ ሰዓት ላይ አዲሳባ ሲደርሱ መዐዛ ስልክ ደውላለት ከስቴዲየም አካባቢ ሄዶ ተቀብሏቸው ወደ ቤት ሄዱ። አዲሳባ ሲመጣ የመጀመሪያው የሆነው ካሳሁን ደስታውና ግርምቱ ልክ አልነበረውም። የዶሮ ፍትፍት፣ ያበሻ ዳቦና ፍራፍሬ ተሸክመው ነው የመጡት። ይህ መላኩን በጣም ቢከብደውም፣ ደጋግሞ ከልቡ ከማመስገን በላይ ለምን? ብሎ ሊያሳቅቃቸው አልፈለገም። የመቀበልን ጸጋ የተማረው በግድ ነው። ለችግረኛ በደስታ የሚሰጡ ለጋሶች ሲሆኑ፣ ከችግረኞች የሚሰጣቸውን በደስታ የሚቀበሉ ደግሞ ትሑቶች ናቸው የሚለው ያንድ ጓደኛው አባባል ሁሌም በኅሊናው ያቃጭላል።

አክስቱ አሁንም ክስት ጉስቁል ማለታቸው እንዳለ ቢሆንም፣ ደስተኝነታቸው ፊታቸውን አብርቶታል። መዐዛም በአጭር ጊዜ ውስጥ ያሳየቻው ለውጥ የንጋትና የምሽት ያህል ነው። ፊቷ ጥርትና ፍክት ማለቱ ከውስጥ ደስታዋና የተስፋ ሙላቷ ጋር ሆኖ ባለፈው ካያት በስድስት በሰባት ዓመት ወጣት መስላለች። ልብሷም ጽድት ያለና ያማረ ነው። መዓዛ ስታወራ ሣቅ ታበዛለች፤ ስትሥቅ ደግሞ ደስ ትላለች። በወሬዋ መሃልም 'ኧረ.. ውሸትህን ነው ... ገባህ ... ለማለት የፈለግሁት ... በለው' ማለት ትወዳለች።

ማታ ቡና ተፈልቶ ሲጫወቱ አመሹ። ያልተወራ ወሬ የለም። ደክሞአቸው

ስለነበረ አክስቱና ካሳሁን ወደ ተዘጋጀላቸው መኝታ ሄዱ። መላኩና መዐዛ ግን ወሬአቸውን ቀጠሉ። እሱ ከሄደ በኋላ ያደረገችውንና ያቀደችውን፣ የምታሰበውን ሁሉ ስትነግረው፣ የሚያውቃት መዐዛ አልመሰለችውም።

"መዐዚ የሚገርም ነው! በጣም የምትገርሚ ልጅ ነሽ" አለ ትከሻዋን እየነቀነቀ፡፡

እሷም እየሳቀች፣ "እኔ ምን እገርማለሁ፤ የዚህ ሁሉ ምንጩ እኮ አንተ ነህ። እኔ የምትገርመኝ አንተ። ያ አንድ ፍሬ ልጅ፤ አይ የኔ ጨብራራ። ምንድነው ደግሞ ይሄ ጎፈሬ በናትህ? እንዳባትህ ለመሆን ከሆነ መፋቂያና ያ ትልቁ ጨቤ ምንድነው የሚባለው በናትህ... እንትን ... አዎ... ጊሌ ነው...? እህ ህ ህ...ያስፈልግሃል" አለች ሣቋን መቆጣጠር እያቃታት፡፡

እሱም ፍርስ ብሎ እየሣቀ ... "ያባቴን ጎፈሬ ለዝነጣ፣ የናቴን የኩሽና ቢለዋ ለሙያ ... እ ..እ መፋቂያውን ደግሞ ከጋሽ ኮልጌት ካሜሪካ እወስዳለኋ" አለ...፡፡

አሁንም ሣቋን መቆጣጠር እያቃታት ... "ጀግና አፋር እኮ ነው የምትመስይው... ምንም ምንጃሬ የሚባል ያለብሽም አትመስዪ ... አይ የኔ ቆንጆ" ብላ አሁንም ፀጉሩን ሞነጫጨረችበት።

"የምር የምር ግን በናትሽ መዐዚ ... እሺ እኔስ ምንድነው ማድረግ የምችለው ፕሮጀክትሽ በጣም ነው የጣመኝ..?" አለ የተንጨባረረውን ፀጉሩን እንደማስተካከል እያሻሸ።

"ትቀልዳለህ አይደል ... አንተማ ... ማንም ሊያዋጣው የማይችለውን .. ከሁሉም ውድ የሆነውን ነገር እኮ ነው ያዋጣኸው... ሳስበው ሁሉ ይገርመኛል። ምን እንደሆነ ታውቃለህ? ገንዘብ እንዳይመስልህ ... እሱም ትልቅ ነገር ነው ... ግን ሌላ ከሱ የሚበልጥ?" ብላ ዐይን ዐይኑ እያየች ስታፋጥጠው።

"እኔንጃ ... ትቀልጂብኛለሽ አይደል?"... አለ አሁንም ራሱን እያሻሸ፡፡

"ገባህ ... እኔ ዐሥራ አንደኛ ክፍል ገብቼ ያው በማይሆን ጓደኝነት ውስጥ ከገባሁ በኋላ ራሴን መሆን አልቻልኩም ነበር። ከዚያ በፊት ትልቅ ህልም ነበረኝ። በቃ በጣም ትልቅ ቢዝነስ ኖሮኝ ብዙ ሰው ስረዳ፣ ውጭ አገር ስሄድ ምናምን። የመጀመሪያ ባሌ ኤይድስ ይዞት ሲሞትና ልጄም ብዙ ሳትቆይ ስትሞት፣ ሃያ ስድስት ዓመት ገደማ ይሆነኝ ነበር መሰል ከዚያ በኋላ ዞምቢ ሆኜ ያው ላለመሞት ነበረ የምኖረው። ከዚያም ያን ከንቱ ሰውዬ አገባሁ፤ ባናት ባናቱ ልጅ ወልጄ ለምንም የማትጠቅም የሰፈር ሴት ሆንኩ። ያኔ ነፍሴ ተፈጭታ በንፋስ የበነነች ያህል ከሞቱት በላይ ከኗሪው በታች ዝም ብዬ መንከላወስ ጀመርኩ። ከዚያም ትዳሩም ፍርክስክሱ ወጣ፤ ሰውዬውም ወደ ጫት ቤት፣ እኔም ወደናቴ ቤት

ጠቅልለን ገባን። የማን እንደሚሻል እግዜር ነው የሚያውቀው።" አለች ያለፈውን ኑሮዋን በቁጭት እያስታወሰች።

"ከዚያ በቃ ያለፈው ሁለት ዓመት የኖርኩት ሳይሆን፣ የቀን ቅዠት ውስጥ የነበርኩበት ጊዜ ነበር። ሲነጋ መቼ በመሸ ነው፤ ሲመሽ ደግሞ ፍርሀቱ መች በነጋ ያስብለኝ ነበር። ከዛም ይሄንን ስሜት ከቀን ወደ ቀን መሸከም እያቃተኝ ሲመጣ ራሴን ከማጥፋት ሌላ መውጫ የሌለ መስሎ ታየኝ። ደግሞ እሱ የሠራትን ነፍስ አጥፍቼ ገሃነም መግባት አልፈለግሁም። አንድ ልቤ ደግሞ ከዚህ የባሰ ምን ገሃነም ሊኖር ይችላል ይለኝ ነበር። ደግሞም ያለጥፋታቸው ያመጣሁዋቸው ሕፃናት ልቤን ያንሰፈስፉታል። የነሱንም ነፍስ ማጥፋት መስሎ ታየኝ። በመጨረሻም ሳምንቱን ሙሉ ያንን መርዝ ገዝቼ ከዛሬ ነገ ልጠጣው እያልኩና እያመነታሁ፣ ቦታና ጊዜ ሳማርጥ ነው አንተ የመጣኸው። ሌላው ዝርዝር ያው የምታውቀው ነው። የዚያን ለታ እንደዚያ ያለቀስሁት አንተን ስላገኘሁህ ብቻ እንዳይመስልህ ወይም ለኛ ስላደረግኸው። እሱ ሁሉ ትልቅ ነገር ነው። ግን ስንት ዓመት ጠፍታብኝ የነበረችውን እኔን ነው ያገናኘኸኝ።"

"በቃ ራሴን ሳየው መቆጣጠር አልቻልኩም። ነጻነትም ኀዘንም፣ ደስታም ፍርሀትም ነበረበት። አንተ እኔን ራሴን ነው ከሞት ያተረፍከኝ። የሆነ የተቆለፈ ጎሬ ውስጥ የነበርኩ ያህል ነው የተሰማኝ። ድኽነት እኮ የምግብና የልብስ ዕጦት እዳይመስልህ። አእምሮህ ሲጠፋብህ፣ ማሰብ ሲያቅትህ፣ በቃ ዝም ብለህ ስትንቀዋለል ያ ነው ድኽነት። አሁን ታቃለህ እንደኔ ሀብታም ያለም አይመስለኝ። እውነት መሆኑን የማውቀው ደግሞ በምን እንደሆነ ታውቃለህ? ለመጀመሪያ ጊዜ ከብዙ ዓመት በኋላ ምንም ነገር ለመሥራትም ሆነ ለመሆን አልፈራም። ቤተ ሰቡ ሁሉ ምን ዐይነት ተስፋ እንደተዘራበት አትጠይቀኝ። ሰው እኮ የምር ሲቀየር አካባቢው ሁሉ ነው የሚቦርቀው። የፈጀውን ያህል ጊዜ ቢፈጅም፣ የልጅነት ህልሜ እውን እንደሚሆን ዐውቃለሁ። ይቺን ታህል አልጠራጠርም" ብላ የደረቀ አፏን እፊቷ የተቀመጠውን ሚሪንዳ ጎንጨት አርጋ አረጠበችው።

"ዋው መዐዚ ይገርማል። ደስ ይላል!" አለ አሁንም እፊቱ ተቀምጣ የምታወራው ያቺ ከሳምንታት በፊት ያገኛት መዐዛ መሆኗን ውስጡ ለመቀበል እየተቸገረ።

"ስለዚህ አንተ ራስህ ለኛ ስጦታ መዋጮ ነህ። አየህ አሁን አንተ ምንም ብታደርግልን ከገባንበት ዐዘቅት የምንወጣ አይመስለኝም በቀላሉ። አንተንም ይዘንህ ነው የምንወርደው። ሁሉንም ነግሬያቸዋለሁ ካንተ እንዲት ቤሳቢስቲን እንዳይጠብቁ። አንተም ብትሆን የምትረዳን በምትሰጠን ገንዘብ ሳይሆን በቃ አብረኸን በመቆም በምክር አለ አይደል አለሁ በማለት ነው። ገባህ?"

"ግን እሺ እስማማለሁ ... አየሽ አሁን የምትዪው ዕቅድ እኮ ተተግብሮ ለውጥ እስኪያመጣ ጊዜ ይፈልጋል። ልጆቹ ደግሞ ያው ባሉበት አይጠብቁም።

ቢያንስ ቤቱን ማሳደስ ብንችል። እነሱም ካዋቂዎቹ ተለይተው ማጥናትም የራሳቸው መኝታ ክፍልም ቢኖራቸው። ደግሞ አለ አይደል ቤቱም በጣም እያረጀ ነው። ወደፊት የተሻለ እስኪሠራ ግን ይሄንን ማሳመር የሚቻል ይመስለኛል። እኔ እዚያ ላይ ባግዝሽስ?"

"ኡ መልዬ የኔ ቆንጆ ሐሳብህ ይበቃል ግን ምን በጣህ... እኛው እንዳፈረስነው እኛው እንሠራዋለን። ደግሞ አንተስ ምን አለህ ሠርተህ አይደል ወር ጠብቀህ?" አለች የምሯን በሃዘኔታ ድምጽ።

"አይ እንደሱ አይደለም። ሁላችንም የተወለድንበት ቤት ሲፈርስ ዝም አይባልም። አንቺ በኔ ፋንታ ብትሆኚ ዝም ብለሽ ታያለሽ? ደግሞ አስቢው አክስቴም እንደደከማት እዩ እሷም ደስ ይበላት እፎይ ትበል።" አላት

"እም ልክ ነህ ግን ላንተ ይበዛብሃል እኮ መልዬ ... አንተ አሁን ስንት ነገር አለብህ እዚህ ያዲሳባ ኑሮ ራሱ ሰማይ ወጥቶአል" ብላ ዝም አለች፡፡

"የውልሽ እኔ በደንብ አስቤዋለሁ። ከጓሮ መጠነኛ ሁለት ወይም ሦስት ክፍል ሰርቪስ ብንሠራ ለሥራና ለልጆች ክፍል ይሆናል። ደግሞም ትልቁን ቤትም ብናጠናክረውና ብናሳምረው ሰፋ ይልላችኋል። ጠላ ንግዱንም መተዉ ሳይሻል አይቀርም፤ ከድካሙም ባሻገር ለልጆቹም ጥሩ ነገር አይመስለኝም።" ብሎ የሷን ሐሳብ መጠበቅ ጀመረ።

"ጠላውማ እኮ ወዲያው ነው የቆመው። ሳስበውም ያንገሸግሸኛል። የማንም አፍ መክፈቻ መሆን እኮ ነው። መልዬ ሐሳቡ ጥሩ ነው ግን አሁንም የኔ ጭንቀት ይህ ቀስ ብሎ ይሁን ... ግዴለህም አንተ አትጨነቅ" አለች በቀኝ እግሯ አውራ ጣት ምንጣፉን እየቆረቆረች ተከዝ ብላ፡፡

"ምንም ጭንቀት አይደለም ለኔ የምችለው ነው። ከጓሮ ላለው ቤት አንድ አምሳ ሺ ብር ቢፈጅ፣ ትልቁን ቤት ደግሞ አንድ ሃያ ሺ ብር አውጥተን ብናሳድሰው አይበቃም?"

"አንተ ራስህን ልትገድል ነው እንዴ? በፍጹም ያን ያህል አታወጣም። ምን በወጣህ በምን እዳህ!" አለች ቁርጥ ባለ ድምፅ ሁለቱንም እጆቿን እያነሳች።

" መዐዚ ... እኔ አስቤ የመደብኩት ነው። ምንም የሚቀየር ነገር የለም! በቃ አሁን ስትሄጂ አምሳ ሺ ብሩን ወስደሽ ሥራዉን ጀምሪ። ከዚያ እኔም ከሁለት ሳምንት በኋላ ውጭ ለሥራ ለጥቂት ቀን ሄጄ ስመጣ የቀረውን ይዤልሽ እመጣለሁ። በዚያውም ልጆቹም ስለናፈቁኝ ብቅ ብል ደስ ይለኛል። በቃ መዐዚ ይሄ ያለቀ ጉዳይ ስለሆነ አሁን ደክሞሻል፤ አንቺም ተኚ፤ ነገ ረጅም ቀን ነው ያለን።" ብሎ ተነሥቶ ተንጠራራ። ከዚያም ትንሽ ተሚግተው ሁለቱም ወደየመኝታ ቤታቸው ሄዱ።

የመላኩ አክስት የዐይን ህክምናቸውን ከምሳ በፊት ጨረሱ። ያየቻቸውም

ሃኪም ችግሩ የዐይን ማዝ ትራኮማና ጭስ የፈጠረው ጫና መሆኑን ነግሯቸው ለእይታ መነጽርና መድኀኒት አዘዘችላቸው። ሁሉንም ገዝተው ምሳ እነሣራ ቤት በልተው ጥሩ ሲጫወቱ ቆይተው ወደ ዘጠኝ ሰዓት ላይ ልብስ ሊገዛላቸው ከቢሮ ጓደኛው ከፎዚያ ጋር ወደ ተቃጠረበት ሱቅ ሄዱ። ከዚያ መልስ ደግሞ ሶስናን ከትምህርት ቤት ተቀብሎ ከካሳሁን ጋር ሲጫወቱ፣ እነሱም ቡና እየጠጡ ጨዋታቸውን ቀጠሉ። ሶስናን ቤት አድርሰው በዚያውም አክስቱንና መዐዛን ከሰሎሜ አያትና ከብርቄ ጋር አስተዋውቋቸው፣ ትንሽም ተጫውተው ወደ ቤታቸው ሄዱ።

ማታ ላይ ማርቆስ ራት ጋብዞአቸው ስለነበር ቶፕ ቪው ተገናኙ። ሁሉም ዐዲስ ልብሳቸውን ለብሰው ስለነበር አምሮባቸዋል። የመላኩ አክስት የደስታ ግራ መጋባት፣ ካሳሁን የደስታ መደነቅ፣ መዐዛም የደስታ ርካታ ይነበባቸው ነበር። ማርቆስ መዐዛን ወዲያው ነው የወደዳት። ማታ የተጫወቱትን ሁሉ መላኩ ነግሮትም ስለነበር እሷና ማርቆስ ነበር የራቱን ሰዓት የተቆጣጠሩት። መዐዛ የምትጠይቀው ጥያቄና ነገሮችን የምታይበት ዐይን ያላትን ስል አእምሮ ይገልጻል። በዚህ ዐይነት ስንት ብሩህ አእምሮና ችሎታ በችግርና በድኽነት ቋት ውስጦ ታፍኖ ይሞታል? ብሎ ተቆጨ ማርቆስም። ከራት በኋላ ሼራተንን ወስደው ሲያሳዩዋቸው ነፍስም አልቀረላቸው። ለካሳሁን እንደ ሰማይ ቤት፣ ለመላኩ አክስት እንደ ገነት ለመዐዛም ህልሟን እንደ መጨበጥ ነበር። ከዚያም ፎቶ ተነሥተው ዞረው ካዩ በኋላ እቤት ሄደው ቡና ተፈልቶ ሲጫወቱ አመሹ።

መላኩ ማርቆስን እስከ መኪናው ሸኝቶት ሲለያዩ ማርቆስ፣ "ምናለ ማርቆስ በለኝ መዐዛ ካሥር ዓመት ምናምን በኋላ ታያለህ ሚሊየነር ትልቅ የቢዝነስ ሰው ባትሆን። በደንብ ልንረዳት ያስፈልጋል። ይቺ ላገርም ትተርፋለች እንኳን ለቤተ ሰብ" አለ። ማርቆስ ከልቡ ካላመነበት እንደዚህ ዐይነት ግምገማ ስለ ሰው እንኳን ባንድ ቀን ባንድ ዓመትም አይናገርም። ብዙ ጊዜም አይሳሳትም። በማግስቱ መላኩ ሸኝቶአቸው ወደ መቂ በጠዋት ተመለሱ።

የሚቀጥለው ሁለቱ ሳምንት የመላኩ ዋና ትኩረት በዱባይ ሥልጠና ላይ ለሚያቀርበው ፕሮጀክት ዝግጅትና ከነሣራ ጋር አብሮ በሚያሳልፈው ጊዜ ላይ ነበር። ዝግጅቱን አጠናቆ የነሣራንና የነሶስናን ጉዳይ ለማርቆስ አደራ ሰጥቶ ነው ወደ ዱባይ የሄደው። ጉዞው ትንሽ ዕረፍት እንደሚሰጠው ተስፋ አድርጎአል። ትንሽ መጻፍ ቢችልም ተመኝቷል። ከሰሎሜ ጋር እንዴት ሊጻፍ እንደሚችል ሲያወጡ ሲያወርዱ ቆይተው በሶለን ድንገትኛ አደጋ በእንጥልጥል የቀረው መጽሐፍ አሁንም በሱ ልብ ውስጥ የማይወለድ ፅንስ ሆኖ ይገላበጣል። ቢያንስ በአጭር ጽሑፍ መልክ እንኳ ሊጽፈው ቢችል ቀጥሎ አስፍቶት ወደ መጽሐፍ ለመቀየር እንደሚችል ተስፋ አድርጓል። ሣራም ጉዞዋን በአንድ ወር ለማራዘም ስላሰበች ሲመለስ ሊያገኛት አቅዷል።

የፍቅር ፈርጥ

ከሶለን ቀብር በኋላ ባሉት ጥቂት ቀናት ሰሎሜም ሆነች ቤተሰቡ ሁሉም ነገር ህልም እየመሰላቸው ተቸግረው ነበር። በየመሃሉም ደግሞ ከሌላ ግዛት የቅርብ ወዳጅና ዘመድ ሲመጣ ልቅሶው እየተቀሰቀሰ የሶለንን ሞት እውንነት ያጸናዋል። ሳሎን ውስጥ ግድግዳው ላይ በተርታ የተሰቀሉት የሶለን ፎቶዎች ደግሞ ሶለን አልሞተም አለ ብለው ለማሳመን የሚጥሩ ይመስላሉ። ፎቶዎቹ የአንድ ዓመት ሕፃን ሆኖ ለመራመድ ድክድክ እያለ ፍልቅልቅ ብሎ ሲሥቅ፣ ከዚያም ከሕፃናት መዋያ ሲጨርስ የምረቃ ልብሱን እንደለበሰ የተነሣው ጉርድ ፎቶ፣ ሦስተኛው እዚሁ አሜሪካ ሁለተኛ ደረጃ ትምህርቱን ሲጨርስ የተሸለመውን የክብር ሜዳሊያ አድርጎ የሚያሳይ ሲሆን፣ የሚቀጥለው ደግሞ የመጀመሪያ ዲግሪውን ሲቀበል የተነሣው ጉርድ ፎቶ ነው። በስፖርት፣ በተማሪዎች መሪነትና በትምህርት ብልጫ የተሸለማቸው ሦስት ሜዳሊያዎች በአንገቱ ላይ ይታያሉ። የመጨረሻው ፎቶ ደግሞ በጣም ከሚወዳት ድንክዬ ውሻ ጋር ሲላፋ የተነሣው የሚያምር ፎቶ ነው። ያኔ ሃያ አምስት አመቱ ነበር፤ ሁልጊዜም እቤት ሲሆን መልበስ የሚወደውን ቁምጣና ቲሸርት አድርጎ ፀጉሩም ጭብርር ብሎ ድንክዬዋ ውሻም ግንባሩን ለመላስ ስትንጠራራ በእጁ ከፍ አድርጎ ይዟት ነው የሚታየው።

ሰሎሜ የሶለንን ፎቶዎች እያየች ከሄደችበት የረጅም ጊዜ የትዝታ ጉዞ ድንገት አፈትልካ ወጣች። ሶለን ከሞተ ዛሬ ሳምንቱ ነው። በቂ እንቅልፍ አላገኘችም። ብዙ ቅዠቶችና መባነኖች ነበሩባት። ሶፊያ የቀብሩ ዕለት እደውላለሁ እንዳለች ከዚያ በኋላ አልደወለችም ስልኳም ዝግ ነው፤ ኢሜይልም አትመልስም። ሆቴሏን በቀብሩ ማግስት እንደለቀቀች አውቀዋል። ከዚያ በኋላ ማንም ምንም የሚያውቀው ነገር የለም። በዚህም የተነሣ ይህች ልጅ ራሷን አጥፍታ ይሆን ወይስ ምን ውስጥ ገባች የሚለው ሐሳብ ሰሎሜን እብሰልስሎ ሊገድላት ነው። ስለ አደጋውም ሆነ ከዚያ ጋር ስለተያያዘው ጉዳይ ገና ምንም አላወሩም፤ ድንገት ሶፊያ በመጣችበት ቀን ሶለን ስላረፈ። ለፖሊስ ማመልከት ይኑርባቸው አይኑርባቸውም እርግጠኛ አልሆኑም በመጀመሪያው ሁለት ቀን፤ ከዚያ በኋላ ግን ሁል ጊዜ እየተመላለሰ የሶለንን ጉዳይ ለሚከታተለው መኰንን ነገሩን ሰሎሜ ሪፖርት አድርጋለች። እሱም አጣርቶ ጉዳዩን እንደሚከታተል ነው የነገራት። የምርመራ መኰንኑ የሶለን ቀብርም ላይ ተገኝቶ ኀዘኑን ገልጾላቸዋል። የአደጋው

መንሥኤ ሶፊያን ለመግደል ከተደረገ ወንጀል ጋር የተያያዘ እንደሆነ ነግሯቸዋል። ሶለንም የግድያውን ሙከራ የፈጸሙት ሰዎች ባሉበት ቡድን ውስጥ ሳያውቅ ሰብአዊ መብቶችንና የጥቁሮችን ችግር መፍታት በሚል በተቋቋመ እንቅስቃሴ የአመራር አባል ነበር። እሱም ከዚህ ቡድን አመራሮች ጋር አንዳንድ ግጭት ሳይኖረው እንዳልቀረና ከቡድኑ ለመልቀቅና ወደ ውጪ አገር ለመሄድ እያቀደ፣ ከዚያ ጋር ባልተያያዘ ምክንያት ሶፊያን ለማስገደል በተከፈላቸው ገንዘብ ጦስ ነው ሁለቱንም ሊገድሉዋቸው የሞከሩት ብሎ አስረድቶአቸዋል። ጉዳዩ በቅርብ ጊዜ በፍርድ ቤት መታየት ስለሚጀምር ከዚህ በላይ ምንም ሊነግራቸው እንደማይችልም ገልጾላቸዋል።

ቤተሰቡ ሁሉ በራሱ ሥቃይና ውስጣዊ ሕመም ውስጥ ስለነበረ ማንም የማንንም ቁስል ለማከም አቅም አልነበረውም። ያው የተለመደውን መደጋገፍ ከመቸር በቀር። ደግነቱ የቅርብ ዘመዶችና ወዳጆቻቸው ይኸው ሙሉ በሙሉ ከቤት አልታጡምና ቤቱ ጭር ብሎም ጭር አላለ። ሰሎሜ ከትዝታዋ እንደባነነች ቢያንስ ለሳምንት ያህል ራቅ ያለ ቦታ መሄድና ሁሉንም ነገር እንደገና ማሰብ አሰኛት። ራሷን አሁን ካለችበትና ላለፈው ጥቂት ወራት ሲያጠዛት ከቆየው ድርብርብ ፈተና ካላወጣች፣ የሕይወቷ አቅጣጫ እንደጠፋባት ያህል ተሰማት። በውስጧም "ችግሩ አሁን በዚህ ሰዓት ተነሥቼ ልሂድ ብል ማን እሺ ይለኛል? እነሱንስ እንደዚህ በኀዘን ተሽመድምደው እያሉ ጥያቸው መሄድ እንዴት እችላለሁ? ደግሞስ ለራሱ የጠፋ ሰው እንዴት ሌላ ሰው ፈልጎ ለማግኘት መርዳትስ ይችላል? የቆሰለስ ሌላ ቁስለኛን መሸከም ይችላልን? መጀመሪያ ራሴን ከዚህ የኀዘንና የግራ መጋባት መቀመቅ ማውጣት የለብኝምን?" ብላ መሄዱ አስፈላጊ እንደሆነ ራሷን ለማሳመን ብዙ ጥያቄዎችን ደረደረች።

ሶለን የሰጣትን አደራ ለመወጣት፣ የክብሮምንና የመላኩን ጉዳይ መልክ ማስያዝ እንዳለባት ታወቃት። መላኩን አጠገቧ አድርጋ ማዋራትም ልቧ ሲናፍቅ ተሰማት። በመላኩ ጥሩ አዳማጭነት፣ ነገሮችን ጥርት አድርጎ በማሰብ ችሎታውና ከሱ ጋር ስትሆን ሶለንን ያገኘች ያህል እንዲመስላት በሚያደርገው ሰብእናው መጽናናትም አሰኝቷት ይሆናል። በአንድ ልቧም ክብሮምንም ያለአግባብ እንዳንጠለጠለችውና በቂ ዕድል እንዳልሰጠችው አስባ ግራ ገባት። ይህንን ሁሉ ውዥንብር መልክ ለማስያዝ ለብቻዋ መሆን እንደሚያስፈልጋት በውስጧ ወሰነች።

ይህን ሁሉ የሐሳብ ነፋስ እየተቀበለች ማውጣት ማውረዱን ቀጠለች። ትንሽ ቆይታ ከሃሳቧ ስትባንን ከባሻገር ሶፋው ላይ የተቀመጡት አባቷ አጠገብ ሄዳ ራሳቸውን እያሻሸች "ዳዲዬ ... እንዴት ነህ? ለምን ትንሽ ዐረፍ አትልም መኝታ ቤት ገብተህ?" አለቻቸው፡፡

"አይ ጢኒ ... አሁን ቡና ስለ ጠጣሁ እንቅልፍም አይዘኝ። ያው

አክስትሽም ትናንት ስለመጣች እስኪ ከነሱ ጋር ትንሽ ተጫውቼ ባይሆን ዐረፍ እላለሁ። ባልቻም እመጣለሁ ብሎኝ እየጠበቅሁት ነው" አሉ። አቶ ባልቻ የቅርብ ጓደኛቸው ሲሆኑ ከነርሱ እጅግም አይርቅ ሰፈራቸው። ዛሬ ራት አዘጋጅተው ዐብረው ሲጫወቱ ሊያመሹ ነው ያቀዱት። አቶ ባልቻ የሳሮን አጎት ናቸው።

ሰሎሜ ትንሽ ከአባቷ ጋር አውርታ ወደ ውጪ ለመውጣት መፈለጓን ቀስ ብላ ላባቷ ነገረቻቸው፤ "በቃ ባቢ ... እኔ ትንሽ ወክ ላርግ... አእምሮዬንም እግሬንም ዘና ላርግ መሰለኝ። እዚሁ ሰፈር ውስጥ ነኝ ብዙም አልርቅ። ለማሚም ንገራት። ትንሽ ሸለብ ሳያደርጋት አልቀረም እዚያ ሶፋው ላይ ጋደም ብላ ነበር" አለቻቸው።

"አይ ብቻሽንማ ጥሩ አይደለም ቀኑም እኮ እየመሸ ነው።" ብለው ካፉቸው ሳይጨርሱ መሬት ላይ ቁጭ ብሎ ጌም ሲጫወት የነበረው የሰባት አመቱ ያክስቷ ልጅ እስክንድር እኔ ዐብሬሽ እሄዳለሁ ብሎ ተስፈንጥሮ ተነሥቶ እላዩዋ ላይ ተጠመጠመ። "እሺ የኔ ቆንጆ" ብላ ግንባሩን ሳም አድርጋ "በቃ ባቢ ከእስኪ ጋር እሄዳለሁ አታስብ... ቶሎ እንመጣለን ... ደሞ እዚሁ ሰፈር ውስጥ ነው እኮ" ብላቸው ከእስክንድር ጋር ወጡ።

ሰአቱ አስራሁለት ተኩል ቢሆንም ገና ፀሐይቱ አልጠለቀችም። ሰፈሩ ንጹሕ አረንጓዴና እምር ያለ ነው። ለስለስ ያለ ነፋስ ሽው ይላል። ልጆች ሳይክል እየጋለቡና እየተሯሯጡ ይጫወታሉ። በየበሩ ላይ ሁለትም ሦስትም መኪና ቆሞ ይታያል። አንዳንድ ባልና ሚስቶች ደግሞ ቁምጣ እንደለበሱ ውሾቻቸውን አስከትለው የእግር ጉዞ ያደርጋሉ። የሚሮጡም አንድ ሁለት ሰዎች በመንገድ ላይ ይታያሉ። ሰሎሜ ይህን ሁሉ የሕይወትን መልካምነትና ጣዕም የሚገልጽ ትዕይንት ተመልክታ እነሱ ቤት የሞላውን የሞት ድባብና የኀዘን ጨለማ አነጻጽራ በውስጧ "ሞት እንዴት ከባድ ነው? ለቋሚ እንዲህ ከከበደ ለሟች ምን እንደሚሆን ሟች ይወቀው። ለኛ ለቀሪዎቹ ግን ከቋጥኝ የከበደ፣ ከጨለማ የጨፈገገ መከራ ነው። ለካ የሰው ብርሃኑ ከፀሓይ ብቻ አይደለም፤ ከሰላም፣ ከደስታና ከፍቅርም የሚመነጭ የተስፋ ፍካት ነው። እውነትም ሕይወት የሰው ብርሃን ናት፤ ሞት ደግሞ ጨለማ።" እያለች አንድ ሰላሳ ደቂቃ በእግራቸው ከተመላለሱ በኋላ አእምሮዋ ቀለል ብሎት ነገሮችን በተሻለ ማሰብ ቻለች።

ወደፊት ብዙ ሥራ እንደሚጠብቃት በመገንዘብ ነገሮችን በጊዜ መልክ ማስያዝ እንዳለባት አውቃ ቤተሰቦቿ ቢስማሙም ባይስማሙም፣

ለተወሰነ ጊዜ ወጣ ለማለት ወሰነች። መጀመሪያ ካሊፎርኒያ ኦክላንድ ያለች አንዲት ጓደኛዋ ጋ ለመሄድ አሰበችና ግን ለረጅም ጊዜ ስላልተገናኙ አሁን ብትሄድ የራሱዋን ጊዜ ለመውሰድ ሊያስቸግረኝ ይችላል ብላ ተወችው። ጥቂት ካሰበች በኋላ ብቻውን የሚኖረው ያባቷ ታላቅ ወንድም ጋ ኒውዮርክ ለመሄድ ወሰነች። እርሱ ብዙም ቤቱ አይቀመጥም። ለማውራትም የሚከብድ ሰው አይደለም። በዚያውም የሱንም ምክር ማግኘቱ እንደማይከፋ ስላሰበች በሐሳቡ ደስ አላት። አጎቷ ለቀብር መጥቶ በሥራ ምክንያት በማግስቱ ነበር የተመለሰው። በሙያው ጠበቃ ሲሆን፣ በአለም አቀፍ ጉዳዮች ላይ የተባበሩት መንግሥታትንና ሌሎች ዐለም ዐቀፍ ድርጅቶችን ያማክራል።

ሰሎሜ ልመጣ ነው ብትለው፣ ነፍሱ እስኪጠፋ ነው ደስ የሚለው። በፊት ኢትዮጵያ መሄዱዋን በሙሉ ልቡ የደገፈና ካበረታቱዋት ጥቂት ሰዎች አንዱ እሱ ነው። ኢትዮጵያም እያለች በአሥራ አምስት ቀን አንዴ ሳይደውልላት አይቀርም። “እኛ አቅቶን እዚህ በምቾት በስብሰን ቀረን፤ እናንተ እንኳ እስኪ ያችን አገር አገር አድርጓት” ይላል ሁሌም በቁጭት። በኢህአፓ ጊዜ እንደወጣ ነው በዚያው የቀረው። ለአገሩ ያለው ፍቅር አሁንም ትኩስ ነው። ኑሮ ደግሞ ያንን ትኩሳት አፍኖ እዚሁ አሜሪካ አስቀርቶታል። ሁለት ልጆቹና ሚስቱ ሰክሮ ያሽከረክር በነበረ ሾፌር ተገጭተው ከተገደሉ ከሃያ ዓመት ወዲህ ይኸው ብቻውን ነው የሚኖር። ኢትዮጵያና ሆንዱራስ ሃያ ልጆችን እየረዳ ያስተምራል። ትምህርት ቤት ሲዘጋ ሰሎሜና ሶለን እሱ ጋ እየሄዱ ብዙ ጊዜ ያሳልፉ ነበር። ሰሎሜ መልኳ ሟች ልጁን ስለምትመስል አንዳንዴ ከወንድሙ ከአቶ አላና ጋ “ሰሎሜ የኔ ልጅ ናት ሰርቃችሁኝ ነው” እያለ ይቀልዳል።

እቤት እንደገባች ሕያውም ከሥራ ወደ ቤት ገብቶ ስለነበር ያሰበችውን አጫወተችው። እሱ ግን ብቻዋን መሆኑዋ ኀዘንዋን ያባብሰዋል ብሎ ስለሰጋና በዚህ ጊዜ የቤተሰቡ አንድ ላይ መሆን ለሁሉም ጥሩ ነው ብሎ ስላሰበ አሳቧን እምብዛም አልደገፈም። የሰሎሜን ወደ ኢትዮጵያ መመለስም ሳይጠላው አልቀረም፤ ክብሮምን ከልቡ ስለሚወደው ሁለቱ አንድ ላይ ቢሆኑ የሚል ምኞትም አለው። ለአቶ አላናም ቢሆን አሁን ሶለን ከሌለ የሰሎሜ መኖር ምን ያህል አስፈላጊ እንደሆነ ይገምታል። ሕያው የቤት ልጅ ብቻ ሳይሆን፣ የቤተሰብም ሰው ነው። ሁሉም ነገር ከቤተ ሰብ አንጻር ከታየ በኋላ ነው እንግዲህ አገር፣ ወገን በጎ አድራጎት ... ወዘተርፈ የሚመጣው ይላል። ሕያው የጭንቅላት ቀዶ ህክምና ቢያጠናም፣ ለሥነ ልቦናዊና ፍልስፍናዊ ረቂቅ ሐሳቦች ዛሬም እንደ ድሮው ሩቅ ነው። ሶለን እሱንና ክብሮምን እናንተ፣ ‘ውድ ቴክኒሻኖች ናችሁ’ ብሎ በነገር ሲነካው እሱም ‘ርካሽ ፈላስፋ ከመሆን መቶ እጅ ይሻላል’ ብሎ ጥሎት ይሄድ ነበር።

ሰው ሁሉ ከተኛ በኋላ ሰሎሜ ከእናትና አባቱዋ መሃል እንደተኛች ሐሳቧን አካፈለቻቸው። መጀመሪያ ሁለቱም መሄዷን ፈጽሞ አልደገፉም ነበር።

ሐሳቧን ማስቀየሩ እንደማይቻልና አጎቷ ጋ መሄዷን ካወቁ በኋላ ከልባቸው ባያምኑበትም፣ መስማማታቸው አልቀረም። በማግስቱ ጠዋት አጎቷ ጋ ደውላ እንደምትመጣ ስትገልጽለት ወዲያውኑ ቲኬቱን ገዝቶ እንደሚልክላት እየተደሰተ ነገራት።

ሰሎሜ ወደ ኒውዮርክ ከሦስት ቀን በኋላ ለመሄድ አቀደች። በዚህ መሃል ግን ያልጠበቀችው ነገር መጣ። ሶፊያ ደወለች። በመጥፋቷ ይቅርታ ጠይቃት ከቀብሩ በኋላ ውስጧ ያለውን ሕመምና ኀዘን ለመቋቋም ከሰው ሁሉ ራቅ ማለቱን እንደመረጠችና በመኖርና በመሞት መካከል ትልቅ ትግል ስታደርግ መክረሟን ነገረቻት። በመጨረሻም ላለመሞት ብቸኛ ምክንያት የሆናት እውነቱን ይዛ ላለመቀበር በመወሰኗ እንደሆነና ሰሎሜ በቀብር ሥነ ሥርዐቱ ላይ ስትናገረው የነበረው ነገር ባይምሮዋ እየደወለ ስላስቸገራት እንደሆነ ገለጸችላት። "ሶለን የሚያኮራና የሚደነቅ ማስታወሻ ትቶልን ነው የሄደው፣ ለሰው ሁሉ የምናደርሰው መልእክት" አለቻት። የወሰነቻቸውን አንዳንድ ውሳኔዎች ለመወያየትና ልትነግራት የምትፈልገውን ሁሉ እንዲጫወቱ እንደምትፈልግና ሳምንቱን ሙሉም ስልኳን ዘግታ በሚቺጋን ግዛት በኩል በሚገኝ በሐይቁ ዳር በተሠራ አንድ ጸጥ ያለ እንግዳ ማረፊያ ማእከል ስታስብና ማድረግ ያለባትን ስታውጠነጥን እንደቆየችም ገለጸችላት። ሌሎች ጥቂት ነገሮችን ተጨዋውተው በማግስቱ ለምሳ ሁለቱም በሚያውቁት የሃበሻ ሬስቶራንት ሊገናኙ ተስማሙ። ከዚያም ቤተ ሰቦቿን ሰላም እንድትልላት ነግራት ስልኩን ዘጉት።

ሰሎሜ ሶፊያን ማግኘት መቻሏን እንደ ተአምር ነው ያየችው። አጎቷ ለሁለት ቀን ወደ ደቡብ አሜሪካ እንደሚሄድ ስለነገራት በመሃል ሳሮንንም ኒውዮርክ ለማግኘት ዐቅዳለች። በተጨማሪም ሶለን በዐደራ የሰጣትን ጽሑፎችና የኢሜይል ፋይሉን ለመመርመርም ጥሩ ጊዜ ሊሆንላት እንደሚችል ዐስባለች።

* * *

ዘጠና ቁጥር አገር አቋራጭ አውራ ጎዳናው በመኪና መጠቅጠቅ ጀምሮአል። መብራት ስለማይኖረው ሰሎሜ ሁሌም ከሻምበርግ ወደ ቺካጎ ዳውንታውን ከተማ ለመሄድ እሱን ትመርጣለች። ዛሬ ግን ውስጥ ውስጡን ነው የነዳችው። ጎልፍና ዳምፕስተር የሚባሉትን የከተማ መንገዶች ተጠቅማ ኢቫንስቶን በሚባለው የችካጎ ምሥራቃዊ ክፍል ነው የሄደችው። ከቤት የወጣችው ከጠዋቱ አምስት ሰዓት ከሩብ ሲሆን ከሶፊያ ለምሳ የተቃጠሩት ደግሞ ብሮድዌይ ከሚባለው መንገድ ላይ ከሚገኘው ኢትዮጵያን ዳይመንድ ምግብ ቤት ነው። ከዚያ ብዙም ሳይርቅ ሁሌም ደማቁ የዲቮንም መንገድ ብሮድዌይን ያቋርጣል፣ ዲቮን ደግሞ የህንድና የፓኪስታኖች መናኸሪያ ነው። እዚያ ዕቃ እርግጡን ተብሎ

የሚገዛባቸው ሱቆችም አሉ። ጥቅጥቅ ያሉ ሱቆችና ውክቢያ ያመሳቀለው ሰፈር ነው። ጨርቃጨርቆች የኤሌክትሮኒክስና ሌሎች ረከስ ያሉ ዕቃዎችም ይገኛሉ። ቅንጦትና መዝናናት እንዳሜሪካውያን ባይታይበትም የድኻ ሰፈር አይደለም። ሀብት ገንዘብ ከሆነ። ነገር ግን ደግሞ አንድ ዐይነት ድኽነት ያለም ይመስላል። ምናልባት ስቁንቁን ብልጽግናና ጭንቅንቅ ምቾት ያለበት ሰፈር ስለሆነ ይሆን? መኪናዋን ከባሻገር ባለው ዋልግሪን ሱቅ ፊትለፊት ባለው ሜዳ ላይ አቆመች። ከሰዓቱ 5 ደቂቃ ቀድማ ስለደረሰች ሰሎሜ ዘና ብላ ወደ ሬስቶራንቱ ገባች።

ዳይመንድ ብዙ ትዝታዎቿን ይቀሰቅሳል። ቤቱ ሰፊ ሲሆን መቀመጫዎቹ ራቅ ራቅ ብለው ነው የተደረደሩት። ይህም ጨዳራን ብቻ ሳይሆን ልቦናንም ሰፋ ያደርጋል። ጣራው ከፍ ብሎ የተሠራ ስለሆነ ቅልል ይላል። ዝቅ እንዳሉ ቤቶች ዕቃ ተሸክሞ የመብላት ስሜትን አይፈጥርም። አስተናጋጆቹ እምብዛም አይለዋወጡም። ደጋግሞ የሚሄድ ሰው ደግሞ ቤተኛነት ይሰማዋል። በተለይ ዳይመንድ ገብተው ሻዩን ሳይጠጡ፣ ሰላጣውንና ጁሲይ ስፓይሲ ጥብሱን ሳይበሉ አይወጡም። በርግጥም የሚጥም ምግብ ነው። ሰሎሜም ልማዷ ይሄው ነው። እንጀራው ግን እንደ አብዛኛው ያሜሪካ አገር እንጀራ ሁሉ የጤፍ አይደለምና ሆድ ከመንፋቱም በላይ ጨው ጨው ስለሚል የወጡን ጣዕም ይሻማል። ጤፍ እኮ ጎምዘዝ ባለው ልዝብ ለዛው በድልህ እንኳ ቢበሉት ይጥማል። ለጤናም ጤና ነው። ነገር ግን እዚህ አገር ዋጋው ውድ ነው። እዚህ አገር የጤፍ እንጀራ አይወጣም ይላሉ፤ አያዋጣም ላለማለት አስበው ሳይሆን አይቀርም። ብዙ ባለቤተ ሰብ ሰው ግን ጤፉን በውድም ገዝቶ ቢሆን፣ 'በወርቅ ሚዛንም' ቢሆን እየመዘነ፣ ከስንዴ ዱቄት ጋር እያቀላቀለ ጤፍ ጤፍ የሚል እንጀራ ይበላል።

በሰፊው ቤት የሚንቆረቆረው ያገር ቤት ሙዚቃና በግድግዳው ላይ የተሰቀለው ትልቅ ማዛጋጃ ቤቱን የሚያሳየው የቸርቸል ጐዳና እና ያዲሳባ ከተማ ሥዕል ወዲያው ነው የሰዉን የትዝታ ማዕበልና የናፍቆት ዐውሎ ነፋስ የሚያስነሣው። በተቃራኒው ግድግዳ ላይ ደግሞ እነፋሲልና ጎንደር እንዲሁም አክሱም በትልቁ ተሥለው ተሰቅለዋል። ሰሎሜ ቺካጎ ስትኖር ከቤተሰቧ ጋር ብዙ ጊዜ ቅዳሜ ምሳ በዳይመንድ ይበሉ ስለነበር ቤተኞች ናቸው። ከብዙ ነጭ ጓደኞቿም ጋር እዚህ ይመጡ ነበር። ካልተያዘባቸው በቀር የሚቀመጡት ደግሞ በፊት ለፊት መስኮት አኳያ ካለው ጠረጴዛ ዙሪያ ነው። ሶለን ተሯሩጦ ፊቱ ወደ መንገዱ በሆነው ወንበር ላይ ነበር የሚቀመጠው፤ ማውራት ብቻ ሳይሆን ወሬ መስማትና ማየትም ይችልበት ነበር። ምናልባት ሶለን ሶፊያንም እዚህ መምጣት አስለምዷት ይሆን ብላ አሰበች።

ጭንቅላቷን ከግራ ወደ ቀኝ በማወዛወዝ ንፋሱ ያመሳቀለውን ፀጉሯን እንደማስተካከል ብላ እግረ መንገዷንም ሐሳቧን ያመሳቀለውንም የትዝታ ማዕበል ጸጥ ለማድረግ ሞከረች። አካባቢውን ስትቃኝ ከጥቂት አበሾችና ባንድ ክብ ጠረጴዛ

ዙሪያ ከተሰየሙ ፈረንጆች በስተቀር ምግብ ቤቱ ባዶ ነበር። ለሰስ ያለ አየር ስለነበር ቀለል ያለ አለባበስ ነው የለበሰችው። ከዋሌት ብዙም የማትበልጥ ትንሽ የእጅ ቦርሳ ነገሯዋን ሁሉ ይዛላታለች። የዘወትር ወንበራቸውን ሰው አልያዛትም። አስተናጋጁ እዚህ ቤት እጅግ ብዙ ጊዜ ከቆዩት ጥቂት ሰዎች መካከል አንዱ ነው። ሞቅ ያለ ሰላምታ ተለዋውጠው የሶለንን ሞት እንደሰማና እንዳዘነ ነግሮአት እዚያው ልቅሶ የመድረስ ያህል ኀዘኑን ገለጸላት።የት ይሻላልም ብሎ ሳይጠይቃት ነው የተለመደው ወንበር ጋ ወስዶ እንድትቀመጥ የጋበዛት። ሁሌም ሶለን የሚቀመጥበት ወንበር ላይ ሳታስበው ተቀምጣ ራሱዋን አገኘችው። ዛሬ ግን ከቦታው ሊያስነሣትና ሊታገላት ሶለን የለም።

ገና አረፍ ብላ ደጅ ደጁን ማየት ከመጀመሩዋ ነበር ሶፊያ አጠገብዋ ደርሳ "ሰላም ... ሰሎሜ" ስትላት እሷም ከመቀመጫዋ ተነሥታ እየጨበጠቻት "ታዲያስ ... ሶፊያ ... እንዴት ነሽ? ስለ መጣሽ አመሰግናለሁ። በጣም አዝናለሁ ምንም ልናግዝሽ ስላልቻልን። ወላጆቼም ኀዘኑ በጣም ከብዶባቸው ስለነበር በደንብም እንዳላዋሩሽ አውቃለሁ። እንዴት ነሽ?" አለቻት ራሷን ለመሰብሰብ እየሞከረች። ሶፊያ ስሟም መልኳም ከሃበሻ ጋር በጣም ያምታታል። ብዙ ሰዎች ባማርኛ ሊያዋሯት ይሞክራሉ።

"በጣም ታምሪያለሽ ሰሎሜ፤ እኔም በጣም ነው የማመስገነው ልታገኚኝ በዚህ አስቸጋሪ ጊዜ ፈቃደኛ ስለሆንሽ... ሁሉም ነገር ይገባኛል አትጨነቂ፤ ለሁላችንም አስቸጋሪ ጊዜ ነው። ምን ማድረግ ይቻላል? እንዴት ናቸው ቤተ ሰቦችሽ? ክብሮምስ? መቼም እንዴት አይነት ደግ ልጅ ነው?'' አለቻት እጆቿን እያፍተለተለች እንደቆመች። እሷም ግርታንና የስሜቷን መደበላለቅ እየታገለች እንደሆነ ያስታውቃል። የፈረንጅኛው ደኅንነት አጠያየቅና ሰላምታ አሰጣጥ ሁሌም ካባሸኛው ለየት ይላል።

"ደኅና ናቸው፣ ምንም አይሉም። ያው ጊዜ ይወስዳል። ክብሮም ደኅና ነው፤ አዎን በጣም ጥሩ ጓደኛችን ነው። አብረን ነው ያደግነው ማለት እችላለሁ።" አለችና እንድትቀመጥ ጋበዛቻት።

ቁጭ እንዳሉ "ታውቂያለሽ እዚህ ቤት ለመጀመሪያም ለመጨረሺያም ጊዜ የመጣሁት ከሶለን ጋ ነበር። ታዲያ ሁሌም አንቺ የተቀመጥሽባት ወንበር የሱ ናት። አንዴ ምን እንደሚያደርግ ለማወቅ ቀድሜው ስቀመጥበት ሊያስለቅቀኝ የሞከረው መንገድ ሁሉ አልሳካ ቢለው፣ ከነወንበሯ ተሸክሞ ዕልፍ አድርጎኝ ነው ስፍራውን የያዘው። ግን እኮ ደግሞ በቃ ትዕይንቱን ይወደዋል፤ ሁሌም የሚለው አያጣም። እኔ ተቀምጬ ከማየው እሱ ያየውን ሲነግረኝ ያሥቀኛል ያዝናናኛልም..." ብላ አቀረቀረች ሶፊያ።

"ከበፊቱም እዚህ ቤት ብዙ ጊዜ በየሳምንቱ ቅዳሜ ለምሳ እንመጣ ነበር

ከቤተ ሰብ ጋር። ታዲያ ይቺ ቦታ ያኔም የሶለን ናት። እኔም ከሱ ጋር መወዳደር ደስ ይለኝ ስለነበር አንዳንዴ ቀድሜው እይዝበትና አልነሣም እለው ነበር። ያው እኔ ታናሽ ስለሆንኩ ሁሉም ለኔ ነበር የሚረዱት። ግን ምንም ይሁን ምን ወንበሯን የራሱ የሚያደርግበት መንገድ አያጣም ነበር...” አለች ሰሎሜም የሌለውን ሶለንን በትዝታ ከመካከላቸው አድርጋ።

ከዚያም የሚበሉትን አዘው የቀረበላቸውን ውሃ እየተጐነጩ የባጥ የቆጡን እያወሩ ቆዩ።

“መቼም ብዙ ጥያቄ እንደሚኖርሽ እገምታለሁ። በቀደምም ያው የሶለን ሁኔታ ተባብሶ እሱም ስላረፈ በቃ ምንም ሳናወራ ነው እኮ የተለያየነው። ከየት ጀምሬ እንደምነግርሽ ግን አላውቅም። አንቺን ካላስቸገርኩሽ አሁን በቅርብ ስለሆነው ነገር ከመንገሬ በፊት ስለ እኔ ትንሽ ብነግርሽ ምን ይመስልሻል? እርግጠኛ ነኝ ሶለን አንዳንድ ነገሮችን ነግሮሽ ይሆናል፤ ግን እኔም ስለ ራሴ ብነግርሽ ደስ ይለኛል። ምክንያቱም ሁሉም ነገር የተያያዘ ስለሆነ ... ብዬ ነው... ምን ይመስልሻል?” አለች ዐይን ዐይኑዋን እያየች።

“ጥሩ ነው ጥሩ ነው። ላንቺ ጥሩ እንደመሰለሽ... በቂ ጊዜም አለን ሳትሳቀቂ አጫውቺኝ...፤ ደግሞ እኔም ስላንቺ ለማወቅ በጣም ደስ ይለኛል ... አንቺ እንዳሰብሽው አድርገሽ ንገሪኝ...” ብላ የምትሰማውን ለመስማት ራሷን እያዘጋጀች ከፊቷ የተቀመጠችውን፣ የሶለንን ከአደጋው በፊት የመጨረሻ ቀናት ልትነግራት በምትችለው ብቸኛ ሰው ላይ አይኗን ተከለች።

ሶፊያ የቆዳዋ ጠይምነት የሚያምር ፍካት አለው፤ ጠይም አበሻ ትመስላለች። ፀጉሯ ፍርፍር ያለ ለስላሳ ሲሆን አሳድጋው ፍሪዝ ተደርጎ በጣም ያምራል። ዐይኗም ፀጉሯም ጥቁር ቡናማ ቀለም ነው፤ ፊቷም ወደ ክብነት ያመዝናል። ዐይኖቿ ዐይን የሚይዝ አሳዛኝ ለዛና ጥልቅ ውበት አላቸው። ከንፈሮቿ ወፈር ወፈር ማለታቸውና ትንሿ አፍንጫዋ ካባቷ የወረሰችው ገጽታ እንጂ የግሪክ ማንነቷን አያሳይም። እንከን የማይወጣላቸው ረጃጅም እግሮቿ ባደረገችው ጉልበቷ አካባቢ በሚደርሰው ቁምጣ የተነሣ ነጻነት አግኝተው በቀላሉ የተመልካች ቀልብ ይስባሉ። ዛሬም አንገቷ የተሸፈነ ሲሆን ግራ እጇን ግን ያለድጋፍ በቀስታ እያንቀሳቀሰች መጠቀም ጀምራለች። አደጋው ደረቷና አንገቷ ላይ ቃጠሎ ያደረሰ ሲሆን፣ ጥይቶቹ የመቷት ሆዷን እና ደረቷን ስለነበረ ያደረገችው ቀዶ ህክምና የተወሳሰበ ነበር። ደግነቱ ቁስሉ ምንም አይነት ኢንፌክሽን ስላልፈጠረ፣ በጥሩ ሁኔታ ያለብዙ ጠባሳ እየዳነላት ነው። ጭንቅላቷ ላይ የደረሰው መቀጥቀጥም ሙሉ በሙሉ ያለችግር የዳነ ነው የሚመስለው። ነገር ግን አሁንም ሆዷንና ደረቷን ያማታል። እጅግም ቀጭን የማይባል ቅርጸ መልካም ተክለ-ሰውነት አላት። ዕድሜዋ 28 አካባቢ ሲሆን፣ ከሰው ጋር በቀላሉ የሚግባባ ሰብእና አላት። የለበሰችው ልብስ ሁሉ ጥቁር ስለ ነበር መልኳን የበለጠ አውጥቶታል።

"እም ... የኔ ሕይወት ራሱ እንደ የተመሰቃቀለ ምስጢር ነው። ለኔም አይገባኝ። ማንነቴም ምንነቴም...። አባቴ እንደምትገምቺው አፍሪካን አሜሪካን ነው። ደግና ጀግና ነበር ብል ማገነን አይደለም። መጀመሪያ ያሜሪካን ጦር አውሮፕላን አብራሪ ፓይለት የነበረ ሲሆን፣ ከዚያ በኋላ ግን በአውሮጳ የሲአይዬ ኤጀንት ሆኖ ጀርመን በሥራ ተመድቦ ሲኖር ነው እንግዲህ በፋሽንና ፋይን አርት ትምህርት ላይ ከነበረችው እናቴ ጋር ባንድ ፓርቲ ላይ የተዋወቁት። ቤተ ሰቦቿ በግሪክ ሃገር የታወቁ ሀብታሞች ሲሆኑ ዘረኛና አክራሪ ሃይማኖተኞች ነበሩ። እናቴና አባቴ ግን ያላቸው ትውውቅ ወደ ፍቅር ለመቀየር ጊዜም አልወሰደበት። በዚህ መሃል እኔ ተረገዝኩ። እናትና አባቴ ለመጋባት ቢወስኑም፣ የሱም ሆነ የሱዋ ቤተሰቦች ደስተኞች አልሆኑም። ስለዚህ ሁለቱም እዚያው ጀርመን አገር ውስጥ ዝም ብለው አብረው ሲኖሩ እኔ ተወለድኩኝ። በዚህ መሃል ነው እናቴ አባቴ አስቀድሞ ያልነገራትን ነገር የሰማችው። ለካ አባቴ ከዚህ በፊት ሁለት ጊዜ አግብቶ የፈታና ሦስት ልጆች የነበሩት ሰው ነው። ይህ ተጨማምሮ በመካከላቸው ያለው ግንኙነት እየሻከረ ሄደና ወደ መለያየት ተቃረቡ። እሱም እድገት አግኝቶ ወደ ፊሊፒንስ ተቀይሮ ሲሄድ እናቴ አሻፈረኝ አልሄድም አለች። ስለዚህ እኔን ይዛ እሷ ጀርመን ቀረች። በዚህ ጊዜ እኔ የአራት ወይ የአምስት ዓመት ልጅ ነበርኩ። አባቴ ሲለየኝ የተፈጠረብኝ ሰቆቃ በትንሹ ትዝ ይለኛል። ለአባቴ በቃ ምን ልበልሽ ትንሽ ልዕልትና ዕንቁው ነበርኩ፤ በሄደበት ሁሉ ይዞኝ ነበር የሚዞረው።" ብላ ፊቷ የቀረበውን ውሃ ፉት ስትል ሰሎሜም እየጣማት የመጣውን ታሪክ ለማዳመጥ የበለጠ ተመቻቸች።

"ያው ከዚያ በሁዋላ ከናቴ ጋር ነበር የቆየሁት ጀርመን ለአንድ ሁለት ዓመት ይመስለኛል። ከዚያም በኋላ ጀርመን አገር መኖር እናቴ ከባድ ሆኖባት እንደነበር ትዝ ይለኛል። በመሃል አባቴም ጥሎአት እንደ ሄደ ስላወቁም እንደሆን እንጃ ከቤተ ሰቦቿ ጋር ያለው ጠብ በረድ ብሎ ነበር። እንዲያውም አያቶቼ መጥተው ጠየቁን። በጣም ከባድ ኑሮ ነበር የምንኖረው። አባቷ በጣም ይወዷት ነበር። ጠባቸውም የበረታው ከዚያ የተነሣ ነበር መሰል። እሷ ብቻ ነበረች ሴት ልጃቸው። መጥተው ኑሮአችንን ሲያዩ እንደነሱ ላለ ደልቃቃ ቤተሰብ አሰቃቂ ሆኖ ነው ያገኙት። አባቷም እናቷም እኔን ሲያዩኝና ሲያውቁኝ በቃ በጣም ነበር የወደዱኝ። የመጀመሪያ የልጅ ልጅም ስለሆንኩኝ ይሆናል። እኔም በቃ ልጥፍ ብዬ አልለቅም ስላልኩዋቸው ልባቸውን አቅልጨው ኖሯል። አትሄዱም ብዬ አስቸገርኩ። ከዚያም እናቴ ወደ ግሪክ ለመመለስ ስለ ተስማማች በወሩ አቴንስ ሆነ መኖሪያችን።" አለች ሶፊያ አሁንም የሩቅ ታሪኳን ከትዝታ ማህደሯ እየፈታች።

"ኑሮ እንደ ገና ደስታና ተድላ ያለበት ሆነ። የቤቱ ብርቅዬ ዕንቁ ነበርኩ። አያቶቼ እንደ ዕንቁላል ነው የያዙኝ። በሁለት ዓመቱ እናቴ ከዚያው ያገሬውን ሰው ለማግባት ስትወስን እኔ ካያቶቼ ጋር እንድኖር ተወሰነ። አያቶቼን በጣም ብወዳቸውም ቅሉ እናቴንም አባቴንም ለነሱ ምቾት ተብሎ መነጠቄ ግን ሳይጎዳኝ

አልቀረም። ያው ይሄም ተለመደ። እኛ ካለንበት ከተማ 3 ሰዓት ርቃ የምትኖረውም እናቴ ዐልፎ ዐልፎ መምጣቷም አልቀረም። እኔም ትምህርት ቤት በሚዘጋበት ጊዜና በክረምት አንዳንዴ እነሱ ጋ እየሄድኩ አሳልፋለሁ። ባሏ ደግና ርኅሩኅ ሰው ቢሆንም፣ እናትና አባቴ ዐብረው ይሆናሉ የሚለውን ስውር ህልሜን ስላጨለመብኝ ይሁን አላውቅም እጠላው እንደነበር ነው ትዝ የሚለኝ።” ብላ ፈቷን ጨፍገግ ስታደርግ የሶሎሜም ፊት የሷኑ ተከትሎ ለቅጽበት ጨለም አለ።

“የቤተሰቡን ሁሉ ንብረትና ቢዝነስ የሚያንቀሳቅሰው የእናቴ ታላቅ ወንድም ሲሆን፣ ስላላገባ ከወላጆቼ ጋር ነበር የሚኖረው። መጀመሪያ ላይ ብዙም ለሱ ግድ አልነበረኝም። ኋላ ላይ ግን በቃ ከአባቴ ያጣሁትን ፍቅርና ትኩረት ከሱ ያገኘሁ መሰለኝ። እኔን የማይወስድበት ቦታ አልነበረም። በዚህ ጊዜ የአስር ዓመት ልጅ ነበርኩ። የማይገዛልኝ መጫወቻ አልነበረም። ቀስ ቀስ እያለ ግን የማይገባ ነገር እንዳደርግ ያባብለኝ ጀመር። እምቢ ስለውም ወደ ማስፈራራቱ አዘነበለ። እኔም በልጅ አእምሮዬ አንድም በመደለያው በመጭበርበር፣ ሌላም ማስፈራሪያውን በመስማት ቀስ ቀስ እያለ የፈለገውን ሁሉ አደርግለት ጀመር። አሁን ልነግርሽ የማልችላቸውን ጸያፍ ነገሮች ሁሉ ያስደርገኝ ጀመረ። ገና ባሥራ አንድ ዓመቴ ክብረ ንጽሕናዬን ወሰደው። ትዝ ይለኛል ያን ሰሞን አሞኝ፣ ሃኪም ቤት እወስዳታለሁ ብሎ እንዴት ነገሩን አደባብሶ እንዳሳለፈው። በምድር ላይ ካሉ ሰዎች እንደሱ የምፈራው የምጠላውም ሰው አልነበረም። በዚህ መሃል በትምህርቴም ደከምኩ በቃ ሕይወቴ የቀን ቅዠት ሆነብኝ። አንዳንድ አስፈሪ ፊልሞችን ያሳየኝና አንድ ነገር ብናገር እንደዚያ እንደሚያደርገኝ በልጅ አእምሮዬ ፍርሀት ይለቅብኛል።” አለችና ፍርሀቷና ንዴቷ ፊቷ ላይ እየተተረማመሰ እጇም መንቀጥቀጥ ጀመረ።

“በጣም የሚያሳዝን የሚያናድድም ነገር ነው። ለናትሽ ወይም ላያቶችሽ ወይም ትምህርት ቤት መናገር አትችይም ነበር?” አለች ምን ማድረግ እንዳለባት ያላወቀችው ሰሎሜ የሶፊያን እጅ በኀዘኔታ እያሻሸች። የሶፊያ እምባ መፍሰስ ጀምሮ ስለነበር ሶፊያ ከቦርሳዋ ውስጥ እሽግ ናፕኪን ሰጠቻት።

“እየሽ ልጅ መሆን … ሁሉን ታምኚያለሽ። ሰውዬው ሁሉን ቻይ ይመስለኛል። እናቴን ቢገድልብኝስ እንዲህ ቢያደርግና እንዲህ ቢቀበጥርስ...ትያለሽ። ደግሞ ጸጸትና ዕፍረት አለ። ‘አንቺ ይህንን ብትናገሪ ማንም አያምንሽም፣ እኔም ውሸትሽን መሆኑን ማሳመን አያቅተኝም፣ እንዲያውም አንቺን ራስሽን ነው የሚቀጡሽ’ ይለኛል። በቃ ውሸት እኮ እስራት ነው። የሚሰማኝ ስሜት እኮ የዓለም ቆሻሻ መጣያ የሆንኩ ያህል ነው። አንዳንዴም ታጥቤ ታጥቤም አይለቀኝ እድፉ፣ የሰውዬው ጠረን። እስካሁን እሱ የሚቀባውን ሽቶና አፍተር ሼቭ ዐይነት ነገር ሲሸተኝ ያቅለሸልሸኛል። ለረጅም ጊዜ ወንድ ሲባል አውሬ ነበር የሚመስለኝ። የዋህነቴንና ንጽሕነቴንም ነው የመረዘው።”

"እሺ ከዚያስ እንዴት ሆንሽ..?" አለች ሰሎሜ ታሪኩ ውስጥ ሙሉ ለሙሉ ተዘፍቃ።

"ብታምኚም ባታምኚም በቃ ነገሩ ለአራት ዓመት ያህል ቀጠለ። ግን በቃ አያቶቼም እያረጁ ስለሆነ ይሁን አላውቅም ምንም የገባቸው አልመሰለኝም። እናቴም ሦስት ልጆች ወልዳ በነሱ ሕይወት ተጠምዳ የኔ ጉዳይ የማንም ሊሆን አልቻለም። ሰውዬው ብዙ ሕፃናትን በዚህ መንገድ ያበላሸ ይመስለኛል። እንዲያውም ትልቅ የሕፃናት ርዳታ ድርጅት አለው። በያገሩም እየዞረ ሕፃናትን ይረዳ ነበር፣ በርግጥ ርዳታ ሳይሆን ሰይጣናዊ ጥፋት ይፈጽም ነበር ቢሉ ይሻላል። ከሁሉ ከሁሉ የሚቀፈኝ በገንዘብ ኀይልና በበጎ አድራጎት ስም የተሸፈነ ክፋት መሆኑ ነው። ይህንን ክፋቱን የሚፈጽምበት አንድ ሰፊ አፓርትመንት ነበረው። የሞት ቤት ነው የሚመስለኝ። የሌለ የሕፃን መጫወቻ የለም። ግን ውስጡን ገባ ብለሽ ስታዪው እሱ በሕፃናት የሚጫወትበት የርሱ የክፋት ጣቢያ ነው። ከተለያዩ አገሮችም አምጥቶ የሚያሳድጋቸው ሰባት ሕፃናት ነበሩት። ያው በሳምንቱ መጨረሻ የቤተ ሰብ ጊዜ እየተባለ በተራ በተራ ይዞአቸው እዚሁ ርኩስ ቤት ያመጣቸው ነበር። በመጨረሻም በቃ ዐመፀኛ መሆን ጀመርኩ። ትምህርት ቤት መደባደብ ቤትም ከአያቶቼ ጋር መጣላት አበዛሁ። እሱም እየወሰደ ሥቃዬን አበዛው። በመጨረሻም ራሴን ለማጥፋት ሙከራ ሳደርግ እናቴ ደነገጠች። አባቴን አምጪ አለበለዚያ ባጭር ጊዜ ራሴን አጠፋለሁ ብዬ ለናቴ እቅጩን ነገርኩዋት። አባቴ ወዲያው ሲመጣ እናቴ እንዴት ነገሩን አክብዳ እንዳየችው ገርሞኝ ነበር፡፡"

በዚህ መሃል የቀረበው ምግብ እየቀዘቀዘ ስለነበር ሰሎሜ ... "ውይ ይቅርታ ... ምግቡም ቀዘቀዘ... እኔም ተመስጬ ... እባክሽን በረሃብ እንዳልገልሽ?..." አለች ምግቡን ወደ ሶፊያ ፊት ጠጋ እያደረገችና እያስተካከለች።

"ኧረ በኔው ጉዳይ ይገርሽ ... በረኃብ ገደልኩሽ አይደል?..." ብላ ሁለቱም ወደ መታጠቢያው ቤት ሄደው እጃቸውን ታጥበው መጡ። ጥራቱ እስከዚህም ቢሆን ቢያንስ ንጹሕ ነው መታጠቢያ ቤቱ። ከዚያም ሰሎሜ ጸሎት አድርጋ መመገብ ሲጀምሩ

"ከዚያ በፊት አባትሽ መጥተው አያውቁም ነበር?" አለች ሰሎሜ አሁንም የጉጉቷ ደረጃ እንደናረ። ሶፊያ እንጀራ አበላሉን አቀላጥፋ ነው የምትችለው።

"አንድ ሁለት ጊዜ መጥቶ ነበር፣ ግን ለምን እንደሆነ አላውቅም እሱ ሲመጣ የቀጣሁት ስለሚመስለኝ ይሁን ናፍቆቱ ሆድ ስለሚያስብሰኝ፣ እንደገናም ቀርቦ መለየቱን ስለፈራሁ፣ በቃ አልቀርበውም ወይም አንድ ቀን እንዲህ ካየሁት በሁዋላ ዐይኑን ማየትም እንቢ እላለሁ፣ ሌሊት ደግሞ ሳለቅስ አድራለሁ። መንቻካ ቢጤ ሳልሆን አልቀርም። ከዚያም እናቴ ተደናግጣ ስለነበር ላባቴ ስትደውልለት እሱም ካሜሪካ ሲበር መጣ በሦስተኛው ቀን። እኔ ሳላውቅ እናቴም ለካ ላለፉት

አራት ዓመታት ስትታገለው የነበረው የጡት ካንሰር የመጨረሻ ደረጃ ደርሶ በሕይወት ለመኖር የተነገራት ቀሪ ጊዜ ሁለት ወር ነበር፣ ለዚህም ነው አባቴን ባስቸኳይ እንዲመጣ የፈለገችው። እኔም ከሆስፒታል እንደወጣሁ እናቴ ቤት መሄድ እንደምፈልግ ተናግሬ ወደዚያው ሄድኩኝ። ያ አጎቴም እናቴ ቤት መጥቶ ማስፈራራቱንና ማባበሉን ሊቀጥል እንደሚፈልግ ስለገባኝ እናቴን ካጠገቤ እንድትለይ አልፈቀድኩም። ስለዚህም ምንም መናገር አልቻለም። ባይኑ ግን የሚልከው ማስፈራራትና ልምምጥ ገብቶኛል።" አለች በሷ ፊት ብቻ ያለውን ጎመን ወጥ ወደ ሰሎሜ በኩል በቆረሰችው እንጀራ እየገፋች፣ ትዝታዋን የሚገፋላት ይመስል።

"እና አባትሽ ሲመጡ ምን አሉ?" አለች ሰሎሜ አሁንም በጉጉት

"አባቴ ሲመጣ ያው የድሮው ነው። እንዴት እንደሚወደኝና ስለሆነው ነገር ሁሉ ራሱን እንደሚወቅሥና ሁሌም እንደሚጸጸት ነገረኝ። ለምን እንደሆነ አላውቅም በጣም ነበር ያሳዘነኝ። በዚያን ጊዜ በዋናው የሲአይኤ ቢሮ ተዛውሮ ዋሽንግተን ዲሲ ነበር የሚሠራው። በአብዛኛው በአውሮጳ ካሉ ሥራዎች ጋር በተቆጣጣሪነት ነበር የሚሠራው። በዲፕሎማት ፓስፖርት ነበር የመጣው። እናቴ እኔንና እሱን አስቀምጣ ለምን እንዲመጣ እንደ ፈለገች ልትነግረው ስትጀምር አቋርጫት 'ዝም በላት እኔ ነኝ እንድትመጣ የፈለግሁህ' አልኩና ልቅሶዬን ለቀቅሁት። እናቴ መታመምዋን ያወቅሁ ነው የመሰላት እንጂ የማፈነዳውን ቦንብ ፈጽሞ አላወቀችም። ሁለቱም ተደናግጠው ''እሺ እሺ.... አንቺ ንገሪኝ የኔ ልዕልት" ብሎ ፊቴ ተንበርክኮ አባቴ እኔን ማባበሉን ቀጠለ።

"ከዚያም የሆነውን ሁሉ አንድም ሳላስቀር እያለቀስኩ ዘክዝኬ ነገርኩዋቸው። አባቴ እንደ ዕብድ አደረገው። እናቴ ተዝለፍልፋ መወደቋን እንኳ አላየም፣ እኔ ሮጬ ላዩዋ ላይ ወድቄ ስጮኸ ነው የባነነው። እንጀራ አባቴና እሱ ተረዳድተው ወደ መኝታ ቤቷ ወሰዷት። ከዚያም አባቴ "እኔም የተናደድኩት ባንቺ አይደለም። እናትሽም ደንግጣ የወደቀችው ባንቺ አዝና አይደለም። እሱ ነው ... እሱ ነው ሰይጣኑ... ዝም በዪ የኔ ልዕልት ... ወይኔ እኔ ነኝ ለዚህ ሥቃይ ያጋለጥኩሽ ..." እያለ ቁጭ ብሎ ሲያለቅስ፣ በቃ ያ የልጅነቴ ፍቅር በውስጤ እንደገና ተጫረ። ከዚያም እናቴም ዐቅም ስታገኝ የቀራት ሁለት ወር አካባቢ እንደሆነና ከካንሰር ጋር ባላት ትግል ውስጥ ሆና ይህ ሁሉ ሲደርስብኝ ባለማወቋ ቁጭቷን እንባዋን እያዘነበች ነገረችኝ።"

"እናስ ምን አደረጉ አባትሽ? እንጀራ አባትሽና አያቶችሽ ምን አሉ?" አለች ሰሎሜ እሷም ውስጧ እያረረ።

" አባቴ ለአንድ ሳምንት ነገሩን ለማንም እንዳናወራና ለጉብኝት ብቻ እንደመጣና መምጣቱንም ከናቴ መታመም ጋር አያይዘን እንድናወራ አደረገ።

የእንጀራ አባቴም በዚያን ጊዜ በአቴንስ ፖሊስ ውስጥ የሚሰራ መርማሪ ፖሊስ ስለነበር በሚቀጥለው ሁለት ቀን ከአባቴ ጋር ነገሩን ሲዶልቱበት የቆዩ መሰለኝ። በተጨማሪም እዚያ አካባቢ ካለው የሲአይኤ ቢሮ ጋር ሳይሠሩ አልቀረም። ከእንጀራ አባቴ ጋር በጣም ነው የሚግባቡት፣ የሚከባበሩትም። እንጀራ አባቴ ርኅሩኅ ብቻ ሳይሆን፣ በኔ የደረሰው ነገር እንደ እሳት እንዳንገበገበው ያስታውቃል። ከዛን ቀን ጀምሮ እነሱ ጋ እንድቆይ ተደረገ። የናቴ ቤተ ሰቦች እንጀራ አባቴን አይወዱትም። በተለይ አጎቴ ለሱ ያለው ጥላቻ የከፋ ነው። ከሥራው ሁሉ ሊያፈናቅለው ያልማሰው ጉድጓድ አልነበረም። እንጀራ አባቴ ግን በሥራው እጅግ የተመሰገነ ስለነበር ምንም ማድረግ አልቻለም።"

"እሺ … ከሱ ብሶ ደግሞ! ይገርማል እኮ! እና ምን ተደረገ ከዛ?" አለች ሰሎሜ አሁንም አይኖቿ ሶፊያ ላይ እንደተሰፉ

"በሳምንቱ እናቴ ቤት ትልቅ የቤተ ሰብ ስብሰባ ተደረገ፤ እናቴም የሕመሟን ጉዳይ ነግራቸው ሁሉም ሰው በጣም አዘነ። አጎቴና አያቶቼ እንዲቆዩና ሌላም የሚወያዩት ነገር እንዳለ እናቴ ነግራቸው የቀሩት ቤተ ሰቦች ሲሄዱ እነሱ ሳሎን ቀሩ። አባቴ የዚያኑ ዕለት ማታ ጉዳዩን አንሥቶ ረጋ ባለ ሁኔታ አፍረጠረጠው። እናቴና እንጀራ አባቴ ዝም ብለው ነበር የሰሙት። አጎቴም እንዴት ተደፈርኩ አይነት አባቴን የሆነ ያልሆነ ስድብ ተሳድቦ ካስፈለገ አንጠልጥሎ ሊያባርረው ወይም እስር ቤት ሊጨምረው እንደሚችል ደነፋ። አያቶቼም እንዴት ብንደፈር ነው ብለው ወዳጎቴ አዘንበሉ። እናቴ በዚህ ጊዜ ዘራፍ አለች። እንዲህ ሲሆን አባቴ ረጋ ብሎ ነበር የሚያዳምጣቸው።"

"ይገርማል … ከዛስ" አለች ሰሎሜ ልክ እዛው በቦታው ያለች ያህል ስሜቷ እየጋለ።

"በመጨረሻም አባቴ በዲፕሎማቲክ ደረጃ ያለ ሰው መሆኑንና የሲአይኤ ኤጀንት ስለሆነ የለፈለፉት ሁሉ ዋጋ እንደሌለው ቀዝቃዛ ፊት እያሳየ አስረዳቸው። በተጨማሪም አጎቴ ለሚያደርጋቸው ምስጢራዊ ሥራዎች ሁሉ መረጃ እንዳለውና ይህንንም ጠበቃ ይዞ ፋይል እንደሚከፍት ገለጸለት። አሁንም እንደለመደው ማስፈራራቱንና ድንፋታውን ሊቀጥል ሲል፣ አባቴ አንድ ወረቀትና ጥቂት ፎቶግራፍ በጁ ሰጥቶት "ምርጫው የራስህ ነው" አለውና ዝም አለ። አጎቴ ፊቱ በርበሬ ከመምሰሉም በላይ ባንድ ጊዜ እንዴት እንደተጨራመተ ትዝ ይለኛል። "ካስፈለገም ይህንን ኮፒ ለወላጆችህም ለዜና ማሠራጫዎችም እሰጥልሃለሁ። ፍርድ ቤትም ብንሄድ የምትረታን አይመስለኝም። ይህ ደግሞ እጄ ላይ ካለው መረጃ አንድ ፐርሰንትም አይሆንም። ምን ትላለህ?" ብሎ አሁንም ቀዝቃዛ ፊቱን ቸረው አባቴ።" ብላ አንጀቱ እንደደራሰ ሰው ከንፈሯን በምራቋ እያራሰች ወሬዋን ቀጠለች ሶፊያ።

"አሁን ያ ተነፍቶ የነበረ አሣነባሪ ያከለ ትዕቢቱ ተንፍሶ ውሃ ያጣ ደረቅ አሣ መምሰሉ ትዝ ይለኛል። "አሥር ደቂቃ እሰጣችሁዋለሁ። ከወላጆችህ ጋር ተነጋገሩና የምጠይቃችሁን ታደርጋላችሁ አለበለዚያ መቀመቅ ትወርዳለህ።" ብሎ ተነሥቶ ወጣ አባቴ እንደተጸየፋቸው ሁሉ። እኔና እናቴም እንደተመካከርን ሁሉ ተከትለነው ወጣን። እንዴት አድርጎ እንዳሳመናቸው ባናውቅም፣ ከዐሥር ደቂቃ በኋላ ስንመለስ የፈለገውን ሁሉ እንደሚያደርጉለት፣ ሆኖም ይህ ጉዳይ አደባባይ እንዳይወጣ ብቻ እንደሚፈልጉ ነገሩት። በመጀመሪያ ተንበርክኮ እኔንና እናቴን ይቅርታ እንዲጠይቅ አስደረገው። ከዚያም በሦስት ቀን ሕጋዊ ወረቀቱን አስጨርሰው እኔን ከዚህ ወደ አሜሪካ አባቴ ይዞኝ እንደሚሄድ ገልጾ ይህንን ካደረጉ ሁለተኛ ዐይናቸውን እንደማያይ ነገራቸው በንቀት እየተመለከታቸው። ባጭሩ እሱ ባለው ሁሉ ተስማምተው እንዴት እንደጨረሱት አላውቅም፣ እኔም አሜሪካ በሳምንቱ መጣሁ። እናቴና ባልዋ የተሻለ ህክምና ከተገኘ ተብሎ ተከትለውን ቢመጡም፣ እናቴ በሦስት ወር ውስጥ ዐረፈች። አባቴና እንጀራ አባቴ ግን ለአጎቴ የዶለቱለት ድግስ ነበር። አጎቴ በወርና በሁለት ወር ወደ አሜሪካ እንደሚመላለስ አባቴ አውቆ ኖሯል።" ስትል

"የሚገርም ነው! አባትሽ ግን የሚገርሙ ሰው ናቸው! ኧረ እስኪ ትንሽም ቢሆን እየጎረስሽ፣ ምግቡ እንደሆን ቀዝቅዟል። ወይ ጉድ! ከዚያስ በናትሽ?" አለች አንዲት የተቆረጠች ቲማቲም አፏ ውስጥ እየከተተች ሰሎሜ

"ከዚያማ በሁለተኛው ወር አሜሪካ መጥቶ እያለ ወጥመዱ ውስጥ አስገባው። እንዴት እንደሆነ ሳይታወቅ እሱ ሻንጣ ውስጥ እሱም ራሱ ያለበትን ሌሎችም በጣም አጸያፊ የሆኑ የሕፃናት ወሲባዊ ፊልሞች ያሉባቸውን ዲቪዲዎች እንደያዘ እጅ ከፍንጅ ተያዘ። እነርሱ እሱ ሻንጣ ውስጥ ይጨምሩት ወይም ራሱ ይዞት የነበረ ይሁን አላውቅም። ወንጀሉ ከፍተኛ ክብደት ያለው ከመሆኑም በላይ፣ ፊልሞቹ ውስጥ ራሱም መታየቱና የሌላ አገር ዜጋ መሆኑ የባሰ ከባድ ስላደረገው ጉዳዩ በሲአይኤ እጅ ወደቀ። በጉዳዩ የግሪክ ፖሊስም ተሳትፎበት ወዲያውኑ ከፍተኛ ፍተሻ ተደረገ፣ በቤቱም፣ በአጠቃላይ ንብረቱ ላይም። ምርመራው፣ የብዙ ሕፃናት ምስክርነት ሲጠናቀርና የከፋት አፓርትማው ሲበረበር የተገኘው መረጃ ሁሉ ተጨምሮ ነገሩን ይበልጥ አገዘፈው።" ስትል

"ማይ ጋድ ... የስራውን ነው ያገኘው! የዚህ ሁሉ ህጻን እምባና ደም!" አለች ሰሎሜ ነገሩ ሁሉ እየዘገነናት

"በኋላ አባቴ እንደነገረኝ ከሆነ፣ ግሪክ በመጣበት ጊዜ አፓርትመንቱ ውስጥ ካሜራ ጠምደው፣ በሚያሳድጋቸው ሕፃናት ላይ ይሠራ የነበረው የወሲብ ክፋትም ተቀድቶ በማስረጃነት ተይዞ ስለነበር፣ ያለምንም ምስክር ወንጀሉ ራሱ ነው ወጥመድ ውስጥ ያስገባው። አባቴ ለአጎቴ ከፍተኛ ጥላቻ ስለነበረው አደገኛ

ወንጀለኞች ከሚታሰሩበት ወህኒ ቤት ወስዶ አስወረወረው። ሕፃናትን በመድፈርና ለወሲብ በመጠቀም የሠራው ክፋት ስለተወራ፣ እስር ቤቱ ውስጥ ያሉ አውሬ የሆኑ ታሳሪዎችም በወሲብ እንደተጫወቱበት አባቴ ነግሮኛል። ምክንያቱም በየትኛውም ያሜሪካ እስር ቤት ሕፃናትን በመድፈር የታሰረ እስረኛ በእስረኞቹ ስለሚጠላ፣ የወሲብ መጫወቻ ነው የሚሆነው። እሱ ደግሞ ተንደላቆ የኖረ የግሪክ ሞልቃቃ ምን ሊሆን እንደሚችል መገመት ትችያለሽ። በመጨረሻም የሃያ ዓመት እስር ተፈረደበት።" ብላ ከጠቀለለች የቆየችውን ትንሽ ጉርሻ እንደገና በወጥ አርሳ ጎረሰች።

"አቤት የሴት ልጅ መከራ... ምን አይነት አለም ውስጥ ነው የምንኖረው በናትሽ?" አለች ሰሎሜ የሰማችው ሁሉ ከአእምሮዋ በላይ ሆኖባት።

"ነገር ግን ስንት እንደሱ ዐይነቶች አሉ? ብዙ በጣም ብዙ። እንደኔ አባትና እንጀራ አባት ዐይነቶችስ ስንት ይኖራሉ? ጥቂት በጣም ጥቂት። ሴቶች አበሳችን ብዙ እኮ ነው። መውለድ ማርገዙ ሳያንሰን እንደዚህ ዐይነት አውሬዎችንም ታግለን ነው እንግዲህ ከወንዶች እኩል እንድንሆን የሚጠበቅብን። ከመታገልስ ሌላ ምን ምርጫ አለን? ያው አባቴ እኔን ደኅና ለማድረግ ያልሞከረው ነገር አልነበረም። እኔን ያልወሰደበት ሳይኪአትሪስትና አማካሪ ቢሮ አልነበረም። ግን እዚህ ከመጣሁ በኋላ ደግሞ ጭራሽ ዝብርቅርቁ ወጣ። ጥቁር ነኝ ነጭ? የሚለው ጥያቄ። ባህሉ፣ ትምህርቱ፣ ያለፈው ታሪኬ። አባቴ ያስተማረኝ ምርጥ ትምህርት ቤት፣ በድሎት ኑሮም ነው ያኖረኝ። በቃ እኮ ምን ልበልሽ እኔና እሱ ነበርን የምንኖረው። ሌሎቹን ልጆቹን ይጠይቃል፣ ይረዳልም፣ ልጁ ግን እኔ ብቻ ነበርሁ ማለት እችላለሁ። ከእንጀራ አባቴም ጋር የወንድማማቾችን ያህል ቅርብ ናቸው ማለት ትችያለሽ። ሌሎቹም የእናቴ ልጆች አንክል ነው የሚሉት። ከዚያም ያው የናቴ አባዜ ይዞኝ እኔም ወደ አርቱ አዘነበልሁና ሠዓሊና ሞዴል ሆኜ ዐረፍሁት።" ብላ ያወራችው ታሪክ እንዳደከማት ሁሉ ወደኋላዋ ለጠጥ ብላ እየተቀመጠችና የቀዳችውን ውሃ ደጋግማ ፉት የማለት ያህል እየጠጣች።

"ይታየኛል ከዚህ ሁሉ በኋላ ሕይወት ምን ያህል ከባድ ፈተና እንደምትሆንብሽ።" አለች ሰሎሜ የሶፊያ ሁኔታ አስቸጋሪነት እየታያት።

"እየሽ ለራስሽ ያለሽ ክብርና ውስጣዊ ማንነት እንደመስተዋት ከተሰባበረ በኋላ፣ ምንም ቢደረግ ተመልሰሽ እንደ ድሮው መሆን ከባድ ነው። እኔ እንዲያውም ዕድለኛ ነኝ። እዩው አባቴ ያደረገልኝን። ግን ስንቷ ሴት ናት ከእንዲህ ዐይነት ነፍስን ከሚያሳድፍና ማንነትን ከሚሰነጣጥቅ ቁስለት ተፈውሳ የምትወጣ። እና እኔም በቃ ካገኘሁት ወንድ ሁሉ ጋር መውጣት፣ መጠጡንም፣ ድረጉንም መጕሰር ሆነ ሥራዬ ከፍ እያልኩ ስሄድ። አንዳንዴ ንጹሕ መሆን ሲያቅተኝ፣ የለየለት ቆሻሻ በመሆን ውስጥሽን ጸጥ ለማድረግ መሞከርም ይመስለኛል። ባንድ በኩል የእናቴ

ሞትና ያባቴ ልፋት ያሳዝነኛል፤ በሌላ በኩል ደግሞ ያሳለፍኩትን ሰቆቃ ሳስብ ለዚያ ያበቁኝ እነሱ ናቸው ይበላቸው ያሰኘኛል። እነሱንም የተበቀልኩ ይመስለኛል። በወንዶችም መጫወት ደስ ይለኛል። በራሴ እየተጫወትኩ እንደሆነ ግን አላውቅም ነበር።" አለች እንደገና ስሜቷ እየጋለና ሳታስበው እጇን እያወናጨፈች። ታሪኳን በመቀጠል፣

"እዚህ ቺካጎማ መጥቼ ለማስተርስ ዲግሪዬ ስሠራ ብሶብኝ ዐረፍኩ። ያልሞከርኩት ድረግ፣ ያልገባሁበት ክለብና ዝቅጠት አልነበረም። በመመርቂያዬ ሰሞን አባቴ መጥቶ እኔጋ ሰንብቶ ነበር። አንዳንዴ ስጠጣ አመሽና ያገኘኝ ወንድ ይዞኝ ሄዶ ጠዋት እማላውቀው ሆቴል ወይም መኝታ ቤት ራሴን አገኘዋለሁ። እቤት ስመጣ የሰው ቀፎ ሆኜ ተኝቼ መዋል ነው። እሱ ደግሞ ምንም የማያውቀው ነገር የለም። ጥቂት ጊዜም ተከታትሎኝ የማደርገውን ነገር ሳያይ አይቀርም አሁን ሳስበው። ሁሉንም ነገር ዝም ብሎ ካየ በሁዋላ፣ አንድ ቀን ሽጉጥ አውጥቶ ፊቴ አቀባብሎ ሰጠኝና፣ "በቃ ዐይኔ እያየሽ ቀስ ብለሽ ራስሽን በመግደል ከምትገድዪኝ ይሄው ባንድ ጊዜ ጨርሺኝ። ተሠቃየሁ፤ ዐውቃለሁ እኔ ነኝ ለዚህ ያበቃሁሽ። ግን ምናለ ሥቃዬን አይተሽ ብትምሪኝ።" ብሎ እንባውን አውጥቶ ሲያለቅስ ነው መብረቅ እንደወደቀበት ያህል ባንኜ ድንብርብሬ የወጣው። ከዚያም ትንሽ ሞቅ ብሎኝ ስለነበር "የራስህ ጉዳይ አንተስ ብትሆን ከሌላው በምን ትለያለህ? ወንዶች ስትባሉ ወንዶች ናችሁ፤ አንተም ራስ ወዳድ ነህ፤ ለኔ ብለህ አይደለም ለራስህ ነው" ስለው ዝም ብሎ ለረጅም ሰዓት አየኝና ተነሥቶ ወጥቶ ሄደ። በማግስቱ በሆቴሉ ውስጥ ራሱን በዚያው ጥይት ገድሎ ተገኘ። ከዚያ በሁዋላ ሰውም የምሆን አልመሰለኝም። በመጠጥና በድረግ ተመርዤ እኔም ሆስፒታል ተገኘሁ። ያባቴን መሞት ግን ማመንም መቀበልም ነው ያቃተኝ። ከነዘኑ ንዝረትና ከሞት አፋፍ ስወጣ፣ ከሱስ ለመላቀቅ ጊዜው እንደሆነና ራሴን ማውደሜ የሞት መንገድ መሆኑን አሁን ልገልጸው በማልችለው መንገድ ገባኝ።" ብላ ሁለት እጆቿን ፊቷ ላይ አድርጋ ለጥቂት ጊዜ ዝም ስትል የምታደርገውን ያጣችው ሰሎሜም

"አዝናለሁ ... በጣም ያሳዝናል! አይዞሽ" ብላ ዝም አለች።

"ያው ሁሉም አለፈ አሁንማ። በቃ በኮሌጅ ምረቃ ሥነ ሥርዐቱም ላይ ሳልገኝ ለሚቀጥለው ሦስት ወር በሱስ ማገገሚያ ጣቢያ ቆየሁ። ከዚያ ስወጣ አንዳች የማላውቀው ሰላምና ያዲስ ጅማሬ መንፈስ አድሮብኝ ነበር። ምክንያቱን ልነግርሽ አልችልም። ብዙ እጸልይና መጽሐፍ ቅዱሴንም አነብ እንደነበር አልረሳውም። ትክክለኛው የመፈጠሬ ትርጉም የገባኝና ማንነቴንም ለመቀበል ለመጀመሪያ ጊዜ ችዬ ነበር። ረዘም ላለ ጊዜ ወደማላውቀው ሩቅ አገር ሄጄ ራሴን የበለጠ ለመፈለግና በቀረው ዕድሜዬ ምን መሆንና ምን ማድረግ እንዳለብኝ ለማወቅ ጊዜው መሆኑን አሰብኩኝ። አባቴ ሁሌም ለኢትዮጵያ ያለው ፍቅር በጣም ጠንካራ ነበር። እንደነገረኝ ከሆነ፣ በወቅቱ የኢትዮጵያ ንጉሠ ነገሥት የነበሩት ቀዳማዊ ኃይለ

ሥላሴ አሜሪካ በመጡ ጊዜ እሱ ገና ልጅ ነበረ። ጥቁር ንጉሥ በአሜሪካ የተደረገለት አቀባበልና የነጻነት ምሳሌ ሆነው እዚህ ያሉትን ጥቁሮች እንዴት እንዳነሣሡት በስሜት ነበር የሚናገረው። የኮሌጅ ትምህርቱን ጨርሶ አየር ኀይል ከመግባቱ በፊት ፒስ ኮር ሆኖ ኢትዮጵያ ሄዶ እንደነበር ነግሮኛል። ኢትዮጵያ የቆየበት አንድ ዓመት በጥቁርነቱ የኰራበትና ሁሌም የልቡ ደስታ እንደሆነ ነበር የሚያወራልኝ። ሕዝቡ ቆንጆ፣ ታሪኩ ድንቅ የሆነ ሕዝብ ነው እያለ ማውራት ይወድ ነበር። ከዚህ የተነሣ አንድ ቀን አብረን ለመሄድ እናስብ ነበር።

"ዋው ይገርማል ... ስለዚህ ከኢትዮጵያ ጋር ቁርኝትሽ ከጀመረ ቆይቷል በይኛ!" ብላ ለመጀመሪያ ጊዜ ፈገግ ስትል፣ ሶፊያም ሳቅ ብላ ታሪኳን በመቀጠል

"አዎን ... ካባቴ የወረስኩት ነው! በቃ ብድግ ብዬ ነበር ወደ ኢትዮጵያ የሄድኩት። ሰውም ቋንቋም አላውቅም። አባቴን ያስደሰትኩት፣ በእኔ ምክንያት አንጀቱ እንዳረረ ለመሞቱ ካሳ የካስኩትም መስሎኝ ይሆናል እኔንጃ ብቻ። የሚገርመው በአጋጣሚ አጠገቤ ከተቀመጡት ዕድሜያቸው በስልሳው መጨረሻ አካባቢ ካሉ ኢትዮጵያዊ ሰውዬ ጋር እንደ ቀልድ ወሬ ጀመርን። ታሪኬን ከሀ እስከ ፐ ነገርኩዋቸው፤ በቃ አባቴን መስለውኝ ስለነበር ይሁን እንጃ አላውቅም፣ ፍጹም ነጻነት ተሰምቶኝ ነበር። ብዙም ጊዜ ሳይወስድብን በጣም ተግባባን። እዚህ አሜሪካ ብዙ ቆይተው ኢትዮጵያ በበጎ ፈቃደኛነት ኮሌጅ ለማስተማር እንደሚሄዱና ሌሎችም የበጎ አድራጎት ሥራና የግል ፕሮጀክቶች እንዳሏቸው ነገሩኝ። ሠዓሊ እንደሆንኩ ስነግራቸው ትልቁ ልጃቸው የሥዕል አስተማሪ እንደሆነና የራሱን ስቱዲዮ ለመሥራት በሚያደርገውም ጥረት እያገዙት እንደሆነ ነገሩኝ። በቃ ከልጃቸውም ጋር ሊያስተዋውቁኝና የሚችሉትን እንደሚረዱኝ ነግረው አበረታቱኝ።" ብላ ጉሮሮዋን ጠራርጋ የበላችበትን እጇን በናፕኪኑ እየጠራረገች ወሬዋን ቀጠለች።

"አዲሳባ ስንደርስ ሆቴል መያዙን አግዘውኝ ሁሉም ነገር መስተካከሉን አይተው ነበር ወደ ቤት የሄዱት። በሚቀጥሉት ቀናት ከልጆቻቸውና ከልጅ ልጆቻቸው ሁሉ ጋር አስተዋወቁኝ። በቃ እግዜር ቤተ ሰብ ሰጠኝ፤ ሁለት ወር እቆያለሁ ብዬ የሄድኩት ሳላስበው ብዙ ጊዜ ቆየሁ። በዚህ ጊዜ ብዙ ለውጥ ነበር በኔ ላይ የታየው። ገጠሩን፣ ከተማዉን ታሪካዊዉን፣ ተፈጥሮአዊውን ስፍራ ሁሉንም አየሁ። ከልጃቸውም ጋር ቤተ ሰብ ሆንን። ሁለት ትንንሽ ልጆች አሉት። ሚስቱ ደግሞ ፌስቱላ የሚባለው ሆስፒታል ነርስ ናት። እሷም እዚያ ወስዳኝ በሕይወቴ የማልረሳቸውን ወጣት ሴቶች አስተዋውቃኝ በቃ ከነሱ ፍቅር ያዘኝ ነው የምልሽ። እኔን ነው የሚመስሉኝ። የነሱ ቁስል የሚፈወስበት ስፍራ ነበር ሆስፒታሉ፤ የእኔም የልብ ቁስል ባብዛኛው የተፈወሰበት ጊዜ ነበር። ከዚያም እዚህ እንደተመለስኩ አንድ በሕይወቴ ታሪክ ላይ የተመሠረተ አርት እግዚቢሽን ማዘጋጀት ጀመርኩ። በስድስተኛ ወሩ ተጠናቅቆ ለሕዝብ ተከፈተ።" ስትል

"ምን ያህል ቆየሽ ኢትዮጵያ ግን? አማርኛስ ትንሽ ለመድሽ?" አለች ሰሎሜ ኢትዮጵያ የቆየችበትን ጊዜ ማወቅ ፈልጋ

"እ...ምም አመት አይሆንም ብለሽ ነው። አዎን አማርኛ ትንሽ ለምጄ ነበር። ከፊስቱላ ሆስፒታል ህመምተኞቹ ጋር መግባባት ችዬ ነበር ቢያንስ። ግን ማንም እንደሶለን ጎበዝ አስተማሪ የለም። ከሱ ጋ ሆኜ ነው ብዙ የተማርኩት።" ብላ ሳቅ ስትል

"አዩ እሱማ ለራሱም እየታገለ ... እኔን አስተማረ እንዳትይኝ!" ብላ እሷም ሳቅ አለችና "እሺ ስለ ኤግዚቢሽኑ ጀምረሽልኝ ነበር" አለች ወሬውን ላለማቋረጥ።

"ልክ እንደ ትናንት ነው ትዝ የሚለኝ። የኤግዚቢሽኑ የመጨረሻ ዕለት ነበር። ብዙም ሰው አልነበረም። እኔም ዝም ብዬ የሆነ መጽሔት ቢጤ እያነበብኩ ነበር። አንድ ወጣት ወደ አዳራሹ ገብቶ ወዲያ ወዲህ ሲል ቀልቤን ሳበው። ግን በቃ አልፎ አልፎ ስርቅ እያደረግሁ እያየሁት እኔም ንባቤን ቀጠልኩ። በኋላ አንድ ሥዕል ጋ ሲደርስ ከሥዕሉ ጋር ተጣብቆ ቀረ ማለት እችላለሁ። ሥዕሉ ደግሞ እኔም በጣም የምወደው ብቻ ሳይሆን ያው የኢትዮጵያ ሕይወቴ ምሳሌና የሕይወቴ ለውጥ ትሩፋት ነው። ልጅ አዝላ እህል የምትወቅጠው ሴት ጉዳይ በጣም ነበር የገረመኝ መጀመሪያ ፎቶውን ሳነሣው። እናም ራሴ ሄጄ ተዋወቅሁት ሠዓሊዋ እኔ መሆኔን ነግሬው። ስለ ሥዕሉ ምን እንደሚያስብ ጠየቅሁት። ኢትዮጵያዊ እንደሆነ ሥዕሉን እንደወደደውና ሲያየው እንደተገረመ ነግሮኝ ያው ሶለን ሶለን ነው፣ እዚያው በቃ ሣቅ በሣቅ አደረገኝ። እንደሱ ዐይነት ቆንጆና ምርጥ ጭንቅላት ያለው ሰው ብዙ ያለ አይመስለኝም።"ብላ እየዬዋን ለቀቀችው።

ሰሎሜም ተቀላቀለቻት። አባባይ በሌለበት ሁለቱም እንባቸውን አፈሰሱ። ምግቡን እንደ ነገሩ እንጂ ሁለቱም ወሬውን ነበር ለካ ሲሰለቅጡ የቆዩት። ሻዩም ፈጽሞ ቀዝቅዞአል። አስተናጋጁ አጠገባቸው መጥቶ፣ "የማደርግላችሁ ነገር ይኖር ይሆን?... እንግዲህ ምን ይደረጋል በቃ ... እንግዲህ" አለና ተጨማሪ ናፕኪን በየፊታቸው አስቀምጦ "ሻዩም በርዶባችኋልና ላሙቅላችሁ" ብሎ ማንቆርቆሪያውን ይዞ ሄደ፤ ሌላ የሚለው ቃል ስላጣረው። ከሶለን ጋር ስለሚቀራረብና የሁለቱንም ዝምድና ስለሚያውቅ እሱም ኀዘኑ ነክቶታል። ሶለን ሲመጣ ቆም ብሎ ከሱ ጋር ማውራት ይወዳል፤ ወይ ያሥቀዋል አልያም በቃ አንድ ጠቃሚ ቁም ነገር ስለማይጠፋው ሲመጣ ደስ ይለው ነበር። ማድረግ የሚችለው ነገር ቢኖር፣ ለፈሰሰው እንባ መጥረጊያ ናፕኪንና በወጣ ይተካ ይመስል ዐዲስ ሻይ ከነማንቆርቆሪያው ይዞ ከተፍ ማለት ብቻ ነው። ሳያስቡት ለካ ሰዓቱም ሄዷል ቤቱም ሞላ ብሎ ጫጫታው በዝቶአል። አብዛኛው ተስተናጋጅ ወጣት ፈረንጅ ነው። አሁንም ለስለስ ያለ ያለማየሁ እሸቴ ዘፈን ነው ከሰዉ ጫጫታ ጀርባ የሚሰማው። ደጁም ፍንትው እንዳለ ነው፤ ሙቀቱም ከሃያ ዲግሪ ሲንቲግሬድ

አይበልጥም። እዚህ አገር አየሩ ደኅና ሲሆን፣ ሰዉ ሁሉ እደጅ ነው የሚውለው። ሞቅ እያለ ሲሄድ ደግሞ እራቁቱን ነው መሆን የሚቀረው። ያው የክረምቱን ጅቦናና ቤት መታፈግ ለማካካስ ሳይሆን አይቀርም።

አዲስ ሞቆ የመጣውን ሻይ እየቀዳላቸው፣ "አየሩ ዛሬ የሚበላ ነው መቼም" አለ በእንግሊዝኛ አስተናጋጁ ርእሱን ማስቀየሩ ነበር። "አይደል በጣም ያምራል" አለች ሶፊያ አሁንም እንባዋ ቢቆምም በኀዘን በተሞላ ድምፅ። ድምፅዋ ለስለስ ያለና ሙዚቃዊ ለዛ አለው። ሁሌም ሶለን ዝምታሽ ብክነት ነው፤ የምታወሪው እንኳ ባይኖር፣ አሮጌ ጋዜጣም ቢሆን አስነብብሻለሁ እያለ ይቀልድ ነበር፤ ድምፅዋን እንዴት እንደሚወደው ለመግለጽ።

ሰሎሜ ታሪኩ እንዲቋረጥ አልፈለገችም። አሁን ደግሞ በጣም የምትፈልገው ቦታ ላይ ነው ያሉት። "እሺ..." ብላ ዐይናይኗን ማየት ቀጠለች፤ ቀጥዪልኝ በሚል የጉጉት እይታ።

''ሶለንን ሳገኘው ከኢትዮጵያ መጥቼ ስድስት ወር አካባቢ ነበር። ልክ እንደሴትዮዋ እኔም ኀዘኔንና ታሪኬን ዐዝዬ በእጄ ያለውን የኑሮ አበሳ ገለባውን ከፍሬ ለመለየት በቁጭትና በስሜት ወቀጣ ላይ ነበርኩ ማለት ይቻላል። በቃ ያ ሥዕል ለእኔ ያንን ነበር የሚወክለው። ትዝ ይለኛል ሶለን ያለኝ፤ 'ሥዕሉ ስሜትና አሁንነት ይነበብበታል። የሠዓሊው ሕይወት ነጸብራቅ ይመስላል' ነበር ያለኝ። በርግጥም የራሴን ስሜት ሁሉ ደፍቼበት ነበር የሣልኩት። ማለቴ ሴትዮዋ እኮ እኔ ራሴ ነበርኩ። እሱ ደግሞ በደንብ እንደገባው ነው የገባኝ። የሆነ ሆኖ በኋላ እንደተነጋገርነው መከጃጀላችን ወዲያው በቅጽበት የተፈጠረ ቢሆንም፣ ለአራት ወር ያህል ጓደኛሞች ብቻ ነበርን ማለት እችላለሁ። ማለት ማንም ስለ ፍቅር ግንኙነት አንሥቶ አያውቅም። ግን ሳንተያይ አንውልም ነበር።"

"ያን ሰሞን እዚህ ደቡብ ቺካጎ ነበር ብዙ ጊዜ የሚያሳልፈው። እንዲያውም እንደነገረኝ ወላጆቹ ነጭ ሰፈር ስለሚኖሩና ባጠቃላይ ኢትዮጵያውያን ራሳቸውን እንደ ጥቁር ስለማይቆጥሩ፣ ብስጭት ቢጤም አይበት ነበር። ብዙ ጊዜ አብሮአቸው የሚያሳልፈው ጓደኞቹም ለነጭ እምብዛም ግድ የሌላቸውና የጥቁር ጉዳይ የሚያብሰለስላቸው ነበሩ። እኔንም ሊያስተዋውቀኝ ሞክሮ ነበር። በኋላም እሱ ወደዚህ ሰፈር ማለት ወደ ደቡብ ቺካጎ ጠቅልሎ ሲገባ እኔም ቀስ በቀስ ከቡድኑ ጋር ተቀላቀልኩ። መጀመሪያ ላይ የዕፅና የሱስ ጉዳዮች ሁሌም ስለሚያሳስበኝና እኔም በስንት ሥቃይ የተላቀቅሁት ችግር ስለሆነ ሶለንን አስጠንቅቀው ነበር። ያው ሶለን ደግሞ ባንድ ነገር ካመነ ታውቂዋለሽ።"

"ይገርማል! ... እቤት እኮ ይሄንን ሁሉ ማንም የሚያውቅ የለም። በቃ ከኔም ጋር እንደድሮው ግልጽ አልነበረም ማለት ነው። እሺ..." አለች ሰሎሜ አሁንም ፍላጎቷ እየጨመረ

"አላማቸው በጣም ትልቅ ነው ብዙ ጊዜ አብረውት የሚሆኑት ጓደኞቹ። ትልቅ የጥቁር 'ሁለንተናዊ ለውጥን ማምጣት' የሚል ዓላማ ነው ያላቸው። በጣም የሚገርሙ ጭንቅላቶች ናቸው የተሰበሰቡት ማለት ትችያለሽ። ጥቁር በጥቁር ይለወጣል የሚል ጽኑ እምነትም ነበራቸው። ጥቁሮችን 'ከማንነታቸው ሥር ጋር ማስተሳሰር' የሚል ፕሮጀክትም እየቀረጹ ነበር። ይህም አፍሪካና ጥቁር መሬቷ የጥቁሮች ማንነት ምንጭ ስለሆነ ጥቁሮችን የኋላ ታሪካቸውን ከመሠረቱ፣ ከምንጩና ከጥንቱ ማንነታቸው ጋር ማስተሳሰር ነው መፍትሔው የሚል ዕሳቤ ነው ያለው። በቃ ምን ልበለሽ ንግግራቸውንና ሐሳባቸውን ስትሰሚ እንደ ኤሌክትሪክ ነው የሚነዝርሽ። አንዱ የሐሳባቸው ትልቅነት በነጮች ማሳበብንም ሆነ ነጭን እንደ መለኪያ መውሰድን ከሐሳባቸው ለማጥፋት ጠንክረው ይሠሩ ነበር። የነጭ ጠላትም አሽከርም መሆን አንፈልግም ይሉኛል። በቃ በምድር ላይ ጥቁር ብቻ ቢኖር እንደሚኖረውና እንደምናስበው ነው መሆን ያለብን የሚል ፍልስፍናም አላቸው። ሶለን ደግሞ በቡድኑ ውስጥ በቃ አብረቅራቂ ኮከብ ሆኖ ነበር። ሁሉም ከፍ አድርገው ነበር የሚያዩት።"

ሳታስበው "ወይኔ ቤቢዬ ...!" አለችና ሶለንን እቤት ዉስጥ ቤቢ ብለው እንደሚጠሩት ነግራት ወሬውን እንድትቀጥልላት ዝም አለች።

"ከዛማ በሚቀጥሉት ሁለት ወራት ውስጥ ሁለታችንም ቡድኑ ውስጥ ስምጥ ብለን እንደገባን ትዝ ይለኛል። ነገር ግን ቡድኑ በሁለት አንጃ እየተከፈለ መጣ። አንደኛው ቡድን ቡድኑን በገንዘብ ኀይል ለማሳደግ ማድረግ የሚገባንን ሁሉ ማድረግ አለብን የሚል ነው። ዕፅንና ሌሎች የገቢ ምንጮችን አፈላልገን መጠቀም አለብን ብለው ነው የሚያምኑት። ያለገንዘብ ምንም ማድረግ አንችልም፤ ገንዘብ ለማግኘት ደግሞ የተገኘውን መንገድ ሁሉ መጠቀም አለብን ነው የሚሉት። ሶለን ያለበት ሌላው ቡድን ደግሞ ያ የተነሣንበትን ዐላማ ማፍረስ ነው። የእንቅስቃሴው የገንዘብ ምንጭ ወንጀልና ዕፅ ሊሆን አይችልም የሚል ነበር።"

"ነገሩ ከጊዜ ወደ ጊዜ እየተካረረ መምጣቱ አልቀረም። እንዲያውም ቡድኑ በሁለት ወደ መከፈሉ ይበልጥ እየተቃረበ ሄደ። ሶለን የሁለተኛው ቡድን መሪ በመሆኑ እሱን እንደ ጠላት የሚያዩት ሰዎች ነበሩ። የቡድኑ መከፈል ብቻ ሳይሆን በጣም ተስፋ የሚያደርግባቸው አንዳንድ ልጆችም ተታለው ከዚያኛው ቡድን ጋር መቀላቀላቸው ይባስ ያበሳጨው ጀመር። እንዲያውም ሶለንን ከቡድኑ ማስወጣት ወይም መተናኰል የሚያስቡ ነበሩ። እርሱ ነጹሕ ጥቁር አሜሪካዊ እንዳልሆነና ስደተኛ ሊመራን አይገባም እያሉ መጥፎ ነገር ስለ እርሱ ማውራታቸውን ቀጠሉ። እርሱ ደግሞ ምንም አይፈራም። እኔም ፍርሀቱና ጭንቀቱ ሊገድለኝ ሆነ። ሳላስበው መጠጣትና ዕፅ መጠቀሜ አገረሸብኝ። ሶለንም ብስጭቱም ግጭቱም ተጨምሮበት የኔኑ ጕዳና ተከተለ። ከተወሰነ ጊዜ በኋላም እኔም እሱም ተያይዘን መቀመቅ ወረድን።" አለችና እንባዋ እንደገና መፍሰስ ጀመረ።

ሰሎሜ በነገሩ ተመስጣ፣ የሶፊያም ሆነ የራሷ እንባ እየፈሰሰ መሆኑን ልብ አላለችም። 'ተያይዘን መቀመቅ ወረድን' የሚለው ሐሳብ እየከነከናት የበለጠ ማወቅ ብትፈልግም፣ መጠየቁንና ማወቁንም ፈራች። ሶለን የገባበትን መቀመቅና የዘቀጠ ሕይወት ለማወቅና ስለ ሶለን ያላትን እይታ ማጨለም አልፈለገችም። ይህችንም ከፊቷ የተቀመጠች አሳዛኝ ፍጡር አውሬ አድርጎ የሚያሳያትን ገጽታ ለማየት ድፍረቱን አላገኘችም። ስለዚህ ዝም ብላ መስማቱን መርጣለች። ፊቷ ሁሉ አይን ሆኖ ሶፊያ ላይ ተተክሎአል። ሶፊያም እንባዋን በያዘችው ናፕኪን ስትጠራርግ ቆየችና

"የሶለንን ዕፅ ተጠቃሚ መሆን ያወቁት የሌላኛው አንጃ መሪዎችም ያንን ተጠቅመው ጭራሽ ሶለንን ከቡድኑ እንዲገለልና ተቀባይነቱ እንዲጠፋ ለማድረግ የቻሉትን መተግበር ጀመሩ። መሸነፍን የማይወደው ሶለን ደግሞ በሚገርም ሁኔታ መጠጣቱንም ዕፅ መጠቀሙንም አቁሞ በቃ ገትሮ ያዛቸው። የሱ ጥንካሬ ለኔም ብርታት ሰጥቶኝ ራሴን እንደገና ነጻ አደረግሁ። ሰው በውስጡ ያለው፣ እግዜር የሰጠው የፈለገውን የመምረጥ ጉልበት እንዴት ኀይለኛ ነው ለካስ! ሆኖም በቃ ስሙን በማጥፋት፣ አንዳንዴም በማያውቁት ሰዎች አማካይነት በማስፈራራት ያስቸግሩት ጀመር። የሚችለውን ሁሉ አድርጎ ነገሩ እየባሰና እየከረረ ሲመጣ እሱም ተስፋ መቁረጥ ጀመረ። ከእነሱ ውስጥ በተለይ ሁለቱ ሶለንን ጠምደውት ነበር። አንድ ቀን መኪናቸው ውስጥ ዕፅ ይዘው ይነዱ በነበረበት ጊዜ፣ በፖሊስ ሲያዙ ግጭቱ ሌላ መልክ መያዝ ጀመረ። እነሱ ያሰቡት እሱ እንደ ጠቆመባቸው ነው። እሱ ግን ምንም የሚያውቀው ነገር አልነበረም። ነገሩ ስላላማረን ለሌሎቹ መሪዎች ስለ ጉዳዩ አማክሮ ለጊዜው እርሱ ዞር ብሎ ቢቆይ የሚሻል በመሆኑ ላይ ተስማሙ።

"እና ምን ማድረግ አሰባችሁ?" አለች ሰሎሜ ሳታስበው፤ አሁን ሁሉም ነገር ያለቀ ሶለንም መሞቱን የረሳች ይመስል።

"በዚህ መሃል ከአገር ውጪ ሥራ መፈላለግ እንደሚሻልና ለሁለታችንም ትንሽ ዞር ማለቱ የተሻለ ሊሆን እንደሚችል አሰብን። ከዚያም እግዚአብሔር ሲረዳን በሁለት ሳምንት ውስጥ ዱባይ ለኔም ለሱም ደኅና ሥራ አገኘን። ሥራውን በፈለግነው ፍጥነት መጀመር እንደምንችል ተነግሮን ነበር። ዕላማችን አንድ ሁለት አመት እዚያ ከሠራን በኋላ እዚህ ያለው ነገር ምንም የማይሻሻል ከሆነ፣ ትንሽ ገንዘብ አጠራቅመን ኢትዮጵያ ገብተን ለመኖር ነበር። መቼም ሶለንም አገሩን እንዴት እንደሚወድ ታውቂያለሽ። እኔም እንደገና እንደ ተወለድኩባት አገር ነው የማያት ኢትዮጵያን። ግን ምን ያደርጋል... ሁሉም ነገር ጨልሟል ... አሁን..." ብላ እንባዋ እንዳዲስ ትኩስ ትኩሱ መፍሰስ ጀመረ፡፡

ሰሎሜ ግን የተፈጠረባት ጥያቄ አላስችል ብሏት፣ "እኔ ምልሽ ታዲያ እንዴት ሆስፒታል ሲገባ በደሙ ውስጥ ኮኬይንና አልክሆል ተገኘ?" አለቻት ግራ

በገባው ሁኔታ የራሷን እንባ እየጠረገች። አልቃሽ ያልቃሽን እንባ አይጠርግ ያፋስሳል እንጂ።

"እ..ህ እ..ህ... ያው ወደዚያው እየመጣሁ ነው.... እናም አንድ ቀን ጠዋት ቤተ ክርስቲያን ይዞኝ ሄደ በሌሊት... ጸጥ ያለ ግቢ ነው። ከዚያም አጐንብሶ እጄን ይዞ ብዙ ደቂቃ ድምፁን አውጥቶ እያለቀሰ ጸሎት አደረሰ። በአብዛኛው ንሰሓ ይበዛው ነበር። ግልጽነቱ እኔን እንዴት እንዳስደነገጠኝ ልነግርሽ አልችልም። ከዚያ ልክ ሲጨርስ አንቺ የምትጽልይው አለሽ ወይ አለኝ። ደንግጬ ስለነበር አይ የለኝም አልኩት። ግን ብዙ ነበረኝ እኮ። ምንም አላለኝም። እሺ ብሎ ፊቴ በርከክ በማለት በቃ! ካሁን በኋላ አንቺ ሚስቴም ጓደኛዬም ሆነሽ ሞት እስኪለየን አብረን እንድንኖር እፈልጋለሁ ምክንያቱም ከልቤ ስለምወድሽ ብሎ ይህችን ቀለበት ዘርግቶ ይጠብቀኝ ጀመር።" ብላ ጣቷ ላይ ያደረገቻትን ያልተጋነነች፣ ግን በምታምር ቀጭን ነጭ ወርቅ ላይ ያለች፣ የምታምር ሚጢጢዬ አልማዝ ያለባትን ቀለበት አሳየቻት።

ሰሎሜም የሶፊያን እጅ ወደራሷ ጠጋ አድርጋ "ወይኔ ... እንዴት ያምራል! በጣም ነው የምታምረው!" አለችና ደግሞ የሶለን አለመኖር ሃሳብ ሲመጣባት እንባዋ ሳታውቀው መፍሰስ ጀመረ። አሁንም ትንሽ ተላቅሰው ሶፊያ ጨዋታውን ቀጠለች።

"ይብሰውን ድንብርብሬ ወጣ። ግን ንጹሕ ቅጽበት ነበረችና እኔም ተንበርከኬ ነበር የተቀበልኩት። ከዚያም እንባዬ ዝም ብሎ መፍሰስና ስቅስቅ ብዬ ማልቀስ ጀመርኩ። ሊያባብለኝም ቢያቅተው ምነው ምን አጠፋሁ ሲል፣ 'እኔ ኀጢያቴ ብዙ ስለሆነና በኑዛዜም ስለማያልቅ ንሰሐም ደስታም ነው' አልኩት። ከሁለት ቀን በኋላ ቤተ ሰቦቹን ሊያስተዋውቀኝና ዕቅዳችንን ልንነግራቸው ነበር ሐሳባችን። የዚያን ለታ ማታ ላይ ግን ደስታችንን ለማክበር እኔ በምወደው የግሪክ ቤት ነበር ለራት ቦታ ያስያዝኩት። እራት እየበላን ሳለን ሶለንን የማይወዱት አንጃዎች መሪዎች ከባሻገር እራት እየበሉ ሲሣሣቁ ዐይን ላይን ተገጣጠምን። ከዚያም እኛ ጠረጴዛ ድረስ መጥቶ ሞቅ ያለ ሰላምታ ሰጥቶን፣ 'እንዴት ነው! አገር ለቃችሁ ልትሄዱ ነው አሉ፣ ቢያንስ አትሰናበቱንም እንዴ?' ብሎ በምፀት ድምፅ ሲጠይቀን፣ ዕቅዳችንን እንዴት እንዳወቀ ገረመን። የሆነ ተንኰል እንዳለው ቢሰማኝም ብዙ ቦታ አልሰጠሁትም። ደግሞም እዚያ እራት ልንበላ እንደሄድን እንዴት እንዳወቀ አስገርሞናል። አሁን ሳስበው ከሶለን ጋር የሚኖር ደባሉ የሆነ ልጅ የነሱ አባል ስለነበርና ሶለን ነግሮት ሊሆን ይችላል የራት ዕቅዱን። ያ ሰው ከአደጋው በኋላም በነገሩ ውስጥ እንዳለበት ታውቆ ታስሮአል። ሶለንም የሆነ ነገር እንደከነከነውና ከዚያ በኋላ ሐሳቡን መሰብሰብ እንዳልቻለ ትዝ ይለኛል። ያን ጊዜ ነበር ቶሎ ያን ስፍራ ለቀን መውጣት አለብን ብሎ መወትወት የጀመረው።" ብላ በቁጭት ከንፈሯን ነክሳ ትንሽ ዝም አለች። ሰሎሜም እጇን እያባበሰቻት እንድታወራ አደፋፈረቻት።

"ከዚያም 'በሉ መልካም መንገድ... እንግዲህ በቅርብ እንደምንገናኝ ተስፋ አደርጋለሁ' ብሎን ሆቴሉን ለቆ ሄደ። የዚያን ለታ ማታ ያው ቀኑዋን ለማክበር ብለን አንድ አንድ ብርጭቆ ወይን ብቻ ነው የጠጣነው። በደንብ ትዝ የሚለኝ ያ ነው። ግን ምግቡን ጨርሰን ለመውጣት ስንነሣ ልክ ዕፅ እንደወሰደ ያደነዘዘን አንዳች ነገር ነበር። ትዝ ይለኛል የሌለ ሣቅና ግዴለሽነትም ፈጥሮብን ነበር። ሁሉም ግን እንደ ህልም ነበር የሆነብኝ። ተደጋግፈን መውጣታችንም ትዝ ይለኛል። ራት ከበላንም በኋላ ራሳችንን ልቅቅ አድርገን እንደነበርና የማናውቃቸው ሰዎች ወንበራችን ድረስ መጥተው ተጨማሪ መጠጥ የጠጣንና የደነስንም ይመስለኛል። በቃ ምናለፋሽ ዝብርቅርቅ ያለ ነበር ወደ መጨረሻ ላይ፤ በጣም ሳይመሽ እንዳልቀረም እገምታለሁ፡፡ ከዚያ በኋላ ትዝ የሚለኝ እንደ ህልም እንደ ህልም ሁለት ጥቋቁር መኪኖች በግራና በቀኛችን መጥተው የኛን መኪና እንደ ማጀብ አድርገው ሲተኩሱብን ነው። ከዚያ በሁዋላ እኔም ራሴን ያወቅሁት ከሁለት ሳምንት በኋላ አካባቢ ነው። ከአባቴ ጋር የሚሠራ ጓደኛው ተመላልሶ ይጠይቀኝ ነበር። ሁልጊዜም የነበርኩበት ክፍል ይጠበቅ እንደነበር ትዝ ይለኛል።

"እሱም እኮ መጨረሻ ላይ ብዙ ነገር ትዝ እንደማይለውና መ...ጨ...ረ..ሻ ላይ ... ሲተኩሱባችሁ ያ..ለ...ው..." ብላ የጀመረችውን መጨረስ አቅቷት ስታለቅስ ሶፊያም አብራት ማልቀሷን ቀጠለች። ከዚያም ትንሽ ጋብ ሲልላቸው ወሬዋን ቀጠለች።

"ከዚያም እንደተሻለኝ በወሩ አካባቢ ወደ ዋሽንገቶን ዲሲ ተወስጄ ተጨማሪ ህክምና ተደረገልኝ። መጀመሪያ ላባቴ አገልግሎት ውለታ መስሎኝ ነበር። በኋላ ግን ጉዳዩ ከዚያ የተለየ እንደሆነ ነው ያባቴ ጓደኛ የነገረኝ። አባቴ እኔን የወሲብ በደል የፈጸመብኝን አጎቴን ስላሳሰረውና ስለተበቀለው እንዲሁም መላውን ቤተ ሰብ ስላጋላጣቸው፣ የናቴ ቤተሰቦች ለበቀል ይሄንን ሁሉ ዓመት ሲዘጋጁ ኖሮአል ለካ። አባቴ መሞቱን አውቀው ስለነበር፣ የዚህ ሁሉ መንሥኤ አድርገው ያዩትና በቀላቸውን ማሳረፍ የፈለጉት እኔ ላይ ነበር። እኔና ሶለን እዚያ ቡድን ውስጥ እንዳለን ደርሰውበት ነበር። ከሶለን ጋር ግጭት ውስጥ ከነበረው አንጃ ጋር እኔን አሠቃይተው ሊገድሉላቸውና ብዙ ገንዘብ ሊከፍሏዋቸው ነበር የተስማሙት።" ስትል ቀበል አድርጋ

"እኔ አላምንም ... ከዚህ ሁሉ ጊዜ በኋላ ... ምን አይነት ጨካኝ ቤተሰብ ነው?" ሰሎሜ እየዘገነናት።

"የሚገርምሽ እራት የበላንበት ቤት ከናቴ ቤተ ሰቦች ጋር የጋብቻ ግንኙነት ያላቸው ናቸው። አላወቅንም ነበር። ያው የቡድኑንም መሪዎች እዚያው ማየታችን አጋጣሚ አልነበረም። የመጀመሪያ ዕቅዳቸው አደንዝዘው አፍነው ሊወስዱን ነበር። በኋላ ግን በፈጠሩት የእርስ በርስ የመግባባት ችግር ሲጨቃጨቁ መኪናችን ውስጥ ገብተን አመለጥናቸው። እኛ ጉዞ ስንጀምር ሐሳባቸውን ለውጠው

በዕፅ የተፈጠረ ጠብ አስመስለው ገድለውን ነበር አምልጠው የሄዱት። በኋላ ግን ነገሩ ሲመረመር የተያዙት የቡድኑ አባላት የናቴን ቤተ ሰቦች ወንጀል ጠንሳሽነት ስላጋለጡ ኤፍቢአይ በምርመራው ገባበት። የቡድኑንም አካሄድ ባይነቁራኛ ሲጠብቁ የነበሩት ኤፍቢአዮች ድንገት ባደረጉት አሠሣ ብዙ ዕፅና ሌሎች ሕገ ወጥ ሥራ የሚፈጽሙባቸውን መሣሪያዎች ይዘው፣ አብዛኞቹን የቡድን አባላት በቁጥጥር ሥር አደረጓቸው። ምንም ወንጀል ስላልተገኘባቸው ሶለን የነበረበት ቡድን አባላት ብቻ ናቸው ያልተነኩት። በዚህ መሃል የእናቴ ቤተ ሰቦች አሁንም እኔን በተለይ ለማስገደልና ምስክር እንዳልሆን ሊያጠፉኝ እንደሚፈልጉ ስለደረሱበት ነው ያሸሹኝ። ከማንም ጋር እንዳልገናኝ ለሁለት ወር ተከልክዬ ነበር። በተለይ ለሶለን ኢሜይል እንዳላደርግ ከልክለውኝ ነበር የቆየሁት።አንድ ሁለት ጊዜም ተደብቄ ኢሜይል ሳደርግ ይዘውኝ ከልክለውኛል። ስለዚህ ያው ሁሉ ነገር ተረጋግቶ መምጣት እስኪችል መጠበቅ ነበረብኝ። ያ ሲሆን ደግሞ ሶለን ... ሁሉም ነገር ተበላሽቶ ጠበቀኝ...” አለችና የለቅሶዋ ሳግ እንደገና መጣና አቋረጣት።

“ኦህ አምላኬ ...ይሄ ራስ የሚበጠብጥ ነገር ነው። ምን እንደምልም አላውቅም” ብላ ሰሎሜንም የሰማችው ታሪክ ሌላ ዓለም ውስጥ ከተታት። ሁለቱም የሻይ ስኒያቸውን እያሻሹ ርቀው ነጉደው ጸጥ ብለዋል። በዚህ ጊዜ የመውጫ ሰዓቱ የደረሰው አስተናጋጅ ‘ምንም የሚያስቸኩል የለም፣ በፈለጋችሁ ጊዜ ይደርሳል” ብሎ ሒሳቡን ጠረጴዛቸው ላይ ሲያስቀምጥ ጸጥታውን አደፈረሰው። “እሺ እናመሰግናለን” አለች ሒሳቡን ወደ ራስዋ ስባ እያስቀመጠች ሰሎሜ። ሶፊያ ግን አሁንም የስሜት ማዕበሉ እየናጣት ነው። ይሄ እንደ ልቦለድና ዘመናዊ አፈታሪክ እንጂ የሷው ሶለን እውነተኛ ታሪክም አልመሰላት ሰሎሜ። ምን ማሰብም ሆነ ምን ማለት እንዳለባት እንደጠፋባት ለረጅም ደቂቃ ጸጥ ብለው ቆዩ።

ሶፊያ በረጂሙ ተንፍሳ “እም ... ምናልባት ይሄንን ሁሉ ሐተታ ለምን ልነግርሽ እንደፈለግሁ ጥያቄ ሳይፈጠርብሽ አይቀርም። አየሽ የሶለን ቤተ ሰቦች ማንኛችሁም አታውቁኝም። ለምን አደጋው እንደ ደረሰበት፣ እንዴት ዕፅና አልኮሆል ደሙ ውስጥ እንደተገኘና ምናልባትም ከተወሰነ ጊዜ ወዲህ ለታየበት የባሕርይ ለውጥና ከቤተ ሰብ መራቅ ሁሉ ምክንያቱ እንቆቅልሽ ሆኖባችሁ ይሆናል። አንደኛ፣ ሶለን የሞተው ባላሰበው ሰዓት ብቻ ሳይሆን፣ ምንም በማይመለከተውና ባላጠፋው ጉዳይ ነው። መሞት የነበረብኝ እኔ ነበርኩ። ሌላው ለቤተሰቡ ያለው ፍቅርና ሥሥት እንዴት እንደነበር አስታውሳለሁ፣ በተለይ አያቱን ሳያነሣ አይውልም ነበር። ከእኛ ጋር ነው የሚኖሩት ነበር የሚለኝ።

“በተጨማሪም አንዲት የማትረባ ዱርዬ ሱሰኛ ሴት እንዳበላሸችውና ለመሞቱ ምክንያት እንደሆነችም በማሰብ በጥላቻ እንዳትሞሉ ነው። ራሴን ለመከላከል ሳይሆን እውነቱን ሁሉ አውቃችሁ ፍርዳችሁን መውሰድ እንድትችሉ። ደግሞም የገዳዮቹ ለፍትሕ መቅረብ የማይቀር ጉዳይ እንደሆነና በሂደት ላይ

እንዳለ እንድታውቂት ነው። ምናልባት ይህንን በከፊል ታውቂ ይሆናል። ከሁሉም በላይ ግን ለሶለን መታሰቢያና ስም ለማቆም ሕይወቴንም ቢሆን ለመክፈል ፈቃደኛ እንደሆንኩ ልነግርሽ ፈልጌ ነው።" ብላ ወደ ኋላ ደገፍ ብላ አንዳች ነገር ከሰሎሜ ለመስማት ይመስል ዝም ብላ ዐይኗን አየሩ ውስጥ ወርውራው ቀረች።

ሰሎሜም ጉሮሮዋን ጠረግ ጠረግ፣ ሐሳቡዋንም ሰብሰብ አድርጋ፣ "ይሄንን ሁሉ ከመንገድሽ ወጥተሽ ነገሮችን ለኔ ለመንገርና ግልጽ ለማድረግ ስላደረግሽው ጥረት በቂ ምስጋና ላቀርብልሽ የምችል አይመስለኝም። ለሶለንም ላሳየሽው ፍቅርና ክብር በጣም ነው የማመሰግነው። እርግጠኛ ነኝ ወላጆቼም እንዴ ይሄ ኀዘን ትንሽ ጋብ ሲልላቸው ሊያገኙሽ እንደሚመኙ። ከዚያ በተረፈ ግን ይሄ ለሁላችንም በጣም ከባድ ጊዜ ነው። ያው ተደጋግፈን ነው ልናልፈው የምንችለው። አንቺ ታድያ እዚሁ ቺካጎ መቆየት ነው የምታስቢው ወይስ?"

"አይ እዚህማ ለእኔ በምንም አቅጣጫ ጥሩ አይደለም። ለነገሩ ከሦስት ቀን በኋላ አሜሪካን ለቅቄ ላልተወሰነ ጊዜ ልሄድ ወስኛለሁ። ሕይወቴ ምስቅልቅል ያለበት ጊዜ ነው፤ ከዚህ በኋላ እንዴት ነው የምኖረው? ለምንድነው የምኖረው? አላውቅም። ለማንኛውም በጣም በጣም ላገኝሽም የፈለግሁት ከዚህ በኋላ ምንም ይሁን ምን ቢያንስ እውነቱን ማወቁ የሚሰጣችሁ የኅሊና ዕረፍት እንኳ ይኖራል ብዬ ነው። ደግሞም ያሳየሽኝን ደግነት እንደ ምንም እንደቆጠርኩት ታስቢ ዘንድ አልፈልግም። ሶለን ላንቺ ያለውን ፍቅርና ልብ ስለማውቅ ሁል ጊዜም ላውቅሽ እፈልግ ነበር። ማን ያውቃል የሕይወትን መንገድ? እንደገናም እንገናኝ ይሆናል።" ብላ ቦርሳዋን ከፍታ የሆነ ነገር ፍለጋ ጀመረች።

"ማወቅ ከተፈቀደ ወደ የት ለመሄድ ነው ያሰብሽው?" አለች ሰሎሜም ትንሽ ቀና ብላ።

"እም ኧረ … አዎን ምንም ችግር የለም። ኢትዮጵያ ነው የምሄደው። እዚያ ቅድም ካልኩሽ ጓደኛዬ ጋ በስቱድዮው ለመሥራትና በተጨማሪም ለሕፃናትና በፌስቱላ ሆስፒታል ላሉ ወጣት ሴቶች የአርት ትምህርት አስተምራለሁ ብዬ አስቤ ነው። እዚያ አገር እያለሁ ያገኘኋቸው የበጎ አድራጎት ድርጅት ሰዎች ሐሳቤን አካፍያቸው የነሱ ሠራተኛ አድርገው ሊደግፉኝ ቃል ገብተውልኛል። አንዳንድ ሥራ በነጻ ሠርቼላቸው ነበር። ስለዚህ ለሦስት ወር በጉብኝት ቪዛ ቆይቼ እነሱ ፈቃድ ምናምኑን ይጨርሱልኛል። አሁን ግን ቶሎ ከዚህ መሄድ ነው የምፈልገው፤ ከዚያም እስኪ እያለሁ ሕይወት ወዴት እንደምትወስደኝ" … ብላ ትክዝ አለች።

"ለምን እንደሆነ አላውቅም እዚያ ምድር ላይ ነፍሴ የተቀራኘች ያህል ነው የሚሰማኝ። እንግዲህ ግራ የገባው ሰው ሽሽትም ሊሆን ይችላል። እርግጠኛ ሆኜ የምነግርሽ አሁን ሊያጠፉኝ ወደሚችል ጉዳና መሄድ አልፈልግም። በቃ አለ

አይደል? ... መጥፋት፣ መቀጣት፣ መበላሸት የሚፈልግ ግፌት ውስጤ ቢኖርም። ለሽሽትም ነው የምሄደው ከዚህ ውጥረት። እኔንጃ ... እስኪ እናያለን" አለች እጆቿን አጣምራ፡፡

"በጣም ጥሩ ውሳኔ ነው። አይዞሽ! ምናልባት ከሁሉም ይልቅ በአሁኗ ሰዓት የሚሻለው ልብሽን መከተል ነው። ከጨለማው ዋሻ ባሻገር ብርሃንና ለምለም መስክ ይገኛልና። እኔም እኮ ብዙ የምቆይ አልመሰለኝም። እዚያም እንገናኛለን ማለት እኮ ነው?" አለች ሰሎሜም እጇን በከፊል እንዳጣመረች፡፡

"አይደል ... ? እኔም ደስ ይለኛል።" ብላ ትክዝ ብላ ቆየችና "ሌላስ ጥያቄ አለሽ ምን አልባት ማወቅ የምትፈልጊው? ... እም ይሄ ከሶለን ጋ መጨረሻ የተነሳነው ፎቶ ነው። ይሄ ደግሞ ከዱባይ ሊቀጥረን ከነበረው መሥሪያ ቤት የተላከልን የቅጥር ደብዳቤ ነበር። እነዚህም ፍሎሪዳ ሄደን ከአደጋው ጥቂት ወራቶች በፊት የተነሣናቸው ፎቶዎች ናቸው" ብላ አንድ ሃያ የሚሆኑ ፎቶዎችን ሰጠቻት።

"ውይ ... እንዴት ታምራላችሁ አብራችሁ፣ በጣም ነው የሚያምረው።" ብላ ፎቶዎቹን በተራ በተራ ማየቷን ቀጠለች።

"እመኪናዬ ውስጥም ጥቂት የምሰጥሽ ነገር አለኝ" አለች ሶፊያ ቦርሳዋን መልሳ እያስቀመጠች። ከዚያም ሒሳባቸውን ከፍለው ለመውጣት ተነሡ። መኪናቸው ጋ ሲደርሱ ሶፊያ የኋለኛውን በር ከፍታ አንድ ትልቅ በፍሬም ውስጥ ያለ ሥዕል ሰጠቻት። ሥዕሉ የሶለን ነው።

"ይሄ አደጋው ከመድረሱ ከሦስት ወር በፊት የሠራሁት የሱ ሥዕል ነው። ያው ሌላ ማድረግ ባልችልም ለናንተ ለቤተ ሰቦቹ ኀዘኔንና ልባዊ ጸሎቴን የምገልጽበት ስጦታዬ ነው። ያው ከታቹ የሶለን ማስታወሻ ብዬ ጽፌበታለሁ።"

ሰሎሜ በሥዕሉ ፈዛ ቀረች። ልክ በሕይወት ያለ ነው የሚመስለው። አፉን ጠመም አድርጎ የሚሥቅት የራሱ ሣቅ ናት። የሚወዳትን ቲሸርት ነው የለበሰው። በቃ ሶለን በሕይወት ያለ ነው የሚመስለው። ሥዕሉ የሶፊያን ችሎታ ብቻ ሳይሆን፣ ለሶለንም የነበራትን ፍቅር የሚያሳይ ይመስላል። ሰው የማይወደውን ሰው ምስል እንዲህ አርጎ ሊሥል አይችልምና። እቤት ሥዕሉን ሲያዩ ምን ሊሉ እንደሚችሉ በሐሳብዋ መጣባት። ከዚያም ተቃቅፈው ተሰነባበቱ። የኢትዮጵያ ስልኳንም ሰጠቻት። ሰሎሜ ከኒውዮርክ ስትመለስ ሶፊያ ወደ ኢትዮጵያ እንደምትሄድ ስላወቁ ስንብታቸው ጠንከር ያለ ነበር።

"እኔም ቶሎ ኢትዮጵያ የምመጣ ይመስለኛል። እዚያው በቶሎ እንገናኛለን። እነማሚን አግኝተሻቸው በደንብ ተዋውቀሻቸው ብትሄጂ ደስ ይለኛ ነበር። ግን እንዳልኩሽ አሁን ጥሩ ጊዜ ላይሆን ይችላል።" ብላ አንገቷ ላይ ያለውን ሶለን ወደ ኢትዮጵያ ስትሄድ የሰጣትን ሐብል አውልቃ ሰጠቻት ሰሎሜም።

የምትሰጣትና ልታጽናናት የምትችልበት ቃል ቢያጥራት እንጂ፣ ይህንን ለማንም ልትሰጠው የማትችለው የሶለን ማስታወሻ እንደሆነ ታውቃለች። ቆይቶም ልክ እንዳልሠራች ይሰማት ይሆናል።

"ይህ ሶለን ኢትዮጵያ ስሄድ የሰጠኝ ስጦታ ነው። አሁን ቢኖር ላንቺም ይህንኑ የሚሰጥሽ ይመስለኛል። እንድትበረቺና ተስፋ እንዳትቆርጪ።" ብላ እጇ ላይ አስቀመጠችው። በልብ ቅርጽ ላይ 'የሶለን ጸሎትና ፍቅር ሁል ጊዜም ካንቺ ጋር ነው' ይላል። ሶፊያም የምትለው ጠፍቶአት አቅፋት ስቅስቅ ብላ እያለቀሰች "አንቺ እንደ እኅቴ ነሽ። ሶለን እንዴት እንደሚወድሽ ሁሌም ትዝ ይለኛል። በርግጥ የምትገርሚ ሰው ነሽ። በጣም አመሰግናለሁ" አለች፤ የተሰማትን የምትገልጽበት ቃል እንዳነሣት ያስታውቃል።

ተለያይተው ሲሄዱ ሰሎሜ ስሜቷ ሁሉ ድብልቅልቅ አለባት። "ወይ ሶለን ያንተ ታሪክ ማለቂያ ያለው አይመስለኝም።" አለች ለራሷ። አራቱ የፍቅር ፈርጦች፡- ይህቺ ግራ የምታጋባ ውስብስብ ፈርጥ መሆኗ ጥርጥር የለውም። "አሁን የሦስቱስ ታሪክ ምን ይሆን?" ብላ አሰበች በድንገት። እሱ የጻፈውን ለማንበብና ከቻለችም የቀሩትን ለማግኘትም ጓጓች። የመጨረሻ ታሪኩም ሆነ አሟሟቱ ካሰበችው ይልቅ አሁን የሰማችው የተሻለም ግራ የሚያጋባም ሆኖ ተሰማት። ሰው እኮ ስለ ሞቱ ብቻ ሳይሆን ስላሟሟቱም የሚጨነቅ ፍጡር ነው። ሞቱ አይቀሬ ነውና አሟሟቴን አሳምርልኝ ማለቱ ክፋት የለውም። ሞት ዕጣፈንታ ነው፤ አማሟት ግን ቀሪ ታሪክ። ሞት የማይቀር፣ አሟሟትም የማይመረጥ ዕጣፋንታ ሳይሆን ይቀራል? አሁን ለጊዜው ሰሎሜ ብዙ መልስ ያገኘች ያህል ቢሰማትም፣ ብዙ ጥያቄዎች ሳይፈጠሩባት አይቀርም። በሕይወት ውስጥ የምናገኛቸው መልሶች ሁሉ የጥያቄ በሮች ናቸውና።

ሶፊያ ያጫወተቻትን ታሪክ መኪናዋን እየነዳች እንደገና ማሰብ ጀመረች። 'ወይ ጉድ ያለማጋነን እኮ አንድ ተንቀሳቃሽ ላይብራሪ ናት!' አለች ድምፅዋን አውጥታ ለራሷ። አሳዘነቻት። ደግሞም ስላገኘቻት ፈጣሪዋን አመሰገነች። ኀዘኑዋም የተወሰነ የቀነሰላት መስሎአታል በሰማችው ነገር። 'እንዲያው ግን የሰው ሕይወት እንዴት ውስብስብ ነው? አሁን ይቺ የ28 ዓመት ወጣት በዚህ ሁሉ ውስጥ ማለፍ ነበረባት? ጀርመን ተወልዳ፣ ግሪክ አድጋ፣ አሜሪካ ተምራ፣ አሁን ደግሞ ኢትዮጵያ ልትሄድ ነው። ለምን ይሆን ከፊስቱላ ሕመምተኞች ጋር ለመሥራት የፈለገችው? ሥቃያቸው ስለተሰማት ይሆን ወይስ ሥቃይዋን በነሱ ሥቃይ፣ ታሪኳን በነሱ ታሪክ ውስጥ ልትረሳውና ልትፈውሰው?' የሚለውም የሰሎሜ ጭንቅላት ያብላላው ሐሳብ ነበር። የበለጠ ሶፊያን ማወቅ እንዳለባት ነው የተሰማት። መጀመሪያ ግን ኒውዮርክ ሄዳ የራሱዋንም የኑሮ ፈር አቅጣጫ ማስያዝ ይገባታል። በዚያውም ሌላዋን ሦስተኛዋን የሶለንን የፍቅር ፈርጥ ለማግኘት አስባለች። ሳሮንን።

እንዲህ እንዲህ እያለች ሳታስበው በደመ ነፍስ ነድታ ቤት ስትቆም ነው መድረሷን ያወቀችው። ደመ ነፍስ እንግዲህ ከንቁው አእምሮአችን ሥር ያለው የተንጣለለው ከፊል ንቁና ድብቁ አእምሮአችን ነው የሚባለው። አንዳንዴ በደመ ነፍስ ኖረን በደመ ነፍስ መሞትም አለ። ደመ ነፍስ ስንል በርግጥ አንዳንዴ የሰውን እንስሳዊ የፍላጎት ግፊትንም ለመግለጽ እንጠቀምበታለን። እዚህ ጋ ግን ሰሎሜን ነድቶ እቤት ያደረሳት እንስሳዊዉ ሳይሆን፣ ረቂቁ ከስሜትና ካስተሳሰብ ሥር የተወሸቀው ሌላው የፈቃድ መዘውር፣ ስፋቱ የማይታወቀው የአእምሮ ክፍል ነው። ነቅቶ የሚንከላወሰውን አእምሮአችንን በጥልቅ የማንነታችን ውቅያኖስ ውስጥ ተወሽቆ እሱ ነው አሉ የሚያሾረው፣ የሚያሽከረክረውም።

ደመ ነፍስ የነፍስ ደም ነው፤ መልኩ ግን ቀይ አይደለም፤ የነፍስ ነገሮች በቀለም ሳይሆን በሐሳብ ደርዝ ነው የሚገለጹት። ደመ ሥጋ የሥጋ ህልውና እንደሆነ ሁሉ ደመ ነፍስም የነፍስን አኗኗር ይወስናል። ደመ ሥጋ ለሰውነት ሁሉ የሚያስፈልገውን ምግብና ኦክሲጅን ያዳርሳል። ብሎም ካንዱ ክፍል ወደ ሌላው ጠቃሚ መልእክተኛ ንጥረ ነገሮችንና ተወጋጅ ቆሻሻዎችን በልብ እየተገፋ ያመላልሳል ቀን ከሌት። እሱ በቆመበት ቀን ሕይወትም ትቆማለች። ደመ ነፍስም በነፍስ ዓለም ያንኑ ሳይሠራ ይቀራል? ቀን በውን ... ሌት በህልም... አውቀን በንቃት... ሳናውቅ በፍዘት... የቀዳነውን ሐሳብ አመላላሽ ... ባቡራችን ... ቧንቧችን ነው። ሰሎሜ ሥዕሉን ቸኰል ቸኰል እያለች ከመኪናዋ አውርዳ ይዛ ወደ ቤት ስትገባ፣ ቤተ ዘመዱ ራት ሲያቀራርቡ ነበር የደረሰችው። እህሉ ተጋግሮ እንጀራው፣ ሚችም ተሰናብቶ ምስሉ ነው የቀረው። አንዱ ተሥሎ ሌላውም ተጋግሮ።

ሶፊያም ለብቻዋ ወደ አንድ ክፍል አፓርትመንቷ ነበር የሄደችው። ዊቶን ወደሚባለው ምዕራባዊ ቺካጎ ውስጥ ወደሚገኝ መኖሪያ ቤቶች ወደሚበዙበት ሰላማዊ የከተማው ክፍል ነው የተከራየችው። ሙሉ በሙሉ ዕቃው የተሟላለት ሲሆን፣ ኪራዩ ወደድም ቢል የተከራየችው ለአንድ ወር ብቻ ነው። ወደ ኢትዮጵያ ልትሄድ ስለሆነ ዕቃዋን ሁሉ መልክ መልክ እያስያዘች ነው። የተወሰኑ ዕቃዎቿን መርጣ የዕቃ ማስቀመጫ ክፍል በመከራየት እዚያ አድርጋ ለመሄድ ነው ያሰበችው። የተረፈውን ደግሞ ለበጎ አድራጎት ድርጅት ለመስጠት ለይታዋለች። ሶፊያ ለሰሎሜ የነገረቻት ታሪክ ከሶለን ጋር በነበራቸው ግንኙነት የተፈጠረውን ሁኔታ ለማስረዳት የሚያስችላትን ብቻ ነው። ሶፊያ ለማንም የማትነግረው ታሪክና ገና ብዙ ሥራ የሚያስፈልገው እድንጋይ ላይ ወድቆ እንደተሰባበረ ብርጭቆ ስብርብሩ የወጣ ማንነትም አላት። አንዳንዱን እዚሁ አሜሪካ ትታው ልትሄድ ብትወስንም፣ አብዛኛው ግን እንደጥላዋ አብሮአት መሄዱ አይቀርም። ሲጨልም እየጠፋ፣ ሲነጋ እየመጣ። አንዴ እያጠረ፣ አንዴ ደግሞ እየረዘመ፡፡ ሲለው እየደበዘዘ፣ ሲያሻው ደግሞ እየደመቀ። ሁለተኛው የኢትዮጵያ ጉዞዋ ግን ምን እንዳዘጋጀላት ምንስ እንደሚያደርጋት ማን ያውቃል? ደግሞስ ሶፊያ ለሰሎሜ ከነገረቻት ውጪ የተለየ ዐይነት ሰው ብትሆንስ?

ወጥመድ

መላኩ በማግስቱ ወደ ዱባይ ሊሄድ ዝግጅቱን ጨርሷል። ኮንፈረንሱ የሚጀምረው ሰኞ ሲሆን እሱ እሑድ ለመጓዝ ነው ያሰበው። ሣራም ትንሹ ልጇ ጉንፋን አሞት ስለነበር ላለፉት ሶስት ቀናት ከቤት አልወጣችም። ዛሬ ግን ሻል ብሎት እሷም አረፍ ብላለች። ሌሎቹ ሁለቱ ልጆቿ ካባታቸውና ካያቶቻቸው ጋር ወደ ደብረማርቆስና ባሕርዳር ለአንድ ሳምንት ቆይታ ከሁለት ቀን በፊት ስለሄዱ በአንድ በኩል ትንሽ እፎይ ብላ ነው የሰነበተችው። ቅዳሜ ከሰአት በኋላ ከዘጠኝ ሰአት ጀምሮ ከመላኩ ጋር ሽራተን ነበር የቆዩት። ለአንድ ሰዓት ያህል ከዋኙ በኋላ ሳውና ባዝ ወስዳ፣ ማሳጅ አድርጋ ስለነበር ነው መሰል የድካም ስሜት ቢኖራትም እንኳ፣ ለራት ሲወጡ የረጋ ሰውነቷ ሁሉ ተፍታቶአል። ልጇም ያለወትሮው ተኝቶ ቆይቶ ስለነበር አላስቸገረም። ቢያንስ እስካሁን አልተደወለላትም። ምናልባት ሌሊት እንቅልፍ ሊኖራት እንደማይችል በማሰብ ፈርታለች። ከዚህ ዐይነቱ ጥሩ ቀን በኋላ ግን የማትችለው ነገር አይኖርም። ሣራና መላኩ አሜሪካ ከመሄዱ በፊት ስለነበራቸው መልካም ትዝታ እያወሩ ሁለቱም ርቧቸው ስለነበር ወደ አንድ የሚያውቁት ፒዛ ቤት ሄዱ።

ሣራ አዲስ አበባ ውስጥ ያሉትን የአእምሮ ህክምና አገልግሎቶች ሁሉ ጐብኝታለች። በተለይ ከሕፃናትና ወጣቶች አንጻር ያለዉን ከፍተኛ ጉድለት ለመቅረፍ አንድ ነገር ማድረግ እንዳለባት እያሰበች ነው። አንድ የሕፃናት የአእምሮ ማእከል ከፍታ እዚሁ አገር ለመሥራትም ልቧ በጣም ተነሣሥቷል። የራሷንም ልጅ ጨምራ እንደ ኦቲዝም ባሉ የአእምሮ እድገት መዛባትና ዝግመት ላላቸው ልጆች ክብካቤ የሚያደርግና የሕዝቡን ንቃት የሚጨምር ሥራ ለመሥራት ቆርጣለች። ሐሳቧን ለመላኩ ስታጫውተው ሙሉ ድጋፉን ነበር የሰጣት። ደግሞም የትዳሯ ጉዳይ እንዴት ሊሆን እንደሚችል ተጨንቆ ጠይቋታል። ምክንያቱም ምንተስኖትም ሆነ የሱ ቤት ሰቦች በጥብቅ የሚቃወሙት ሐሳብ እንደሆነ ስለሚያውቅ ነው። ትዳሩ ቢኖጋ ደግሞ የልጆቹ ጉዳይ አሳሳቢ ይሆናል። ከዚህም በተጨማሪ ስለ ኦቲዝም የተወሰነ ቢያነብም አሁንም ብዙ ጥያቄ አለው። እናትም የሙያውም ባለቤት ስለሆነች ከሣራ የተሻለ ስለዚህ ጉዳይ ማንም ሊያስረዳው አይችልም።

"ማሪ በናትሽ ላደርቅሽ ነው እንግዲህ።"አለና መላኩ ጥያቄውን የጀመረው። "የባቢ ሕመም ኦቲዝም ነው አይደል ያልሽኝ። ለማንበብ ሞክሬ ነበር ግን ያን ያህል አልገባኝም። ምን ዐይነት በሽታ ነው? ማለቴ ስሙ ራሱ አይገባኝም እኮ!" አላት ለማወቅ ያለው ጉጉት በአጠያየቁ እየታየበት።

"እም ... ም ምን መሰለህ መልዬ ... ኦቲዝም አንድ በሽታ ነው ማለት አይቻልም። በአጠቃላይ ተመሳሳይ መገለጫ ያላቸው ከአእምሮ እድገት መዛባት ጋር የተያያዙ ችግሮች የጋራ ስም ነው። ኦቲዝም የሚለው ስም 'አውቶ' ማለትም የአንድ ሰው እኔነት (ራስ) ከሚለው ቃል የወጣ ሲሆን፣ ኦቲዝም የተባለበት ምክንያት ይህ ችግር ያጋጠማቸው ሕፃናት አብዛኛው ዓለማቸው በራሳቸው ውስጥ ስለሚሽከረከር ነው። አሁን እየህ አእምሮው በትክክል የሚሠራ ሰው ውስጣዊውንና ውጫዊውን አለም አመጣጥኖ ነው የሚኖረው። ኦቲዝም ያለባቸው ህጻናት ግን ልክ ሳጥን ውስጥ እንዳለ ሰው ብዙውን ጊዜ የሚያሳልፉት በራሳቸው ጭንቅላት ውስጥ ነው። ከዚህም የተነሣ ለሰው ግራ የሚያጋባና ለመረዳት አስቸጋሪ የሆነ የባሕርይ፣ የቋንቋና የማኅበራዊ ግንኙነት ጉድለቶች ይታዩባቸዋል። ደግሞም በአብዛኞቹ ላይ የአእምሮ ዝግመት ይከሠታል። እንደ ባቢዬ በጣም የከፋ የአእምሮ ዝግመት ያለባቸው ከሆነ፣ ሕመሙን የበለጠ የከፋ ያደርገዋል። ሁሉም ልጆች በሁሉም አቅጣጫ በተመሳሳይ ደረጃ ጉድለት ስለማይኖራቸው፣ ኦቲዝም ያለበት እያንዳንዱ ልጅ አንድ ዐይነት ሊሆን አይችልም።" ብላ እየቀዘቀዘ የነበረውን ሻይዋን ፉት አለች።

"ቆይ እኔ ምልሽ ለምሳሌ ባቢዬ እንደ ሌላ ልጅ ስትይዢው ደስ አይለውም ወይም በቃ ግድም አይሰጠው። ደግሞም ሁሌ ከጁ የማትለየው ኳስ አለችው፣ ለምንድነው ነው እንደ ሌላ ልጅ እሷን ጥሎ በሌላ ነገር የማይጫወተው? አንዳንዴ እኮ ጭንቅ ይለኛል ትንሺዬ ነገር ይዞ በዛች ስንት ሰዓት ሙሉ ሲጫወት፣ ከተነካችበት ደግሞ እንዴት እንደሚበሳጭ!" አለ ጥያቄውን መቋጨት እያቃተውና የተቀመጠበት መቀመጫ እንዳልተመቸው ሁሉ ለመስተካከል እየሞከረ።

"ምን መሰለህ ባጠቃላይ ኦቲዝም ያለባቸው ልጆች ለውጥ አይወዱም፣ ውጫዊ ለውጥ ውስጣዊ ዓለማቸውን ስለሚያውክባቸውም ሊሆን ይችላል። ስሜታቸው ደግሞ በጣም ስስና ስል ነው። ለምሳሌ ብርሃን፣ ድምፅ፣ ሽታ፣ ጣዕም ወይም ያንድ ነገር ልስላሴና ሻካራነት ለውጥ ለነሱ የመቆንጠጥ ወይም ከፍተኛ የሆነ ድምፅና ብርሃን እኛን የሚረብሸንን ያህል ነው የሚረብሻቸው። አንዳንዴ ደግሞ በራሳቸው ዓለም ውስጥ ገብተው ስለሚጠፉ በቃ እስከ መኖርህም ነው የሚረሱህ። ሌላው ቀርቶ ራሳቸውን እንደ ሦስተኛ ሰው የሚቆጥሩበት ጊዜም አለ። ለምሳሌ ባቢዬ መጥቶ ባቢ ካካ መጥቶበታል ሊለኝ ይችላል። ከሰው ይልቅ ከእንስሳቱና ግዑዛን ከሆኑ ነገሮች ጋር መጫወት ነው ደስ የሚላቸው። ምናልባት

ከሰው ይልቅ እንስሳቱና ግዑዛን ነገሮቹ የነሱን ፍላጎት ስለማይጫኗቸው ሊሆን ይችላል። ከሌሎች ልጆች ጋር አብረውም ሆነ እየተወዳደሩ መጫወት አይችሉም። በቀላሉ ሊጐዱም ስለሚችሉ ሁሌም ጥንቃቄና የተለየ ሥልጠና ሳትታክት ልትሰጣቸው ይገባል" አለች፡፡

"ምግብስ ላይ አሁን ባቢዬ ከተፈጨ ሙዝና ገንፎ በቀር ምንም አይበላልሽም፤ ይህ ለምን እንደሆነ ይታወቃል?"

"ምን መሰለህ ቅድም እንዳልኩህ አንደኛ ለውጥ ፈጽሞ አይወዱም፤ በጣም ነው የሚረብሻቸው። ሁለተኛ ደግሞ ለጣዕም፣ ለሽታና በማንኛውም ነገር ልስላሴና ሻካራነት ውስጣቸው በቶሎ ነው የሚረበሸው። ከለመዱት ውጪ የሆነ ሁሉም ነገር ከምታስበው በላይ ነው የሚያውካቸው። በዚያ ላይ ደግሞ አሁን በባቢዬ ሁኔታ የአእምሮ ዝግመቱም ስላለ በቃ የሚፈልገውን ማወቁም ከባድ ነው።"

"ግን መንሥኤው ይታወቃል? ማለቴ ምንድነው የሚያመጣው? አንድ አንድ ሰዎች ክትባት ነው የሚያመጣው ይላሉ፤ በዘርስ ይተላለፋል?" አለ መላኩ አሁንም የጥያቄው ቋት ገና ሳይጐድል።

"እም..ምም ይሄ ነው ተብሎ ሊጠቀስ የሚችል አንድ መንሥኤ አለው ማለት አይቻልም እስካሁን ባለው ጥናት መሠረት። ደግሞ እንዳልኩህ አንድ ዐይነት ሕመምም ነው ለማለት አዳጋች ነው። ከዛ በተጨማሪ ብዙ አጨቃጫቂና ግር የሚያሰኙ ቲዎሪዎችና መንሥኤ ተደርገው የሚወሰዱ ጉዳዮች ቢኖሩም፣ አንዱም ሙሉ በሙሉ የተረጋገጠ ነው ለማለት ይከብዳል። ሕክምናውን አዳጋች የሚያደርገውም እሱ ነው። የክትባቱ ጉዳይ ገና የተረጋገጠ አይደለም። እስካሁን ያሉ ጥናቶች አሉታዊ ምልከታ ነው ያላቸው። ያው ለክትባት ካምፓኒዎችም ትልቅ ቢዝነስ ስለ ሆነ ብዙ ሰዎች ያሉትን ጥናቶች ከልብ አይቀበሉዋቸውም። ብዙ 'ጀነቲክ' የሆኑ መንሥኤዎችና ጠቋሚ ነገሮች ቢኖሩም፣ አንድ የታወቀ 'ጂን' ነገሩን ያመጣዋል ብሎ ለማስረዳት አልተቻለም። በዘር የመሄዱም ጉዳይ ያንን ያህል የታወቀና የተረጋገጠ መልክ ያለው ሆኖ አልተገኘም። ከምግብ ጋር የተያያዙ ማዳበሪያ፣ ፀረ አረምና ፀረ ተባይ መርዞች፣ ምግብ ሲታሸግ ሳይበላሽ እንዲቆይ ለማድረግ ጥቅም ላይ የሚውል ኬሚካል . . . ወዘተ የሚወነጀሉበት ሁኔታ አለ። እናት በርግዝና ጊዜ ወይም ሕፃኑ በጣም ትንሽ በነበረ ዕድሜው ወቅት በተለያዩ ቫይረሶች ተጠቅቶ ሊሆን ይችላል የሚል መላ ምትም አለ። ግን ያው አሁንም እንዳልኩህ ይሄ ነው ተብሎ በርግጠኝነት ሊጠቁም የሚችል መንሥኤ ግን ገና አልተገኘም።" አለች ረጅም ማብራሪያዋን ገታ አድርጋ።

"ሕፃኑ ስንት ዓመት ሲሆነው ነው ነገሩን በርግጠኛነት ማወቅ የሚቻለው? ምንድነው አንድ ሕፃን ኦቲዝም አለበት ለማለት የሚያስችለው? አንቺ በስንት

ዓመቱ ነው ባቢ. ይህ ችግር እንዳለበት ያወቅሽው?" አለና እቃ የሚሰበስበውን አስተናጋጅ ሌላ ሻይ እንዲያመጣለት ነገረው

"ትልቁ ችግር ምን መሰለህ? ማንም እናት ወይም ወላጅ ይህንን ችግር በቀላሉ አምኖ መቀበል ስለማይፈልግ ችግሮቹን እንኳ እያየ እንዳለየ ነው የሚሆነው። ሲነገረውም አይቀበልም። እኔ እንኳን አስበው ራሴ የሕፃናት አእምሮ ሃኪም ሆኜ በቃ ዝግጁ አልነበርኩም። የመጀመሪያ ልጅህ ካልሆነ ነገሩን ቶሎ ለማወቅ ይቀልላል። የመጀመሪያ ልጅ ሲሆን ግን ከባድ ነው ማነጻጸሪያ ስለማይኖርህ። በሌላ በኩል ደግሞ ሁሉም ልጅ ላይ የምታየው ምልክት ስለሚለያይ አንዳንዴ አስቸጋሪ ያደርገዋል። ከዚያ በተረፈ ግን አንዳንድ ልጆች ላይ ደህና ማደግ ጀምረው ስድስት ወርና አንድ ዓመት ሲሆናቸው ነው ነገሩ የሚጀምረው። ይህ ደግሞ አልፎ አልፎ የሚታይ የኦቲዝም ዐይነት ነው።

"በአጠቃላይ ግን ብዙ ወላጅ ነገሩን በትክክል ለይቶ ወደ ህክምና ሲመጣ ሦስት ዓመትና ከዚያም በላይ ይሆናል። ከሁለት ዓመት ጀምሮ ነገሩን ልብ ካልከው ከሚታሰበው በላይ ግልጽ ሊሆን ይችላል። ሆኖም ምልክቶቹ ሕፃኑ አንድ ዓመት ሲሆነው ጀምሮ በደንብ ይታያሉ። ልጆቹ ለመታቀፍና ለመያዝ አንድም ግድ የሌላቸው ይሆናሉ ወይም እሪ ብለውም ሊያስቸግሩ ይችላሉ። አፍ ቶሎ ላይፈቱ ወይም በትክክል ላይፈቱ ይችላሉ። የምግብ አመጋገብና እንቅልፋቸው የተዛባ ይሆናል። አንዳንዴ በቃ በራሳቸው ዓለም ውስጥ ገብተው ይጠፋሉ። ለድምፅም ሆነ ጤነኛ የሆነ ሕፃን በቀላሉ መልስ ለሚሰጥህ ነገር መልስ አይሰጡም። በቋንቋ፣ በግንኙነትና በባሕርይ ዙርያ ወይ የዘገዩ ወይ የተለዩ ነው የሚሆኑብህ። አለበለዚያ ለውጪው ዓለም ደንታ ቢስና ቁጡ ዐይነት ይመስሉሃል። ከአራት ሦስቱ ታማሚዎች ወንድ ሕፃናት ናቸው። አእምሮአቸው ዘገምተኛ ከሆኑ ደግሞ ችግሩ የባሰውን ለወላጅ ከአቅም በላይ ሊከብድ ይችላል። የአእምሮ ዘገምተኛነት ደግሞ በብዙዎቹ ላይ ይታያል።"

"ዋው! የሚገርም ነገር ነው። ቶሎ ማወቁና አለማወቁ ለውጥ አለው? ማለቴ ግን በአጠቃለይ ህክምና አለው ወይስ ሁሌም እንደዚሁ ነው የሚኖሩት?" አለ አሁንም ጥያቄዎቹ እየበዙበት በውስጡ፡፡

"አዎን ... በጣም ለውጥ አለው... ነገሩን በጊዜ ማወቁ ሕፃናቱን በቋንቋም ሆነ በሌሎቹ ማኅበራዊና አእምሮአዊ እድገቶች ለመርዳትና ቶሎ ወደ መንገድ ለመመለስ ቁልፍ ነገር ነው። በጣም ካደጉ በኋላ ወደ ህክምና ለሚመጡ ልጆች ሊደረግ የሚችለው ነገር በጣም ውሱን ነው። ህክምናው ዘርፈ ብዙና የብዙ ባለሙያዎችን ድጋፍ የሚፈልግ ከመሆኑም በላይ ወላጆችንም ማሳተፍ ይኖርበታል። እንደ ወባና ሳንባ ነቀርሳ የሚድን ሕመም አይደለም። ብዙ ሕፃናት ከችግሩ ጋር ምናልባት ዕድሜ ልካቸውን መታገላቸው አይቀርም። ህክምናው

በልጆቹም ሆነ በቤተ ሰባቸው ላይ ትልቅ ለውጥ የሚያመጣ ሲሆን ያልታከሙ ሕፃናትና ወላጆች ሥቃይ ግን በጣም ልክ የለውም።" አለች ከቦርሳዋ ውስጥ የእጅ ማጽጃ ፈሳሽ እያወጣች።

"ህክምናው ትምህርትን፣ ለኑሮ የሚያስፈልጉ መሠረታዊ ችሎታዎችን፣ ማኅበራዊና ግንኙነታዊ ዐቅምን ማዳበርንና አስቸጋሪ የሆኑ ባሕርያትን ማረቅንም ያጠቃልላል። በመድኀኒት የሚደረገው ነገር በጣም ውሱን ነው። ነገሩን መከላከል የሚቻልበት መንገድ ገና አልታወቀም። ለዚህም ነው መንሥኤውን ማወቅ የሚያስፈልገን። የባቢ ግን ከፍተኛ የአእምሮ ዝግመትም ስላለበት በጣም ከባድ ነው። ምናልባትም የዕድሜ ልክ እገዛ ያስፈልገዋል። የተወሰኑ ነገሮችን ለራሱ ማድረግ ከቻለ እንኳ ትልቅ ድል ነው።" ብላ እንባዋ እያቀረረ ትክዝ ብላ እጇን እንዳጣመረች ማውራቷን አቆመች። የሻዩን ስኒ እየነካካችና በጣቷ መታ መታ እያደረገች ሳታስበው እንባዋ ዱብ ዱብ አለ።

መላኩም ግራ ገባው ምን ማለት እንዳለበት። "እ ይቅርታ... ሣሪ.... እምም... " ብሎ ምን ማለት እንዳለበት እርግጠኛ ስላልነበረ ጀርባዋንና ትከሻዋን ማሻሸት ጀመረ፡፡

"አይ መሌ ... እንዲያው እናት መሆን እንዴት ከባድ መሰለህ? ብዙ ነው ያለቀስኩት። አንዳንዴ ራስህን ትኰንናለህ፤ ሌላ ጊዜ ደግሞ ከፈጣሪ ትጣላለህ። ከዚያ ደግሞ ቁጣ ቁጭት.. ምን ልበልህ!... ሃኪም መሆንህም ምንም አይጠቅምህም። ደግሞም እንደገና ለምን እኔ የሚለውን ጥያቄ ይዘህ ሳትጨርስ የባሰ ብዙ ችግር ታይና... ለምን ሌላውስ ትላለህ። ፈተና ነው ብቻ" ብላ በረጅሙ ተነፈሰች።

"አይደል ሣሪ... በጣም ከባድ መሆን አለበት መቼም። አንቺ ግን ስንት ዓመቱ ላይ ነው መጀመሪያ ያውቅሽው?" አለ አሁንም ከመጠየቅ በቀር ምን ማድረግ እንዳለበት ስላላወቀ።

" አሁን ወደ ኋላ ሳየው ስድስት ወሩም ላይ ብዙ ምልክቶች ነበሩት። በቃ እንደ ሌሎቹ ልጆች አይሥቅም፤ ስታቅፈው ወይ ይነጫነጫል ወይም ደግሞ መኖርህንም አያስብም። በቃ ሁሉም ነገሩ ደግሞ የዘገየ ነበር። በመጨረሻም አንድ ዓመት ከስድስት ወር ሲሆነው ጨክኜ ወስጄ ሳስመረምረው ሃኪሞቹ ትልቅ ጥርጣሬ ቢኖራቸውም ገና ሕፃን ስለሆነ ትንሽ እንድንታገሥ ነገሩኝ። መጨረሻ ላይ ግን ሁለት ዓመት ከስምንት ወር ሲሆነው በትክክል ኦቲዝም እንዳለበት ተነግሮን ህክምናውን ጀመርን። እሱ ብቻ ሳይሆን የምንተስኖትም እንጎት የመጀመሪያ ልጇ እንደሱ ባይከፋም፣ ተመሳሳይ ችግር እንዳለበት ነው የተረዳነው። ያው ችግሩ ሲኖርብህ ዐይንህ ስለሚከፈት በየቦታው ይታይሃል።" ብላ የቀረውን ውሃ ከጠርሙሱ ወደ ብርጭቆው ሞላችው።

“እኔ ምልሽ ሣሪ የሲቲ ስካን ወይም ኤክስ ሬይ ምናምን ምርመራ ሲደረግ አንጎላቸው ላይ ኦቲዝም ከሌለባቸው ሕፃናት የተለየ ነገር ይገኛል?” አለ መላኩ።

“እም … ም… የተወሰኑ ጥናቶች እንደሚያሳዩት በአንጎላቸው ውስጥ ያሉ የነርቭ ሴሎች ያላቸው ትስስርና ግንኙነት በትክክል ያልዳበረና የሳሳ ነው የሚባለው። በአጠቃላይ የኔትወርክ ችግር ነው እንደ ማለት ነው። ግን ይህም ገና ብዙ ሪሰርች እየተሠራበት ያለ ነገር ነው። አንዳንዴ ደግሞ እኮ ያስገርሙሃል። በጣም ከደጎና ልጆችም በላይ የዳበረ የአእምሮ ክፍልም አላቸው። ወይ በሙዚቃ ወይ በሂሳብ ወይ በሥዕል የተለየ ችሎታ የሚያሳዩ ኦቲዝም ያለባቸው ልጆች አሉ። ከዚህም የተነሣ አንዳንድ ቡድኖች ኦቲዝም በሽታ ሳይሆን የሰብእናና የአእምሮ ልዩነት ነው ብለው ይሟገታሉ። ልጆቹ መታከም ሳይሆን፣ እንደ ማንኛውም ሰው ታይተው እገዛ በሚያስፈልጋቸው ነገር ላይ ብቻ ነው መረዳት ያለባቸው ብለው ያምናሉ። የሆነው ሆኖ ችግሩ በቤቱ ያለበት ሰው ብቻ ችግሩን ያውቀዋል።” አለች ሰዓቷን እያየች።

“መሽ አይደል? ኧረ እንሂድ… ዛሬ መቼም አስለፈለፍኩሽ።” ብሎ አስተናጋጁን ጠራ ሂሳቡን ለመክፈል። “እኔ ምልሽ ሣሪ… በተለይ አበሻው ላይ ኦቲዝም እየበዛ ነው የሚባለው እውነት ነው? በተለይ በአሜሪካ አገር?”

“ሰው እንደዚያ ይላል። ነገሩ አበሻ ላይ ብቻ ሳይሆን፣ አሜሪካን አገር ባጠቃላይ እየበዛ እንዳለ የሚያምኑ ብዙ ሰዎች አሉ። ግን ደግሞ አሁን ነገሩን የበለጠ ስላወቅነውና ትኩረት ስለተሰጠውም ነው የበዛ የሚመስለን የሚሉም አሉ። እርግጠኛ ነኝ እዚህም አገር አገልግሎቱ ቢኖርና ህክምናው ቢያድግ፣ ነገሩ ከምናውቀው በላይ ብዙ እንደሚሆን። አብዛኛው ሰው እኮ ስለሚያፍርና አቅሙም ስለማይፈቅድ በቃ ልጁን እቤት አፍኖና አስሮ ነው የሚያስቀረው። ብዙ መንገድ ላይ ወድቀው የሚለምኑ ሕፃናትም ይኖሩ ይሆናል። እርግጠኛ አይደለሁም።” አለች ሣራ ዕቃዋን እየሰበሰበች። ከዚያም ሂሳባቸውን ከፍለው ወደ መኪናቸው አመሩ።

ከዚህም በላይ ሣራን ያስለቀሱ ያሣቁና ግራ ያጋቡ ብዙ ጥያቄዎችንም ነበር መላኩ የጠየቃት። የሚገርመው ግን ከቀኑ ሳውናና ዋና ይልቅ እራት እየበሉ የተጫወቱት ጨዋታ ነበር ከላይዋ ላይ አንዳች ሸክም የተነሣላት ያህል ለነፍሷ ዕረፍት የሰጣት። መላኩ ግን በመስኮት አጮልቆ እንዳየው አስፈሪ እስር ቤት ያህል ነው የተጫወቱት ነገር ልቡናውን የተጫነው። ሣራ እናትና ሃኪም ሆና ሌላው ሌላው ሕመም ሳይቆጠር ከኦቲዝም ጋር ብቻ የምታደርገው ትግል ምን ያህል ሸክም ተሸክማ እንደምትኖር አሳይቶት ከልቡ ነው ያሳዘነችው፤ ደግሞም ያደነቃት። በዚህ ላይ እንደ ምንተስኖት ያለ ባል ሲጨመርበትማ አይጣል!

እቤት እንደገቡ ነበር ባቢ ከእንቅልፉ የነቃው። ማንም ሊያባብለው

አልቻለም፤ ምን እንደሚፈልግም ማወቅ አልቻሉም። ሣራም ለሌሊቱ ስራ ራሷን እያዘጋጀች አቅፋው ለማባበል ወዲያ ወዲህ ማለት ጀምራለች። በሣራ ደረት ላይ ሆኖ ተመሳሳይ ማባበያ መዝሙር እየዘመረችለት ስታወዛውዘው ረጋ ይላል። መላኩም መሽቶ ስለነበር ጠጋ ብሎ ጉንጯ ላይ ሳም አደረገና፡፡ "ሣሪና በይ ሰላም እደሪ። ያው ምንም ነገር ቢያስፈልግሽ ማርቆስ አለ። እንደገባሁ እንደውላለሁ። በጣም ነው ደስ ያለኝ ጥሩ ጊዜ ነበረን። እንግዲህ በርቺ ..አይዞን" ብሎ ወጣ።

ወደ ቤቱ ሲመለስ ደግሞ ነገሩን ሁሌም ከሚበላው ሀገራዊና ማኀበራዊ አስተሳሰብ አንጻር ማሰቡ አልቀረም። በትክክል ካላደገና ካልዳበረ አንጎል የተነሣ በኦቲዝም ሕፃናት ላይ የሚታየው ችግር፣ በኅብረተ ሰብ ደረጃም ሳይታይ አይቀርም የሚል መላምታዊ አሳብን ትንሽ አውጠነጠነ። በሣጥን ውስጥ ያለ ጭንቅላትና ከራሱ ውጪ ላለው ዓለም ዝግ የሆነ። ውሱንና ለማንም የማይገባ ቋንቋ፣ ተደጋጋሚና ትርጉም የለሽ ባሕርይ፣ የተዛባ አስተሳሰብና ማኀበራዊ ግንኙነት ኦቲዝም ያለበትን አእምሮ በትክክል ይገልጸዋል። ዝግመተ አእምሮ ሲጨመርበት ደግሞ ነገሩ ይወሳሰባል ያለችውም ትዝ አለው። ቶሎ ተደርሶበት በብዙ ባለሙያዎች ካልታገዘ ደግሞ የሌላ ሰው ጥገኛ መሆንና አስቸጋሪ የሆነ ኑሮ ነው ውጤቱ ያለችውም እንደገና አንቃጨለበት።

በእርግጥ በአፍሪቃውያን ድምር አስተሳሰብም ላይ ከኦቲዝም ያልተለየ ዝብርቅርቅ ያለ እድገትና የአስተሳሰብ መዛባት ያለ መሆኑ አይካድም። አኗኗራችንም የኦቲዝም አእምሮ ከሚፈጥረው አኗኗር ብዙም ርቆ አልታየው። በርግጥ ኦቲዝም ያለበት ልጅ ችግሩን ማወቅም ማመንም እንደማይችል፣ የኛም ማኀበረ ሰብ ለዚህ ከኦቲዝም እጅግም ለማይለየው የአስተሳሰባችን በሽታ የነቃ አይመስልም። የሕዝብ አስተሳሰብና አመለካከት በትክክል ካልዳበረና ካልተቃኘ ማኀበራዊ ኦቲዝም ሊከሠት እንደሚችል ገመተ። ለለውጥ ዝግ የሆነና የግንኙነት መሥመሩ የተምታታበት አስተሳሰብ።

መላኩ ነገሩን ሙሉ በሙሉ አዳብሮ ጥርት ያለ መላ ምት ለማውጣት አልቻለም እንጂ እንደ አገር ለመለወጥ የምናደርገው ትግል ከማኀበራዊ ኦቲዝም ጋር ሳይሆን እንደማይቀር ግን ሰግቷል። የተጫወቱት ጉዳይ ከአእምሮ አኳያ ሊሠራ ባለው ሥራ ላይ ትልቅ ሞዴልና ምሳሌ የሚሆን ነገር ሆኖ አግኝቶታል። ለጉዞው የሚሆን ሻንጣውን እያዘጋጀም ይሄንኑ ሲያስብ አመሸ።

በማግስቱ ወደ ዱባይ ሲሄድ አየር ማረፊያ ያደረሰው ማርቆስ ነበር። ወደ ውስጥ ገብቶ ሲለያዩ "ማርክ አደራ የሣሪን ነገር። ሰዎቿም አገራቸው ሄደዋል። በቻልከው ጊዜ ሁሉ አግኛት። እሷ ምንም ነገር መጠየቅ አትወድም፤ ሰው ማስቸገር ነው የሚመስላት። እነሶሲም ያንተው ኀላፊነት ናቸው። ክፍያው ከዱባይ እኔ ነኝ ያለ ...ምን መሰለህ?" አለ እየሳቀ።

"እ ... ዱባ ብቻ እንዳትለኝ። በል አትፈላሰፍ። እንደገባህ ደውል። ስማ ሰውዬው ደግሞ እዚያ ቀላል ነው ወዳሜሪካ መደወል። ሰሎሜን ልታገኛት ሞክር። ኀዘኑ በጣም ስለጐዳት ባትመልስልህም ተስፋ ሳትቆርጥ ደጋግመህ ሞክር። ታውቃለህ ምን ያህል ምስኪን እንደሆነች? እዚህ ያለውን ለኔ ተወው። በል ጉድ ላክ እሺ" ብሎ ማርቆስም እየሣቀ ተለያዩ። አውሮፕላኑ ውስጥ ከገባ በኋላ ነበር ዓለም አቀፍ በረራ ካደረገ ምን ያህል እንደቆየ ያስተዋለው። ደክሞት ስለነበር ለመተኛት ቢሞክርም፣ ብዙም ሳይቆይ አጠገቡ ተቀምጣ የነበረች አንዲት ወጣት አበሻ ዕረፍት አልሰጥ ብላው እንቅልፉን አጠፋችበት። እሷ የለመደች የዱባይ ነጋዴ ስትሆን ከሰው ጋር ካላወራች የአውሮፕላኑ መንገድ አያልቅላትም። መተኛቱ የማይሆን ሲሆንበት የምታወራለት ወሬ እምብዛም ስላልጣመው ላፕቶፑን አውጥቶ ካየው ብዙ ጊዜ የሆነውን የጋንዲን የሕይወት ታሪክ የሚተርከውን ፊልም ማዳመጫዉን ጆሮው ውስጥ ሰክቶ ማየት ጀመረ።

መታጠቢያ ክፍል ደርሳ ስትመጣ እሱም ፊልሙ ላይ ተጥዶ ስለ ነበር ከግራዋ ያሉትን ዕድሜያቸው ጠና ያሉትን ሰው ማናዘዙዋን ተያያዘችው። መላኩ ሁሌም የሚገርመው በሄደበት ሁሉ አብዛኛው ፈረንጅና ሌላው የውጪ ሰው አውሮፕላን እስኪገባም ሆነ አውሮፕላን ውስጥ ሆኖ የሆነ ነገር ያደርጋል። ወይ ንባብ ወይ ዕረፍት። የኛ ሰው ግን በአብዛኛው ወይ ወሬ ነው ወይ አየሩ ላይ አፍጥጦ ነው ጊዜው የሚያልፍለት። ዱባይ ደርሰው ሲወርዱ አውሮፕላን ጣቢያው መቼም አሜሪካም ሆነ አውሮጳ ካየው ሁሉ የበለጠ ሆኖ አገኘው። ትልቅነቱና ውበቱ።

የተባበሩት ዐረብ ኤምሬትስ እንደ አገር ከተመሠረተች አርባ ዓመት ያልሞላት ቢሆንም፣ እድገታቸው ይሄ ነው የሚባል አይደለም። እንደ አውሮጳና አሜሪካ በሳይንስና ቴክኖሎጂ ግኝት መጥቀው፣ በትምህርት ልቀው ያገኙት እድገት እንዳልሆነ ያስታውቃል። እንደ እስያውያን በጥረትና የምዕራቡን ሥልጣኔ በመቅዳትም የመጣ አይመስልም። እዚህ ትልቁ የሥልጣኔ መቅጃ የሆናቸው የነዳጅ ዘይት ይመስላል። ግን ደግሞ ገንዘብ በትክክል ካልያዙት ያጋድላልም ያቀረቁዛልም። የመሪዎቻቸው ባለራእይነትና ገንዘቡን በሕዝባቸውና በአገራቸው ላይ ማፍሰሳቸው የፈጠረው ተአምር ሳይሆን አይቀርም። ብዙ የአፍሪቃ አገሮች በተለይ እንደ ዛየርና ናይጄሪያ የመሳሰሉትን መጥቀስ ይቻላል የሀብት ደኻ አልነበሩም። የመሪዎቻቸው የገንዘብ ፍቅርና የሰዉን በተለይም የዜጎቻቸውን ክቡርነት አለማወቅ ዛሬም የስዊዝን ባንክ አድላቢና የሠለጠኑትን አገሮች የጦር መሣሪያ ሸማች አድርጎ በድኽነት እንዲማቅቁ አድርጎአል። መላኩን የገረመው እዚህ አገር ያሉ መሪዎች እንዴት በትልቁ እንደሚያስቡ ነው። በዓለም ረጂሙ ሕንጻ፣ በዓለም ትልቁ የገበያ አዳራሽ፣ ትልቁ ሰው ሰራሽ ደሴትና ሌሎችም ቱሪስቶችን የሚስቡና ትውልዱን በዓለም መድረክ ከፍ ብሎ ራሱን እንዲያስብ የሚያደርጉ ሥራዎች እየተሠሩ ነው።

ከብዛትና ከትልቅነት ባሻገር ጥራትንም ቢሆን እዚህ አገር ባህላቸው ለማድረግ ተግተው እየሠሩ እንዳለ ያስታውቃል። ከጥንት የነበሩት የአገሬው ሕዝብ በብዛቱ ከሃያ በመቶ ቢሆንም የሃገሪቱ ዜጎች የሀብቱ ሁሉ ተጠቃሚና የምቾቱ አጣጣሚ እንዲሆኑ ነው የተደረገው። ቢዝነስ እንኳ የውጪ ዜጋ ሲከፍት እስከ 50 በመቶ ያለው ድርሻ በሀገሪቱ ዜጎች እንዲያዝ ነው የሚያደርጉት። ምድረ በዳውን ያለሙት በእስያውያንና በሌሎች አገር ዜጎች ነው። እንደ አሜሪካና ፈረንሳይ ያሉ አገሮችን ለከለላነት ነው የሚጠቀሙት። መቶ ሺህ አካባቢ እንግሊዛውያንና ሌሎችም እጅግ የተማሩ ያውሮፓና ያሜሪካ ዜጎች እንዲኖሩ ሁኔታዎችን አመቻችተዋል። እንደዚህ ባይሆን ይህ አገር በረሓና ለምንም የማይሆን ነበር። የኛ ሃገር ሰዎች ግን ከጥቂት በንግድ ከተዋጣላቸው ሰዎች በቀር መብታቸውን ያጡ የቤት ሠራተኞችና ተሯሩጦ አደር ናቸው። ብዙ የመብት ገፈፋና ግፍ ይፈጸምባቸዋል። የድኻ አገር ሰው መሆን አበሳው የትም ቢኬድ አለመከበሩ ብቻ ሳይሆን አለሁ ባይም የሌለው መሆኑ ነው። የኑሮው ምሬት ሲብስባቸው አጠር ያለ አቋራጭ ፍለጋ አያሌ ሴቶቻችን ሴተኛ አዳሪነቱን ተቆጣጥረውታል ነው የሚባለው። እዚህም በሌላም ዐረብ አገሮችም።

መላኩ ይህንን ሁሉ ያጤነው ባጭር ቆይታው ሲሆን፣ እንደምንጊዜውም የአገሬውን ሰዎች አስተሳሰብና አመለካከት ለመረዳት ሞክሮ ነበር። በምንም መለኪያ የሠለጠኑና በአእምሮአቸው የበለጸጉ ሕዝቦች ናቸው ማለት አይቻልም። ያንን ግን እውን ለማድረግ በከፍተኛ ደረጃ በትምህርት፣ በባህልና በሳይንስ አገራቸው ላይ ገንዘባቸውን እያፈሰሱ ስለሆነ፣ ከአንድ ትውልድ በኋላ በዚህ ከቀጠሉ ሥልጡን ከሚባሉት አገሮች መደዳ መመደባቸው አይቀርም። ሰው በሰውነቱ የሚከበርበት አገር አይደለም። ሃይማኖትና ከየት አገር ነው የመጣው የሚለው የሰውን ዋጋ ይወስናል። አገሬዎቹም እንደ ብዙ ዐረቦች በገንዘብ ውስጥ የተደበቁ ኋላቀር ባላጸጎች ናቸው ቢባል ማጋነን አይሆንም። ነገር ግን ትልቅ የሚያስብና ጥራት ላይ አተኩሮ የወደፊቱን በሰፊው የወጠነ መሪ ያለው ሕዝብ መለወጡ አይቀርም።

የሥልጣኔ ትልቁ መለኪያው ገንዘብ ሳይሆን ለሰው ልጅ ያለን ክብርና እውነተኛ ሰብአዊነት ነው። አፍሪካውያን ግን ገና የራሳችንንም ሕዝብ ያላከበርን ዓለማችን ኪሳችን፣ መለኪያችን ድሎታችን የሆንን ስለሆነ፣ ብዙ መንገድ መሄድ ሳይኖርብን አይቀርም። መሪዎቻችንም የኛው ውጤት ስለሆኑ ምርጫን አሸንፈው እስከ ቤተ መንግሥት ቢደርሱም፣ ራሳቸውን ማሸነፍ ሳይችሉ በሌላ ይተካሉ። ከራሳቸው በላይ ሕዝባቸውን፣ ከምቾታቸውም በላይ መጪውን ትውልድ ማስበለጥ እስኪችሉ ያለወታደር አደባባይ መውጣት የማይችሉ እንደባነኑ የተኙ፣ እንደ ቶጀሩ የመሰኬኑ ነገሥታት ሆነው ይቀራሉ።

መላኩ በዱባይ ጉዞው የሕይወትንና የሰዎችን አስተሳሰብ ሌላ ገጽታ ያየበት ጊዜ ነበር። ሥልጠናው ብዙም አድካሚ አልነበረም። ብዙ ትርፍ ሰዓት

ስለነበረው ዱባይንና አቡዳቢን ዞር ዞር ብሎ ማየት ችሎ ነበር። የማርቆስ ጓደኛ የሆነው ሳምሶን እዚሁ ዱባይ ስለሚኖር ብዙ ነገር ነው አዙሮ ያሳየው። ተጫዋች፣ ሰው የሚወድና ደግ ሰው ስለሆነ ለመላኩ ብዙም አልከበደውም። በተለይ ደግሞ የኮምፒዩተር ፕሮግራመር የሆነችው ሚስቱና ሁለት ሕፃናት ልጆቹ የመላኩን ቆይታ የማይረሳ እንዲሆን አድርገውለት ነበር። ልጆቹ ሰው እጅግ ስለሚርባቸውም ይሁን የመላኩ ልጅ መውደድና ማጫወት መቻል፣ ተጣብቀውበት አንለቅም ነው ያሉት። የማርቆስ ጓደኛ ሚስትም በጥልቀት የማሰብና የመፈላሰፍ ነገር ስላለባት የጠፋባትን ጓደኛ ያገኘች ያህል ነው ከመላኩ ጋር ሲያወሩ የሚያመሹት። ሌሊት ስምንት ሰዓት ገደማ ነበር ሆቴሉ የሚያደርሱት።

ስለ አእምሮ ሁልጊዜም ሊጽፈው ለሚያስበው መጽሐፍ የጅማሬ ሐሳብ ወይም ደግሞ ቢያንስ የመንደርደሪያ አጭር ጽሑፍ ለመጻፍም አስቦ ነበር እዚህ ባለው ቆይታ። ሆኖም አብረውት የሄዱት የቢሮ ልጆች፣ የማርቆስ ጓደኛ ቤተ ሰቦችና እዚህ ኮንፍረንሱ ላይ የተዋወቃቸው ሰዎች ሁሉ ተደማምረው ፋታም አልሰጡት። ያቀረበው ጽሑፍ የተሰብሳቢዎችን ብቻ ሳይሆን ያዘጋጆቹንም ቀልብ የሳበ ነበር። እዚያው ዱባይ ያሉ ካምፓኒዎችና ሌላ ከሆንግ ኮንግ የተሳተፈ ድርጅት ወኪሎች በከፍተኛ ደሞዝ ቀጥረው ሊወስዱት እንደሚችሉ ቢነግሩትም፣ መላኩ ላስብበት ብሎ ነው ነገሩን የዘጋው።

መላኩ በዚህ ሁኔታ እንዳለ ነበር ስንክሳር የደወለችው። ሰላምታ ከተለዋወጡ ብኋላ፣ “እኔ ምልሽ ስንኪ ሰሎሜ እኮ ጠፋችብኝ። ስልኬንም አትመልስም። የዱባይ ቁጥሬንም ኢሜይል አድርጌላት ነበር። ደህና ናት? ቤትስ እንዴት ናቸው?” አለ መጨነቁን በሚገልጽ ድምፅ፡፡

“ እኔም ሰሞኑን ብዙ አላገኘኋትም። እቤትም ስሄድ እናቷን ነው የማገኘው። ትዝ ይልሃል ስለ ክብሮም ነግሬህ ነበር። አብረው ነው ያደጉት፣ የቅርብ የቤተሰብ ጓደኛም ነው። ያው ከሱ ጋር ነው ብዙ የጊዜ የምትሆነው። ምናልባት ለዚያም ሊሆን ይችላል መሰለኝ። በጣም ጥሩ ልጅ ይመስላል። በቃ ሶለንም ታሞ ካጠገቧ አይለይም ነበር። እንጃ እሱ ባይኖር ሰሎሜ ኀዘኑ እንዴት ያደርጋት እንደነበር! የሆነ ደግ ልጅ ነው... ከሰሎሜ ጋር ያላቸው ቅርርብ ትንሽ ግራ ስላጋባኝ ነው እንጂ እውነቱን ንገሪኝ ካልከኝ ለራሴም ከጅዬው ነበር” ብላ ሣቋን ለቀቀችው። መላኩ ግን ውስጡ እየበገነ ነበር።

“እና አሁን ቺካጎ ናት ወይስ ? ማለቴ ባለፈው ኒውዮርክ እንደምትሄድ ኢሜይል አርጋልኝ ነበር።” አለ ንዴቱ እንዳይታወቅበት እየጣረና ርእሱንም ለመቀየር እየሞከረ፡፡

“አይ አልሄደችም። ግን ነገ ምናምን ነው የምትሄደው እስኪ ደውዬላት

ነበር። ከመሄዴ በፊት እኔም ቺካጎ ሄጄ አገኛታለሁ ብዬ። በነገራችን ላይ ይሄ ሁሉ የራሴ መላምት ነው እንጂ ከክብሮም ጋር ምንም ነገር አለን አላለችኝም እሷ። አለ አይደል ብዙ ጊዜ አብረው ስለሚሆኑ ነው። ላንተ ስለ ክብሮም ምንም አልነገረችህም?" አለች ሌላ የጥርጣሬ ዘር እየዘራችበት፡፡

"እም ም... ምንም የነገረችኝ ነገር የለም። አይ እንግዲህ በቃ እስኪ እኔም እደውላለሁ። ካገኘሻት ሰላም በይልኝ። አሁን እኔም ልተኛ እስኪ።" አለ ከዚህ በላይ ለማውራት እንዳልፈለገ እያስታወቀበት። ወዲያው ቻው ብሏት ስልኩን ዘጋው።

የዚያን ለታ መላኩ እንቅልፍ አልወሰደውም። ለምን ሰሎሜ ስለ ክብሮም ምንም እንዳልነገረችው ሊገባው አልቻለም። ከሄደች በኋላ ደግሞ እየቀዘቀዘችበት የመምጣቷ ምስጢርም የሶለን መታመምና መሞት ብቻ ሳይሆን፣ ክብሮምም ሊሆን እንደሚችል ለማሰብ ተገደደ። ካንዴም ሁለቴ የነሶስናን ጉዳይ በእሱ ላይ ለዚህን ያህል ረጅም ጊዜ መጫኗ እንደከበዳት ነግራዋለች። አክስቷ ልትረዳው ስለምትችል ብዙም ራሱን እንዳይወጣጥርም የነገረችው ከዚህ ጋር የተያያዘ ይሆን ወይ የሚል ሐሳብም አእምሮው ላይ ደወለበት።

ናፍቆት ቅናትና ፍቅር ግራ በገባው ልብ ውስጥ ተደባልቀው ሲንተከተኩ የሚፈጠረው ጣዕም ልብን የሚሰነፍጥ፣ ነፍስንም የሚሸነቁጥ ሳይሆን አይቀርም። ከዚያ በኋላ ሰሎሜ ጋ ለመደወል አልፈለገም፤ ደግሞም ለአንድ ሰዓት እንኳ ከአእምሮው ሊያወጣት አልቻለም። ስለ አእምሮ ሊጽፈው የፈለገውን አጭር ጽሑፍ አሁን እንኳን ሊጨርሰው ዞር ብሎም ማየት ነው ያስጠላው። የሚያቀርበውንም ጽሑፍ ከዚያ በፊት ማቅረቡ ነው የበጀው። ሰሎሜን ይህንን ያህል እንደሚወዳት ለሱም ግልጽ አልነበረም። ክብሮምን ባያውቀውም ጠምዶታል። ምን ማድረግ እንዳለበት ግን አልገባውም። ወትሮውንም የወደደውን መነጠቅ የመላኩን ደካማ ገጽታ የሚፈትን ገና በቅጡ ያላለፈው ፈተና ነው። አሁን ደግሞ በቅርቡ ከተደበቀችበት የብቸኛነት ዋሻ ወጥታ መውደድና መወደድን ለመለማመድ ድክድክ ለምትለው የመላኩ ልብ ይሄ ሁኔታ ቀላል አይሆንም።

ልቦናችንን ከእውነቱ ይልቅ እውነት ነው ብለን የያዝነው፣ ያመንነው ጉዳይ ይገዛዋል። የውሸት ኀይል ደግሞ እውነት መስሎት በተቀበለው አእምሮ ላይ ነው። ምድር በውሸታሞች የተሞላች ከመሆኗም ባሻገር ውሸትን በቀላሉ እውነት አድርገው የሚቀበሉ ሰዎችም ከዚያው አይተናነሱም። ስሜታችን የተጠመደበት ጉዳይ ሲሆን ደግሞ የበለጠ ለውሸት የተጋለጥን ያደርገናል። ይህም ምናልባት ስሜት ከምክንያትና ከማስረጃ ይልቅ በእምነትና በግንኙነት ላይ ስለሚደገፍ ይሆናል። ያመንነውና የተጠጋነው ሰው ደግሞ የስሜታችን ሹፌር መሆኑ አይቀርም። ስንክሳርም በነመላኩ ሕይወት ውስጥ መረጃንና ምክንያትን ሳይሆን፣ በጥንቃቄ የፈጠረችውን እምነትና የግንኙነት መሥመር ተጠቅማ ስሜታቸውን

እየኰረኰረች ወደምትፈልገው አቅጣጫ እየጠመዘዘቻቸው ይመስላል። ግን ለምን?

የብዙ ሰው አስተሳሰብ ለስሜታዊው የልቦና ክፍል ማይም ነው። ሦስት አራት ዲግሪ ይዘውና ስልሳ ሰባ ዓመት ኖረው እንኳ ቢሆን የራሳቸውን ስሜት በመረዳትና በመምራትም ሆነ የሌላውን ሰው የስሜት ዓለም በማንበብ ችሎታ ከዜሮ ክፍል ፈቀቅ ያላሉ ሰዎች አያሌ ናቸው። እንደ ስንክሳር ዐይነቶች ደግሞ ስሜትን በማሾር ሰዎችን ወደ ፈለጉበት አቅጣጫ የመንዳት ችሎታውን እንዴት ይሆን የተማሩት ያስብላል። ይህን ስናስብ አንዱ ጐልቶ የሚታየው እውነት ስንክሳር እንደ እናቷ መሆኗም ነው። ከልጅነቷም የፈለገችውን ለማድረግ የሰውን ስሜት ከፍና ዝቅ እያደረገች የሰዎችን የውስጥ ፍላጎት ማሾር ታውቅበታለች። ራሷን የሌሎች ፍላጎት አስፈጻሚ አሽከር በማስመሰል በመጨረሻ የምትፈልገውን ነገር ፈልቅቃ የራሷ በማድረግ የተካነች ናት።

እናቷም ቢሆኑ ያገቧቸውን ባሎች ሁሉ አንድ ባንድ የሚፈልጉትን ካገኙ በኋላ በሚገርም ሁኔታ ነው ያሰናበቷቸው። ሁሌም የሚታዘንላቸውና እንደተበደሉ የሚቆጠርላቸው ለእርሳቸው ነበር። በዚህም ከድኽነት ወለል ተነሥተው ነው ባለጸጋ ሆነው ብዙ ሀብት ለልጆቻቸው ትተው የሞቱት። ለስንክሳር ግን ሀብት ብቻ ሳይሆን የሌሎችን ሰዎች ፍላጎትና ህልም የራሷ ምኞት ማስፈጸሚያ ለማድረግ የማይጸጽተውን ኀሊናና ስል የስሜት ራዳር አውርሰዋት ሳይሆን አይቀርም የሄዱት። የፊቷ ብቻ ሳይሆን የሰብእናዋም መልክ ቁርጥ እናቷን ነው። ነገር ግን ደግሞ ይህ እናቷ የፈጠሩባት ተጽዕኖ ተደርጎ ብቻ መወሰድ የለበትም። ገና ከልጅነቷ ጀምሮ ይህ ችሎታ ሰዎችን ወደ ፈለገችው ለመጠምዘዝ ያለውን ኀይል በማወቋ እሷ ራሷም በጥረቷና ደጋግማ በመጠቀም ያዳበረችው ክህሎትም ነው።

የጭንቅላት ዕውቀት ሰውን ሊቅ ሲያደርገው፣ የልብ ዕውቀት ደግሞ ብልኅ ያደርገዋል። ታዲያ ለምሳሌ፣ ማርቆስም ቢሆን ከስንክሳር የማይተናነስ የልብ ዕውቀት አለው። ልዩነቱ ማርቆስ ለሰው የሚያስብና ራስ ወዳድ ያልሆነ ደግ ሰው መሆኑ ላይ ነው። ይህም የማርቆስ ዐይነቶቹን ብልኅ ሲያሰኛቸው የስንክሳር ዐይነቶቹን ግን ብልጣብልጥ ያደርጋቸዋል። የነመላኩ ዐይነቶቹ የልብ ዕውቀታቸው ትንሽ ባይባልም እንኳ፣ የጭንቅላት ዕውቀታቸው በእጅጉ የበለጠ ስለሆነ ምክንያትንና መረጃን ሳይዙ ማመንና መቀበል ስለሚሳናቸው፣ አንዳንዴ የልብ ዕውቀታቸው የላቀ ሰዎች በቀላሉ ሊበልጧቸው ይችላሉ። በተለይ ስሜትን በሚያሳትፉ የግንኙነትና የኑሮ ጉዳይ በሆኑ ነገሮች ላይ። የክብሮምና የሕያው ዐይነቶቹ ግን ዕውቀታቸው በአመዛኙ የጭንቅላት ቢሆንም፣ በአብዛኛው ድርጊት ተኰርና ስኬት መር ነው። እንደነመላኩ የሕይወትን ጥልቅ ነገርና የአስተሳሰብን ውስጣዊ ምስጢር ለመመርመር እጅግም ፍላጎቱም ችሎታውም ስለሌላቸው ባለትልቅ ደሞዝና ባለትንሽ ደርዝ ሕይወት ይኖራሉ።

የሰሎሜና የሶፊያ ዐይነቶችን ደግሞ ልዩ የሚያደርጋቸው ከልቡም ከጭንቅላቱም መጥኖ የሰጣቸው መሆናቸው ነው። ሁለቱን በቅጡ አዋሕደው በሚያምር ሰብእናና በተዋበ አካል ተከሽነው ስለሚቀርቡ ያወቃቸው ሁሉ በቀላሉ ይወዳቸዋል። የሕይወትን ሥቃይ የሚቀንሱትና ውበቷንም የሚያጐሉት እንደነሱ ዐይነቶቹ ፈርጦች ናቸው። ከብዙ ሚሊዮን አንድ የሆኑትን የሶለን ዐይነቶቹን ልዩም ብርቅዬም የሚያደርጋቸው የልብንና የጭንቅላትን ዕውቀት አትረፍርፎ ያደላቸው መሆኑ ነው። ከዚህም በተጨማሪ ሶለን በሰብእናው ውስጥ የልብ ብልኅነትንና የጭንቅላት ልቀትን ያለግጭት ያጣጣመ ማንነት፣ ድፍረትንና ግልጽነትን የተሞላ ሰብእናም ስለነበረው ነው።

የሆነውን ሁሉ ለስንክሳር የመንገር ልማድ እያዳበረች የመጣችው ሰሎሜ ደውላ ከሶፊያ ጋር ያወሩትን ሁሉ አጫውታታለች። በተለይም ስንክሳር ስለ ሶፊያ ያሰበችው ሁሉ ልክ እንዳልሆነም ለማስረዳት ዐስባ ስለነበርም ሊሆን ይችላል። እሷም ብትተዋወቃት እንደምትወድ ስለ ሶፊያ የተጸጸተች መስላ ነገረቻት።

ሰሎሜ በሚቀጥለው ቀን ወደ ኒውዮርክ እንደምትሄድና ሶፊያም ከጥቂት ቀን በኋላ ወደ ኢትዮጵያ እንደምትሄድ ለስንክሳር ነግራታለች። ከደወለችላት ከሁለት ሰዓት በኋላ ስንክሳር ለወንድሟ ኢትዮጵያ የምትልከው መድኀኒት ስላለ ሶፊያ ልትወስድላት እንደምትችል አስተዛዝና ጠየቀቻት። መድኀኒቱን ይዛላት መሄድ መቻል አለመቻሏን እንደምትጠይቅላት ስትነገራት ፈጣኑ የስንክሳር አእምሮ የታሻለ ዐሳብ አመጣ። ከኢንዲያናፖሊስ በጠዋት ነድታ መምጣት እንደምትችልና ለሶፊያ ዕቃውን ሰጥታ በዚያውም ሰሎሜንም ከመሄዷ በፊት ብታገኛት እንደምትወድ ነግራ አሳመነቻት። እሷም በሚቀጥሉት ሳምንታት ጊዜ እንደማይኖራት ነግራት ከዚህም የተሻለ ጊዜ እንደማይኖር ተስማምተው ነበር የተለያዩት። ስንክሳር ለወንድሟ የምትልከው መድኀኒት ሳይሆን ሶፊያን መተዋወቁ መላኩን እንደገና የራሷ ለማድረግ በምታደርገው ድብቅ ጥረት ውስጥ የምትጠቅም መሣሪያ ሳትሆን እንደማትቀር በማሰቧ ነው። ሰሎሜም ከመላኩ ጋር ልታስተዋውቃት እንዳሰበችም ስትነግራት፣ ስንክሳር ልቧ ጮቤ እየረገጠ ነው ሐሳቡን የደገፈችው። ባንዴ ለሶፊያ አዛኝ መሆኗ ሰሎሜንም ቢያስገርማትም፣ ያው የነገረቻት ታሪክ ሐሳቧን አስቀይሮአት ነው ብላ በቀና አሰበችው።

በሚቀጥለው ቀን ረፋዱ ላይ ስንክሳር ሁለት ጠርሙስ ቫይታሚንና የሕመም ማስታገሻ መድኀኒት ይዛ መጣች። በተጨማሪም የተለያዩ ቸኮሌቶችንና የሰሎሜ እናት የሚወዱትን ባቅላቫ አምጥታለች። የሰሎሜ እናት ስንክሳርን ወደዋታል፤ እናቷ በቅርብ ስለሞቱባትም ታሳዝናቸዋለች። አቶ ኦላና ግን ትንሽ ስለምትቸኩልና ወሬ ስለምታበዛ እምብዛም ግድ የላቸውም። ሲጫወቱ ቆይተው፣ ሰሎሜን ዕቃዋን ሻንጣዋ ውስጥ ለማስገባት ረድታት፣ ምሳ በልተው በዚያውም ሶፊያን አግኝተው ወደ ኤርፖርት ለመሄድ ወጡ። ሕያው እንደተለመደው ተረኛ

ስለነበር እቤት አልነበረም። ሰሞኑን ፈቃድ ላይ የነበረው ክብሮም ግን ከጠዋት ጀምሮ እዚያው እነሰሎሜ ቤት ነበር የቆየው።

የክብሮምና የስንክሳር መቀራረብና አብሮ ጊዜ ማሳለፍ ሰሎሜን ደስ ሳያሰኛት አልቀረም። የሰሎሜም እናት ምናልባት የስንክሳር መኖር ሰሎሜንና ክብሮምን ያቀራርብ ይሆናል የሚል ተስፋ ሳይፈጥርባቸው አልቀረም። እንዲያው የልባቸውን ምኞት ሁሉ ለስንክሳር አጫውተዋታል። እሷም ልክ እንደሳቸው እንደምታስብ ነው የነገረቻቸው። እንግዳ ይጠብቁ ስለነበር የሰሎሜ እናትና አባት እቤት ሲቀሩ፣ ክብሮምና ስንክሳር ሰሎሜን ለመሸኘት ወጡ። ሶፊያ ምንም ጊዜ ስላልነበራት ለአጭር ደቂቃ ስንክሳርን ለመተዋወቅና ዕቃውን ለመቀበል፣ በዚያውም ሰሎሜን ለመሰናበት ቅርብ አካባቢ ያለ ስታርባክስ ካፌ ተገናኙ። አንድ አሥራ ዐምስት ደቂቃ ተገናኝተው ነበር የተለያዩት።

ሰሎሜን ኦሄር አየር ማረፊያ ካደረሱ በኋላ ስንክሳርና ክብሮም ቡና ለመጠጣት ተስማምተው ቦታ ለመምረጥ የተቸገሩ ይመስል ተፋጠጡ። ሁለቱም ለመተንፈስ ያሰቡት ጉዳይ ስለነበር ጭንቅላታቸው በሐሳብ ተወጥሮ ስለነበር ሳይሆን አይቀርም። በዚህ መሃል ሰንክሳር ሣቅ እያለች፣ “እንግዲህ አንተ ነህ the Chicago boy ... ጥሩ የሚባል ቦታ የምታውቀው... ጸጥ ያለ ካፌ ነገር ቢሆን ጥሩ ነው” አለች ስንክሳር ሰዓቷን እያየች። ወዳሜሪካ ስትመጣ እናቷ የሰጧት ሰዓት ነው። ስንክሳር ወደ ቺካጎ ስትመጣ ክብሮምን አንድ ጉዳይ ልታዋራው እንደምትፈልገው በስልክ ነግራው ስለነበር ይህ ያጋጣሚ ቡና አይደለም። ክብሮምም ስንክሳር በሰሎሜና በቤተ ሰቡ ውስጥ ባጭር ጊዜ ያገኘችውን ተሰሚነት በማሰብ ሊነግራት የዶለተው ጉዳይ አለ። በተጨማሪም ለማናገርም የምትቀል ሰው ስለሆነች ልቡን ሲበላው የኖረውን ጉዳይ የሴት ብልኀት ቢጨመርበት ይሳካ ይሆናል በሚል እምነት የራሱ አጀንዳ ስለነበረው መገናኘታቸው ደስ ብሎታል። እሱ ተረቱን ባያውቀውም ‘እሾህን በሾህ ሴትንም በሴት’ የሚባል ተረት አለ ቢሉት ‘እሱን ማለቴ ነው’ ማለቱ አይቀርም ነበር። ስለዚህ የዛሬው ቡና ዝም ብሎ ቡና አይደለም።

“እም ... ኢቫንስተን አካባቢ ሄደሽ ታቂያለሽ? ወደ ምሥራቅ ቺካጎ አካባቢ ያለ ቆየት ያለ ከተማ ነው። በጣም አሪፍ የቡና ሱቆችና ካፌዎች አሉ። አካባቢውም ደስ ይለኛል፣ ነገረ ሁኔታው ሁሉ ከፊል አውሮፓ ከፊል አሜሪካ ነገር ነው...” ብሎ ወደሷ አየ።

“አንተ አሪፍ ነው ካልክ እንሂድ... ስለማላውቀው አካባቢውን ባየው ለኔም ጥሩ ነው...” አለች ወደ ኋላዋ እንደመንጠራራት ብላ ወንበሩ ላይ ሙሉ በሙሉ የመተኛት ያህል እየተደገፈች።

አንድ አርባ ደቂቃ ነድተው ነበር የባጥ የቆጡን እያወሩ ኢቫንስተን

አካባቢ የደረሱት። ሁለቱም አጀንዳቸውን የሌላውን ቀልብ በሚገዛና እሺ በሚያስብል መንገድ ማቅረብ እንዳለባቸው ነበር ውስጥ ውስጡን የሚያስቡት። ይህ ሰፈር የነጮች ሰፈር ሲሆን በችካን ውስጥ የቆዩ ሰፈሮች ከሚባሉ አካባቢዎች አንዱ ነው። የቤቶቹም ሆነ የሕንጻው አሠራር ትንሽ ቆየት ያለ መሆኑ ያስታውቃል። መንገዶቹ ጥብብ ያሉ ሲሆኑ ዕድሜያቸው ገፋ ያሉ ሰዎችም በብዛት ይታያሉ። የሀብታም ሰፈር መሆኑ ግን ያስታውቃል። ትንሽ ዞር ዞር ብለው አካባቢውን ካዩ በኋላ አንድ ቀለል ያለና ብዙ ብርሃን የሚገባው የአውሮጳውያን ዐይነት ለዛ ወዳለው ካፌ ገቡ። ቤቱ ፈካ ያለ ሲሆን የኬኮቹና የቡናው ሽታ ተደባልቆ ደስ የሚል መዐዛ ይረጫል። ብዙ ጫጫታም ባይኖረው ቤቱ በስሱ በተከፈተው በጊታር ብቻ የተቀነባበረ ለስላሳ ሙዚቃና እጅግም ጫጫታ በማይባል የተስተናጋጆች የወሬ ጉምጉምታ ደመቅ ብሎአል። በዋናው መንገድ አኳያ ወደ ጥግ ላይ በመስኮቱ አጠገብ የሚመቹ ሁለት ሶፋ መሳይ መቀመጫዎች ባዶአቸውን አይተው እንደተነጋገረ ሰው ዐይናቸውንም እግራቸውንም ወደዚያው አቀኑ።

እውነትም ሶፋዎቹ ይመቻሉ። የሶፋዎቹ መጠን አነስተኛ ስለሆነና በመካከላቸው ያለችው የቡና ጠረጴዛም ትንሽ ስለሆነች ብዙም አልተራራቁ። ሁለቱም ካፌ ላቴ አዘዙ። ትንሽ ስለ ካፌውና አካባቢው ካወሩ በኋላ ክብሮም፡-

"እሺ ... ስንኪ ... ትናንት ከደወልሽልኝ ጀምሮ እኮ ለምን ይሆን የፈለገችን የሚለውን ጥያቄ ልገምት እንኳ አልቻልኩም። ለነገሩ እኔም እንደዚህ ቁጭ ብለን ቡና እንድንጠጣ ሙቭ ምናምን እንድናይም ሁሌ አስብ ነበር። በተለይ ሰሊም ሕያዌም አንድ ላይ ሆነን" አለ በወረቀት ብርጭቆ ያለውን ላቴ እየነካካ።

"እም ... እኔን ለብቻዬ ማግኘት አትፈልግም ማለት ነው!" ብላ ስትሥቅ፣ ደንገጥ ብሎ፣

"እንዴ ኧረ አላልኩም... ግን ያው ያሰብኩትን ማለቴ ነው..."

"አይ ባክህ አትጨነቅ እየቀለድኩ ነው" ብላ አሁንም ፈገግ ብላ እጁን መታ መታ አድርጋ ሐሳቧን እንዴት መቀጠል እንዳለባት አዘጋጀች።

"አይ ምን መሰለህ... በርግጥ ከተዋወቅንም ያን ያህል ረጅም ጊዜ አይደለም። ግን አንተንም ሰሎሜንም የማውቃችሁን ያህል አውቄያችሁ ምን ያህል አብራችሁ ልትሄዱ እንደምትችሉ ሳስብ ያንተን ሐሳብ ምንም ስለማላውቅ ልጠይቅህ ብዬ ነው። ዝም ብዬ ሳስበው አንተም በጣም የምትወዳት ትመስላለህ። ቤተ ሰቦቿም አንተን እንዴት እንደሚወዱህ በጣም ግልጽ ነው። በተለይ እናቷ ቢችሉ አንጠልጥለው ወስደው ላንተ የሚያጋቧት ነው የሚመስሉት። ትንሽም አዋርቻቸው ነበር።" ብላ ልቡን አንጠልጥላ ነገሩን ባየር ላይ ተወችው። ሰዎች የልባቸውን ጉልጉለው እንዲያወሩና የሷንም ቁልፍ ሚና እንዲቀበሉ ይህ ሁነኛ

ዘዴ እንደሆነ ስለምታውቅ።

ከዚያ በኋላ ከልጅነታቸው ጀምሮ ወላጆቻቸው እንዴት ወዳጆች እንደነበሩ፣ አብረውም እንዳደጉና ከኮሌጅ ጀምሮ እንዴት እንደሚወዳት በስሜቱ እየተነዳ ተረከላት። በኋላም ከብዙ ፍርሀት በኋላ እሷ ኮሌጅ ጨርሳ ወደ ኢትዮጵያ ልትመለስ መሆኑን ሲያውቅ እንዴት ነፍሱ እንደተጨነቀች ገለጸላት። ያለ የሌለ አቅሙን አጠራቅሞ እንደሚወዳትና ያለሷ መኖር እንደማይችልም እያለቀሰ ሲነግራት አዝናለት እሷም አብራው ማልቀሷን አጫወታት። ግን እንደ ወንድሟ ብቻ እንደምታየውና የሷና የሱ ሕይወት ዐላማ ለየቅል ስለሆነ፣ እሱን ማግባትን የምታስበው ነገር እንዳልሆነ ስትነግረው፣ ለረጅም ጊዜ ታሞና ተደብቶ እንደቆየ ነገራት። በዚህ ጊዜ ዐይኑ እንባ ሞልቶ ስለነበር የስንክሳር ማጽናናትም አስፈላጊ ነበርና እጁን እያሻሸች በረድ አደረገችው። በኋላም እሷ ኢትዮጵያ በነበረችባቸው ዓመታት በሥራውና በትምህርቱ ቢሳካለትም፣ ሁሌም ወስጡ ባዶ እንደሆነና ከሷ ሌላ ሴት ለማሰብም ሆነ ለመመልከት እንደማይችል እጁን እያወናጨፈ፣ ድምፁንም ሳያውቀው ከፍ አድርጎ ነገራት።

"እረ ቀስ ልጅቷ ኒውዮርክ ሄዳለች ብለህ ነው እንዴ? እንዳትሰማህ ዋ!!" ብላ አሥቃው አሁን ሰሎሜ ከኢትዮጵያ ከመጣች በኋላ ስላለው ነገር ጠየቀችው።

እሱም ያው እንዴት ቀስ በቀስ በሶለን መታመምና በሱም እናት ሞት ሳቢያ እንደተቀራረቡ የምታውቀው ጉዳይ ቢሆንም እንዳዲስ ተረከላት። በተለይ ሶለን እንደገና ታሞ ሆስፒታል በገባበት ቀን የሱን ልደት ለማክበር ይዛው እንደወጣች ነገራት። የዚያን ዕለት የነበራቸው ቅርርብ እንዴት የጠበቀ እንደነበርና ቢጠይቃት እንኳ እምቢ የምትለው እንዳልመሰለው ፊቱ በርቶ ነገራት።

"ታዲያ ምን ከለከለህ?" አለች ስንክሳር ነገሩ በሰሎሜም በኩል ተመሳሳይ አይነት ግራመጋባት ዐዘል ስሜትን የፈጠረ ቀን እንደሆነ ሰሎሜ የነገረቻት ትዝ እያላት።

"ሶለን ድንገት ታሞ ሕያው ሲደውል ሁሉም ነገር ደፈረሰ። ከዚያ ቀን ጀምሮ ሁሉም ነገር ግራ ገባኝ። አሁን ደግሞ የሰሎሜ ወደ ኢትዮጵያ መሄጃ ቀን እየቀረበ ሲሄድ፣ ፍርሀትና ጭንቀት ወጥሮ ይዞኛል። ምን ማድረግም እንዳለብኝም አላውቅም። እንዲያውም እንገናኝ ስትይኝ ይህንንም ላማክርሽ እያሰብኩ ነበር። የውልሽ ይህንን አዘጋጅቼ ነበር።" አለና ከኪሱ ውስጥ ለሰሎሜ ያዘጋጀውን ቀለበት እያሳያትና፣ "ያበጠው ይፈንዳ ብዬ ለልደቷ ራት ጋብዤ ሳታስበው በድፍረት ለጋብቻ ልጠይቃት ወስኜ ነበር። ደግሞ አንድ ልቤ እምቢ ብትለኝስ ብዬ ... እኔንጃ ምን ይመስልሻል?" አለ በስሜት ድምፁ የበለጠ እየጋለ። ምንም መልስ ሳትሰጠው

አሁንም

" እኔ ሳስበው ይህ ብቸኛው አማራጩ ነው። ዕድሜ ልኬን እየቆጨኝ ከምኖር የመጨረሻ ዕድሌን ሞክሬ የሆነው ይሁን። ሰው በፍርሃት አይሞት። ሌላው ምናልባት ሶለን ሰሎሜ እኔ ጋር እንድትሆን እንደማይፈልግ አውቃለሁ። አሁን እሱም የለም። ብቻ I don't know! ... oh my God! ምን ይመስልሻል አንቺ? ብዙ ለፈለፍኩ መሰለኝ።" ብሎ ጸጉሩን እያሻሸ የምትለውን ለመስማት መጠበቅ ጀመረ። ነገሩ በቀላሉ በእጇ ዉስጥ እንደሚገባ ያወቀችው ስንክሳርም ረጋ ባለ ድምጽ

" ሁሉም ነገር ገብቶኛል ክብርሽ። ደግሞም ከሰሎሜ ጋር አብዛኛውን ነገር ስላወራን የምትለውን መረዳት አያቅተኝም። ግን እኔ ምልህ ሰሎሜ መላኩ ስለሚባል ልጅ ነግራህ ታውቃለች እንዴ?" አለቸው አሁን በቀጥታ ክብሮምን ወደምትፈልገው አቅጣጫ ለመንዳት ዝግጁ መሆኑን እርግጠኛ ሆና።

"እም .. አዎን .. ማለቴ ጓደኛ እንደሆኑና ከሶለን ጋር ብዙ እንደሚመሳሰሉ። ያው አሁንም እዚያ ያለውን ቤቷንና የምታሳድጋቸውን ልጆች እንደሚንከባከብላት። ሌላ ብዙ አላውቅም።" አለ ወዴት ለመሄድ እንዳሰበች እጅግም ሳይገባው። እሷም ስሜቱን የበለጠ ማጦዝ ብትችል ወደምትፈልገው አቅጣጫ ልትጠመዝዘው እንደምትችል በማሰብ ቦርሳዋን አውጥታ መላኩ ለሰሎሜ እንድታደርስ የሰጣትን ደብዳቤና ካርድ እንዲያነበው ፊቱ አስቀመጠችለት። እሱም ደብዳቤውን እያነበበ ግማሽ አካባቢ ሲደርስ ፊቱ መለዋወጥ መጀመሩን አየችና፡-

"ምናልባት ብዙ ሊገባህ እንደማይችል አውቃለሁ። አለ አይደል ደብዳቤውን እንዴት አገኘሽው? ይሄን ሁሉ ለማድረግ ለምን ፈለግሽ? አንቺ እንዴት መላኩን አወቅሽው? ... ከኔ የምትፈልጊው ምንድነው? ምናልባት ሌላም። አይደል?" አለችና ደብዳቤውን በጇ እየከለለችበት፡-

"ቆይ ታነበዋለህ፣ ይህን ብቻ ሳይሆን ሌላም ነገር ታያለህ። አሁን ግን እነዚህን ጥያቄዎችና ትንሽ ተጨማሪ ማወቅ ያለብህን ነገር ልንገርህ" አለችና ስሜቱ እየተገለባበጠ ግራ የገባውን ክብሮምን ሙሉ በሙሉ ቁጥጥሯ ሥር እንዳስገባችው በማወቅ ስሜቱን ለማርገብና አእምሮውን ለማንቃት ከፊል እውነት ከፊል ፈጠራ የሆነ ረጅም ዲስኩር አደረገችለት።

መላኩ የሷ የልጅነት ፍቅረኛዋ እንደሆነና አሁንም ልክ እሱ ሰሎሜን እንደሚወድ እንደምትወደው። ሆኖም ግን ኮሌጅ እያሉ እሷ በቤተ ሰብ ግፊት ተታላ በዕድሜው እጅግ የሚበልጣትን እዚህ አገር ብዙ የኖረ ሽማግሌ ፕሮፌሰር

አግቢታ እንደመጣች። ሰውዬውም እዚህ አምጥቶ እንዴት እንዳሠቃያትና በቅናት አንገርግቦ መከራዋን እንዳበላት ሆድ በሚበላ ቃል ነገረችው። ሰውዬው በራሱ እርጅና ምክንያት ልጅ መውለድ ቢያቅተውም፣ እሷን ቁምስቅሏን እንዳሳያትና በኋላ እንደተረዳችውም ከሷም በፊት ብዙ ሴቶችን እያመጣ፣ መከራ እያሳየና እየፈታ የብዙ ወጣቶችን ሕይወት ያበላሸ መሆኑን ነገረችው። በዚህም የተነሣ ከአምስት የመከራ ዓመታት በኋላ ጥላ እንደጠፋችና በኋላም የሴቶች መብት ተከራካሪ ድርጅት ጠበቃ ቀጥሮላት እንደተገላገለችው ገለጸችለት። አሁን ደግሞ ማጽናናቱ የክብሮም ተራ ሆነ።

ልብወለድ ታሪኳን በመቀጠል በመጨረሻም ይሄ ሁሉ የደረሰባት ንጹሑን የመላኩን ፍቅር ለቤተሰብ ደስታ ብላ ረግጣ በመሄዷ መሆኑን ተገንዝባ ብትጸጸትም፣ መላኩ ከሌላ ሴት ጋር እንደሆነ ስላወቀች ምንም ማድረግ እንዳልቻለችና እየጸለየች ቀን ስትጠብቅ እንደነበር አጫወተችው። ከልጅቱ ጋር መላኩ ከተለያየ በኋላም እንደገና ማውራት እንደ ጀመሩና ስለ ሰሎሜ ግን ምንም ታውቅ እንዳልነበር አወራችለት። አሁን ግን እናቷ ሲሞቱ ለልቅሶ ሄዳ ሳለች መላኩ ከሰሎሜ ጋር በአዲስ ፍቅር ከንፎ ስታገኘው ህልሟ በድጋሚ ከንቱ ሊሆን እንደሆነ አውቃ ይህንን ነገር እንዴት ማቆምና ውስጥ ነፍሱን የጐዳችውን መላኩን እንዴት መካስ እንዳለባት ስታስብ፣ ወደዚህ ተመልሳ መጥታ እሱንም የሰሎሜንም ቤተሰብ እንደተዋወቀችና አሁን ባሉበት ቦታ እንዳሉ ነገረችው።

“ክብርሽ ምንም ባደርግ ላንተ ብዬ ብቻ እንዳይመስልህ። ልክ አንተ ሰሎሜን ማጣት እንደማትፈልገው ሁሉ እኔም መሊን ማጣት አልፈልግም። ልክ ለሰሎሜ ከማንም ይልቅ አንተ እንደሆንክ የምትሻላት መላኩንም ከልጅነቱ ጀምሮ የማውቀውና ያለምንም ውጫዊ ምክንያት የምወደው እኔ ነኝ። ገባህ እሱን ደብዳቤ እንዳደርስላት ሲሰጠኝ ለሷ ያለውን ፍቅር በተወሰነ መጠን ነግሮኝ ስለነበር ደብዳቤውን አውሮፕላን ውስጥ አለማንበብ አልቻልኩም። ሳነበው ደግሞ አንተ ከተቃጠልከው በላይ ነው የተንጨረጨርኩት። በርግጥ ልክ አልሠራሁም፣ ግን ደግሞ ለፍቅር የማይሠራ ነገር የለም። ደብዳቤው ከሻንጣ ውስጥ ጠፋ አልኩት። እሱም ያው እንዳነበብከው፣ የደብዳቤው ይዘት ኀይለኛ ፍቅር ስለሆነ ግድ የለም ይቅር ወደፊት ስትመጣ ይደርሳል ብሎ እፎይ ነው ያለው። እነሱን ያጣመራቸው አገር መለወጥ ወገን መርዳት ምናምን የሚሉት ያገር ፍቅር ነው፤ እኛ ግን ተይዘን እየተሠቃየን ያለነው በሰው ፍቅር ነው። ስለዚህ አሁን ላንተም ለኔም ጥቅም አብረን መሥራት እንችላለን ወይ ነው ጥያቄው? ወይስ በሁለት ሳምንት ውስጥ ሰሎሜም ሄዳ በሦስት ወር ውስጥ ሲጋቡ ቆመን ማጨብጨብ? ምን ታስባለህ?” ብላ ግራመጋባት፣ ቅናትና ፍርሀት የተከመሩበትን የክብሮምን ፊት ማጥናቷን ቀጠለች።

“እኔ ግራ ነው የገባኝ። ማይ ጋድ ... ምን ማድረግ እንችላለን? አሁን

ሰሎሜም ትሄዳለች። በቃ ... ምን ታደርጊያለሽ? እስኪ ምን ይደረጋል? ዝም ብዬ ነዋ ስለፋ የከረምኩት" ብሎ ብስጭትና ኀዘን ፊቱን ይወርሰው ጀመር።

"እንደዚህማ ባጭሩ ተስፋ መቁረጥ የለብህም። እኔ እኮ አልሬዲ ብዙ ሥራ ሰርቻለሁ። አየህ ለመላኩ ሰሎሜ ያንን ያህል ፍቅር ለሱ ያላት እንደማትመስል እንዲያውም ክብሮም ከሚባል ልጅ ጋር በጣም እንደምትገናኝና ቤተ ሰቡ ሁሉ እንዴት እንደሚወደው ነግሬው ልቡ ሲሻክር አይቼዋለሁ። ምክንያቱም ስልኳን፣ ኢሜይሏንም እንደማይ መልስና ብዙም እንደማይገናኙ ነው ሰሎሜ የነገረችኝ። እሷንም መላኩ እንዴት እንደ ንጹሕ እኅቱ እንደሚያያትና ከጥሩ ሰው ጋር እግዜር እንዲያገናኛት እንደሚጸልይ፣ እንደምታሳዝነውም እንደነገረኝና ነገሩን እንድታምን አድርጌ ግራ እንዲገባት ማድረጉ ትንሽ እየሠራ ነው። ቢያንስ ሁለቱም አሁን ልባቸው መራራቅ መጀመሩን አውቃለሁ። ግን አሁን ይህንን ነገር ሁለቱም እንዲያምኑና ተራርቀው እንዲቀሩ ወሳኝ ነገሮችን መሥራት አለብን።"

"ምን? ማለት እንዴት? አልገባኝም!" አለ ክብሮም ሳያውቀው፤ የስንክሳርን መሰሪነት ልቡ ብዙም አልወደደውም።ደግሞ እሱ ሰሎሜን ለማግኘት ምንም ለማድረግ እንደማይመለስ ሲያስብ የሷም ሥራ ለፍቅር የሚከፈል ዋጋ እንደሆነ ሊክድ እንዴት ይችላል? ለነገሩ እኮ ስንክሳርም መላኩን ትወደዋለች። ከሰሎሜ ቢለይ እሷ እጅና ልብ ላይ መውደቁ እንደማይቀር ነው የምታምነው። በተለይ ባሁኑ ለልቅሶ በሄደችበት ጊዜ ያሳያትን ክብካቤ ካገረሸ ፍቅር ጋርም ሳታምታታው አልቀረችም። ያነበበችው ደብዳቤ ደግሞ ህልሟን በከፊል አጨልሞታል፣ ቁጣና በቀልም ሳይሞላባት አልቀረም።

"የመጀመሪያው ነገር አንተና ሰሎሜን ማቀራረብ ነው። ለሱ ሙሉ ኀይላችንን ተጠቅመን መሥራት አለብን። ሰሎሜን እኔ የተቻለኝን ሁሉ ተጠቅሜ ልቧ ወዳንተ እንዲያዘነብል ለማድረግ ጥረት እያደረኩ ነው። ለዚህ ደግሞ እናቷንና ሕያውን መጠቀም እችላለሁ። ያንተም ጥረት ግን ያስፈልጋል። ሌላው ግን መላኩ ሰሎሜ ለሱ ስላንተ ምንም ስላልነገረችው፣ ልቡን በሰሎሜ ላይ የሚያጨልምና እምነቱን የሚያጠፋ ነገር ማሳየት አለብን። በሌላ በኩል ደግሞ የሰሎሜንም ልብ ከመላኩ እንዲሸሽ ማድረግ እንችላለን። እንዲያውም እቺ የሶለን ጓደኛ እቺ ጥቁሯ ማነች ሶፊያ አሁን ኢትዮጵያ ትሄድ የለም! ሁለቱን እንዲተዋወቁና እንዲቀራረቡ ማድረግ እንችላለን። ሁለቱ የተዋደዱ እንዲመስሉ ሁኔታዎችን እንፈጥራለን። ሰሎሜ ደግሞ የወንድሟን ገዳይና ፍቅረኛ በፍቅር የቀረበ ከመሰላት፣ መላኩን ብቻ ሳይሆን፣ እዚያ አገርም መኖር የምትፈልግ አይመስለኝም።"

"ኦ ማይ ጋድ አንቺ ጭንቅላትሽ እንዴት ነው የሚያስበው? ይሄን ሁሉ ከመቼው ነው እንዲህ ያሰብሽው? እሺ መላኩ ሶፊያን ባይቀርባትስ ወይ ደግሞ ሁለቱ የምር ቢፋቀሩስ ምን ልታደርጊ ነው አንቺ?" አለ የራሱን ጉዳይ ትቶ የሷ

ጉዳይ እንዳስጨነቀው ሁሉ። ክብሮም የልቦለድ መጽሐፍ ታሪክ እንጂ እሱ ራሱ የሚተውነው የራሱ ሕይወት ያልመሰለውን ሴራ መስማቱን ቀጠለ። ገና የሚመጣውን መች አወቀ?

"እንደሚወዳት ምንም ጥርጣሬ የለውም። መላኩ አርትና ሥዕል እንደሚወድ አውቃለሁ። መልኳም ቢሆን መላኩ በቀላሉ ሊወደው የሚችለው ነው። ልጅቱም ደግና ተግባቢ ትመስላለች። ጥንቃቄ ያስፈልጋል። ግን ይዛ የምትዞረውን ታሪክ በራሷ ላይ እንጠቀማለን። እሱን ለኔ ተወው። ሳይጣበቁ ማለያየት ይቻላል። አሁን አንተ ማድረግ ያለብህን ለማድረግ ፈቃደኛ ነህ ወይ ነው ጥያቄው?" አለች ኳሱን ወደሱ ሜዳ እየመለሰች።

"ምን ማድረግ እችላለሁ?" አለ አሁንም ግራ ገብቶት።

ስንክሳር ያሰበችውን በጥንቃቄ የተቀመረ ዕቅድ ስትነግረው፣ ክብሮም አስተሳሰቧ ከሚገባው በላይ ቢያስገርመውም ዕቅዱ በሆነ ምክንያት ቢከሽፍ የሚያመጣውን መዘዝና ቀውስ አስቦ በማመንታት ያለችውን ማድረግ እንደማይችል ሲነግራት

"ኦኬይ ... ምርጫው ያው ያንተ ነው። ከሁለት ሳምንት በኋላ ሄዳ መላኩ እቅፍ ስትገባልህ ሪስክ አለመሆኑ ነዋ? እና አንተ ቀለበቱን ምን ልታደርገው ነው የገዛኸው? ... ደስ እንዳለህ። እኔ አንተ ይህንን ፈርተህ ስላላደረግህ መላኩን የራሴ ማድረግን የማቆም ይመስልሃል? ኖ ኖ... የውልህ አንተ ሰሎሜን ማግኘት ከፈለግህ አብረን መስራት እንችላለን፤ ካልሆነ ግን እኔ ወደ ሌላው ዕቅዴ አመራለሁ። ሰሎሜን ማጣትህ ግን የዕድሜ ልክ ጸጸት እንደሚሆንብህ አንተም ታውቀዋለህ። ያው ይሄ በኔና ባንተ የሚቀር እንደሚሆን ተስፋ አደርጋለሁ።" ብላ የሰጠችውን ደብዳቤ ወደ ፖስታው ማስገባት ስትጀምር አንዳች ፍርሀት ያዘው።

ከዚያም "እንዴ እኔ እኮ እምቢ ማለቴ አይደለም። እሺ የኔን ሥጋት እንዴት ነው የምትመልሺው?" አለ የቀዘቀዘውን ላቴ ፉት እያለ።

"እኔ ሴት ስለሆንኩ ልንገርህ። እሷ ላንተ ያላት ፍቅር እሺ ባያሰኛት እንኳ የሁኔታው ስሜት ቀስቃሽነትና ላንተም ያላት አክብሮት ከዚህ በፊትም ስሜትህን ስለጐዳችው እሺ ትላለች። ከወጣችሁ በኋላ ልታለቅስ ልትቆጣ፣ ውሎ ዐድሮም ቀለበቱን ልትመልስለህ ትችላለች። በመሃል ደግሞ እሷ እዚህ አሜሪካ እንድትቆይ ለማድረግ የተቻለውን እናደርጋለን። ያው ለኔም ያደረግኸውን መንገር ስለማይቀር። አንተም እግሯ ላይ ወድቀህ ይቅርታ ትጠይቃታለህ። እኔም ደግሞ ነገሩን በሴትኛ አለሳልሼ እነግራታለሁ። ከዚያም ነገሮች ይረግባሉ። በመሃል ደግሞ ከወዲያ ያለውን ነገር ስናከረው ወዳንተ መመለሷ አይቀርም። ሁሉም ነገር መፍትሔ አለው። ደግሞ የሰሊን ልብ ታውቀው የለም?" አለች ግዳይዋን እንደጣለች አንበሳ ዘና ብላ።

እሚለውን ያጣው ክብሮም ልቡ ነገሩን ሙሉ ለሙሉ ባይቀበለውም እያመነታም ቢሆን "እሺ ላስብበት። ሌላ የተሻለ አማራጭም ያለ አይመስልም። የምትገርሚ ሰው ነሽ አንቺ ግን። ከዚያስ? አንቺ ወደ ኢትዮጵያ ልትመለሺ ነው የምታስቢው ማለት ነው?" አለ አሁንም በመገረም እያያት፡፡

"እንዴ አሁን የተነጋገርነውን ካደረግንና ሰሎሜን ቢያንስ ላንድ ወር እዚህ ከቤተ ሰብ ጋር እንድትቆይ ካሳመንን እኔ ወደ ኢትዮጵያ እሄዳለሁ። እዚህ ያለው ነዳጅ ማደያና ሱቅ ያው ራሱ ነው የሚሠራው። ያክስቴ ልጆችም ስላሉ ችግር የለም። እኔ ኀዘኑን እንዳልቻልኩትና እዚያው ከቤተ ሰብ ጋር ትንሽ ማረፍ እንደምፈልግ ብዬ እሄዳለሁ። ከዚያ በኩል ያለውን ሥራ እሠራለሁ። አንተም ያው ሰሎሜን እዚሁ የማስቀረቱን ሥራ ታጠፋለህ። እምቢ ብላ እንኳ ከወር በኋላ ብትመጣ፣ መላኩንም፣ ሁኔታዎችንም ለውጠን ኢትዮጵያ መኖርን እንድትጠላ ማድረግ ይቻላል። አንተም በመሃል መጥተህ ተጨማሪ ማጠናከሪያ ትሰጣለህ። ይኸውልህ ዋናው ሁለት ሦስት ደረጃ ቀድሞ ማሰቡ ላይ ነው።" ብላ ዘና ብላ የሚለውን መጠበቅ ጀመረች።

"እንዳንቺ ዐይነት ጭንቅላት ያለው ሰው አይቼ አላውቅም። ፕሮፌሰሩ እንዴት እንዳታለሉሽ ገርሞኛል" አለ ነገሩ ከስንክሳር ብልጠት ጋር አልሄድ እያለው።

"ያኔ ልጅ ነበርኩ። አየህ ኑሮ ብዙ ያስተምርሃል። ደግሞ ለእናቴ ፍቅር ብዬ እንጂ ሽማግሌውን ወድጄው ወይም የሆነ ነገር ጉድሎኝ ለራሴ ብዬ አላደረግሁትም። ከሁሉም በላይ ግን የምትወደውን ሰው ላለማጣት የማትፈነቅለው ድንጋይ አይኖርም። ይህን ሁሉ ለማድረግ ዋነኛ ምክንያቴ መሌ ነው። ርግጠኛ ነኝ አንተም አንዴ ከገባህበት፣ ከኔ ብሰህ ነው ቁጭ የምትለው። ለማንኛውም ጊዜውም እየሄደ ነው መሰል። እኔም ነድቼ ወደ ቤት መመለስ ስላለብኝ መሄድ ሳይኖርብን አይቀርም" አለች ዕቃዋን እንደ መሰብሰብ እያለች። በሠራችው ሥራና ዕቅድ መርካቷ ፊቷ ላይ ይነበባል። ስንክሳር ሁሌም ያሰበችው ሲሳካላት ጥሩ ምግብ እንደቀረበለት ሰው ከንፈሯን መላላስና ምራቋን መዋጥ ይቀናታል።

"አይደል እንሂድ ኧረ እኔም ለነገ የማዘጋጀው ብዙ ነገር አለ። ሰሎሜም በሳምንት ውስጥ ትመጣለች። እንግዲህ ሁሉንም እየተማከርን እንደሚሆን እናደርጋለን።" ብሎ ተነሡ። ከካፌው ወጥተው መኪናዋን ካቆመችበት እነሰሎሜ ቤት እስኪደርሱ ባወሩት ዙሪያ እየተጫወቱና ስለ ክብሮም የማታውቃቸውን ነገሮች በመጠየቅ ነበር የደረሱት። መንገድ ላይ ሳሉ ሰሎሜም ደውላ ደኅና መድረሷን ነግራቸዋለች። እስከዚያ ሰዓት አብረው መሆናቸውም የተለየ ስሜት አልፈጠረባትም። እቤት ስትደርስ ራት ካልበላችሁ ተብለው ሲወራና ቡና ሲጠጣ መሽና የሰሎሜ እናት አድረሽ በጠዋት ብትሄጂ ስላሉ፣ ብዙም ሳትግደረደር ነበር እሺ ያለችው። ሰሎሜም ስለሌለች፣ ሕያውም ተረኛ ስለነበር ቤቱ ጭር ስላለባቸው

የስንክሳር መኖር ቤቱንም ደመቅ አድርጎት ነበር። ጎዘን የጐዳው ሰው መቼም ልቡ ስስና ቅርብም ነው። ስንክሳር መቼም በሁነኛ ጊዜ ነው እዚህ ቤት የገባችው።

ስንክሳር ከባሏ ከተለያየች በኋላ በተካፈለችው ገንዘብ የነዳጅ ማደያና አብሮትም ያለ ሱቅ ከፍታ የተደላደለ ኑሮ ነው የምትኖረው። ሰውዬው ሁለት ቤት ስለነበረው አንዱ ለሷ ተፈርዶላት፣ የምትኖረውም ከከተማው ወጣ ብሎ በሚገኝ መካከለኛ ገቢ ባላቸው የነጮች ሰፈር ባለአራት መኝታ ቤት ውስጥ ነው። አብረዋት አንድ ያክስቷ ልጅና በቅርብ ዲቪ ደርሶአቸው የመጡ የናቷ ዘመዶች ባልና ሚስቶች አሉ። ሁሉም እዚያው ነዳጅ ማደያ ውስጥ ነው ለጊዜው የሚሠሩት። ስለዚህም በፈለገችበት ጊዜ ተነሥታ ደስ ወዳላት ቦታ ለመሄድ ያን ያህልም ነጻነቷን የሚወስድባት ነገር የለም። ገንዘብም ችግር ሆኖባት አያውቅም አሜሪካ ከመጣች ወዲህ። የመጀመሪያ ዲግሪዋን በቢዝነስ የሠራች ሲሆን፣ ማስተርሷን ከጀመረች ብዙ ዓመት ቢሆናትም አሁንም የሚወስዱትን ኮርሶች አልጨረሰችም።

ባሏን ከፈታች ወዲህ የተለያዩ ወንዶችን ለመቅረብና ለማየት የሞከረች ቢሆንም፣ ሁሉንም ጥቅም ፈላጊ ሥራ የማይወዱና የሚበልጣቸውን ሴት የሚፈሩ 'አበሾች' ናቸው እያለች ሰው አልበረከት ብሎአታል። ልጅ ለመውለድ ካላት ትልቅ ጉጉት የተነሣ ደግሞ ቶሎ ማግባቱን ሳትፈልገው አልቀረችም። በመጨረሻ የደረሰችበት እውነተኛ ቁምነገረኛና ከልቧ ልታከብረው የምትችለው ሰው መላኩ ብቻ መሆኑን ነው። ፍቅሯም እንደገና አገርሽቶባታል። እሱም ያን ሁሉ አድርጋው አሁንም ሳይቀየርባት ጥሩ ሰው ሆኖ በኀዘንዋ ጊዜም አብሮአት ስለነበረ፣ ለሷ ያለው ፍቅር ከውስጡ ፈጽሞ ባይጠፋ ነው ብላ አስባለች። ይህም በተለይ ሰሎሜ የተባለችው ዕንቅፋት ከመንገድ ከተወገደች ከባድ እንደማይሆን ነው አሁን የምታስበው። ክብሮምም ቢሆን የዋህና ጥሩ ሰው ስለ ሆነ፣ ለሰሎሜም ቢሆን እሱ ስለሚሻላት እሷንም ቢሆን መርዳት እንጂ መጉዳት አይደለም ብላ ለዕቅዷ በጎ ገጽታ ትሰጠዋለች።

የሰሎሜ ወላጆችም ቢሆኑ ልጃቸው አጠገባቸው ኑሮው የተስተካከለና እንደልጃቸው የሚወዱትን ብረት መዝጊያ ባል አግብታላቸው ቢኖሩ፣ የስንክሳርን ውለታ ይረሱታል ብላ አታስብም። የሰው ልጅ መቼም ሊሠራ ያሰበውን ክፋት የደግነት ቀለምና የቅድስና ቅባት ቀብቶ ራሱን ሲያታልል የልቡናው ዐይን መታወሩን እንኳ አያውቅም። ስንክሳር ግን ነገሩ ተሰውሮባት ሳይሆን፣ የፈለገችውን ነገር ለማግኘት ኅሊናዋን የፈለገችውን ቅርጽና መልክ እንዲይዝ በማድረጉ የተካነች ስለሆነች ነው። ኅሊናውን አሽከሩ ያደረገ ሰው ክፋቱ ጌታው መሆኑ አይቀርምና።

ፍልሚያ

መላኩ ዱባይ ሆኖ ስንክሳር ከደወለችለት በኋላ ሌሊቱን ሲገላበጥና ሲቅበጠበጥ ነበር ያደረው። አልፎ አልፎም ደስ የማይሉ ቅዠቶች ሲረብሹት ነበር። ሰሞኑን ለሰሎሜ ደጋግሞ ቢደውልም ስልኩን ስላላነሣች ክብሮም ከሚባለው ልጅ ጋር ሆና የሱን ስልክ እያየች እንዳላየ ስትሆን ባይኑ ህሊናው ይታየው ጀምሯል። ደግሞ ሰሎሜ ፈጽማ ታደርጋለች ብሎ ለማመንም ከብዶታል። ሰሎሜ ከሰው ሁሉ የተለየች፣ እንከን የለሽ፣ ደግና ክፋት የማታውቅ ናት ብሎ ነው የሚያስበው። አሁን ስንክሳር ደውላ እንደነገረችው ከክብሮም ጋር ግንኙነት ጀምረው ከሆነ መቼም ከሚያስበው በላይ ነው። ስንክሳርም ለሰው ብላ ብዙ የማታደርግ ሰው መሆኗን ስለሚያውቅ የሷ ከወትሮው የተለየ አሳቢነትና በየጊዜው ደዋይነት ስስ ጥርጣሬ ዘርቶበታል። በማለዳ ተነሥቶ የሆቴሉ መዋኛ ቦታ ሄዶ ላንድ ሰዓት ከዋኘ በኋላ ሻወር ወስዶ ወደ ክፍሉ ተመልሶ ለመተኛት ቢሞክርም እንቅልፍ ባይኑ አልዞር አለ። ሰሎሜንም ከአእምሮው ሊያወጣት አልቻለም። ቀኑን ሙሉ ከመኝታ ቤቱ ሳይወጣ ዋለ።

ወደ አዲሳባ ለመመለስ ገና ሦስት ቀን ስለሚቀረው ጊዜው እንዴት እንደሚሄድለት ግራ ገብቶታል። ከዱባይ ውጪ ያለውን አገር ለማየት ከተቻለም ወደ በረሓውና ባሕሩ ላይ ያሉትን ደሴቶችና ሌሎች የሚጐበኙ ስፍራዎች ለማየት ዐቅዶ ነበር። አሁን ግን ለሁሉም ነገር ያለው ፍላጎት ጠፍቶበታል። አልጋው ውስጥ ገብቶ ኢንተርኔት ሲያሥሥ ቆይቶ ኮምፒዩተሩን ከመዝጋቱ በፊት ኢሜይሉን ከፍቶ ሲያይ ከሰሎሜ የተላኩ ኢሜይሎች አገኘ። ሁለቱም ዛሬ ጠዋትና ከጥቂት ሰዓታት በፊት የተጻፉ ናቸው። ብዙ ጊዜ ብትሞክርም ልታገኘው እንዳልቻለችና ከቻለ ቁጥሩን በቻለው ፍጥነት ኢሜይል እንዲያደርግላት ወይም ምልክት እንዲያሳያት ነው የጠየቀችው። ወዲያው የተጫጫነው ስሜት በመጠኑ ቀንሶለት አልጋው ላይ ተቀመጠ።

“ወይ አምላኬ... ሰው መውደድ እኮ ዕዳ ነው። ለምንድነው የሰው ሰው ልቡ ውስጥ ጨምሮ ሰው የሚሠቃየው? ሰሎሜ ሰሎሜ ምን እንደምትፈልጊ ማወቅ እንዴት ነው የምችለው?” ብሎ ለራሱ እያጉተመተመ የተንጨበረረውን ፀጉሩን እያሻሸ ይባስ አንጨበረረው። ትንሽ ክፍሉ ውስጥ ዘወር ዘወር አለና በቀዝቃዛ ውሃ ፊቱን ከታጠበ በኋላ ላፕቶፑን ይዞ ሶፋው ላይ ሄዶ ቁጭ አለ። ከዚያም ሰሎሜ

የጻፈችውን ኢሜይል እንደገና አንብቦ መልስ ጻፈላት የሆቴሉን ቁጥርና ማርቆስ በስልክ ያስተዋወቀው የማርቆስ ጓደኛ ሳምሶን የሰጠውን ጊዜያዊ ሞባይል ቁጥር ጨምሮ። ስልኮቹ ክፍት መሆናቸውን አረጋግጦ የጅ ስልኩን እንደያዘ በክፍሉ ባልኮኒ ደጅ ተቀምጦ መሬት ላይ ወዲያ ወዲህ የሚሉትን ዱባያውያንን ካንገት በላይ በሆነ ፍላጎት ማጤን ጀመረ።

ከግማሽ ሰአት በኋላ ሞባይል ስልኩ ሲጮህ ሰሎሜ ናት ብሎ በማሰብ ከኪሱ አውጥቶ ሲያየው የሳምሶን ሚስት ነበረች። ስልኩን አንሥቶ ትንሽ ጥሩ ስሜት ስላልተሰማው ሆቴል እንደዋለና መውጣትም እንዳላሰኘው ነገራት። ምግብ ምናምን ሠርተው ሊያመጡለት እንደሚችሉ ወይም ይዘውት ወጥተው ቀለል ያለ ቤት ሊያመሹ እንደሚችሉ ምርጫ ቢሰጡትም፣ ዛሬን እዚሁ ሆቴል ለመቆየት መረጠ። ከዚያም ሕፃናቱም ካላወራነው ብለው ትንሽ አሳስቀውት እየጠበቁት እንደሆነ ቢነግሩትም አሣሥቆ ነገ አያችኋለሁ ብሎ ስልኩን ዘጋው። በማግስቱ ሙሉ ቀን አብረው ለመዋል ቢያስቡም በዚህ ስሜቱ እንዴት አድርጎ ከነሱ ጋር ቀኑን እንደሚገፋው ሐሳብ ሆነበት። ከልጆቹ ጋር ከተሣሣቀ በኋላ መንፈሱ ቀለል አለው። ልጅ ቢኖረው ተመኘ፤ ግን ገና ሚስትም የለውም። ጓደኛስ የት አለኝና ብሎ አሰበ።

ሰሎሜ ከሁለት ሰዓት በኋላ ደወለችለት። መነፋፈቃቸው ከልባቸው የገባውን መራራቅ ለማቅለጥ ግለቱ በቂ ነበር። ሰላምታ ከተለዋወጡ በኋላ፣ “መሊ አይ ኖው በጣም እንደ ጠፋሁብህ። በቃ ሰሞኑንም ከልቅሶው በኋላ በተለይ ሁሉም ነገር ዞሮብኝ ነበር። ሁልጊዜም ነው የማስብህ ግን በቃ ጭንቅላቴም በትክክል የሚሠራ አልመሰለኝም።አንተ እንዴት ነህ በናትህ? ደግሞ ወርክሾፑስ እንዴት ሄደ? ጥሩ ነበር አንተ ያቀረብከው?” አለች አነጋገሯ የሰሎሜን በማይመስል አይነት።

“ሰሊ ደኅና ነበር። ቤተ ሰብ ተጽናና? በጣም ከባድ ነው የሚሆነው መቼም? ያው ስንከሳርም ትናንት ማታ ደውላ ነግራኛለች ወደ ኒውዮርክ እንደምትሄጂ። እኔም እዚህ ተወጠርኩ መሰለኝ በቃ በጣም የተራራቅን ነገር ሆኖ ነው የሚሰማኝ። አንቺ ግን ደኅና ነሽ?” አለ እሱም እንዴት ማውራት እንዳለበት እንዳላወቀ ሁሉ። ልብ ሲሻክርና ሲራራቅ የሚዋደድ ሰው የሚያወራው ሁሉ አሸዋ ያለው ቆሎ በተራብ ሰው አፍ ውስጥ እንደ መጨመር ይሆናል። ወይ አይቀረጥሙት ወይ አይተፉት።

“ደኅና ነኝ መሊ ያው ደኅና ከተባለ። ያው ከቤቢ ሞት በኋላ ሁሉም ነገር ነው ዝብርቅርቅ ያለብኝ። እቤትም በጣም ነው የተጎዱት። አሁን እንዴት ጥያቸው እንደምመጣም ግራ ገብቶኛል። ኒውዮርክም መሄድ የፈለግሁት ትንሽ ራሴን አረጋግቼ ማሰብ ለመቻል ነው። በቃ ሐሳቤ እንደዚህ ሆኖ እኮ ከማወራህ ብዬም ነው የጠፋሁት።” አለች ላለመደወሏ በቂ ምክንያት ለማቅረብ የተቸገረች እያስመሰለባት።

"አይ ይገባኛል ሰሊ አትጨነቂ። ግን እኮ በዚህ ጊዜ ነው ጓደኛ የሚያስፈልገው። የግድ የሚወራ ነገር አያስፈልገንም እኮ። እኔ የምለው ኒውዮርክ አጎትሽ ጋ ብዙ ትቆያለሽ ወይስ"? አለ አሁንም ወሬው ፍሰት እያጣበት ለመጠየቅ ያህል።

"አይ አንድ ሳምንት ምናምን። ደግሞ ሶለን የሠራቸውን ጽሑፎች ሰጥቶኛል። እሱንም መጽሐፍ ሆኖ እንዴት እንደሚወጣ እያሰብኩ ነው። ለዚያ የሚያስፈልጉ ነገሮችን ሁሉ እየሰበሰብኩ ነው። በጣም ጥሩ ነገሮች ናቸው። አንተ ካልሆንክ ማንም ጥሩ መጽሐፍ ያደርጋቸዋል ብዬ አላምንም። እስኪ አንዴ ልሰብስባቸውና እዚያው ስመጣ እናያቸዋለን።" አለች የሱን አስተያየት ለመስማት።

"ኦህ ሪሊ...? በጣም አሪፍ ነው ሰሊ። ስለዚህ የመጀመሪያውን መጽሐፍ ለመጻፍ እየተንደረደርሽ ነዋ?" አለ ፈገግ እያለ፡፡

"አትቀልድ ባክህ መሊ እኔ እንኳን መጽሐፍ ደብዳቤም መጻፍ አልችልበት። ግን ደግሞ በጣም ከልቤ ነው የምልህ ጽሑፎቹን ብታያቸው አንተም መጽሐፍ ይሁኑ ነው የምትለው። ደግሞ ከልብ ወንድሜ ስለሆነ አይደለም ሶለን ብዙ ነገር መሥራት የሚችል ልጅ ነበር..."ብላ ዝም አለች። አዲስ ልቅሶ እንዳይጀመር ስለፈራ፣ "አይዞሽ ሰሊ የምትችዪውን ሁሉ ሰብስቢ። እስኪ የበለጠ እናወራውና መልክ መልክም እናስይዘዋለን። ስንኪንስ ታገኛታለሽ?" አለ ርዕሱን እየቀየረ፡፡

"አዎን ያው በስልክ በተለይ። እሷ ናት ኤርፖርትም ያደረሰችኝ።" አለች።

እንዲህ እንዲህ እያሉ አንድ ዐሥራ አምስት ደቂቃ የባጥ የቆጡን ከተጨዋወቱ በኋላ በሁለቱ ዓለም ሲካሄድ ስለሰነበተው ነገር እየተሟሟቁና እየተቃለዱ አወሩ። ከዚያም ሌሎች ጉዳዮችን ጨምረው ወደ ግማሽ ሰዓት ያህል በተለይ ስለ መጽሐፍ ፕሮጀክቷ ተነጋገሩ። ሰሎሜም አንድ ሳምንት ያህል አጎቷ ጋ ኒውዮርክ ቆይታ ወደ ቺካጎ ተመልሳ ቶሎ ወደ ኢትዮጵያ ለመመለስ እንዳቀደች ነገረችው። ከዛም ስለ መላኩ ቤተ ሰቦች ብዙ አወሩ። ስለሱ ቤተሰቦች ሲያወሩ ሰሎሜ ደስታዋና ስሜቷ ያስታውቅ ነበር። የሚገርመው ሁለቱንም ያብሰለሰላቸው የራሳቸው ግንኙነት ጉዳይ ቢሆንም፣ 'የውሾን ነገር ያነሳ' እንደሚባለው ይመስል ላይ ታች ሲረግጡ ጊዜው አለቀ። ፍቅር እኮ አንዳንዴ ይገርማል! አፍ የሚለጉም አንዳች ምትሃት አለው። ምናልባትም ስንክሳር እንዳሰበችው መጠነኛ ግድግዳ በመካከላቸው ሳትሠራ አልቀረችም፣ ባለፉት ወራት የቦታ ርቀትና ሁኔታዎች ከፈጠሩት ርቀት በተጨማሪ። የቦታ ርቀትና መለያየት እንኳን በጅምር ፍቅርና በሰነበተውም ትዳር ላይ ይህ ነው የማይባል ጫና መፍጠሩ አይቀርም። ቢሆንም ስልኩን ሲዘጉት የተወሰነ ያህል ጭንቀታቸው የረገበ ይመስላል። መላኩ ወደ ታች

ወርዶ ለብቻው ትንሽ ከተንሸራርሸረ በኋላ አነስ ያለች በአካባቢው ባለች የዐረብ ምግብ ቤት እራቱን በልቶ ወደ ክፍሉ ገባ።

መላኩ ዱባይ ከሄደ ጀምሮ ማርቆስ ነበር ለእነሣራም ለእነሶስናም የሚያስፈልጋቸውን የሚያደርግላቸው። መላኩ በሄደ በሦስተኛው ቀን ነበር ምንተስኖት ከኀኛም ሳይመለስ ሣራ ያልጠበቀችውን ዱብ ዕዳ የሰማችው። ከሁለት ዓመት በፊት ባለቤቷ ምንተስኖት ኢትዮጵያ በመጣ ጊዜ ለአጭር ጊዜ አብራው የምትወጣ ልጅ ነበረች። ወላጆቿ የመንግሥት ሠራተኞች ሲሆኑ፣ አባቷ ኀይለኛና አጥባቂ ሃይማኖተኛ ናቸው። ለቤተሰቧ ብቸኛ ሴትና የመጨረሻ ልጅ ናት። ሰፈራቸው ከምንተስኖት ወላጆች ቤት ቅርብ ባይባልም፣ በተመሳሳይ አቅጣጫ የሚገኝ ነው።

አንድ ቀን በዝናብ ወደ ቤት ስትሄድ አግኝቶ ሊፍት ሰጥቶአት የጀመሩት ትውውቅ ነው አድጎ ባሥራምስት ቀን ውስጥ ምላጭ በሆነው ምላሱ ያሚረካንን ተስፋ እንደ ከረሜላ እያሳየ እጁ ውስጥ ያስገባት። የቤት ልጅ ስለ መሰለችውም መከላከያ አይጠቀምም ነበር። አንድ ቀን በጥድፊያ ዕቃ ረስቶ እቤትም ይዞአት ሄዶ ስለነበር የወላጆቹን ቤት አይታው ነበር። ከሄደ በኋላ እንዳረገዘች ስትነግረው ፈጽሞ እንደማያውቃት ሆኖ የዘጋት። ለወላጆቹ ነገሩን ልትነግራቸው ብትሞክርም አጠገባችን እንዳትደርሺ የምናውቀው ነገር የለም ብለው ፊት ነስተዋታል። ከቤትም ተባርራ አሁን ካክስቷ ጋር ኬክ ቤት እየሠራችና ማታ እየተማረች ነው ልጇን የምታሳድገው። በምንተስኖት ቤተሰቦች ቤት ለረጅም ጊዜ የምትሠራውን ጽጌን ቀርባት ነገሩን አጫውታት ወዳጆች ሆነዋል። እሷ ናት ባለትዳር መሆኑንም የነገረቻት። አሁንም ከነቤተሰቡ መምጣቱን ደውላ ነግራት የሣራንም ስልክ የሰጠቻት እሷው ናት።

ሣራ መጀመሪያ ወሬውን ስትሰማ አንዳች ነገር ነው የነዘራት። ምንተስኖት አያደርገውም ብላ ማሰብ ባትችልም፣ በልጅቷ ላይ የተፈጠረባትን ንዴቷን ልትቆጣጠረው አልቻለችም። በስልኩ ውስጥ እያለቀሰች ነገሩን የምትነግራትን ልጅ ምን እንደምትላት ግራ ነበር የገባት። የምታደርገው ስላጣች መልሳ እንደምትደውልላት ነገራት ስልኩን ዘጋችው። ከዚያም አንዴ ቁጭት፣ አንዴ ደግሞ ቁጣና ቅናት እየተፈራረቁ ጠበሷት። ብቻ ከዚያ በፊት ሊሰማኝ ይችላል ብላ የማታስበው ስሜት ሁሉ ተፈራረቀባት። መታጠቢያ ቤት ገብታ እያለቀሰች ብዙ ቆየች። ፊቷን እያየች ለምን ሌላ ሴት ጋ መሄድ አስፈለገው? እኔ አረጀሁበት ወይስ ምኔ ነው ያስጠላው? ብላ ራሷን ለመወንጀል ከጀላት። ከዛም በሩን አጨኀ ዘግታ አልጋዋ ላይ ተጠቅልላ ለመተኛት ሞከረች። አልቻለችም። ልጅቷን እንዴት ብላ እንደምታገኛትም ግራ ገባት። ባልሽን ከኔ የወለደውን ልጅ ማሳደግ እንዲረዳኝ አማጥኚኝ ብላ ነው የደወለችላት። የሆነ ማንነቷ ነገሩ እውነት እንዳይሆን ተመኘ። የልጅቷ ልቅሶና አነጋገር ግን ውሸት እንዳልሆነ እንድታምን

አድርጎአታል። የምታደርገውን ስላጣች ማርቆስን ደውላ አሁኑኑ ከቻለ እንዲመጣ ጠየቀችው። ነገሩ ስላስደነገጠው እሱም ሲከንፍ ወዲያው ነበር የደረሰው። ማርቆስ እቤት ሲገባ እሪታዋን ለቀቀችው።

“እንዴ ሣሪ ምንድነው ነገሩ? ሰላም ነው? ምን ልጆቹ ደኅና አይደሉም?” ብሎ ግራ ገብቶት ትከሻዋን ይዞ መጠየቁን ቀጠለ። “ተወኝ ባክህ የኔ መከራ ማለቂያም የለው። አንዱ ደግሞ አሁን ደውላ ነበር” ብላ አሁንም ልቅሶዋን ቀጠለች፡፡ “እሺ ምን ሆነ? ማናት የደወለችው?” አለ ማርቆስ ሣራን እንዲህ ስትሆን አይቷት ስለማያውቅ ግራ ግብት እያለው፡፡

“የውልህ ደውላ ባልሽ ልጅ ወልጄለት ከዳኝ ነው የምትለኝ። ዕፍረትም የላት እና አንድ በይኝ ባልሽ እንዲያምን እርጂኝ ነው የምትለኝ። አሁን እኔ ምንድነው የማደርገው። ይሄ ሰውዬ እኮ ሊያሳብደኝ ነው። አሁንስ በቃ ምን ማድረግ እንዳለብኝ አላውቅም...” ብላ እንባ በሞላው ዐይን ቀና ብላ አየችው።

“እስኪ ቆይ ሣሪ... በመጀመሪያ ደረጃ ነገሩ እውነት ነው ወይ? ከሆነስ እንዴት ነው የምናምነው... ማለቴ ያው ሰው ካሜሪካ መጣ ስለተባለ ብቻ ልጅ ወልጄለታለሁ ማለት የሚወዱ ብዙ ሰዎች እኮ አሉ።” አለ ነገሩን ለማርገብ ልቡ ነገሩ እውነት ሊሆን እንደሚችል ቢጠረጥርም።

“አይ ማርክ... ሰውዬውን እኮ ስለማታውቀው ነው። እኔ አሁንስ በቃኝ እዚያው እንደፈለገው መሆን ይችላል እሱ ከዘመዶቹ ጋር። እኔ ግን በቃኝ ድሮም የቤተ ሰቦቼን ምክር ብሰማ ኖሮ እዚህ ሁሉ ውስጥ ባልገባሁም ነበር። እስካሁን ለልጆቼ ብዬ ብዙ ነገር ችያለሁ አሁን ግን በቃኝ...” ብላ ተነሥታ ወደ ጓዳ ገባች።

ማርቆስም ተከትሎአት እየሄደ፣ “እና ምን አልሻት ታዲያ?” አለ በጉጉት።

“ምን እላታለሁ ማርክ... እደውልልሻለሁ ብዬ ስልኩን ዘጋሁታ። እሷ በዚያ በኩል ታለቅሳለች። እኔ ደግሞ እዚህ ጭንቅላቴ ይዞራል። እናቱ መሰልኳት እንዴ ስትማግጥ ቆይታ በኋላ እኔ ጋ የምትደውለው?” ብላ ምሬቷን ገለጸች። ለወትሮው ሣራ አዛኝና ለስላሳ ሰው ብትሆንም ይሄንን ግን መሸከም አልቻለችም።

ከዚያም ማርቆስ ስልኳን ከሣራ ተቀበለና ደውሎ አብረው ሊያገኟት ቀጠራት። ሣራንም አረጋግቶ ልጅቷን ማግኘት እንደሚያስፈልግ አሳመናት። ጉዳዩ እውነትም ሆነ ውሸት መደረግ ያለበትን ነገር በርጋታ ነገራት። እሱም አብሯት እንደሚሄድና ያለውን ነገር ተረጋግተው ማጣራቱ እንደሚሻል ገለጸላት። ትንሽ ከተረጋጋች በኋላ ማታ ተመልሼ እመጣለሁ ብሏት ወደ ጉዳዩ ሄደ።

በቀጠሮው ሰአት ከልጅቷ ጋር ካፌ ውስጥ ነበር የተገናኙት። ልጂቱ ከአንድ ዓመት ብዙም የማይበልጥ ልጅ ይዛለች። እሷም ልጇም ድንቡሽቡሽ ያሉ

ሲሆኑ ኀዘን ያጠላበት ፊቷ ከየዋህ ዐይኖቿ ጋር ብልጣብልጥ አለመሆኗን ይመሰክራል። ማርቆስ ማኪያቶ የቀሩት ደግሞ ሻይ አዘዙና የተፈጠረውን ውጥረት ማርቆስ ስለልጅቱ አጠቃላይ ነገሮችን በመጠየቅ ካረገበ በኋላ ወደዋናው ጉዳይ ገብተው መወያየት ጀመሩ። የሆነውን ሁሉ ነገር እንደገና ነግራቸው ስትጨርስ፣ "እኔ ከሱ ምንም አልፈልግም ቢያንስ ልጄን ያለ አባት አያስቀረው። እኔንማ አንዴ ተጫውቶብኛል። የራሴ ጥፋት ነው እሱን ማመኔ። ለማን እንደምነግረው ግራ ስለገባኝ ነው ላንቺም መናገር የፈለግሁት እንጂ... ይሄ የሚያሳፍር ነው። ትዳር እንደሌለውም ነበር የነገረኝ። ደግሞ ያሜሪካ ዜጋ ስለሆነ ባጭር ጊዜ ጨርሶ ሊወስደኝ እንደሚችል ነበር ቃል የገባልኝ። እዩው ይሄንን ሐብልና ቀለበት እንኳ ራሱ ነው የገዛልኝ። ማርገዜን ስነግረው ግን በቃ ከዚያ በኋላ ደውሎም አያውቅ። ቤተ ሰቦቹም ያው ምንም እንደማያውቁ ነግረው አመናጭቀው ነው ያባረሩኝ። እኔ አሁን ምን ማድረግ ነው የምችለው? ሰው በቃ ገንዘብ ካለው የፈለገውን አድርጎ እንደፈለገው መኖር ይችላል ማለት ነው?" አለች እንባዋ እየቀደማት። ከኪሱ ዉስጥ ምንም ናፕኪን ያላገኘው ማርቆስ አስተናጋጁን ጠርቶ እንዲያመጣላቸው አደረገ። ከዚያም የናቱ ለቅሶ በቋፍ ያደረገውን ልጅ እንዳያለቅስ ማጫወት አይሉት ማባበል የሚችለውን ማድረጉን ቀጠለ።

ሣራ ንዴቱም፣ ቁጣውም፣ ለልጅቷ ማዘኑም በቃ ዝብርቅርቅ ያለ ስሜት ጭንቅላቷን አጡዞት ስለነበር ድንጋይ ሆና ነው ስትሰማት የነበረው። ማርቆስ ድሮውንም ምንተስኖትን ተራ ዐይነት ሰው አድርጎ ስለሚያስበው አሁን ደግሞ የባሰውን ቀለለበት። እሱም ምን ማለት እንዳለበት ስላላወቀ ሣራን እየጠበቀ ዝም አለ። ምንስ ይባላል?

በዚህ መሃል ወዲያው ደግሞ ሕፃኑ እየተንገዳገደ ሄዶ ሣራ ጉልበት ላይ ልጥፍ ብሎ እየሣቀ መጫወት ሲጀምር አንጀቷን በላውና አንሥታ ታቀፈችው። አፉ ላይ የተዝረከረከውን ለሃጭ በያዘችው ናፕኪን ጠራርጋለት ሳመችውና መልሳ ለእናቱ ሰጠችው። ሕጻኑ ጠረጴዛ ላይ ያሉትን እቃዎች ካልያዝኩ እያለ ስላስቸገረ አስተናጋጁን ጠርተው እቃውን አነሳስቶና ጠረጴዛውን ጠራርጎ ሄደ።

በዚህ መሃል ሣራ እንደ ምንም ኀይሏን አጠራቅማ "እም ... ምን ልልሽ እንደምችል አላውቅም። ማድረግ የሚቻለውን ሁሉ እናደርጋለና። በተለይ ይህ ሕፃን ባላጠፋውና በማያገባው ጉዳይ መሠቃየት የለበትም። ያው የዲኤንኤ ምርመራ ስላለ የሱ ልጅ ከሆነ መካድ አይችልም። ያንቺንና የልጁን ፎቶ ይዘሻል እንዴ?" አለች አሁንም ውስጧ እንደተረበሸ፡፡

"አይ አልያዝኩም። ይቅርታ ግን ላንቺ ከባድ እንደሚሆን አውቃለሁ። እንዲያው የምገባበትና የማደርገው ባጣ ነው። ደግሞም በዚህ ካልተገታ ሌላ ሰውም ማበላሸቱን የሚያቆም አይመስለኝም።" አለች አሁንም ከፊል ዕፍረትና ከፊል ቁጣ እየተሰማት።

"አንቺ ከፈቀድሽ እኔ ካሜራ ይዤያለሁ። ያው ፎቶውን አሳየውና መጀመሪያ እኔ ራሴ አነጋግረዋለሁ። አላውቅም ካለ ግን የዲ ኤን ኤ ምርመራውን ጉዳይ እንቀጥላለን።" አለች ሣራ ካሜራ ከቦርሳዋ ውስጥ እያወጣች።

ሕፃን ሕፃን ነውና ከማርቆስም ከሣራም ጋር ጨዋታውን ቀጠለ። በሱ ዓለም የትልልቆቹ ሰዎች ፖለቲካና አታካሮ ምንም ትርጉም የለውም። ሕፃን መሆን ደስ ሲል! ሣራም ስላሳዘናት ትንሽ ተቀብላ ታቅፋ አጫወተችው። በዚያ ስፍራ ያለውን ውጥረትና ውስብስብ የሰው ክፋት ያልተረዳና ያልተማረ እሱ ብቻ ነበር። ይህስ ምን ዐይነት ሰው ይሆን ሲያድግ? ፎቶ ካነሳቻት በኋላ ለታክሲና ላንዳንድ ነገር እንዲሆንሽ ብሎ ማርቆስ የተወሰነ ገንዘብ ሰጥቶአት እንደሚደውሉላት ተነጋገረው ተሰነባበቱ። ልክ እሷ እንደሄደች ሣራ እዬዬዋን ለቀቀችው። ማርቆስም ፈጽሞ ሊያስቆማት አልቻለም። ለዓመታት በተሸከመችው የስሜት ፍም በዐይኖቿ የእንባ ከረጢት ውስጥ የተረገዘውን እንባ ትኩስ ትኩሱን ታዘንበው ጀመረ። ማርቆስ ሣራን አቅፎ ማባበሉ ብዙ ደቂቃ ነበር የወሰደበት። ከዚያም ቁጣዋና ንዴቷ ጦፎ

"የኔና የሱ ነገር አልቋል። ድሮውንም ቢሆን የራሴ ደንቆሮነት ነው። ቤተ ሰቤን ብሰማ ኖሮ እዚህ ሁሉ መቀመቅ ውስጥ አልወርድም ነበር። ወይኔ ሣራ!" ብላ አዲስ እሽግ የእንባ ከረጢት እንደፈታች ሁሉ እንደገና ስቅስቅ ብላ ማልቀሷን ቀጠለች። በካፌው ውስጥ ወደ ጥግ አካባቢ ስለተቀመጡ ብዙም የሰውን ቀልብ አልሳቡም።

"የውልሽ ሣሪ አሁን በጣም አስቸጋሪ ሰዓት ነው። ምንም አትወስኚ። ነገሩ እውነት ነው የሚመስለው። ግን ደግሞ አሁን በስሜት ብታደርጊው ብዙ ነገሮች ላንቺም ለልጆቹም ሊበላሹ ይችላሉ። መላኩም ይምጣና ተረጋግተን ተመካክረን ብናደርገው አይሻልም?" አለ ረጋ ባለ ድምፅ፡፡ ውስጡ ግን ስሜቱ ድብልቅልቅ ብሎ ለርሱም አስቸግሮታል። ነገሩ ግራ የገባው ሲያስተናግዳቸው የቆየው ልጅ መለስ ቀለስ ማለቱን ቀጥሏል።

"ማርክ ምኑን ነው የምናስብበት ሰውዬው እኮ በሄደበት መዝለል መዛለል ነው። እንስሳ እንኳን ከሱ ይሻላል። አያስብም እኮ። እይ ይቺ ልጅ አሁን የሱ ልጅ አትሆንም። ደግሞ ውሸቱ። ሲያዩት ትልቅ ሰው ይመስላል። እኔ ነኝ እሱማ ምን ያድርግ። አሁን ምንድነው ሚባለው።፡እኔ ኮ ለልጆቼ ብዬ እንጂ እሱን እዚያ እንደፈለገው መሆን እንዲችል ከሕይወቴ አሽቀንጥሬ መጣል አያቅተኝም ነበር። አሁን ግን በቃ ይሄ የመጨረሻው ነው።" አለች አሁንም ግራ መጋባትና ንዴት በተቀላቀለበት ስሜት። ቦርሳዋን ከተንጠለጠለበት አንስታ ከፈተችና የያዘችውን ካሜራ የመወርወር ያህል ጣል አድርጋ በእግሯ መሬቱን እየጠበጠበች ዝም አለች።

ከብዙ ማጽናናትና ማረጋጋት በኋላ መላኩ እስኪመጣ ለመቆየት

ተስማምተው ነገሩን አረገቡት። ወደ መታጠቢያ ቤት ሄዳ ፊቷን ታጥባ ቀዝቀዝ ብላ ስትመጣ ተያይዘው ወደ ቤት ሄዱ። ማርቆስ ሣራ ከምንተስኖት ጋር መኖር እንደሌለባት ቢያምንም ቀጥተኛ ምክርን ሊሰጣት አልፈለገም። ሁሉም ነገር ከስሜት ውጥረት ቢረግብ የተሻሉ አማራጮች ሊኖሩ እንደሚችሉም አስቧል። እሱም የሚያውቃቸው ብዙ ውጪ የሚኖሩ ወንዶች ባለትዳሮችንም ጨምሮ አገር ቤት መጥተው መማገጥን እንደ ፋሽንና ሥልጣኔ ነው የሚያዩት። ሴቶቹም የተባሉትን ሁሉ አምነውና ጊዜያዊ መዝናናቱን ፈልገው ክብራቸውን እንደዚህ በዘቀጡ ዘልዛሎች ላይ ራሳቸውን እንደ ዕቃ መጣላቸው አንድም የድኸነት ውጤት ነው፤ ደግሞም የስግብግብነትና ያለመብሰልም ምልክት ነው። ወላጅም ልጅ ስታረግዝ እንዴት ተነካሁ ብሎ ማባረር እንጂ ነገሩ ከመድረሱ በፊት በግልጽ በመወያየት እንደ ምንተስኖት ያሉ ተኩላዎችን እንዴት ማምለጥ እንደሚችሉ ለየዋህ ልጆቻቸው አያስተምሩም። አደጋው ከደረሰ በኋላ ዘራፍ ከማለት በሥቃይና በሠቆቃ ውስጥ ያለችውን ልጅ መርዳት እንደሚሻልም አያውቁም።

ከዕለት ወደ ዕለት እየወረደ ያለው ግብረገባዊ መፍረክረካችን፣ ሰብአዊ ክብራችንንም እንደ ጉልት ፍግ ማርከሳችን የአስተሳሰብ ድኸነት ውጤት ካልሆነ ምን ሊባል ነው? ዐረቡም ሌላው አፍሪካዊም መባለግ ሲያምረው እዚህ ኢትዮጵያ መጥቶ ቆሻሻውን አራግፎ ይሄዳል። ከነሱ የሚብሱት ደግሞ የሰው ደላሎች ናቸው። አንደኛውን ሴትኛ አዳሪ የሆኑትን ብቻ ሳይሆን የቤት ልጆችንና ገንዘብ የጠማቸውን ችግረኛ ጉብሎች ለገበያ እያቀረቡ ይቸበችባሉ። የአፍሪካ አንድነት ድርጅት ጉባኤዎችን የመሳሰሉ ዓለማቀፍ ስብሰባዎችማ ሲደርሱ ሴት እንደሸቀጥ ተቸብችቦ ዕጥረት አጋጥሞአል ሲባል መስማቱ ልቦና ላለው እንዴት የሚያሳፍር ነገር ነው! ቀን በስብሰባ ላይ ሲደሰኩሩ የሚውሉ ትልቅ ሰው መሳዮች ሁሉ በጨለማ በየሆቴሉና ‘ማሳጅ’ ቤት ተብዬዎቹ የሚያደርጉት ሥራ ሁሉ አሳፋሪነቱ ልክ የለውም።

* * *

ሰሎሜ ኒውዮርክ ስትሄድ የሶለን ማስታወሻ የሚል ርእስ የሰጠውን የወንድሟን ጽሑፍ እያነበበችው ነበር። ‘አራቱ የፍቅር ፊርጦች’ የሚለው ጽሑፉ የሚያሥቅ፣ የሚያሳዝን፣ ስሜቱንም ሆነ ሐሳቦቹን ግልጽ አድርጎ የጻፈበት የግል ማስታወሻው ነው። አንዳንድ ቦታ ጽሑፉ በጣም ግልጽ ከመሆኑ የተነሣ እያፈረች ነው ያነበበችው። ሶለን ይህንን ታሪኩን የጻፈበት ቋንቋ ደግሞ ወሬ የሚመስል ቀላል አጻጻፍ ቢሆንም፣ በውስጡ ብዙ ትርጉምና ቀዛም የበዛበት ስለሆነ ሳትወድ በግዷም ስትሥቅ ነበር። በተለይ ከህንዷ ጓደኛው ጋር የነበረው ግንኙነት በሣቅ ነው ያፈነዳት። ሲጣሉ እንዴት እንደምታኮርፍ፣ ወደር የሌለው ቅናቷ እንዴት መከራውን ያበላው እንደነበር፣ ህንድ አብረው ላንድ ወር በሄዱ ጊዜ ከቤተ ሰቦቿና ዘመዶቿ ጋር ያጋጠማቸው ነገር፣ ሶለን ቋንቋ ባለመቻሉና ባህሉን ባለማወቁ

የሠራቸውን ስሕተቶች፣ ከእርሱ ጋር ለመጋባት ጽኑ ፍላጐት ስለነበራት፣ ልትለቀው እንዳልቻለችና እሱ የፍቅር ዙረቱን አለመጨረሱ፣ መጨረሻ ላይም እሷን ለማራቅ የወሰደው ርምጃ ሁሉ የሚገርም ነው! ፕር.ያንካ አሁን ኮምፒዩተር ፕሮግራመር ሆና ሁለት ልጆችን ወልዳ ከህንዳዊ ባሏ ጋር ነው የምትኖረው። ኢሜይሏን ፈልጋ ልታገኛት ወስናለች ሰሎሜ።

ካርላ የመጀመሪያ ፍቅረኛው ስትሆን፣ ሳሮን ደግሞ ሦስተኛው ነበረች። የሁለቱም ታሪክ በሶለን አተራረክ አንድ የተካነ ደራሲ እንደ ጻፈው ልቦለድ ልብን እያንጠለጠለ በሣቅ እያፈረሳት ነው ሳታስበው የጨረሰችው። በተለይ ሶለን በሰው ጭንቅላት ውስጥ ገብቶ የማሰብና ብዙ ወንዶች የሌላቸውን ስሜትን በቀላል ቋንቋ ጥልቅ በሆነ መንገድ የሚገልጽበት መንገድ ሰሎሜን ከሌላ ሴት ጓደኛዋ ጋር የምታወራ እስኪመስላት ነው ያስገረማት። ስለዚህም ሳታውቀው ነበር ኒውዮርክ የደረሰችው። አጎቷ ተቀብሎአት መጀመሪያ የምትወደውን የኒውዮርክ ፒዛ በልተው ነው ወደ ማንሃታን አካባቢ ረጅም ፎቅ ላይ ወደአለው አፓርትመንቱ የሄዱት። ኒውዮርክን በተለይ ማንሃተንንና ሴንትራል ፓርክን እንደ ነፍሷ ነው የምትወዳቸው። ባጠቃላይ ኒውዮርክን የማትሰለች የማትተኛና የማታረጅ ከተማ ነው የምትላት። ትልቋን አፕል ልገምጥ መሄዴ ነው ነበር የምትለው በፊት ወደ ኒውዮርክ ስትሄድ።

እቤት እንደገቡ ሁሌም የለመደችውን መኝታ ቤቷን ተዘጋጅቶ ነው ያገኘችው። አጎቷ የአማካሪነት ሥራው ከፍተኛ ገንዘብ ስለሚያስገኝለት ማንሃታን አካባቢ ምቹ ኑሮ ለመኖር ለሱ ከባድ አይደለም። የሚኖርበት ባለሶስት መኝታ ቤት ቆንጆ አፓርትመንት ነው። ቤቱን የሚች ቤት ሰቡ ፎቶ፣ ብዙ መጻሕፍትና ከፍተኛ ምቾት ያላቸው ውድ የቤት ዕቃዎች ሞልተውታል። በመስኮቱ በኩል ያለው እይታም ደስ የሚል ነው።

“ትንሽ አረፍ ትዪ ጢኒ?” አለ ቴሌቪዥን ለመክፈት ሪሞቱን እየነካካ።

“አይ አንክል ትንሽ ቀዝቀዝ ስለሚል ልብስ ልቀያይርና ቡና ምናምን ፍለጋ ወጣ ብንልስ?” አለች እያወለቀ ያለውን ኮቱን እየተቀበለችው።

“ጥሩ በቃ ከፈለግሽም ትንሽ አረፍ በዪ። እኔም እዚህ ወይ ቲቪ አያለሁ ወይ ደግሞ ስልክ ምናምን እመላልሳለሁ” አለ ሸሚዙን ወደ ላይ እየሰበሰበ። ለምዶበት ሸሚዙን መሰብሰብ ከድሮውም ይወዳል። ሰውነቱ አሁንም ፈርጣማ ነው፣ ዕድሜውም ስልሳ አካባቢ የደረሰ አይመስልም። የሚያደርጋት ቀጭንና ፍሬም የሌላት ስስ መነጽር ለፊቱ ግርማና አጥልቆ አሳቢ የሚመስል መልክን ትሰጠዋለች። ዘናጭ ነው። ከዚያም ከወደ ጓዳ አካባቢ ማሪንጎ የሚለው ውሻው እየዘለለ መጥቶ ተጠመጠመበት። ከሱ ጋር ሲላፋ ሰሎሜ እየሣቀች፣“እም ከፈለግህ ደግሞ የሆነ ጽሑፍ አለ። ቤቢ ነው ሆስፒታል እያለ ከኢሜይሉ ውስጥ የሰጠኝ።

አክችዋለ ከሌሎች ሥራዎቹ ጋር ተደርጎ እንዲታተምም እንደሚፈልግ ነግሮኝ ነበር። እስኪ እየውና ስለሱም እናወራለን።" ብላ አንድ አምስት ገጽ ጽሑፍ ሰጥታው ወደ መኝታ ክፍሏ ሄደች።

'የሶለን ማስታወሻ' በሚል ሶለን በሰባት ዓመት ውስጥ በቀስታ በመጻፍ ያዘጋጀው አጫጭር ትዝብታዊ ጽሑፍ ነው። ሁሉም ስለ ተለያዩ ጉዳዮች ቢሆኑም፣ የአጻጻፍና አንዳች የመልእክት አንድነትም አያጡም። ሶለን ከዐሥራ ሦስት ዓመቱ ጀምሮ የኖረው አሜሪካ ሆኖ ይህንን ጽሑፍ ጽፎታል ማለት ፈጽሞ አያሳምንም። ምክንያቱም ጽሑፎቹ ጥሩ አማርኛና የጠለቀ ባህላዊ መረዳትን ስለሚያሳዩ። ሆኖም ሶለን ከልጅነቱ ጀምሮ ብዙ አማርኛ መጻሕፍትን ከማንበቡም በላይ፣ የክረምት ጊዜውን ወይ ኒውዮርክ አጎቱ ጋ ወይም ኢትዮጵያ ነበር የሚያሳልፈው። የሁለተኛ ደረጃ ትምህርቱን እንደጨረሰም ኢትዮጵያ መጥቶ ለአንድ ዓመት ቆይቶ ነበር የሄደው። በዚህ ጊዜ የአማርኛ ችሎታውን በከፍተኛ ደረጃ ከማሻሻሉም በላይ አጫጭር ጽሑፎችንም መጻፍ ጀምሮ ነበር። መኝታ ቤቱ ውስጥ ከራስጌው የማይለየው በአዲሳባ ዩኒቨርስቲ የቋንቋ መምህር የሆነ አንድ ዘመዱ የሰጠው የአማርኛ መዝገበ ቃላት አለው።

የመጀመሪያ ዲግሪውን ከጨረሰ በኋላም ለስድስት ወር አዲስ አበባ በዓለም ባንክ ኢንተርንሺፕ ሠርቶ ነበር የተመለሰው። አንዳንድ ጊዜ የሚጽፈው ጽሑፍና የሚሰጠው ማኅበራዊ ትንተና አገር ውስጥም ዕድሜ ልኩን የኖረ ሰው የማይሰጠው ነው። ሁልጊዜም አዲሳባ ሲመጣ ገጠር ሄዶ ወደማያውቅበት አካባቢ መሄድም ደስ ይለው ነበር። ከልጅነቱ ጀምሮ ከአባቱ ጋር የሚያደርጋቸው ጥልቅና ሁለገብ ሙግቶችና ውይይቶችም ከፍተኛ ተጽዕኖ አድርገውበታል። ስለዚህም አሜሪካ በመኖሩ ፍጹም አሜሪካዊ ቢመስልም፣ ደሙ ውስጥ ግን ኢትዮጵያዊ ማንነቱ እንደሚበልጥ ጽሑፎቹም ይመሰክራሉ። ወደ ኋላ ላይ ነው አሜሪካ ያሉ የጥቁሮች ጉዳይና አጠቃላይ የአፍሪቃውያን ዝቅተኛ ኑሮና መናቅ ሲያንገበግበው፣ ከሃበሻነቱ ይልቅ አፍሪቃዊነቱ ላይ ማተኮር የጀመረው። የሰሎሜ አንትም ሳያስበው ጽሑፉ ውስጥ ራሱን ነክሮ እያሰበ ማንበቡን ቀጠለ፤ አንዳንዱን ነገር ሁለቴና ሶስቴ እያነበበና እያሰበ።

ሁልጊዜም ውሃ ውስጥ መግባት የማይሰለቻት ሶሎሜ ከተኳዘች በኋላ በተለይ ሻወር መውሰድ ልማዷ ነው። የአጎቷ ቤት መታጠቢያ ደግሞ ደስ ይላታል። ገንዳው ሰፊና ምቹ፣ የውሃ አሸንዳውም ቁንጠኛና የማሳኸ ያህል ነው። እየተርገበገበ ሰውነቷን ሲደበድበው ትደሰታለች። ስለዚህም የምትለብሰውን ልብስ ከመረጠች በኋላ ውሃ ውስጥ ገባች። የተለቀቀ ጸጉሯን እንዳይበላሽ አስራ ሸፈነችውና በመጀመሪያ ለሰስ ያለውን ውሃ ላይዋ ላይ ለቃ ጸጥ ብላ እንደ ቆመች አፈሳሰሱን እየቀየረች በውሃው መጫወት ጀመረች። ማስተካከያውን ስትነካካው ሳታውቅ ሙሉ በሙሉ ቀዝቃዛ አድርጋው ኖሮ እንደ በረዶ የቀዘቀዘው ውሃ

ሲቸለስባት "ማሚዬ … ውህ ህ ህ…" ብላ ለመሸሽ ስትል ልትወድቅ ነበር የፎጣ ማስቀመጫውን ባትይዝ። በተለይ ሳታስበው ከሆነ ቀዝቃዛ ውሃ በጣም ነው የምትጠላው። ከዚያም ቀስ ቀስ እያለች የሚመቻት ሙቀት ድረስ አስተካከለችና ወደ ውሃው ተመለሰች።

ሙሉ በሙሉ በሳሙና የተሸፈነው ሰውነቷ ውሃው ሲፈስበት ጠይም ገላዋ ተገለጠ። ጥሩ የሰውነት ቅርጽ ነው ያላት። የእግሮቿ ባቶች እስከ ቁርጭምጭሚቷ ድረስ ሞላና ወፈር ያሉ ስለሆኑ በተለይ ቁምጣ ወይም ጉርድ ልብስ ስትለብስ በጣም ነው የሚያምረው። የጣቶቿም ጥፍሮች ረዘም ያሉና ቅርጻቸው የሚያምር ነው። የጫማ ቁጥሯ ለቁመቷ ትንሽ አይባልም። የሰውነቷ አሰካክ የበለጠ እንዲያምር ያደረገው ከወገቧ በታች ያለው ቁመቷ በአንጻራዊነት ከወገቧ በላይ ካለው ስለሚረዝም ሳይሆን አይቀርም። በተለይ ቁምጣና እግሯን የሚያሳይ ልብስ ስትለብስ አቋሟን ያሳምረዋል። ቀጭን ባትባልም ዳሌዋ አካባቢ ሞላ ከማለቷ በቀር ሆዷ ለጥ ያለና በስፖርትና በዋና ብዛት በበቂ ጡንቻ የተደገፈ ስለሆነ፣ ስትጠግብ እንኳ አምልጦ የሚወጣ ሆድ የላትም። ሁሌም ሻወር ስትወስድ ራሷን ዞር ዞር እያለች ማየትና ሆዷን በእጇቿ መለካት ትወዳለች። እጆቿም ቢሆኑ ከሥብ ይልቅ በጡንቻ የጠነከሩ ስለሆኑ አጠቃላይ ቁመናዋ የተስተካከለ እንዲሆን የራሳቸውን አስተዋፅኦ አድርገዋል። ፊቷ ሞለል ያለ ሲሆን ወፈር ወፈር ያሉ ከንፈሮቿና ትንሽ ከማትባል አፍንጫዋ በላይ የተተከሉ ተለቅ ተለቅ ያሉ ቆንጆዬ ዐይኖቿ መልኳን ውብ ሊባሉ ከሚችሉ ሴቶች ጎራ ይቀላቅሉታል። ሰሎሜ ግን ቆንጆነቷን ብታውቅም፣ በቁንጅናዋ ተደምማ እዩኝ እዩኝ ባይ አይደለችም።

ከመታጠቢያ ገንዳው ወጥታ በመስተዋቱ ፊት ቆማ እየተቀባባችና ራሷን እያየች ትንሽ ቆየች። 'መላኩ ወይስ ክብሮም? ኢትዮጵያ ወይስ አሜሪካ? እነሶስና ወይስ ወላጆቿ? የሶለንንስ መጽሐፍ? የግድ መላኩ ማስፈለጉ አይቀርም።' የሚሉት አሳቦች ተደበላልቀውና ተግተልትለው በውስጧ ተተረማመሱ።

ሐሳቧን ከራሷ ላይ ለማራገፍ እየሞከረች ልብሷን ለባብሳ ስትወጣ አጎቷን ሲያለቅስ አገኘችውና "እንዴ ምነው ደኅና አይደለህም እንዴ? ምነው አንክል?" ብላ በፍጥነት አጠገቡ ተቀምጣ ዐይን ዐይኑን ማየት ጀመረች። እጁ ላይ ያለውን የሶለንን ጽሑፍ እንደያዘው ነበር።

"ጢኒዬ አነበብኩት… ታውቂያለሽ? እኛ እያለን ሽማግሌዎቹ ወይ ደግሞ ስንቱ የሀገር ሸክምና ሰው መሆንሽን የሚያስጠላሽ እያለ ሶለን አልነበረም መሞት የነበረበት። አስቢው … ምናይነት ጭንቅላት ምን ዐይነት ፖቴንሺያል የነበረው ልጅ እንደነበር! ወይኔ ልጄ… እኔ እኮ ድሮም እሱ የተለየ ተልእኮ ያለው፣ ልዩ ችሎታ ያለው ሰው መሆኑን አውቃለሁ። ምናለ ፈጣሪ ትንሽ ዕድሜ እንኳን ቢሰጠው ኖሮ። ባልጠፋ ዕድሜ ስንቱ ሲቀልድበት።" አለ እንባውን ለመጠራረግ እየሞከረ፡፡

"አይ አንክል ያው እንግዲህ ፈጣሪ ለምን እንዲህ አደረግህ አይባልም። ደግሞ የፈጣሪ ብቻ ሳይሆን የሰውም ክፋት እኮ አለ። የሚገርምህ ሌሎቹንማ ጽሑፎቹን ብታነባቸው የሚገርም ነው። ግን እንግዲህ ምን እናደርጋለን? ቤቢዬ ለኛ ብቻ ሳይሆን ለብዙ ሰው የሚተርፍ ነገር ነበር የነበረው።" ብላ ካልወጣሁ የሚላትን እንባ እንደ ምንም አምቃ አስቀረችው።

"ኡፍፍፍፍ ... ብቻ ምን ይደረጋል?... ልክ ነሽ ... እስኪ መጣሁ። ፊቴን ትንሽ ውሃ ላስነካና እንወጣለን" ብሎ ወደ ጓዳ ገባ። ከዚያም ወረቀቶቹን እንደያዟቸው ወጥተው በአካባቢው ወዳለ ካፌ ገብተው ቡና ገዙና አየሩ ጥሩ ስለነበር ውጪ ዐላፊ አግዳሚውን እያዩ ተቀመጡ። የሶለንን ማስታወሻ እንደገና እያነበቡ በእያንዳንዱ ነጥብ ላይ ተወያዩ፣ ተከራከሩም። በዚህም መሃል የሶለንን ታሪክና ሥራዎች በመጽሐፍ ለማውጣት እንዳሰበች ስትነግረው ደስታው ፊቱ ላይ እየተነበበ

"ጢኒ ትልቅ ሥራ ነው የሚሆነው። እኔም የተቻለኝን ሁሉ አደርጋለሁ የማግዝሽ ነገር ካለ ንገሪኝ። ከፈለግሽ እዚህ ቁጭ ብለሽ ልትጽፊ ትቺያለሽ። ደስ እንዳለሽ። የማሳተሚያውን ዋጋ ሙሉውን እኔ ነኝ የምሸፍነው።" አለ ሳያስበው ፊቱ ፈካ ብሎና ሁለት እጆቹን በማወናጨፍ አይነት። እሷም ደስ ብሎአት ተነስታ ዕቅፍ አድርጋ ሳመችው። ከዚያም ወጥተው በቅርቡ የወጣ አንድ ፊልም አዩ። ሁሌም እንደሚያደርጉት ወደ ሴንትራል ፓርክ ሄደው ሲዘዋወሩ ቆይተው አመሻሹ ላይ ወደ ቤት ገቡ። በዚህ ትልቅ ከተማ መሃል ይህንን ያህል ስፍራ ለመናፈሻ ማስቀረታቸውና እንዴት እንደያዙት ስታይ ሁሌም ይገርማታል። በውስጡ ደግሞ መሮጫና የብስክሌት መጋለቢያ ጎዳናዎች፣ የመኪና መንገዶች፣ ተቀምጠ መዝናኛ ወንበሮች፣ ትንንሽ ኩሬ ሐይቆችና የተለያዩ ሐውልቶች አሉ። ዐልፎ ዐልፎም ውሾቻቸውን የያዙ ሰዎች ግማሾቹ በቀስታ እርምጃ፣ ሌሎቹም በሶምሶማ ሩጫ ያልፋሉ። መቼ ይሆን እኛስ አገር ዛፍ ስናይ ለመቁረጥ መጥረቢያ መሰንዘር፣ ውሻም ስናይ ወርውሮ መምቻ ድንጋይ ማንሣት የምናቆመው? ብላ ለራሷ ዐሰበች።

በማግስቱ አጎቷ ለአምስት ቀን ወደ ደቡብ አሜሪካ ከመሄዱ በፊት አንዳንድ ግራ ያጋቧትን ነገሮች አማክራው የተወሰኑ ምክሮችን ሰጣት። የመላኩንና የክብሮምን ነገር ግን ለማንሣት አቅም አላገኘችም። እሱ ከሄደ በኋላ ነው መላኩም ጋ የደወለችው። ከመላኩ ጋር ከዚያ በኋላ በየቀኑ ቢያወሩም፣ ልቧ ግን አሁንም በመካከላቸው የተፈጠረ ገደል እንዳለ ነው የሚሰማው። ምክንያቱን ልታውቀው አልቻለችም። በርግጥ የክብሮም ነገር ቶሎ መፈታት እንዳለበት አውቃለች። እንዴት እንደዚህ ዐይነት ግራ መጋባት ውስጥ እንደገባች ሊገባት አልቻለም። ክብሮም ያሳዝናታል፣ መላኩን ደግሞ ትወደዋለች። ልክ በሕያዉና በሶለን መካከል ምርጫ የማድረግ ያህል ነው የሆነባት። ጉዳዩን ከስንክሳር ጋር ለመመካከር አሰባ ተወችው።ስንክሳር ደግሞ ክብሮምን ብታገባ ደስ እንደሚላት

እየገባት መጥቶአል፤ በግልጽም ነግራታለች።

በሚቀጥሉት ቀናት ሰፋ ያለ ጊዜ ስለነበራት የሶለንን ፋይሎች በሙሉ ከኢሜይሉ ላይ ልቅም አድርጋ ወደ ወረቀት ቀይራ ያዘቻቸው። ለመጻፍ ላቀደችው ሥራ ለሰዎች ቃለ መጠይቅ ማድረግ እንደሚኖርባት አሰበች።

አጎቷ እንደተመለሰ ሁልጊዜም ልታየው ወደምትመኘው ሜይን ግዛት ነድተው ሄደው አንድ ሁለት ቀን ቆይተው መጡ። ለካናዳ ቅርብ የሆነ ሰሜን ምሥራቅ ጫፍ ላይ ያለ በጣም የሚያምር ግዛት ነው። ክረምቱ ከባድ ቢሆንም በበጋው ጊዜ ልብ የሚሰርቅ ውበት አለው። በተለይ የባሕሩ ዳርና ያካባቢው ትናንሽ ከተሞች ልዩ ውበት ነው ያላቸው።

ሰሎሜ ወደ ቺካጎ የተመለሰችው ሳምንት ያህል ቆይታ ነው ። በተለይ የሶለንን ታሪክና ሥራዎች ወደ መጽሐፍ መለወጥ የሚለው ለአእምሮዋ አትኩሮትና ዐላማም ስለሆነላት ኀዘኗን ቀንሶላታል። ኒውዮርክ ከርማ መምጣቷና ከአጎቷ ጋር ያደረገቻቸው ምክክሮችም በጣም ሳይጠቅሟት አልቀሩም። በሁለት ቀን ውስጥ ደግሞ ልደቷ ስለሆነ ገና ኒውዮርክ እያለች ክብሮም ለምሽቱ ሌላ ቀጠሮ እንዳትይዝ ነግሯታል። ክብሮም የምሽት ሽርሽር በሚደረግበት ትልቅ ጀልባ ላይ ነው ልደቷን ሊያከብርላት ስፍራ የያዘው። ይህ የስንክሳር ሐሳብም አለበት። ሰሎሜ ውሃ ስለምትወድና በጀልባ ላይም ያሉ ተንሸራሻሪዎችና አስተናጋጆች ልደት ማክበርን እንደ ትልቅ ነገር ስለሚያዩት፣ የሚፈጠረው ግርግር ስንክሳርና ክብሮም ላሰቡት እቅድ ሁነኛ ቦታ እንደሚሆን አምነዋል። ቤተሰቧም ከክብሮም ጋር ያላትን የራት ቀጠሮ ስላወቁ ምሳ ነው የጋበዟት። ሰሎሜ ሞርተን ስቴክ ከተባለች በደስታ እንደምትከንፍ ስላወቁ እዛ ነው የወሰዷት። ምግባቸው ውድ ቢሆንም የቤቱና የምግቡ ጥራት ግን ለዋጋው ይመጥናል። ጋባዡ ደግሞ ዶክተር ሕያው ነው።

"ታዲያ መቼ ነው እኛንም የልጅ ልጅ የምታሳዩን፣ ሰርግ የምታበሉን ሕያውዬ?" አሉ ወይዘሮ ሕይወት ሰሎሜንም እያዩና የቀረበላቸውን ውሃ ተጎንጭተው እያስቀመጡ።

"ማሚዬ እኔ እንዳንቺ ያለች ጥሩ ሴት ካገኘሁ ነገም አገባለሁ። ምን እኮ ሰውም ማግኘት አልተቻለም። በዚያ ላይ ሥራው፣ ማንን አውቀን ማንን እናገባለን ብለሽ ነው? ይልቅስ ሰው ከሞላበት አገር የመጡ አንዳንዶች ይናገሩ።" አለ የሰሎሜን እጅ ያዝ አድርጎ።

አቶ ኦላናም ፈገግ ብለው "የኔ ልጅ ጢኒማ እስካሁን መቼም አንድ ነገር ሳይጠነሰስ ይቀራል እንዴ?" አሉ ሌላ እጇን ለመያዝ እየዘረጉ።

"አዬ ዳዲዬ አሁን እኮ ሰውንም ማወቅ ከባድ ሆኖአል። እኔ ግን በናንተ ጊዜ

ተወልጄ ቢሆን ጥሩ ነበር። እናንተ እኮ ነገር ሳታወሳስቡ በቃ ሰው በሚተማመንበት ዘመን ነው የተገላገላችሁት። አሁን እኮ በዚህ ፍቺው፣ በዚህ አለመተማመኑ መከራ ነው።" አለች ሰሎሜ። ለወትሮዋ ትዳርን ብሩህ አድርጋ እንጂ አጨልማ አታይም ነበር።

"እምነት አሁንም ድሮም ያው ነው። ምክንያቱም የምታምኚው ሰውን ሁሉ ሳይሆን የምታገቢው አንድ ሰው ነው። ለነገሩ ደግሞ ፍቅርና መተዋወቅ እያደር የሚጐለብት ነገር ነው። ሰው በትዳር ውስጥ ይሠራና ያምራል እንጂ ለትዳር የተሠራ ያለቀለት ባልም ሆነ ሚስትም አይገኝም። እንደዚያ የሚመስል ሰው ካጋጠማችሁ ባብዛኛው ውሸት ነው። ዋናው ግን በመሠረታዊ ነገር ተስማምቶና ልባዊ ፍቅር መኖሩን አውቆ እግዜሩ የፈቀደው ከሆነ፣ የቀረው ተጋብቶ ነው የሚሠራው" አሉ አሁንም አቶ አላና ንግግራቸውን እያጠበቁ።

"አሁን ጢንዬ አንቺን ለመሰለች ልጅ ሰው ጠፍቶ ነው? ልጅም ትዳርም እኮ በልጅነት ነው የሚያምር። ሕያውዬ ግን እምቢ ካልክ እኔ ራሴ ነኝ ካገር ቤትም ቢሆን አምጥቼ የምድርህ።" ሲሉ እናቱ ሣቁን ለቀቀው።

"ከሰማይ ቤት ካልሆነ እኔ ደግሞ አላገባም።" ሲል ሁሉም ሣቁ። ሕያው ቀልድ አይሆንለትም። የሶለን አለመኖር የፈጠረው ችሎታ መሆን አለበት እንጂ።

"እኔ እናትህ የመርጥኩልህ ከሰማይ ቤት የተመረጠች መሆኑዋን አትጠራጠር" አሉ አሁንም ፊታቸው እንደ ፈካ።

"አይ ማሚዬ እኔ ግን በዚህ አንድ ዓመት ውስጥ ባገባ ደስ ይለኛል። እናንተም ጸልዩልኝ። ፕሊስ" አለች ሰሎሜ ሁለቱንም ተራ በተራ እያየች።

"እኔ ግን አበሻ ከጠፋ ፈረንጅም ቢሆን ማግባቴ አይቀርም።" ሲል ሕያው፣ እናቱ ቀበል አርገው "የምን ፈረንጅ ልጄ.. አንተ እየው እንዲያውም ካገርቤት ከምንጩ የሆነችዋን አበሻ ነው ማግባት ያለብህ። ሕያውዬ አንተ አታውቀውም እንጂ እኮ አንተ ደንበኛ አበሻ ነህ። ምን አቃጠለህ ከሰው ሰው ጋር ልጄ?" አሉ እንደ ልጅነቱ ጉንጩን እያሻሹ፡፡

እንደዚህ እንደዚህ ሲጫወቱ ቆይተው ወደ ዐሥር ሰዓት ላይ ወደ ቤት አመሩ። ደስ የሚል ከሰዓት በኋላ ነበር። እነአቶ አላና የታመመ ሰው ለመጠየቅ፣ ሕያውም ከሥራ ባልደረቦቹ ጋር እራት ስለነበረው ሲወጡ ሰሎሜም ለማታ ራት መዘገጃጀት ጀመረች። ለዐሥራ ሁለት ሩብ ጉዳይ ሲሆን ክብሮም መጣና ተያይዘው ወጡ። እሱ እንደ ወትሮው ዝንጥ ያለ ሲሆን ሰሎሜ የሰጠችውን ሽቶ ነው የተርከፈከፈው። ፊቱ ሁሉ ሣቅ በሣቅ ሆኖአል። ለቅጽበት በክብሮም ልደት ቀን የሆነው ነገር ትዝ አላት። ትንሽ ውስጧን ቢረብሸውም ራሷን አረጋግታ መኪና

ውስጥ ገባች። ሰሎሜ ዛሬ ክብሮም የሚወደውን ልብስ ነው የለበሰችው። ይሄንን ልብስ ስትለብስ ሁሌም አድናቆቱን ሳይገልጽ አይቀርም። ይህም ልቡን ሞቅ አድርጎታል። ብዙ ጭንቅንቅ ስላልነበረ በጊዜ ደርሰው መኪናቸውን ኔቪ ፒየር ሥር ካለው መኪና ማቆሚያ ውስጥ አቁመው ወደ ጀልባ መሳፈሪያው ዴክ ሄዱ። ሽርሽሩ የሁለት ሰዓት ሲሆን የሚጀምረው ወደ አንድ ሰዓት አካባቢ ነው። ወደ ሓይቁ መሃል ደርሶ ነው የሚመጣው። የጀልባ ላይ ራት መሆኑ ራሱ ሰሎሜን አስደስቶአታል። ምክንያቱም ሰማዩ ዛሬ ጥርት ያለ ስለሆነ ፀሓይ ስትጠልቅ ማየት ስለሚችሉ ነው።

ኔቪ ፒየር እንደዚህ ባለው ፍንትው ያለ ቀን ሰው ይበዛበታል። ከሓይቁ ወደ ውስጥ ገባ ባለ ሰርጥ ላይ ሲሆን የተሠራው ብዙ መዝናኛዎችንና የምግብ ቤቶችን የያዘ ነው። ቁጥራቸው ጥቂት የማይባሉ የመንሸራሸሪያ ጀልባዎችም መልህቃቸውን ጥለው ቆመዋል። አነስ አነስ ያሉት ደግሞ በየሰዓቱ ሰው እያሳፈሩ ያዝናናሉ። ውስጥ ገብተው ትንሽ ከቆዩ በኋላ ወደ ጥግ አካባቢ ሂደው ባለው መደገፊያ ላይ ደገፍ ብለው ሓይቁን ማየት ቀጠሉ። ጸጥ ያለ አየር ነው። ከነሱ ብዙም ሳይርቁ የሚዋኙትን ዳክዬዎች እያዩና ከባሻገር ያለውን ላይትሃውስ የሚባለውን የመቆጣጠሪያ ቤት አልፎ ወደ ወደቡ የሚመጣውን ትልቅ መርከብ ከሩቅ አዩ። ዞረው ሲመለከቱ ደግሞ የከተማዪቱ ዋነኛ ክፍል አምሮና ደምቆ ይታያል። ባለፈው የሄዱበትም ጆን ሃንኮክ ሕንጻ ገዝፎ ከሩቅ ይታያል።

ጊዜው እስኪደርስ ድረስ የሆነ ያልሆነውን ሲያወሩ ቆዩ። ጊዜው ደርሶ ቲኬታቸውን አሳይተው ወደ ጀልባው ገቡ። ጀልባዋ የምታምር ነጭ ዘመናዊ ጀልባ ስትሆን እስከ ሦስት መቶ ሰው ትይዛለች። ከማቆሚያው ተነሥተው እየራቁ ሲሄዱ ከተማዪቱን ይበልጥ ለማየት ቻሉ። ፀሓይዋም ወደ መጥለቂያዋ ስታሽቆለቁል በሓይቁ ላይ የፈጠረችው ቀለም ቀልብ ይሰርቃል። ደጋግመው ፎቶ ተነሱ። አሁን ክብሮምም ትንሽ ዘና ማለት ጀምሮአል። በጀልባው የላይኛው ክፍል ወጥተው ዙርያ ገባውን የበለጠ ተመለከቱ።

ከዚያም መቀመጫቸውን ይዘው የሚጠጣ ነገር ቀረርቦላቸው ለስለስ ያለ ሙዚቃ እየሰሙ ቺካጎንና ኒውዮርክን እያነጻጸሩ ማውራት ጀመሩ። ክብሮም ቺካጎን ሲያስበልጥ፣ ሰሎሜ ደግሞ የለም ኒውዮርክ ብላ ነጥቡን ዘረዘረች። ግን ያው ውበት በተመልካቹ ዐይንና በተከራካሪው አፍ ነው የሚወሰነው እንዲሉ አሸናፊ አልነበረም። መታጠቢያ ቤት ደርሼ መጣሁ ብሎ የምሽቱን ዕቅዱን ለነሱ ከተመደበው አስተናጋጅ ጋር ተነጋገረ። የልደቷን ኬክ መሸት ሲል ከራት በኋላ እንዲያመጣና ለጋብቻም የሚጠይቃት በዚሁ ምሽት ስለሆነ፣ ፎቶ ካሜራውንም ሰጥቶት ሊያነሣው ተስማምተው ሁሉንም አቀነባብሮ ተመለሰ። ቀጥሎም ራት እየበሉ የተለያዩ ሙዚቃዎችንና ዳንሶችን ሲያዩ ቆዩ። በመሃል በዴኩ ላይ እየተዘዋወሩ ችካጎን ከሩቅ በመመልከትና የፀሓዩዋን አጠላለቅ አዩ። ብዙ

ፎቶዎችንም ተነሡ። ሰሎሜ ልቅቅና ዘና ማለት ችላለች። ውሃ ሁሌም ነው የሚያዝናናት ነፍሷን የሚያድሰው፤ እንኳን በሐይቅና በብርጭቆም ሲቀርብ።

ሰው ሁሉ ዲዘርት (የማሳረጊያ ጣፋጭ ምግብ) እየቀረበለት፣ ሙዚቃውም ጋብ ሲል፣ ከዐሥራ ዐምስት የማያንሱ የጀልባው አስተናጋጆች የሥራ ልብሳቸውን እንደለበሱ በተዘጋጀው ኬክ ላይ ሻማ እንደ በራ፣ "መልካም ልደት" የሚለውን መዝሙር እየዘመሩ መጡ። የቁርጧ ሰዓት ደርሳለችና የክብሮምም እጆች ላብ አመነጩ፤ ያይኖቹ ቅንድቦችና ጀርባውም እንዲሁ ቀዝቃዛ ላብ አፈለቁ። ባንዱም ደመቅ ባለ ሙዚቃ ያጅባቸው ጀመረና ተንሸራሻሪው ሁሉ ቀልቡን ወደነሱ አዞረ። ሰሎሜ በዚህ መንገድ ያልጠበቀችው ስለነበር ድንግጥግጥ ብላለች። ጊዜውም ላይን ያዝ ማድረግ ጀምሮአል። ሻማውን አጥፍታ ኬኩን ስትቆርስ የሰዉ ጩኸት እንደናረ ያልጠበቀችው ነገር ተፈጠረ። ቀና ስትል ከፊቷ ቀለበቱን ከፍቶ ክብሮም ተንበርክኳል። ሁሉም ነገር ተደበላልቆባት የምታደርገውን ማሰቢያ ጊዜ እንኳ ሳታገኝ የሰዉ ፉጨትና ዙሪያ ከበባ የባሰውን ግራ አገባት።

እሱም በሚንቀጠቀጥ ድምፅ "የተወደድሽ ሰሎሜ ታገቢኝ ዘንድ ይህንን ቀለበት አቀርባለሁ፤ ታገቢኛለሽን?" ብሎ እንደ ፈረንጆቹ ደንብ ጥያቄውን ሲያቀርብ አሁንም ጭብጨባውና ፉጨቱ ጦዘ። የምታደርገውን ያጣችው ሰሎሜ በድንጋጤ ቀለበቱን ስትቀበል አካባቢው እንደገና በፉጨትና በሙዚቃ መሣሪያ ደመቀ። ልክ ጣቱዋ ውስጥ ቀለበቱን ጨምሮ እንደጨረሰ "አይ ላቭ ዩ .." ብሎ ከንፈሩን ከንፈሯ ላይ አተመው። አሁንም የምትለው የጠፋት ሰሎሜ ሁሉም ነገር ዝብርቅርቅ ስላለባት፣ ክብሮም እንዳቀፋት ወንበሯ ላይ አረፍ አለች። በክብሮም ፊት ላይ ያለው ደስታ መደናበሩን ደብቆለታል። ሰሎሜ ደግሞ በአጭር ቅጽበት የሆነውን ነገር ወደ ልቧ መልሳ ለማሰብ እየሞከረች በደመነፍስ ብቻ "እንኳን ደስ ያላችሁ። እንዴት የሚያምሩ ጥንዶች!" ለሚሏቸው "አመሰግናለሁ" እያለች ትመልሳለች።

ክብሮም የባጥ የቆጡን ሲቀባጥር ሰሎሜ ግን አሁንም የገባችበት ድንዛዜ እየለቀቃት ስለሆነ ምንም ማለት አልፈለገችም። አጠር ያሉ መልሶችን ብቻ ነው የምትመልስለት።

"ሰሊ ይህ ቀን ለኔ ከቀኖች ሁሉ በላይ ነው። አላምንም የኔ ቆንጆ። እንዴት እንደምወድሽ እኮ አታውቂም። ቀለበቱን ወደድሽው?" ሲላት፣ "ቆንጆ ቀለበት ነው።" ብቻ ነበር ያለችው። ውስጧ ሳታውቀው የመታለልም ስሜት ስለተፈጠረ የበለጠ ስሜቷን ደበላልቆታል። ቀለበት ሲሰጥ እንደዚህ ነው የሚደረገው? ይህ ነው ሰርፕራይዝ የሚባለው? ደግሞ መሳሙስ ልክ ነው? ብቻ ምንም ሊገባት አልቻለም። እሱም ትንሽ ተደናብሮ ስላየችው ድንጋጤው የየዋህነት ይሁን ወይም እሱም እንደሷው ደንግጦ አልገባትም። ብዙም ሳይቆይ ጀልባው እየተመለሰ ነበርና

መውረጃ ቦታቸው ደርሰው ወደ መኪናቸው መጡ። ከዚያ በኋላ ግን ሰሎሜ ውስጧ መናደድ ሳይጀምር አልቀረም። ክፉ መናገር ግን አልፈለገችም። ክብሮም ለብቻው ሲያወራ ነው እዚያ የደረሱት። ቀለበቱ ለጋብቻ ጥየቃም የልደት ስጦታም ይመስላል። ክብሮምን የሚያስለፈልፈው ደስታው ብቻ ሳይሆን ሥራውንም ስለሚያውቅ ሳይሆን አይቀርም። አሁን ይህ ፍቅር ሊባል ይችላል? ቀለበቱስ ቃል ኪዳን ሊሠራ ይችላል? መሳሙስ ከመንከስ በምን ይለያል? ወደ ቤት እየሄዱ የሰሎሜ ደስታዋ ሁሉ ተሰርቆ ግራ ተጋብታና ስሜቷንም መረዳት አቅቷት ነው ዝም ያለችው።

"ምነው ሰሊ ችግር አለ እንዴ? ዝም አልሽ" አለ ነገሩ እሱንም እየከበደው ስለመጣ፡፡

"አይ ፈጽሞ ያልጠበቅሁት ስለሆነ ትንሽ አደናግሮኝ ነው። ደግሞ ብዙ ሰው ስለነበረ ፈጽሞ ለዚህ አልተዘጋጀሁም ነበር። ለዚያ ነው።" አለችና እጁን ጨበጥ ለቀቅ እያደረገች አሁንም ዝም አለች።

ዝም እንዳሉ ሰፈር ደረሱ። ከመኪና ከመውረዷ በፊት ቁጭ እንዳሉ፣ "የውልህ ክብርሽ እንዳልኩህ እኔ ፈጽሞ ያልጠበቅሁት ነገር ነው። እዚያ ደንግጬ ስለነበር ነው ሁሉንም ነገር ዝም ብዬ ያደረግሁት። መነጋገር ይኖርብናል። እስከዚያ ቀለበቱን ጣቴ ላይ አላደርገውም። ደግሞ ሕያውም ሆነ እነማሚ ከመነጋገራችን በፊት እንዲያውቁ አልፈልግም።" ስትለው ደንገጥ ብሎ፡-

"ሰሊና እኔ ይሄንን ሁሉ አላሰብኩትም። አንቺ ደስ እንዳለሽ እኔ ምንም የሚያስቸኩለኝ ነገር የለም። ይቅርታ ማታውን አበላሸሁት እንዴ?" አለ የነገሩ አካሄድ ያላማረው ክብሮም፡፡

"አይ ምንም አይደለም። ደግሞ በጣም አመሰግናለሁ ለራቱና ለክሩዙ። እንዳልኩህ ለማሰብ ጊዜ ያስፈልገኛል።" ብላ ስትወርድ እሱም ወረደ ሊሰናበታት። ሊስማት አፉን ሲያቀርብ ጉንጯን ጆሮዋ አጠገብ ሰጠችው። ቤት ስትገባ ማታ ሦስት ሰዓት ተኩል ነበረ። ደግነቱ ማንም እቤት ስላልገባ ስሜቷን ለማቀዝቀዝና ለመረጋጋት ጊዜ አግኝታ ነበር። የለበሰችውን ልብስ ወዲያ ጥላ ፒጃማ ቀየረች። ለማን እንደምታማክረውም ግራ ገባት።

ቀለበቱን እንደገና አውጥታ በደንብ ስታየው የምትወደውም ዐይነት ሆኖ አላገኘችውም። በጣቷ ልክ የሆነ ቀለበት እንዴት ሊገዛ እንደቻለም ሊገባት አልቻለም። ሕያው መቼም በዚህ ከሱ ጋር አብሮ ይሆናል ብላ አላሰበችም። ቀን ስለ ጋብቻ ሲወራ የነበረው የሚያውቁት ነገር ስላለ ይሆን የሚል ሐሳብ በጨረፍታ በጭንቅላቷ ውስጥ አለፈ። ለማንኛውም ቀለበቱን በኮሮጆው ከትታ ቦርሳዋ ውስጥ ጨመረችውና ወደ መኝታ ክፍሏ ሄደች። እናቷና አባቷ በዚያ መሃል ደርሰው ኖሮ መኪና ለማቆም ጋራጅ ሲከፍቱ ተሰማት። እነሱ ከመጡ በኋላ ስለምሽታቸው ትንሽ

አወሩ። ሁሉም ራት በልተው ስለነበር ሻይ እየጠጡ ትንሽ ተጫወቱ። ከዚያ ደክሞኛል ልተኛ ብላ ቶሎ ወደ መኝታ ቤቷ ገባች።

ሰሎሜ ደጋግማ የስንክሳርን ስልክ ብትሞክርም መያዙን ያሳያል። ስንክሳርና ክብሮም ስለ ጉዳዩ አስቀድመው እያወሩና እያናዘዘችው ነበር። ፎቶዎቹን ወዲያው ነው ከካሜራው ላይ ኢሜይል ያደረገላት። ያሰበችው በዕቅዱ መሠረት ስለሄደላት አንጀቷ ቅቤ ጠጥቷል። ክብሮም ከስንክሳር ጋር እንደጨረሰ ደጋግሞ ሰሎሜ ጋ ቢደውልም ስልኩን አላነሣችውም። በመጨረሻም 'እኔ ራሴ እደውልልሃለሁ እስከዚያ ግን አትደውል' ብላ የጽሑፍ መልእክት ላከችለት። ጥቂት ቆይታ ስንክሳር ሰሎሜ ጋ ደወለች።

"ይቅርታ ሰሊ ከኢትዮጵያ ስልክ ላይ ሆኜ ስልክሽን እያየሁት ማንሣት አልቻልኩም ነበር። እንዴት ነው? ሁሉ ሰላም? አንቺ ልደትሽ መሆኑን እኮ ማምሻው ላይ ማሚ ናት የነገረችኝ። በውነት ያሳዝናል፤ ስጦታ ላለመቀበል ነው እንዴ የድብቅ ያረግሽው?" አለች ለሁሉ አዲስ መስላ።

"አዬ ዝም ብለው እኮ ነው፤ አሁን ካረጁ በኋላ ምን ያስፈልጋል። ትርፉ ሻማ መጨረስ ነው። እኔ እኮ ስሜትም አይሰጠኝ። ያው ይሁን ብዬ ነው።" አለች ቀዝቀዝ ብላ፡፡

"ኧረ ተይ ... ለዚህ ነዋ ቀን ምሳ፣ ማታ ደግሞ ራት" ብላ ሣቋን ጨመረችበት፡፡

"እንዴ ማን ነገረሽ እሱን ደግሞ? አንቺ በቃ ምንም አያመልጥሽም ማለት ነው? " አለች ክብሮም እንዳልሆነ የነገራት ተስፋ በማድረግ።

"ወሬ አይደበቅ... አሁን ማምሻው ላይ ማሚ ጋ ደውዬ እነሱ የታመመ ሰው ሊጠይቁ እንደሄዱና አንቺም ከክብሮም ጋር ለራት እንደምትወጡ ነገረችኝ።" አለች ነገሩን ሳታካብድ።

"አይደል ምን ባክሽ ድካም ነው"አለች እንዴት አድርጋ ያጋጠማትን መንገር እንደምትችል እያሰበች።

"እሺ ታዲያ እንዴት ነበር? የት ሄዳችሁ ከክብሮም ጋር? መቼም የዶክተር ብር ታየኝ" አለች አሁንም ወሬ እያነፈነፈች፡፡

"እም... ይልቅ ጠዋት ምን አለሽ ቁርስ ላይ? እዚህ ቺካጎ ነው የማድረው ብለሽኝ ነበር። መጥተሻል እንዴ?"

"አዎን መጥቻለሁ። ቁርስ ጥሩ ነው። በቃ ጠዋት ተደዋውለን እንገናኛ ሁለት ሦስት ሰዓት እንበል?" አለች በጥድፊያ ስሜት። በዛው ተስማምተው ስልኩን ዘጉት።

ሰሎሜ ብዙ ጓደኞች ቢኖሩዋትም፣ ስንክሳር እንዴት ባጭር ጊዜ የምስጢሯ ሁሉ ተካፋይ እንደሆነች አልገባትም። መላኩን ስለምታውቀውና እሱም የላካት ሰው ስለሆነች ሳይሆን አይቀርም ልቧን ሁሉ የከፈተችላት። በተጨማሪም ቤተ ሰቡን ሁሉ መቅረቧና በሶለን ሕመምና ሞት ጊዜ አብራቸው ስለቆመች ቤተኛ ለመሆን ጊዜም አልፈጀባት። እሷ ራሷም የምትፈልገው ነገር ስላለ ከመንገዷ ወጥታ የምታደርግላቸው ነገርና የምትሰጣቸው ጊዜ ከሆነችው በተቃራኒ መልአክ አስመስሎአታል። ሰው ጥሩ ሲሆንልን ጥሩ ለመሆን የሚያስገድድ አፀፋዊ ግዴታን የሚፈጥር ነገር በሰው ውስጥ ሳይኖር አይቀርም።

በማግስቱ ጠዋት ሲገናኙ ከሁለት ሰዓታት በላይ ነው ያጠፉት። የተገናኙበት ካፌ አይሆፕ የሚባል ሃያ አራት ሰአት የሚሰራ የፓንኬክ ቤት ነው። ብዙ ሰው ለቁርስ እዛ መገናኘት ይወዳል። በመጀመሪያ ለማሟሟቂያ ያወሩት ስለ ሰሎሜ የኒውዮርክ ቆይታ ነበር። ኒውዮርክ ሄዳ ስለማታውቅ በጉጉት ነበር የሰማቻት። በተለይ ስለ ሶለን ሕይወት መጽሐፍ ለመጻፍ እንዳሰበችና ያም ካሰበችው ጊዜ በላይ ሊያቆያት እንደሚችል ስትነግራት፡፡

"ታዲያ ምናለ ቆይቶ የተሻለ ሥራ መሥራት አይሻልም። ምን ያህል ያቆይሻል?" አለች የሚያዙትን ቁርስ ለመምረጥ ሜኑውን እየተመለከተች፡፡

"እም ምናልባት አንድ ወይም ሁለት ተጨማሪ ወራት ቢበዛ" አለች ሰሎሜ አፏን ጠመም አድርጋ እዚህ ቤት ስትመጣ የምታዘውን ስለምታውቅ ከፊታቸው የቀረበውን ቡና ለራሷም ለስንክሳርም እየቀዳች፡፡

"ኧረ ባክሽ አንቺ ቀልደኛ ነሽ። መጽሐፍ መጻፍ እኮ ዓመትም ሁለት ዓመትም ይፈጃል በተለይ እኮ ደግሞ ዝግጅቱ ይመስለኛል ጊዜ የሚወስደው። ይሄ ደግሞ ልብ ወለድ አይደለም። ትምህርት ቤቱ፣ ጓደኞቹ፣ ዘመዶቹ ምናምን ስትይ ከዚያም በላይ ይፈጃል። በዚያ ላይ ደግሞ አስቢው ሕያው እንዴት ቢዚ እንደሆነ፣ ለነማሚም ምን ያህል ያንቺ መኖር እንደሚጠቅማቸው። ኢትዮጵያ የት ይሄድብሻል። መላኩም ቢሆን ከፈለገ መጥቶ ቆይቶ መሄድ ይችላል፣ መጥቶ ስለሚያውቅ ቪዛ የሚከለክሉት አይመስለኝም" አለች ነገሩን አሳማኝ ለማድረግ እየጣረችና በጇ አስተናጋጇን እየጠራች፡፡ የመረጡትን ካዘዙ በኋላ ሰሎሜ

"የኔ ዋና ጭንቀት ሶሲና ብርቄ ናቸው። መላኩ ላይ የጣልኩት ሸክም ካቅሙ በላይ ነው። የኔን ኀላፊነት ተሸክሞ እስከ መቼ መቆየት ይችላል? ኧረ በናትሽ እንዴት እንደማደርግ አላውቅም" አለች አሁንም መወሰን እንዳቃታት እያስታወቀባት።

“ኧረ እሱ አያስጭንቅሽ በናትሽ። አክስቶችሽ ጋ መሆንም ይችላሉ። ደግሞ ምናለበት ጓደኛ ለመቼ ነው? እኔም እኮ በቃ አገሩን ጥልት አድርጌው ልሞት ነው። ማታ ማታ እናቴ በህልሜ እየመጣች በቃ ሳለቅስ ነው የማድረው። ወንድም ጋሼም ወደ ውጪ ትንሽ ምርመራ ለማድረግና አየር ለመለወጥ ሳይወጣ አይቀርም። እኔም ሰሞኑን ልሄድ እችላለሁ። ስለዚህ የነሱ ነገር አያሳስብሽ። መጽሐፉ እኮ ለሶለን አይደለም ለመጭው ትውልድና ለአገር የሚተርፍ ነው። ስለዚህ በደንብ ቢሠራ ጥሩ ይመስለኛል። ግን አንቺ ያው ሁሉንም አመዛዝነሽና አስበሽ ወስኚ” አለች አሁንም ላለመቆየት ያቀረበቻቸውን ምክንያቶቿን እያሳነሰችና ራሷንም እንደ ምሳሌና እንደ እርዳታ እያቀረበች።

“እንዴ ስንኪ መቼ ነው ደግሞ ለመሄድ የወሰንሽው?” አለች የራሷን ጉዳይ ትታ ወደሷ እየገባች፡፡

“በቃ ትናንት ጠዋት ከወንድም ጋሼ ጋ ካወራን በኋላ እሱም ኀዘኑ እንደጐዳው ነው ያየሁት። እኔ እዚህ የሚጠብቀኝ ሥራ የለኝ። ዋናው ጤናና ሰላም ነው። ስለዚህ ማታ ደውዬ እመጣለሁ ብዬዋለሁ ከቻልኩ በዚህ ሳምንት።” አለች ፊቷ ላይ የእፎይታ ስሜት እየታየባት። ከወንድሟ ጋ ካወራች ከሳምንት በላይ ቢሆንም አይናን በጨው አጥባ።

“ኧረ ልጅቷ... በዚህ ሳምንት?...” አለች አይናን አፍጥጣ፡፡

“እስኪ ቀኑ ገና አልተወሰነም ... ይታሰብበታል። እኔ ምልሽ ኧረ በኔ ጉዳይ ጠምጄሽ... ስለ ትናንቱ እኮ አልነገርሽኝም ራቱ እንዴት ነበር? ምን ሰጠሽ በናትሽ? የት ነበር የሄዳችሁት?” አለች ምንም እንዳለወቀ ሰው ቡናዋን ሁለቴ ፉት ብላ።

ሰሎሜ ከክብሮም ጋር ያሳለፉትን ምሽትና የሆነውን ነገር ሁሉ ዝክዝክ አድርጋ አንድም ሳታስቀር ነገረቻትና፤

“እኔ እኮ በኋላ ሳስበው ነርቬ ላይ ነው የወጣው ኬኩን ቆርሼ ጫጫታውን ሰምቼ ቀና ስል አጅሬው ቀለበቱን ይዞ ፊቴ ተንበርክኮአል። ተደናብሬ ቀለበቱን ተቀብዬው ከመቼው ጣቴ ውስጥ አስገብቶ ከንፈሬ ላይ እንደተጣበቀ ነው። በጣም ነው ያናደደኝ። አላሳፍረውም ብዬ ነው እንጂ ከነቀለበቱ እዚያ ውሃ ውስጥ መጨመር ነበር።” ብላ እንዳዲስ ንዴቷ ጠፎ የያዘችውን ብርጭቆ ጥብቅ አድርጋ ቆየች፡፡

“እንዴ ሰሊ አንቺም እንደዚህ ትናደጂያለሽ እንዴ? እንደዚህ ሆነሽ አይቼሽ አላውቅም። ወንዶች እኮ አንዳንዴ ፍቅር ሲይዛቸው በጭንቅላታቸው ሳይሆን በራስ ቅላቸው ነው የሚያስቡት። በሱ ቤት እኮ በቃ ሰርፕራይዝ አድርጎሽ ሞቷል። ልጁ አሜሪካ ይደግ ይማር እንጂ እኮ ምንም የማያውቅ ገጠሬ ነገር ነው።”

አለች እንዴት ነገሩን ወደምትፈልግበት አቅጣጫ እንደምትቀይረው እያሰበች ስንክሳር።

"እረ በናትሽ አሁን ይሄ ጠፍቶት ነው። እንዴት ነው ከዚህ በፊት እምቢ ያለችውን ሴት ድንገት ተነስቶ ቀለበት ጣቷ ላይ ሰክቶ ለመሳም የሚንደረደረው? አይገባኝም። ሰርፕራይዝ ሌላ ጉዳይ ነው ይሄ ግን ድፍረት ነው።" አለች አሁንም ቁጣዋ ሳይበርድላት በኀደለው ስኒዋ ውስጥ ቡና ብቻ እየሞላችበት፡፡

"ቆይ ሰሊ የምር የምር አንቺ ምንም ሐሳብ የለሽም ለክብሮም። ማለቴ ምንም ልብሽ ከጀል አያደርግም? ደግሞ ባለፈውም ለሱ ልደት ከዚያም በኋላ አሁን አንቺ ራስሽ ትንሽ ፍንጭ የሰጠሽው አይመስልሽም? እኔ ደግሞ ሳስበው ልጁ ለክፋት ሳይሆን በንጹሕ ልቡ የሚወድሽ ይመስለኛል። ግን ያው አንቺ የምትወጂው ዐይነት ፈላስፋ ቢጤና በንግግር የመጠቀ ላይሆን ይችላል። ደግሞም በራሱ መንገድ እሱም ስማርት ነው።" አለች በክብሮም በኩል ሆና የተሟገተች እንዳይመስልባት ፈራ እያለች፡፡

"ስንኪ እኔ እኮ እጠላዋለሁ አላልኩም። ግን እሱን ለማግባትም ሆነ ከሱ ጋር ለመኖር ግን ዝግጁ አይደለሁም። ደግሞ አስቢው አሁን እኔ ስንት ነገር እያመሳቀለኝ እያለ ከሱ ጋር ቀለበት ሳደርግ። ብቻ አሁን እንዴት እንደምነግረው እንድንመካከር ነው የፈለግሁሽ። ልጎዳው አልፈልግም፣ ይሁን እንጂ የማይሆን ተስፋ ልሰጠውም አልችልም።" ብላ እጇንም እግሯንም አጣምራ ተቀመጠች። ሰዎች እጃቸውንና እግራቸውን ሲያጣምሩ ሳያውቁት አእምሮአቸውም ባካባቢያቸው እየሆነ ላለው ጉዳይ ወይም ሐሳብ ፈቃደኛ አለመሆኑንና መዘጋቱን ያሳያል ይላሉ ሥነ ልቦናን ያጠኑ ሰዎች። የስንክሳር ሥነ ልቦና ይህንን ባይረዳም፣ ነገሩን ተረድታዋለች በራሷ መንገድ። በዚህ መሃል ያዘዙት ቁርስ ስለመጣ ትንሽ እረፍት ሰጣቸው። ስንክሳርም የመጀመሪያ ጉርሻዋን አጣጥማ

"ከባድ ነው በናትሽ፣ አንቺ ምን ልታድርጊ አሰብሽ?" አለች መጀመሪያ እሷ ያለችበትን ለመሰለል ፈልጋ።

"እኔ እስከምደውልለት እንዳይደውልልኝ ነግሬዋለሁ። በቃ መጀመሪያ ላይ ቀለበቱን ሰጥቼው ሁለተኛ እንዳያናግረኝ ልነግረው ነበር ያሰብኩት። ደግሞ አስቢው የሕያውዬ ቤስት ፍሬንድ ነው። እነማሚም እንዴት እንደሚወዱት ታቂያለሽ። መጥፎ ሰው እኮ አይደለም።ለዚህ ነው የቸገረኝ።" አለች ሰሎሜ። አስተናጋጇ ምግቡ እንዴት ነው ብላ ጠይቃ አዲስ ቡና ቀይራላቸው ሄደች።

"ለምን ቀለበቱን አንቺ ጋ አቆይተሽው፣ ረዘም ያለ ጊዜ ላስብበት ያስፈልገኛል ብለሽው ሁሉ ነገር ሲረግብ ውሳኔሽን አታሳውቂውም ታዲያ?" አለች መካከለኛ መንገድ ያገኘች መስሎአት ትንሽ ፈገግታ ብልጭ ብሎ ፊቷ ላይ።

"እም ም.. አሳቡ ጥሩ ነው። ግን ቀለበቱ አሁኑኑ መመለስ አለበት። ሌላው ውሳኔ ጊዜ ይፈልጋል፤ በርግጥ ግን ተስፋ ልሰጠው አልፈልግም እኮ!" አለች በሐሳቡ ሙሉ በሙሉ ሳትረካ፡፡

"ኦኬይ ቀለበቱን መልሺለት አንድ ሦስት ቀን ጠብቀሽ። ነገሩ ረገብ ሲል ግን አሁን ምንም መወሰንም ማሰብም እንደማትፈልጊ ንገሪው። ላስብበት ማለትሽ እሺ አለመሆኑን ልትነግሪው ትችያለሽ። መልስሽ እምቢ ከሆነም በዚያ መንገድ ቀስ ብለሽ ዕቅጩን ትነግሪዋለሽ ወይም ያው ኢትዮጵያ ሄደሽ ትገላገዪዋለሽ" አለች ወደ ኋላ ደገፍ እያለችና ዘና ለማለት እግሮቿን በመጠቀም ጫማዎቿን እያወለቀች። ሰሎሜም ነገሩ የተሻለ ሐሳብ ሆኖ ስለተሰማት እንደዚያ ለማድረግ ወሰነች። ከስንክሳር ጋር ያደረገችው ጭውውት ያሰበችውን ያህል ባይረዳትም ስንክሳር ግን በነገሩ ውስጥ አለችበት ብላ ፈጽሞ አልጠረጠረችም። ሁለቱም መኪና ይዘው ስለነበር እዛው ተሰነባብተው ተለያዩ።

ከሰሎሜ ጋር ከተለያዩ በኋላ ስንክሳር የጭውውታቸውን ይዘት ለራሷ እንዲመች አድርጋና ምን ማድረግ እንዳለበት አስጠንቅቃ ለክብሮም ነገረችው። ይቅርታ መጠየቅ እንደሚኖርበትና እሷ የፈለገችውን ያህል ጊዜ መውሰድ እንደምትችልም እንዲነግራት መከረችው። በሚቀጥሉት ቀናት ሰሎሜ ክብሮምን አግኝታ በሆነው ነገር የተሰማትን ብስጭት ገልጻ ቀለበቱን መለሰችለት። ክብሮም ስንክሳር እንደነገረችው ይቅርታ ጠይቆ፣ ክፉም ደግም ሳይናገር ቀለበቱን ይዞ ሄደ። የሚያደርገው ግራ ስለገባውና ውጥረቱም ስላስጨነቀው ወዲያው የሁለት ሳምንት ዕረፍት ወስዶ ካሊፎርንያ ያሉ ዘመዶቹ ጋር ለመሄድ ወሰነ። እሷም እሱም ነገሩን ከስንክሳር በቀር ለማንም አልነገሩም። ስንክሳርም ክብሮም ለዕረፍት በሄደ በማግስቱ ወደ ኢትዮጵያ ሄደች። ሰሎሜም የሶለንን ታሪክ ለመጻፍ የሚያስፈልገውን መረጃ ለማግኘት መዳከሯን ቀጠለች።

አገር ቤት

መላኩ የዱባይ ጉዞውን ጨርሶ ወደ አዲስ አበባ ተመለሰ። ከዱባይ አዲስ አበባ ረጅም መንገድ አይባልም። አዲስ አበባ ሲደርስ አየር ማረፊያ ፍተሻው ላይ ያየውና ያጋጠመው ነገር በጣም ነው ያሳዘነው። ሁሌም ወደ ውጭ መሄዱን የሚያስጠላው አንዱ ምክንያት እዚህ ፍተሻ ቦታ የሚያየው የሰውን ክብርና ማንነት የሚያጐድፈው አሠራር ነው። ኢትዮጵያውያን በውጪ የሚደርስባቸው እንግልትና መመናጨቅ ሳያንስ እዚህም አገራቸው እንኳን ደኅና መጣችሁ ሳይሆን ምን ይዛችሁ መጣችሁ የሚለው የጥርጣሬ መንፈስና እንደ ሌባ መታየቱ ያሳዝናል። የውጪ አገር ዜጎችና የምዕራባውያን አገሮች ፓስፖርት ያላቸው አበሾች ኮምፒዩተር፣ ካሜራና ያቅማቸውን ያህል ሽቶና ሻንጣዎችን ቢይዙም ተከብረው ያልፋሉ። ሌላው ኢትዮጵያዊ ደግሞ ሰርቆ ያመጣው ይመስል ለቤተ ሰቡና ለወዳጆቹ የያዘውን ዕቃ እንኳ ከዕቃው ዋጋ በላይ ታክስ እንዲከፍል ይገደዳል።

ያገር ውስጥ ነጋዴዎች የዕቃውን ዋጋ ሰማይ ስለሚያደርሱት ለብዙ ሰው የማይቀመስ ይሆናል። ከስንት አንዴ ውጪ ሄደው እንደ የእጅ ኮምፒዩተርና መሰል ውድ የሆኑ ግን ጠቃሚ ዕቃዎች ይዘው ሲገቡ መከራቸውን የሚበሉ ባለኢትዮጵያ ፓስፖርት አበሾች ብዙ ናቸው። በሌላ በኩል ደግሞ ሁሉ ሲፈቀድ ሰው ሁሉ ነጋዴ ነው የሚሆነው። ካሜራና ላፕቶፕ ጭኖም ከመግባት አይመለስም። መብቱን በአግባቡ ስለማይጠቀም ክብሩን መገፈፉ ግን ችግሩን የሚፈታው አይደለም። ፍተሻውን የሚያደርጉት ሰዎች ራሳቸው ሁሉ ብርቃቸው ሲሆኑ፣ ለራሳቸው ከሚኖሩት ኑሮ በላይ ማሰብ እንዴት ይጠበቅባቸዋል? ይህም ማን ምን ይዞ ቢያልፍ ተገቢ እንደሆነና ማ ደግሞ መብቱን ከለላ አድርጎ እያጠፋ እንዳለ አስበው ለመወሰን አቅሙም ደንታው እንዳይኖራቸው አድርጓቸዋል። የሚያውቁት ሰው ከሆነ ዝሆንም ይዞ ቢገባ ጥንቸል ነው ብለው ያሳልፋሉ፤ በሌላ በኩል 'የዐይኑ ቀለም' እንኳ ያስጠላቸውን የያዛትን ትንሽ የሙዚቃ ማጫወቻ ኤሌክትሮኒክስ ኮምፒዩተር ነው ብለው ያለታክስ አያልፍም ብለው ሊይዙበት ይችላሉ። ይህ ሁሉ ግን ያንድዮሽ ችግር ሳይሆን የተንዛዙም የፈታሹም፣ የሕግ አውጪውም የአስተሳሰብ ደረጃና የአእምሮ ደርዝ የሚፈጥረው በሕግና በመመሪያ የማይቀረፍ ችግር ነው።

እንደ አጋጣሚ ሆኖ የሣራ ዘመድ የሆነች ልጅ በቀረጥ ፍተሻው ላይ

ነበረች። ስለዚህም መላኩ ዕቃው ሁሉ ያለችግር ነበር ያለፈለት። ማርቆስ ተቀብሎት በቀጥታ ወደ ቤት ሄዱ። ከሣራ ጋር በስልክ አውርተው ስለነበር የሣራን ጉዳይ እንደገና ከማርቆስ ጋር ምን ማድረግ እንደሚሻል መመካከራቸውን ቀጠሉ። ሣራም ድብት ብላ እንደከረመችና ወደ ውጪም ለመውጣት ብዙም ፈቃደኛ እንዳልነበረች ነው ማርቆስ የነገረው፤

"እኔ ምልህ ዱባይን ነው እንዴ እንዳለ ይዘህ የመጣኸው? እንዴት አሳለፉልህ ይሄን ሁሉ ጉድ ባክህ?" አለ ብዙ ጊዜ በተለይ ከዱባይ የሚመጡ መንገደኞች ላይ ጠበቅ እንደሚሉ ስለሚያውቅ።

"ፍተሻ ቦታ ላይ አንድ የሣራ ዘመድ ነበረችና ያው እንዳለ ያለምንም ችግር ነው ያሳለፈችው። ያው ታውቀው የለ ሰው ካለ እዚህ አገር..." አለ መላኩ ነገሩን ቀለል ለማድረግ እየሞከረ፡፡

"ሙስና ነው በለኛ። ልክ አይደለህም አንተ ግን እንዴት ነው ታክስ ሳትከፍል? ... ይሄ ያስከስስሃል ..." አለ እየሣቀ የመላኩን ደካማ ጐን ስለሚያውቅ። ደካማ ጐን ከተባለ በሰውም በጉቦም የሚሠሩ ስራዎችን ሁሉ ይጠላል።

"በናትህ ማርክ ... ምን ላድርግ ... ዘራፍ ታክስ ካልከፈልኩ ልበል? ልጅቷ ደግሞ መርዳቷ ነው። በቃ ምን ማድረግ እንደነበረብኝ አላወቅሁም። አንተ ብትሆን ምንድነው የምታደርገው?" አለ ገበታውን እየገለበጠው፣ ደግሞም የምሩን የማርቆስን ሐሳብም ለማወቅ በማሰብ።

"እኔንጃ ... እኔ በዚያ በኩል ዕቃ ይገባ አልገባም። ምክንያቱም እኔ የማስገባው ዕቃ ካርጎ ስለሆነና አሠራሩን ብዙም ስለማልወደው ነው። በመሠረቱ በሰው ወይም በሌላ መንገድ ሰዎች የተለየ መብት ማግኘታቸውን አልደግፈውም። እንዳልከው ግን በዛ ሰዓትና ቦታ ታክስ ካልከፈልኩ ብለህ መጋበዙ ፋይዳው አይታየኝም። ምናልባት ልጅቷን ሌላ ጊዜ ስላደረገችልህ ውለታ አመስግነህ አሳብህን ንገራት። ለሷም ቢሆን ከባድ ነው፤ አንተ እንዲህ አልክ እንጂ ሌላ ሰው እኮ ከቤት አስጠርቶ ሁሉ ሊሆን ይችላል እንድታሳልፍለት የሚለምናት። ቢያንስ አጋጣሚ እንጂ አንተ ጠይቀህ የተደረገልህ ስላልሆነ ... ብዙም መጨነቅ የለብህም። ጭንቀቱ አላስቀምጥ ካለህም ታክሱን ለኔ መክፈል ትችላለህ።" ብሎ ሣቀና ወደ ፍሪጁ ሄዶ የቀዘቀዘ ኮካ ይዞ መስኮቱ አካባቢ ባለ አንድ ከጠፍር በተሠራ ወንበር ላይ ተቀመጠ።

መላኩም ልብሱን ከቀያየረ በኋላ ሣራ ጋ ደውሎ ሰላም መግባቱንና ለመምጣት ማሰቡን ነገራት። ከሰአት ወደ አስር ሰአት ለመገናኘትና ማርቆስም ከቻለ አብረው ሊመጡ ተስማሙ። ከዚያም ከማርቆስ ጋር ምሳ በልተው ለአንድ

ሁለት ሰዓት ቢያንስ አጣዳፊ ነገሮች ካሉ፣ ቢሮ ለመግባት ብሎ ቢደውል ፎዚያን አላገኛትም። ለማንኛውም የቻለውን ያህል ለመሥራትና የሚመለሱ ደብዳቤዎችን ለመመላለስ ብሎ ወደ ሥራ ገባ። መቂም ደውሎ ዘመዶቹን አዋርቶአቸው፣ በሰላም መግባቱንና ሥራውን ትንሽ ካረጋጋ በኋላ ከሰሞኑ መቂ እንደሚመጣ ነገራቸው።

ሣራን የወንድሟ ጓደኛ ሚስት ነበረች ከቤት መጥታ የወሰደቻት። ሣራ ኢትዮጵያ ስትመጣ መኪና መንዳት በጣም ስለምትፈራ ነድታም አታውቅ። የከተማይቱ መስፋት ደግሞ መንዳትን የግድ እያደረገው ነው። ግን ደግሞ ያለው የመንገድ ጥበትና የመለያ መሥመር አለመኖር ሰዉ እንደፈለገ መንዳቱና የእግረኛው ሕግ አክባሪ አለመሆንና የመሳሰሉ ነገሮችን ስታይ ሌላው ሰው እንዴት እንድሚነዳ ይደንቃታል። ብዙ ጊዜም የመለያ መሥመሩን በመኪናው መሃል ላይ አድርገው ስለሚነዱ የቀለሙ ከንቱ ብክነት ግራ ይገባታል።

ሣራም የከሰአት በኋላ ቀጠሮዋ ከወንድሟ ጓደኛ ሚስት ጋር ነው። የወንድሟ ጓደኛ ስሙ አዱኛ ሲሆን ሚስቱ ደግሞ አብረኸት ትባላለች። በቅርብ ራሷን ለማጥፋት ሞክራ የተረፈችውን ልጃቸውን እንድታይላቸው ነው ቀጠሮው። ልጃቸው ዳናይት የአሥረኛ ክፍል ተማሪ ስትሆን፣ አሥራ አምስት ዓመቷ ነው። መልኳ እንደናቷ ጠቆር ያለች ስትሆን ከሁለት ዓመት ወዲህ ባመጣችው አዲስ ያመጋገብ ጠባይ ከስታ ሣር አክላለች ማለት ይቻላል። አሥርና አሥራ አንድ ዓመት ላይ ድንቡሽቡሽ ያለች መሣቅ የምትወድ በትምህርቷ ሁሌም አንደኛ የምትወጣ ልጅ ነበረች።ዳናይትንም ፓንዳ እያሉ ነው የሚያበሽቋት። በውፍረቷና በጥቁረቷ ምክንያት። ልጆች እርስ በርሳቸው በጣም ክፉ ሊሆኑ ይችላሉ። የወፈረ፣ የጠቆረ፣ ያጠረ ወይም በጣም የረዘመ ልጅ፣ ዐይናፋር የሆነ ወይ ደግሞ መነጽር የሚያደርግ ከሆነ ከጓደኞቹ የሚደርስበት የስድብና የብሽሽቅ ናዳ ቀላል አይሆንም። በልጆች ዓለም ለየት ያለ ሁሉ መከራው ብዙ ነው።

የዳናይት እናት በባሕርይዋ ኀይለኛ በመሆኗ ሁሉን አንቀጥቅጣ ነው የምትገዛው። ልጆቿ ከሷ ፈቃድና ምርጫ ዝንፍ ማለት አይችሉም። ባንድ የመንግሥት ድርጅት ውስጥ የነበራትን ሥራ ትታ አሁን በንግድ ሥራ ውስጥ ገብታ የተሳካላት የአገር ባህል ልብስ ነጋዴ ስትሆን፣ ከሌሎች ጓደኞቿም ጋር በቡና ንግድ ውስጥ ገብታለች። ባሏ ደግሞ ዓለም ባንክ ውስጥ የሚሠራ፣ የሚስቱ ተቃራኒ ዝምተኛና በራሱ ዓለም ውስጥ የሚኖር ለስላሳ ሰው ነው። ብዙ ስለሚጓዝም አብዛኛው የሚስቱ ጅራፍና አገዛዝ ልጆቹ ላይ ነው የሚያርፈው። እቤት ሲኖርም የሌለ ያህል ስለሚቆጠር በተለይ ከእናቷ ጋር እሳትና ጭድ ለሆነችው ለዳናይት ምንም የሚፈይደው ነገር የለም። አብረኸት ከተነሣባት እሱንም ነው የምታርገበግበው። ልቧ ክፋት ባያውቅም አፏ ከመርዘኛ እባብ አይተናነስም።

"እኔ እኮ ምን ማድረግ እንደምችል አላውቅም፤ ለሷ ብዬ ያልሆንኩት ነገር

የለም። እኔ አሁንስ እናትም አባትም መሆን ሰልችቶኛል። እሱ እንደሆነ ከዕንቁላሉ እንዳልተፈለፈለ ጫጩት በራሱ ዓለም ነው የሚኖረው። ባለፈው ትልቁ ልጅ ሰክሮ ስለነበር ከሰው ጋር ተደባድቦ ከዩኒቨርስቲ ተባርሮ በስንት መከራ ነው መልሼ ያስገባሁት። አሁን ደግሞ ይቺ ይሄው ገና ከፍ ሳትል ...” ብላ ማልቀስ ጀመረች ባንድ እጇ መሪውን እየደበደበች። አብረኽት የምታደርገው ጠፍቶአት ነው የከረመችው። ለወትሮው ሁሉን መቆጣጠር የምትችለው የዳናይት እናት የልጇ ጉዳይ ግን ከአቅሟ በላይ እንደሆነ ተገንዝባለች።

“ይሄ የመጀመሪያዋ ነው ራሷን ለመጉዳት ስትሞክር?” አለች ሣራ ዳሽቦርዱ ላይ ያለውን ናፕኪን እያቀበለቻትና ጀርባዋን እያሻሸችላት። ከእንባዋ ጋር እየገነፈለ የሚወጣውን ቁጣ ስታይ ሣራ የአብረኽትን ሃይለኛነትና ምናልባት ይህም ለችግሩ አስተዋጽኦ ሊኖረው እንደሚችል መገመት ችላለች።

“ምን የመጀመሪያዋ ነው። ከየት እንዳመጣችው አላውቅም ከመዳፏ በላይ እጇን አንዴ በምላጭ፣ አንዴ በቢላ መቁረጥ ነው በከፋት ቁጥር። የማታየው ፊልም የለም ደግሞ ኢንተርኔት ላይ ተጥዳ ነው የምትውለው፤ ከዚያ የተማረችው ሙያ ሳይሆን አይቀርም። እንዴት ያለች ድንቡሽቡሽ ያለች ልጅ ሣር አከላለች፤ አሁንም ወፍራም ነኝ እያለች ምግብ አትበላ! መታጠቢያ ቤት ካልተቆለፈባት ጣቷን እየሸነቀረች ያለ የሌለውን ማስወጣት ነው።” አለች ቀኝ እጇን ከመሪው ላይ አንስታ አመልካች ጣቷን ወደአፏ እንደማስጠጋት ብላና ፊቷን ጭምድድ አድርጋ። አነጻጿ ፈጣንና ድፍረት የተሞላበት ሲሆን ከፊታቸው አላሳልፍ ያላቸውን ታክሲ እንደምንም ብላ ስታልፈው የብስጭት ጡሩንባ ብታሰማውም ፊቱን አዙሮ ያላያት መሰለ።

ብዙ ጊዜ አብረኽት በሄደችበት ሁሉ ሰዎች ወድደዋት ሳይሆን ፈርተዋት የፈለገችውን ያደርጉላታል። የፈለገችውን በራሷ መንገድ ማግኘቷ ለጠባይዋ የበለጠ ድጋፍ ሳይሆነው አልቀረም። የመጀመሪያ ባሏ እንደሷው ኀይለኛ ስለነበር ከመጋደል ተርፈው ነው የተፋቱት። ከሱ የወለደቻቸው ሁለት ወንድ ልጆቻቸው ሐዋሳ ዩኒቨርስቲ በመማር ላይ ናቸው። ካዱኛ የምትወለድ ልጃቸው ዳናይት ብቻ ናት። አዱኛን ባንድ የጋራ ጓደኞች ግብዣ ላይ ተዋውቃው ነው በዚያው ተቀራርበው ነገሩ ለጋብቻ የደረሰው። እሱ ሴት የሚፈራና ዐይናፋር ስለሆነ የሷን ድፍረትና ቅልጥፍና አይቶ ወዷት ነበር። እሷም የሱን ርጋታና ዝምተኛነት ልታልፈው አልቻለችም። ለጋብቻም እንዲጠይቃት ያደረገችው ወይም የጠየቀችው እሷ ነበረች ማለት ይሻላል። ትንሽ አብረው እንደኖሩ የቤቱ ሦስተኛ ልጅ ሆኖ አረፈው። የመረጠው መንገድ ራሱን ከሁሉ አግልሎና ሥራው ላይ ብቻ ተጠምዶ እሷ ባልም ሚስትም እንድትሆን መልቀቅን ነው።

“እም ... ባለፈው ሳምንት መድኀኒት ነው ወሰደች ያልሽን? ምን የሆነችው ነገር ነበር?” አለች ሣራ አሁንም የአብረኽትን ስሜት ማርገቢያ መንገድን

በመፈላለግና እቤትም ከመድረሳቸው በፊት የቻለችውን ያህል ስለችግሩ ለመረዳት።

"ምን ትሆናለች ስትሞላቀቅ ነው እንጂ። እኛ እኮ እንዴት እንዳደግንና እዚህ እንደደረስን አያውቁ... ምን ያድርጉ የሰው ልጅ የሚበላው የለውም ... ብቻ ... ሁኔታዋ ስላላማረኝ በቃ ሳታየኝ የግል ማስታወሻዋን ወስጄ ሳነበው ራሴን ማመን ነው ያቃተኝ። ልጅቱ ለካ ስንት ነገር ውስጥ ገብታለች። አልፌዷ ከስንት ወንድ ጋ እንደወጣች አትጠይቂኝ። አልክሆል፣ ድረግ ሁሉ ሞክራልኛለች የኔ ጐረምሳ.. አላስቻለኝም በቃ ማስታወሻውን ይዤ ... እንዴት እንደሆነ ስጠይቃት 'በገዛ ሰውነቴ ምንም አያገባሽም ... ደግሞ የግል ንብረቴን ያለኔ ፈቃድ ማንበብ አትችይም' ብላ መንጭቃ ወደ መኝታ ቤቷ ስትሄድ ራሴን ነው የሳትኩት። ከዚያ ሠራተኛዋ ባታስለቅቀኝ ኖሮ አንቄ ልገድላት ነበር።" ብላ አሁንም መንዘፍዘፍ ጀመረች። ከወደፊት ያሉ ሁለት መኪኖች ስለተጋጩ መንገዱ ሁሉ ተዘጋግቶ ለመቆም ተገደዱ። ከፀሐይ መከላከያው ስር ያለውን የፊት መስተዋት ተጠቅማ በእንባ የራሰ አይኗንና ፊቷን ጠራርጋ ለማስተካከል እየሞከረች ከበፊቱ ትንሽ ረጋ ባለ ድምጽ

"እኔ እኮ ማይገባኝ እሑድ ቤተ ክርስቲያን አትቀር ሲያዩዋት ርግብ። ልጆቹ ምን እየሆኑ ነው። ስንት ከፍለን እኮ እዚያ ትምህርት ቤት እንደምንልካት አታምኚም። አባቷ ነገሩን ስነግረው ምንም እንዳልሆነ ሁሉ ትከሻውን ነቅንቆ ነው የሚሄደው። ማታ ላይ የጩኸት ድምፅ ሰምቼ እየሮጥኩ መኝታ ቤቷ ስሄድ የሆነ መድኀኒት ወስዳ ራሷን ስታ ትንፈራፈራለች። ያው ሆስፒታል ወስደናት ሦስት ቀኗ ነው ቤት ከመጣች። ያው አሁንም አታናግረኝም። አባቷም ደቡብ አፍሪካ ሄዶ ነገ ነው የሚገባው። አሁን ምን ማድረግ ይቻላል ዶክተር?... እኔ እኮ አንዳች አጋንንትም ከሆነ ብዬ ጸበልም ጸሎትም ወስጃታለሁ ... እኔ እኮ ላብድ ነው!" አለች ግራ መጋባቷንና አቅመ ቢስነቷን በሚገልጥ ድምጽ። አብረኸት በንጀራ አባትና በአስቸጋሪ እናት እጅ አድጋ ገና ያሥራ ሰባት ዓመት ወጣት ሆና ነው ከቤት ወጥታ ራሷን አስተምራ እዚህ የደረሰችው። በኑሮ ጉዳይ ጠንካራ ብትሆንም፣ እሷ የማታውቃቸው ምንም ያልተነኩ ካስተዳደግ ጋር የመጡ ብዙ ክፍተቶችና ችግሮች አሏት።

"እስኪ እናያለን ምን ማድረግ እንደምንችል። ያው ቀላል አይደለም። ግን ደግሞ ያው ገና ልጅ ስለሆነች ተስፋ መቁረጥ የለብሽም። እስኪ እሷንም ካዋራኋት በኋላ እንመካከራለን።" ብላ ትንሽ ዝም አለች። ወዲያው አብረኸት ይቅርታ ጠይቃ ወደቤት ስልክ ደወለች። እየመጣች እንደሆነና ዳናይት እቤት እንድትጠብቃት ለሰራተኛዋ ነግራ ስልኩን ዘግታ ወሬያቸውን ቀጠሉ።

ማራም በቀረው ጊዜ ስለ ራሷ ስለ አብረኸት አስተዳደግ፣ የመጀመሪያ ጋብቻ፣ ስለ አዱኛና ስላላቸው ግንኙነት፣ ስለ ዳናይትና ሌሎቹ ልጆቿ አስተዳደግና

ባሕርይ እና ሌሎችንም ጥያቄዎች እየጠየቀቻት እቤት ደረሱ። እቤት እንደደረሱ ወደ ሳሎን ገብተው ትንሽ ካወሩ በኋላ "አንቺም ሳትቸኩይ አትቀሪም እስኪ ልጥራትና አናግሪያት። እኔ አብሬያችሁ ባልሆን ይሻላል መሰለኝ። ምን ይምጣልሽ ቡናው እስኪፈላ?" አለች ከመቀመጫዋ እየተነሳች።

"አይ ግዴለም ለኔ ከሆነ ቡናው ይቅርብኝ። ይልቅ ቀዝቃዛ ውኃ ብትሰጭኝ። እንዴት ያምራል ባክሽ ያ የቤተሰብ ፎቶ!" አለች አይኗን ከባሻገር ካለው ትልቅ የቤተሰብ ፎቶ ላይ ወደ አብረኸት መልሳ። ትንሽ ስለፎቶውና ስለሌሎቹም ልጆቿ ነግራት ወደ ጓዳ ሄዳ ከዳናይት ጋር ተከታትለው መጡ። ዳናይት ድንቡሽቡሽ ያለች የጥቁር ጠይም ስትሆን ተጠርታ ስትመጣ የቤት ልብስ እንደለበሰች ነበር ። ሳራን ጨብጣት ከሷ ባሻገር ካለው ሶፋ ላይ አንገቷን እንደደፋች ዝም ብላ ተቀመጠች።

ዳናይት ግራ እጇ ላይ የታሸገ ቁስል ሲኖር የቀኝ ሌባ ጣቷም መተጣጠፊያው ወይቧል። ይህም ስታስታውክ ጣቷን በተደጋጋሚ አፏ ውስጥ ስለምትከተው እንደሆነ ሣራ ለማወቅ ችላለች። አከሳሱዋ የጤና አይደለም። ጉንጯ ላይም አበጥ ያሉ ዕጢዎች ይታያሉ። እነዚህም የምራቅ አመንጪ ዕጢዎች ሲሆኑ ከዚሁ ተደጋጋሚ ማስታወክ ጋር በተያያዘ ስለሚቆጡ ነው የሚያብጡት። ዐይኖቿ በከፊል የጐደጐዱ ናቸው፣ አንገቷ ቅጥን ብሎ ጭንቅላቷን እንዴት እንደተሸከመው ይገርማል። ለረጅም ጊዜ በመወፈር ፍርሀትና በራስ ምስል መዛባት ውስጥ የገቡ ወጣት ሴት ልጆች ምግብን ባለመብላት፣ ካቅም በላይ ያካል እንቅስቃሴን በማድረግ፣ ጣትን እየከተቱ በማስታወክና ሌሎች ነገሮችን በመጠቀም ለመክሳት ይሞክራሉ። ከተወሰነ ጊዜ በኋላ ግን የአንጎላቸውና የአስተሳሰባቸው ሚዛን ይዛባና ነገሩ ከቁጥጥራቸው ውጪ ይሆናል። ችግሩ በሠለጠኑ አገሮችና በነጮች ላይ ቢበዛም፣ እኛም አገር አልፎ አልፎ ይታያል። የዳናይት ችግር ግን ከዚህም የጠለቀ ነው የመሰላት ለሣራ።

አብረኸት ትንሽ ተጫውታ ዳናይትንና ሣራን ለብቻቸው ትታቸው ወደሌላ ክፍል ሄደች። ዳናይት መጀመሪያ ላይ ሣራን ላለማዋራት ወስና ነበር። ትንሽ ካወሩ በኋላ ግን ቀስ ቀስ እያለች ማውራት ጀመረች። የንግግራቸውን አቅጣጫና መልክ ቅርጽ ለማስያዝ በማሰብ ወደ ዋና ጉዳዩ ከመግባቷ በፊት

"የውልሽ ዳናይት እናትሽ ናት እንዳነጋግርሽ የጠየቀችኝ። ግን አሁን እኔና አንቺ የምናወራው ነገር ሁሉ በኔና ባንቺ መካከል ነው የሚቀረው። ምናልባት ለሕይወትሽ የሚያሠጋ ነገር ብቻ ሲሆን ነው ለነሱ ልነግር የምገደደው። ያንንም ቢሆን እንደምነግራቸው ነግሬሽ ነው የምነግራቸው። ስለዚህ ምንም ፍርሀት ሳይሰማሽ የፈለግሽውን ነገር ልትነግሪኝ ትችያለሽ።" አለችና ሁኔታዋን በማጤን ለትንሽ ጊዜ ዝም አለች ሣራ። ዳናይትም መሬት መሬቱን እያየችና የጣቶቿን

ጥፍር እየበላች ዝም ብላ ቆየች። እፍረትም ፍርሀትም፣ ጥርጣሬም የተጫናት ትመስላለች። ሣራ ከተቀመጠችበት ባሻገር ካለው ሶፋ ተነሥታ አጠገቧ ሄዳ አንድ እጇን ትከሻዋ ላይ ጣል አድርጋ፡-

"ዳኒ አይዞሽ፣ .. ከባድ ነው በርግጥ። ግን እኔን እንደ ዶክተር አትይኝ። በቃ እንደ ጓደኛ ቁጠሪኝ። ምንድነው የምታስቢው የኔ ቆንጆ?" አለቻት የምርም አንጀቷን ስለበላቻት። የብዙ ዶክተሮች ችግር ሰው መሆን አለመቻላቸው ነው። ብዙ ሕመምተኞችን ደግሞ የሚፈውሳቸው ሰውነታቸውና ርኅራኄያቸው እንጂ ዶክትሬታቸው ላይሆን ይችላል።

ዳናይት በጨረፍታ ቀና ብላ ሣራን አየቻትና፣ "እኔ እኮ ማንም የማይወደኝ፣ ለምንም የማልጠቅም ሰው ነኝ። ለምን እንደተፈጠርኩ አይገባኝም። የምፈልገው መሞት ነው።" ብላ ዝም አለች፡፡

"ለምን የኔ ቆንጆ? እንዴት አወቅሽ ማንም እንደማይወድሽ?" አለች ጥያቄዎቿን እየመጠነች፡፡

"እኔ ምኔ ነው አሁን ቆንጆ? የገዛ እናቴና አባቴ ካልወደዱኝ ማን ሊወደኝ ይችላል? ትምህርት ቤት ፓንዳ ፓንዳ እያሉ በውፍረቴና በጥቁረቴ ይሥቁብኛል። ለምንድነው እግዚአብሄር እኔን እንደዚህ አድርጎ የፈጠረኝ?" ብላ መንሰቅሰቅ ጀመረች። ማልቀሷን እንደ ጥሩ ምልክት ያየችው ሣራ ዳናይትን እቅፍ አድርጋት እንደ ሕፃን ልጅ ስታባብላት ይባስ ለረጅም ጊዜ አለቀሰች። ሣራም ምንም ሳትናገር "አይዞሽ የኔ ቆንጆ" ብቻ ነበር የምትላት። ማንም ለረጅም ጊዜ እንደዚህ አቅፎአትም ብሎአትም የማታውቀው ዳናይት ከሣራ እቅፍ ውስጥ መውጣት አልፈለገችም። እናቷ እሷ ብትሆንም ተመኘች።

ለቅሶዋ ጋብ ሲል ፀጉሯን እያሻሸችላት "በጣም ቆንጅዬ ፀጉር እኮ ነው ያለሽ" አለቻት ከልቧ። ለመጀመሪያ ጊዜ ፈገግ ስትል የሚሰረጉደውን ጉንጯን ያዝ አድርጋ እሷም ፈገግ ብላ "ሄይ ዲምፐል ገርል ... በናትሽ እስኪ ሣቂልኝ። እኔ ዲምፐል ቢኖረኝ እንዴት ደስ እንደሚለኝ አታውቂም" ስትላት አሁንም የሚያምር የዋህና ንጹሕ ሣቋን ሳታውቅ ሣቀች። ከዚያ በኋላ ምንም ሳይቀር ነበር ከልጅነቷ ጀምሮ ሁሉንም ነገር የነገረቻት። ሣራም ምንም ነገር ሳያስደነግጣት፣ ፊቷንም ሳይለውጠው ሰማቻት። በርግጥ አንዳንድ የነገረቻት ነገሮች ራስ አስይዘው የሚያስጮኹ ናቸው። ሳይደነብሩና ለፍርድ ሳይጣደፉ ሰዎችን ረጋ ብሎ በጸጥታ መስማት ሙያዋ ካስተማራት ጥበቦች አንዱ ነው። ይህም የፈውሱ ዋና ክፍል ነው። ዳናይት ሰው ጉዷን ሁሉ ሰምቶ እንደዚህ ሳይፈርድባት ወይም ሳይቆጣት ሊሰማት እንደሚችል አታውቅም ነበር። አንዳንዱ አማካሪ አርጩሜ ቆርጦ ሁሉ መግረፍ ነው የሚቃጣው። ሣራ ግን ለመስማት የተከፈተ ልብ ነው ያሳየቻት ለዳናይት።

"ዳኒት መቼ ነው እንደዚህ ማድረግ የጀመርሽው? ለምንድነው እንደዚህ የምታደርጊው? ራስሽን ለማጥፋት ነው ወይስ?" ብላ ዐይን ዐይኗን ማየት ጀመረች፡፡

"እኔንጃ ዐሥራ ሦስት ዓመቴ ነበር መሰለኝ። አንድ የቀን ፓርቲ ላይ ጓደኞቼ ቤት ነበርኩኝ። ለመጀመሪያ ጊዜ ነበር መጠጥ የጠጣሁት። ማሚም ዳዲም ውጪ ነበሩ ያን ጊዜ። ለዚያ ነበረ የመጠጣት ድፍረት ያገኘሁት፣ ደግሞም አንቺ ብቻ ከሆንሽ የማትጠጪ፣ ሁሉም እንደ ሞኝ ነው የሚያይሽ። ጓደኞቼም እነማሚ እንደሌሉ ስላወቁ በቃ ሲያደፋፍሩኝ ጠጣሁና ሰከርኩ መሰለኝ። ከዚያም ከኔ በሦስት ዓመት የሚበልጡ ሁለት ወንድ ልጆች ይዘውኝ አንዱ መኝታ ቤት ገብተን ከሁለቱም ጋር ሴክስ አደረግን። ወዲያው ባይታወቀኝም አሞኝ ቆየሁ አራት ቀን። ለማንም አልተናገርኩም። ከዚያ በኋላ ቤተክርስቲያን መሄድም አስጠላኝ። ቆሻሻ የሆንኩ ያህል ይሰማኝ ነበር።

"ከዚያ ግን በቃ ማሚም እሷ በትንሽነቷ ሴክስ ስለጀመረች ሕይወቷ ሁሉ እንዴት ተመሳቅሎ እንደነበር ሁሌም ትነግረኝ ስለነበር ፍርሀት አደረብኝ። ወንዶች እንዲወዱኝ ሴክስ ማድረግ ያለብኝ ስለሚመስለኝ ከብዙ ልጆች ጋር መውጣት ጀመርኩ። ትምህርት ቤት መታጠቢያ ቤት ውስጥ ሁሉ። ያ ደግሞ ራሴን የባሰ እንድጠላ አደረገኝ። ቤትም ዳዲ የለም ማለት ትችያለሽ። አንድ ቀን እንኳ አቅፎኝ ወይም ቆንጆ ብሎኝ አያውቅም። ስለዚህ በቃ በልጅነቴ ነው ቆንጆ ባልሆንና ባልወደድ ነው ብዬ ያመንኩት። ከዚያ በኋላ ዳና-ፓንዳ እያሉ ሲያበሽቁኝ እንዴት አድርጌ ላስወጣው። ስለዚህ እጄን ቆርጬው ደሙን ሳይ ትንሽ እፎይ እላለሁ። ራሴን ለመግደል አይደለም። አንዳንዴ እጄን ነክሼ ወይም ቆርጬ ካላደማሁት የምፈነዳ ነው የሚመስለኝ። እነማሚም ሲደነግጡና አትኩሮታቸውን ሲሰጡኝ ደስ ይለኛል። ያ ደግሞ የነሱን አዘኔታ ለማግኘት ቀላሉ መንገድ ሆኖ ነው ያገኘሁት።" ብላ የራሷን ረጅም ማብራሪያ ሰጠቻት።

"በጣም የሚገርም ነው። የሚገርምሽ በተለይ ውጪ አገር ብዙ ሰዎች አሉ፣ እንደዚህ የሚያደርጉ፣ የብዙዎቹ ምክንያት ተመሳሳይ መሆኑ ነው የገረመኝ። እስካሁን ብዙ አስቸጋሪ ነገር ውስጥ አልፈሻል። ግን በጣም ብዙ መልካም ነገርና ብዙ ትልቅ ነገር የሚጠብቅሽ ልጅ ነሽ። ጐበዝ ተማሪም እንደሆንሽ እናትሽ ነግራኛለች። ፈቃደኛ ከሆንሽ ደግሞ ከዚህ አይነት ችግርና አስተሳሰብ ውስጥ መውጣት ትችያለሽ። ቀላል አይደለም ግን ደግሞ ከዚህ የሚብስ አይሆንም..." ብላ የምትለውን መጠበቅ ጀመረች።

"አዎን .. እኔም ኮ እየተሠቃየሁ ነው። እንደዚህ ሆኜ እስከ መቼ እኖራለሁ? ወይም በቅርብ ራሴን አጥፍቼ .. ለነማሚም ችግር ነው። ግን በቃ እንዴት ነው አስተሳሰቤን የምቀይረው? ሁለት ሦስት ቀን የተለወጥኩ ይመስለኝና የሆነ ነገር

ሲያጋጥመኝ የባሰ ነገር ውስጥ አገኘዋለሁ። ከማሚ ጋር መኖርም በጣም ከባድ ነው። ካንቺ ጋር እንዳየሻት ብቻ እንዳትመስልሽ። አንዳንዴ አውሬ ነው የሚያደርጋት። በቃ እኔ የሷ መሞከሪያ አይጥ የሆንኩ ነው የሚመስለኝ፡፡ የምለብሰውም እንኳ እሷ የፈለገችውን ነው። እሷ እኮ ናት እኔ ውስጥ ለመኖር የምትጥረው።" አለች ዳናይት አንዴ ሣራን አንዴ ደግሞ መሬት መሬቱን እያየች፣ ሣራም እንድትቀጥል አደፋፈረቻት።

"አባቴም ስለሚፈራት ራሱን ለማዳን ይሁን አይገባኝም ምንም አይረዳኝም። እናትሽን ጠይቂ ነው የሚለው። ለብቻዬ ደግሞ አልችላትም። እሷ ናት የሁላችንንም ዓለም የምታሽከረክረው። ወንድሞቼ አሁን በቃ እንዴት እንደሚጠሏት አታምኚም። ሐዋሳ ድረስ ሄዳ ኑሮአቸውን ለመኖር ትሞክራለች። ባለፈው አንዱ ወንድሜ ሰድቦ ነው ያባረራት። በእርሱ ላይ የነበራትን ንዴት እኔና አባቴ ላይ ነው የተወጣችብን። ምንም ምስጢር እንኳ እዚህ ቤት ሊኖረኝ አይችልም። እናቴ ናት እወዳታለሁ ግን ደግሞ እሷን መውደድ አይቻልም።" ብላ ተስፋ የቆረጠ ፊቷን ወደ መሬት ደፋችው።

"የውልሽ ዳኒ አሁንም ቀላል ነው አይደለም የምልሽ። እናትሽ አሁን ከምታደርገው የተሻለ ነገር ማድረግ አታውቅበትም። እሷ አንቺን እንደ ነፍሷ ነው የምትወድሽ። አታምኚም ቅድም ስንመጣ እንዴት ስታለቅስ እንደነበር። እሷም ምስቅልቅል ባለ አስተዳደግ ውስጥ ስለሆነ ያደገችው እናንተን ከዚያ ለማትረፍ ነው ጥረቷ ሁሉ። አባትሽም ባሕርዩ ሊሆን ይችላል ወይም እሱም ነገር ያቀለለ መስሎት። አሁን ማተኮር ያለብን አንቺ ላይ ነው፤ እንዴት ነው አንቺን የምንረዳውና ይሄንን ችግር እንድታሸንፊ የምናደርገው?" አለች ሙሉ መልሱ እንደሌላት በሚያሳውቅ ሁኔታ።

ልጅን ማከም አስቸጋሪ የሚያደርገው ብዙ ጊዜ በሽታው ወላጅ ላይ ስለሆነም ነው። ወላጆች ደግሞ ችግሩ የነሱ መሆኑን ተረድተው ለመቀበል ይቸገራሉ። ሣራ ትንሽ እናቷን ለመምከር፣ ከተቻለም ዳናይትን እሷ ጋ ወስዳ አንድ ሁለት ቀን አብራት በማቆየት የበለጠ ጊዜ ወስዳ ልትመክራትና የፈራረሰውን ማንነቷን የተቻለችውን ያህል ለመጠገን ቆረጠች። በዳናይት ዕድሜ ያሉ ልጆች ከንግግር ይልቅ በቂ ጊዜ ዐብሮ በመሆን የበለጠ ይጠቀማሉ። ሣራ ትኩረትና ጊዜ ሰጥታ ያንን ማድረጓ ራሱ ከፍተኛ ጥቅም አለው። ለሁሉም ሰው ያንን ማድረግ አይቻልም እንጂ።

ለዳናይትም ዕቅዷን ነግራት ትንሽ ቀላልዳ እቅፍ አድርጋ ግንባሯ ላይ ስማት ተሰናበተቻት። ዳናይት የተለየ ፍቅር ነው ለሣራ ያደረባት። ፊቷም ፈታና በራ ብሎ ነበር ከሳሎን ወጥታ ወደ መኝታ ቤቷ የሄደችው። ይህንን ያየችው አብረኸት ነገሩ በጣም አስገርሞአት "እንዴ ልጅቷን ምን ብለሻት ነው ዶክተር...!

እንደዚህ ፊቷ በርቶ ካየሁዋት ስንት ጊዜ መሰለሽ?"

"አይ ትንሽ ተጫወትን፣ ተመካከርን። እንዴት የምትገርም ልጅ ነው ያለችሽ፤ ዕድለኛ ናችሁ።" አለች በደፈናው።

"አዎ ጥሩ ልጅ ነበረች። አሁንማ ተበለሻሽታ ነው ያየሻት አንቺ" ስትል ቀበል አድርጋ፣

"አይ .. ተቸግራ ነው እንጂ አሁንም የምትገርም ልጅ ነች" ብላ ያሰበችውን አጫውታት ለሷም አንዳንድ ምክሮችን ከሰጠቻት በኋላ አብረኸትም ዳናይት ከሣራ ጋር አንድ ሁለት ቀን መቆየቷን በደስታ ተቀበለችው፡-

"ዶክተርዬ ምን እንደምልሽና እንደማደርግልሽ አላውቅም። በሌለሽ ሰዓት ይህንን ሁሉ ጊዜ ወስደሽ ስላየሽልኝ። ብቻ እግዚአብሔር ይክፈልሽ.." አለች የምሯን ውለታዋ ከብዶአት።

"ኧረ ምንም አይደለም። ደግሞ ዶክተር አትበይኝ፤ ሣራ ብትዪኝ ደስ ይለኛል፡" አለች። አንዳንድ ሰዎች ዶክተር ካላሉዋቸው ልብሳቸውን የገፈፏቸው ያህል ይቆጣሉ ወይም ይቀየማሉ፤ ሣራ ግን ሆስፒታል ካልሆነ በቀር ሣራ ተብሎ መጠራት ነው የምትወድደው። ዶክተርነት ስም አይደለም፤ ሥራ ነው ትላለች። ሣራ መላኩ እስኪመጣላት ድረስ እዛው ከአብረኸት ጋር ስለወላጅነትና እድሜያቸው በአስርት ወስጥ ያሉ ልጆችን በተመለከት ስላሉ ስነልቦናዊ ችግሮችና ለውጦች እያወሩ ቆዩ።

በትክክል ያላደጉ ልጆች እንዴት ጥሩ ወላጅ ሊሆኑ ይችላሉ? ሰዎች ሙዚቃና ስፖርት፣ እጅ ሥራና እርሻ ከልጅነታቸው ሲማሩ፣ ወላጅነትንና የትዳር አጋርነትን ግን በግምትና በመላ ምት የሚገቡበት መሆኑ አስገራሚ ነው። አውሮፕላን አብርሮ በማያውቅ ፓይለት በሚበር አውሮፕላን ውስጥ ማንም አይሳፈረም። ብዙ ልጆች የሚወለዱት ግን ትዳርና ቤተሰብ እንዴት እንደሚመራ በማያውቁ አዲስ ለማጆች ባቋቋሙት ቤት ውስጥ ነው። አብረኸትና አዱኛ ራሳቸውን በደንብ ሳይሠሩ ዕድሜያቸው ለትዳር ስለደረሰና መውለድ ስለቻሉ ብቻ ዳናይትን ሠሩ። ዳናይት ደግሞ ዕድሜዋ ላቅመ ትዳር ሲደርስ ካንዱ ካልተዘጋጀ ሰው ጋር ተቆራኝታ የምትወልዳቸው ልጆች ምን ዐይነት ይሆኑ ይሆን?

ከጐዳና ተዳዳሪው እስከ ሚሊየነሩ፣ ከገበሬው እስከ ሳይንቲስቱ፣ ከየኔ ቢጤው እስከ አገር መሪው አብዛኛው ያገባል ይወልዳል። ከዘጠና እጁ በላይ ግን ለትዳርም ሆነ ለወላጅነት ማይም ነው ቢባል ማጋነን አይሆንም። በምድር ላይ ካሉ ሥራዎች እጅግ አስቸጋሪ ለሆነው ሥራ እንዴት ይሆን ሰው ሁሉ እንዲህ ደፋርና ግድየለሽ ሊሆን የቻለው? በዚህ በማይማን ኅብረት በተቋቋመ ተቋም ውስጥ

እንደሚወለዱ ልጆች ምን አሳዛኝ ፍጥረት ሊኖር ይችላል? እንደ ትዳር የዕድሜያችንንና የሕይወታችንን ብዙ ድርሻና ዘመን የሚወስድ ምን አለ? ሰውን የሚያህል ነገር ወልዶ እንደ ማሳደግስ ምን ከባድ ኀላፊነት አለ? ታዲያ የትዳርና የወላጅነት ማይማን የተመሳቀለ ኑሮ ኖረው ወደዚህ ዓለም ያመጡትንም ሰው ሕይወትና አስተሳሰብ ቢያመሳቅሉ ይገርማል? አስተሳሰብና አእምሮም በከፍተኛ ደረጃ የሚቀረጸውና የሚወሰነው ትምህርት ቤት ሳይሆን በልጅነት ዕድሜ በቤተሰብ ውስጥ ነው።

ለምሳሌ ያህል የማታፈናፍን ኀይለኛ እናትና የማይከላከል ፈዛዛ አባት ባለበት ቤት ተወልደው የሚያድጉ ሴት ልጆች ብዙ ጊዜ አንድም ዐመፀኛና መራር ነው የሚሆኑት፣ ወይም ራሳቸውን የሚጠሉና ስለ ራሳቸው ዝቅተኛ ግምት ያላቸው የፍቅር ረኃብተኞች። ሴት ልጅ ካባቷ ተወዳጅነትንና አፍቃሪነትን፣ ከናቷም ወዳጅነትንና ወላጅነትን ትወርሳለች ይባላል። ይህም ከምትክ እናትና አባት ሊገኝ ይችላል፤ ለምሳሌ፣ በአያት ወይም በማደጎ ቤት ያደጉ ልጆች ካሳዳጊዎቻቸው። እንደ አዱኛ ያሉ እያሉ የሌሉ ፈዛዛ አባቶች የሴት ልጆቻቸውን ልብ በፍቅር ረኃብና ስለ ራስ እርግጠኛ ባልሆነ ባዶነት ሲሞሉት፣ እንደ አብረኸት ዐይነት እናቶች ደግሞ ወይ ዐመፀኛና ማፍቀር የማይችሉ ተቧጫሪ ነብሮች፣ አለበለዚያም ፈሪና ድንጉጥ፣ እርግጠኛነት የሌላቸው ለእናትነት ብቃት የማይታይባቸው አሳዛኝ ፍጡሮች ነው የሚያደርጓቸው። ከሁሉም የሚያሳዝነው እንደ አብረኸትና አዱኛ ዐይነት ብዙ ወላጆች ቢኖሩም፣ በልጆቻቸው ላይ የሚፈጥሩትን ተጽዕኖና የሚተውትን አሻራ እንኳ አለማወቃቸው ነው። ለማስተካከል በሚያደርጉት ጥረትም ችግሩን ያብሱታል። በወንዶች ልጆች ላይ የሚፈጠረው ተጽዕኖ ደግሞ ለየት ይላል። ኀይለኛው አባት ፈዛዛዋ ደግሞ እናት ስትሆን በልጆች ላይ የሚፈጠረው ችግር ሌላ መልክ ይይዛል።

የነአብረኸት ቤት ከመላኩ *መሥሪያ* ቤት ብዙም ስለማይርቅ መላኩ ብዙም ሳይቆይ ስለመጣ ከሣራ ጋር ተያይዘው ከማርቆስ ጋር ወደ ተቀጣጠሩበት ካፌ ሄዱ። እቤት ከሚገናኙ ካፌ ለመገናኘት ሐሳባቸውን ቀይረው ነው። ዱባይ ስለነበረው ቆይታና አንዳንድ ነገሮች እያወሩ ሳያውቁ ነበር ካፌው የደረሱት። ብዙም ሳይቆይ ማርቆስም ተቀላቀላቸው። ትንሽ ሲቀላለዱ ከቆዩ በኋላ ስለ ምንተስኖት አዲስ ልጅ ጉዳይ መወያየት ጀመሩ። ሣራ ተረጋግታ ስለነበር ነገሩን እንዴት አድርገው ቢይዙት የተሻለ እንደሚሆን ነበር ዋና የውይይታቸው ዐላማ። ሣራ ከምንተስኖት ጋር ለመኖር የነበራት ጭላጭ ምክንያትም ውድም ብሎ ጠፍቷል።

“ቆይ አሁን እሱን መፍታት የሚከለክለኝ ነገር ይኖራል? ማለቴ በመጽሐፍ ቅዱስ ሕግ መሠረት” አለች ሣራ ብዙ ጥልቅ ዕውቀት ባይኖራትም፣ ከሷ ሁኔታ አንጻር ግን መፋታቱ የሚፈቀድ እንደሆነ ሳታውቅ ቀርታ አይደለም።

"ሣሪ መፍታት መፈቀድ መከልከሉ ሳይሆን ዋናው ነገር ላንቺም ለልጆቹም የተሻለ የሚሆነው ማለቴ ባጠቃላይ ምንድነው የተሻለው አማራጭ የሚለው ይመስለኛል። መፍታትም ሆነ ሌላ ዕድል መስጠት ቢሆን ውሳኔሽ እንዴት ነው መደረግ ያለበት የሚለው የበለጠ ሊታሰብበት ይገባል። ከዚያ በፊት ደግሞ ነገሩ እውነት ነው ወይ? እሱስ ምንድነው የሚለው? እና የመሳሰሉት ጉዳዮች ቢታዩ ጥሩ ይመስለኛል።" አለ መላኩ በምንተስኖት ስላልተናደደ ወይም ለሣራ ስላልተቆረቆረ ሳይሆን በነገሩ ላይ በጣም ብዙ አስቦበት ስለነበር። እንደዚህ ያለውም በሚያደርጉት ውይይት ላይ ተቃራኒውን ወገን ይዞ በመቆም ሁኔታዎችን ለማየት እንዲቻል ነው። በተጨማሪም ማርቆስ እንዴት እንደተንጨረጨረ ስለሚያውቅና ሣራም ማርቆስም ወደ ፍቺው እንዳዘነበሉ ስላወቀም ነው።

"ምንድነው ምትለው መላኩ? ... አንተ ኮ ልጁን ብታየው ትንሹ ምንተስኖት ነው። ምንድነው የሚረጋገጠው። ደግሞ ሰውዬው ልጅቷን እንዲህ መከራዋን እያበላት እያየህ የምን ዕድል ነው የሚሰጠው?" አለ ሳያውቀው ድምፁ ከፍ ብሎ ማርቆስ።

"መሌ የውልህ ባለፈውም ሐዋሳ ሄደው ሲመጡ ልብሱ ሊታጠብ ሲል የተገኘ ኮንዶም አለ። አሁንማ እኮ ምንም ደንታም የለውም፣ ቢታወቅ ባይታወቅ።" አለች ሣራም የማርቆስን ሐሳብ ለማጠናከር በሚመስል አነጋገር።

"እኔ ግን አሁንም ፍቺ ወደሚባለው ጉዳይ ዝም ብሎ በጭፍኑ መንደርደሩ አይታየኝም። ላንቺም ቢሆን ጥሩ አይመስለኝም። ማለቴ ነገሩ እውነት ከሆነ ከመጽሐፍ ቅዱስ አንጻር በዝሙት ሰበብ ሰው ሊፋታ ይችላል። ግን ሊፋቱ የሚችሉበት መንገድ አለ ማለት ይቅር ሊባባሉ ወይም ዕድል ሊሰጣጡ አይችሉም ማለት አይደለም።" ብሎ ማኪያቶውን ፉት ሲል፡-

"መሌ አንተ እኮ ችግርህ በመጽሐፍና በሕይወት መካከል ያለውን ልዩነት ትረሳለህ። አሁን የምናወራው ስለ እህትህ ስለ ሣራ ነው። ሃሎ ... ደግሞ ታውቃለህ ምንተስኖት ስለሚባል አይ ዶኖ ... ምን እንደምል ስለሱ ... አንተ እንዴት እንደምታየው አላውቅም።" አለና ማርቆስ ወንበሩ ላይ ደገፍ ብሎ ጣራጣራውን ማየት ጀመረ።

"እኔ መፍትሔ የሚመስለኝ መጀመሪያ የቤተ ሰብ ስብሰባ ይጠራ፣ የሱም ወላጆች ይኑሩ። ከዚያም የልጅቷንና የሕፃኑን ፎቶ ተይዞ ችግሩ ይነገር። ካመነ ጥሩ ከካደም የ ዲ ኤን ኤ ምርመራ እንዲያደርግ ይጠየቅ.." ሲል መላኩ፣

"ምርመራውን እምቢ ቢልስ..? ታውቀዋለህ፣ ሥራውን ስለሚያውቅ እሺ የሚል አይመስለኝም.." አለ ማርቆስ።

ሣራ ሁለቱ የሚያደርጉትን ክርክር መስማቱን ቀጥላለች ታዛቢ እንደ ሆነች ሁሉ። ይህም ማርቆስ የድርጊት፣ መላኩም የማሰብ ሰዎች የመሆናቸው ልዩነት የፈጠረው ነገር ነው።

"ካመነ ነገሩን ያሳጥረዋል። ሣራ መወሰን ትችላለች ይቅር ለማለትና ዕድል ለመስጠት አልያም ለፍቺ። ለሁለቱም ነጻ ናት። ፍቺ ከተባለ እዚህ ሳይሆን አሜሪካ ከተመለሱ በኋላ ነው መሆን ያለበት። ካላመነ እና ለምርመራው ከተስማማ ውጤቱን መጠበቅ ነው። በዚያ መሠረት ይደረጋል። ምርመራውንም እምቢ ካለ ደግሞ አሁንም እምቢ ማለቱን እንደ መረጃ ወስዶ ሣራ መወሰን ትችላለች። ዋናው ነገር ግን እዚህ መሆን የለበትም። ቀጥሎ ደግሞ ልጆቹን የማሳደግ ጥያቄ አለ። ሌላም ሌላም ቴክኒካል ነገር ። እሱ ግን በኋላ ይደርሳል። የቤተሰብ ስብሰባ መጠራቱ ደግሞ እውነቱን ሁሉም እንዲያውቅ ስለሚያደርግ፣ የሆነ ያልሆነ ወሬ ማውራት አይችልም ብዬ ነው የማስበው።" ብሎ ትከሻውን ወደ ላይ ሰበቅ አድርጎ መድረኩን ለቀቀ፡፡

ብዙ ተጨቃጭቀው ስብሰባውን በሦስት ቀን ሊጠሩና ምንተስኖት ቢስማማም ባይስማማም ሣራ ከሳምንት በኋላ ወደ አሜሪካ ሄዳ የፍቺ ሂደቱን ልትጀምር ተስማሙ። ውይይቱ ለሣራ ከባድ ነበር። በተለይ የልጆቹ ጉዳይ ብዙ ፈተና መሆኑ አይቀርም። ከዚያም ተያይዘው ወደ ሣራ ቤት ሄደው ራት በልተው ተጫውተው እነሱም ወደ ቤት ሄዱ። ምንተስኖትም እንደለመደው አምሽቶ ስለነበር እስከ እኩለ ሌሊት አልገባም። ሣራ የፍቺው ነገር በውስጧ ስላለቀ ጉዳይም አልሰጣት። ሁለቱም መኪና ይዘው ስለነበር በቀጥታ ማርቆስ ቤት ሄደው እዚያው አድረው ነው መላኩም ወደ ሥራ የገባው።

ከሦስት ቀን በኋላ በነበረው የቤተ ሰብ ስብሰባ ላይ የምንተስኖት ወላጆች፣ መላኩና ማርቆስ፣ አንድ ሌላ ሣራን በጣም የሚወዳት የምንተስኖት ታላቅ ወንድም እንዲሁም የሣራ አክስት ተገኝተው ነበር። ማርቆስ እንዳለው ምንተስኖት ነገሩን ሽምጥጥ አድርጎ ክዶ ጭራሽ አራስ ነብር ሆነ።

"እዚህ ፎቶ ላይ ያለችውን ልጅ አታውቃትም?" ብላ ለሱም ለሌሎቹም ፎቶውን ሰጠቻቸው።

ትንሽ ድንጋጤ ፊቱ ላይ የታየበት ምንተስኖት አንዴ ሽምጥጦአልና አሁንም ድርቅ ብሎ አላውቅም አለ። ሁሉም የሕፃኑን እሱን መምሰል ግን ሳያውቁት አልቀሩም። አባቱ ከዚህ በፊት እቤት መጥታ ነገሩን ነግራቸው ያባረሩዋት ልጅ እንደሆነች ስላወቁ፡፡

"እንዴት አገኘችሽ አንቺን ልጄ? እዚህ እንዳላችሁስ እንዴት አወቀች?" አሉ ነገሩን ለማርገብም የምርም ግራ ገብቶአቸው።

"እኔ ስልኬን ከየት እንዳገኘችው አልጠየቅኳትም። ደወለችልኝ ቀጠርኳት ልጇን ይዛ መጣች። ሁሉንም ነገር ነገረችኝ። እናንተንም ለማግኘት ሞክራ ሰድባችሁ እንዳባረራችኋት ነግራኛለች።" አለች ሣራ የሰውዬው እንዳለወቀ መሆን አንጀቷን ስላሳረረው።

ትንሽ አፈር ያሉት የምንተስኖት አባትም " ኧረ እኔ ትዝም አትለኝ። ምን ዘንድሮ ሰው አሜሪካ ከኖረ ሴቱ ሁሉ ወለድኩለት ነው እንዲህ ብሎ ቃል ገባልኝ ነው፣ ስንቱ ትዝ ይለኛል ብለሽ ነው?" አሉ አሁንም የምንተፍረታቸውን እያስተባበሉ። የምንተስኖት ነገር ሆኖባቸው ትዳሩንም ማትረፍ ይቻል እንደሁ ብለው ነው እንጂ እሷም ትዝ ትላቸዋለች፤ ልጁም ልጃቸውን ቁጭ ነው!

"ቀላል እኮ ነው። ምንተስኖት እርግጠኛ ሆኖ እንኳን ሊወልድላት ልጅቷን እንደማያውቅ ነው የተናገረው። ስለዚህ አሁን እንደ ድሮ ዘመን አይደለም። የዲኤንኤ ምርመራ ማድረግ ነው እሱ ሁሉንም ይገልጸዋል። እሷም ከዋሸች የጇን ታገኛለች።" አለ መላኩ ነገሩ እያናደደው ስለመጣ። ነገሩ እንደ መብረቅ የመታው ምንተስኖት ዝም ብሎ ቆየና፡፡

"እና እኔ የማንም የመንደር ውርጋጥ ሁሉ የሱ ልጅ ነው ባለ ቁጥር ደም ምርመራ ልሮጥ ነው አብሬ? አላውቃትም፤ ምርመራም አላደርግም አለቀ። ማመን አለማመን የኔ ችግር አይደለም" አለ መውጫ መንገዱ ይህ ብቻ እንደሆነ እያሰበ።

እናቱም እሱን ተከትለው፣ "የምን ዴኔ ምናምን ነው የሰው ደኅና ትዳር ለመበጥበጥ ነው ሳጥናኤል የላካት። ልጄ እንዲህ በየመንደሩ የሚልከሰከስ አይደለም። ልጇን ታቅፋ እዚያ አባቱን ትፈልግ የማናት እቺ ውርጋጥ..!" አሉ የሱኑ ሐሳብ እያጠናከሩ።

"ምርመራው እኮ የሚደረገው ትዳርህን ለማዳን ነው እንጂ ስለ ሴትዮዋ ተብሎ አይደለም። ደግሞ ማንም ልብ ያለው ሰው ይሄ ልጅ አንተን አይመስልም ማለት አይችልም። እኔ ግን ምርመራውን ማድረግ ተገቢ ነው የሚመስለኝ ምንተስኖት። ችግርም ካለ ከዚያ በኋላ መነጋገር ይሻላል። ካሁን በፊትም ምርመራ የጠየቀህ የለም፤ በየጊዜውም የሚልህ ያለ አይመስለኝም።" አሉ የምንተስኖት አጎት። ብዙ በትምህርት ባይገፉም አስተዋይና ፍትሕ ወዳድ ናቸው። አሜሪካ ለጉብኝት ሄደው የምንተስኖትን ግፍ ስላዩ ሁሌም ለሣራ ደጋፊና አዛኝ ናቸው።

"አንተ አያገባህም ጋሼ። በቃ ይሄ የራሴ ውሳኔ ነው። ትዳር ማዳን ምናምን የምትለውን አቁም" አለ ምንተስኖትም እየተናደደ።

"ኦ እንደሱ ከሆነማ ሁሉም ነገር ግልጽ መውጣት አለበት" አለች ሣራ ንዴቷ ለመጀመሪያ ጊዜ ከቁጥጥር ውጪ ሆኖ፡፡

"እንካ ይሄንን ኮንዶምህን አዋሳ ሄደህ ከለበስከው ሱሪ ውስጥ ነው የተገኘው። እነሱም ይወቁት። በነገራችን ላይ አልጋ ከለየንም ቆይተናል። እዚህ መጥተህ አንተና ጓደኞችህ ከየሴቱ ጋር ስትዘሉ ከርማችሁ እንደምትመጣ እኮ ዐውቃለሁ። ደግሞ አልመረመርም ያልከው ፈርተህ ነው እንጂ ሌላ አይደለም። ልጁ እኮ ያንተ ለመሆኑ ምርመራም አያስፈልገውም። እስኪ በደንብ እየው። ያቺን የመሰለች አንድ ፍሬ ልጅ ደግሞ እንኳን አንተን ማንንም የልጄ አባት ነው ብላ እንደዚያ እንባዋን እያዘራች አትከተልም። ጎሊና ያላት ሰው ናት ታስታውቃለች። አሁን ቤተ ሰቦችህ እንዲያውቁልህ ብዬ ነው እንጂ እኔ ያንተን ምርመራ የምፈልግልህ ይመስልሃል? ሁሉም ነገር አልቋል። ከዚህ በኋላ እዚያው የተጋባንበት በአሜሪካ ከጠበቃዬ ጋር ነው የምትነጋገረው። የተሰጠህን ዕድል መጠቀም ካልፈልግህ ከዚህ በኋላ እንደቀለድክ መኖር አበቃ። ድሮም የኔ ጥፋት ነው። ጨርሻለሁ። እናንተም ስለ መጣችሁ አመሰግናለሁ። ስብሰባው አልቋል። ሕፃን መሰልኩህ እንዴ።" ብላ ድብልቅልቁን ስታወጣው ሁሉም ጸጥ አሉ።

"አይ ልጄ እንደዚህም አይሆንም፤ እኛንም ማክበር አለብሽ እኮ" አሉ አባቱ።

"አባባ ይቅርታ! እርሶንም በጣም ነው የታዘብሁዎት አሁን ይሄ ልጅ የእርሶ የልጅ ልጅ ለመሆኑ ምርመራ ያስፈልገዋል። ደግሞስ እሷን አሁን ረስተዋት ነው። ልጅዎት እንደሆነ አውቃለሁ። አሁን ግን አልቋል።" አለች ንዴቷ ሳይበርድ።

"እንዲያውም መላኩ ና እንሂድ እዚህ መቆየት አልፈልግም። እናንተ መሰብሰብ ትችላላችሁ። ይሄው አሉላችሁ እሳቸው ክቡርነታቸው። ሴቱ ሁሉ የልጄ አባት ነው እያለ የሚግተለተልላቸው ልዑሉ ... ምንተስኖት።" ብላ ተነሥታ ስትወጣ መላኩም ተከትሎአት ወጣ። ማርቆስ ግን ሣራ አክስት ጎን እንደተቀመጠ ዝም ብሎአል።

"አንቺ ክፍታፍ አፍሽን አትክፈቺ። ዝም ስል ጊዜ ... ምን ልቅ አፏ ነች ባካችሁ! እዚህ አሜሪካ መሰለሽ እንዴ? እንዳላጋጭሽ!" አለ ምንተስኖትም ከመቀመጫው እንደመነሳት ብሎ።

"አንተ ቁጭ በል እንጂ ... ምን ልትሆን ነው?" ብሎ አጠገቡ ያለው አጎቱ እዚያው ሶፋው ላይ ቁጭ አደረገው። እሷ ዞር ብላ ሳታየው ከመላኩ ጋር ተከታትለው ወጡ። ከወጡ በኋላ ቤተ ሰቡ እንደ ምንም አግባብተውት ምርመራውን ለማድረግ ተስማማ። እሱም ጊዜ ለመግዛ እንዲ ሆነው ነው እሺ ያለው እንጂ ያሰበው ሌላ ተንኰል ነበር። አክስቷና የሱ አጎት ሣራን ለማግባባት ተስማምተው ስብሰባው ተበተነ።

በማግስቱ ከጓደኞቹ ጋር የእርሻ መሬት ለማየት ወደ አሶሳ ለመሄድ የቆየ ቀጠሮ እንዳለውና ሲመለስ ምርመራውን እንደሚያደርግ ለማራ ተነግሯት እሷም ተስማማች። እሱ ወደ አሶሳ ለመሄድ ሳይሆን፣ ልጅቱን ከነልጇ ጠልፎ ገጠር አፍኖ አስቀምጦ እሷ ስትጠፋ ምርመራውንም ለማስቀረት ነው እቅዱ። ማምሻውን ከታች እላይ ብሎ ልጅቱን ሊያገኝ ቢሞክርም በመጨረሻ ደሴ አጎቷ ጋ ከልጇ ጋር እንደሄደች ሰማ። በሰው በሰው የአጎቷን አድራሻ በምልክት አግኝቶ እሷን ፍለጋ ደሴ ከጓደኛው ጋር በሌሊት ተነሥተው ወጡ። ማራም ለምርመራው እሺ ያለችው ጊዜ ለመግዛትና ጦርነቱን ጋብ ለማድረግ ብላ ስለነበር ለዚያኑ ማታ በረራዋን አስቀይራ ልጆቿን ይዛ ወደ አሜሪካ ተመለሰች። እሱ ደሴ ሲሄድ የልጁ እናት ደግሞ ወደ አዲሳባ እየመጣች ኖሮ፣ በመንገድ ተላለፉ። እዚያው ደሴ ወዲያ ወዲህ ሲሉ አረፋፍደው ወዳዲሳባ ሲመለሱ መኪናቸው መንገድ ተበላሽቶባቸው ደብረሲና ላይ ማደር ነበረባቸው። ሌሊት ላይ ስልክ ተደውሎ ከእንቅልፉ ነቅቶ ሲያየው ስልኩ ካሜሪካ ነው የተደወለው። ሃሎ ሲል ማራ "አታስብ በሰላም እኔም ልጆቼም አሜሪካ እንደ ገባን ልንገርህ ብዬ ነው። ካሁን በኋላ እንዳልኩህ ከጠበቃዬ ጋር ነው ጉዳዩን የምንጨርሰው። ምናልባት ግብርና ስለሆነ የሚሻልህ እዚያው አሶሳ እያረስህ ብትኖር ይሻልሃል። በል ቻው።" ብላ አንድም ቃል ሳያወራ ዘጋችው።

ደጋግሞ ሃሎ ሃሎ ቢልም፣ መልሶ ቢደውልም ስልኳን አታነሣም። ዞረበት። ጓደኛውን ከሌላ ክፍል ቀስቅሶ የሆነውን ነገሮት፣ የሚያደርገውን አጥቶ ሳይተኛ ነጋ። አዲስ አበባ ሲደርስ ሐሳቡን ቀይሮ ልጅቱን ማግኘቱንም ተወው። መላኩ ጋ ደውሎ እየጮኸ የስድብ ናዳውን አወረደበት። መላኩም ዝም ብሎ ሰማው ሰማውና ዝም ሲል ስልኩን ዘጋው። ይሄም የበለጠ አንጨረጨረው። እቤት ሄዶ ዕቃውን ሊወስድ ሲል ዕቃውን ሁሉ ጠዋት አጎቱ መጥተው እንደወሰዱና ቤቱ ባዶ እንደሆነ፣ ላከራዮቹም እንደተመለሰ ዘበኛው ነገረው። ካልገባሁ ብሎ ሲያስቸግር የውጭ በሩን ቁልፍ ሊሰጠው እንደማይችል ቢነግረውም በጣም ተናዶ ስለነበር ለድብድብ ተጋበዘ። ዘበኛው ወጠምሻ ጐረምሳ ነበርና፣ በያዘው ዱላ ሊነርተው እንደሚችልና ሕግም በሱ በኩል እንደማይቆም በማሰብ እየተሳደበ ተመለሰ። አጎቱ ጋ ቢደውል ዕቃው እሳቸው ጋር እንዳለና ማራ ትናንት መሄዷን ሲነግሩት የባሰ በንዴት ጦፎ ስልኩን ጆሯቸው ላይ ዘጋባቸው።

*　　　*　　　*

ሶፊያ አዲሳባ ደግማ ስትመጣ ብዙ ነገር ተቀያይሮባታል። የአሁኑን አመጣጧን ከቀድሞው ጋር አንድ የሚያደርገው መጀመሪያ ስትመጣ አባቷን አጥታ ሲሆን፣ አሁን ደግሞ በሕይወቷ ሁሉ ከወደደቻቸው ሰዎች በላይ የወደደችውን ሶለንን ማጣቷ ነው። ኢትዮጵያ ለሷ ማገገሚያዋ እንደሆነች ያህል ነው የተሰማት። ለመጀመሪያዎቹ ጥቂት ቀናት የቆየችው ባለፈው ስትመጣ ካገኘቻቸው ቤተ ሰቦች ጋ ሲሆን፣ ከዚያም በኋላ እንድትሠራለት የቀጠራት ግብረ

ሠናይ ድርጅት ለሌሎች ሠራተኞቹ በተከራየው ትልቅ ግቢ ባለው የእንግዳ ማረፊያ ውስጥ ገብታ መኖር ጀምራለች። ግቢው ያለው ከብሥራተ ገብርኤል በታች የአፍሪካ አንድነት ዋና ጸሐፊ መኖሪያ ጀርባ አካባቢ ነው። ይህም ለፊስቱላ ሆስፒታልም ሆነ በሳምንት ሁለት ቀን ለምታስተምርበት ትምህርት ቤት እጅግም ሩቅ አይባልም።

በፊት የምታውቃቸው ሰዎች ስላሉና ለብዙ ነገርም እንግዳ ስላልሆነች መላመዱ እንደ በፊቱ አስቸጋሪ አልሆነባትም። መላኩ ስልኳን ከዱባይ ልኮለት ስለነበር አንድ ሁለት ጊዜም ከማርቆስ ጋር ተገናኝተው ነበር። ለመግባባት ብዙም ጊዜ አልወሰደባቸውም። ሶፊያ በቀላሉ የምትወደድ ዐይነት ልጅ ናት። ማርቆስም ከሷ ጋር ለመግባባት አልተቸገረም። ብዙ ተመሳሳይ ፍላጎቶችና የሚያወሩት ነገር ስለነበረም በተገናኙበት ጊዜ ረዘም ላለ ሰዓት አብረው ነበር የቆዩት። ማርቆስ አውሮጳ በነበረበት ጊዜ በአንድ ጓደኛው ተንኰል ተጣልተው የተለያትን የመጨረሻው የነበረችውን ጓደኛውን የሚመስል ብዙ ነገር አላት።

መላኩ ከዱባይ ከመጣ በኋላ ሶፊያን በስልክ እንጂ በአካል አላገኛትም። ከዚያም ሥራው፣ የሣራ ነገርና ሌሎች ነገሮች ሁሉ ይዘውት ተወጥሮ ስለከረመ ጭራሽ ጠፍቶባት ነበር። ሣራም ከሄደች በኋላ ከነሶስናም ጋር ናፍቆቱ እስኪወጣለት ጊዜ ማሳለፍ ችሎአል። ከሶፊያ ጋር ዛሬ ማታ ለእራት ሊገናኙ ነው ማርቆስንም ጨምሮ የተቀጣጠሩት። በማግስቱ ማርቆስም ወደ ቻይና ለሥራ ስለሚሄድ መቂ የመሄዳቸውን ሐሳብ ማርቆስ ሲመጣ ከዐሥር ቀን በኋላ ለማድረግ ነው ያሰቡት። ሊገናኙ የተቀጣጠሩት አምስተርዳም ሪስቶራንት ነው። የማርቆስ ምርጫ ነው። የምግቡን ዐይነትና ጥራትም ይወደዋል። በተለይ ግን የምግቡና የአገልግሎቱም ጥራት ሳይዛነፍና ከፍ ዝቅ ሳይል ደረጃውን የተጠበቀ መሆኑ ነው ማርቆስን የአምስተርዳም አፍቃሪ ያደረገው። አስተናጋጆቹ ሁሉ ናቸው የሚያውቁት፣ ተጫውቶ ቀልዶ ነው የሚወጣው። አንዳንድ ሰዎች እነማርቆስ ቤት እንገናኝ ሲሉ አምስተርዳም ማለታቸው ነው። መላኩ ስብሰባ ረዝሞበት ዐሥራ አምስት ደቂቃ አርፍዶ ነበር የደረሰው። ሶፊያን ከቤቷ ያመጣት ማርቆስ ነበር፣ የሞቀ ወሬ ይዘው ሲሣሣቁ ነበር መላኩ የደረሰው። የሆነ ሐሳብ በሐሳቡ በጨረፍታ አለፈበትና በራሱ ሣቀ።

በጣም ጥሩ እራት ነበር። መላኩና ሶፊያ ለመግባባት ጊዜም አልወሰደባቸውም። ማርቆስ ስለ መላኩ የነገራት ነገር ብቻ ሳይሆን የዚያን ለታ ማታ መላኩ በሁሉም ጉዳዮች ላይ የሚሰጣቸው አስተያየቶችና የቁምነገር ኮሮጆ የሆኑት ቀልዶቹም ሳታስበው ሶለንን ነበር ያስታወሳት። መልካቸው በርግጥ አይመሳሰልም። ግን መላኩ ደግሞ ከሶለን የተለየ የሰውን ልብና ቀልብ የሚገዛ ማግኔታዊ ሰብእና እንዳለው ነው ያስተዋለችው። ሻካራ ድምፁና ጐፈሬው ከሆነው በላይ ተሰሚነቱን ሳይጨምሩለት አይቀርም። የአስተያየቱ ይዘት ግን ሶለናዊ ሆኖባት አልፎ አልፎ ድንግጥ ስትል ነበር። በየመሃሉም ሰሎሜ እንዴት ዐይነት

ጥሩ ልጅ እንደሆነች፣ መላኩም ሆነ ማርቆስ ባያውቁትም፣ የክብሮምን ደግነትና እንዴት እንደረዳት ማንሣቷ አልቀረም። የሁለቱ አንድ ላይ መነሣት ለመላኩ አንዳች ደስ የማይል ስሜት ፈጠረበት። ስንክሳርንም ለአጭር ጊዜ አግኝታት ስለ መላኩ እንደነገረቻትና ለወንድሚ መድኀኒት እንደላከቻት ስታወራ ማርቆስ የስንክሳር እንዲህ ባንዴ አገሩን ሁሉ ማካለል ገርሞታል። ከዚያ ውጪ ስለ ሶለንና የሱ ሞት ቤተ ሰቡን እንዴት እንደጐዳ በተለይ ሰሎሜን ኀዘኑ ምን ያህል እንደጎዳት አጫወተቻቸው። ከዚያ በተረፈ ሲሣሣቁና በማርቆስ ጉዞና ሥራ ላይ ሲያወሩ አመሹ።

የመላኩን መኪና እዚያው ትተው እርሷን በማርቆስ መኪና አድርሰዋት ተመልሰው ተከታትለው ወደ ማርቆስ ቤት ሄዱ። መላኩም ሶፊያን ምንም ሳትጨነቅ ምንም ነገር ብትፈልግ እንድትደውልለት አደፋፍሮአትና እንደሚገናኙም ተነጋግረው ነው የተለያዩት። ማርቆስ በረራው በጠዋት ስለነበር መላኩ እሱን ለማድረስም እንዲመቸው እዚያው አደረ። ለነገሩ ምክንያትም ባይኖር መለያየት አይወዱም። እቤት እንደገቡ ፒጃማ ቀያይረው ሳሎን ቤት ማርቆስ ሻንጣውን እያዘጋጀ ወሬያቸውን ቀጠሉ፡፡

"አንተ ይቺ ልጅ ዐይኔ ነው ወይስ የሆነ ማርታን የሚመስል ነገር አላት?" አለ መላኩ ስልኩ ላይ ያሉትን ያልተመለሱ ቁጥሮች እያየ። ማርታ ማለት ማርቆስ መጨረሻ ላይ እንግሊዝ አገር እያለ ባሳዛኝ ሁኔታ የተለያየት ጓደኛው ስትሆን፣ መላኩ ከተለያዩ በኋላ ነበር ያያት። በዛ የተነሳ ማርቆስ በጣም ተጐድቶ ስለነበር ከፍተኛ ሱስ ውስጥ ገብቶ፣ ሕይወቱም ሁሉ ተበለሻሽቶ እያለ ነው ከመላኩ ጋር ጓደኛ የሆኑት። የማርቆስ ሕይወት ለመስተካከል ከሁለት ዓመት በላይ ፈጅቶበታል፤ መላኩ ባይኖር ከንቱ ሆኖም ይቀር ነበር። ለተሰበረ እግር መዳን ጄሶ እንደሚያስፈልግ የተሰበረ ልብንም ያለእውነተኛ ጓደኛ መጠገን አይቻልም።

"አይደል ... እኔም እንደዚያ መስሎኝ... ዝም ብሎ ዐይኔ ነው ብዬ አስቤ ነበር። አይገርምም። ነገር ግን ማርቲን የሚመስልም የሚያህልም የትም የለም። በናትህ ቁስሌ ነው የሚነካካብኝ ስለእርሷ ሲነሳ እኮ" አለ ትንሽ ፊቱ እየተለዋወጠበት። አሁንም በሱና በማርታ መካከል የሚያምነው ጓደኛው የሠራው ደባ ያንገሸግሸዋል። በማርታ ልክ የምትሆን ሴት የለችም የሚለው እምነቱ ነው አሁንም ድረስ ብዙ ሴቶችን እንዳይቀርብ የሚያደርገው። ይህም ከፊል እውነትነት ሲኖረው፣ አብዛኛው ግን በግፍ ያጣናቸውና በየዋህነት አእምሮአችን የወደድናቸው ነገሮችና ሰዎች ሁሌም የጻድቃን ሰማዕታትን ያህል በልባችን ፍጽምናን ስለሚላበሱ ነው።

ነገሩ ለማርቆስ ብዙም ምቾት እንዳልሰጠው የተረዳው መላኩ፣ "አይ እንዲያው ስለገረመኝ ነው አጋጣሚው። ጥሩ ልጅ ትመስላለች።" አለ ነገሩን ቀለል አድርጎ፡፡ "አይደል ... ትንሽ ከነገረችኝ ታሪኳም አሳዛኝ ነው። ደግሞ እዚህ መጥታ

ለመኖር መወሰኗና ለሰው ያላት ፍቅር በጣም የምትገርም ሰው ናት፤ ብዙም አትከብድም እኮ ደግሞ።"

"አይደል... ይገርማል የሰው ሕይወት የምትወስደው ጥምዝ መሥመር። እኔ ምልህ አሁን ሄደህ ኮንትራቱን ለመፈረም ነው ወይስ ማየት ያለብህ ነገር አለ?" አለ ርእሱን ፈጽሞ እየቀየረው፡፡

"እምም ዶክመንቱን አይቼዋለሁ፣ ከጠበቃ ጋርም ሕጋዊ አቅጣጫውን አይተነዋል። ግን እስኪ በመጀመሪያዎቹ አራት ቀናት ፋብሪካቸውንና ዋና መሥሪያ ቤታቸውን አይቼ ከዚያም ዋና ዋና ሰዎቻቸውን ለማግኘት እሞክራለሁ። ደግሞም ባብዛኛው የውክልና ሥራ ስለሆነ የምሠራላቸው መጀመሪያ ላይ ብዙም ሪስክ የለውም። ቀስ በቀስ እዚህ ማምረቻውን ለመትከልም ነው የሚያስቡት። ትልቅ ፖቴንሺያል ያለው ሥራ ነው። እስኪ እናያለን።" አለ ማርቆስ የቀሩትን ዕቃዎች ከመኝታ ቤት ሊያመጣ እየሄደ።

"በጣም አሪፍ ነው ማርክ ጀግናው። ከትንሽ ዓመታት በኋላ ደግሞ ካንተ ድርጅት ነው ወኪል ለመሆን ሰዎች ከያገሩ እዚህ የሚመጡት" ሲል ጮክ ብሎ ማርቆስም በደማቁ እየሣቀ፣ "ቀልድ ምናለብህ አንተማ። እኔ ግን የቻይናና የህንድ ዕቃ ማራገፊያ ሆነን እንዳንቀር የራሳችንን ትልልቅ ኩባንያዎች አሁኑኑ መጀመሩ የግድ ነው የሚመስለኝ። ለምሳሌ መቶ ዶላር በማይሞላ ገንዘብ የዛሬ ሰባ አመት በችርቻሮ ንግድ የተጀመረው ሳምሰንግ ዛሬ ዓለምን እንዴት እንዳጥለቀለቀ ተመልከት። የጃፓንና የኮርያ ካምፓኒዎችም ሆኑ ያሜሪካ ትልልቅ ካምፓኒዎች ባንድ ሰው አንድ ክፍል ቤት ውስጥ ነው የተጀመሩት። ማይክሮሶፍት ብትል አፕል፣ ዴል ብትል ጉግል። ይመስለኛል ይሄ የኛ ጊዜ ነው። ኮርጀን ሳይሆን ፈጥረን ዓለምን የሚለውጥና የሚጠቅም ነገር መሥራት የምንችል ይመስለኛል። እስከዚያ ግን የነሱ ወኪልም ማራገፊያም ሆነን ቁም ነገሩን መማሩ ላይ ነው ቁምነገሩ። ምን ይመስልሃል ታላቁ የአፋር ፈላስፋ?" አለ አሁንም እየሣቀ።

"ልክ ነው ጋሽ ሮክፌለር" ብሎ እሱም ሣቀ።

"እኔ ምልህ አንተ ፈላስፋ ቢጤ ሰውዬ ለመሆኑ ሰሎሜን አግኝተሃት ታውቃለህ? እንዴት ናት? ምንድነው ስለሷ ማውራት ምናምን ቀንሰሃል?" አለ ፊቱን ቀጨም አድርጎ፡፡

"ያው እንዳልኩህ ዱባይ ሆኜ ብዙ አውርተን ነበር። ግን ያው ምንም ልብ ለልብ ማውራት የቻልን አልመሰለኝም። በቃ የሆነ ነገር አለ። ዝም ብሎ ወሬ ነው። ኢሜይሎቹም አጫጭር ናቸው 'ቀኑ ይሞቃል፤ መኪናው ይበራል፤ ደመናው ይገርማል' ነገር ናቸው። እስኪ እንግዲህ አንዴ ትምጣና እናያለን። ችግሩ እኔም ልሆን እችላለሁ። ደግሞ ኀዘኑም ምኑም ስላለ እሱም ሊሆን ይችላል ብዬ ነው ያሰብኩት።"አለ ብዙም እንዳላስጨነቀው በመምሰል፡፡

" እና መቼ ነው የምትመጣው?" አለ አሁንም ፊቱ ብዙም ሳይፈካ፡፡

"እኔንጃ ማርክ ... የሶለንን ታሪክና አንዳንድ የሱን ሥራዎች ወደ መጽሐፍ ለመቀየር ታስባለች።ታውቃለህ አይደል? እሷ እንዴት መጻፍ ላይ የተጠመደች ሰው እንደሆነች። ደግሞ ወንድሟን እንደ ነፍሷ ስለምትወደው እንኳን መጽሐፍ ሌላ ምንም ነገር ለማድረግ ብትፈልግ አይገርመኝም። ግን ዝም ብዬ ሳስበው ልቧን የሆነ የያዘው ነገር ያለም ይመስለኛል። ይሄ የኔ ግምት ነው።" አለ አሁንም ትከሻውን እየሰበቀ።

"ብራቮ መሌ መጠርጠርያሽን ማዳመጥ ጀመርሽ ማለት ነው። ከሙግት ወደ ስሜት ዓለም እንኳን ደኅና መጣህ!" አለ ነገሩን ለማቅለል በማሰብ፣ መላኩ ላይ ያየው ለውጥም እያስገረመው።

"እንዴ አንተ እኔ ስሜት አልባ የምክንያት ማሽን ነው የምመስልህ ማለት ነው? አንተ ልጅ ተበላሽተሃል እኮ!" አለ በያዘው መጽሔት ጭንቅላቱን መታ እያደረገው።

"አ ሰውዬው የኛ ፀጉር እንዳንተ ያፋር ጐፈሬ ጭንቅ አይችልም። ስንት ዋጋ ተከፍሎበት ከአርመን ድረስ እንደመጣ ረሳኸው እንዴ? የምር የምር አሪፍ ነው። ግን ገና ብዙም ሳላልበሰለ ስሜትህን አትታመንበት እሱን ለኛ ተወው።" አለ አሁንም እየቀለደ።

"በል የኔ አርመናዊ ነጋዴ እስኪ እንተኛ። ነገ በጠዋት ስለምንነሣ። አይመስልህም?" አለ መላኩ እየተንጠራራ።

ጠዋት ላይ ማርቆስን አየር ማረፊያ ካደረሰው በኋላ በቀጥታ እቤቱ ሄዶ የዋና ልብሱን ይዞ ሂልተን ሲዋኝ ቆይቶ አንድ ሰዓት ተኩል ላይ ሲሆን ወደ ቤቱ ተመለሰ። ለተወሰነ ጊዜ ተቋርጦበት የነበረውን የቅዳሜውን የመላኩ ጊዜ ለመውሰድ ስልኩን አጠፋፍቶ ቀለል ያለ ልብስ ለብሶ ተሰየመ። የተወሰነ ሰዓት መጽሐፍ ቅዱሱን ሲያነብ ነበር የቆየው። ሐዋርያው ጳውሎስ ፊልሞና ለሚባለው ወዳጁ እስር ቤት ስላገኘው አናሲሞስ ስለሚባለው ሰው የጻፈው ደብዳቤ ነው። መጽሐፉ አንድ ገጽና አጭር ቢሆንም መላኩ መጽሐፍ ቅዱስ ሲያጠና ማመሳከሪያ ይዞ ስለሆነ ከሁለት ሰዓት በላይ ነበር የወሰደበት። በመጨረሻም የተማረውንና ያጤነውን ነገር ሁሌም እንደሚያደርገው ላፕቶፑ ላይ ባለው ግለማስታወሻው ላይ በአጭሩ እንዲህ አሰፈረው።

በጊዜው ጳውሎስ ራሱ በእምነቱ ምክንያት በሮም እስር ቤት ታስሮ የነበረ ቢሆንም፣ ይህንና ሌሎች ደብዳቤዎችን ከዚሁ እስር ቤት ነበር የጻፈው። አናሲሞስም የፊልሞና ባሪያ የነበረ ሲሆን፣ ከጌታው

ኰብልሎ ሳለ ነው ጳውሎስ ያገኘው። በዚያም ስለ ወንጌል ነግሮት ሕይወቱ ከተቀየረ በኋላ ምን ማድረግ እንዳለበት መወሰን ነበረበት። አናሲሞስን እንደ ባሪያ ሳይሆን እንደ ልጁ ነበር ጳውሎስ የሚያየው። ምናልባትም መኰብለል ብቻ ሳይሆን ሲኰበልል ከጌታው ላይ የሰረቀው ነገርም ሳይኖር አይቀርም። በሮም ሕግ መሠረት ደግሞ ይህ እስከ ሞትም ሊያስፈርድበት ይችል ነበር። የሌላ ሰው ባሪያ ደግሞ ያለባለቤቱ ፈቃድ ማስቀረት ሕጉ አይፈቅድም። ለዚህም ነው ጳውሎስ ለፊልሞና ምንም እንኳን እኔን እንዲያግዘኝ ለራሴ ላስቀረው ብወድም፣ ላዝህ ሥልጣን ቢኖረኝም ያለፈቃድህ ምንም ላደርግ አልፈለግሁም የሚለው። ቀድሞ ምንም የማይጠቅም እንዲያም የጐዳህም ቢሆን አሁን ግን ከባሪያም ይልቅ የተወደደ ወንድምህን፣ ለኔም የሚጠቅመኝን ልጄን እንደእኔ ተቀበለው ነው የሚለው። ያጐደለብህ ነገር ወይም ዕዳ ቢኖርበት እኔ እከፍላለሁ ብሎ እማኝ ይሰጠዋል።

አናሲሞስ የሚለው የስሙ ትርጉምም 'ጠቃሚ ረዳት' ማለት ሲሆን ጳውሎስ የሚለው ደግሞ ምንም እንኳን ቀድሞ እንደስሙ መሆን ሳይችል ቀርቶ የማይጠቅም የነበረው አሽከርህ አሁን ከመለወጡ የተነሣ እጅግ ጠቃሚ ሰው ሆኖአል ነው። በነበረው ሥርዐት አንድን ባሪያ ወስዶ ነጻ ማውጣት ብቻ ሳይሆን፣ ጠቃሚ የጌታው ወንድም እንዲሆን ማድረጉ ጳውሎስ ሰባኪም ከጊዜው የቀደመ የለውጥ ሐዋርያም እንደነበረ ነው የሚያሳየው። ጳውሎስ በራሱ የእስራት መከራ ተጠምዶ አልያም የታወቀ ታላቅ ሐዋርያ በመሆኑ ተመክቶ ይሄንን ከጌታው ጠፍቶ የሚቅበዘበዝ ወጣት ተስፋቢስ ችላ ሊለው ይችል ነበር። ግን አናሲሞስን እንደ ልጁ አድርጎ ለመቀበልና ከገባበት ዐዘቅት ለማውጣት ያሳየው ትሕትናና የከፈለው መሥዋዕትነት አስገራሚ ነው።

ይህ ታሪክ ማንንም ቢሆን ሊለወጥ የማይችልና የማይጠቅም ነው ብዬ እንዳላስብ አስተምሮኛል። ደግሞም በምንም ዐይነት ችግርና እስራት ወይም በምንም ዐይነት ታዋቂነትና ታላቅነት ውስጥ ብሆን እንኳ ሰውን በተለይም ሰው ሁሉ አይጠቅምም ብሎ ተስፋ የቆረጠበትን ሰው ከመለወጥ የሚበልጥ ክቡር ሥራ እንደሌለ ተምሬበታለሁ። ዛሬም በየጐዳናውና በየእስር ቤቱ፣ በገጠርና በከተማው አያሌ ሰዎች የአናሲሞስን ዐይነት ሕይወት እየኖሩ ሲቅበዘበዙ በፍቅር ቀርቦና አቅርቦ ያጠፉትን እኔ እከፍላለሁ ብሎ የለውጥ ድምፅን የሚያሰማቸው ይፈልጋሉ። ከዚህች ትንሽ መጽሐፍ ውስጥ የተማርኩት የለውጥ ህግ ይህ ነው። ለውጥ ማለት 'አይጠቅምም የተባለን ሰውና ነገር ጠቃሚ የማድረግ ስራ ነው!' ለመማር ልቡን ለከፈተና ጊዜውን ለሰጠው ሁሉም ነገር ትምህርት ቤት ነው፣ ሁሉም ሰው አስተማሪ ነው።

በሚቀጥሉት አራት ቀናት መላኩና ሶፊያ ሦስት ጊዜ ተገናኝተው ነበር። ወደ አንድ የሥዕል ኤግዚብሽን ይዞአት ሄዶም ነበር። የሶፊያ አስተያየቶች የሥዕል ችሎታዋን ይገልጻሉ። ኤግዚቢሽኑን ያዘጋጀችውን ሠዓሊ መላኩ ያውቃት ስለነበር፣ ከሶፊያ ጋር አስተዋውቆአቸው አድራሻ ተለዋውጠዋል። ረዘም ላለ ጊዜ አውሮጳ አገር የኖረች ናት ሠዓሊዋ። ሶፊያ ከመላኩ ጋር በጣም ብዙ ነገሮችን ማውራት ችላለች። ታሪኳንም ከሞላ ጐደል አጫውታዋለች።

“አንተ እኮ አማካሪ ወይም ሳይኮሎጂስት ነበር መሆን የነበረብህ” ስትለው፣ “አይ እኔ ለሱ ተሰጥዎ የለኝም፤ ደስ የሚለኝ ሰው ማዳመጥ ነው። ሰው እያስለፈለፉ ማስከፈል አልወድም” ብሎ ነበር ያሣቃት። በየመሃሉም ስለ ማርቆስ ጥሩነት፣ ያላቸውን ቅርርብ አውርቷታል። ሶፊያ መላኩና ማርቆስ አንዳቸው ስለሌላው በሌሉበት ስለሚያወሩት ጥሩ ነገርና አብረው ሲሆኑም ስለሚያሳዩት መከባበር አይታ የበለጠ እንድትወዳቸው አድርጓታል። እሱም ስለ ራሱ ከሞላ ጐደል ነግሯታል። ማርቆስ ሲመጣም መቂ እንደሚሄዱ አውርተዋል። አብራቸው ብትሄድ ደስ እንደሚላት ስትጠይቀው ፈቃደኛ በመሆኑ ፈንድቃለች። በተለይ ስለ መፀዛ ከነገራት በመነሣት እሷን ለማየት በጣም ነው የጓጓችው።

መላኩ ዐርብ ከሥራ ሊወጣ አካባቢ የስንክሳር ወንድም የዳንኤልን ስልክ ስብሰባ ላይ ሆኖ ካላነሣቸው ስልኮች መሃል ስላየው መልሶ ደወለለት። ስልኩን ያነሣችው ስንክሳር ስለነበረች ጆሮውን ማመን አልቻለም።

“እኔ አላምንም። ስንኪ ነኝ እንዳትይኝ ብቻ?” አለ መላኩ ተገርሞም ደንግጦም። መላኩ ስንኪ ሲላት ደስ ነው የሚላት።

“እንዲህ ነን እኛ ካስፈለገ ከተፍ ነው። እንዴት ነህ በናትህ መልአኩ መሊ?” አለች ልክ ድሮ ኮሌጅ እያሉ ስትቀልድበት በምትጠራበት ስም።

“ደኅና ነኝ። በሰላም ነው? ልመጣም ነው ምናምን አይባልም እንዴ? የምር መቼ መጣሽ?” አለ ከግርምቱ ለመውጣት እየታገለ።

“ትናንት ሌሊት ነው የገባሁት። ምን ባክህ በቃ ድብርቱ ሊገድለኝ ነው። ማሚ ዝም ብላ በህልሜ ትመጣለች። በቃ አገሩን ታውቀው የለም ሰው ሁሉ መሮጥ ነው። ብቸኝነቱም አለ። ምናለፋህ ዲፕሬሽን ውስጥ መግባት ስጀምር ዝም ብዬ ነው ድንገት ብድግ ብዬ የመጣሁት። ወንድም ጋሼም ስነግረው ደስ ነበር ያለው። እዚህ አየሩ ራሱ ያጽናናል እኮ። ከዚያ አገር ቴራፒ የዚህ አገር ማኪያቶ ይፈውሰኛል ከድብርቴ ሁሉ” አለች ነገሩን ከኀዘኗ ጋር አያይዛ ድንገተኛ በማስመሰል።

“እሺ ለነሰሊስ ነግረሻቸዋል ወይስ እዚያም አያውቁም?” አለ ስለ ሰሎሜ ለማወቅ ፈልጎ፣

"እም ትንሽ ቀን ሲቀረኝ ነግሬያቸው ነበር። እሷም ትንሽ ቢዚ ስለነበረች እኔም ስሯሯጥ መጨረሻ በስልክ ብቻ ነው የተገናኘነው። ምን ደውላልህ አታውቅም እንዴ? ምናልባትም መምጣቴንም ትነግርሃለች ብዬ እኮ ጠርጥሬ ነበር" አለች እሷም ወሬ ለቀማ።

"እ..ም አዎን ይህቺን ሳምንት አልተገናኘንም።" አለ ነገሩን ደፈንፈን አድርጎ።

"ማርቆስስ ደኅና ነው?" አለች ጉዳይዋ ባይሆንም መላኩ እንደሚወደው ስለምታውቅ

"ማርክ ደኅና ነው ሰሞኑን ቻይና ነው ያለው። ካምስት ቀን በኋላ ነው የሚመጣው።" አለ የቢሮውን በር እየቆለፈ።

"ኦ ዛት ኢዝ ናይስ። እኔ ምልህ ሶፊያን አገኛችኋት እንዴ? እንድታገኛችሁ ነግረናት ነበር" አለች ወደምትፈልግበት ነጥብ እየመጣች።

"አዎን ጥቂት ጊዜ ከማርክም ጋር አሁን እሱ ከሄደ በኋላም ለብቻዬ አግኝቼያት ነበር። ደኅና ልጅ ትመስላለች።" አለ ለነገሩ ትኩረትም ሳይሰጠው፡፡

"የት ነህ ታዲያ አሁን? ከሥራ አልወጣህም እንዴ? ለምን ለእራት አንገናኝም?" አለች ሁሌም ሰዎች ድንገት ሲጠየቁ እምቢ የማለት አቅም እንደማይኖራቸው ስለምታውቅ የምትፈልገውን ነገር ሳይታሰብ ነው የምትጠይቀው።

" እም አሁን የማልቀርበት ቀጠሮ አለኝ ስንኪ። ባይሆን ነገ ምናምን ተደዋውለን ይሻላል" አለ መላኩ። ሰው ማግኘት ሳይሆን እነሶስና ጋ ቆይቶ በጊዜ እቤት ገብቶ እስከ ነገ ምሳ ሰዓት እቤት ቆይቶ ከሰዓት ላይም ሶፊያን ሊያገኝ ቀጠሮ አለው። ከቻለ ወደ ማታ ነው ስንክሳርን ሊያገኛት ያሰበው። በማያውቀው ምክንያት ስንክሳርን ማግኘት አላስናኘውም። ምናልባትም የሰሎሜን ነገር ስለምታነሣበትና ሌላ ነገርም ነግራው አንጀቱን እንዳታበግነው ፈርቶ ሳይሆን አይቀርም።

በማግስቱ ከሰዓት ላይ ስልኩን ሲከፍተው የተወሰኑ የጽሑፍ መልእክቶችን አገኘ። አንዱ ከስንክሳር ሲሆን ከሰዓት በኋላ ላይ ከሶፊያ ጋር አብረው በተቀጣጠሩበት ቦታ እንደምትመጣ የሚገልጽ ነው። ትንሽ በስጨት ቢያደርገውም ብዙም አላስጨነቀውም። ሰዎች እሱ ባወጣው ፕሮግራም ውስጥ ያለሱ ፈቃድ ሲገቡበት በጣም ነው የሚበሳጨው። እሱ ቀጠሮው ቦታ ሲደርስ ሶፊያና ስንክሳር ያወሩ ነበር። ወሬ የማያልቅባት ስንክሳር አፋችውን ሳታዘጋቸው ሰዓቱ ጭልጥ ብሎ ሄደ። ከዚያም እራት አብረው በልተው ጠዋት በእንግሊዝኛ አገልግሎት የሚሰጥበት አይ ኢ ሲ የሚባለው ዓለም አቀፍ ቤተ ክርስቲያን አብረው ለመሄድ ተስማሙና

መጀመሪያ ሶፊያን አድርሰው፣ ስንክሳርን እቤቷ ጥሎ ወደ ቤቱ ገባ። ደክሞት ስለነበር ወዲያው ነበር እንቅልፍ የወሰደው። ማርቆስም ሲደውል ጭልጥ ያለ እንቅልፍ ላይ ስለነበር ስልኩ አመለጠው። ማርቆስና ሣራ በየቀኑ ነው የሚደዋወሉት ቻይና ከሄደ ጀምሮ። ምንተስኖት አሁንም እዚሁ ስለሆነ ምንም አዲስ ነገር አልተፈጠረም።

በማግስቱ ከቤተ ክርስቲያን መልስ ስንክሳር ምሳ ጋብዛቸው ከበሉ በኋላ ሶፊያ ሌላ ቀጠሮ ስለነበራት እሷን ቀጠሮ ቦታዋ አድርሰዋት እነሱ ሂልተን ተቀምጠው ለማውራት ወደዚያው አመሩ። ስንክሳር አመቺ ጊዜን ስትጠብቅለት የነበረውን ነገር ለማፈንዳት ልቧ ከጅሏል።

"አንቺ ግን ይሄ መንገድ በቃ የውሃ መንገድ ሆነልሽ ማለት ነው? እኔ ጉዞውን ራሱ ሳስበው ያመኛል" አለ መላኩ መመላለሷ ስለበዛበት።

"አዬ መሌ በኔ ቦታ ብትሆን ይገባህ ነበር። እዚህ እንዳልቀር እዚያ ብዙ የሚበላሽ ነገር አለ። እዚያ ስሆን ደግሞ በቃ ያመኛል። እዚህ አየሩ ራሱ ያጽናናል እኮ። እንጃ መሄድ ባይኖርብኝ እዚህ ብኖርም ደስ ይለኛል። ግን ደግሞ ሲስተሙ ሰዉ እዚህ ነርቭህ ላይ ነው የሚወጣው። ምንም በቃ ርግጠኛ መሆን አትችልም። ንጽሕናው በዚያ ላይ ደግሞ የሰዉ ማነር አሜሪካ ይግደለኝ።" አለች እየተንገፈገፈች፡፡

"መምረጥ ግድ ነው። ሁለት ዛፍ ላይ መውጣት ከፈለግሽ ወይ ዛፎቹን ቆርጠሽ መሰላል መሥራት ነው ወይ ደግሞ አንቺ መሰንጠቅሽ ነው" አለ በሹፈት ደምፅ።

"እኔ ምልህ ሰሊ አልደወለችም ሰሞኑን ምንም? ምንም አዲስ ነገር አልነገረችህም እንዴ?" አለች አንገቷን ወደ እርሱ ዘንበል አርጋ።

"እ እ.. ከአምስት ስድስት ቀን በፊት አውርተን ነበር። በቃ ምን አለችኝ?... ያው የሶለንን ሕይወትና ሥራ በመጽሐፍ ለመጻፍ መረጃ ምናምን እየሰበሰበች እንደሆነ ነው የነገረችኝ ... ሌላ ምንም አላውቅም ... እናንተ ከዚያው የመጣችሁት ንገሩና" አለ እንደ መቀለድም ብሎ፡፡

"አይ ይገርማል። እንግዲህ ያንተን ስሜት ለመጠበቅና ነገሩን ቀስ ብላ ለመግለጽ አስባ ሊሆን ይችላል። ለቤተ ሰቦቿም ለመንገር ያሰበች አልመሰለኝም። ግን ክብሮም በቃ የሚያደርገውን ነው ያሳጣው በጣም ደስ ብሎታል። እሷም ነገሩን አሁን ብዙ እንዳይወጣ እንደፈለገች ነው የነገረችኝ። ላንተ አት ሊስት ፍንጭ ትሰጥሃለች የሚል ግምት ነበረኝ። ነገር ግን ከክፋት የተነሣ አይመስለኝም።" ብላ ላፕቶፗን አውጥታ ኢንተርኔት ለማገናኘት እየሞከረች ዝም አለች።

"ምንድነው የምታወሪው? እኔ ምንም የማውቀው ነገር የለኝም። ስለዚህ ክብሮም ምናምን ስለምትይውም ልጅ የነገረችኝ ነገር የለም።..." አለ ስሜቱ እየተቀያየረ።

"ያው ስለምታከብርህና አንተን ለመጉዳትም ስለማትፈልግ ሊሆን ይችላል ግን የዛሬ ሁለት ሳምንት ምናምን ገደማ ከክብሮም ጋር የልደቷ ቀን ቀለበት አድርገዋል መሰለኝ" አለች አሁንም በጨረፍታ ፊቱን እያየች።

"ምን? ... ሊሆን አይችልም! ሰሎሜ እንደዚህ ታደርጋለች ብዬ አላምንም። ወሬ ነው...ይ.." ብሎ ካፉ ሳይጨርስ ክብሮም በላከላት ኢሜይል ላይ ያሉትን ፎቶዎች ልታሳየው ጀመረች። መጀመሪያ አብረው ጀልባ ላይ፣ ቀጥሎም የልደት ኬክ ሲቆረስ ከዚያም ተንበርክኮ ሲጠይቃትና ቀለበቱን ሲያደርግላት የተነሡትን ሁሉ አይቶ ሰውነቱ ሳያስበው መንቀጥቀጥ ጀመረ። በመጨረሻም ሲስማት የሚያሳየውን ፎቶ ሲመለከት ተነሥቶ እጁን ፊቱ ላይ አድርጎ ተነስቶ ሄደ።

ምናልባት በሕይወቱ ሙሉ እንደዚህ ዐይነት ንዴትና መከዳት ደርሶበት፣ ሰው የተጫወተበትም ጊዜ ያለ መስሎት አያውቅም። ምን እንደሚያስብም እርግጠኛ አልነበረም። ስንክሳር ተከትላው እየሮጠች "መሌ ይቅርታ እኔ እኮ አንተን ለመረበሽ አይደለም፡፡ ወይኔ እጄን በቆረጠው ዛሬ! በቃ እኔም ፌይር ስላልመሰለኝና አይ ዶኖ ጠርጥረሀም ከሆነ ብዬ ነው... ይቅርታ ምናልባት ይህን ሁሉ ላንተ ማሳየት አልነበረብኝም። እመነኝ፤ እሷ ግን ላንተ በጣም ነው የምታስበው..." እያለች ግራ የገባት ለመምሰል ስትሞክር፣ "ስሚ ስንክሳር.. ለምንም ይሁን ለምን ይህንን ፎቶ ያሳየሽኝ I really don't care! አንቺም ያው ነሽ እሷም ያው ነች...ሁለታችሁም... ሁላችሁም... ለውጥ የለውም። አሁን ብቻዬን ነው መሆን የምፈልገው። ወደ ቤትሽ በታክሲ መሄድ ትችያለሽ። ፕሊስ አሁን ሌላ ንግግር አልፈልግም። አንቺም እሷም ታስቡልኛላችሁ ... በጣም ነው የምታስቡልኝ ... ወይ ማሰብ! አንድ ርግጠኛ ነገር ሁላችሁም ያው ናችሁ። በቃ ክፉ አታናግሪኝ አሁን።" ብሎ እጁን እያወናጨፈ ወደ አትክልት ስፍራው ለብቻው ወደ ጓሮው ወጣ። እንደዚህ ሲሆን አይታው ስለማታውቅ እሷም ደንግጣ ተርበተበተች። ምናልባት መጀመሪያ ወሬውን ነግራው ከጥቂት ቀን በኋላ ፎቶውን ብታሳየው ይሻል እንደነበርም አሰበች። በርዶለት እስኪመጣ ሒሳቡን ከፍላ ቁጭ ብላ ጠበቀችው። ከአንድ ሰዓት በኋላ ፈጠን ፈጠን እያለ ወደ መኪናው ሲሄድ እየተከተለች፣ "መሌ መሌ ጠብቀኝ እንጂ" አለች፡፡

"የቀረሽ ነገር አለ? ተኝተው የሚያሳይ ወይም የሰርግ ፎቶ አለሽ?... ፕሊስ አሁን ላናግርሽ አልችልም እኮ ነው የምልሽ... በፈጣሪ ... ብቻዬን ነው መሆን የምፈልገው..." ብሎ ወደ መኪናው ሄደ። በምን ዐይነት ፍጥነት እቤት እንደደረሰም ሳያውቅ ቤቱ ገብቶ ለመተኛት ሞከረ። አልሆነም፤ ትኩስ ትኩስ እየተነፈሰ

ተንኰራደደ። እሱ ጋ ያለውን የሰሎሜን ፎቶ ሁሉ አውጥቶ ማቃጠል አሰኘው። ማርቆስም፣ ሰሎሜም፣ ስንክሳርም፣ ሶፊያም መዐዛም ደውለው ነበር አንዱንም አላነሣውም፣ እንዲያውም ስልኩን ዘጋው። ሌሊቱን ሙሉ ሲገላበጥ አድሮ ጠዋት ላይ አለቃው ጋ ደውሎ ትንሽ ችግር ስላጋጠመው ለሚቀጥሉት ሦስት ቀናት ፈቃድ ጠይቆ ከሥራ ቀረ። ሰውነቱ ሁሉ በጣም ደክሞና አእምሮውም ፈዞ ስለነበር ረፋዱ ላይ እንቅልፍ ወሰደው። ወደ ከሰዓት በኋላ ሲነሣ ቀዝቃዛ ሻወር ወስዶ ከከተማ ለመውጣትና ብቻውን ለመሆን ወሰነ።፡ለወትሮው ገና ሲነካው የሚያዘልለው ቀዝቃዛ ውሃ ምን እንደሆነም ሳያውቀው ታጥቦ የወጣው። ከዚያም የተወሰነ ልብስ ይዞ ወደ ወሊሶ መሥመር ነድቶ ነጋሽ ሎጅ ለሁለት ቀን አልጋ ያዘ። ማን እንደደወለ ማወቁ ስለማይከፋ ብሎ ስልኩን ከፍቶ ድምፁን አጠፋው።

ሁሉንም ነገር በጽናት በጥልቀት ለማሰብ ሞከረ።፡የስሜቱ መጐዳት የማሰብ ችሎታውንም በእጅጉ ቀንሶት ነበር። በሁለተኛው ቀን ቡና ደጋግሞ እየጠጣ አንድ ሐሳብ መጣለት። “በቃ ሰሎሜ የምትባል ሰው የለችም። ከማንም ጋር ስለሷ አላወራም፤ ማንም ምንም እንዲያወራልኝ አልፈቅድም። አለቀ የሚከፈለው ዋጋ ይከፈላል!” አለ በውስጡ። ከዚያም ከውስጡ አንዳች ነገር ቀለል ያለው መሰለው። የሰማውን ነገር ውስጡ ለመጠራጠር ሲሞክርበት ከት ብሎ ሳቀና “አሄ ...ሄ ...ሄ! መሌ ፎቶ ከማየት በላይ ምን መረጃ ያስፈልግሃል? አየህ እኮ ቀለበቱን ኬኩን መሳሳሙን!፡ሌላ ምን ትፈልጋለህ ታዲያ?” አለ ጮክ ብሎ ለራሱ! ከዚያም ብዙ አሳብ አውጥቶ አውርዶ ውሳኔን አጽንቶ ወደ አዲሳባ ተመለሰ።

አዲሳባ እንደገባ መጀመሪያ ስንክሳር ጋ ነበር የደወለው። ሊያገኛት እንደሚፈልግ ነግሮአት ሲገናኙ እያለቀሰች ነበር የሳመችው።

“ይቅርታ መሌ እኔ እኮ ያን ያህል ይጐዳሃል ብዬ አልነበረም። በጣም ይቅርታ ሰሎሜም እኮ ደውላ ነበር። ስልኬን አያነሣም አለችኝ።” አለች ይሄ ንዴቱን ያበርድለት ይመስል።

“አንድ ነገር ስሚኝ። በቀደም ስላሳየሁት የማይገባ ባሕርይ ይቅርታ፤ ከራሴ ውጪ ነበርኩኝ። ከዚህ በኋላ ከኔ ጋር የሚኖርሽን ግንኙነት የሚወስነው አንድ ነገር ነው። ሁለቱ አልነግርሽም። ይህንን ሕግ ያፈረስሽ ቀን አለቀ የኔና ያንቺ ነገር።” ሲል፣ “ምንድነው?” አለች አላስችል ብሎአት፡፡

“ስለ ሰሎሜ እኔ ፊት ማውራት አይፈቀድም። ለእኔም ሆነ እኔ ባለሁበት ስለሷ ብታወሪ አለቀ! ምርጫው የራስሽ ነው።” አለ፡፡

በጣም በቁጣ ሲያወራ የምሩን እንደሆነ ስላወቀች ዝም አለች። ነገሩን ለመቀየር ብላ፣ “ሶፊያን ለራት ቀጥሬአታለሁ አብረኸን ብትሆን ደስ ይለኛል። ያልከውን ለማድረግ የቻልኩትን ሁሉ አደርጋለሁ። ግን እኮ..” ስትል ካፏ ለቀም አድርጎ፣

"ግን የለም አለቀ በቃ! ያለቀ ነገር ነው።" ብሎ ራት አብሮአቸው ለመሆን ፈቃደኝነቱን ገልጾ ማታ ላይ የተቀጣጠሩበት ፒዛ ቤት እንደሚመጣ ነግሯት ወደ ቤት ሄደ።

እቤት እንደገባ ነበር ሰሞኑን ሁሉ ደጋግሞ ይደውል የነበረው ማርቆስ እንደገና የደወለው። ስልኩን አንሥቶ ደኅንነቱንና ከአቅም በላይ በሆነ ምክንያት ስልኩን እንዳላነሣ ነገረው። ምክንያቱን ሲመጣ ብቻ እንደሚነግረውና ከሦስት ቀን በኋላ ሲመጣም እንደሚቀበለው ተነጋገሩ። የመላኩ ድምፁም አነጋገሩም ስለተቀየረበት ማርቆስ መጨነቁ አልቀረም። የስንክሳርንም መምጣት ስለነገረው የሆነ ወሬ ይዛ መጥታ ይሆናል ብሎ ጠርጥሮአል።

ማርቆስ ቻይና እንደሆነ ያወቀችው ሰሎሜም ስለ መላኩ መጥፋትና አግኝታው እንደሆነ ስንክሳርን ስትጠይቃት፣ አንድ ሁለቴ እንደ ተገናኙ፣ ብዙ ጊዜ ግን ከሶፊያ ጋ ስለሚያሳልፉ የሷንም ስልክ እንደማያነሣ ነገረቻት ቀለል አድርጋ። ማታ ሦስቱም ለእራት እንደሚገናኙ ነገረቻት። ብዙ ስለ ሶፊያ አድንቆ እንደነገራትና አብረውም ደስተኛ እንደሚመስሉ አጫወተቻት። እንዲያውም እሷ የሶለን ገርል ፍሬንድ የነበረች ባትሆን ሰሎሜና ክብሮም፣ መላኩና ሶፊያ ቢጋቡ ሁሉም ደስተኛ እንደሚሆኑ እየሣቀች ስትነግራት የሰሎሜ አንጀት ማረሩ አልቀረም። በመጨረሻ ሰሎሜም፣ "ከቻልሽ ስልኬን እንዲመልስልኝ ንገሪው ለሆነ ጉዳይ በጣም እንደምፈልገው አደራ። እኔም ከአሥራ አምስት ቀን በኋላ መምጣቴ አይቀርም። ያኔ እንገናኛለን ታንክ ዩ የኔ ቆንጆ አንቺ ባትኖሪኝ ኖሮ ምን ይውጠኝ ነበር?" ብላ ተሰነባብተው ስልኩን ዘጉት።

ለሚቀጥሉት ሁለት ቀናት አለመደወሉንም ስልኳንም አለመመለሱ ስላናደዳት አጠር ያለ ኢሜይል እንዲህ ብላ ጻፈችለት፡- *"ሄይ ምንድነው ነገሩ? እኔኮ በጣም ልነግርህ የምፈልገው ጉዳይ ስላለኝና አሁኑኑ መነጋገር ስላለብን ነው? እባክህ ስልኩን አንሣው ወይም ደውል። ሰሎሜ" ይላል።*

ሰሎሜ በምትሠራው ጽሑፍ አንጻር የሱን ምክርና እገዛ ፈልጋ ነበር ደጋግማ የምትደውልለት። በተጨማሪም ወደ ኢትዮጵያ ከመመለሷ በፊት ለጽሑፉ አስፈላጊ የሆነ የሚቀር ነገር ካለ ከመነሣቷ በፊት እንዲነግራት ልትጠይቀው ነበር።

መላኩ ኢሜይሉን ሲያይ ጭራሽ ንዴቱ ጦፈ። ስንክሳር የነገረችውን በስልክ ልታስረዳው ነው የመሰለው። እሱም ባጭሩ፣ "ሄይ ምንም ጠቃሚ ነገር አይታየኝም። በጣም ሥራ ስለሚበዛብኝና ለወሬ ጊዜ ስለሌለኝ ባታስቸግሪኝ ደስ ይለኛል" የሚል መልስ ጻፈላት። ነገሩ ሰሎሜን ነዘራት። ስንክሳር ጋ ደውላ ነገሩን ስትነግራት እሷም የመላኩ ባሕርይ ስለተለዋወጠባት ግራ እንደገባት ነገረቻት።

ሰሎሜ በራሷ ንዴትና ብስጭት ውስጥ ገብታ ግራ ግብት አላት። ሶፊያንም በጣም ሳትጠላት አልቀረችም። የሷም ቁጣና ንዴት እያየለ መምጣቱ አልቀረም። ከነዘኑ ጋር ስንከሳር የምትነግራት ተደማምሮ እሷም መላኩን ማየትም ማግኘትም አስጠላት። ግን ደግሞ ኢትዮጵያ ስትሄድ ምንድነው የምታደርገው? ያሰበችው ሁሉ የተናደባት ስለመሰላት እንደገና ግራ መጋባት ውስጥ ገባች።

ማርቆስ ከመጣ በኋላ መላኩ ልክ እንዳልሆነ ገብቶታል። ከሶፊያም ጋር አውርቶ ያገኘው ፍንጭ አልነበረም። ሰሎሜ ደግሞ ኢሜይሉንም ስልኩንም አልመለሰችለትም። ከመላኩ ጋር ስለ ሰሎሜ ለማውራት ቢሞክር መላኩ አሻፈረኝ አለ። ጭራሽ ስለሷ ማውራት እንደማይፈልግና ማርቆስ ስለሷ ማውራቱን የሚቀጥል ከሆነ ጓደኝነታቸውን እንደሚጐዳና ላያገኘውም እንደሚችል ቁርጥ አድርጎ ነገረው። መላኩ ያለውን ከመፈጸም እንደማይመለስ ያወቀው ማርቆስም ሐሳቡን ለጊዜው ተወት አደረገው። ይሁን እንጂ አሁንም ሰሎሜን አግኝቶ ማናገር ስላልቻለ ነገሩ ሊገባው አልቻለም። መላኩ እነሶስናን ማየቱን እንደበፊቱ በየቀኑም ባይሆን አልተወም። የሰሎሜ መምጫም አሥራ አምስት ቀን ስለቀረው ሽር ጉድ ማለት ጀምረዋል። መላኩም የምትመጣበትን ቀን ስላወቀ ያንን ሳምንት እንዳለ አባቱን ፍለጋ ወደ አፋር የሚሄድበት ጊዜ አድርጎ መኪና ኪራይንና ከመሥሪያ ቤት ፈቃዱን ሁሉ አስተካክሎአል። ዐይኗንም ማየት አልፈለገም። ማርቆስም መላኩን እንዴት እንደሚረዳው ገብቶታል።

የሰው አእምሮ በውሸትና በተጣመመ መረጃ ላይ እንደሚበላሽ በምንም አይበላሽም። በተለይም ውሸትን ሥራዬ ብለው በራስ ወዳድነት ስሜት የሚረጩ ሰዎች በሌሎች ልብና አእምሮ ውስጥ እሾህና አሜኬላን ይዘራሉ። ስንት ጥሩ ሰዎች በክፉና በስግብግብ ውሸተኞች ኑሯቸው ፈርሷል። ትዳራቸው ተበትኗል! ስንት ሥልጣኔዎችንና አገሮችን ከጥቅም ውጪ አድርገዋል። አያሌ ጨቅላዎች በውሸት በተመረዘ ንግግር እንጭጭ አእምሮአቸው ከንቱ ሆኖ ቀርቷል። ዓለምን በአንደኛነት ያጠፋው ክፉ ሰዎች የዘሩት ውሸት ነው። የሰው ውድቀት የጀመረውም በውሸት ነው። እውነትን በትዕግሥትና በሰከነ ልቦና እንደ መልካም ዘር ካልፈለግናትና ካልተንከባከብናት ውሸት እንደ አረም ከክፉ ሰዎች የልብ ዕርሻ ላይ እየተዛመተ መልካም ልቦችን ማጥፋቱና መውረሱ አይቀርም። 'እውነትን ታውቃላችሁ እውነትም ነጻ ያወጣችኋል' የሚለው የትልቁ መጽሐፍ ቃል እንዴት ያለ እውነት ነው? በዓለም ላይ ከሁሉ አስከፊው እስር ቤት የሰው አእምሮ ባመነጨው ውሸት ሲጠፈርና በዚያ ቀንበር ውስጥ ሲኖር ነው። እውነተኛ ነጻነት የኅሊና ነጻነት ነው። የኅሊና ነጻነት ደግሞ እውነትን በማወቅና በመኖር ነጻ ከወጣ አእምሮ ብቻ የሚገኝ ጸጋ ነው።

የብዙ አእምሮዎች መቆለፍና መዛግ መንሥኤው ባንድም በሌላም መንገድ ወደ ውስጣቸው የገባው ውሸትና ነጻ የሚያወጣቸውን እውነት

አለማወቃቸው የፈጠረው ገደል ነው። ከእውነት በፊትም ሆነ በላይ ለአእምሮ ጤንነትና ነጻነት ምን መድኀኒት ይገኛል? እውነትን ማወቅ ነጻ ቢያወጣም፣ እውነት ዋጋዋ እጅግ ውድ የሆነ መድኀኒት ናት።

መተላለፍ

ምንም እንኳ ውስጡ ያለው ቁስል አሁንም ትኩስ ቢሆንም፣ መላኩ ሥራውን መሥራትና ማኅበራዊ ሕይወቱን በከፊል ማስተካከል ችሎአል። ውስጡን እያብሰለሰለ ያሰቸገረውን ስሜት ለማርገብ የተሻለ መንገድ ነው ብሎ ያሰበው ዘመዶቹ ላይ ማተኰር ነው። ለረጅም ጊዜ ነገ ነገ እያለ ጊዜ ሲጠብቅለት የነበረውን አባቱን የመፈለጉንም ጉዳይ አሁን ለማድረግ ወስኗል። ከውስጡ ሊያወጣው ያልቻለውን የሰሎሜን ጉዳይ ትንሽ እንደሚያስረሳው ተስፋ ሳያደርግ አልቀረም። ጠንካራ ለመሆን ቢሞክርም ለነገሮች ያለው ቀና አተያይ ሳይደበዝዝበት አልቀረም። ስለ ሰው ያለውን እምነቱን ሁሉ ነው ያዛባበት።

ብዙ ጊዜ መሥሪያ ቤታቸው የሥልጠና ዕድል ሲመጣ ለመሄድ ፈቃደኛ ስላልሆነ፣ አብረውት የሚሠሩት ሁሉ ይገርማቸዋል። እዚሁ በመኖር ከማገኘው የተሻለ ሥልጠና የትም አላገኝም እያለ ይቀልዳል። ልዩነቱ አበሉ ብቻ ነው ብሎም አብዛኛው ሰው ሥልጠና የሚሄድበትን ዋና ምክንያትም በቀልድ መልክ ባል ሳያደርግ አያልፍም። ባለፈው ሰሞን አለቃው እሱ ቢሄድ እንደሚመርጥ የነገረው የሁለት ወር ሥልጠና ነበር። መላኩ እያመነታ ነበር፤ ምክንያቱም እሱ ሲሄድ የሰሎሜ መምጫ ሊሆን ስለሚችል መሄዱን ፈጽሞ አልፈለገውም። ሥልጠናው በቀላሉ ሊገኝ የማይችል ሲሆን ይዘቱም መላኩ ሁል ጊዜ ብዙ መሥራት በሚፈልግበት ጉዳይ ላይ ነው። ቦታውም ሉዊቭል ኬንታኪይ የሚባል ከተማ አሜሪካ ውስጥ ነው። መጀመሪያ ላይ ፎዚያን እንዲልኳት ለአለቃው ሊነግረው አስቦ ነበር። አሁን ግን ሰሎሜ ስትመጣ ከአካባቢው መሄዱን እንደ በረከት ነው ያየው። ስለዚህም ለሥልጠናው ለመሄድ መወሰኑን ለአለቃው ሊነግረው አስቧል። ነገሩን ለማርቆስ በመንገርም ሆነ ባለመንገር ላይ እያመነታ ነው። ቢነግረው ማርቆስ እንደማይስማማ ያውቃል፤ ባይነግረው ደግሞ በጣም ያዝንበታል።

ማርቆስ ለስንክሳር ያለውን ስሜት ስለሚያውቅ ወደ መቂ ሊያደርጉት ባለው ጉዞ ላይ አብራቸው ለመሄድ ብትጠይቀውም አልፈቀደላትም። በየመሃሉ የምትሰጣቸው አስተያየቶችና ብዙም ማረፍ የማይችለው አፏ እሱንም ቢሆን ያደክመዋል። ማርቆስና ሶፊያ የሚያወሩት ደስ ይለዋል፤ ዝም ማለትም ስለሚችሉ

ዘና ያደርገዋል። በተለይ ሶፊያ ተጫዋችና ቁምነገረኛ የሆነች፣ የሰውን ስሜት በቀላሉ የምትረዳ ከመሆኗም በላይ፣ የአርት ተሰጥኦዋም ሊሆን ይችላል ትንንሽ ነገሮችንም የማድነቅና ሰውንም የመረዳት ችሎታ አላት። ከማርቆስ ጋር መቀራረባቸውም መላኩን ደስ ብሎታል። ዐርብ ቀን በጊዜ ከሥራ ወጥቶ መኪናውን ማርቆስ ቤት ካቆመ በኋላ ከዱባይ የገዛቻቸውን ልብሶችና አንዳንድ ስጦታዎች ወደ ማርቆስ መኪና አሻገሩ።

ከዛም ሶስና በጣም ስለናፈቀችው ትናንትም ደውላ ስላለቀሰችበት ትምህርት ቤቷ በር ላይ ሄደው ጠበቋት። ደስታዋ ወሰን አልነበረውም። መላኩን አቅፋ አልለቅም ብላ ስታለቅስበት ጊዜ የሱም ልብ ውሃ ሆነ። ለሶስና መላኩና ሰሎሜ አንድ ናቸው። በልቧም ሁለቱን እናትና አባቷ አድርጋ ሳትቆጥራቸው አትቀርም። ስለተፈጠረው ውዥንብር ምንም የማያውቀው ንጹሕ ልቧ እንዳይመረዝና እንዳይሰበር ፈራ። ብዙ አባብሎአትና ከመቂ ሲመለስ ሽርሽር እንደሚወስዳት ቃል ገብቶ ነው የለቀቀችው። 'ስለ ሰሎሜ ማውራት አይፈቀድም' የሚለው የመላኩ ሕግ ሶስና ጋ ሊሠራ አይችልም። መላኩም ማርቆስ እስኪገርመው ድረስ ነበር ከሶስና ጋር ስለ ሰሎሜ መምጣትና ስትመጣ ስለሚያደርጉት ነገር ስታወራው እየሣቀ ያወራት። ሁሉም እንደሕፃን የዋህና ንጹሕ ቢሆን ይህች ዓለም ምንኛ ውብ በሆነች ነበር። ሶስናን እቤት አድርሰው ሲወጡ፣ "አጅሬው እና እኛም ጨጨፁ መሆን አለብን ስለ እሜቴ እንደፈለገን ለማውራት ወይስ ምንድነው ምስጢሩ?" አለ ትከሻውን መታ እያደረገና መኪናውን እያዞረ፡፡

"ማርክዬ ምን ላድርግ? እያት ንጽሕናዋን ፍቅሯን። ልቤን ነው እኮ የሸነታተረችው። አይ ዶኖ ... ምን ማድረግ እንደሚቻል... እሱ ይርዳኝ... ምንም ማድረግ አይቻልም... ሕይወት ሚጥሚጣ የበዛባት ብጫቂ እንጀራ ናት አንዳንዴ ..." አለ መስኮቱን እየከፈተ፡፡

"ይቺ ደግሞ አዲስ ተረትና ምሳሌያዊ ፍልስፍና ናት? ባልጠፋ እንጀራ ወይ እንጀራውን መጨመር ነው አለበለዚያም ሚጥሚጣውን ማሳነስ... ግን እኔ ምልህ ዛሬስ ትንሽ ማውራት እንችላለን ... ማለቴ እንደሶሲ ... በናትህ መሌ.." ብሎ ውስጡ የተከማቸውን ጥያቄ ለማፈንዳት ሲያቀበቅብ..

"ማርክ ... ይገባኛል ምን ያህል እንደምትጨነቅና እንደምታስብልኝ። ግን በቃ አሁንም ጊዜ ስጠኝ። ለጊዜው አሁን ደኅና ነኝ። ለማውራት ግን ዝግጁ አይደለሁም። ያመኛል። ደግሞ ምንም የሚለወጥ ነገር የለም። ራስ ምታት ብቻ ነው ትርፉ። ለወሬ የሚመች ነገር አለ እኮ..." አለ ስሜቱ እየተለዋወጠና ሳያስበው እጁን እያወናጨፈ።

"መሌ እኔ እኮ ስለ ምን እንደምታወራ አልገባኝም። ልክ እኔም አንተም ስለምናውቀው ነገር የምታወራ ነው የምትመስለው። ምን የሆንከው ነገር አለ?

ማለቴ አንተና ሰሎሜ ሰላም አይደላችሁም? ያለችህ ነገር አለ? ዝም ብለህ እኮ ነው ሁሉንም ነገር የጠረቃቀምከው።" አለ ግራ ግብት ብሎት፡፡

"ማርክ አንደኛ ነገር ነገሩን ማውራት ፈጽሞ አልፈልግም። ሁለተኛ ነገር ምንም ሊደረግ የሚችል ነገር የለም። በተጨማሪም ምንም እንዲደረግ አልፈልግም ካሁን በኋላ።" አለ አሁንም ነገሩን እየዘጋጋበት።

"ስማ እንጂ የኔ እኮ ጥያቄ ስለምኑ ነው የምታወራው? ልትነግረኝ ትችላለህ ምን እንደተፈጠረ? ተነጋግራችሁ ነው ወይስ ምንድነው? እኔ እኮ ፈጽሞ ግራ ነው ያጋባኸኝ።" አለ አሁንም አንዴ መላኩን፣ አንዴ ከፊቱ ያለውን በፍጥነት መሥመሩን እየቀያየረ ሰዉን ሁሉ ለመቅደም የሚሞክረውን መኪና በጥንቃቄ እያየ።

"የውልህ ማርክ ለምን ቀናችንን እናበላሸዋለን ምንም ለውጥ ለማያመጣ ነገር። እንኳን ሳወራው ሳስበውም ነው ጨጓራዬ የሚላጠው። ይልቁን እሱን እንተወውና የሆነ ነገር ልንገርህ። ግን እንዳይደብርህ ወይም ከዚህ ጋር አታያይዘው።" አለ ርእሱንም ለመቀየር ቢችል ተስፋ እያደረገ፡፡

"ገብቶኛል ሐሳቡን ለመቀየር እንደሆነ። እሺ ደግሞ ምን ተገኘ?"

"ትዝ ይልሃል ባለፈው አንድ ሥልጠና መሥሪያ ቤት መጥቶ አለቃዬ እኔ እንድሄድ እንደሚፈልግ ነገሬህ ነበር። ሥልጠናውን ብፈልገውም ለሁለት ወር አሜሪካ መሄዱን ብዙም አልፈለግሁትም ነበር። አሁን ግን ሥልጠናው ከሚያመልጠኝ ልወስደው እያሰብኩ ነው። ደግሞም ትንሽ ዕረፍትም ይሆንልኛል። ከሁሉም ነገር ራቅ ብሎ ማሰብ ሳያስፈልገኝ አይቀርም።" አለ የማርቆስን መልስ ለመስማት እየጓጓ።

" ምን...? አንተ ልጅ አብደሃል እንዴ? አይ ኖው ሥልጠናውን ትፈልገው እንደነበር፣ ግን አሁን ሳስበው ለሥልጠናው ብለህ ሳይሆን ሽሽት ነው የሚመስለው። ስማ አንተ እኮ ብትሸሽ ነገሩን ይዘኸው ነው የምትሄደው። ቆይ ለምን አታስረዳኝም ይሄንን ሁሉ የዕቅድ ለውጥ እንድታረግ የገፋፋህ ምንድነው?.. አባትህን ፍለጋ እሄዳለሁ ያልከውንስ ተውከው ማለት ነው? ደግሞስ ሰሊ በሚቀጥለው ሳምንት አይደል እንዴ የምትመጣው? ለመሆኑ ከሄድክ መቼ ነው የምትሄደው?" ብሎ ግራ በገባው ፊት የጥያቄ ናዳውን አወረደው።

"አይ ከሆነም ከሁለት ሦስት ሳምንት በኋላ ነው የምሄደው። ከዚያ በፊት አፋር መሄዴ አይቀርም። አክቼዋሊ በሚቀጥለው ሳምንት ነው ወደ አፋር ለመሄድ ያሰብኩት።" ብሎ የሰሎሜን የመምጣት ጉዳይ ዐውቆ ዘለለው።

"እኬይ እኬይ ... ግን ቆይ በሚቀጥለው ሳምንት እሷ ስትመጣ ...

አታገኛትም ማለት ነው?...ይቺን ብቻ መልስልኝ" አለ አሁንም ሲፈራ ሲቸር...፡፡

"ማርክ እንዳልኩህ አፋር መሄዴ የረጅም ጊዜ ዕቅድ ነው። ከመሄዴ በፊት አፋር መሄድ ካለብኝ፣ ያለኝ የተሻለ ጊዜ ያ ብቻ ነው። እንደ ጨረስኩ እመጣለሁ። ሌላው ነገር ላይ ብዙም መጨነቅ አልፈልግም።" አለ ፊቱን በእጁ እያሻሸ፡፡

"ምን ... እንዴ? አንተ ልጅ በጤናህ ነው?... እሺ የሆንከውን ነገር ልትነግረኝ ፈቃደኛ አይደለህም ማለት ነው? እሺ ደግሞ ከማን ጋር ነው አፋር የምትሄደው? ማለቴ ሄደህስ ማንን ነው የምታገኘው?... ዝም ተብሎ ይኬዳል እንዴ?" አለ አሁንም ነገሩ ግራ ገብቶት።

"ማርክ የምችለውን ያህል ሪሰርች ለማድረግ ሞክሬያለሁ። አንድ ጓደኛዬ እዚያ ረጅም ጊዜ የሠራ አንድ ሰው በስልክ አስተዋውቆኛል። ደግሞ መቂስ ያው ዝም ብዬ ሄጄ አይደል የናቴን ዘመዶች ያገኘሁት። ከሆነ ይሆናል፤ ካልሆነም አለቀ በቃ! ያባቴን አገር አይቼ እመለሳለሁ ወይም ለሌላ ጉዞ የሚያስፈልገኝን መረጃ ይዤ እመጣለሁ።" አለ ትከሻውን በግዴለሽነት እየሰበቀ፤ ልቡ ግን እርገጠኛ ባልሆነ ስሜት እየተሰበቀ እንደሆነ እሱ ብቻ ነው የሚያውቀው።

" መቂና አፋር ይለያያል መሰለኝ። በርግጥ ልክ ነህ አለ አይደል የሆነ ቦታ መጀመር አለብህ። እኔ አብረን ብንሄድ ደስ ይለኝ ነበር። ብቻህን መሄዱን ብዙም አልወደድኩትም። መኪና ምንድነው ያሰብከው?" አለ አሁንም ፊቱ ላይ መጨነቅ እየተነበበበት። መላኩም ማርቆስን ሳያማክር ማድረጉ ትንሽ እየጸጸተው፡፡

"በሹፌር ተከራይቼ ነው ለመሄድ ያሰብኩት። ለመንዳት አላሰብኩም። ተለቅ ያለ ደኅና መኪና ኤሲ ያለው ሳያስፈልገኝ አይቀርም።" አለ፡፡

"ለምን የኔን አዲሱን ላንድ ክሩዘር አትወስድም? ምንም መጨነቅ አይኖርብህም፤ የቆየኸውን ያህል መቆየት ትችላለህ። ሐሳብህን ከቀየርክ እኔም ሹፌር ልሆንህ እችላለሁ። ብቻህንም መሆኑ የሚሻል ከመሰለህ፣ ያጎቴ ሹፌር አሉ ያንን መሥመር በደንብ ያውቁታል እሳቸውን ላመቻችልህ እችላለሁ" ብሎ መልሱን መጠበቅ ጀመረ። መኪና ተከራይቼያለሁ ማለቱ የማርቆስን ስሜት ምን ያህል ሊጐዳው እንደሚችልና አብረው ቢሄዱም የሰሎሜን ጉዳይ ማንሣቱ የማይቀር ስለመሰለው፡፡

"እ ምም ... ጥሩ ነው። ማርክዬ ብቻዬን መሆኑን በጣም ነው የፈለግሁት። ብዙ ማሰብና መወሰን ያለብኝ ጉዳይ አለ። አብረን መሆናችን በጣም የተሻለ እንደሚሆን አውቃለሁ። ግን አንተም ብዙ ሥራ አለብህ፤ እዚህ ብትሆን ደግሞ የተሻለ ሊሆን ይችላል ለሁሉም። ግዴለህም ብቻዬን ልሂድ፤ እም ም... ሾፌሩን ማግኘት ከተቻለ አሪፍ ነው።" አለ ሊከራይ የተስማማበትን መኪና መተዉ የተሻለ

እንደሆነ በማሰብ።

"አይ ለኔ ምንም ችግር የለውም። ግን አንተ የሚመችህን አድርግ። ሐሳብህን ከለወጥክም አንዳንድ ነገሮችን እንዳስተካክል ንገረኝ። ታዲያ መቼ ነው መሄድ ያሰብከው?" አለ አሁንም የመላኩ ነገር እያሳሰበው ያሰበውንም ማስለወጥ እንደማይቻል ስለሚያውቅ፡፡

"ማክሰኞ የፊታችን። በሳምንት ጊዜ ውስጥ ነው ለመመለስ ያሰብኩት።" አለ ፊቱን ቅጭም እንዳደረገ፡፡

"ግን .. እሮብ እኮ ነው ሰሎሜ የምትገባው... አታውቅም ወይስ? አስበው ወንድሟን እኮ ነው ያጣችው። እኔ ግን አይታየኝም ይሄ ሁሉ ድራማ ከየት የመጣ እንደሆነ። እኔና አንተ ከዚህ ያለፍን ይመስለኝ ነበር። እና ምንም ልትነግረኝ ፈቃደኛ አይደለህም?" ብሎ ማዘኑን በሚያሳውቅ ድምፅ ለመጨረሻ ጊዜ ጠየቀው፡፡

"ማርክ... ተነጋገርን እኮ፤ ገብቶኛል ለማለት የፈለግኸው። በቃ ይሄ የኔ የግል ውሳኔ ነው። ትንሽ ነገሮች ሲረጋጉና የኔም ጭንቅላት ሲጠራልኝ ሁሉንም እናወራለን። ፕሊስ ይሄንን እንተወው አሁን። የውልህ ካወራሁህ ወደማልፈልገው ነገር ውስጥ ታስገባኛለህ። ፕሊስ ጊዜ ስጠኝ። ልነገርህ ስለማልፈልግ ሳይሆን ስለማልችል ነው። በቃ ዝግጁ ስሆን ራሴ እነግርሃለሁ። ሶፊያም ያቻትና በሩ ላይ እየጠበቀችን ነው መሰል ሳናረፍድባት አልቀረንም።" አለ ርእሱን ለመሸሽ እየሞከረና መድረሳቸው ደስ እያለው።

"እሺ ይሁን። ... የሚገርም ነው ... እኔ ግን ምንም አልተዋጠልኝም... ለማንኛውም አሁን እንተወው... ኡ... አንድ ዐሥራ አምስት ደቂቃ ሳናረፍድባት አልቀረንም..." ብሎ መኪናውን እሷ አጠገብ አቁመው ወረዱ። የሷን ሻንጣ ከኋላ እየከተቱና ሰላም እየተባባሉ ምንም እንዳልሆነ ሁሉ መሣሣቅ ጀመሩ። መላኩ እሷን ከፊት አስገብቶ ከኋላ ለመቀመጥ ሲሞክር ሶፊያም እሱን ከፊት ካልተቀመጥክ ብላ በትግል ነው እሺ ያለችው። ግሪክነቷም ይሁን ካበሻ ጋር መኖሯ ብዙ ነገሯ እንዳበሻም ያደርጋታል።

ሰዓቱ ወደ ዐሥር ሰዓት ግድም ስለነበር በደብረ ዘይት መሥመር መውጣቱን ብዙም ስላልወደዱት፣ በዚያውም አገር ለማየት ብለው በቡታጅራ መሥመር በዝዋይ አድርገው ነው ለመሄድ ያሰቡት። ሁሌም በመልክአ ምድር የምትመሰጠው ሶፊያ በጉራጌ አገር ገጠሩን አቆራርጠው ሲያልፉ ነፍስም አልቀረላት። አንድ አንድ ቦታ እያቆሙ ፎቶ ሲነሡና ስታነሣ ነበር። በተለይ ፀሓይ ልትጠልቅ ስትል የነበሩበት ቦታ ደስ የሚል ነበር። ከብቶቹን እየነዱ ወደ ቤታቸው ሲያስገቡ አዳፋ ልብስ የለብሱ ልበ ንጹሓን ሕፃናትን ስታይ የራሷ ልጅነት ትዝ

ብሏት ሳታስበው እንባዋ ኩልል ብሎ ፈሰሰ። አንዳንዶቹ ሕፃናት እየተከተሏቸው እጃቸውን ሲያውለበልቡላቸው ፊታቸው ላይ ያለውን የዋህነትና የልጅነት የተስፋ ጨረር እያየች በዚሁ ንጹሕነታቸው ቢቆዩ ዓለም እንዴት ውብ ትሆን ነበር ብላ አሰበች።

ትንሽ እንደሄዱ ደግሞ ሁለት የሚጣሉ ትልልቅ ሴቶችን አይተው መኪናውን ቆም አደረጉ። መሰዳደባቸው ወደ ድብድብ ሲቀየር፣ መኪናውን አቁመው ሊያገላግሉዋቸው ሞከሩ። ፀጉራቸውን ሲናጩ ሻሻቸው መሬት ወድቆ እነመላኩ በማይገባቸው ቋንቋ ድምፃቸውን አውጥተው ይመላለሱ ነበር። ምልልሳቸው ስድብ ይባላል። ስድብ ደግሞ የማይታይ መርዘኛ ጱላ ነው። አጥንትን ሳይሆን ልብን የሚሰብር። በሃኪም ሳይሆን በእውነተኛ ይቅርታ ብቻ የሚፈወስ። ቃል የሰበረውን ቤቱ ይቁጠረው ከማለት ልቡ ይቁጠረው ማለቱ ይቀላል።

በኋላም ከአካባቢው ለመጡ ሌሎች ትላልቅ ሰዎች ጉዳዩን አስረክበው ጉዞአቸውን ቀጠሉ። ትንሽ ጉራጊኛ የሚችለው ማርቆስ ነገሩን ጠይቆ እንደተረዳው፣ ሴቶቹ የተጣሉት ያንደኛዋ ልጅ የሌላዋን ያለአግባብ ደብድቦታል በሚለው ምክንያት በተነሣ አታካሮ ነበር። ልጆቹ ቢጣሉም በማግስቱ አብረው ይጫወታሉ፤ አብረው አቧራ ይበትናሉ፤ ውሃ ይራጫሉ። ትልልቆቹ ግን ምናልባት ዕድሜ ልካቸውንም ተኳርፈውና ተጣልተው ይቀሩ ይሆናል። የልጅ ጥልና የልጅ ይቅርታ እንዴት ውብ ነው። አስታራቂና ፍርድ ቤት የማያስፈልገው። እንዴት ይሆን ስናድግ ወደ ቂምና ይቅር አለማለት ደረጃ የምንዘቅጠው፤ ዳኛና ፍርድ ቤት፣ እስር ቤትና ፖሊስ እስኪያስፈልገን እንዲህ የምንከፋው? አዋቂ ከመሆን ልጅ መሆን ማወቅ ሳይሆን አይቀርም።

ከዚህ በኋላ ግን ፀሓይዋም የቀኑ ጉድ የሰለቻት ይመስል የመጨረሻዋን ስንብት አድርጋ እስከ ነገ ወደሌላው ዓለም አዘነበለች። እዚያም ላሉ ሰዎች ታስፈልጋቸዋለችና። ቢዋደዱም ቢጣሉም፣ ቢጫወቱም ቢቆዝሙም፣ ቢሠሩም ቢሰንፉም እሷ እንደሆነ ሙቀቷንና ብርሃንዋን በአዳም ዘሮችና በሄዋን ልጆች ላይ መልቀቋን አታቆምም። ገና የጉዞአቸውን ሩብ እንኳን ሳይጨርሱ ያዩትና የተጫወቱት ነገር ቃል ከሚገልጸው በላይ ብልጹግ ነበር። የሶፊያ እንባ ልውጣ ልውጣ ማለቱ ይህንን ምንም ዐይነት ሽራና መድረክ የማይችለውን ሕያው የሆነ ያምላክ ኪነ ጥበብ በነጻ ውስጡ ገብታ ማየቷ ብቻ ሳይሆን፣ ሶለን ቢኖርና አብረው ቢሆኑ ምን ሊመስል እንደሚችል ማሰብ ማቆምም ስላልቻለች ነበር። በሌላ በኩል ደግሞ እንደ መላኩ ዐይነት ጥሩና አስደናቂ ጭንቅላት ካለውና እንደ ማርቆስ ዐይነት ደግና እውነተኛ ሰው ጋር ባጭር ጊዜ ጓደኛ ሆና ራሷን ማግኘቷን እንደ ትልቅ በረከት ነው የቆጠረችው። ሶለን ሞቶ ሳይሆን ሁለት ሆኖ ወደ ሕይወቷ እንደገና የመጣ በሚመስል እንግዳ ሐሳብና ስሜት ስትዋዋ ከገባችበት የሐሳብ

ባሕር ውስጥ ባነነች። ነገር ግን አዲስ የተስፋ ፍንጣቂ ውስጧን የያዘውን የኀዘን ጨለማ ሰርስሮ እየገባ ነበር።

አብዛኞቹ የማርቆስ እናት ዘመዶች የቡታጅራ ሰዎች ናቸው። ብዙ ዘመዶቹ ነጋዴዎች ሆነው የተሳካ ኑሮ እዚሁ ቡታጅራ ነው የሚኖሩት። ካሰቡት በላይ ስለመሸባቸው እዚሁ ብናድር ብሎ ማርቆስ ሐሳብ ሲያቀርብ፣ "አጅሬው በዚህ በኩል ያመጣኽን እናትህ አገር ልታሳድረን ነው እንዴ ለካ?" አለ መላኩ እየቀለደ።

"ኦ ይገርማል እዚህ ነው የናትህ የትውልድ አገር?" አለች ሶፊያም በጣም ደስታና ግርምት እየታየባት።

"አዎን የዚህ አገር ሰው ናት እናቴ። እም ...ላንጋኖ ገብቶ ለማደር ይመሻል፤ ይደክመናልም። እነ መዐዚም ያው ነገ ጠዋት ስለሆነ የሚጠብቁን ምን ይመስላችኋል? እዚህ ጥሩ ሆቴሎች አሉ፤ ከፈለጋችሁም አያቴ ቤት ማደር እንችላለን። የጉራጌ ክትፎ በግሩም ቆጮ ሁሌም ዝግጁ ነው።" አለ ውሳኔውን ለነሱ በመተው፡፡

"እንደሱ በጉቦ ያዘን እንጂ። አይ የቀልዴን ነው። አሪፍ ነው። ሶፊ ምን ይመስልሻል? ሆቴል ይዘን ባይሆን ነገ ጠዋት ሰላም ብለናቸው ማለፉ አይሻልም? ለነሱም የድንገት እንግዳ ከምንሆን ለኛም ትንሽ ብናርፍ ጥሩ መሰለኝ" አለ መላኩ ከኋላው ወንበር መሃል ላይ ተቀምጦና አንገቱን በመካከላቸው አሾልኮ በተራ በተራ እያያቸው።

"አዎን ጥሩ ሐሳብ ይመስለኛል። እናንተ የምትሉት ሁሉ ይስማማኛል።" አለች ሶፊያም። ከሽሮ ቀጥሎ በጣም የምትወደው ምግብ ክትፎ ሲሆን ጥሬ ክትፎ በተጠበሰ ቆጮ ደግሞ እምቢ ማለት አትችልም። ለብዙ ጊዜ እምቢ ትል የነበረውንም ቁርጥ ሶለን በብዙ ውትወታ አስለምዷት አንድ ቁጥር ቆራጭ ሆናለች። የክትፎ ምንጭ ወደ ሆነው አገር ነው የመጣነው ሲሏት በደስታ ተምነሸንሻለች። የቆጮንም አሠራር ለማየት ጓጉታለች። ራታቸውን በልተው ከተማው ውስጥ ትንሽ ወዲያ ወዲህ ብለው እግራቸውን አፍታቱ። ከዛም ቁጭ ብለው ብዙ ነገሮችን ሲያወሩ አመሹ። ሶፊያ በሄደችበት ሁሉ ያበሾች ቁንጅና ያስገርማታል። ኢትዮጵያን የሞዴሎች አገር ነው የምትላት። አንድ የጀመረችው ግድግዳ የሚሞላ ትልቅ ሥዕል አለ፤ የተለያየ ዐይነት ውበት ያላቸው የኢትዮጵያ ሴቶችና ሕፃናት ሥዕል ሲሆን የያዘው ርእስም የሞዴሎች ምድር (The Land of Models) ነው የሚለው። ምናልባትም ከዓመት በላይ ይወስድባት ይሆናል።

ጠዋት ተነሥተው ወደ ማርቆስ አያት ቤት ሄደው መለስተኛ ድግስ የሚመስል ቁርስ ተዘጋጅቶላቸው ስለነበር አረፋፍደው ነበር መውጣት የቻሉት። የማርቆስ አያቶች ማርቆስ የመጨረሻ ልጅ ቢሆንም፣ የቤተ ሰቡ መካሪና ቁምነገረኛ

ስለሆነ በጣም ነው የሚወዱት። በተለይ ሴት አያቱ አዲሳባ ሲመጡ ማርቆስ ጋ ነው ማረፍ የሚወዱት። ልጅ ሆኖም ብዙ ጊዜ ክረምቱን የሚያሳልፈው ቡታጅራ ነበር። እንደ አብዛኛው ጉራጌ ከዝቅተኛ ኑሮ ተነሥተው ነው አሁን ያሉበት ደረጃ የደረሱት። አሁን በቡታጅራ አካባቢ አሉ ከሚባሉ ትልልቅ ሰዎች መካከል አንዱ ናቸው። ለልጆቻቸውም ያወረሱት ትልቁ ነገር ሀብት አይደለም። ያወረሱዋቸው ነገር ሀብት የሚያገኙበትን የእችላለሁን አስተሳሰብና ሥራን ሁሉ የማክበርን የስኬት ቁልፍ ነው። ልጆቻቸውም ሆኑ የልጅ ልጆቻቸው የገንዘብን ጥቅምና ዋጋ በሕፃንነታቸው ነው እንዲረዱ የሚያደረጉት።

የልጅነት ትምህርት ጥቅሙ አንድም ለመማር ያለው ቅለት ሲሆን፣ ሌላው ደግሞ አንዴ ከተማሩት የማይጠፋ የሕይወት ዘመን ማኅተም መሆኑም ነው። ለዚህ ነው 'ልጅን በሚሄድበት መንገድ ምራው በሸመገለም ጊዜ ከርሱ ፈቀቅ አይልም' የሚለው የጠቢቡ ቃል እውነትነቱ ዘላለማዊ የሆነው። ለምሳሌ ቋንቋ በልጅነት ስንማረው አይከብድም፤ የምላስ እጥፋት (accent) እንኳን አይኖረንም። ካደግን በኋላ ግን መማሩም መከራ ነው፤ የምላስ እጥፋቱም ጠፍቶም አይጠፋም። የጉራጌ ልጆችም በልጅነታቸው የሚማሩት የገንዘብና የንግድ መርህ ቢዝነስን እንደ ልጅነት ቋንቋቸው እንዲያቀላጥፉት ሳይጠቅማቸው አልቀረም። የሊስትሮ ስራ ደግሞ ዛሬ አንቱ የተባሉ በዙ የጉራጌ ሃብታሞች የገንዘብን ቋንቋ አፍ የፈቱበትና አቀላጥፈው መናገር የቻሉበት የመጀመሪያው ድንቅ የቢዝነስና ፋይናንስ ትምህርት ቤታቸው ነው።

ሌላው ሰው በጉራጌ ገንዘብ መውደድ ቢያሾፍም ቢቀልድም ጉራጌ ግን የተግቶ መሥራትና የስኬት ተምሳሌት የሆነ ያገራችን ዕንቁ ሕዝብ መሆኑን ማንም አይክድም። የነማርቆስ ቤተሰብ ሥራንና ስኬትን ብቻ ሳይሆን፣ መስጠትንም ከልጅነታቸው ስለሚማሩ ከሥራ እንጂ ከገንዘብ ጋር የተጣበቀ ልብ የላቸውም። የማርቆስ ወንድሞች የሚጠቀሙት አቋራጭና የተጭበረበረ መንገድ አያታቸው ፈጽሞ የሚጸየፉት ሲሆን፣ ነገሩን ቢያውቁት ርግማናቸውን እንደሚናገሩባቸው ጥርጥርም የለውም። ሁሌም የማርቆስ ወንድ አያት የሚሉት 'አቋራጭ ሥራውንም ሠሪውንም ቆርጦ የሚጥል ገደላማ መንገድ ነው። አቋራጭ የቆረጠውን አምላክም አይቀጥለው።' ነው። እውነትም ስንቱ ባቋራጭ ሲያቋርጥ ካሰበው ህልም ተቆራረጠ ቀርቷል።

መቂ ሲገቡ ስድስት ሰዓት አካባቢ ነበር። መጀመሪያ ሲመጣ ያጋጠመውን ነገር እየነገራቸው ስለነበር፣ ማርቆስም ሶፊያም በቀለ ሞላ ለመቆምና ካሉ ወይዘሮ ብሪቱን ለማግኘት ቋምጠዋል። በቀለ ሞላ ሲቆሙ ሊያስተናግዳቸው የመጣው ዕድሜው አርባ አካባቢ የሆነ ወንድ አስተናጋጅ ነበር። ከማዘዛቸው በፊት መላኩ ተጣድፎ፣ "ትየ ብሪቱ አልገቡም እንዴ ዛሬ?" ብሎ ሲጠይቅ፣ "አሁን እዚህ ነበሩ ወደ ውስጥ ገብተው ይሆናል፡፡እጠራላችኋለሁ እስከዚያ ምን ልዘዝላችሁ?" አለ አሁንም

እውነተኛ ፈገግታውን እየቸራቸው። ሶፊያ ኢትዮጵያን ከምትወድበት አንዱ ምክንያት የሰው ብሩህና ንጹሕ ፈገግታ ነው። ሁሉም ማኪያቶ አዘዙ። ብዙም ሳይቆይ ወይዘሮ ብሪቱ ብቅ ሲሉ መላኩን አይተው ልጃቸውን ያገኙ ያህል፣ "ውይ ውይ የኔ አንበሳ የኔ መላክ እንደምነህ" ብለው እንቅ አርገው ሳሙትና ማርቆስንና ሶፊያንም አስተዋወቃቸው። ሶፊያን፣ "የኔ ቀውላላ እንዴት ታምሪያለሽ፣ ካይን ይሰውርሽ ማን አልሽኝ ስምሽን?" አሉ አበሻ ነው የመሰለቻቸው። መላኩ ቀበል አድርጎ፣ "ትየ ብሪቱ እሷ አሜሪካዊት ስለ ሆነች አማርኛ ብዙም አትችል። ስሟ ሶፊያ ይባላል። የኛ ጓደኛ ናት።" አለ መላኩ ለሶፊያ ያሉትን ደግሞ ማርቆስ እየተረጐመላት። ሶፊያም ነገሩ ቢገባትም ወይዘሮ ብሪቱ ሲያወሩ ፈጣን ስለሆኑ ትንሽ ቸግሮአት ነበር ለመከታተል። በወይዘሮ ብሪቱ ደግ አስተያየትና እናታዊ ፊት ሳትመሰጥ አልቀረችም። እሷን ተንጠራርተውም ቢሆን ዕቅፍ አድርገው።

"ሃው አር ዩ? ዌል ካም ማይ ገርል።" አሉ ያለቻቸውን እንግሊዝኛ አሰባስበው በማዝመት። እሷም ያላትን አማርኛ እንደ ምንም አስተባብራ፡፡

"ኢማማ በታም አመሰግናሎ። ትሩ ሲትዮ ናቹ። አንገት ላይ ያለ ታቱ በታም ደስ ይላል" አለች። እጇን እንደያዙ ሣቃቸውን ለቀቁትና፡፡

"አይ የኔ ልጅ የኔ አፍ ቁርጥ ይበልልሽ፣ አፏ ሲኰላተፍ ሲያምር። ውይ ካይን ይሰውርሽ። አንገት ላይ ያለችው ንቅሳቴን ነው?" አሉ ወደ መላኩ ዞረው። ሁሉም እየሣቁ አዎን ብለው የበለጠውን አንገታቸውን ገልጠው አሳዩዋት። አሁን ያሉትን ግን መተርጐሙ ከባድ ስለነበር ሙሉ በሙሉ የተረጐመላት አልነበረም። 'አፌ ቁርጥ ይበልልሽ' እና 'ካይን ይሰውርሽ' በእንግሊዝኛ እውነትም ለመተርጐም ሳይከብድ አይቀርም። ከዚያም አብረው ፎቶ ተነሡ። ከመኪና ውስጥ መላኩ ያመጣላቸውን ቆንጆ ብርድልብስና ሌሎች ልብሶች ሲሰጣቸው ደስታቸው ልክ አልነበረውም። አቅፈው ስመው ስመው ሊጨርሱት ነበር።

"ድሮም ቢሆን የሚያጠግብ እንጀራ ከምጣዱ ያስታውቃል። እሷ እመቤቴ ታስብልህ እንዲህ የሞቀ ትዳር የምታስብ ልዕልት የሆነችዋን ይስጥህ።" አሉ ሲመርቁት። አፋቸውን እንደምንም ይዘውት እንጂ ሶፊያን ይስጥህ ቢሉም ደስታውን አይችሉትም ነበር። ከዚያም ማታ ለእራት ወይዘሮ አሰለፈች እንደጠሯዋቸውና እንደሚመጡም ነግረዋቸው፣ እነመላኩም ለጊዜው ተሰናብተዋቸው ወደ አክስቱ ቤት አቀኑ። የኔንም ቤት ታያላችሁ ብለዋቸው ተስማምተዋል። ፊታቸው የመንገድ ባውዛ መስሎ እያበራ ነው የሸኙዋቸው። ሶፊያም ወይዘሮ ብሪቱን ከልቧ ነው ያፈቀረቻቸው። ልትሥላቸውም ቋምጣለች።

ገና ሰፈር ገብተው ቤቱ ጋ ሲደርሱ ነው ልጆቹ በሰማይ ላይ እንደተዘሩ ከዋክብት ከበዋቸው የጨረቃነት ስሜት የፈጠሩባቸው። በተንጣለለው ጠቆር ያለ

አቧራማ ምድር ላይ። ካሳሁን ከየት መጣ ሳይባል መላኩ ላይ፣ ቀጥሎም ማርቆስ ላይ ተጠምጥሞ የማያልቅ ወሬውን ጀመረ። ሌሎቹም ልጆች ልክ በሌለው ደስታ ነው የተቀበሉዋቸው። መኪናውን እየዞሩ መንጫጫታቸውን ቀጠሉ። ግቢውን ቀይረውታል። አጥሩ በደንብ ታጥሮአል፤ ትልቁ ቤትም ታድሶ ሌላ ቤት ነው የሚመስለው። የበረንዳውም ሊሾ ተስተካክሎ ያምራል። ውስጡ ያለው ዕቃ ተቀይሮ፣ ግድግዳው ቀለም ተቀብቶ የተሰቀሉት ፎቶዎች ፍሬማቸው ተለውጦ በቃ ሌላ ቤት ይመስላል።

በአጥሩ ዙርያ ችግኝ ለመትከያ ይመስላል ጉድጓዶች ተቆፍረዋል። ያሉትም አትክልቶች ዙሪያቸው ተኮትኩቶ ወደ አረንጓዴነት እየተቀየሩ ነው። ከጓሮ የተጀመረ ሰርቪስ ቤትም ይታያል። ሁሉም ልጆች አዋቂዎቹም ጽድት ብለው ደኅና ልብስ ነው የለበሱት። ከጥቂት ወራት በፊት ሲመጣ የነበረው ቤተሰብም አይመስልም። ከሁሉ በላይ ግን በሁሉም ላይ የሚታየው በራስ የመተማመንና የተስፋ ጮራ በቀላሉ ይጋባል። አክስቱን፣ ያክስቱን ልጆች ሁሉ ሰላም እያለ እነማርቆስን አስተዋወቃቸው።፡እንደሁሌውም ሶፊያ አበሻ እየመሰለቻቸው ባማርኛ ነው የሚያወሩዋት። እንግሊዝኛ ተናጋሪ መሆኗንና ትንሽ አማርኛ ብቻ መቻሏን ሲያውቁ ሰብሰብ ይላሉ። ያላትን ሞቅ ያለ ሰብእናና የደስደስ አይተው ግን ርቀውም አይርቋት።

መዐዛ መላኩንም ማርቆስንም ተጠምጥማ ሰላም ብላ ሶፊያን ተዋውቃ፣ እሷንም እቅፍ አድርጋ ነው ሰላም ያለቻት። ሶፊያ የቤተ ሰቡን ብዛትና ፍቅር አይታ የፍቅር ጥምቀት እንደወሰደች ተሰማት። መላኩ ከጥቂት ወራት በፊት ያገኛቸው ዘመዶቹ አይመስሉም። እቤት ሲገቡ ቡና ፈልቶ ስለነበር ወዲያው ምሳ ቀርቦ ጨዋታው ደራ። ምሳ ላይ ቤተ ሰቡ ብቻ ሲሆን ያለው ለእራት ግን አንዳንድ ሰዎችን ጠርተው ነበር። የበሉት ምሳ ግሩም ነበር። ከምሳና ከቡና በኋላ መዐዛ ግቢውን እያዞረች የጀመሯቸውን ለውጦች ሁሉ አሳየቻቸው። ሰርቪስ ቤቱ ሦስት ትልልቅ ክፍል ያለው ሲሆን፣ አንድ ለጀመሩት ሥራ ማከናወኛ የሚሆን ማብሰያና ማዘጋጃ ክፍል፣ ሁለተኛው የልጆች የጥናት ክፍል ሦስተኛው ደግሞ ሲያልቅ ለሁለት ተከፍሎ የልጆቹ መኝታ ክፍል እንዲሆን ማሰቧን ነገረቻቸው።

ከሰዓት በኋላም ወጥተው የጀመረችውን የፍራፍሬ ቤትና ካፌ አሳየቻቸው። በሰው እጭቅ ያለ ነው። ወደፊት ጁስ ቤትና የተሻለ ምግብ ቤት ልታደርገው እንደምታስብና ሌሎችንም ቢዝነሶችን ለመክፈት እንደሚያስቡ ነገረቻቸው። ባካባቢው ላሉ ሥጋ ቤቶችና ምግብ ቤቶችም እንጀራ ማቅረቡ እያደገ እንዳለና እስከ አምስት ምጣዶችን ገዝታ ሥራውን ለማስፋት፣ ዳቦም ለማቅረብ እንዳሰበች ነገረቻቸው። በአበባ እርሻዎችም ላይ ካፌዎችን ለመክፈት ስምምነቱን ጨርሳ ዕቅዱን ለማስፈጸም በቅርብ ፕሮጀክቱን እየሠራች እንደሆነና ባንክም ለብድር ተስፋ እንደሰጡዋት ገለጸችላቸው። መላኩ መዐዛ ከሚያስበው በላይ

ቀድማው እንደሄደች ገባው። በምትችላት ትንሽ እንግሊዝኛም ቢሆን ሶፊያን ሳትፈራ አዋራቻት። ይሄ የብዙ አበሻ ችግር ሲሆን መዐዛ ግን ቋንቋን መግባቢያ ብቻ እንደሆነ በማሰብ በማውራትም ስለሚያድግ ማውራቱ አያስጨንቀኝም አለቻቸው። በራሷ መሣቅም ስለምትችል በፍጥነት ማደጓ እንደማይቀር ያስታውቃል።

ወደ ማታ ላይ ወደ ቤት ሲመለሱ መላኩ ከዱባይ፣ ማርቆስ ደግሞ ከቻይና ያመጣላቸውን ስጦታ ሲቀበሉ የተፈጠረውን ደስታ እዚያ በመኖር ብቻ ነው ማወቅ የሚቻለው። አክስቱ የህይወታቸው ሕይወት እንደገና የታደሰ ይመስሉ ነበር። ዘለቃና ሠናይት እምብዛም ስለማያወሩ መላኩ ከሁለቱም ጋር ጠጋ ብሎ እየተቀመጠ ነበር ያጫወታቸው። እነሱም ደስተኞች ነበሩ። ከአርባምንጭ በሌሊት የተነሣው የካሳሁን አባት፣ የመዐዛ ወንድምም ከሰዓት ላይ የጫነውን ፍራፍሬ ይዞ ደረሰ። ጊዜ እየመሸ ስለነበር መላኩ መዐዛን ወደ ውጪ ጠርቶ፣ “መዐዚ እኛም ሦስት ስለ ሆንን ማደሪያ ሊያንስ ስለሚችል በቀለ ሞላ ብንይዝ አይሻልም?” አለ እሺ እንደማትለው ቢያውቅም፡፡

“ኧረ መሊ ... አንድ ቀን ናት እዚሁ ነው የምታድሩት። ለሶፊያ አንድ መኝታ ቤት አለ የተዘጋጀ። አንተና ማርክ እማዬ መኝታ ቤት በቃ ሌላው እንደሚሆን ይሆናል። እማዬም ታዝናለች። ደግሞ ዋናው እኮ አንድ ቤት ማደሩ ላይ ነው በረከቱ ... በሚቀጥለው ስትመጡ አንዳንድ መኝታ ቤት ነው” ብላ በሣቋ አሰፋችው የቤቱን ጥበት፡፡

“እኛማ ደስ ነው የሚለን። ርግጠኛ ነኝ ሶፊያም ደስ ነው የሚላት።” አለ ትክሻውን በደስታ እየሰበቀ።

“አይዞህ የረገበ አልጋና የለሊት ተፋላሚዎች ሁሉ ጠፍተዋል...” ብላ አሁንም የትኋኖቹና የሸቦው አልጋ ጉዳይ እንዳያስጨንቀው በሣቅ አጅባ ነገረችው። እሱም ሣቁን መቆጣጠር እያቃተው፡፡

“አንቺ ልጅ ጉደኛ ነሽ። በናትሽ እነዚያ ጫጩቶችስ ስንቱ አደጉ?” አለ ድመቷ የመነተፈቻት ጫጩት ትዝ እያለችው፡፡

“እም ... ከዚያ በኋላ አምስቱን እሷ በላቻቸው፤ የሆነ በሽታም ገብቶ ነበር መሰለኝ። ብቻ ሦስት ናቸው የተረፉት” አለች ፈገግ ብላ። ጫጩቱ ብቻ ሳይሆን ልጆችም እኮ በዚህም በዚያም እንዲሁ ነው ረግፈው የሚያልቁት የሚለውን ሐሳብ እያውጠነጠነ ተያይዘው ወደ ውስጥ ገቡ። ማታውም በጣም ጥሩ ነበር። ሶፊያም ለብቻዋ ሳይሆን በመዐዛና በዘለቃ ልጆች ተከባ ነው አልጋውን ሞልተው አብረዋት ያደሩት። በሷ አማርኛና በነሱ እንግሊዝኛ ሲሣሣቁ ነው ግማሹን ሌሊት የጨረሱት። በሕይወቷ እንደዚህ የተደሰተችባቸው ቀኖች ጥቂት ናቸው። ጥዋትም

ወይዘሮ ብሪቱ ቤት ቁርስ በልተው፣ ቡና ጠጥተው፣ ሶፊያም የፈለገችውን ያህል ፎቶ አንሥታቸው ተለያዩ።

በመጨረሻም ምሳ በልተው ወደ ስምንት ሰዓት ላይ ወደ አዲሳባ ጉዞ ጀመሩ። የደብረ ዘይት መንገድ በተለይ እሑድ ከሰዓት ከሞጆ እስከ አቃቂ አሰልቺ ነው። አደጋም ይበዛዋል። ስንክሳር ደጋግማ ብትደውልም መላኩ ስልኩን ለማንሣት አልፈለገም። ይህም ሳያናድዳት አልቀረም። ሰሎሜ ቅዳሜ ማታ ደውላላት ስለነበር መላኩ ሶፊያን ከቤተ ሰቦቹ ጋር ሊያስተዋውቃት፣ ማርቆስንም ይዞ መቂ እንዳሉ ነግራት ነበር።

*   *   *

ሰሎሜ ስትደውልላት ውስጧ በንዴት የበገነው ስንክሳር ነገሩን ከሆነው በላይ አጋንና የራሷን ፈጠራ ጨማምራ ነበር የነገረቻት።

"እኔ እኮ የማውቀውም መላኩ አልመሰለኝም። ሶፊያም ከሱ ጋ ስትሆን የማላውቃት ትሆንብኛለች። ለማንኛውም ያንችንም መምጣት ስነግረው እምብዛም ግድ አልሰጠውም መሰለኝ።" አለች ስንክሳር ንዴቷንም ለመወጣት፣ ሐሳቧንም ለማሳካት።

"በናትሽ ስንኪ ስለ መላኩና ስለ ሶፊያ አለማውራት እንችላለን። ልቤ ይበጠበጣል። እኔ አሁን ሌላ ብዙ ነገር አለ የሚያሳስበኝ። ከዚህ ደውዬ አለቃዬንም አናግሬያት መቀሌ አዲስ ፕሮጀክት እየከፈቱ ስለሆነ ለሦስት ወር እንድሠራላቸው ተስማምተናል። አዲሳባ ሆኜ ስለነሱ በማሰብ መበጥበጥ አልፈልግም። ከሦስት ወር በኋላ ደግሞ እግዜር ያውቃል። ማሰብም ነው የሚያስጠላኝ። እሮብ እንደምመጣ ያውቃሉ እንዴ?" አለች በሚንገፈገፍ ድምፅ "የሶፌን አላቅም መላኩ ግን ሳያውቅ ይቀራል ብለሽ ነው? እሱ ካወቀ ደግሞ እሷም ታውቃለች። ግን ርግጠኛ አይደለሁም። እነማሚ እንዴት ናቸው? መቼም መምጣትሽ ሳይደብራቸው አይቀርም።" አለች እሷም ስለነመላኩ ማውራት የሰለቻት በሚመስል ድምፅ፡፡

"ደኅና ናቸው፤ ምን ይሆናሉ ብለሽ ነው። በጣም ነው በተለይ ባቢ የደበረው። ግን ደግሞ የምመጣበትን ምክንያት ስላመኑበት ምንም ማድረግ አይቻልም።" አለች ሰሎሜ፡፡

"እኔ ምልሽ ክብሮምንስ አናገርሽው ወይስ በዚያው ጠፍቶ ቀረ? ደውሎ ያውቃል? እነማሚስ ምንም አላሉም እንዴ?" አለች ርእሱን እየቀየረች፡፡

"እኔንጃ ባክሽ ምናቃለሁ ብለሽ ነው? አንድ ሁለቴ አውርተን ነበር መሰለኝ። እቤት ግን እንደ ድሮው ስለማይመጣ እነማሚም ያው ነገሩን ለማርገብ

ሞክረው ነበር፣ እኔ ግን ዝርዝር ውስጥ ለመግባት አልፈለግሁም። ያው ጊዜውን ጠብቆ ይፈታል ሁሉም። አሁን ጠቃሚ ነገሮች ላይ ነው ማተኰር የምፈልገው" አለች ስልችትና ዝግ ባለ ድምፅ። ከዚያም የስልኩ ካርድ ስላለቀ ተዘጋ። ሰሎሜም መልሳ አልደወለችም።

እነመላኩ ደስ የሚል ጊዜ አሳልፈው ነበር አዲሳባ የገቡት። መቂ ያሳለፉት ጊዜ ውስጡ የተሸከመውን የስሜት ሕምም ሁሉ እንደ ጥሩ ማስታገሻ ጸጥ አርጎለት ነበር። አዲሳባ ሲገባ ግን በሽታው ያገረሸበታል። የመዐዛና የቤተ ሰቡ ለውጥ ማርቆስንም አስገርሞታል። ማርቆስና ሶፊያ ልጆቹን ይዘው ከከተማ ውጭ ለሽርሽር ሲሄዱ፣ መላኩና መዐዛም እዚያችው ባለቀሰችባት የበቀለ ሞላ ወንበር ላይ የመዐዛን ትልልቅ ህልሞች እየሣቁ እያወሩ ነበር የጠበቁዋቸው። ቆይቶም ከመዐዛ ተሰናብተው ጉዞአቸውን ጀመሩ። አዲሳባ ደርሰው ሶፊያን ቤቷ ካደረሷት በኋላ ወደ ቤት ሲሄዱ ማርቆስ ለነመዐዛ ያሰበውን ለመላኩ አጫወተው፡፡

"እኔ ከአእምሮዬ በላይ ነው የሆነብኝ የነመዐዚ ለውጥ። አንተ እንኳን ከነገርከኝ ተነሥቼ ምን ያህል ለውጥ እንዳለ ደግሞም ወዴት እንደሚሄዱ ይታየኛል። ይሄ በጣም ክሪቲካል ጊዜ ነው። በባንክ ብድር ውስጥ ከምትገባ እኔ ጋ በቂ ገንዘብ አለ የተወሰነ ብር ላበድራት እችላለሁ። ደግሞ ያክስቴ ልጅ ባለፈው ወር ወደ ውጪ ስትሄድ የዘጋችው የጁስ ቤት ዕቃ ተዘግቶበት ነው ያለው። እንዲያውም ሁሉንም እኔ እገዛውና መቂ ወስደን እሷ ትሰራበታለች። ከገንዘቡም እሱ ይሻላል። ምናልባትም መቂ ካሉት የተሻለ ካፌ መክፈት ትችላለች። ርግጠኛ ነኝ ከሷ የተሻለ ዕቃውን የሚጠቀምበት አይገኝም።" አለ መዐዛ በፍጥነት ከፍተኛ ደረጃ እንደምትደርስ ከልቡ በማመን። መዐዛም ምንም ነገር ለማድረግ ስታስብ ማርቆስን ማማከር ልማዷ ሆኖአል። መላኩን በተለይ ከቢዝነስ አኳያ ማስጨነቅ አትወድም። ምንም ስትለው እሱ ወጪውን ካልረዳሁሽ እያለ ስለሚያስቸግራት። እሷ ደግሞ ከገንዘብ ይልቅ የሐሳብ ምክር ነው የምትፈልገው። ከመላኩ ይልቅ ደግሞ ማርቆስ ልምዱም ስላለው የሚሰጣት ምክር በጣም እየጠቀማት ነው። ማርቆስን በመላኩ ዐይን ስለምታየውና እሱም ተሳክቶላት ማየት ስለሚፈልግ ጥሩ ተግባብተዋል።

መላኩ ሐሳቡ ጥሩ እንደሆነና ግን ለሱ በጣም ትልቅ ወጪ እንደሚሆንበት በማሰብ ሲነግረው፣ "ትቀልዳለህ እንዴ መሌ? እሷ እኮ ወጣች ማለት ይዛ የምትወጣውን ሰው ብዛት አስበው። እኔ የሚታየኝ ወደፊት በጣም ብዙ መቶ ሰዎች ቀጥራ ማሠራት እንደምትችል ነው። ደግሞ ይሄ ብቻ ሳይሆን በጣም ብዙ ሺህ የሷና የነሱ ቤተ ሰብ ዐይነት ቤተሰቦችንም ከድህነት የመውጫውን መንገድ ለማሳያ እሷ እኮ ሰርቶ ማሳያ ናት። እኔ ገንዘቤን እንኳን ያንተ እኅት ሆና ይቅርና እንደሷ ዐይነት ማንም ላይ ባወጣ አይቆጨኝም። ለእኔ እኮ የዚህ ስኬት ተሳታፊ መሆኔ ራሱ ትልቅ ክብር ነው" አለ አሁንም ስሜቱ እንደጋለ።

"ሙሉ በሙሉ ነው የምስማማው ሮክፌለር ማርክ" አለ ፈገግ ብሎ በሹፈት መልክ።

"ፈላስፋው በቃ እርሶም የደከሙ ይመስላሉ። ለነገሩ እርሶ ጭንቅላቶትን ወጥሮ የያዞት አባዜ እስኪለቅዎ ምንም ማድረግ አይቻልም። እኔ ምለው የምር ከነገ ወዲያ ወደ አፋር ለመሄድ ወስነሃል ማለት ነው?" አለው አሁንም እንዳላመነ ያህል።

"አዎን ማርክ ... አሁን እንኳ ወጣ ስላልን ልቤ ቀለል ብሎታል። ሄጄ እስኪ እኔም የተፈጠርኩባትንና የሰው ዘር ሁሉ ምንጭ የሆነችውን የሉሲንና የአቶ ሃሰንን ሃገር ልበርብር። ማን ያውቃል ወይ አቶ ሃሰንን ወይ ራሴን አግኝቼ እመጣለሁ።" አለ ዘና ብሎ፡፡

"መጥፋትህንም ማመንህ አንድ ነገር ነው? ... ይሁና እንግዲህ። በቃ እኔም መኪናውንና ሾፌሩን አዘጋጅልህና ነገ እዚሁ አድረህ በፈለግኸው ሰዓት መነሣት ትችላለህ። ዛሬ እኔም ብራዘር ጋ ነው ለማደር ያሰብኩት ሚስቱ ትንሽ አሚታል መሰል። ደክሞሃል እንጂ አንተም ብትመጣ ጥሩ ነበር" አለው።

"ኡ ... አይደል ደግሞ እስኪ ለመዘጋጀትም ለማንኛውም እቤት መሄድ ሳይኖርብኝ አይቀርም። ከቻልኩም እነሶሲን አይቼ ብሄድ ደስ ይለኛል" አለ። ከዚያም መኪናውን ይዞ መጀመሪያ እነሶስና ጋ ደረሰ ሊል ቢሄድ ቤቱ ተዘግቶ አገኘው። ሰሎሜ አክስት ጋ ሄደው ይሆናል ብሎ ብዙም ሳይጨነቅ ወደ ቤቱ ሄደ። መጨረሻም ቤቱ ገብቶ ሻወር ወስዶ ፒጃማውን ቀያይሮ ስንክሳር ጋ ሲደውል ስልኩን አላነሣችም። በጣም ደክሞት ስለነበር ወዲያው ነው እንቅልፍ የወሰደው። ጥዋት ቢሮ እንደገባ አለቃውን ከሁለት ሳምንት በኋላ አሜሪካ የሚጀምረውን ሥልጠና ለመካፈል እንደወሰነ ነገረው። አለቃው በመገረምም በመደሰትም ሃሳቡን ተቀበለው። መላኩ የሚያገኘውን ሥልጠናም ይሁን ዕድል ካመነበት ብቻ እንደሚጠቀም ያውቃል። ብዙ ጊዜ የሥልጠናና የስብሰባ ዕድሎችን ጠቃሚ ካልመሰሉት ያሳልፋቸዋል። የጉዞና የምዝገባ ሂደቱን ወዲያው እንዲጀምርም አብሮ ነገረው። አፋር የሚሄድበትንም ምክንያት ስለነገረው መልካም ዕድል ተመኝቶለት በጊዜ የወጣው። ለአለቃው ወይም ለፎዚያ ካልሆነ ከሌሎች የመሥሪያ ቤት ባልደረቦቹ ከማንም ጋር ብዙ የግል ምስጥሩን አያወራም። ፎዚያ ደግሞ የድሬዳዋውን ፕሮጀክት ለማገዝ ሰሞኑን እዚያው ናት።

በሚቀጥለው ቀን ጠዋት ላይ የአፋር ጉዞውን ጀመረ። ሾፌሩ በዕድሜ ጠና ያሉ ሲሆኑ መላኩን ሲያናግሩት እየተሽቆጠቆጡ ነው። ብዙ ጊዜ ከኤምባሲ ኀላፊዎችና ከቱሪስቶች ጋር ሠርተዋል፤ በአፋር መሥመርም የተወሰነ ጊዜ ሄደው ያውቃሉ። ለቁርስ እንደለመደው ደብረ ዘይት ፒራሚድ ሆቴል ቆሙ። እኔ በልቻለሁ ብለው ቁርስ አልበላም ስላሉት፣ ግዴለም ቡና ይጠጡ ብሎ አብረው

ከተቀመጡ በኋላ፣ የጉዞውን ደንብ ግልጽ ማድረግ እንዳለበት ዐሰበ። እሳቸውም እንዳይሳቀቁ እሱም እንዳይጨነቅ።

“አቶ ደምለው አሁን እርሶም ሽርሽር ላይ እንዳሉ ያስቡ። ዘና ይበሉ። ለርሶም ዕረፍት እንዲሆን ነው የምፈልገው። ማንኛውንም ወጪ የምሸፍነው እኔ ነኝ። እም ም... ምግብም አብረን ብንበላ ደስ ይለኛል። ግን የራሶትን ጊዜ ከፈለጉና አረፍ ማለት ሲያሰኞት ነጻነት ይሰማዎት። ብዙ ባይከብዶት ደስ ይለኛል።” አለ ትንሽ ፈገግ ብሎ፡፡

ውስጣቸው ደስ እያለው “እሺ ኧረ ልጄ ... አመሰግናለሁ። አመሰግናለሁ አሉ።” አሁንም ከመቀመጫቸው ብድግ እያሉ። ልማድ እኮ መቼም አይለቅም።

ምሳ አዋሽ ለመብላት ስላሰቡ ብዙም ጭንቅንቅ ያልበዛበትን መንገድ ላስ አድርገው ወደ ቀኑ ስድስት ሰዓት ተኩል አዋሽ ፓርክ መግቢያ ደረሱ። ወደ መግቢያው ከመዞራቸው በፊት ምሳ ከተማ ይሻላል ወይስ ሎጁ ውስጥ ብንበላ የሚለውን ለመወሰን ትንሽ ቆም ብለው ተነጋገሩ። ሎጁን በዛውም አይተውት ለማደርም የሚሻል ከሆነ እዚያው ለማደር ካልሆነም አዋሽ ሰባት ለማደር ወስነው ወደ ውስጥ ለመግባት ተስማሙ። ፓርኩ መግቢያ ላይ አንድ የአካባቢው ተወላጅ የሆነ ጥቂት አማርኛ የሚችል ሬንጀር የለበሰ ጠብመንጃ የታጠቀ የፓርክ ጠባቂ ብቻ ነበር ያገኙት። የሎጁን አቅጣጫ ከጠየቁት በኋላ ቲኬት ለመቁረጥ እንዲጠብቁ ነግሮአቸው ሰው ሊጠራላቸው ሄደ።

“ፓርኩን ለመጐብኘት ከፈለግህ ጥበቃዎቹን ይዘን መሄድ ይኖርብናል። ምክንያቱም እንደ አስጐብኚም ሆነው የሚሠሩት እነሱ ናቸው አካባቢውንም በደንብ ነው የሚያውቁት” አሉ አቶ ደምለው መኪናውን ከማስነሣታቸው በፊት።

“እ...ም እስኪ ገብተን እንየውና ምሳችንን እዛው በልተን እንወስናለን። አሁን በዚህ በጠራራ ፀሓይ ምንም ሊታይ የሚችል ነገር ያለ አይመስልም። አራዊቱም ቢሆን አሁን ውጪ ላይኖሩ ይችላሉ።” አለ መላኩ መጀመሪያ ሎጁን ለማየት ጓጉቶ።

ፀሓዩ ክርር ያለ ነው። እጅግም ነፋስ አለመኖሩ ደግሞ ሙቀቱን አብሶታል። አንድ ዐሥር ኪሎ ሜትር አካባቢ ወደ ውስጥ በጫካው መሃል ነድተው አዋሽ ፓርክ ሎጅ ደረሱ። መንገዱ ጥርጊያ ቢሆንም ለመንዳት ያን ያህል አያስቸግርም። ጊዜው ከሰአት በኋላ ስለሆነም ሊሆን ይችላል ምንም ዐይነት የዱር እንስሳት ሳያዩ ነበር ሎጁ ጋ የደረሱት።

መላኩ ግመሎችና ሌሎች የቤት እንስሳት ፓርኩ ዉስጥ ተመስገው ሲያይ “እኔ ምለው ጫካው ውስጥ የዱርና የቤት እንስሳቱ አንድ ላይ ተደባልቀው ነው እንዴ የሚኖሩት?” አለ ነገሩ አስገርሞትም አደናግሮትም።

"አሁን አሁን ይሄው ድርቁና የግጦሽ ሳር እጦቱ እየተደራረበ ሲመጣ እንሰሶቹን እዚሁ ይለቋቸዋል። በዛ ላይ በከረዩዎቹና በአፋሮቹም መካከል የይገባኛል ጥያቄም አለ አሉ። ግን በቃ እንደምታየው የቤት እንስሳቱ እዚህ ሲለቀቁ አራዊቱ ይሸሻሉ። ይህም አገር አቋርጦ የሚመጣውን ቱሪስት እንዴት መሰለህ የሚያበሳጭ።" አሉ የሚያውቁት ርእስ በመሆኑ ገለጻቸውን በድፍረት በመስጠት።

"አልፈርድባቸውም። እኔም ብሆን አንበሳ ለማየት መጥቼ ፍየል፣ ከርከሮም አያለሁ ብዬ የከሳ ላም ባይ በጣም ነው የምናደደው። በዛ ላይ ለጫካውም ቢሆን ጥሩ አይመስለኝም።" አለ በግራና በቀኝ ያሉትን ከብቶች እያየ።

"ምን እሱ ብቻ የባስ የሚያበሳጭ ስንት ነገር አለ መሰለህ።" አሉ ከግቢው ስለደረሱ መኪናውን ወደ ጥላ አካባቢ እያቆሙ።

መላኩም ከመኪናው ወርዶ ክፍያውን እያደረገ 'ምን?' በሚል አይን ሲያያቸው

"ያው ሁሌም ግጭት አይጠፋም። ታዲያ አንዳንዴ ባንዱ ንዴት አንዱ ጫካውን በእሳት ያጋየዋል። ይህም የአራዊቶቹን መኖርያ እያመናመነው ነው።" አሉና ተከታትለው እያወሩ ወደ ሎጁ አቀኑ።

የሎጁ አቀማመጥ በአዋሽ ፏፏቴ አፋፍ ላይ በመሆኑ የፏፏቴው ድምፅና ያካባቢው አንጻራዊ ልምላሜ ሽው ከሚለው ለሰስ ያለ ነፋስ ጋር ደስ የሚል ስሜት ይፈጥራል። የሎጁ አሠራር ባህላዊ ውበትን የተላበሰ ነው። በዋናው ምግብ ቤት ውስጥ እንደ ደርብ ወደ ላይ ተወጥቶ ፏፏቴውን በቀላሉ የሚያሳይና ያካባቢውን ሙቀት ቀነስ የሚያደርግ ክፍት የሆነ ክፍል አለው። ጥቂት ወጣት ቱሪስቶች እየተሣሣቁ ሲዝናኑ ተመለከቱ። በሙቀቱም ምክንያት ጥቂቶቹ ከወገብ በላይ ልብሳቸውን አውልቀውታል። መላኩና ሾፌሩም ከወደ ጥግ ተቀምጠው ምሳቸውን በሉ። ወቅቱ የዝናብ ስላልሆነ ፏፏቴው ደከም ያለ ሲሆን ብዙም መደፍረስ አይታይበትም። ከምሳ በኋላ ወደታች ወርደው ማደሪያ ክፍሎቹን አዩ። አቶ ደምለው ብዙም የተመሰጡ አይመስሉም፣ በተለይ ዋጋውን ሲሰሙ በድንጋጤ ወደ መላኩ ጠጋ ብለው፣ "ኧረ ምነው ልጄ እዚህ በረሐ ውስጥ ለማደር ይህን ያህል ብር መከስከስ። ፈረንጆቹስ ያው አንዴ አብደዋል። አዋሽ ሰባት ስንት ጥሩ ሆቴል አለ መሰለህ፤ አሁን ይሄ ምኑ ነው እንዲህ ያስወደደው?" አሉ ለአንድ ቀን አዳር የሚከፈለው ገንዘብ አልዋጥልህ ብሏቸው።

"አይደል ... እስኪ ሌሎቹንም ክፍል እንያቸውና እንወስናለን።" ብሎአቸው ወደ አስተናጋጁ ቀረብ ብሎ "ቅናሽ የለውም እንዴ?" ብሎ ጠየቀው።

"ያው ዐሥር ፐርሰንት ቅናሽ አደርግላችኋለሁ። አሁን ጥላው በረድ ሲል በጣም ነው አካባቢው የሚያምረው።" አለ አስተናጋጁ ሊያግባባው እየሞከረ።

"እስኪ ሌሎቹንም ክፍሎች አሳየንና እንወስናለን።" አለ መላኩ ከክፍሉ

እየወጡ፡፡

ወደ ታች ወርደው ከአፋፉ ላይ ካሉ ትንንሽ ጎጆዎች ባንዱ ውስጥ ተቀምጠው፣ ቡናና ድንች ጥብስ አዘው ፏፏቴውን ማየት ጀመሩ፤ አቶ ደምለውም ራቅ ብለው ሲጋራቸውን ማክሰል ጀምረዋል። ከሰሉ እየበነነ የሚጠፋ ዐመድ ሆነ እንጂ። መላኩም ዞር ዞር እያለ ፎቶዎችን ማንሣትና ከፍ ያለ ቦታ ቆሞ ዙሪያ ገባውን መቃኘቱን ቀጠለ። በመጨረሻም ያለውን አማራጭ ተነጋገሩና ከተማ ሄደው ማደር ወሰኑ።

የጉዞ ዋና ውበቱ የቦታው ማማርና ማፍዘዝ ብቻ ሳይሆን አብሮ ያለውም ሰው ነው። አቶ ደምለው ሥራቸው ብቻ ሆኖ እንጂ ተፈጥሮን ዘና ብሎ ለማድነቅ ሎተሪ ቢወጣላቸውም፣ አዋሽ ይመጣሉ ብሎ ማሰብ አዳጋች ነው። አሁንም ቶሎ ሄዶ ከተማ ቀዝቀዝ ያለ ቦታ አረፍ ማለት ነው ያማራቸው። ትንሽ አረፍ ብለው አስተናጋጆቹን አመስግኖና ሒሳቡን ከፍሎ ቦታውን ለቀው ወጡ። አዋሽ ሰባት ከዚያ ብዙ አይርቅም፤ አዋሽ አርባ ከማደር የተሻለ ነው ስለተባሉ ከተማዋን ዞር ዞር ብለው ካዩ በኋላ አልጋ ያዙ። መላኩ ትንሽ ለማረፍ ከቻለም የጀመረውን መጽሐፍ ለማንበብ አስቦ ወደ ክፍሉ ገባ። በረድ ሲል ወደ አዋሽ አርባ ሄደው አካባቢውን ዞር ዞር እያሉ ለማየት አስቧል።

ክፍሉ ውስጥ እንደገባ ለሰስ ባለው ውሃ ሻወር ወስዶ ቀለል ያለ ቁምጣና ቲሸርት በመልበስ አልጋው ላይ ጋደም ብሎ ማሰብ ጀመረ። አባቱ ሃሰን ከመሆኑ በቀር ሌላ ምንም መረጃ ሳይዝ ፍለጋ ወደ ማያውቀው አገር መሄዱ ወፈፌነት መስሎ ተሰማው። ባንድ በኩል ደግሞ አባቱን አገኘም አላገኘም የተወለደበትን ከተማና የወገኖቹን የአፋር ሕዝቦችን አኗኗር ማየቱም በራሱ አንድ ትልቅ ነገር እንደሆነ ነው ያሰበው። ስንቱ ምናልባት ከብዙ ሚሊዮን ዓመታት በፊት የሰው ልጅ የመጀመሪያ መገኛ ይሆናሉ ብሎ የሚገምታቸውን 'የቅድመሰውና ድንረዝንጀሮ' ዐፅም ፍለጋ አህጉር አቋርጦ መጥቶ ከርሠ ምድር ይቆፍር የለ። ሰው ከየት መጣሁ? ወላጄ ማነው? ምንጩስ ምንድነው? የሚለውን ጥያቄ ለመመለስ የሚፈጠርበትን እንቆቅልሽ ለመመለስ ለምንድነው እንዲህ የሚማስነው? የሉሲን ቅሪተ ዐፅም እዚሁ አፋር ከብዙ ፍለጋ በኋላ ያገኟት ፈረንጆች ነበሩ፤ እድሜዋንም ከሦስት ሚሊዮን ዓመት በላይ ይሆናል ብለው ገምተዋል። ኋላ ደግሞ አርዲ የተባለው ቅሪተ ዐፅም ተገኘ፤ ከ18 ዓመታት በኋላ እዚያው አፋር። እሱን ደግሞ ዕድሜው አራት ሚሊዮን ዓመት አካባቢ ሆኖታል አሉ። በየአህጉሩና በየአገሩ የሰውን ዘር ምንጭ ለማግኘት ያለው ውጣ ውረድና ድካም ይህ ነው አይባልም።

መላኩም ምንጩንና የተፈጠረበትን ቦታ ፍለጋ መሄዱ ሰዋዊ ተፈጥሮው የፈጠረበት ግፊት ሳይሆን አይቀርም። የሚቆፍረው መሬት አይኑረው እንጂ አቶ ሃሰንን ማግኘት የከርሠ ምድር በላይ በሕያዋን መካከል የሚደረግ ቅሪት ወላጅ አሠሣ ነው የያዘው። ከሰላሳ ዓመት በፊት የነበረችው አሳይታ ከተማም በጣም

ልትቀየር እንደምትችል ምንም ጥርጥር የለውም። አሁን ፎቶው ላይ ያለውን ወጣት ሳይሆን ምናልባትም እስከ ስልሳ ዓመት ሊሆነው የሚችለውን አባቱን ፍለጋ ነው የሚሄደው። ስሙኝን ያስጠጓት ሴትም እስካሁን በሕይወት ይኖራሉ ብሎ ማሰቡ የማይመስል ነገር ነው፤ ቡና ቤታቸውንም ሆነ ስማቸውን አያውቀውም። የያዘው ፎቶም ምንም ያህል የሚረዳ አልመሰለውም። ሙሉ ስሙን እንኳ የማያውቀውን ሰው እንዴት ብሎ ነው የሚያጠያይቀው። ያለ ጥርጥር ብዙ ሃሰኖች ይኖራሉ።ደግሞ አፋሮች የሦስት አገር ሰዎች ናቸው፣ ጉዞም ይወዳሉ። ሃሰን አሁን አሳይታ ይኖር ይሆን? በሕይወት ያለን ሰው ቆፍሮ ማግኘት ቅሪተ ዐፅምን ከከርሠ ምድር ቆፍሮ ከማግኘት ሊከብድም እንደሚችል አሰበ። አንድም አንድ ቦታ አይቀመጥም፤ ሁለትም ለውጦቹ ዝግመታዊ ሳይሆን ቅጽበታዊም ስለሚሆኑ። በዚህ ሐሳብ ውስጥ እያለ ነው እንግዲህ ስልኩ ሲጮኽ ከገባበት ሐሳብ ያወጣው። ስንክሳር ነበረች። ላያነሣው አስቦ አነሣው፡፡

“ሄይ መሌ ይቅርታ ማታ ስልኩን ማንሣት ስላልቻልኩኝ። ከሰዎች ጋር ስለነበርኩ ነው። ደግሜ ሞክሬ ነበረ። እንዴት ነበር ጉዞ? አዲሳባ ገባችሁ በሰላም?” አለች ረጋ ባለ ድምፅ፡፡

“አይደል ... እኔም እኮ ሞክርኩና በቃ በጣም ደክሞኝ ስለነበር ዛሬም ጉዞ ስለነበረኝ ዝም ብዬ ተኛሁ። እንዴት ነሽ አንቺ?” አለ ጉዞውን ቀለል አድርጎ።

“ኧረ ... ደግሞ የት ነው ዛሬ የምትሄደው? ሥራ የለም እንዴ? ... ወይስ የሥራ ፊልድ ነው? ምንም ሳይናገሩ መጥፋት ተጀመረ እንዴ? ” አለች የምርም በመገረም ዐይነት።

“አይ ሥራ አንኳ አይደለም። ባለፈው እኮ ትንሽ ልነግርሽ ሞክሬ ነበር። አባቴ ያው አፋር አሳይታ አካባቢ አይደል የነበረው ቢያንስ እኔ ስረገዝ። እስኪ የሚሆነውን ልይ፤ በዚያውም አገሬንም ማየቱ አይከፋም ብዬ ነው። ሳምንቱን ሙሉ ፈቃድ ወስጄ ነው ዛሬ የተነሣሁት።” አለ ሳይነግራት መሄዱ መብቱ መሆኑን እንድታውቀውም የፈለገ በሚመስል ድምፅ፡፡

“ እኔ አላምንም። ታዲያ ምናለበት ብትናገር፣ አብረን እንሂድ እንዳንል ነው? ርግጠኛ ነኝ ማርቆስና ሶፊያ ያውቃሉ አይደል?” አለች። አንዳንዴ የምትጠይቀው ጥያቄ ምን ዐይነት ግምት ውስጥ እንደሚከታት ልብ አትልም።

“ምን ለውጥ ያመጣል? ማለቴ እነሱ ማወቅ አለማወቃቸው? ይሄ የኔ ሕይወት ነው፣ መንገሩ ያን ያህል አስፈላጊ ስላልመሰለኝ ነው።” አለ ጥያቄዋን አውቆ ሳይመልስ። ለምን እንደዚህ ውስጡ ቆጣ ቆጣ እንደሚልበትና ዝርዝር ነገሩን ከስንክሳር ጋር ማውራት እንዳልፈለገ ለራሱም አልገባውም። እሷም የጀመረችው አካሄድ ብዙም እንደማያዋጣት ያወቀች ይመስል

" አይ መልካም ዕድል፣ በናትህ ቀላል አይደለም እኮ። ደግሞ ተጠንቀቃቸሁ ንዱ። ራስህ ነህ የምትነዳው ወይስ አገር የሚያውቅ ሰው አብሮህ አለ? ደግሞ ሊፍት ምናምን አትስጥ የማታውቀው አገር እንዳይተናኮሏችሁ።" አለች መጨነቋን ድምፅዋ እያሳበቀ።

"እ...ምም በሹፌር ነው የምሄደው። እኔም አፋሬ ስለሆንኩ አገሬ ነው። አትጨነቂ ያን ያህል መንገደኛ አንተናኰልም" አለ ትንሽ ሣቅ እያለ።

"አይደል? እኔ የምልህ ግን ሰሎሜ ነገ ማታ እንደምትገባ አላወቅህም እንዴ?" አለች ሳታስበው ነገሩ ብልጭ ሲልላት።

"እምም ... ኦ ነገ ነው የምትገባው? ጥሩ ነው። ያው እኔ ግን ከሳምንት በኋላ ነው አዲሰባ የምመለሰው።" አለ ነገሩን ሳያካብድ ስለ አንድ በሩቅ ስለሚያውቀው ሰው እንደሚያወራ ያህል። ስለ ሰሎሜ ማውራቷ እንደ በፊቱ ምንም ስላላስቆጣው ገርሟት ትንሽ ድፍረት አገኘች፡፡ "መሌ ቢያንስ ግን አየህ ወንድሟን ነው እኮ ያጣችው፣ ደግሞ ምንም ቢሆን ቤተ ሰብም አለ፣ እንደዚህ ጥፍት ስትል ጥሩ አልመሰለኝም። እኔንጃ አንተ ታውቃለህ። ቢያንስ ፊትህን አስመትተህ የፈለግሽውን ማድረግ ትችላለህ።" አለች አሁንም የሚለውን ባለማወቅ።

" በናትሽ ስንኪ ነግሬሽ ነበር እኔ ስለዚህ ጉዳይ ማውራት አልፈ-ል-ግ-ም... እኔ ለቤተሰብ ፊት ለማስመታት ምናምን ብዬ ኑሮዬን አላመሳቅልም። አንድ መላኩ ነኝ። አሁን ሌላ የምናወራው ነገር አለ?" አለ የድምፁ አወራረድ እየተቀየረ።

"አይ ይቅርታ ... ላበሳጭህ ብዬ አይደለም ስለጨነቀኝ ነው ነገሩ። መች ትመለሳለህ ታዲያ?" አለች ነገሩን ለማብረድ እየሞከረች፡፡

" እኔ እንጃ ... ያው እንደቀናኝ ነው፡ ወይም እንዳልቀናኝ ልበል መሰለኝ። ሳምንት ምናምን። ስመጣ እደውልልሻለሁ። እዚያ የስልኩም ሲግናል ያን ያህል ላይሆን ይችላል" አለ አልጋው ላይ እያለ በመቁነጥነጥ ስሜት። "እኔም እጸልይልሃለሁ። አይዞን ጉድ ላክ። ይቅርታ ግን አንድ ጥያቄ ብቻ፣ ስላንተ ከጠየቀችኝ የት እንዳለህ መንገሩ ችግር አለው?" አለች የሰሎሜን ስም መጥራት የመላኩን ቁጣ የሚቀሰቅስ ይመስል፡፡

"ስንኪ ነገርኩሽ እኮ አንቺ ስለ እኔ የምታውቂውን ሁሉ ልትነግሪያት ትችያለሽ። እኔ አያገባኝም። እም ... ም ... እኔ የምኖረው ኑሮ እኮ ድብቅም አይደለም። ሁሉም ነገር በቀን የሚደረግ ነው... ግልጽ ነው?" አለ አሁንም ባልተረጋጋ ድምፅ፡፡

"እሺ እሺ ያው ለማረጋገጥ ብዬ ነው" አለች። ቀጥሎም ትንሽ ነገሮችን አውርተው ስልኩን ዘጉት። ማርቆስ ጋ ደውሎ አወሩና ለመተኛት ቢሞክርም፣

እንቅልፍ ሊወስደው ስላልቻለ ተነሥቶ መስኮቱ አካባቢ ቆሞ አላፊ አግዳሚውን ማየት ጀመረ። በዋናው መንገድ በኩል ሆኖ የከሰዓት በኋላ ጥላ ያለው ክፍል ስለነበር እይታው ደስ ይላል። አልፎ አልፎ ባህላዊ ልብስ የለበሱና ጊሌያቸውን የታጠቁ ወጣት ያካባቢው ተወላጆችም ስድስትና ሰባት ሆነው ሲያልፉ ይታያል። ብዙው ሰው ግን ከተሜ ነው። ከባሻገር ደግሞ ከተማዪቱን ያቀፈው ተራራ አንዳች ግርማ ተጐናጽፎ ተኮፍሶአል። አንዴ አሳይታ፣ አንዴ አዲስ አበባ በሐሳቡ ሲዠዋዠው ቆይቶ አሁንም የማያርፈውን ስልክ ከሐሳቡ አወጣው። ሣራ ነበር የደወለችው። ምንተስኖት ከጥቂት ቀናት በፊት ወደ አሜሪካ እንደተመለሰና እየጠጣና የሆነ ያልሆነ ነገር እያለ እንደሚረብሽ ነገረችው።

"የፍቺ ሂደቱን ጀምሬዋለሁ። በዚህ ከቀጠለ ፖሊስም መጥራት ሳይኖርብኝ አይቀርም። በቃ ልጆቹንም መከራቸውን እያሳያቸው ነው። የሚሠራውን ነው ያሳጣው። ገንዘቡንም እያወጣ እየበተነ ስላስቸገረኝ ሌላ የራሴን አካውንት መክፈቴም ጭንቅላቱ ላይ ወጥቶበታል።" አለች ድምፅዋ ቁጣዋን ሳይደብቅላት፡፡

"እኔ ምልሽ ሣሪ ምንድነው አሁን እሱ የሚፈልገው? ማለቴ ትዳሩን ይፈልጋል ወይስ ምን አድርጊ ነው የሚልሽ?" አለ ግራ የገባው መላኩም።

"እኔንጃ መሌ። የውልህ ጥፋቱን አምኖ ይቅርታ መጠየቅ ውርደት ነው የሚመስለው። ሁሉ ሰው የሱ አሽከር ነው የሚመስለው። ከተጋባን ጀምሮ ይቅርታ የምትል ቃል ካፉ የወጣችበትን ጊዜ አላስታውስም። እንዲያውም ባለፈው ካንተ ጋር ሲያወራ ይቅርታ ሲጠይቅህ ገርሞኝ ነበር። አሁን በቃ ዛቻውም ሰልችቶኛል።" አለች፡፡

"ምን ብሎ ነው የሚዝተው? ማለቴ አንቺ ላይ ነው ወይስ?" አለ መላኩ፡፡

"በቃ ምን መላ አለው መሰለህ። ያው ቀናተኛነቱኮ አያድርስ ነው። ልክ እንደ ጨዋ በቃ ደርሶ የት ገባሽ የት ወጣሽ ነው። እሱ ብቻ ሳይሆን ፍቺውን የምቀጥል ከሆነ ሕይወቴን ሙሉ የሚጸጽተኝን ነገር እንደሚያደርግ ነው የሚቀባጥረው። አንዳንዴ የሦስት አመት ሕፃን ነው የሚመስልህ። በምን ቀን ከሱ ጋር እንደተጐዳኘሁ ነው ዕድሌን የምረግመው።" ብላ ማልቀስ ስትጀምር መላኩም ተነሥቶ ቁጭ አለና እሷን ማጽናናቱ ብዙ ደቂቃ ወሰደበት። የቻለውን ያህል አበረታቶአትና አጽናንቶአት ስልኩን ዘጉት።

ጥላው በረድ ሲል ጀምበር ከመጥለቋ በፊት አዋሽ አርባን ዞር ዞር ብለው ለማየት፣ የተሻለ ምግብ ቤት ካለም ራት እዚያ ለመብላት ሄዱ። ከፍተኛው ቦታ ብዙም እልፍ ሳይሉ ወደዚያው የሚሄድ አንድ ያካባቢው ተወላጅ የሚመስል ሰው ሊፍት ጠይቆአቸው ጫኑት። ሰውዬው ፀጉሩ ሉጫ ቢሆንም ጭብርር ብሎአል። ጉንጩ በጫት ተወጥሯል። በእጁም አንድ የተጀመረ ትንሽ ጥቅል ይዟል። ዐይኖቹ ቀልተው ደፍርሰዋል። እጁን እያወናጨፈ ሲያወራላቸው የተቆጣ ያስመስለዋል።

በየመሃሉ ደግሞ ሲሥቅና ፈገግ ሲል ሌላ ሰው ይመስላል። አጠገቡ ከተቀመጡት እሽግ ውሃዎች መውሰድ እንደሚችል ጠየቀና አንድ ላስቲክ ውሃ ወስዶ እዚያው መጕንጨት ጀመረው። በስተ ግራ ያለው ትልቅ ሕንጻ የሚካናይዝድ ጦር ማሠልጠኛ መሆኑን ነገራቸው።

ከተማዪቱ ውስጥ ትንንሽ ቡና ቤቶች፣ በር ላይ የተኰለኰሉ ሴቶች፣ ከጅቡቲ ዕቃ ጭነው የመጡና ወደዚያውም የሚመለሱ ከባድ መኪኖች ናቸው በብዛት የሚታዩት። እገሊት ቡና ቤት ወይም ምግብ ቤት ሻወር አለ ይላሉ ብዙ ቤቶች ላይ ያሉ ማስታወቂያዎች። አለበለዚያም እገሌ ጋራጅ የሚሉ ሰፋፊ ግቢዎች ናቸው ቀልብ የሚስቡት። ባዋሽ ሰባትና ባዋሽ አርባ መካከልም ባለው እሾሃማ ጫካ ውስጥና በመካከል ከብቶቻቸውን የሚነዱ ሕፃናትና ሴቶች በብዛት ይታያሉ። እዚህ አካባቢ ሰው ለመዝናናትና ለማረፍ ምን ማድረግ ይችላል? የሚል ጥያቄ ሲያስብ ምንም አልመጣለትም። ከዚያም ዞር ብሎ የተሳፈረውን ሰውዬ ጥያቄውን ሊጠይቀው ሲል፣ ሰውዬው በመቃም እየተዝናና መሆኑን ዐወቀና ለራሱ ፈገግ አለ። በዚህ መሃል ሰውዬው መውረድ እንደሚፈልግ ተናግሮ አመስግኖአቸው ሄደ። እነመላኩም በከተማዪቱ ጫፍ ላይ ደርሰው ወደ አዋሽ ሰባታቸው ተመለሱ።

በርግጥም ካለመሥራት እኩል በትክክል አለመዝናናትና አለማረፍም የሰውን ጭንቅላት ምን ያህል እንደሚጐዳ ብዙ ሰው ልብ የሚል አይመስልም። ጫት በመቃም ወይም ዘወትር በመጠጣት ለመዝናናት መሞከር ለአእምሮ ጤና ሳይሆን ጫናን የሚፈጥር ሱስ እንደሚሆን ግልጽ ነው። ለምሳሌ ጫት የሰውን አእምሮ አሠራር ሊያውኩና ሱስንም ሊፈጥሩ የሚችሉ ኬሚካሎችን የያዘ ቅጠል ነው። ካቲኖን እና ካቲኖል የሚባሉ ንጥረ ነግሮች የሰውን ስሜትና መነሣሣት ከፍ በማድረግ ምርቃናን በመፍጠር በሱስ ከጠመዱ በኋላ ቃሚውን ጫቱን ካላገኘ መንቀሳቀስ የማይችል ጥገኛ ማሽን ያደርገዋል። በሃራራና ምርቃና መካከልም እየዋዠቀ ቆይቶ በፍጻሜው ውድ የሆነ አእምሮው ከጥቅም ውጪ ወደ መሆን ሲመጣ የጀዝባነትን ጎራ ይቀላቀላል። ከዚህም በተጨማሪ በጫት የተፈጠረውን ምርቃና ለማገዝ ማጨስ የተለመደ ሲሆን ያንን የናረ ስሜት ለማርገብ ደግሞ መጠጥ የግድ ይላል። ሌሎች መጠጥ የማያዘወትሩ ሰዎች ደግሞ እንደሃሺሽና የእንቅልፍ ኪኒን ዐይነት መድኀኒቶች ሱስ ሳያስቡት ከጫቱ ጋር በተጣማጅ ይጠናወታቸዋል። ይሄ እንግዲህ በጥርስ፣ በጨጓራና በኪስ ላይ የሚፈጥረው በሽታ ሳይቆጠር መሆኑ ነው። ሰዎች በሚቅሙበት ጊዜም የጊዜ ባቡር አፈጣጠኑ ስለሚቀየር በብዛት የሚቅሙ ሰዎች በዕድሜያቸው ላይ ቁማር መጫወታቸው አይቀርም። እንኳን በጫት ታግዞ እንዲሁም ባህላችን የጊዜ ፀር ነው።

ባንድ ወቅት በጥቂት የሃገሪቱ ክፍሎች ብቻ ከሃይማኖታዊና ባህላዊ ወግ ጋር ተመጥኖ ለግልጋሎት ይውል የነበረው ጫት ዛሬ ከጥቂት ያገሪቱ ክፍሎች በቀር እስከ ዳር አካሎ ማየቱ አሳዛኝም አስፈሪም ነው። ከናዝሬት አስካዲስባ ባለውም አስፋልት ዙሪያ ዘመናዊ ቃሚዎች መኪናቸውን ደርድረው ‘እየቦዘኑ

ሲዝናኑ ማየት' ችግሩ ገና ፋሽን እንጂ ፍርሀት እንዳልፈጠረ ያሳያል። ከባለሥልጣን እስከ ነጋዴ፣ ከምሁር እስከ ሥራአጥ፣ ወንድና ሴት ሳይባል በጫት አባዜ ተይዘው አለመቃም የሚያሳፍርበትና እንደ ሞኝ የሚያስቆጥርበት ጊዜ ላይ መድረሳችን ነበር ማሳፈር ያለበት። ቡናን የሚቀናቀን የውጭ ምንዛሪ አምጪ ተክል መሆኑም ከኮሎምቢያ ኮኬንና ከአፍጋኒስታን ሂሮይን የኛንስ ጫት ሕጋዊ ከመሆኑ በቀር ምን ይለየዋል።

ቴክኖሎጂው ቢኖረን ኖሮ ጫትም ወግ ደርሶት በክንድ የሚወጋና ባፍንጫ የሚሳብ የተጣራ ካቲኖን ሳይሆን አይቀርም ነበር። በምግብ ራሱን ያልቻለ ሕዝብ ፀረ አእምሮ የሆነ ተክል በየአገሩ እንደ ቁምነገር ሲልክ አእምሮ ቢስነት እንጂ እድገት ሊሆን አይችልም። በየከተማው እንደ አሸን የፈሉት የጫት ቤቶች የትውልዱን አእምሮ ለመግደል እንደተቋቋሙ መርዝ ቤቶች እንጂ የአገርንም ሆነ የሰውን ሕይወት በምንም መንገድ ሊረዱ እንደሚችሉ ቢዝነሶች ሊታዩ አይገባም። ጫት መቃም ከአእምሮ ሕመም ጋር በከፍተኛ ደረጃ መያያዙም በሰው አንጎል ውስጥ ገብቶ ከሚፈጥረው የኬሚካል መዛባት ጋር በቀጥታ የተያያዘ ነው። የተወሰኑ ሰዎች እየቃሙ አእምሮአቸው በሽተኛ አልሆነም ማለት በሚያዳልጥ መሬት ላይ ትናንት የሄዱ ሰዎች ወድቀው ስላልተሰበሩ ዛሬ ሰውን ሁሉ አሰልፎ በጭቃው ላይ እንደማስሮጥ የሚቆጠር ነው።

እንደኛ አገር ባለ አንድም ከሱስ የማገገሚያ ሆስፒታልና ማእከል በሌለበትና የህክምናው ዋጋ ለሰለጠኑትም አገሮች ወገብ ሰባሪ ሆኖ እያለ እንደ ጫትና ሃሽሽ ዐይነት አደገኛ ዕፆች ዕድሜያቸው ባልደረሱ አዳጊ ሕፃናት ሳይቀር እንደ እንጀራ ሲበላ ማየቱም መንግሥትን ብቻ ሳይሆን የትውልድ ኀላፊነት አለብኝ የሚል ሰውን ሁሉ ተጠያቂ ያደርጋል። እንኳን እነዚህ አደገኛ ዕፆችና አልክሆልም ቢሆን ዕድሜያቸው ለጋ በሆነና አእምሮአቸው በማደግ ላይ ባሉ ወጣቶች እንዳይወሰድ ሕጋዊና ማኅበረ ሰባዊ ከለላ ያስፈልጋል። ለዚህም በየሆቴሉ ጨቅላ ተማሪዎችን የሚያማልሉ የቀን ፓርቲዎችና የየሰፈሩ ጠላና ካቲካላ ቤቶችም ትልቅ ግፍ በትውልድ ላይ እየሠሩ መሆኑ ተገልጦ መነገር አለበት። ይሄ ሁሉ አሁን በመላኩ አፍ አይነገር እንጂ እሱው ሁሌም ከጓደኞቹ ጋር የሚሟገትበት፣ የሕዝባችንን አእምሮ የበላ የቀን ጅብ ሆኖ ያገኘው ጉዳይ ነው።

* * *

መላኩና ሾፌሩ ምሽቱ ላይ መኪናቸውን አቁመው ከተማ ውስጥ ሲዞሩ ነበር ያመሹት። አዋሽ ሰባት ደመቅ ያለች ከተማ ስትሆን ማታ ላይ ደግሞ መንገዱ ሁሉ በከባድ መኪና ተሞልቶ መጠጥ ቤቶቹም በደብዛዛ ብርሀናቸውና በደማቅ ሙዚቃቸው ተሽቀርቅረው እዚህ ግቡ ይላሉ። በበረሐ ሲንከራተት የዋለው የከባድ

መኪና ሾፌርና ረዳት ደግሞ በቀዝቃዛ ቢራ ሲደነዝዝ ያመሸና በሙቅ ገላ ታቅፎ ያድራል። በዚህም መልክ ነበር በሃገራችን ኤይድስ ብዙ ሰው ለመቅጠፍ ያለምንም ክፍያ ካገር አገር ብቻ ሳይሆን ከቡና ቤት ወደ ትዳር ቤትም የተዛመተው። በጉዳዩ ብዙ ጊዜ ሴትኛ አዳሪዎች ላይ ጣት ቢጠቆምም፣ ገንዘብ እየከፈሉ ቫይረሱን የሚሸምቱት ወንድኛ አዳሪዎች ግን የችግሩ ዋነኛ አጓጓዦችና አራቢዎች መሆናቸው ተወቃሽ ሊያደርጋቸው ይገባል። ወንድኛ አዳሪ የለም ለሚሉ ብቻዋን የምታድር ሴት ሴትኛ ዐዳሪ ሳይሆን ሴት ወይዘሪት ብቻ ነው የምትባለው፣ አግብታ ሴት ወይዘሮ እስክትሆን። የከፈለ ሳይሆን የተከፈለው ነው ስድቡን የሚሸከመው ካልተባለ።

የበሉት ራት እንደ ነገሩ ነበር። እጅግም ስላልራባቸው አልተጨነቁም። መላኩም አንድ ሦስት ጊዜ ጉርሶ ነበር የተወው። ከዚያ ሲወጡ ደግሞ መንገድ ላይ የሚጠበስ እሸት በቆሎ አግኝተው እሱን እየበሉ እግራቸውን እስኪደክማቸው ዞሩ። መላኩ እስካሁን ቀርቦ ያናገረው ያካባቢው ሰው ባይኖርም፣ ወዲያ ወዲህ መዞሩ ራሱ ደስታን ፈጥሮበታል።

በማግስቱ አረፋፍደው ቁርስ በልተው የመኪናውን ነዳጅ እስካፉ ሞልተው ወደ አሳይታ ጉዞአቸውን ጀመሩ። ደኅና መኪና ስለያዙ ምሳ ሎጊያ ላይ በልተው ቀስ ብለው ካስር ሰዓት በፊት አሳይታ እንደሚገቡ ገምተዋል። ረፋዱ ላይ አየሩ ያንንም ያህል ስለማይሞቅ መስኮቶቹን ከፍተው ነፋሱን እየተቀበሉ ነበር የሚነዱት። መላኩ ከመኪናው የሚወጣው የቀዘቀዘ አየር አይስማማውም። በቀላሉ አፍንጫውን ያሳክከዋል። እፍንም ያደርገዋል። ስለዚህም አማራጭ ካላጣ በቀር አይጠቀምም። ከጅቡቲ የሚመጡት ከባድ መኪኖች ብዛትና ክብደት ይሆናል አስፋልቱ በግማሽ ተጐረባብጧል። ወደ አዲሳባ የሚሄደው አቅጣጫ መንገዱ ተጠረማምሶና ጐረባብጦ ይታያል። ወደ ጅቡቲ የሚወስደው መንገድ አሁንም አዲስ የተሠራ ይመስላል።

"አይገርምህም በአንድ ጊዜ ተሠርቶ ከወዲያ ያለው መንገድ እንዴት እንደተበላሸ። ካቅሙ በላይ እኮ ነው እየሠራ ያለው። ወይ ደግሞ በየጊዜው ቢያሳድሱት ምናለ? እነሱ እኮ ያንኛውን በኩል ሲሸሹ ስንት ሰው መሰለህ የሚያልቀው " አሉ አቶ ደምለው አንድ ከባድ መኪና አጥብቦባቸው ሲመጣ ወደ ዳር ወጥተው ካለፉ በኋላ።

"በጣም ነው የሚገርመው። ጭነቱ ነው እንዲህ ያጐረባበጠው ማለት ነው?" ብሎ መላኩም እጅግም ልብ ያላለውን መንገድ በማየት ተገረመ። ወዲያው ነገሮችን ማሰብ የሚወደው የመላኩ አእምሮ ነገሩን ማውጠንጠን ጀመረ። ነገሩ ወደ አገር ውስጥ የምናስገባው ወደ ውጪ ከምንልከው ምን ያህል እንደሚበልጥ የሚያሳብቅ መሰለው። በተጨማሪም ዕቃ ተሸክመው ከወደብ ወደ መሃል አገር

የሚመጡት መኪናዎች ሲመለሱ ደግሞ ባዶአቸውን እየተንኳኩ ወደ ወደብ ሲሄዱ የሚባክነውን ነዳጅ፣ የሰው ጉልበትና ጊዜ ማሰቡ ዘገነነው። አገራችን የተሻለ ስታድግ ሁለቱም መንገዶች እኩል ያረጃሉ፤ ከዚያም ሌሎች ከኛ የሚፈልጉት ነገር እየበዛ ሲሄድ ደግሞ ወደ ጅቡቲ የሚወስደው መንገድ ቀድሞ ሲበላሽ ታይቶት ለራሱ ፈገግ ሲል፤

"ምን ሰዉ እኮ ስግብግብ ሆኖ ካቅሙ በላይ እየጫነ ነው እንዲህ መንገዱን ያለዕድሜ የሚያስረጀው?" አሉ አቶ ደምለውም ነገሩን ከጭነት ብዛት ጋር አያይዘው፡፡

መላኩም የመንገዳችን ጥራት ምን ያህል እንደሆነም ሽክሙ እንደሚያጋልጥ እያሰበ ሳለ መኪኖቹ ፍጥነታቸው እየቀነሰ በኋላም ጭራሹኑ ቆመው አንድ ሃያ ደቂቃ ቆይተው ሲሄዱ ከፍተኛ ክብደትና መጠን ያላቸው ትራኮች እያለፉ በተፈጠረው የመንገድ ጥበት የተፈጠረ ችግር እንደሆነ አወቀ። መንገዳችን ክብደትን ብቻ ሳይሆን ስፋትንም ለማስተናገድ ገና እንደሆነ ተረዳ። ባንድም በኩል ያለው መንገድ መበላሸቱ ከድሮው ይልቅ ብዙ ነገሮችን ማስገባት መቻላችን የመግዛትና የመጠቀም አቅማችን መጨመሩን ማሳየቱ ነው ብሎ በውስጡ ተጽናና። ባለፈው ሰሞን ያነበበው አንድ ጽሁፍ ትዝ አለው። ጽሁፉ እንደሚለው ቻይና ከአፍሪካ ጋር ባደረገችው የንግድ ልውውጥ ያስገባችው ገንዘብ ከከፈለችው ጥሪት በሰባት ስምንት ዕጥፍ እንደሚበልጥ ነው። ሽቀጡ በዋጋው ልዩነት እንጂ በብዛቱም ላይሆን ይችላል የተበላለጠው። ዋጋን የሚጨምረው ደግሞ ጥሬ ዕቃ ላይ የሚጨመረው የሰው አእምሮ ነው። ለዚህ ነው ከሃያ ጥሬ የበግ ቆዳ ይልቅ ከብጣሽ ቆዳ የተሠራች የገንዘብ መያዣ ቦርሳ በዋጋ የምትበልጠው።

ጥቂት ትንንሽ ከተሞችን እያለፉ ገዋኔ እስኪደርሱ ያየው የከሰል ብዛት እንደ ድንጋይ ከሰል ከመሬት የሚወጣ እንጂ ዛፍ ተቃጥሎ የከሰለ አይመስልም። ይሄን ሁሉ ከሰል ለማምረት የሚበቃ ጫካ አፋር ውስጥ ይኖራል ብሎ ማሰብ አልቻለም። ምክንያቱም አብዛኛው መንገዱን ተከትሎ ያለው እስካሁን ያየው አካባቢ በረሐ ስለሆነ ነው። አንዳንዱ ከተማ መንገዱ ሁሉ ጠቁሮ ከሰል መስሎአል። በገዋኔና በሌሎች ትንሽ ውሃ ባላቸው አካባቢዎች ሲያልፉ አካባቢው ሁሉ ባንዴ አረንጓዴ ይሆናል። ይህም የውሃን ኀይል ይናገራል። ርግጥም ውሃ ሕይወት ነው። ከዛ በተጨማሪ ባለፉባቸው ከተሞች ሁሉ መንገዱን ተከትለው በተሠሩት ቡና ቤቶች ደጃፍ ላይ እጅብ ብለው የተቀመጡ ወጣቶችና አካባቢውን የሞሉ ልጆችን እያየ ሕይወት ለነሱ ምን እንደምትመስል ለማወቅ ቢጓጓም ቆመው ያንን ለመመራመር ጊዜም አላገኘም። ወደ አፋር ከመሄዱ በፊት ሊያዋራቸው የሞከራቸው ስለ አፋር ያውቃሉ የተባሉ ሰዎችን ሊያገኛቸው ስላልቻለ ጥቂት የራሱን ጥናት ለማድረግ ሞክሯል። ግን ያንን ያህልም ጥልቅ የሆነ የተጻፈ ሥራ ማግኘት አልቻለም።

ከገዋኔ ሊወጡ ሲሉ ሁለት ጀሪካን የያዘ አንድ መካከለኛ ዕድሜ ላይ ያለ አፋሬ ሊፍት እንዲሰጡት በመማጸን እጁን ሲያውለበልብ “ይዘነው እንሂድ እንዴ?” አለ መላኩ፡፡

“ኧረ ልጄ ይሄኔ እኮ ከዛው አቅጣጫ ነው የመጣው። እነሱ መኪና ወደሄደበት ሁሉ መሄድ ነው የሚፈልጉት። ደግሞ ከፈለገ ስንት አገር ቂጥ ይዞሽው ሄደህ ውረድ ስትለው መልሰኝ ብሎ ያፈጥብሃል። እምቢ ካልክ ደግሞ ችግር ነው። እንዲሁ በሰላም ብንሄድ ይሻላል። አላየሽውም የትናንቱን ሰውዬ የሚወርድበት ቦታም ሆነ የሚሄድበት ምክንያት አልነበረውም እኮ።” አሉ ፍጥነታቸውን ሳይቀንሱ።

“አይ አንዳንድ ሰዎች እንደዚያ ሊያደርጉ ይችላሉ። ሌሎቹ ግን እንደማንኛውም ሰው ተቸግረው ነው ሊፍት የሚለምኑት። አንድ ከአፋሮች ጋር ብዙ የኖረ ወዳጄ እንደነገረኝ አፋሮች ወዳገኙበት አቅጣጫ ያለውን እድል ተጠቅመው የሚሄዱት ሽርሽሩን ወደው ሳይሆን በየትኛውም አቅጣጫ ቢሆን ሊጠይቋቸው የሚፈልጉ ዘመድ ወዳጆች ስላላቸው ነው። ግን በቦታ ርቀትና በተለያየ ምክንያት ይህንን ለማድረግ አይችሉም። ስለዚህ ወደምስራቅም ሆነ ወደ ምዕራብ ቢሳፈሩ ይህንን አላማቸውን መፈጸም ይችላሉ። በባህላቸው በጣም የሚቀራረቡና ለማህበራዊ ሕይወትና ዝምድና ትልቅ ቦታ የሚሰጡ ህዝቦች ናቸው። ደግሞ ሰው ዝም ብሎ አፋሮችን ከመሬት ተነሥተው እንደሚተናኰሉ ስለሚያስብ ነው እንጂ ጥሩ ያረገላቸውን የሚጎዱ አይመስለኝም። አሁን ያለፍነውን ሰውዬ እኔም እያወራሁት ብሄድ ደስ ይለኝ ነበር።” አለ ነገሩን ሙሉ በሙሉ እንዳልተስማማበት በሚገልጽ ድምፅ።

“ይገርማል ልጄ! እኛ እኮ በቃ ሲባል የምንሰማውን ነው። እዚህ ብዙ የሠሩ ሰዎች የሚሉትን ነው እንጂ እኔ እንኳን ምንም አጋጥሞኝ አያውቅም። ለነገሩ እኔም አሳዝኖኝ ነበር፤ ይሄኔ ያን ያህል ሸክም ተሸክሞ እኮ የትዬ ለሌ መንገድ ይሆናል የሚሄደው” አሉ እሳቸውም ነገሩን አለሳልሰው። እያወሩ እያለ አንድ ሰው ትላልቅ ነጫጭ ነገሮች ይዞ እጁን እያነሣ አይተው ጠጋ ሲሉት የሰጎን ዕንቁላል ነበረና የሰጎን ዕንቁላል አይቶ የማያውቀው መላኩ ሊገዛው አቆሙ። ዋጋውን ሃያ አምስት ሃያ አምስት ብር ብሎ ድርቅ ስላለ ደፍን አምሳ ብር ሰጥቶት ጉዞአቸውን ቀጠሉ። ሰውዬውም በደስታ ተምነሽንሾ ከአስፋልቱ ወጥቶ ጉዞውን ቀጠለ። ምንም አማርኛ ስለማይችል ምንም ማውራት አልቻሉም ነበር። የለበሰው ባህላዊ ልብስ ጽድት ያለና ቁመናው የሚያምር ጠይም ሰው ነው። መፋቂያው ባፉ፣ ሚዶውም ፀጉሩ ላይ እንደተሰካ ሲያየው መላኩ ዐብሮት ፎቶ ለመነሣት አሰበ። ግን ቋንቋ ግድግዳ ሆኖባቸው ተላለፉ።

ሚሌ እስኪደርሱ ጥቂት ሰዎች ሊፍት ቢጠይቁዋቸውም የአቶ ደምለውን

ሐሳብ ላለመቃወም ብሎ ስላካባቢው ያለውም ዕውቀት ውሱን ስለሆነ ዝም ብለው ጉዞአቸውን ቀጠሉ። ወደ ሚሌ ከተማ ሲታጠፉ ደሴ የሚለውን ምልክት ሲያይ፣ "እንዴ በደሴም ይመጣል እንዴ? ከዚህ ደሴ ምን ያህል ይርቅ ይሆን አቶ ደምለው?" አለ ያልጠበቀው ነገር ሆኖበት፡፡

"ትንሽ የጠጠር መንገድ አለው እንጂ በባቲ አድርጎ ደሴ የሚሄድ መንገድ አለ። አንድ ሁለቴ መጥቼበታለሁ። መቶ ሰማንያ አካባቢ ነው። ያምራል ያው መንገዱ አስቸጋሪ ስለሆነ እንጂ። በዚህ መኪና ግን ምንም ችግር ያለው አይመስለኝም።" አሉ እንቁላሎቹ ላይ ጃኬታቸውን ጣል እያደረጉ። መላኩ ልብም አላላቸውም ነበር።

"እንደሱማ ከሆነ ስንመለስ ወይ ደሴ አድረን በዚያው ወዳዲሳባ እንገባለና" አለ። መንገድ ሲሄድ መደጋገም አይወድም መላኩ፤ ስለዚህ ደስ ብሎታል።

"ጥሩ ነው ከደሴም አዲሳባ ሄደህ ካላወቅህ መንገዱ ዳገት ቁልቁለት ቢበዛውም ደስ ይላል። ካራት መቶ ኪሎ ሜትር አይበልጥም።" አሉ ነገሩ እንዲያውም የተሻለ አማራጭ እንደሆነ በማሰብ።

ካንድ ሰዓት በኋላ ሎጊያ ሲገቡ ሁለቱም ርቦአቸው ስለነበር ለምሳ ቸኩለዋል። በተለይ አቶ ደምለው ቡናና ሲጋራ ጠምቶአቸዋል። የተሻለ ምግብ የት እንደሚገኝ ጠይቀው ወደዚያው ሲሄዱ ብዙ መኪኖች ቆመው ያገኙበት ሆቴል ብዙም ሳይጨነቁ ገቡ። ቤቱ ሰፊ አብዛኛው ሰው የፍየል ጥብስ የሚበላበት ቤት ነው። እነሱም እጃቸውን ታጥበው ከተቀመጡ በኋላ ልትታዘዛቸው የመጣችውን ልጅ እግር ወጣት ትንሽ አዋርተዋት ደረቅ የፍየል ጥብስ አዘዙ። ከምሳው በኋላ ሌላ ቤት ሄደው ቡና ከጠጡ በኋላ ትንሽ አረፍ ብለው ወደ አሳይታ መንገድ ጀመሩ። አዲስ በመገንባት ላይ ያለው የክልሉ ዋና ከተማ ሰመራ ከሎጊያ ብዙ አይርቅም። ከተማዋ ባዳዲስና ባላለቁ ሕንጻዎች የተሞላች ሲሆን ገና ዛፍና ሰው እምብዛም ስለሌለባት ካምፕ ካምፕ እንጂ ከተማ ከተማ አትሽትም።

ብዙ ከተሞቻችን አስፋልት ተከትለው በተጀመሩ መንደሮችና የንግድ ቤቶች ላይ ያለፕላን የተሠሩ ስለሆነ ቶሎ ከተማ ቢሆኑም ከተማ ሳይሆኑ ነው የሚያረጁት። ሰመራ ግን በቂ ውሃና መሠረተ ልማቶችን ካገኘች፣ ምናልባትም በኢትዮጵያ ውስጥ ምርጥ ከሆኑ የበረሐ ገነቶች አንዷ ሳትሆን እንደማትቀርና በተለይ የዩኒቨርሲቲው እዚህ መሆን ትልቅ ተጽዕኖ እንደሚያመጣ መላኩ አሰበ። በረሀነቱም ሆነ ያካባቢው ደረቅነት ከላስቬጋስ አይብስም። ቁማር ላስቬጋስን የዓለም የመዝናኛ ማእከል ካደረጋት፣ ሰመራም የራሷ ማንነትና በፈጠራ ችሎታቸው የተካኑ ልጆቿ ከተደበቁበት ሲወጡ፣ ማን ያውቃል የዓለም ሕዝብ የሚጐርፍባት የአፋር ከተማ ትሆን ይሆናል። መላኩ ይህንን አስቦ ሳይጠግብ ዋናውን መንገድ ትተው ወደ አሳይታ በሚታጠፈው መንገድ ገቡ።

መንገዱ ጭር ያለ ሲሆን ምንም መኪና አይታይም። ከግራና ከቀኝ ያለው ለጥ ያለው አሸዋማ በረሐ ዐይን ያደክማል እንጂ ታይቶ አያልቅም። እያለፉ እያለፉ ትንንሽ የአፋር መንደሮች ይታያሉ። መንደሮቹ ከመንገዱ ብዙም አይርቁም። ቤቶቹ በቀላሉ የሚፈርሱና የሚሠሩ ሲሆኑ እንደተለመደው ቤት ሳሎንና መኝታ ክፍሎችም ሆነ በቂ መስኮት የላቸውም። ከልጆች በቀር ትልቅ ሰውም የሚያስቀሙም አይመስልም። ኩሽናና መታጠቢያ ቤት፣ ቤተመጻሕፍትና ቢሮ እዚህ የሚታሰቡ አይደሉም። ከቦታ ቦታ እየተዘዋወሩ የሚኖሩ ሰዎች ቤት ዋነኛ መለያው ፈርሶ የሚሠራ ተንቀሳቃሽ መሆኑ ነው። ውስጡ ግን እምብዛም የሚያንቀሳቅስ አይመስልም። ቤቱን መሥራትም ማፍረስም የሴቶቹ ሥራ ነው። በዚህ በረሐ እንደዚህ ዐይነት ቤት ውስጥ እንዴት እንደሚኖር ለመላኩ ሊገባው አልቻለም።

መንገዱን ግራና ቀኝ ያጠረው ተክል ከናዝሬት ከወጣ ጀምሮ ቢያየውም፣ እስከአሁንም ምን እንደሆነ አላወቀውም። ግመሎችና ፍየሎች ተንጠላጥለው ሲበሉት አይቶአል። በጣምም ትልቅ ዛፍ ባይሆንም አልፎ አልፎ መጠነኛ ግንድና ቅርንጫፎችን አውጥቶ አይቶታል። የገረመው ነገር በቃጠሎው በረሓ ውስጥም ሳይቀር እንደለመለመ ያለ ብቸኛ ተክል እሱ ብቻ መሆኑ ነው።

“ይሄ ተክል ምንድነው የሚባለው? ሌላ አካባቢ አይቼው አላውቅም።” አለ ወደ አቶ ደምለው ዞሮ፡፡

“ስሙን አላውቀውም ልጄ፤ ግን በደርግ ጊዜ ነው አሉ አንድ የእርሻ ምርምር ባለሙያ ድርቅ ይቋቋማል ብሎ አምጥቶ የዘራው። ብዙም ሳይቆይ ሁሉንም ተክል አጥፍቶ እሱ አገሩን ወረሰው። አሁን እሱን ለማጥፋት ቢሞከሩም የሚቻል አልሆነም። ስለዚህ የማጥፊያውን ዘዴ እያጠኑ ነው አሉ።” ብለው ሲያስረዱት በጣም ተገረመ። እስከ ዛሬ ስለዚህ ምንም ባለመስማቱ፣ “የሚገርም ነው። እንዴት ይሄንን ያህል ቦታ ሊሸፍን ቻለ፤ ደግሞስ ድርቁን የሚቋቋመው እሱ ብቻ እንዴት ሆነ?” ብሎ አሁንም በግራና በቀኝ ባግራሞት ማየቱን ቀጠለ።

“ግመሎቹ ፍሬውን ከበሉት በኋላ ሳይፈጭ ወጥቶ እየበቀለ ነው አሉ እንደዚያ አገሩን ሁሉ የወረሰው። እስከ ድሬዳዋ ድረስ ነው መሬቱን ሁሉ የወረሰው። የሚያሳዝነው ሌላውን ዛፍና ተክል ሁሉ ነው አሉ አድርቆ የሚያጠፋው።” አሉ አቧራ የሞላው መንገድ ሊያንሸራትታቸው ሲል ፍጥነታቸውን እየገቱ፡፡

መላኩን ግራ ያጋባው ተክል ፕሮሶፒስ የሚባል ሲሆን፣ ያካባቢው አርብቶ አደሮች የሰይጣን ዛፍ ይሉታል። ድርቅ ይቋቋማል በሚል ምክንያት በሰባዎቹ አጋማሽ ላይ ነው የተራባው። በትክክል ከየት አገር እንደመጣ ባይታወቅም ከህንድ ነው የመጣው የሚለው እምነት ያመዝናል። ውሃና ፀሐይን በመከልከል ሌሎቹን

ነዋሪ ተክሎች ሁሉ አፍኖ ይገድልና ለብቻው በመሬቱ ላይ ይነግሣል። ብዙ ዐይነት ዝርያዎች ሲኖሩት እኛ አገር ያለው ግንዱም ያን ያህል የማይወፍር፣ ዛፍም ሆኖ ዛፍ የማይሆን ሲሆን ለጥቅም ተብሎ ሳይሆን ድርቅን እንዲቋቋም ብቻ ተብሎ ይመስላል የተተከለው። በርግጥ ድርቁን ብቻ ሳይሆን ሁሉንም ነው የተቋቋመው። አሁን ሰዎችንና መሬቱንም ተቋቁሞ ስላስቸገረ እሱን ለማጥፋት ደግሞ ለሚደረገው ምርምር ብዙ ገንዘብ እያስወጣ ነው። ሥሩ እስከ ዐምሳ ሜትር ጥልቀት ወደ መሬት የሚገባ ሲሆን ይህም ድርቅን ለመቋቋም ይረዳዋል። ልክ እንደዚሁ አንዳንድ ባህሎች፣ አስተሳሰቦችና ልማዶችም ለጥቅም ሳይሆን ችግርን ለመወጫና ለጊዜያዊ መፍትሔነት እንደ ቀልድ ተጀምረው አገሩን ሁሉ ሲቆጣጠሩ በኋላ ማጣፊያው ያጥራል። ክፉ አስተሳሰብም ሲዘሩት እንጂ ላጥፋህ ሲሉት እንደዚሁ ተክል አሻፈረኝ ማለቱ ብቻ ሳይሆን በፍጥነት መራባቱ አይቀርም።

አሳይታ ከተማ መግቢያ ላይ ሲደርሱ ለጓደኛው ወዳጅ ለአቶ ባሕሩ ደውለውለት ስብሰባ ላይ ስለነበረ ወዲያው ሊያገኛቸው አልቻለም። ወደ ማታ መገናኘት እንደሚችሉና እስከዚያ ሆቴላቸው አረፍ እንዲሉ አቅጣጫውን ጠቆማቸው። ከተማዪቱን መሃል ለመሃል የሚያቋርጠውን መንገድ ይዘው ሲገቡ መሃል ፒያሳው ላይ ደረሱ። አደባባዩ መሃል የተተከለችውን የሚሊኒየም ድልና መልካም ምኞት የተጻፈባትን ሐውልት አልፈው ሲሄዱ ከተባለው ሆቴል ደረሱ። አስፋልቱን ተከትለው ወደ ከተማው መጨረሻ ሲደርሱ አስፋልቱም አለቀ። ከዚያ በኋላ የአዋሽን ተፋሰስ ተከትሎ በተንጣለለው እርሻ አፋፍ ላይ ቆሙ። አረንጓዴነቱ በጣም ያምራል። ከዚያ ሁሉ በረሓ በኋላ ይህንን ልምላሜ ማየት ነፍስን ያስደስታል። የቴምር ዛፎችና ሌሎችም የፍራፍሬ ዛፎች ይታያሉ። ወደ ውስጥ ዘልቀው መግባት አልፈለጉም።

ተመልሰው ወደ ሆቴሉ ሄደው ከበረንዳው ላይ ባሉ ወንበሮች ላይ ተቀመጡ። አንድ ዐሥር የሚሆኑ ሰዎች ተሰባስበው እየተጫወቱ ቡና ሲጠጡ ነበር የደረሱት። ሌሎች ሁለት ወጣት ፈረንጆች ደግሞ ወጣ ገባ ይላሉ። በረንዳው ሰፋ ያለ ሲሆን ብዙ ወንበሮችና የጠፍር ድንክ አልጋዎች ዝብርቅርቅ ብለው ተደርድረዋል። አቶ ደምለው ያዘዙትን አምቦ ውሃ ይዘው ፈንጠር ብለው ተቀምጠው ሲጋራቸውን ያጨሳሉ። መላኩ ደግሞ ቡና ከሚጠጡት ሰዎች ብዙም ሳይርቅ ያዘዘውን ባለ አንድ ሊትር ተኩል ውሃ እየጠጣ ሳያስበው ከሰዎቹ ጋር ማውራት ጀምሯል። ሴቶቹና ወንዶቹ ደግሞ ባል ከሚስቱ ውጪ ቢሄድ ምንም አይደለም፤ ሚስት ግን ያን ማድረጓ ትልቅ ነውር ነው መባሉ ልክ ነው አይደለም እያሉ ይሚገታሉ። ከሁለት ስሕተቶች የቱ ነው ትክክለኛው ብሎ ሙግት ለመላኩ ባይገባውም፣ ክርክራቸው ግን ባህላችን ልክ ብሎ የተቀበለውን ነገር እየሞገተ ያለ ስለነበር ደስ ብሎት ነው ጣልቃ ሳይገባ የሰማው።

በኋላም ከቡና ጠጪዎቹ አንዷ የቤቱ ባለቤት፣ ሌሎቹ ጎረቤቶች፣

ሠራተኞችና ጓደኞች እንደሆኑ ተረዱ። ሙቀቱ አሁንም መላኩን እየተፈታተነው ነው። ዕድሜያቸው ወደ ስድሳዎቹ አጋማሽ የሚጠጋ ሽማግሌ ከመላኩ አጠገብ መጥተው ሲቀመጡ ከሳቸው ጋር ወሬ ጀመሩ። አብዮቱ ሊፈነዳ ጥቂት አመት ሲቀረው ጀምሮ እዚሁ አሳይታ እንደኖሩ ቤተ ሰብም እንደሌላቸውና እዚሁ የሆቴሉ ጠባቂ ሆነው እንደሚሠሩ ነገሩት። መላኩ ምናልባትም ለመጣበት ጉዳይ ከማንም ይልቅ ሊረዱት እንደሚችሉ አምኖአል። ግማሽ ሰዓት አካባቢ አወሩ። የአሳይታ ገበያ በማግስቱ ማክሰኞም እንደሚውል ነገሩት። ከዚያም ምሽቱ ላይ እንደሚያገኛቸውና ነገም ከቻሉ ከተማውንና ገበያውን እንዲያሳዩዋቸው ሲጠይቃቸው በደስታ ተስማሙ። ትንሽ ቆየት ብለውም አቶ ባሕሩ አልጋ እንደ ያዘላቸው ለባለቤቲቱ ተናገሩ። የክፍላቸውን ቁልፍ ተቀብለው መላኩ ወደውስጥ ሲገባ አቶ ደምለው ግን እዚያው ቡናው ጋ እያወሩ ቆዩ።

ሆቴሉ ከፊቱ የከተማው መንገድ፣ ጀርባው ደግሞ በስተ ምሥራቅ አቅጣጫ ከገደሉ አፋፍ ላይ ሆኖ ቁልቁል የአዋሽ ተፋሰስና እርሻዎች ይታያሉ። እይታው እጅግ የሚያምር ነው። በተለይ ከሆቴሉ ጣራ ላይ ማታና ጠዋት ያለው እይታ ማራኪ ውበት አለው። ሙቀቱ በጣም ሲበዛም እንግዶች ዕቃቸውን ክፍላቸው ቆልፈው ጣራ ላይ በተዘረጉት ድንክ አልጋዎች ላይ ነው የሚተኙት። ቤቱ ባጠቃላይ በጣም ደማቅ በሆኑ ሰማያዊ፣ አረንጓዴና ሌሎች ቀለማት ያሸበረቀ ነው። ክፍሎቹ ጠባብ ናቸው። አንድ ባለጉድጓድ የጋራ ሽንት ቤትና ሁለት በራቸው ከትከሻ ከፍ የማይል የሻወር ቤቶችን እንግዶች በወረፋ ይጠቀማሉ። መላኩ በእንዲህ ዐይነት ሽንት ቤት ሲጠቀም ከረጅም ጊዜ በኋላ ስለ ነበር በትክክል መቀመጥ እንኳ ፈትኖት ነበር። እንኳንም ወፍራም አላደረግኸኝ ብሎ ተመስገን አለ። የራሱን ሶፍት ወረቀት ያልያዘ ሰው ሊሰናከል አልያም መቶ ብሩን ለመጠቀም ይገደዳል። ደብዳቤ ስለቀረ አሁን ኪስ ውስጥም ደረሰኝ ከሌለው ኢሜይል እንደሆነ መጠቀም አይቻልም።

በጠባቧ መስኮት አካባቢውን ለመቃኘት ሞከረ። ትንኞችን ለመከላከል የተገጠመው ወንፊት ሽቦ ብዙም አልፈቀደለትም። ጣራ ላይ ወጥቶ ቁጭ ብሎ ብዙ እያሰበ ፀሓይዋ ስትጠልቅ ማየት በመቻሉ ደስ ብሎታል። መላኩ ፀሓይ ስትወጣና ስትጠልቅ ማየት ይወዳል። ስትወጣ ማየት ተስፋና የልብ ሙቀት ሲፈጥርበት፣ ስትገባ ማየት ደግሞ ትዝታንና ጥልቅ የሐሳብ ድባብን ይጥልበታል። ነገር ግን የዛሬውን ድባብ እጅግም አልወደደው።

ማታ ላይ ከዘበኛው ካቶ አያሌው ጋር ብዙ ነበር ያወሩት። ታሪኩን ሁሉ ነግሮአቸው ለምን እንደ መጣም ገለጸላቸው። አባቱን ሃሰንንም ሆነ መሰል ታሪክ ምንም እንደማያውቁ ነበር ነገሩት። በማግስቱ ግን ከዛሬ ሠላሳ ዓመት አካባቢ ጀምሮ የነበሩትን ቡናቤቶች ሁሉ እየዞሩ መጠየቅ እንደሚችሉ ተስፋ ሰጥተውታል። ፎቶውንም ቢያሳያቸው ብዙም አልጠቀመም። ኢሕአዴግ ሲገባ

አካባቢና ከዚያም በኋላ ብዙ ሰዎች ለቀው እንደወጡ ነው የነገሩት። አቶ አያሌው ብዙ ጊዜ ቢያገቡም መውለድ እንዳልቻሉና አግብተው የፈቷዋቸው ሴቶች ሁሉ ወልደው ከብደው የልጅ ልጅ እንዳዩና እሳቸውም ፈጣሪ የሰጣቸውን ዕጣ ይዘው መኖርን መምረጣቸውን አጫወቱት። ምናልባት እኮ ችግራቸው በህክምና በቀላሉ ይፈታ ይሆናል ብሎ አሰበ። ደግሞም ስንት ልጅ ወላጅ አጥቶ በየመንገዱ ተጥሎ ማሳደግም ይቻል ነበር ብሎ አሰበ። አቶ ባህሩን ቀደም ብሎ አመሻሹ ላይ ላጭር ጊዜ አግኝቶት ነበር፤ ከሱም ብዙ ርዳታ አላገኘም። ግን አንድ እዚህ አገር ብዙ የኖሩ አፋር ሰው እንደሚያውቅና እሳቸውን መጠየቅ እንደሚችል የተስፋ ጭላንጭል ሰጥቶት ነበር የተለያዩት።

በሚቀጥለው ቀን በጠዋት ተነሥቶ ጣራው ላይ ተቀምጦ ፀሓይዋ ስትወጣ ተመልክቶ እዚያው ጸሎቱን አድርሶ ነበር ቀኑን የጀመረው። እጁን ለመታጠብ ወደ ኩሽና ሲሄድ ያየውን የንጽሕና ሁኔታ እጅግም አልወደደውም። እንኳን እዚህና በየከተማው ያሉ ትላልቅ ሆቴሎችም የኩሽናና የመታጠቢያ ቤት ንጽሕና ጉድለት ሁሌም ያበሳጨዋል። በረንዳና አጥር እያሳመርን ጓዳ ኩሽናችን ለምን እንደሚቆሸሽ ሁሌም ግራ ይገባዋል። አንዳንዴ ደግም ያስተሳሰባችንና የልቦናችን ነጸብራቅ ሳይሆን አይቀርም ይላል። ወደ ረፋዱ ላይ ተያይዘው ወደ ገበያው ሄዱ። የአሳይታ ገበያ ደስ ብሎታል፤ አስደንቆታልም። የሌለ ቅመማ ቅመም የለም። እህሉ፤ ፍራፍሬው፣ አትክልቱና ሸቀጣሸቀጡ አስገርሞታል። ግመሎችን በቅርብ ርቀት ለመጀመሪያ ጊዜ ያየው እዚሁ ገበያ ውስጥ ነበር። ሲደርሱ ገበያው ደርቶ ነበር። ሰውም ያለውን ለመሸጥና ለመግዛት ይራኰታል።

በሚቀጥሉት ቀናት ብዙ ሰዎችን ለማናገር ሞከረ። አንዳንድ ያገሩም ሰዎች አባቱን ፍለጋ እንደመጣ ሲያውቁ ሊረዱት የሚችሉትን ጥረት ሁሉ አደረጉለት። ሆኖም እናቱ ትሠራበት የነበረውን ቡናቤትም ሆነ ሃስንንም የሚያውቅ ሰው አልተገኘም። እሱም ትንሽ የተስፋ ጭላንጭል ሲያገኝ እሷን ለማጣራት ነገ ነገ ሲል እዚያው አራት ቀን አደረ። በመጨረሻም እሱ ራሱ ያሳይታን ከተማ ለማካለል የሚበቃ ዕውቀት ስለ ቀሰመ ብድግ ብሎ ለብቻው እየዞረ መጠየቅ ጀመረ። የፈራረሰውን የሱልጣን አሊ ሚራን ቤተ መንግሥትና ባካባቢው ያሉትን ከድንጋይ የተሠሩ ቤቶችን፣ እስር ቤቱን፣ የመጀመሪያውን መስጊድና ሌሎችንም ስፍራዎች ሁሉ እየዞረ ጐበኘ። ሽርጥ ማድረጉ ሰዎችን ሲያናግር የፈጠረውን ቀና ለውጥ ስለተረዳ እሱም ቋሚ ሽርጥ ለባሽ ሆኖአል። መልኩና አፍሮውም ሳይረዳው አልቀረም።

ማታ ላይ በጥቂት ቀን ቆይታው የቀረባቸውንና ሊረዱት የሞከሩትን ሰዎች አራት ጋብዞ ለመጫወት ተቀጣጥረው ስለነበር እነርሱ እስኪመጡ አመሻሹ ላይ በረንዳ ላይ ቁጭ ብሎ ቡና ሊጠጣ ወጣ። ሁለት ዕድሜያቸው ገፋ ያለ ያገሩ ሰዎች እየተጫወቱ አይቶ ከእነርሱ ብዙም ሳይርቅ ተቀመጠ። ካስተናጋጇ ጋር

ባማርኛ ሲያወሩ ስለሰማ አስተናጋጁ እንደሄደች ይቅርታ ጠይቆ አብሮ ጠጋ ብሎ ተቀመጠ። ትንሽ እንዳወራቸው እዚያው ተወልደው ያደጉ ሰዎች መሆናቸውን ተረዳ። ታሪኩን ባጭሩ ነግሮአቸው የናቱንና የሃሰንን ፎቶ ከሠላሳ ዓመት በፊት የተነሣ መሆኑን አስረድቶ አሳያቸው። አንደኛው ሰው ኢሕአድግ ሲገባ ጠቅልለው ወደ ጅቡቲ የገቡ እሱን የሚመስል ሃሰን የሚባል ሰው እንደሚያውቁ እየተጠራጠሩ ፊታቸውን ጨምደድ ፊታ እያደረጉ ነገሩት፣ በሚቀጥለው ወር ወደዚያ ሲሄዱ ሊያጣሩለት እንደሚችሉም ቃል ገቡለት። ያልጠበቀው ሲሳይ ስለነበረ አባቱን ያገኘ ያህል ነው ደስ ያለው። የራሱንና የማርቆስን ስልክ ሰጥቶአቸው፣ የእነሱንም ስልክ ወስዶ ትንሽ ተጨዋውተው የጋበዛቸው ሰዎች ስለ መጡ ተሰነባበቱ።

*　　　*　　　*

ሰሎሜ ብዙም ሰው እንዲቀበላት ስላልፈለገች በረራዋን ቀይራ ማክሰኞ ነበር የገባችው። ታክሲ ይዛ አክስቷ ቤት ስትገባ ሁሉም ነበር የደነገጡት። ከዚያም እነሶስናን ያክስቷ ባል እዚያው ሲያመጣቸው፣ የሶስናና የብርቂ ድንጋጤና ደስታ ልክ አልነበረውም። ሶስና ከሷ ላይ ተለጥፋ ማንም ሊያላቅቃት አልቻለም። አያቷ ወይዘሮ መገርቱም አገራቸው ሄደው ስለነበር ገና ረቡዕ ነው የሚገቡት።

የመላኩ አለመኖር ግርታን ስለፈጠረባቸው መምጣቱዋን ያውቅ እንደሆነ ጠየቁዋት። ከከተማ ውጪ እንዳለና ራሷ እንደምትደውልለት ገልጻ አሁን ግን ትንሽ ጸጥታ እንደምትፈልግ ነገረቻቸው። ሰው አጋጥሞት የማያውቅ ችግር ሲያጋጥመው ነው እውነትም አቅሙና ጥንካሬው የሚለካው። የምንችለው ከምናወራው በብዙ እጥፍ ያነሰ መሆኑን ብዙ ጊዜ አናውቅም። እውነትን ማወቅና መኖር በደኅና ቀን ወይም በሌላ ሰው ጉዳይ የሚያምርና ቀላል ጉዳይ ይመስላል። ራሳችንን የሚፈትን ሆኖ በተለይ በምንወደው ሰውና ጉዳይ ላይ ሲመጣ ግን ውሸትን አብጠርጥረው እውነት ላይ የሚደርሱ ጥቂቶች ብቻ ናቸው። እነዚህ ደግሞ እጅግ የበሰሉ፣ ስሜታቸውን የገዙ የሕይወት ጀግኖች የምንላቸው ናቸው። የመላኩና የሰሎሜ የስንክሳርን በውሸት የተገነባ ወጥመድ ማምለጥ መቻላቸውም በዚሁ ላይ የተመሰረተ ነው የሚሆነው።

ሰሎሜ አዲሳባ ገብታ ከሦስት ቀን በኋላ ነበር ለስንክሳር የደወለችላት። ደክሞአት ስለነበር ማረፍ ፈልጋ መምጣቷን ለማንም አለመንገሯን አስረድታት ይቅርታ ጠየቀቻት። ለአክስቷ ቤት ስለሚቀርብ ሳር ቤት አካባቢ ያለው ካልዲስ ለቡና ተቀጣጥረው ትንሽ ካወሩ በኋላ ሰኞ ወደ መቀሌ እንደምትሄድና ሶስናና ብርቂም እሷ እስክትመጣ አክስቷ ጋ እንደሚሆኑ ነገረቻት። ቤቱን በሚቀጥለው ሳምንት ከኒውዮርክ የሚመጣው አጎቷ ትንሽ ስለሚቆይ እሱ እንዲያርፍበት ማቀዷንም አጫውታታለች። ሰሎሜ በጣም ከስታለች። ብዙም የማውራትና ሰውን ለማግኘትም ያላት ፍላጎቷ ጠፍቶአል። ሥራውንም እንዴት እንደምትሠራው፣

የሶለንንም ታሪክ ለመጻፍ መቻሉዋን ተጠራጥራለች። መጀመሪያ ያሰበችው ከመላኩ ጋር እንደሚጽፉትና ሶፊያም ብዙ አስተዋፅኦ ማድረግ እንደምትችል ነበር።

"እኔ ምልሽ መቀሌ ድረስ መሄዱ ግን ያስፈልጋል? በመራቅ ምን ይፈታል?" አለቻት ስንክሳር ቅንድቧን ከፍ ዝቅ እያደረገች እንደ ተጨነቀ ሆና፡፡

"ምንም የሚፈታ ነገር የለም። እኔ ግን ራቅ ብዬ አሁንም የራሴን ችግር ነው መፍታት የምፈልገው። ደግሞ ሥራውንም የምወደው ይመስለኛል። ትንሽ ከተረጋጋሁም ለመጻፍም ሳይረዳኝ አይቀርም ከቤተ ሰብም ራቅ ማለቴ" አለች ድክም ባለ ድምፅ። ወዲያው የስንክሳር ስልክ ተደውሎ ከቦርሳዋ ስታወጣው ሶፊያ ነበረች።

"ሶፊያ ናት ... ልታናግሪያት ትፈልጊያለሽ?፡ምክንያቱም በቃ ስትጨቀጭቀኝ ነበር። ኢሜይልም ደጋግማ አድርጋልሽ ምንም እንዳልመለስሽላት ነው የነገረችኝ።" አለች ስልኩን ሃሎ ከማለቷ በፊት። ሰሎሜም በግዴለሽነት መልክ ትከሻዋን ሰበቀች። ነገሩን እንደ እሺታ ወስዳ ትንሽ አዋርታት ሰሎሜን አሁን ገና እንዳገኘቻት ነግራት ስልኩን ሰጠቻት። ሶፊያ በስሜት ሆና ምን ያህል እንዳሳሰበቻትና በሰላም መሆኑን ጠየቀቻት። ስለ ቤተሰቦቿና ስለ ክብሮምም ስትጠይቃት ቅዝቅዝ ብላ ነበር ሁሉም ደኅና እንደሆኑ በደምሳሳው የነገረቻት።እሷም ደክሞአት ስለነበር ትንሽ ዐረፍ ብላ ልታገኛት ማሰቧን ስትነግራት ልታዋራት እንዳልፈለገች ቢገባትም ሶፊያም እንደምትረዳትና እስክታያትም እንዴት እንደቸኮለች ነግራት ከመዝጋቷ በፊት፡-

"መላኩና ማርቆስ የሚገርሙ ሰዎች ናቸው። መቂም ሂደን የመላኩን ቤተ ሰቦች ተዋወቅን። በሕይወቴ እንደዚህ ደስ ብሎኝ አያውቅም። የሚገርም ልጅ ነው። እኔ ነኝ ወይስ የሆነ ሶለንን የሚመስል ነገር አለው?" አለቻት ሳታስበው ፍልቅልቅ ብላ፡፡

"ይቅርታ ሶፊያ አሁን ትንሽ ራሴንም ስላመመኝ ብዙ ማውራት አልችልም። ሰሞኑን ስንገናኝ ብናወራስ?" አለች ስንክሳር ከነገረቻት ጋር ነገሩ እየተገጣጠመባትና የሶፊያ ዐይናውጣነት እያናደዳት።

"እሺ እሺ ይቅርታ። በቃ ደስ ስላለኝ ለፈለፍኩብሽ አይደል? በቃ ስትችይ ዐረፍ ብለሽ ደውይልኝ ያንቺን ስልክ እጠብቃለሁ። መላኩም አባቱን ፍለጋ ምንድነው ስሙ ጠፋኝ የከተማው ስም እንደሄደ ነው በስልክ አገኘሽው እንዴ?" ስትላት፡- "እምም.. አዎን ሰምቼያለሁ ... ምንም አይደለም... ይቅርታ ትንሽ አሁን ራስ ምታት ስላስቸገረኝ ነው። ሶፊያ ደስ ብሎኛል ስለለመድሽ። በቃ እደውልልሻለሁ። ስንክሳር ጋ ልመልስሽ።" ብላ ስልኩን ለስንክሳር ሰጠቻት።

ስንከሳርም ሶፊያን ትንሽ አውርታ ስልኩን ዘግታ ሰሎሜን ለማጽናናት ርእሱን ለውጣ ስለ አጎቷና ልትጽፈው ስላለው መጽሐፍ ምናምን ማውራት ብትሞክርም፣ ሰሎሜን ከገባችበት ድብርት ውስጥ ልታወጣት አልቻለችም። በመጨረሻም ቤት ሄደሽ ብታርፊ ይሻላል ብላ ተለያዩ። ሐሳብ ውስጥ ገብታ ስትነዳ ሁለት ጊዜ ከሌላ መኪና ጋር ልትጋጭ ነበር። ከዚያም እቤት ገብታ ራትም ሳትበላ በጊዜ ተኛች።

መላኩ ከክር የቀጠነች ተስፋውን ይዞ አንድ ቀን ደሴ አድረው በየመሃሉ እያረፉ እሑድ ከሰዓት ላይ አዲሳባ ገቡ። ማርቆስ ደግሞ ወደ አዋሳ ሐሙስ ነበር ለሥራ የሄደው። የጁስ ቤቱን ዕቃዎችም እግረ መንገዱን ለመዐዛ አድርሶላታል። ሰፋ ያለ ቤት ተከራይታ ያሉትን ዕቃዎች አስተካክላ ስትጠብቀው ነበር። ትንሽ ሥራዋ ወጣ ወጣ ሲልና መታየት ሲጀምር እንቅፋቱም በዚያው ልክ በየሰበቡ ፊቷ እየተደነቀረ አላሠራ እያላት ነው። ከቀበሌና ከተማ መስተዳደር አካባቢ በፈቃድ ሰበብ በሆነው ባልሆነው ሲያመላልሷት ከርማለች። እንጀራ ከምታቀርብላቸው ሥጋ ቤቶችና ሆቴሎችም የተወሰኑት በቅናሽ ዋጋ ሌላ ደንበኛ ስላገኙ ከሷ መረከቡን አቋመውባታል። በኋላ እንደተረዳችው እዛው ጎረቤቶቿ የሆኑና ልትረዳቸው ያሰበቻቸው ሰዎች ናቸው ዋጋዋን ሰብረው ለማቅረብ የተስማሙት። ፈጠራ በሞተበት ማኅበረሰብ ውስጥ ኩረጃንና ሙስናን ማሸነፍ ትልቁ ፈተና እንደሆነ በቅጡም ገና አልተገለጠላትም። በዚህና ሰሞኑን ባጋጠሟት ውጣ ውረዶች ጭንቅላቷ ተበጥብጦ ነው ማርቆስ ያገኛት። ያለወትሮዋ ስሜቷ ዝቅ ብሎ ስላያት፦

"መዐዚ ሰላም አይደለም እንዴ? ምነው የደበረሽ ትመስያለሽ?" አለ ቁጭ ብሎ የቀረበለትን ለስላሳ እየተጎነጨ።

የሆነውን ሁሉ ካስረዳችው በኋላ "ምን እባክህ ገና እኮ ዕልፍ ሳትል እልፍ መከራ ነው የሚጋፈጥህ። ሥራው ሳይሆን የሰዉ ክፋትና ተንኰል እኮ ነው አቅምህን የሚበላው።" ብላ እጇን ደገፍ ብላ ዝም አለች።

"መዐዚ ይህ እኮ የሚያሳየው በትክክለኛው መንገድ ላይ እንዳለሽ ነው። ደግሞ አንቺን ጠንካራ የሚያደርግሽ ሥራው ብቻ ሳይሆን እንደዚህ ዐይነት ዕንቅፋቶችንም ማለፍ መቻልሽ ነው። ሰዉ ለሥራ አለርጂክ ስለሆነ አንቺ ስትሠሪ በርበሬ እንደታጠነ ሰው ነው የሚያቅበጠብጠው። አንዱ ሠራተኛ ይመስላል ሌላው አጋዥ፣ ሌላው ደግሞ ሕግ አስከባሪ። እውነቱ ግን ሰነፍና ምቀኛ መሆናቸው ነው። አንዴ እታች ከሚተረማመሰው፣ ግራና ቀኙን ከማያውቀው፣ ከማይሠራ ወይም ከማያሠራው ብዙኃን ራቅ እስክትዪ ድረስ መጽናት ነው። አይዞሽ ይሄ ሁሉ ከጥቂት ጊዜ በኋላ ይረሳል። ደግሞ ይሄንን ሁሉ አትኩሮት ከሳብሽ የምትሰሪው ነገር ምን ያህል ጥሩ መሆኑን ነው የሚያሳየው።" ብሎ ዲስኩሩን ሲጨርስ መዐዛ ቀበል አድርጋ፦

"ልቤማ እኮ ይገባዋል ግን በቃ ያናድድሃል። ደግሞ ስንቱን ታግለህ

ትችለዋለህ? ደግሞ ጨርሼም ተስፋ እንዳልቆርጥ የሚያደርገኝ በሌላ በኩል አምላኬ አለ አጠገቤ፣ አንዱ በር ሲዘጋ ሌላውን እመቤቴ ትከፍተዋለች። የሚገርምህ ይህ ሲያስከፋኝና ሲያሳርረኝ በማግስቱ ሦስት የአበባ እርሻዎች ናቸው ካፌ እንድከፍት ፈቃድ የሰጡኝ። ስለዚህ እያንዳንዱ ፈተና የሌላ ድል መወጣጫ እንደሆነ ነው እየገባኝ የመጣው።" አለችና ዘለቃ ከንዳ ምሳ በትሪ ይዛ ስትመጣ አይታ ጠረጴዛውን ማቀራረብ ስትጀምር

"እዪ መዐዚ በጣም ነው የምቸኩለው። መሄድ አለብኝ። ደግሞ በቅርብ ነው የበላነው። አሁን እዚያው ሄደን ቶሎ ዕቃውን ይግጠሙልሽ፣ ሰዎቹም ይቸኩላሉ ወደ አዲሳባ ለመመለስ። እኔም ወደ አዋሳ ቶሎ መድረስ አለብኝ።" ብሎ ብትል ብትሠራው አሻፈረኝ አለ። በተከራየችው አዲስ ቤት ውስጥ ዕቃዎቹን ሁሉ አስገቡላት፣ ማሽኖቹንም ቦታ ቦታ አስይዘው ገጣጠሙላት። ሰዎቹን ወደ አዲሳባ ከሸኘ በኋላ እሱም እነመዐዛን ተሰናብቶ ወደ አዋሳ ጉዞውን ቀጠለ። መዐዛም ሆነች ቤተ ሰቡ ማርቆስን መሸከም እስኪያቅተው ነው ምስጋናቸውን ያዘነቡበት። ሰሞኑን ባጋጠማት ተግዳሮት ልቧ ወድቆ የነበረችው መዐዛም እንደገና ተስፋዋ አንሰራርቶ ጉልበት ተሞላች። ማርቆስ ወደ አዲሳባ የሚመለሰው ገና ማክሰኞ ነው። ከሰሎሜ ጋር የነበራትን ግራ የሚያጋባ ዐጭር የስልክ ንግግር ሶፊያ ከነገረችው በኋላ ሰሎሜ ጋ ደጋግሞ ቢደውልም፣ ስላላነሣችለት የሚያደርገው ግራ ገብቶታል። ስንክሳር ጋ መደወል ደግሞ አልፈለገም፤ ስለዚህ ረጋ ብሎ አክስቷን ለማናገር አሰበ።

መላኩ ሰኞ ሥራ ሲገባ ብዙ ነገር ተቀልሎ ነበር የጠበቀው። ሶፊያንም ስንክሳርንም በስልክ አግኝቶአቸው ሥራው በጣም ስለተቀለለበት ከረቡዕ በፊት ሊያገኛቸው እንደማይችል ነግሯቸዋል። በማግስቱ ደግሞ ድሬዳዋ ያለው ፕሮጀክት ላይ ማናጀሩ ለቆ ችግር ስለተፈጠረ ለአምስት ቀን ወደዛው በመሄዱ ከማርቆስ ጋርም ተላለፉ። በዚህ መሃል ሰሎሜም መቀሌ ሄዳ አዲሱን ሥራ ጀምራለች። መቀሌ ስትሄድ ከልጅነቷ ጀምሮ አግኝታቸው የማታውቃቸውን የናቷን አባትና ዘመዶቿን ብዙም ሳትቆይ ነበር ያገኘቻቸው። እነሱም ሆቴል አታርፊም ብለው ሳምንቱን ሙሉ ከቤት ቤት እያዞሩ ሲጋብዟት ከረሙ። አዲስ አበባ ደግሞ አክስቷና አያቷ የሰሎሜ ባሕርይ እንደዚህ መለዋወጥ ከሶለን ሞት ጋር የተያያዘ ቢመስላቸውም፣ የመላኩ መጥፋት ግን ከንክኖአቸዋል። እነሱም ደጋግመው ቢደውሉለትም ስልካቸውን ስላልመለሰ ግራ ገብቶአቸዋል።

መላኩ ከድሬዳዋ ሲመለስ ማርቆስ ደፍሮ ሊያናግረው ቢሞክርም፣ እንደ በፊቱ ቁጣ ቁጣ ሳይለው አሁንም አንድ ሁለት ሳምንት እንዲሰጠውና ከዚያ በኋላ ሊነጋገሩበት እንደሚችሉ ነበር የነገረው። በሌላ በኩል ወደ አሜሪካ በቅርብ ሲሄድ ትንሽ ከሁሉም ነገር ዕረፍት አግኝቶ ሕይወቱን ለማስተካከል እንደሚረዳው አስቦአል። ማርቆስ በሱና በሰሎሜ መካከል ገብቶ ለማስታረቅ መሞከሩ ምንም ፋይዳ እንደሌለውና ሊቋቋመው የማይችለውን ቁስል እንዳይፈጥርበትም

ፈርቷል። እሱ የመረጠው መንገድ ነገሩ ለጊዜው እንደዚሁ እንደተዘጋ እንዲቀር ነው። ማርቆስ ጉዳዩን ከሰሎሜ አክስት ጋርም ተወያይቶበታል። እሷም እሱም ለማውራት ፈቃደኛ አለመሆን ብቻ ሳይሆን አሻፈረኝ ስላሉ ትንሽ አይተዋቸው ነገሩ በዚህ ከቀጠለ፣ ሌላ መንገድ ሊፈልጉ ነው የተሰማሙት።

ክብሮም በበኩሉ እየደወለ ያለውን ሁኔታ ከስንክሳር ጋር መመካከሩንና ማውራታቸውን ቀጥለዋል። ያለውን ሁኔታም ስታስረዳው

"ሰሎሜ መቀሌ ገብታለች። መላኩንም ሆነ ሶፊያን ማየትም፣ ስለነሱ መስማትም አስጠልቷታል። ሶፊያ እኮ ሳላስበው ጥሩ መጠቀሚያ ነው የሆነችን። ግን አሁን ትልቁ ቁልፍ በሁለቱ መካከል ያለው ገደል በሆነ መንገድ ሳይደፈን እሷ ይሂ አገር አስጠልቷት እንድትመጣ ማድረግ ነው።፣አሁን መቀሌ መሆኗ ትንሽ ጊዜ ይገዛልናል። መሌም ፎቶውን ካየ በኋላ እንደ ዕብድ ነው ያደረገው። አሁን ሰሎሜ ለሚለው ስም ሁሉ ነው አለርጂክ የሆነው።" ብላ በረጅሙ ሥቃ " አንተ አሁኑን ማሰብ ያለብህ እንዴት እዚህ መጥተህ ምን ያህል እንዳዘንህ ነግረሃት ይቅርታ በመጠየቅ የሷን ልብ ለማለሳለስ ነው። ድሮውንም ስለምትወድህ በዚያው ቀስ እያልክ በዚህ ከባድ ጊዜ አብረሃት ከሆንክ ምንም ጥያቄ የለውም በጥቂት ጊዜ የራስህ ታደርጋታለህ። ይህም ትንሽ እንጥፍጣፊ ተስፋ እንኳ ቢኖር ሙሉ በሙሉ ነው ከሁለቱም ልብ ውስጥ የሚገድለው። በተለይ መላኩ አንተ እሷን ልትጠይቅ እዚህ እንደመጣህ ሲያውቅ።" አለች ድል ድል በሚሸት ድምፅ።

"አሳቡ ጥሩ ነበር ግን እኮ እኔ ምንም ፈቃድ የለኝም። በሆነ መንገድ ትንሽ ጊዜ አግኝቼ ብመጣ እንኳን ምን ተስፋ አለው ብለሽ ነው። እዚህ ራሱ አላናግር ብላኝ በስንት መከራ ነው ስትሄድ እንኳ ያዋራችኝ" አለ ክብሮም ነገሩ እየከበደው፡፡

"ክብርሽ በቃ እኮ አለቀ። አሁን አየህ እሷ እዚህ ድረስ መጥተህ ይቅርታ ስትጠይቃት በየዋህነት እንዳደረግሽው ደግሞም ምን ያህል ለሷ ጥንቃቄ እንደምታድረግ ነው የሚያሳያት። ሴት ልጅ ደግሞ ጥንቃቄ በሚያደርግና ትሑት በሆነ ሰው መረታቷ የማይቀር ነው። እኔ ይሄን ሁሉ ለመላኩ ብዬ የማደርገው ለምን ብዬ ይመስልሃል። ቀንጅናው ወይም ሀብቱ እኮ አይደለም። ደግሞ ድንገተኛ የቤተሰብ ጉዳይ አጋጥሞኝ አፍሪካ ልሄድ ነው ብትላቸው እምቢ አይሉህም። ነገሩ ድንገትኛ የቤት ሰብ ጉዳይ እንደሆነ አትርሳው! " ብላ ቆፍጠን ባለ ድምጽ ስትነግረው ነገሩ አሳማኝ ሆኖ ታየው፡፡

"እሺ እስኪ ሁሉንም ነገ አይቼ እደውልልሻለሁ" ብሎ ትንሽ አውርተው ስልኩን ዘጉት። ከዚያም ሥራ ቦታ የቤተ ሰብ ጉዳይ ገጥሞኝ አፍሪካ ልሄድ ነው ብሎ የቤተሰብ ፈቃድ ተሰጠው። ለሕያውም እንዴት እንደሚነግረው ግራ ስለገባው

ሳይነግረው ነው ብድግ ብሎ የሄደው። አዲስ አበባ ከገባ በኋላ ነው ከከተማ ውጪ መሆኑንና ከሳምንት በኋላ እንደሚመለስ ብቻ ኢሜይል ያደረገለት። ሕያውም ከሰሎሜ ጋር ያላቸው ጓደኝነት ክብሮምን እያመሳቀለው እንዳለ ቢያውቅም፣ ምን ብሎ እንደሚረዳው ስላላወቀ ዝምታን ነው የመረጠው። እኅቱን ጓደኛው ወዶ እኅቱ ደግሞ ለሱ ግድ እንደሌላት ካወቀ ምን ማድረግ ይችላል?

መላኩ ለአሜሪካው ሥልጠና ለመሄድ ዝግጅት እያደረገ እያለ ከዚያው ያልተጠበቀ ዜና በስልክ መጣ። ስልኩን የደወሉት የሣራ እናት ነበሩ። ጊዜው ከሌሊቱ ስምንት አካባቢ ስለነበር ከእንቅልፉ ደንግጦ ነው የተነሣው። በዚህ ሰዓት ደውለውለት ስለማያውቁ የድምፃቸውም ሁኔታ የሆነ መጥፎ ነገር መኖሩን ይናገር ነበር። ሰላምታ ከተለዋወጡ በኋላ፡-

"ምንድነው እቴትዬ ሰላም አይደለም እንዴ? ደኅና ናችሁ?" አለ መላኩ እየተደነባበረ። እሱም እንደነሣራ እቴትዬ ነው የሚላቸው።

"አዬ መላክዬ ምን ሰላም አለ ባክህ። ጉድ ሆኜልሃለሁ ልጄ" ብለው ልቅሶአቸውን ሲለቁት ጭራሽ ተረብሾ፣ "ምንድነው? ምን ሆናችሁ?" አለ ድንጋጤው የእንቅልፍ ድምፁን እያጠፋው፡፡

"ሣራ ሣራ .." ብለው አሁንም ሲያለቅሱ የባሰውን የሚይዝ የሚለቀውን አጥቶ፣ "እ እ .. ሣራ ምን ሆነች ምን ሆነች .." አለ ደንግጦ ወደ ሳሎኑ በደመነፍሱ እየሄደ፡፡

"ያ መከረኛ ባሏ ... እሷንም ልጆቹንም... ኧረ እንዴት ነው የሚወራው... አምላኬ..." እንጃ እያሉ ልቅሶአቸውን ሲቀጥሉ፣ "እቴትዬ ባክሽን እስኪ ተረጋግተሽ ንገሪኝ... ምን ሆኑ ምን አደረጋቸው?" አለ ብዙ ክፉ ነገር አእምሮውን እየሞላው፡፡

"ባለፈው ሰሞን ትንሽ ተጋጭተው ስለነበር እሷን መትቶአት ትልቁ ልጇ 911 ደውሎ ፖሊስ ጠርቶ እነሱም ወስደው አሰሩት። በማዕቀብና በማስጠንቀቂያ ካሥር ቀን በኋላ ለቀቁት፣ አጠገባቸው እንዳትደርስ ብለው። ትናንት ይሄው ጠዋት ላይ ማንም ሳያስበው ቤት ሄዶ አንድ አንድ ሲሉ ጭቅጭቅ ተፈጥሮ እንዴት እንደሆነ አይታወቅም ትልቁንና ትንሹን ልጅ ገድሎአቸው፣ እሷንም ባምስት ጥይት አርከፍክፎባት በመጨረሻም ራሱንም ገድሎ ቤቱ ሁሉ ሬሳ በሬሳ ሆኖ ተገኘ። ምንስ ተብሎ ይወራል ..." አሉ አሁንም ነገሩን እንዴት እንደሚናገሩት ግራ የገባቸው የሣራ እናት "እኔ አላምንም.. አምላኬ...!" ብሎ እሱም ጮኾ ማልቀስ ጀመረ። እንደምንም ራሱን ተቆጣጥሮ "ሣራስ እንዴት ናት ተርፋለች?" አለ

የደመነፍሱን፡፡

“እሷ አሁን ሆስፒታል አይሲዩ ናት። ሁለቱ ልጆች ያው ወዲያው ነው የሞቱት:: ትንሿ ሚጢዬም ያን ሁሉ ነገር ሳታይ አልቀረችም እስካሁንም በድን እንደሆነች ነው። እሷም ሆስፒታል ናት። እንጃልኝ ዘንድሮ እንዴት እንደምሆነው ልጄ…” እያሉ ሲያለቅሱ እሱም አብሮአቸው ማልቀስ ብቻ ነበር የቻለው። የተወሰነ አውርተው የቻለውን ያህል አረጋግቶአቸው ከሳቸው ጋ ስልኩን እንደዘጋ አሁንም እያለቀሰ ማርቆስ ጋ ደውሎ ባስቸኳይ እንዲመጣ ነገረው። ወዲያ ወዲህ እያለ የሚይዝ የሚጨብጠውን አጥቶ ሲንጐራደድ ማርቆስ በሩን አንኳኳ።

ቅንብር

ስንክሳር የክብሮምን ጉዞ በማቀናጀት ተጠምዳለች። አብራው መቀሌ ለመሄድም አስባለች። ሰሎሜ መቀሌ እንደምትቆይ አረጋግጣለች። በሚቀጥለው ሳምንት ላይ መጥታ እንደምትጐበኛትና አገሩንም ለማየት እንደምትፈልግ ስትነግራት እያቅማማች ነው ሰሎሜ እሺ ያለቻት። የክብሮምን መምጣት ቢያንስ አሁን ልትነግራት አልፈለገችም። ምንም ሳታውቅ ድንገት እሱን ይዛ መቀሌ መሄድ እንደሌለባትም አውቃለች። ስለዚህ ምን ማድረግ እንዳለባት እያሰበች ነው። ስለዚህ ዋና ግቧ ሰሎሜን ቢቻል አሳምኖ ከክብሮም ጋር እንዲሆኑ ማድረግና ወደ አሜሪካ መመለሷን ማፋጠን ሲሆን፣ ካልተቻለ ግን እዚህ መኖሩን ጠልታው ወደ አሜሪካ እንድትሄድ ነገሮችን ማመቻቸት ነው።

ስንክሳር እስካሁን ቅንብሯና እቅዷ ሁሉ ባሰበችው መንገድ እየሄደላት ይመስላል። ግን ያሰበችው ሁሉ ቢሆንና ከመላኩ ጋር መሆን ብትችል፣ ከሰሎሜ ጋር ያላትን ግንኙነት እንዴት ልታደርገው ነው? ሁሉንም ነገር ቀድሞ የማሰብ ዝንባሌ ያለው የስንክሳር ጭንቅላት ይህንንም ማውጠንጠኑ አልቀረም። ተበዳይ ሆና ከሰሎሜና ከክብሮም ጋር እንዴት እንደምትኰራረፍ ዐቅዳለች። ከመላኩ ጋር ያላቸውን ጓደኝነትም እንደተጐዳ ሆና በመቅረብ ቅርርባቸውን አጠናክራ ግቧን ማሳካት ነው። ማርቆስንና መላኩን ማራራቅም የግድ ሳያስፈልግ እንደማይቀር ከወዲሁ ተገንዝባለች። አንዴ ሰሎሜ ከሄደች በኋላ ያ የሚቀጥለው ሥራዋ ስለሆነ ለርሱም ነገር እየጐነጐነችለት ነው። ሶፊያ ለዚህ ሳትጠቅማት እንደማትቀር ጠርጥራለች። ነገር ግን ማርቆስን ከመጀመሪያውም በማይገባት ሁኔታ ስለምትፈራው ይሄኛው ሥራ ሳይከብድባት እንደማይቀር ልቧ አውቆታል።

የሁለቱ የሣራ ልጆች አሟሟት የካንሳስ ከተማን ሕዝብ ሁሉ ያስደነገጠ ክሥተት ሆኖአል። ደጋግሞ በጥይት ስለመታት ብዙ ደም ፈስሷት ቶሎ ራሷን መሳቷ ከሞት ያተረፋት ሣራ አሁንም ሆስፒታል ውስጥ ለሕይወቷ እየታገለች ነው። በዚህም ምክንያት በልጆቿ ቀብር ሥነ ስርዐት ላይ መገኘት አልቻለችም። መካከለኛ ልጇም በከፍተኛ ድንጋጤ ውስጥ ሆስፒታል ተኝታ አንድም ቃል አይወጣትም። ትንሽ እንቅልፍ ሲወስዳት ደንብራ ትነሣለች። ደጋግማም አልጋዋ

ላይ ሽንቷን ትስታለች። አያቷ ወይዘሮ የትናየት እንዲለዩአት አትፈልግም። ከዚህም የተነሣ ቤተ ሰቡ ሁሉ በከፍተኛ ኀዘንና ንዴት ውስጥ ነው የሚገኘው።

አብረዋት የሚሠሩት ሃኪሞችና ነርሶችም ድንጋጤው እስካሁን አልለቀቃቸውም። እንዲህ ዐይነቱ ጭካኔ የተሞላው ግድያ የሚፈጸመው አልፎ አልፎ ነው። በነገሩ አበሻው ማኅበረሰብ በከፍተኛ እፍረትና ድንጋጤ ውስጥ ገብቶ አንገቱን ደፍቶአል። ብዙ ጋዜጠኞች ፍርድ ቤቱ ምንተስኖትን መልቀቅ እንዳልነበረበትና ሚስቱ መክሰስ ብትፈልግም ባትፈልግም፣ ጤነኛነቱ እስኪረጋገጥ ድረስ ቢታሰር ኖሮ፣ ይሄ ሁሉ ባልደረሰ ብለው ወሬው ላይ ቤንዚን እየጨመሩ አጧጡፈውታል። የምንተስኖት ወላጆች ወሬውን ሲሰሙ የሚገቡበት ነው ያጡት። ከመሄዱ በፊት ያሰማ የነበረውን ዛቻ ነው የፈጸመው። ያኔ አባቱ ነገሩ የንዴት ቀረርቶ እንጂ የምር አልመሰላቸውም። እናቱ ግን አሁንም እናት ናቸውና ደግሞም ሣራን ከድሮም ስለማይወዷት ጥፋቱ የልጃቸው ሳይሆን፣ የሷ መሆኑን ነው ማመንም ማሳመንም የሚፈልጉት። እሷ እንደዚያ ባታናድደው ኖሮ የሳቸው ልጅ የዋህና ሆደ ቡቡ እንጂ ነፍሰ ገዳይ እንዳልሆነ ሽንጣቸውን ገትረው ይሚገታሉ። ሬሳው ተልኮ አዲሳባ መቀበሩ የሚያመጣውን ማኅበራዊ መዘዝ በማየት እዚያው በመቀበሩ ተስማምተው ነው የተቀመጡት።

መላኩ ነገሩን የሰማው ዐርብ ሌሊት ለቅዳሜ አጥቢያ ሲሆን ለቪዛ ኤምባሲ የሚገባው ገና ሰኞ ነው። ሥልጠናው የሚጀምረው ከሳምንት በኋላ ቢሆንም፣ ቪዛውን ካገኘ ሰኞውኑ ማታ ለመሄድ ነው ያሰበው። ከማርቆስ ጋር ሆነው በድጋሚ ወይዘሮ የትናየት ጋ ደውለው ነገሩን እንደገና በደንብ ጠየቁዋቸው። ሁሉ ነገር ደህና ቢሆን እንኳ ቢያንስ ሁለት ሳምንት ያህል ሣራ ሆስፒታል መቆየት እንደሚኖርባት ነው ሐኪሞቹ የነገሩዋቸው። መላኩ ቪዛውን ከሰጡት ሰኞ ማታ ለመሄድ እንዳቀደና ቲኬቱን በካንሳስ በኩል እንደሚያደርገው ነግሮአቸው የሣራ እናት ሊቀበሉት ዐቅደዋል።

የሆነው ነገር እንዲህ ነው። ምንተስኖት ታስሮ ከተፈታ በኋላ በንዴትና በጸጸት ሲበሳጭ ነበር። ሐሙስ ማታ ሲጠጣ አምሽቶ ሌሊት ላይ ነበር ወደ ቤት የገባው። ጠዋት ላይ ሲነሣ ብስጭቱ ጨምሮ ነበር። ደጋግሞ ቢደውልም ሣራ ስልኩን ስላላነሣችለት በንዴት ጦፎ ነበር ወደ ቤት የሄደው። ሣራ ደግሞ ልጆቹን ትምህርት ቤት አድርሳ ሥራ ለመግባት በጥድፊያ ላይ ነበረች። ትንሹን ልጅ እያበላችና ከትልቁ ልጅ ጋር እያወራች ነበር በሩን በርግዶ የገባው። አንድ አንድ እያለ የጀመሩት ንትርክ ግሎ እሱም ደረጃውን ወጥቶ ወደ መኝታ ቤት አመራ። ከቤት የማይወጣ ከሆነ ፖሊስ እንደምትጠራ ስትነግረው ተመልሶ ክንዷን አፈፍ አድርጎ እየታገለችው ይዟት ወደ ላይ ወጣ።

ቁምሣጥኑ ውስጥ ያስቀመጠውን ሽጉጡን ሣራን ለማስፈራራት አውጥቶ ከሷ ጋር እየተጯጯኹ ወደ ታች ሲወርዱ፣ ትልቁ ልጅ ስልኩን ፖሊስ ጋ ደውሎ

እያለቀሰ ሲናገር አይቶት በደም ፍላት የተኰሰው ጥይት እዛው ስልኩን እንደያዘ ዘረረው። ሣራም እየጮኸች እጁን ነክሳ ሽጉጡን አስጥላው ወደ ልጇ ስትሮጥ የወደቀውን ሽጉጥ አንስቶ እሷንም ደጋግሞ በጥይት መታት። ዞር ሲል ትንሹ ልጅ ደግሞ ይጮኻል። አሁንም የሚያደርገውን የማያውቀው በደም የሰከረው ምንተስኖት 'አንተስ ብትሆን እሷ ከሞተች ማን ሊያሳድግህ ነው? የፈረንጅ መጫወቻ ከምትሆን እነሱኑ ብትቀላቀል ይሻልሃል' ብሎ እሱንም ባንድ ጥይት ጨረሰው። በመጨረሻም የራሱን ጭንቅላት በያዘው ሽጉጥ በታትኖ ብዙም ሳይቆይ ፖሊሶቹ ደረሱ። ይህንን ሁሉ ነገር ከበር ሥር ተደብቃ ስታይ የነበረችው መካከለኛዋ የሣራ ልጅ ግን እስከ አሁንም አንድ ቃል እንኳ አልወጣትም።

*　　　*　　　*

ስንክሳር ሰሞኑን ከውጪ የመጡ ጓደኞቿ ስላልለቀቋት ከመላኩ ጋር ብዙም አልተገናኙም። የሚደዋወሉትም ላጭር ደቂቃዎች ስለነበረ ናፍቋታል። መላኩ ደግሞ ሰኞ ኢምባሲ ገብቶ ቪዛ እስኪያገኝና መሄዱ እርግጠኛ እስከሚሆን ድረስ ለስንክሳር መንገር አልፈለገም። ማርቆስን ለሶፊያ እስከ ሰኞ እንዳይነግራት ያስጠነቀቀው ለዚሁ ብሎ ነው። ሰኞ ጠዋት ላይ ከአጭር ኢንተርቪው በኋላ ነበር ያለ ብዙ ችግር ቪዛው የተሰጠው። ስለዚህም የቀረችው ከሰዓት በኋላ አጭር ጊዜ ስለነበረች ትንፋሽም አላገኘም። ስንክሳር የመላኩን የዚያን ለታውኑ ማታ መሄድ ስትሰማ በድንጋጤ ክው አለች። ገና ከናዝሬት እየመጡ ስለነበር ባለበት ቦታ ሄዳ ልታገኘው ተለማምጣው ተቀጣጠሩ። ነገሩን ለሰሎሜ እንዴት አድርጋ መንገር እንዳለባት ለማወቅ ዕቅዶቿን ሁሉ እንደገና ማየት እንዳለባት አሰበች። ነገሩ ፈጽሞ ያልጠበቀችው ስለሆነ ግራ ገብቷታል። መላኩም አንዳንድ ነገሮችን ሳይነግራት ሲያደርግ የመጀመሪያው ስላልሆነ ትንሽ ነገሩ ሳይረብሻት አልቀረም። ቢሆንም አሁን ትኩረቷን ሁሉ እሱን በሰላም መሸኘቱ ላይ ማድረግ እንዳለባት ወሰነች።

መላኩ ከመሄዱ በፊት ማርቆስ ስለ ሰሎሜ ደጋግሞ ሊያናግረው ቢሞክርም አልሆነለትም። አሁን ማንም ምንም ማድረግ እንደማይችልና ሁሉንም ነገር ጊዜ ቢፈታው እንደሚመርጥ ነው የነገረው። በዚህ ጊዜ የሱ ትልቅ ጉዳይ ሣራ እንደሆነች ነግሮት ጉዳዩን እንደተንጠለጠለ ተወው። ምናልባት ቢሰማኝ ብሎ እሱ ራሱ የሚያውቀውን በተንኰል ያጣትን የጓደኛውን የማርታን ታሪክ አስታውሶት፣ በሠራው ስሕተት ሕይወቱ ምን ያህል ተመሳቅሎ እስከ ዛሬ ድረስ ምን ያህል ተጽዕኖ እንደሚያደርግበት አስታወሰው። መላኩም የሱ ሁኔታ ከማርቆስ በጣም የተለየ እንደሆነና አንድ ቀን ታሪኩን ሲሰማውም እንደሚረዳው ሊያስረዳው ሞከረ። አሁን ግን መነጋገሩ በማይፈልገው የስሜት ረመጥ ውስጥ እንደሚጨምረውና ለዚያ የሚበቃ አቅም እንደሌለው ነገረው። እንደዚህ እየተባባሉ

ለጉዞው የሚያስፈልጉትን ነገሮች ሲገዛዙ ቆዩ።

በሌላ በኩል ሰሎሜ መቀሌን ለመልመድም ለመውደድም እየጣረች ነው። አሜሪካ ከርሞ ለመጣ ሰው እንኳን መቀሌ አዲሳባም ግራ ነው። የፈለጉትን በፈለጉበት ጊዜና መጠን ማግኘት አይታሰብም። ጾጥታና ሰላሙን ግን ወዳዋለች። አሁንም በህልሟ እንደምትኖር፣ በእንቅልፍ ልቧም እንደምትራመድ ቢሰማትም፣ ቀስ እያለች ግን ሁሉንም ነገር እየለመደች ነው። አያቷ አቶ አጽበሃ ዕድሜያቸው ከሰባው አጋማሽ የዘለለ ቢሆንም፣ አሁንም አእምሮአቸው ብሩህ፣ ሰውነታቸው ሽንቅጥ ያለ ነው። አንዳንዴ የልጃቸውን ታክሲ ይይዙና ከተማውን እየዞሩ የድሮውንና ያሁኑን መቀሌ እያነጻጸሩ ሲያስጎበኟት ደስ ይላታል፤ እሳቸውም ትልቅ ኩራት ይሰማቸዋል።

የአቶ አጽበሃ ትንሹ ልጃቸው ተግባቢና ሰው ወዳድ ነው። ለሰሎሜ የሚያስፈልጋትን ሁሉ የሚያደርግላት እሱ ነው። ትንሹ አጎቴ ነው የምትለው ስትቀልድበት። ሰሎሜ በመጣች በሦስተኛው ቀን ነበር ከተማውን አዙሮ ያሳያት። ብዙም ሳይቆይ ነበር 'ዛሬ አንድ የምወዳትን ቁርስ ቤት አሳይሻለሁ' ብሎ በጣም በጠዋቱ ሞቅ ብሎ ወደ ደራው የንግድ ሰፈር አምጥቶ ሰው ከታጨቀባት ጠባብ ቤት ይዞአት የገባው። አስተናጋጆቹ ሁሉ በስሙ ነው የሚያውቁት። በጣም ጨኽት ቢኖርም ሁሉም ሰው ደስተኛ ይመስላል። ቤቷ ውስጢ ያሉትን ተስተናጋጆች ቀርቶ አስተናጋጆቹንም መቻሏ ይገርማል። መቀመጫ ቦታ ስለሌለ አስተናጋጆቹ እየሣቁና እየጮኹ ሰውን ጠጋ ጠጋ እያደረጉ ነው ዐዲስ የመጣውን የሚያስቀምጡት። ምግቡን ጨርሶ የደራ ወሬ የያዘውንም 'የበላን ወደ ሥራ ከፈት ከፈት' እያሉ እየቀለዱም እያሣቁም ሊበላ ለሚመጣው ቦታ ያስለቅቃሉ። ሰዉ የሚለውን በተሰባበረ አማርኛው ትርጉሙን የሚነግራት ያው ትንሹ አጎቷ ነው። ቁርስ ምን ምን እንዳለ ሲጠይቁ..

"ናሺፍ ... ስፐሺያል ስልስ ... ፉል ... ማኅበራዊ ..." እያለ ዘረዘረው... ሰሎሜ መያዝ አቅቷት ስትሥቅ ያየው ልዑል ... በትግርኛ የሆነ የሆነ ነገር ብሎት ተሣሥቀው፣ አስተናጋጁ ትእዛዝ ተቀብሎ ወደ ኩሽና ቸኩለ።

ጣራና ግድግዳውን፣ ከዚያም ሰዉን በማየት የተደነቀችውን ሰሎሜን፣ "አንቺ ስሚ ብዬው ነው እንጂ ... ሳይነግርም እኔም ላዝ እችላለሁ... ምንም ችግር የለም በቃ እዚህ ከመጣሽ ማቆም የለም... ነገም አምጣኝ ነው የሚያስብልሽ። ችግር የለም እንመጣለን።" አለ እሱም እየሣቀ ትንሽ በተሸራረፈ አማርኛው።

እሷም ሣቅ ብላ "በጣም ነው ደስ የሚለው፤ የሰዉ ፍጥነት፣ ቤቱም የምግቡም ሽታ ቢሆን ... ግን ለምንድነው እዚያ ጋ የቀረበለትን ዳቦ የሚፈረፍረው?" ብላ ሳትጨርስ ሁለት ዳቦዎች የያዘ ጐድጓዳ የብረት ሳሕን ጠረጴዛቸው ላይ አሸከርክሮ ሄደ አስተናጋጁ፡፡

ልውልም እየሣቀ "ስፐሺአል ስልስና ማኅበራዊ አዘናል በጣም አሪፍ ምግብ ነው፤ ራስሽ ነሽ ዳቦውን የምትፈረፍሪው .. ምክንያቱም የራስሽ እጅ ይሻላል። ነይ ታጥበን እንምጣ እጃችንን" ብሎ ይዟት ወደ ጓሮ ሄዱ። እጃቸውን ታጥበው ሲመለሱ አንደኛው ምግብ ደርሶ ጠረጴዛቸው ላይ አድርጎላቸው ሄዷል። እሱ እያሳያት ዳቦውን ፈርፍረው በሳሕኑ ውስጥ ሞሉት። ማኅበራዊውን በትንንሽ ሳሕን ፊታቸው ከቀረበላቸው እርጎ ጋር በዳቦ እየበሉ ሳለ፣ ሌላው ምግብም ደርሶ ኖሮ ሳህን ውስጥ ያለውን ዳቦ ጨምሮ በማንኪያ እያማሰለ፣ በእጁም እያወዛወዘ ደባልቆ ፊታቸው ሲያስቀምጠው ምግብ ብሎ ዝም ሆነ። ቤቱ መቀመጫዎቹም ደማቅ፣ ግድግዳውም ደማቅ፣ ሰዎቹም ደማቅ፣ ምግቡም እጅ የሚያስቆረጥም ነበር። ይሄው ከዚያ ወዲህ ሰሎሜ በሳምንት አንዴ ወይ ሁለቴ ቁርስ መብላት ጀምራ አስተናጋጆቹም ዐውቀዋታል። ዘመናዊ ቁርስ ቤት ይባላል ቤቱ።

ሥራዋ ከሞላ ጐደል እየተያያዘ ነው። የአያቷና የነሶስና ናፍቆት አላስቀምጥ ስላላት አዲሳባ ለመሄድ አስባለች። ወይዘሮ መገርቱ ጊምቢ በሚኖሩ የእኅቶቻቸው ልጆች መካከል ችግር ተፈጥሮ እሱን ለመዳኘት እንደሄዱ አልተመለሱም። በስልክም እንደፈለጉ ስለማይገናኙ የአያቷ ነገር ሰሎሜን ዕረፍት ነሥቷታል። በተለይ ባለፈው ታመው ከተነሡ በኋላ ብዙም ጤና የላቸውም። መጀመሪያ በነበራት ዕቅድ መሠረት ጊምቢ ሄዳ ቆይታ ነበር መጽሐፉንም ለመጀመር ያሰበችው። እማማ መገርቱ ከመላኩ ጋር እንደሚቀራረቡ ስላወቀችና በጉዳዩ ጣልቃ ልግባ ማለታቸው ስለማይቀርም ነው መቀሌን የመረጠችው። ሥራዋን እዚህ መሥራት እንደምትችል ስታውቅ መቀሌ መምጣቷን የበለጠ የተሻለ አድርጎ አሳያት። አያቷን አቶ አጽበሃንና ዘመዶቿንም ለማወቅ መቻሏን ሌላ ምክንያት አድርጋ ብታስብም፣ ዋናው ምክንያት ግን ከመላኩና ከሶፊያ መራቅ ነበር።

መላኩ ወደ አሜሪካ ከመሄዱ በፊት ስንክሳርን ሊያገኛት የቻለው ለጥቂት ጊዜ ብቻ ነበር። እሱንም በስንት ውጥረት። እሷም ምናልባት ከጥቂት ሳምንታት በኋላ መመለሷ እንደማይቀር ነገረችው። ሥልጠናው ሉውቪል ከተማ ኬንተኪይ ግዛት ውስጥ መሆኑን ሲነግራት እሷ ከምትኖርበት ከተማ ቅርብ በመሆኑ በልቧ ጮቤ ነው የረገጠችው።

በመሃል ከቢሮ ተደውሎለት ማውራት ጀመረ። የሷም ስልክ ጠራና ስታነሣው ክብሮም ነበር። ረቡዕ እንደሚገባ ያለውን የጉዞ ዝርዝር ነገራት። እሷም ክብሮም መሆኑን መላኩ እንዲያውቅ አሁንም አሁንም ስሙን እየጠራች ነበር ስታወራ የነበረው። መላኩም ክብሮም አዲስ አበባ ሊመጣ መሆኑ ስለገባው ነገሩ በጣም ሳያውቀው ቢረብሸውም ስሜቱን ለመደበቅ ታገለ። ስልኩን እንደዘጋች "ባክህ ክብሮም ነው። እሮብ ሊመጣ ነው። ለነገሩ አንተም አትፈልግም እንጂ ታየው ነበር። ሰሎሜን ሰርፕራይዝ ሊያደርጋት ነው። ፈቃዱን አጨናንቆ ነው የሚመጣው። እንዲያው መጥፎ አጋጣሚ ሆነ እንጂ እኮ እንዴት ዐይነት ጥሩ ልጅ

መሰለህ?" አለች ከመላኩ ጋር እያወራች እንዳለች በከፊል ረስታ፡፡

"ኡፍ...ፍፍ አታድክሚኝ እስኪ ... አሁን እኔ ምንም ጊዜ የለኝም። አንቺም ለክብሮምሽ ተዘጋጂ... በቃ ስደርስ እደውላለሁ። እሺ take care በቃ እኔም አሁን ልሂድና የቀሩኝን ነገሮች ልጨራርስ። ደግሞ ዳኒን ሰላም በይው።" ብሎ ውስጡ ያፈነው ስሜት ሳያመልጥ ስንክሳርን ተሰናብቶ ከቢሮ ያሉትን ዶክመንቶችና አንዳንድ የሚፈልጋቸውን ዕቃዎች ለመውሰድ ሄደ። ቢሮ እንደገባም በቀረችው ጥቂት ጊዜ ከፎዚያ ጋር ቁጭ ብለው ያለውን ሥራ አስረከባት።

"ምንም ችግር ቢኖር ኢሜይል አድርጊልኝ። እኔም በሳምንት ምናምን እደውላለሁ። እምም እንግዲህ የድሬደዋውን ፕሮጀክት አደራ። እንኪ እነዚህ የቢሮ ቁልፎቹ ናቸው። ሌላ የረሳሁት ነገር ይኖር ይሆን?" አለ እንደቆመ፡፡

"አይ አይመስለኝም። አትጨነቅ። የሚያስፈልግ ነገር ካለ እነግርሃለሁ እንዳልከው። አይዞህ አንተ ተረጋጋ፤ ደግሞ ትንሽ አረፍም በል። ያው አላህ ያውቃል ሣራንም በተመለከተ።" አለች እጁን እንደ ጨበጠች፡፡

"እሺ ፎዚ በርቺ..." ብሎ ተከታትለው ወጡና መኪናው ድረስ ሸኘችው።

መላኩ ለነመዐዛም በድንገት ወደ አሜሪካ እንደሚሄድና አንድ ሁለት ወር እንደሚቆይ ነግሮአቸው በስልክ ተሰናበታቸው። ማታ ላይ አየር ማረፊያ ሶፊያና ማርቆስ አደረሱት። እሱን ካደረሱት በኋላ እነሱ አብረው አመሹ። ማርቆስ በሣራ አደጋ ውስጡ በከፍተኛ ደረጃ ተናውጧል። ማርቆስ ለሣራ የተለየ ፍቅር ነው ያለው። በጣም ታሳዝነዋለች። 'እንዴት ምንተስኖት ላይ እንደወደቀች ያልተፈታልኝ እንቆቅልሽ ነው' ነው ይላል። ነገሩን በይበልጥ ባሰላሰለው ቁጥር ደግሞ "ስፍር ቁጥር የሌላቸው ምንተስኖቶች ደግሞ ሣራዎችን እንደማጥመድ የሚቀናቸው ነገር ሊኖር አይችልም። ሚዳቋና ነብር ማለት ናቸው። የወላጅ ትልቁ ኀላፊነት ልጅን ጨዋና ጉበዝ ተማሪ አርጎ ማሳደግ ብቻ ሳይሆን ብልጥና ጠንቃቃም ማድረግ ነው። ይህንን ለማድረግ ደግሞ ልጆችን እየተሳሳቱ እንዲማሩ ዕድል መስጠት ያስፈልጋል። የራሳቸውን ውድቀት ደብቀው በልጆቻቸው ስሕተት ሁሉ ላይ አለንጋ የሚመዙ ወላጆች የራሳቸውን ስሕተት በልጆቻቸው ይደግማሉ።" ወደሚል ድምዳሜ ደርሷል።

ስንክሳር ከመላኩ እንደተለያዩ ብዙም ሳትቆይ ነበር የመላኩን በአደጋው ምክንያት ድንገት ወደ አሜሪካ መሄድ ለሰሎሜ የነገረቻት። ነገሩ በሰሎሜ ላይ ግርታ ቢፈጥርባትም፣ ብዙም ስሜት እንዳልሰጣት አድርጋ የወሬውን ርዕስ ቀየረችው። ከዚያም የባጥ የቆጡን አውርተው በዕቅዳቸው መሠረት መቀሌ ሐሙስ እንደሚገናኙ ተነጋግረው ስልኩን ዘጉት።

እሮብ ክብሮም አዲሳባ ሲገባ ስንክሳርም እሱን ተቀብላና ራት አብልታ ሆቴሉ ከገባ በኋላ ሰሎሜ ጋ ደወለች። የክብሮምን መምጣት ነግራት ፈጽሞ

ልታስደነግጣት አልፈለገችም። ምክንያቱም ከክብሮም ጋር ያላቸው ግንኙነት አሁንም ገና ያልተፈታ ስለሆነ ውጤቱ ጥሩ አይሆንም ብላ ስላሰበች ነው። ስለ ነገ ጉዞዋ እያወሩ እንዴት አድርጋ ነገሩን እንደምትነግራት ማሰቧን ቀጥላለች፡፡

"ሰሊ በጣም የማትጠብቂውን የሩቅ አገር እንግዳ ነው ይዤልሽ የምመጣው" ስትላት፣

"በናትሽ እኔ እንደዚህ ዐይነት ሰርፕራይዝ አልወድም ... ማነው?" አለች መላኩ እንደማይሆን ተስፋ እያደረገች።

"እስኪ ገምች... ካወቅሽ ትልቅ ቾኮሌት ነው ሽልማትሽ" አለች የካንገት በላይ ሣቋን እየሣቀች

"በናትሽ ስንኪ ... እኔ መገመት አልችልም ... ማነው? .. ከየት ..?"

"እሺ ፍንጭ ልስጥሽ ... ካሜሪካ.." ስትል ለቅጽበት ክብሮም ቢመጣባትም አያደርገውም ብላ ላፏ ያህል፡፡

"ማን ማሚዬ ናት?" አለች፡፡

"ደርሰሽበታል ... ከዚያው ነው... አላስለፍልፍሽ ...ክብሮም ነው። በቃ እኔ እንኳ መምጣቱ ብዙም አልታየኝም ነበር። እሱ ግን መተኛትም አልቻልኩም ... ከቤተ ሰቦቿም ጋር እንደዚህ መራራቁ አስጠልቶኛል። ስለዚህ ይቅርታ ልጠይቃት እፈልጋለሁ ብሎ ነው የመጣው። ምንም ብለው እምቢ አለኝ። አትንገሪያት ብሎ አስምሎኝ ስለነበር በቃ መንገሩም ከበደኝ። ሰርፕራይዝ ሊያደርግሽ ነው እሱ የፈለገው። ግን ሳስበው ጥሩ ስላልመሰለኝ ነው።" አለች።

ሰሎሜ ለጥቂት ጊዜ ዝም ብላ ከቆየች በኋላ፣ "ምን ዐይነት ነገር ነው በናትሽ አሁን ይሄ ምን ያደርጋል? ... በቃ ማን በሱ ላይ ቂም ያዘ። ምን ዐይነቱ ሙዝዝ ያለ ልጅ ነው ባካቹ? መቼም ይሄ ያንቺ ሥራ እንደማይሆን ተስፋ አደርጋለሁ" አለች እያናደዳትም ደግሞ ይህንን ሁሉ ርቀት አቋርጦ መምጣቱም እያሳዘናት። "አንቺ ምን ነካሽ! እንዴት እኔ እንደዚህ አደርጋለሁ? ማሰብሽ ራሱ ይገርማል። ላንቺ ሳልነግር እንዲህ አደርጋለሁ። አዝናለሁ እንደዚህ በማሰብሽ።" አለች ድምፅዋን እንዳዘነና እንደተቀየመ በማድረግ፡፡

"አይ ታዲያ ምን ልበል! አንቺ ራስሽ ሐሙስ እመጣለሁ ብለሽ የኔን ዕቅድ አጥብቀሽ ጠይቀሽኝ ነበር ትዝ ይልሻል? ተዪው ያው ስለ መሰለኝ ነው። ያስቀይምሻል ብዬ አይደለም። ግን በቃ የቸገረው ሰው የማያስበው ነገር የለም። ይቅርታ ስንኪ፣ እንዴትም እንደማስብ የማውቅ አይመስለኝም ባክሽ። አሁን ምን ይባላል? እና ነገ ነው የምትመጡት? ምን ዐይነት ጣጣ ነው ባካቹ።" አለች የምር ግራ ገብቷት፡፡

"በናትሽ ድክምክም ብሎት እንዴት እንዳሳዘነኝ። ተረኛ ሆኖ ውሎ አድሮ ነው በዚያው አውሮፕላኑ ውስጥ ተኝቶ የመጣው። አሁን እኮ ነው ሆቴሉ ጥዬው

የመጣሁት።" አለች ሰሎሜም እንድታዝንለት ስስ ልቧን እየኰረኰረች።

"ምን ይደረጋል አሁንማ እዚህ ድረስ መጥቶአል። ለመሆኑ ለነማሚና ለሕያው ነግሮአቸው ይሆን? ምን ይባላል አሁን። አንቺ ግን እዚህ እመጣለሁ ያልሽኝ ከሱ ጋር ያቀዳችሁት ዕቅድ ነው እንዴ? መቼም ጉዳዩን ዛሬ ነው ያወቅሁት እንደማትይኝ ነው?" አለች አሁንም ስንክሳር በነገሩ ከውጥኑም ጀምሮ ልትኖርበት እንደምትችል ልቧ እየተጠራጠረ።

" እኔ አንቺ ጋ መምጣቴ ከበፊትም የነበረኝ ሐሳብ ነው። ማለቴ የሱንም መምጣት ዛሬ አይደለም ያወቅሁት። በቃ ሙዝዝ አለ ካልመጣሁ ብሎ። እቤትስ ምን ይላሉ? ብለው ሳያውቁ ድንገተኛ ፈቃድ ወስጄ መምጣት እችላለሁ አለኝ። ገና ከመጀመሪያ ብነግርሽ ደግሞ ያው ደውልሽ ቅር ትይዋለሽ ወይም አይ ዶኖ ... በቃ አትንገሪያት ብሎ ስለለመነኝም ... መሰለኝ አሳዘነኝ፤ .. ደግሞም ሳታውቂ መቀሌ እንዲገኝ አልፈለግሁም ... ለዚህ ነው አሁንም ቢሆን የምነግርሽ ..." አለች ሰሎሜን የሚያነቃ ነገር እንዳይፈጠር እሷም ግራ የገባት በሚመስል ድምፅ፡፡

"አይ እንግዲህ ምንም አይደለም ... አሁንማ ምን ይደርጋል .. በቃ እንግዲህ አሁን እዚህ ከሆነ ምን ይደረጋል? እና ነገ ጠዋት አብራችሁ ነው የምትመጡት ማለት ነው? ሆቴልስ ?..." አለች መምጣቱን የተቀበለ በሚመስል ድምፅ፡፡

"እኔንጃ እዚያ የትኛው ነው አሪፉ ሆቴል? ከቻልሽ እስኪ ለኔም ለሱም አስይዢልን... አዎን ነገ ጠዋት አራት ሰአት ላይ እንደርሳለን።" አለች ነገሩን ቀለል አድርጋ፡፡

"ኦኬይ ወይ አክሱም ወይ አብርሃ ካስትል ያርፋል። አንቺ እንኳን እዚሁ አያቴ ጋ ከኔ ጋር እንሆናለን።" አለች ሰሎሜ። ሰሎሜ ትንሽ ከተረጋጋችበት ሕይወት እንደገና የሚበጠብጣት ነገር እንዳይፈጠር ሥጋት አድሮባታል። ክብሮምን ለማግኘት ባትፈልግም፣ ባንድ በኩል ነገሩ ቢስተካከል ለሁሉም ጥሩ እንደሆነ አስባለች። ሌሊቱን ብዙም እንቅልፍ ሳይዛት ነበር ያደረችው። ስትቃዠና የሚያስፈሩ ህልሞችን ስታይ ስላደረች ጠዋት ስትነሣ ደክሞአት ነበር የነቃችው።

መቀሌ ሰሎሜና ክብሮም መጀመሪያ ሲገናኙ ጭንቅ የሚል የዝምታ ድባብ በመካከላቸው ሰፍኖ ቆዩ። ሰላምታቸውም እንደነገሩ ነበር። እንቅልፉም ድንጋጤውም ግራ መጋባቱም የተጫነው ክብሮም ደግሞ ምን ማድረግ እንዳለበት አላወቀም። ስንክሳር ነገሩን ቀለል ለማድረግ ያልሞከረችው ነገር አልነበረም። በመጨረሻም መቀሌ የምታውቀውን አንድ የወንድሟን ጓደኛ ደውላ ለመጠየቅ በሚል ሰበብ ለብቻቸው ተወቻቸው። ቀስ በቀስ የሆነውን ነገር ካወሩ በኋላ ክብሮምም ልባዊ ይቅርታውን ጠይቆ ትንሽ ቀለል ብሎአቸው ማውራት ጀመሩ።

ያደረገውን ሁሉ ባለማወቅና ከልቡ ስለሚወዳት ብቻ እንደሆነ ነግሮአት ከዚህ በኋላ ግን እንደዚህ ዐይነት ጥፋት እንደማይደገም እንባ ባቀረሩ ዐይኖቹ እያያት ነገራት። ነገሩ ልቧን ስለነካው እሷም ይቅርታዋን በሙሉ ልቧ ነው ያደረገችለት። ስላሳዘናትም ደስ እንዲለው የምትችለውን ሁሉ ማድረግ ጀመረች። መምጣቱን ለሕያውም ሆነ ለእናቷ አለመንገሩ ደስ ብሏታል።

ክብሮምና ሰሎሜ ወደ አዲስ አበባ ከመመለሳቸው በፊት ከትንሹ አጎቷ ጋር አክሱም ደርሰው ተመለሱ። ጉብኝታቸው ካሰበችው በላይ ነበር ያዝናናት። የአክሱም ሐውልቶችና የንግሥት ሳባ መዋኛ፣ የነገሥታቱ የካሌብና ገብረመስቀል የምድር ውስጥ መቃብር ሁሉ ምጥቀቱ ገርሚታል። ሳታስበው የመላኩን ጽሑፍ አስታወሳት። የሃ ሆቴል አፋፍ ላይ ሆኖ የአክሱምን ከተማ ማየት ራሱ አንዳች ፍሥሓን ይሰጣል። አዲስ የተሠራው ዩኒቨርስቲም ከከተማው ወጣ ብሎ ከባሻገር ይታያል። አክሱም ጽዮን ገብተው ሲያዩዋት፣ ከሩቅ ሲመለከቱዋትም የውበት ሁሉ መደምደሚያ ሆና ከተማውንም፣ አያሌ የቀድሞ ነግሥታትንም አንግሣ ትታያለች። የሙሴ ታቦት ላለፉት ብዙ መቶ ዓመታት መኖሪያው እዚህ እንደሆነ ይነገራል።

ከመቀሌ ተመልሰው አዲሳባ ሲደርሱ መጣላታቸው ቀርቶ ፍጹም ጓደኛሞች መስለው ነበር። አክስቷንና ዘመዶቿን ሁሉ የሕያው ጓደኛና አብሮ አደጋቸው ነው እያለች አስተዋወቀችው። ሶስና እምብዛም አልተጠጋችውም። ልጆች አዋቂዎች ሲያድጉ የሚጥሉት ያለመረጃ ሰውን የሚያውቁበት አንቴና አላቸው ይባላል። ስንክሳርም በበኩሏ ሶስናን ለመቅረብ ብዙ ብትሞክርም ያን ያህል አልቀረበቻትም። አዲሳባ ሁለት ቀን አድሮ ክብሮምም ወዳሜሪካ ደስ ብሎት ተመለሰ። እንደገባም በሰላም መግባቱን ደውሎላቸዋል። ስለ ሶፊያ ምንም አለመጠየቁ ሰሎሜን ቢከነክናትም፣ አለመጠይቁ እፎይታን ፈጥሮላታል። ስንክሳር ናት አውጥታ አውርዳ አለመጠየቁ እንደሚሻል የወሰነችው። ሰሎሜን ወደ መቀሌ ከመሸኘቷ በፊት የንግድ ሥራዋ ትንሽ እየተበላሸ እንደሆነና የሷን መኖር የሚጠይቁ አንዳንድ የምትፈርምባቸውም ነገሮች ስላሉ፣ ከአንድ ወይም ከሁለት ሳምንት በኋላ አሜሪካ መሄድ ሳይኖርባት እንደማይቀር ነገረቻት። ስንክሳር መሄዷን እንደምትጠላ ሆና ነው ነገሩን የነገረቻት። ሰሎሜም የሷ መሄድ እንዴት እንደሚያጐድላት ነግራት በሌላ በኩል ደግሞ ለነትዬ ሕይወት ምን ያህል ጥሩ እንደሆነ ተነጋገሩ።

ያው እዚህ ካሉት ቤተ ሰቦቿም ጋር ስለተዋወቀ ማወቃቸው አይቀርምና ብላ የክብሮምን መምጣትና የሆነውንም ሁሉ ለእናቷዋ ነግራቸው ጉዳዩን በሰፊው አጫወተቻቸው። ለምን ሳይነግራቸው እንደመጣም ምክንያቱን ልታስረዳቸው ሞከረች። አብረው አክሱም እንደሄዱ አዲሳባም ከዘመድ ጋር አስተዋውቃው ሁሉም እንደወደዱትና ደስ ብሎት እንደተመለሰ ነገረቻቸው።

በልደቷ ቀንም የተፈጠረውን ነገር በተለይ የቀለበቱን ነገርና እንዴት እንደሳማት ስትገልጽላቸው፣ "አይ ጢኒዬ በርግጥ ልክ አይደለም። አንዳንዴ ግን ፍቅር የያዘው ሰው እኮ እውር ነው። አትፍረጂበት። አንዳንዴ ግን ዝም ብዬ ሳስበው እንደሱ የሚወድሽና እኛም የምናውቀው ጥሩ ሰው እኮ ማግኘቱ ቀላል አይደለም። እንዲያው አንቺ በሕይወትሽ ሌላ ሰው አለ? ወይስ በቃ ዝም ብለሽ ወንድሜ ነው፣ እሱን አላገባም የሚለው ስሜት ነው እሱን እንድትገፊው የሚያደርግሽ?" አሉ ዕድሉን ካገኘሁ አይቀር ብለው ብዙ ጊዜ ያብሰለሰላቸውን ጥያቄ አውጥተው፡፡

"ማሚ ... እንዴት እንደምነግርሽ አላውቅም። በጣም የምወደው ልጅ ነበር እዚህ። ብዙ ነገሩ ሶለንን ነው የሚመስለው። መልኩ ሳይሆን አስተሳሰቡ፣ ደግነቱ በቃ ምን ልበልሽ! ከሱ ጋ ሳወራ ወይ ከዳዲ ጋር ወይ ከሶለን ጋር ያለሁ ነው የሚመስለኝ። እሱም ለኔ ተመሳሳይ ስሜት ያለው ይመስለኝ ነበር። ነገር ግን አሁን ሳየው አልመሰለኝም። ይባስ ብሎ እኔ እዚያ ሆኜ ትዝ ይልሻል ያቺ የሶለን ጓደኛ የነበረችው ሶፊያ?" አለች ባትሪ እየጨረሰ ያለውን ስልኳን ከቻርጀሩ እየሰካች፡፡

"አዎን እንዴት ረሳታለሁ፣ ታዲያ እሷም እዚያው ኢትዮጵያ መጥታ የለም እንዴ?" አሉ ከምታወራላቸው ነገር ጋር ምን እንደሚያይዘው ግራ ገብቶአቸው።

"አዎን ... አንዳንድ ነገር እንዲረዳት ብዬ የሱንና የጓደኛውን ስልክ ሰጥቻት ነበር። በቃ ባጭሩ ከሷ ጋር እፍ ብለው በያገሩ መዞር ሁሉ ጀምረዋል። " አለች ስሜቷ ወደ ንዴት እያዘነበለ። ሰሎሜ ያልተረጋገጠ ወሬና በሰው ላይ መጥፎ ማውራት ፈጽሞ አትወድም። እስካሁንም ነገሩን ከማንም ጋር ላለማወራት የወሰነችው ከዚያ የተነሣ ነበር። አሁን ግን አልቻለችም። ልቧንና አጥንቷን የሰበረውን ነገር ነው ለናቷ የምትነግረው። ይሁን እንጂ እውነቱን አይቀይረውም፣ ይሄም መሠረተ ቢስ ወሬ ማዛመት ነው። ብዙ ክፉ ወሬ የሚዛመተውና ሰዎች ባልሆነ ምክንያት ሌላውን የሚጠሉት በዚሁ በየዋሆች ወሬ ነው።

"እኔ እኮ የልጄ ሞት ምክንያት ከሆነች በኋላ አንቺ አልሽ እንጂ ቀልቤም አልወደዳትም። እሱም ደኅና ሰው ቢሆን እንዲህ ሊያደርግ አይችልም። ደግሞስ በምን ዐይነት ፍጥነት እዚህ ውስጥ ገቡ? አይ የዘንድሮ ልጆች!! እኔ የምለው ነገሩን ራስሽ አረጋግጠሽ ነው ወይስ የሰው ወሬ ሰምተሽ? ማለቴ አሁን የምትይኝ ነገር እውነት መሆኑን እንዴት አወቅሽ?" አሉ እሳቸውም እየተናደዱ፣ የተወሰነ ጥርጣሬም አድሮባቸው፡፡

"አይ በቃ እኮ ዘግቶኛል፣ ከመጣሁ እንኳ እንዴት ነሽ ለማለትም አልደወለልኝም። ለወንድሜም ልቅሶ አልደረሰም። ደግሞ ለስንክሳርም የሚነግራት ነገር ... በቃ ተይው እሱን ሳወራውም ነው ራሴን የሚያመኝ። የሱን ጉዳይ እንተወው። ግን ማሚዬ እንዲያው በናትሽ አትደብቂኝ፣ አንቺ ብትሆኚ አሁን በኔ ቦታ ምን ታደርጊያለሽ? እውነቱን ንገሪኝ" አለች የምር ግራ ገብቶአት፡፡

"ጢኒ .. መቼም እውነቱን ንገሪኝ ካልሽ ... እኔ ክብሮምን የመሰለ ፍቅሩ የማይለወጥ ታማኝና ደግ ሰው ብዙ ያለ አይመስለኝም። ደግሞ የተማረ፣ ቤተ ሰብ የሚወድና ትሑት ልጅ ነው። እኛም ከልጅነቱ ጀምሮ እናውቀዋለን። ያደረገውንም ሁሉ ያደረገው ስለሚወድሽ እንጂ ለክፋት ብሎ አይመስለኝም። ያው አንቺ ነሽ የምትወስኚው። እኔም ሆንኩ አባትሽና ሕያው ከዚህ የተለየ አናስብም።" ብለው ምኞታቸውን ለሰኑት። በርግጥ መጥፎ አለመሆን ጥሩ መሆን ነው ወይ? ጥሩስ መሆን ሁልጊዜ ትክክለኛ ያደርጋል? ይህ አመለካከት የሶለንን አመለካከት የሚመስል ሲሆን፣ የሰሎሜን ልብ ግን በመጠኑም ቢሆን ወደ ክብሮም ያዞሩት ይመስላል እናቷና ስንክሳር። ከእናቷ ጋር ካወራች በኋላ ሰሎሜና ክብሮምም መደዋወል ጀምረዋል ቀስ በቀስ። ስለ መላኩ ማሰብም አትፈልግም። ሆኖም ራሷን ሳታስበው ስለመላኩ ስታስብ ታገኘዋለች።

ስንክሳር ሶፊያን ብቻዋን ነው አሁን የምታገኛት። ሶፊያም በምትሠራው ሥራ የምትባክን ስለሆነ ብዙ ጊዜ አይገናኙም። ስንክሳር ወደ አሜሪካ በቻለችው ፍጥነት ሄዳ ያሰበችውን፣ መላኩን ወደሷ መሳቡን ሥራ መጀመር እንዳለባት አውጠንጥና ጨርሳለች። አሁን እርሱ በሥልጠና ምክንያት እሷ ከምትኖርበት ከተማ በጣምም ሩቅ በማይባል ከተማ ነው ያለው። እሱ እዚያ መኪና ስለማይነዳ ከሱ ጋር ብዙ ጊዜ ማጥፋት እንደምትችልና የመጨረሻዋን ግብ ለማስገባት ኳሷ በጇ እንደሆነች ርግጠኛ ሆናለች። ከዚያ በፊት ግን በተከላካይ መሥመር አስቸጋሪ የሆነ አጥርን ማለፍ እንዳለባትና ይህ ተከላካይ ተጫዋችም በጣም የምትፈራው፣ ያሸናፊነቷን ዋንጫ መንጠቅ የሚያስችል የማጥቃት ችሎታም ያለው እንደሆነ ታውቃለች።

ማርቆስን በቀይ ካርድ ከመላኩ ሕይወት ካስወጣች ሁሉ ሊሠምር እንደሚችል ነው ያመነችው። ስለዚህ ከሶፊያ ስልኩን ወስዳ ደጋግማ ደውላለት ልታገኘው ሞክራለች። ከሁለት ቀን በኋላ ቆይቶ ደወለላት። ላንድ ጥብቅ ጉዳይ እንደምትፈልገውና ምናልባት በቅርብ ጊዜ ውስጥ እሷም ወደ አሜሪካ ስለምትመለስ ሳትሄድ ብታገኘው መልካም እንደሆነ ጠየቀችው። በማግስቱ ለቁርስ ሊያገኛት መድሃኔዓለም አካባቢ ቃተኛ ተቀጣጠሩ። እሱም ሊያገኛት ሰበብ እየፈለገ ነበር። ሰሎሜንም መላኩንም እየቀረበች ልታስታርቃቸው ምንም ዐይነት ሙከራ እንዴት እንዳላደረገች ከንክኖታል። ያደረገችው ሙከራም ካለ ማወቅ ፈልጎአል። ካልሆነም እሷ የምታውቀውን ነገር ከሷ ለማወቅ ሲመኝ ነበር። አንዳንዴ ምን የሆነች አይጥ የድመትን አፍንጫ ታሸታለች ይባላል።

የተነጋገሩበትን ጉዳይ ለመላኩ ሊነግረው ይችላል ብላ ስላሰበችና መላኩም የማያውቃቸውን ነገሮች ላለማውጣት በጣም መጠንቀቅ እንዳለባት ዐውቃለች። ማርቆስ ደግሞ ነጋዴ መሆኑን እንጂ ምን ዐይነት አስተሳሰብና ነገሮችን የመረዳት ችሎታ እንዳለው አታውቅም። እዚህ አገር ንግድ እንደምታስብና ምክር ፈላጊ መስላ ነው የቀረበችው። እሱም ያላትን ጥያቄ ሁሉ እየመለሰ ወደ ዋና ጉዳዩዋ አስባ

እስክትገባ ሳይጠብቅ ደንገት ሳታስበው

" ስለ መላኩና ስለ ሰሎሜ ምን ታስቢያለሽ?" አላት።

ያላሰበችው ነገር ስለሆነ፣ "እኔንጃ ሁለቱም በጣም ጥሩ ልጆች ናቸው። በተለይ መላኩን ለረጅም ጊዜ ነው የማውቀው። እሷን እንኳን እሱ ነው ያስተዋወቀኝ፣ ያን ያህልም ብዙ አላውቃትም። ነገር ግን ጥሩ ልጅ ነው የምትመስለው። ቤተ ሰቧማ በቃ እንዴት ጥሩ ሰዎች መሰሉህ! ሚቹን ወንድሟን በጣም ነበር የምትወደው። በመካከላቸው ምን እንደገባ አላውቅም፣ እሷም ስለሱ መስማት አትፈልግም፣ እሱም ስሟ ሲጠራበት ነው አንበሳ የሚሆነው። ስለዚህ እንጃ ምን ማሰብ ወይም ማድረግ እንዳለብኝም አላውቅም።" አለች የነገሩ አካሄድ ወዴት እንደሆነ ማወቅ እየከበዳት፡፡

"አይደል ... የሚገርም ነው! እንደሱ አስቤው አላውቅም ነበር ... እንዳልሽው በመካከላቸው የገባ ነገር ሊኖር ይችላል ማን ያውቃል..? አንቺ ለማስታረቅ ወይም ተገናኝተው እንዲያወሩ ለማድረግ የሞከርሽው ነገር ነበር?" ብሎ ዝም አለ። አካሄዱ ደስ አላላትም፡፡

"እንዳልኩህ ሁለቱም ሙዝዝ ብለው አታንሺብኝ ስላሉኝ ተስፋ ቆርጬ ተውኩት። በጣም ነው እኮ የሚያሳዝነው እንዴት ሁለት ጥሩ ሰው እንዲህ ሊሆን እንደሚችል። ግን አንተ የሞከርከው ነገር የለም ነገሩን ለመረዳት? ምናልባት እኮ አብረን ብንሞክር የተሻለ ይሆናል አንዳችን የማናውቀውን ሌላችን ልናውቅ ስለምንችል። እሱ ላንተም ምንም ያለህ ነገር የለም?" አለች የተጨነቀ በሚመስል ገጽታ፡፡

"እም ም ... ምንም ልክ አንቺ እንዳልሽው ነው... መስማትም መናገርም አይፈልግም። ግን ያንቺ አሳብና ግምት ምንድነው?" አለ ማርቆስ አሁንም አይን አይኗን እያየ። ሰዎች አይን አይናቸውን ሲያዩዋቸው መዋሸት ይከብዳቸዋል፣ ከዋሹም ያስታውቃሉ ይባላል። ቀላል ሰው እንዳላጋጠማት አውቃለች። ብዙ የማያወሩ ግን ብዙ የሚያስወሩ ሁሌም አስቸጋሪ ሰዎች እንደሆኑ ታውቃለች። መሳሳት ስላልፈለገች፡፡

"ምን አሳብና ግምት አለኝ ብለህ ነው ... ይሄ እኮ ግራ የሚያጋባ ነገር ነው እነሱም የሚያውቁት አይመስለኝም" ስትል አሁንም ካፏ ቀበል ብሎ፡-

"የምትገርሚ ልጅ ነሽ። አስተያየቶችሽ ሁሉ ነገሩን እኔ አይቼው በማላውቀው አቅጣጫ ነው እንድረዳው ያደረጉኝ... ህም..." ብሎ ዝም ሲል ነገሩ በፈጠረባት ጉጉትና አንዳች የማይመች ስሜት፡-

"ምኑ? ማለቴ የቱ አስተሳሰብ?" ስትል፣

"ማለቴ እነሱም የሚያውቁት አይመስለኝም ያልሽው። እውነት እኮ ነው ... እነሱም ላያውቁት ይችላሉ። ግን ደግሞ ይህንን የሚያህል ገደል በመካከላቸው ሲፈጠር ቅድም እንዳልሽው የሆነ ነገር በመካከላቸው ገብቶ መሆን አለበት።" ብሎ በድጋሜ እያጤናት ዝም አለ። ማርቆስ ምን እደሚያስብ ለማወቅ አልቻለችም። ማርቆስን በሩቁ መያዝ ካልሆነ፣ ውጥኗን ሁሉ ፍርክስክስ ሊያደረግ የሚችል መዶሻ የያዘ ያህል ነው የፈራችው። ብዙም አላወሩም። ከዚያም ነገሩን እንደ ምንም እያላላች እያላላች ወደ ቢዝነሱ ሐሳብ አተኩራ ከመሄዷ በፊት እንደምታገኘውና ለሌላ ቀጠሮ እንደምትቸኩል ነግራው ተለያዩ። ማርቆስም የስንክሳር ድብስብስነትና ድሮውንም ለሷ ያለው ያልጠራ ስሜት ተጨማምሮ ምንም የማታውቅ መስሎ አልታየውም። ወደ አሜሪካ ደጋግማ መመላለሱዋም በኀዘንተኛነቷ ምክንያት አልመሰልህ ብሎታል። ቢዝነስ ብላ ልታማክረው ያነሣችውም ሐሳብ ልቧ ያለበት አለመሆኑን አውቆታል። በተለይ ሁለት የሚጋጩ ነገሮችን እየነገራት 'አይደል ... እኔም እንደሱ ነበር የማስበው' ስትለው ልቧ ሌላ ቦታ መሆኑን ተረድቶታል። የብልኀና የብልጣብልጥ ጦርነት የተጀመረ ይመስላል። በኋላም ሳትደውልለት በሶፊያ በኩል 'ይቅርታ በጣም ተወጣጥሬ ሳልደውልልህም ሳላገኝህም ሄድኩ' የሚል መልእክት ትታለት ወደ አሜሪካ ሄደች።

የሚቀጥለው አንድ ወር ያህል ጊዜ ብዙ ነገሮች የተለዋወጡበት ጊዜ ነበር። ሰሎሜ ከክብሮም ጋር ያላት ወዳጅነት ተሻሽሎአል። እናቷም ስንክሳርም የመከሩዋት ምክር ሥር ሰዶ ወደ አሜሪካ ለመመለስ ማሰብ ጀምራለች። ከክብሮም ጋር ብዙ ጊዜ ነው በስልክ የሚያወሩት። የክብሮምን ጥያቄ ስታስብበት እንደቆየችና በመካከላቸው ያለውን ግንኙነት ዕድል ልትሰጠው እንደምትችል እያመነታች ነግራዋለች። የመጨረሻ ውሳኔ ለመስጠት ግን አብረው ትንሽ ጊዜ ማሳለፍ እንዳለባቸውና ጊዜ እንደሚያስፈልጋት ነው የነገረችው። ይህም እሱን ከልክ በላይ አስደስቶታል። ስንክሳር ይህን ስትሰማ በደስታ ሰክራለች። ከክብሮም ጋር ደስታቸውን ያከበሩት የሚቀጥለውን መላኩን በእጇ የማስገባት ድሏን ተመኝተው ነው።

አንዴ ካንሳስ አንዴም ሉዊቭል የሚመላለሰውን መላኩን የገንዘብም የብቸኝነትም ችግር እንዳያጋጥመው ስንክሳር የሚያስፈልገውን ሁሉ ታደርግለት ነበር። ካንሳስ ካልሄደ እሷ ጋ ኢንድያናፖሊስ ነድታ ትወስደውና አዝናንታ ሰኞ በጠዋት ትመልሰው ነበር። የአንድ ሰዓት ተኩል መንገድ ነው በመኪና። ሥልጠናውን ሊጨርስ ሳምንት ሲቀረው ከቅዳሜና ከእሑድ ጋር የአራት ቀን ዕረፍት ስለነበረው ወደ ካንሳስ መኪና እየነዱ ሊሄዱ ዐቅደው ስለነበር እሷ ጋ አደረ። በጠዋት ተነሥተው ጉዞ ስለጀመሩ አራት ሰዓት አካባቢ ጠዋት ነበር ሴንት ሊዊስ የደረሱት። እዚያ ትንሽ ቆይተው በሚሲሲፒ ወንዝ ዳርቻ ላይ የሚገኘውን ጌት ዌይ አርች ላይ ወጥተው አዩ። በ1963 በአውሮጳውያን አቆጣጠር ቢሆንም የተገነባው አሁንም ድረስ አሠራሩ ያስደንቃል። እላዩ ላይ የሚወጣባቸው የተለዩ አሳንሰሮች

ወደ ላይ ቀጥ ያለ ሳይሆን ከፊል ክብ ቅርጽ ባለው ዶጋን ሐውልት ላይ የተሰሩና እያንዳንዳቸው አምስት ሰው አዝለው ወደ ጐን፣ ወደ ላይ እያዋዙ ሽቅብ ተወንጭፈው ጫፍ ላይ ስለሚያደርሱ እጅግ የሚያስገርሙ ናቸው።

እዚያው ከተማ ምሳ በልተው ወደ ከሰዓት ዐሥራ አንድ ሰዓት አካባቢ ላይ ነው እነሣራ ቤት የደረሱት። ሣራ ከሆስፒታል ወጥታ እያገገመች ናት። ቁስሉ ሁሉ ባይድንም ከጠባሳ በቀር ምንም የአካል ጉድለት ወይም ቋሚ ጉዳት ስላልደረሰባት ሁሉም ደስ ብሎታል። ልጇ ግን አሁንም ከደረሰባት የአእምሮ መቃወስ ፈጽሞ አላገገመችም። ማታ ከራት በኋላ ማርቆስ ጋ ደውለው ብዙ አወሩት። ስንክሳር ሰላም ብላው ወዲያው ነበር ስልኩን ለመላኩ የሰጠችው። ይሄ ደግሞ ማርቆስን 'ሁለቱም ሳያውቁ የሆነ ነገር በመካከላቸው ገብቶ ሊሆን ይችላል' ብላ ራሷ የሰጠችውን የመላምት ሌንስ ወደሷ እንዲያዞር ሳይኰረኩረው አልቀረም።

ከካንሳስ ሲመለሱ እሑድ ከሰዓት ተነሥተው በዚያው በሴይንት ሊዊስ አድርገው ቀጥታ ነበር ሉውቪል የገቡት። እሱን ማረፊያው አድርሳ እሷም ወደ ቤቷ የዚያኑ ለት ማታ አቀናች። ከምሽቱ አራት ሰዓት ስለሆነ እደሪ ቢላትም አሻፈረኝ አለችው። ከሥልጠናው በኋላ ሁለት ሳምንት ሣራ ጋ እንደሚቆይ ስለነገራት እሱን ተከትላ ወይም አብራው ወደ ኢትዮጵያ መሄድ ሌላ እንዳይመስል ብላ ቀድማ ለመሄድ አስባለች። ነገሩን ቀድሞ የታሰበበት ለማስመሰልም ለሶፊያ በስልክ ነግራታለች። ማርቆስ ጆሮ እንዲገባ ብላ እንጂ ለሶፊያ የመንገር ምንም ሐሳብ አልነበራትም።

ሥልጠናውን ሲጨርስ መላኩን ሰርፕራይዝ ልታደርገው ላስቬጋስን ልታስጐበኘው ቲኬቱን ገዛዝታ ሁሉንም ነገር አመቻችታለች። ያንን የሳምንት መጨረሻ ሌላ ፕሮግራም እንዳይዝም ነግራዋለች። መላኩ የስንክሳር ደግነትና አብረው የሚያሳልፉት ጊዜ ብዛት ልቡን ሳይሸረሽረው አልቀረም። አንዳንዴ ረጅም ሰዓት አብረው እየተጓዙ ያወራሉ። በመጀመሪያም ጥላው አሜሪካ ስትገባ የልጅነት ልቧ አታሎአት ሊሆን እንደሚችል አስቦ ነገሩን አቅልሎ ለማየት እየሞከረ ነው። መልኳም ከመቼውም ይልቅ ያማረ መስሎ እየታየው ነው። የተዳፈነ እሳት ባይነድም አይጠፋም እንደሚባለው ቀድሞውንም ያለ ምክንያት አልወደዳትምና እሱም እያገረሸበት ሊሆን ይችላል።

ሰሎሜም ከክብሮም ጋር ከዕለት ዕለት እያደገ የመጣው ግንኙነታቸው ቀስ በቀስ መላኩን በከፊል ሳያስረሳት አልቀረም። አስቸጋሪ የሆነችባት ሶስና ናት። ብዙ የማይመለስ ጥያቄ አላት። አሜሪካ ስለ መሄድ ሲነገራትም መላኩስ ነው የምትለው። ሰሎሜም በዚህ ጊዜ የመቀሌውን ፕሮጀክት ለመጨረስ ብዙ አልቀራትም። የሶለን ግለታሪክ መጽሐፍ ግን ፈቀቅም አላለ። ከእናቷ ጋር ሲያወሩ እዚያው አሜሪካ ዐረፍ ብላ ልትጽፈው እንደምትችል ነው ያሰቡት። ሁሉ ነገር ከሠመረና ብዙም ሳይቆዩ ከክብሮም ጋር ለመጋባት እንደሚችሉም አውርተዋል። ይህንን ሁሉ ግን ለክብሮም አልነገረችውም። በጨዋታ መሃል ያንን የበፊቱን

ቀለበት ፈጽሞ እንዳልወደደችውና የምትወደው ዐይነትም ምን አይነት እንደሆነ እንደ ቀልድ እያደረገች ነግራዋለች። ክብሮም ዘንድሮ ሥልጠናውን ስለሚጨርስ እዚያው ቺካጎ ነው ለመኖር የሚያስበው። ቤት ለመግዛትም እያፈላለገ ነው፡፡

መላኩ ወደ አሜሪካ ሲሄድ የእጅ ስልኩን ማርቆስ ጋ ነበር ትቶ የሄደው። ምናልባት ከአፋር ስለ አባቱ ጉዳይ ቢደወል ብሎ በማሰብ። እሱ በሄደ በወር ተኩል አካባቢ ስልኩ ተደወለ። ስልኩን የደወሉት ሰው ከማርቆስ ጋር በቋንቋ የተነጋ በደንብ መግባባት ቢቸገሩም፣ የመላኩ አባት ለተወሰኑ ዓመታት ድሬዳዋ አካባቢ ይኖሩ እንደነበርና የሚተዳደሩትም በንግድ እንደነበር ገልጹለት። ሙሉ ስማቸው ሀሰን ሱሌማን እንደሆነም አዲስ መረጃ ሰጡት። ሆኖም በአሁኑ ሰዓት እዚያው ድሬደዋ መሆናቸውን በእርግጠኛነት እንደማያውቁ ገለጹለት። የተለያዩት ማርቆስ እንደሚደውልላቸው ነግሮአቸውና አመስግኖአቸው ነበር። መላኩ ነገሩን ማርቆስ ከነገረው በኋላ ደግሞ ደጋግሞ ቢደውልም፣ የሰውዬው ስልክ አልመልስ ብሎት ልቡ ስቅል ብሎ ከረመ። ፎዚያንም የድሬደዋ ልጅ ስለሆነችና ምናልባትም የሷም አባት በከተማው የታወቁ ነጋዴ ስለሆኑ ፍለጋው ላይ እንድትረዳው ደውሎ ነግሯታል። ስለዚህ እሷም ለቤተሰቧ ሁሉ ነግራ ፍለጋው ላይ በየአቅጣጫው ነው የተሰማሩት።

የመላኩ ሥልጠና ያለቀው በዚያው ሰሞን ነበር። ዕቃውን ሁሉ ከሉዊቭል በመኪና አጓጉዘው ስንክሳር ቤት አስቀምጠው ወዲያው ዐርብ ወደ ማታ ላይ ወደ ቬጋስ በረሩ። ወደ ላስ ቬጋስ እየበረሩ አውሮፕላን ውስጥ ብዙ ማውራት ችለው ነበር። ኢትዮጵያ የመመላለሷ ነገር አልገባ ያለው መላኩ፡-

"እንዴ አንቺ ምንድነው እንደዚህ አንዴ አዲሳባ አንዴ እዚህ? ትራንስፖርቱንስ እንዴት ነው የምትችይው?" አለ መላኩ ትንሽ ግራ ገብቶት።

"አይ ባለፈው ለማርቆስም ልመጣ ስል ነግሬው ነበር እዚህ ስልችት እያለኝ ነው። ከተቻለ ቢዝነስ እዚያ ጀምሬ እዚህ ቤቱንም ቢዝነሱንም ሸጬው ወደዚያ ለመግባትም እያሰብኩ ነው።" አለችው የምሯን ያሰበችበት በሚመስል የፊት ገጽታ፡፡

"ብራቮ ብራቮ! ... አንቺ ወደ ኢትዮጵያ መመለስ ከፈለግሽ ተስፋ አለን። በቃ ሁሉም ሰው ወዳገሩ መመለሻው እየደረሰ ነው ማለት ነው።" ብሎ ትከሻዋን እየነቀነቀ ቀለደባት፡፡

"ቀልድ መስሎሃል። እዚያ እኮ ሰላሙ፣ ረጋ ማለቱ በቃ ሁሉም ነገር ... እግዜርም ፊቱን ያዞረላት ይመስለኛል ያቺ አገር። በርግጥ ያው ብዙ ችግር አለ ሰው ተንኰለኛ ነው። ፊቱን እንጂ ልቡን አታውቀውም። እዚህ ስትኖር ደግሞ በቃ ብዙ ነገር ነው የምትማረው። የዋህነትህን ሰዎች ሊጠቀሙበት ይፈልጋሉ። ግን ያው እኛው ሄደን ነው የምንለውጠው።" ብላ ስትሰብከው ዐይኑን አፍጥጦ ነው ያያት። እሷና ንግግሯ ምን ያህል የተገላቢጦሽ እንደሆኑ ግን የልብ መነጽር ያለው ብቻ ነው ያሚያውቅ።

ላስ ቬጋስ መላኩ ሁሌም መሄድ ይመኝ ነበር። 'ዘመናዊ ሰመራ' መስላ ነው የታየችው። ቁማሩ ገና ካውሮፕላን አየር ማረፊያ ውስጥ ነው የተቀበላቸው። የተከራየችውን መኪና ተረክበው ለማረፍ ወደ ያዙት ሆቴል ሄዱ። ያው የመላኩን ሕግ ስለምታውቅ ሁለት የተለያየ ክፍል ነበር የያዙት። ዐርብን ትልልቅ ሆቴሎች ባሉበት ስትሪፕ በሚባለው አካባቢ ላይ ለዐይን በሚያታክቱ በጣም ብልጭልጭና ወድ በሆኑ ሆቴሎችና የመቆመሪያ ካዚኖዎች ሲዞሩና ሲጎበኙ አመሹ።

ፓሪስ፣ ኒውዮርክ፣ ሞሮኮ፣ የግብጽ ፒራሚድ ምን የቀረ አለ... ሁሉንም በትንሽ በትንሹ ሠርተውታል። ከተማው ግን ሕይወት የሚያገኘው ጨለምለም ሲል ሲመሽ ነው። ከነዋሪው ቆማሪው ይበዛል። ጥሩ ራት በልተው ምሽቱን ሁሉ ሲዞሩና የሰዉን ጩኸትና ዕብደት ሲያዩ አለፈ። ግርግሩና ሁካታው ዐርብ ማታ ይብሳል። ባላጂዮ ሄደው በሙዚቃ የሚደንሰውን ፏፏቴ ሲያዩት የአዲስ አበባዋ የሸራተን እስክስተኛ ፏፏቴ ትንሽ ሆነችባቸው። በመጨረሻም ደክሞአቸው ስለነበር ሁለቱም ወደየመኝታቸው ሄዱ።

ቅዳሜ በሌሊት ተነሥተው ሳንዲያጎ ካሊፎርኒያ ነድተው ምሳ ሰዓት አካባቢ ላይ ደረሱ። ትልቁን የአራዊት መጠበቂያ ዙ ሲጐበኙ ቆይተው፣ ቀጥሎም ላሆላ የሚባለውን የሀብታም ሰፈር ጐብኝተው ሲጨርሱ ነበር ወደ ከተማዋ እምብርት የሄዱት። ሳንዲያጎ በውበቷም በአየሯም ምርጥ ከተማ ስለሆነች ነው ኑሮም ያንኑ ያህል የሚወደድባት። ራታቸውን በልተው በእግራቸው እየተንሸራሸሩ በባሕሩ ዳርቻ ብዙ ቆዩ። ሳይታወቃቸው እጅ ለጅ ተያይዘው በኋላም ተቃቅፈው ነበር በባሕሩ ዳር ሲዞሩና ሲቀመጡ የቆዩት። የሁለቱም ሰውነት መሞቅ ጀምሮአል። በተለይ እጅ ለእጅ መያያዙና እሱ በሷ አንገት ላይ፣ እሷ በሱ ወገብ ዙሪያ የጠመጠመቻቸው እጆች ደስ የሚል ጉልበትና ኀይል ወደያንዳንዳቸው ሰውነት ማንዘር ጀምረዋል።

አጠገብ ላጠገብ ወዳለው የሆቴል ክፍላቸው ከመግባታቸው በፊት መጀመሪያ ወደሱ ክፍል ውስጥ እያወሩ ገብተው ሶፋው ላይ ተቀመጡ። እሱ ቲቪ ሊከፍት ሲል፣ "መጣሁ መታጠቢያ ቤት ደርሼ በዚያውም ስላላበኝ ሻወር ነገር ወስጄ ፒጄ ቀይሬ ልምጣ" ብላ ወደ ክፍሏ ሄደች። እሱም የሞቀውን ሰውነቱን በረድ ለማድረግና ቀለል ቢለኝ ብሎ ሻወር ውስጥ ገባ። ሁለቱም ግን ሻወር ውስጥ ሆነው አንዳቸው ስለሌላቸው ማሰባቸው አልቀረም። ካንድ አርባ አምስት ደቂቃ በኋላ ስንክሳር መጣች። የለበሰችው ቀለልና ሳሳ ያለ ፒጃማ ሲሆን፣ የተቀባቸውም ሽቶ ቀልብ የሚስብ ነበር።

"ዋው ... ሽቶሽ በጣም አሪፍ ነው" አለ መላኩ ባንዴ አካባቢውን ያወደውን ሽቶ ወደ ውስጥ እየሳበ

"እ ታንክ ዩ..." ብላ አጠገቡ መጥታ ተቀመጠች፡፡

ሳይታሰብ ትንሽ እየተጐነታተሉ መላፋት ጀመሩ። እሷ ፀጉሩን ስታሻሽ

እሱም ትንሽ ቦርጪን እየነካካ ሲቀልድባት የበለጠ ተቀራረቡ። ከዚያም ሳያስቡት አንዳቸው በሌላቸው እቅፍ ውስጥ ገብተው አተነፋፈሳቸውም ተቀየረ። አድራሻ የማይሳሳቱት ከናፍርት ድንገት ተገጣጥመው ነገሩ ወደ መሳሳም ሲቀየር አስቁማው ዘልላ ተነሣችና፣ "ይቅርታ መሌ ... የኔ ስሕተት ነው ... የኔ ስሕተት ነው። እንደዚህ ማድረግ የለብንም ... እኔ ነኝ ... በጣም አዝናለሁ ... ይቅርታ ... በጣም ይቅርታ" አለች ፊቷን በሁለት እጆቿ ይዛ። ከዚያም እሱ ቁጭ እንዳለ፣ እሷም ጭንቅላቱን እየነካካች በቆመችበት ቀረች። እሱም የሚለው ጠፍቶት... እንዳቀረቀረ ቆየና ድንገት ብድግ ብሎ ትከሻዎቿን በሁለት እጁ ያዝ አድርጎ ዕፍረት በተሞላው ገጽታ፣ "Oh goodness … it is me … am so sorry … this is unbelievable… sorry ... እኔ ነኝ እንጂ አንቺማ ምን... ልክ ነሽ ... ልክ ነሽ ... Sorry!" ብሎ ትንሽ ፈንጠር ፈንጠር ብለው ተቀመጡ። ከተወሰነ የጸጥታ ጊዜ በኋላ ለአፍታ አጥለቅልቆአቸው የነበረው የስሜት አዙሪት ሲለቃቸው ሌላ ዙር ንዝረት ሳይመጣባቸው እንደምንም ብሎ ቆመ፡፡

ወዲያውም "በቃ ስንኪ... አሁን መተኛቱ ይሻላል... ነገ እናወራለን አሁን እንተኛ ..." አለ የግዱን። መለያየቱን ባይፈልግም፣ ባንድ በኩል ኅሊናው እንደ ጦር እየወጋው። ወጥታ ስትሄድ እሱ "ወይ አምላኬ ... ምን ውስጥ ነው የገባሁት...! " እያለ በጸጸትና በግራ መጋባት ክፍሉ ውስጥ ወዲያ ወዲህ ብሎ መጨረሻ ላይ ፊቱን በቀዝቃዛ ውሃ ታጥቦ በቀጥታ ሶፋው ላይ ዘጭ ብሎ ቁጭ አለ። አሁንም የስንክሳር መዐዛ አካባቢውን እንዳወደው ነው። ተነሥቶ ወደ መስኮቱ ተጠግቶ ወደ ውጪ እየተመለከተ ግራ እንደገባው በሐሳብ ነጐደ። ስንክሳር ደግሞ የበሯን ቁልፍ ቆልፋ እጇን እንደጨበጠች በድል አድራጊነት "yes! Yes! ስንኪ ... በቃ እኮ ልጁ በጅሽ ነው...፤ መሌ ... ከነገፌሬው ያንቺ ሆኗል" ብላ ዘላ አልጋው ላይ ራሷን ዘረረችና በጀርባዋ ተንጋላ የሚሰማትን ተድላ እያጣጣመች "አንተ ምን ይሳንሃል .... ጌታዬ! ..." አለች የቱን ጌታ እንደሆነ ባይታወቅም።

ዜና ማርቆስ

ማርቆስ ከመላኩ መሄድ በኋላ በጣም ደብሮት ነው የከረመው። ብዙ ጓደኞች ቢኖሩትም የልብ ወዳጁ መላኩ ብቻ ነው ማለት ይቻላል። ሥራው በፍጥነት እያደገ ስለሆነ አዲስ ቢሮ መግባቱ፣ በቅርብ የጀመራቸውን ፕሮጀክቶችም እንደገና ማዋቀሩና መልክ መልክ ማስያዙም ብዙ ጊዜውን እየወሰደበት ነው። ባለፈው ሁለት ዓመት ብቻ የሠራተኞቹ ቁጥር ከስልሳ ወደ መቶ ሃያ አድጓል። ይህም በአዋሳ፣ በመቀሌና በናዝሬት የከፈታቸውን ቢሮዎችም ጨምሮ ነው። ከቻይናዎቹም ጋር የሚሠራው ሥራ እየሰፋ ሲሆን ሦስት ካምፓኒዎች ዋነኛ ወኪል አድርገው አብረውት ሊሠሩና የተለያዩ የኤሌክትሮኒክስና የመለዋወጫ ዕቃዎች ማምረቻ ፋብሪካዎችንም በሽርክና ለመክፈት ጠይቀውታል። ቀጥሮ የሚያሠራቸው ከሰባ በመቶ በላይ አዲስና በቅርቡ ከኮሌጅ የተመረቁ ወጣቶች ናቸው። በመጀመሪያው ስድስት ወር እስከ አንድ ዓመት ድረስ ከፍተኛ የሆነ የቴክኒክና የሥነ ምግባር ሥልጠና እንዲያገኙ ያደርጋል። ውጤትና ታማኝነት ዋነኛ ተፈላጊ ዕሴቶች እንደሆኑና ሰበብ መፍጠርና እምነት ማጉደል ደግሞ በማርቆስ ድርጅት ውስጥ ላለመቆየት መንሥኤ መሆናቸውን ከመጀመሪያው እንዲያውቁ ያደርጋል።

“ሃሎ ፋሲካ ... አቶ ፍሥሓ አልመጣም እንዴ?” አለ ከሰፊው ቢሮ ውስጥ ወዲያ ወዲህ እያለና ወደ ውጪ እያየ ማርቆስ። ፍሥሓ የማርኬቲንግ ኀላፊው ነው።

“መንገድ ተዘጋግቶብኝ ነው ደርሻለሁ፤ መኪናዬን እያቆምኩ ነው ብሎ አሁን ደውሎ ነበር። እንዲያውም ይሄው አሁን ገባ። ላስገባው እንዴ?” አለች ረዳቱ ፈጠን ባለ አነጋገር።

“አዎን ይግባ እሱን ነው እየጠበኩኝ ያለሁት እኮ።” አለ ከባሻገር ባለው ሶፋ ላይ እየተቀመጠ። ፍሥሓ ከገባ በኋላ እንዲቀመጥ ጋብዞት ባለፈው ሳምንት የሰጠውን ሥራ ከምን እንዳደረሰው ጠየቀው።

“ጥናቱን እንዲያደርጉልን የቀጠርናቸው ሰዎች ምንም የሚያዙ

አልሆኑም። ደግሞ ይህችን አራት ቀን ሲስተማችን ዳውን ሆኖብን ሥራው ሁሉ ተስተጓጉሎ ነው የከረመው። ፈቃዱም ፈቃድ ስለወጣ በቃ ተሳስረን ነው ያለነው።" አለ ዐይኑን ሰበር አድርጎ፡፡

"ዋው! ... ስለዚህ ... ምንም የተደረገ ነገር የለም በለኛ ..." አለ ማርቆስ የሰበብ አደራደሩ አካሄድ እየገባው።

"አይ ምን መሰለህ አቶ ማርቆስ ሥራውን ለመሥራት ከኛ በኩል እኮ ዝግጁ ነን። ግን..." አለ አሁንም ተጨማሪ ምክንያቶችን ለመደርደር እየተንደረደረ፡፡

"ኦህ ገባኝ እኮ የምትለኝ ሥራው አልተሠራም ነው አይደል? ምክንያቱ ደግሞ የዘረዘርካቸውና አሁን ልትጨምርልኝ ያሰብሃቸው ሰበቦች ናቸው። እኛ የሌሎችን ሲስተም እናስተካክላለን እያልን የኛን ማነው ሲበላሽ የሚያስተካክለው? ፈቃዱ ነው ማለት ነው የኛ ሲስተም? ሰዎቹ አልያዝ አሉን ነው ያልከኝ? አልገባኝም ስምምነቱ ምንድነው የሚለው? ታዲያ አንተ ምን መፍትሄ ሰጠሃቸው? የሆነው ሆኖ የጥናቱን ውጤትስ መቼ መጠበቅ እችላለሁ?" አለ ትዕግሥቱ ቀስ በቀስ ማለቅ እንደጀመረ የሚያሳይ ጥያቄውን እያዘነበ።

"አይቲዎች እኮ ነገሩን እንዲያውቁት አድርገናል፤ ለሰዎቹም ደብዳቤ ጽፈንላቸዋል። ኃላፊያቸውንም ደውዬለት ለጸሓፊው ሰሞኑን ቢሮ እንደገባ እንዲደውልልኝ ነግሬያታለሁ። በዚህ ጥቂት ቀን ሁሉም መልክ እንደሚይዝ ነው።" አለ ድፍንፍን አድርጎ፡፡

"አይቲዎች ምን አሉ? ሰውዬውንስ ምን ያህል ቀን ነው የምትጠብቃቸው? ሌላ የተኩት ሰው የለም? ባይ ዘ ዌይ ታውቃለህ አይደል ሰዎቻችን ከአራት ሳምንት በኋላ ስለሚመጡ የጥናቱ ውጤት ቢያንስ ከሳምንት በፊት አልቆ እጃችን ውስጥ መግባት አለበት።" አለ ማርቆስ የጊዜውን አጭርነት እያስታወሰው።

"ያው እኛ እኮ የምንችለውን ሁሉ እያደረግን ነው። ምንም ጥርጥር የለውም እስከዚያማ እንደሚደርስ ነው።" አለ ረጋ እንደ ማለት ብሎ፡፡

"እሺ ... ነገ ጠዋት መልስ እፈልጋለሁ። ውጤት ማለቴ ነው ምክንያት ሳይሆን። ከሰዎቹ ዛሬውኑ ግልጽ መልስ ማግኘት አለብህ። አይቲዎቹን አናግረህ ችግሩ ዛሬውኑ እንዲፈታ፣ ካልሆነም ማወቅ እፈልጋለሁ።" አለ አሁንም ባልረካ ገጽታ፡፡

"እሺ ... እሺ ... ከመውጣቱ በፊት እደውልልሃለሁ።" አለ ለመውጣት መቁነጥነጥ በሚመስል እንቅስቃሴ ከሶፋው ጫፍ ላይ እንደ ተቀመጠ፡፡

"እኔ የምልህ የባለቤትህ እናት እንዴት ሆኑ? ከሆስፒታል ወጡ ወይስ... እዚያው ናቸው?" አለ የነገሩን አቅጣጫ እየቀየረ። ማርቆስ ስለ ሠራተኞቹ የግል ሕይወትም የቻለውን ያህል ለማወቅና ለመረዳት ይሞክራል።

"በጣም ተሸሎአቸዋል። ትናንት እቤት ገቡ። እሷም ሰኞ ሥራ ትመለሳለች።" አለ ትንሽ ፊቱ ፈካና ዘና ብሎ፡፡

"እው በጣም ጥሩ ነው! በቃ ሰላም በልልኝ ባለቤትህንም። ሌላ የምትነግረኝ ነገር አለ? " አለ ወደሱ እያየ፡፡

"አይ ምንም የለም።" አለ ፍሥሓም በጣቶቹ እየተጫወተ።

"ጥሩ በቃ አቶ ሳሙኤል ቢሮው አለ። ሁሉንም ለሱ አሳውቀው። እኔም እነግረዋለሁ። እሺ..." ብሎ ከመቀመጫው ተነሥቶ እሱን ካሰናበተ በኋላ አሁንም ቢሮው ውስጥ ወዲያ ወዲህ መንጐራደዱን አላቆመም። ትልቅ ትግል የሆነበት ነገር ተቀጥረው የሚሠሩለትን ሰዎች ደሞዝ የሚከፍላቸው፣ ለሚያመጡት ውጤት እንጂ ለሚያቀርቡት ሰበብና ምክንያት አለመሆኑን እንዴት ሊያስረዳቸው እንደሚችል ነው። ደግሞም የሚያቀርቡትን ሰበብ በመስማት ጊዜውን ማቃጠል ሌላ ኪሳራ መሆኑን ቢነግራቸውም ቶሎ አይገባቸውም። የሆነ ነገር ሞክረው ሲያቅታቸው፣ የሚቀጥለውን እርምጃ ከመሄድ ወይም ሌላ ሰው ከማማከርና ከማሳወቅ ይልቅ ለምን ባገኙት ሰበብና ምክንያት ረክተው እንደሚቀመጡ ሁሌም ግራ ይገባዋል።

ከዚህም በተጨማሪ ሁሉም ነገር ውስጥ መግባት አይፈልግም። መፍትሔ መር አስተሳሰብን በሠራተኞቹ ሁሉ ዘንድ ለመፍጠር ነው ትልቁ ትግሉ። ሥራ ላይ መስናከል ሲያጋጥም፣ ያንን መፍታት እንጂ አሳብቦ እጅ አጣጥፎ መቀመጥ መልስ እንዳልሆነ ብዙ ሰው አያውቅም። ስለዚህም ነው ማርቆስ የማንንም የምክንያት ክምር ለመስማት ትዕግሥት የሌለው። ገና አካሄዳቸው ሲገባው፣ 'ውጤትህን እንጂ ምክንያትህን አትንገረኝ' ይላቸዋል። ይህም ለጥቂት ጊዜ ከሱ ጋር የሠሩ ሰዎች የሚያውቁት ጉዳይ ይሆናል።፡ከዚህም የተነሣ ሰበብና ምክንያት ቀስ በቀስ ከሠራተኞቹ አእምሮ ውስጥ በውጤትና በመፍትሔ እየተተኩ ስለሆነ ከፍተኛ ለውጥን እያየ ነው። ነገር ግን አሁንም የሰው አስተሳሰብ በመስማማት ሳይሆን፣ በድግግሞሽ ስለሆነ የሚለወጠው ብዙ ሥራ እንደሚጠብቀው ነው የተረዳው።

በሌላ በኩል ደግሞ የሰሎሜና የመላኩ ነገር ውስጡን እያብሰለሰለው ነው። እሷም እሱም አሻፈረኝ ብለዋል ምንም ትንፍሽ ለማለት። ብዙ ጊዜ ቢደውልላትም፣ ስልኩን ባነሣችበት ጥቂት ጊዜ እንኳ 'ጓደኛህ ምናለህ?" ነበር ያለችው። መላኩ ከሄደ በኋላ ደግሞ ከሰሎሜ እክስት ጋር አንድ ሁለት ጊዜ በስልክ አውርተው ነበር።

እነሱም ነገሩ ግራ እንዳጋባቸውና ሰሎሜ ስለ መላኩ ለማውራት በእምቢተኝነቷ የቀጠለች መሆኗን ነገረውታል። ከሦስት ቀን በፊት አክስቷ ከሰሎሜ እናት ጋር ያወሩት ነገር ምናልባት ፍንጭ እንደሚሰጥ ስላሰቡ ተገናኝተው ለማውራት ምሽቱን ተቀጣጥረዋል። ማርቆስን እነሱው ጋ ራት ጋብዘውታል። የሰሎሜ አያትም ከገጠር መጥተዋል። እሳቸውም ነገሩ እየከነከናቸው ሲሆን የሰሎሜ ክችር ብሎ ነገሩን ለማውራት አለመፈለግ ለሁሉም መላ ያጣ ጉዳይ አድርጎታል። እነሶስናም ከሰሎሜ አክስት ጋር ሆኗል ኑሮአቸው።

አሁን ሌላ ትልቅ ጭንቀት የሆነበት ነገር ደግሞ የታላቅ ወንድሙ ጉዳይ ነው። ታክስ ባለመክፈልና ከሙስና ጋር በተያያዘ ጉዳይ እስር ቤት ገብቷል። እሱ ብቻ ሳይሆን ሌሎች ሰዎችም በተመሳሳይ ችግር ጉዳያቸው እየተጣራ ነው ይባላል። ውጭ አገር የነበሩት ባለቤቱና ልጆቹ ጦሱ ለኛም ይተርፍ ይሆናል በማለት የነገሩ ልክ እስኪታወቅ ለመምጣት እያመነቱ ነው። እሱ ለጉዳዩ እውነታ ባዳ ስላልሆነና እውነቱን ስለሚያውቅ ምን ማድረግ እንዳለበት ግራ ገብቶታል። ቤተ ሰቡ ደግሞ የሱን ምክርና ዕገዛ መፈለጋቸው አልቀረም። መቼም የማያውቁት ወይም የሚጠሉት ሰው በሙስና ተዘፍቆ ዘብጥያ ሲወርድ ፍርዱን ለመገምደልና አቋምን ለመናገር ምንም አይከብድም። እውነትና ዝምድና ሲጣሉ ግን ነገሩ ቀላል አይሆንም። አሁንም ከወንድሙና ከእውነቱ ለማን እንደሚያደላ፣ እንዴትም እንደሚያስታርቃቸው ፈተናው የማርቆስ ነው። መላኩ አለመኖሩ በጣም ነው የጐዳው። ሁሌም ከመላኩ ጋር እንደዚህ ዐይነት ውስብስብ ግብረገባዊና ውሳኔ የሚጠይቁ ጉዳዮችን ለሁለት ሦስት ሰዓት ካወሩ በኋላ በግልጽ ማሰብ ይችላል። ስለሆነም ደውሎ ከመላኩ ጋር ማውራት እንዳለበት ወስኗል።

ይህንን በከፊል አእምሮው በስሱ ሲያወጣና ሲያወርድ በሌላው ደግሞ ያልተመለሱ ኢሜይሎችን ሲመልስ ቆየ። ረዳቱን ጠቆር ያለ ማኪያቶ እንድታዝለት በስልክ ነገራት። እሱ ደግሞ ለፊርማ የተዘጋጁ ወረቀቶችን እያየ ሲፈርም ቆይቶ አሁንም ወደነመላኩ ጉዳይ ልቦናው መለሰው። አሁን ምን ይባላል? መቼውንም መላኩንም ሆነ ሰሎሜን እንደዚህ ይሆናሉ ብሎ አስቦ አያውቅም። ሁለቱም በውይይት የሚያምኑ ቀና ሰዎች ነበሩ። አንዱን ባንዱ ላይ እንዲህ እንዲያማርሩ ያደረጋቸው ምንድነው? ደግሞ ውሉ አልገባ ያለው ሁለቱም ስለ ጉዳዩ ከማንም ጋር ምንም ላለማውራት በመወሰን ሙዝዝ ማለታቸው ነው። በርግጥ ሰሎሜን በስልክ ብቻ ነው ሊያናግራት የሞከረው። ስሜቷ የተጐዳ መሆኑን ካነጋገሯ ቢረዳም ምንም ፍንጭ አልሰጠችውም። እንዲያውም "ጓደኛህ ምን አለህ? እስኪ እሱን አናግረውና እኔን ታናግረኛለህ።" ነበር ያለችው በደፈናው። መላኩም ምንም ማውራት እንደማይፈልግ ደጋግሞ ስለነገረው ተመልሶ ሰሎሜን ለማናገር ምንም መንገድ አልነበረውም።

አሁንም ልቡ ያላመናት ስንክሳርን ነው። አንዴ አሜሪካ፣ ሌላ ጊዜ ደግሞ

ኢትዮጵያ መመላለሷና ጉዳዩም እሷ ተመልሳ ከመምጣቷ ጋር መገጣጠሙ ልቡን በጥርጣሬ ሞልቶታል። እንደዚህ ያሰበውም ከመጀመሪያው ቀልቡ ስላልወደዳትም መሰለው። ሁለቱንም እንደዚህ እየቀረበቻቸው ምንም አለማድረጓ በርግጥ ሁለቱም አሻፈረኝ ስላሉዋት ይሆን? በማለትም ማመን ተስኖታል። አሁን አሁን ደግሞ የሷና የመላኩ መቀራረብና ከሰሎሜ ቤተ ሰቦች ጋር ቤተኛ መሆኗ በርግጥም ነገር ያለው መሰለው። የመላኩን ደካማ ጐን ደግሞ ያውቀዋል ማርቆስ። መላኩ ሰውን ሲያምንና ልቡን ሲሰጥ፣ በደኅና ቀን የሚታይበትን ስል አስተሳሰብና ነገሮችን ከብዙ አቅጣጫ የማየት ችሎታውን ያጣል። አሁን ደግሞ በሣራ ጉዳይ መጠመዱና አሜሪካ በብቸኛነት በስንክሳር እጅ መውደቁን ብዙም አልወደደውም። ምንም እንኳ አዋቂና ነገሮችን ከውስጥና ከውጪ አብጠርጥሮ የምናስረዳ ሊቅ ብንሆንም፣ አንዳንዴ ጠንቋይ ለራሱ ... የሚባለው ነው የሚሆነው። ይህንን እያሰላሰለ በሚመች ወንበሩ ላይ የመተኛት ያህል ተደግፎ በያዘው ብርዕ አፉን እየጠበጠበ ጣራጣራውን ሲያይ ነው የጮኸው ስልክ ያባነነው፡፡

“ሃሎ...” አለ ምን እንደሆነ እንኳ ለማየት ሳይጨነቅ

“ማርቆስዬ ... እንዴት ነህ? እኔማ በዚህ ሰዓት የማገኝህም አልመሰለኝ” አለች አፏን ሣቅ እንደ ሞላው የምታስታውቀው መዐዛ

“ሄይ መዐዚ ... እንዴት ነሽ? ... ሰላም ነው?” አለ እሱም ሐሳቡ ሁሉ ባንዴ ነፋስ እንደ ገፋው ደመና እየሸሸ።

“ሁሉ ሰላም ነው ... አንተ ደኅና ነህ? ጠፋህ እኮ! በሰላም ነው? በቀደምም አዲሳባ መጥቼ እኮ ልደውልልህ ብሞክር፣ ስልክህ ዝግ ነው መሰለኝ ሴትዮዋ አላሳልፍ አለችኝ” አለች አሁንም ደማቅ ድምፅዋ ማርቆስንም ከገባበት ጨቋኝ ድባብ እንዲወጣ እያደፋፈረው፡- “እም ... መቼ ... ምናልባት ባለፈው ሳምንት ከሆነ ላንድ ሦስት ቀን ጅቡቲ ነበርኩ። አንድ መሄዴን የሚጠይቅ ጉዳይ ስለነበረ። እንዴት ናችሁ እቤት? ሥራስ?” አለ እሱም የተጋባበት ይመስል መንፈሱ እየጋለ፡፡

“ አዎን ባለፈው ሐሙስ ነበር መሰለኝ። ደግሞ ሳይናገሩ ውጪ አገር መሄድ ተጀመረ እንዴ? ወይስ ደጅ አገር ስለሆነ ነው?...” ብላ ሣቀችና ዕረፍትም ሳትሰጠው፣ “ሥራ ...አሪፍ ነው ባክህ። በቃ ምን ልበልህ መፍጨት ነው ... ዕድሜ ላንተ ጁስ ቤቱንማ አትጠይቀኝ ካሰብኩት በላይ ነው እየሄደ ያለው። እዚያ ደግሞ የአበባ እርሻዎቹ ... ባለፈው ነገሬህ አልነበረም? እሱም ስራው ተጀምሮ ጥሩ እየለመደ ነው። እማዬማ በቃ ማርቆሴ መቼ ነው የሚመጣው እያለች ነው።... ዝዋይም የሆነ ነገር እያሰብኩ ነው፤... እስኪ አማክርሃለሁ ብዬ እያሰብኩ ነው።” አለች መዐዛ። ማርቆስን ስታገኝ ሁሉንም ነገር እንደመጣ ነው ዝርግፍ የምታደርገው፡፡ ሲገናኙም አውርተው አይጠግቡም። ያላት ትልቅ ህልም፣ ለሥራ

ያላት ፍቅር፣ ከውስጧ ያለገደብ የሚወጣው ዐቅምና ሰው የመውደድ ስሜት ሁሌም ይገርመዋል። ደብሮት እንኳ እሷ ከደወለች ባንዴ ነው ሣቅ በሣቅ የሚሆነው።

“ዎው መዐዚ.... በቃ አልተቻልሽም እኮ አንቺ ልጅ። እኔም በጣም ነው የናፈቃችሁኝ። ሥራ በጣም እየበዛ ነው እንጂ ብመጣ ደስ ይለኝ ነበር። አሁንማ የመሌም መምጫው ደርሶአል ... ወይ እንዳለፈው ጊዜ አብረን እንመጣለን... ለምን አንቺ ብቅ አትዪም...? ሰሞኑን አዲሳባ መምጣት አላሰብሽም?...” አለ ከዴስኩ ተነሥቶ ወደ መስኮቱ ሄዶ ውጪውን እያየ፡፡

“ኧረ አንተማ ካለህ ሰኞ እመጣለሁ። ያው ላዲሱ ሥራ የምገዛዛቸው ዕቃዎችም ስላሉ። እዚያው ስመጣ ብናወራ ደስ ይለኛል። ትኖራለህ ታዲያ?” አለችና መልሱን መጠበቅ ጀመረች።

“አዎን ነይ ... አለሁ። ኧረ እኔ የምልሽ በወንድምሽና በዘነበ መካከል ያለው ግጭት እንዴት ነው? ምን ለማድረግ አሰባችሁ?” አለ ከሁለት ሳምንት በፊት ሁለቱ ከፍተኛ ጠብ ፈጥረው ጨንቋት የደወለችለት ትዝ ብሎት።

ከተለያዩ ጀምሮ አይታውና የት እንዳለም የማታውቀው የመዐዛ ባለቤት የልጆቿ አባት ሁለት አስተማሪ ጓደኞቹ ይዘውት ጉስቁልቁል ብሎና ገመምተኛ መስሎ ካፌቴርያው ድረስ መጣ። እሱ መሆኑም አያስታውቅም ነበር። ብዙ በደል የፈጸመባት ቢሆንም እንደዚህ ሆኖ ስታየው መጨከን አልቻለችም። ደግሞ ወደ ቤትም ለመውሰድ አመነታች። ጊዜው ወደማታ ላይ ስለነበር ምንም ምርጫ ስላልነበራት ወደቤት ይዘውት ሄዱ፣ ጠዋት ላይ ሆስፒታል ሊወስዱት። ደጋግሞ ያስለውና ደም የቀላቀለው አክታም ያስተፋው ነበር። ግርጣቱና ክሳቱ ሌላም ነገር እንድትጠረጥር አድርጓታል። እቤት ወስደውት አዲስ የተሰራው ሰርቪስ ውስጥ መኝታ አዘገጃጅተው አሳረፉት። የሚወስዳቸውን የቲቢና ሌሎችም መድሃኒቶች ጓደኞቹ ለመዐዛ ሰጥተዋት ተሰናብተው ሄዱ። ከስራው ጋር እሱን ማስታመሙና ከቤተሰቡ ጋር እሱን ማስማማቱ ካቅሟ በላይ ሆኖባት ነበር። በተለይ ቀድሞም በጣም ከፍተኛ ግጭት ስለነበራቸው የመዐዛ ወንድም እሱን ከቤት ካላስወጣሽ ብሎ ለያዥ ለገላጋይ አስቸገረ። ወይዘሮ አሰለፈች ናቸው በስንት ልመና ትንሽ እስኪሻለው እንዲቆይና ከዛ እንደሚወጣ አሳምነው የተስማማው። ልጆቹም በሽታው እንዳይጋባባቸው በሚል ፍርሃት እንዲቀርቡት አይፈቅዱም ነበር።

ወንድሟ የመዐዛ ባለቤት የነበረውን ዘነበን ቤቱን ካልለቀቀ ሲል፣ መአዛና እናቷ ደግሞ አሁን ተሽሎት ጠባዩንም አሳምሮ ከኛው ጋር ከሠራ ለምን እድል አንሰጠውም ባዮች ናቸው። ስለዚህም በጁስ ቤቱ ውስጥና በእቃ ግዢ አንዳንድ ነገሮችን በማቀራረብ ያግዛቸው ጀምሮአል። በሳምንት አንድ ጊዜ የሚመጣው ወንድሟ ደግሞ ከእኅታቸው ከዘለቃ ጋር ያለው ቅርርብ ጤነኛ አይመስልም፣ ሥር

ሥሯ ሲል አይቼዋለሁ ብሎ አንዳንድ ሲባባሉ የተነሣው ጠብ ፈንድቶ ነው ቤቱን ሁሉ የበጠበጠው። መፀዛና ዘለቃም ዐልፎ ዐልፎ መጋጨታቸው አልቀረም። ዘለቃ የጁስ ቤቱ ገንዘብ ተቀባይ ከመሆኗ በተጨማሪ የተሠራውንም ገንዘብ ባንክ የምታስገባውና ለወጪ የሚያስፈልገውን ገንዘብ የምትቆጣጠረው እሷው ናት።

"አይ አሁን ችግሩ የረገበ ይመስላል። በቃ አሁንማ ከሰላም የሚበልጥ የለም ዘነበም ደሞዝተኛ ሆኖ ራሱን ችሎ ተከራይቶ እንዲወጣ ስለ ተስማማን ወንድሜም ረገብ ብሎአል። በሚቀጥለው ወር ራሱን ችሎ ይወጣል። ያው የልጆቼም አባት ስለሆነ ከልጆቼ እንዳይርቅ ብዬ ነው። ግራ ገብቶኝ እኮ ነው።" አለች ድምፅዋ ትንሽ አዘን ብሎ። "አይ እሱ ጥሩ ሐሳብ ነው። ያው ባለፈው እንዳልሽኝ ባንቺና በሱ መካከል ያለው ትዳር ያበቃለት ከሆነ አንድ ቤት መኖሩ ጥቅሙ አይታየኝም። እሱም አንቺም የራሳችሁን ሕይወት መምራታችሁ ግድ ይመስለኛል። እሱ ሰው ከሆነና ለራሱ ካወቀበት ሁሉም ደኅና ይሆናል አይዞሽ።" አለ ከዚህ በላይ ምን ማለት እንዳለበት ስላላወቀ።

"እኔ ምልህ መሌ ጠፍቶብኛል አንተ ጋ ደውሎ ነበር ሰሞኑን?" አለች የድምፅዋ ሁኔታ መጨነቋን በሚያሳይ መልክ ርዕሱንም መቀየር ፈልጋ፡፡ "አዎን ... ትናንት ማታ ደውዬለት አውርተን ነበር። ያው ሥልጠናውም ይበዛበታል መሰለኝ። በተረፈው ጊዜም የሣራም ጉዳይ አለ። አገሩም እኮ የሰው ጭንቅላት ያጠዛል። እንኳን ለእንግዳው ላገሬውም የሚቻል አይደለም።" አለ፣ ስለ ሰሎሜና ስለ መላኩ ምንም ስለማታውቅ ወደዚያ ጉዳይ መግባቱ ትርጉም እንደሌለው በማሰብ። ለነገሩ አሜሪካ ሁሉም ሰው ጊዜ የለኝም ነው የሚለው... ጊዜያቸውን ወይ እዚህ ትተውት እንደሄዱ ወይም ለታክስ እንደከፈሉት ሁሉ። ጥድፊያ በሞላበት አገርና ሁሉም ነገር በቀጠሮ በሆነበት አካባቢ የጊዜ አካሄድ እንደፈጣን ባቡር ነው። ቁጭ ያለውም፣ የሚሮጠውም የባቡሩ ተሳፋሪ ነውና ቀልቡን ጥሎ እንደከነፈ ነው።

"አይ ደኅና ከሆነ ጥሩ ነው። እስኪ ደውል በለው ባክህ። በተለይ የማዬን ነገር ታቃለህ ሲጠፋ በጣም ነው የምታስበው። ኧረ በናትህ ዶክተር ሣራስ እንዴት ናት? ተሽሎአት ቤቷ ገብታ ይሆን?" አለች አሁንም ጭንቀቷ ከድምፅዋ ላይ ሳይረግብ፡፡

"አዎን... ደስ የሚል ነገር ነው። ባለፈው ሳምንት ከማገገሚያው ሆስፒታል እቤቷ ገባች። ግን ያው አደጋው ከባድ ስለሆነ ጥቂት ወራት ሳያስፈልጋት አይቀርም ፈጽሞ ለማገገሙ። የተረፈችው ልጇም አደጋው ሲፈጸም አይታ ነበር መሰለኝ አሁንም እንደተረበሸች ነው። ምን ይደረጋል ብለሽ ነው? አሳዛኝ ነገር እኮ ነው! አይጣል ነው?" አለ ቁዛሜው ሊሰፍርበት እየተጠጋው። የሣራ ጉዳይ ማርቆስን ሁሌም እንዳሳዘነው ነው። አጠገቧ ሆኖ ቢረዳት ደስ ይለው ነበር። አደጋው ከመድረሱ በፊት በስልክ ብዙ ያወሩ ነበር። ደጋግሞ ቢያስጠነቅቃትም እሷ ነገሩን

አክብዳም አላየችውም ነበር። እሱ ደግሞ ምንተስኖትን ለመልካም ባይሆንም ክፉ ለማድረግ ምንም የማይሳነው እንደሆነ ልቦናው አውቆታል።

"ውይ እናቴ ... ምን የመሰለች ገር ልጅ ... እንዲያው አይጣል እኮ ነው! ምን ቀን ነው እሱ እጅ ላይ የጣላት። ለሱም አልበጀው... ውይ ውይ እምዬ ማርያም መቼም አንቺ አውጪን እንጂ ምን ይባላል! ... ደግሞ ከሁሉ የሚያሳዝነው... የሕፃኗ ነው። አሁን እንዴት ነው ሰው የምትሆነው...? እንደኔ እንደኔ ግን ሻል ካላት እዚሁ መጥታ ብትቆይ.. ሳይሻል አይቀርም።... እዚያ አገሩን ባላውቀውም... ከሁሉም ነገር ሽሽት ማለቱ ሳይሻላት አይቀርም፤... እዚህ እኛም አለን በቃ... ዋናው እኮ ፍቅር ነው ... ሰውን የሚያክመው። " አለች ሁሌም ምክርና መፍትሔ ለመጠቆም አቅም የማያንሳት መዐዛ፡፡

"አይደል መዐዚ ... እስኪ እንግዲህ እናያለን። ልጆቹ ሁሉ ደኅና ናቸው?" አለ ማርቆስም ወሰድ መለስ ከሚያደርገው ሐሳብ ጋር እየታገለ "አዎን ሁሉም ደኅና ናቸው። ካሳሁን በቃ ነጋ ጠባ ስላንተ ነው ወሬው። እኔ እንደ ማርቆስ ነው የምሆነው ነው ... ልጆቹ ሁሉ እኮ እንዴት እንደ ወደዱህ ... አንተ ግን ምን ዐይነት የሰው መውደድ እንዳለህ እኮ... ኧረ እኔምልህ ሶፊስ... ደኅና ነች? የኔ እናት ...የሆነ እኮ አንጀት የሚበላ ነገር አላት። አሁንማ አማርኛውንም አቀላጥፋ ሳትናገር አትቀርም። ከልጆቹ ጋር አልጋ ላይ ተቃቅፋ ሳያት የዚያን ለታ እኮ እንዴት ልቤን እንዳንቦጫቦጨችው አትጠይቀኝ። ትገናኛላችሁ?" አለች ትገናኛላችሁ የምትለዋን ቃል ረገጥ አድርጋ፡፡

"አዎን እሷም በቃ ወሬዋ ሁሉ ስለናንተ ቤት ሆኖ ነበር ከመቂ ከመጣን ወዲህ። ደኅና ናት ያው አማርኛው ላይ በርትታለች። እኛንም ማረም ጀምራለች። ልጆች ስታስተምር ስለምትውልና ሥራዋም ስለሚያስገድዳት በፍጥነት እየለመደች ነው። እንዲያውም ዛሬ ምሳ ላይ ቀጠሮ አለን... ሰዓቱም እየደረሰ ነው መሰል" አለ ማርቆስ ከባሻገር ያለውን የግድግዳ ሰዓት እያየ፤ አምስት ሰዓት ሊሆን ነው።

"በናትህ ሰላም በልልኝ። ጊዜ ካላት ስመጣ ባያት ደስ ይለኛል። እኔ እህትህ እንደሆነ ያለችኝን እንግሊዝኛም ቢሆን አሰልፌ መናገሬ አይቀርም።" ብላ ስትሥቅ እሱም አብሮ ሣቀ..

"እኔ ምልህ እንዲያው ... ደፈርሽኝ አትበለኝ እንጂ... በቃ አብራችሁ ሳያችሁ... የሆነ ነገር ... አለ አይደል! ... በቃ ይገባሃል ... የኔ እናት ... ምን ዐይነቷ ናት አትበለኝ:. ጥሩ ልጅ ትመስላለች።" አለች ሐሳቧን እንዴት መግለጽ እንዳለባት ግራ እየገባት።

ነገሩ የገባው ማርቆስም... ሣቁን ለቀቀው፣ "አይ መዐዚ... አንቺ ኮ በቃ ደግ

ሰው ስለሆንሽ ነው... እኔንጃ ... እስኪ እናያለና... አሁን ግን ብዙም ገና አላውቃትም... ግን ልክ ነው ጥሩ ልጅ ትመስላለች።" አለ ምን ማለት እንዳለበት ግራ እየገባው። መዐዛም ለሱ እንደዚህ የምታስብለትና የምትጨነቅለት መሆኗ ገርሞታል።

"አይ ብቻ እስኪ አስበው። ደግሞ ቁንጅናዋስ፣ ሰው መውደዱስ...! እንጃ ብቻ አስበው አንተ። በል አልያዝህ እሷንም ሰላም በልልኝ.. ስለዚህ ሰኞ አካባቢ ብቅ እላለሁ። እሑድ እደውልልሃለሁ። መሊን ደውል በለው እሺ ማርቆስዬ?" አለች እየተሰናበተችው። ስልኩን ከዘጋው በኋላ ደግሞ ሌላ እጅግም ልቡን ሊጥልበት ባላሰበው ጉዳይ ላይ ክብሪት ጫረችበት። ማርቆስ ብዙም ሊያስብ አልፈለገም። ሶፊያ ምን እንደምታስብና ማንም እንደሆነች በብቃት የሚያውቃት አልመሰለውም። መዐዛ ግን አሁንም ማርቆስን ማስገረሚን አላቆመችም።

ማለቅ ያለባቸውን ሥራዎች ለረዳቱ ሰጥቶና ለምክትሉ ደውሎ አጭር የስልክ ስብሰባ ካደረጉ በኋላ ሶፊያን ለማግኘት ወደዚያው አቀና። ማርቆስ ሥራ ማከፋፈልና የበታቾቹን በመወከል ስለሚሠራ፣ አዳዲስ ነገሮችን ለማየትና ዋና ዋና ጉዳዮችን ብቻ ለመሥራት ብዙ ጊዜ ይከፍትለታል። ሰዎች ቢያበላሹ ይማራሉ፣ ባያውቁም ይሠለጥናሉ ብሎ ያምናል። ከሥሩ የሚሠሩ ሰዎች የሚሰጣቸውን የመወሰን ሥልጣንና እምነት ሲያዩ፣ መጀመሪያ ላይ ይጨንቃቸዋል፣ ይፈሩታልም። የሚጠበቅባቸውን ውጤትና ታማኝነት እየተረዱ ሲመጡ መጀመሪያ ላይ ቢከብዳቸውም፣ ነገሩን ተረድተው ሲለወጡ፣ ለራሳቸውም ምን ያህል መሥራት እንደሚችሉ ሲያዩ ይገርማቸዋል። ጉቦ መስጠትና መቀበል እንዲሁም የተሰጠን ሥራ በጊዜ አለመጨረስና ከንቱ ምክንያት ማቅረብ፣ በማርቆስ መሥሪያ ቤት የሚያስከፍለው ዋጋ ቀላል አይደለም። የመሥሪያ ቤቱ ስም ማርክስ ሲሆን በምኅፃረ ቃል Mark and Asscoiates Resources & Creative Solutions (ማርቆስና ጓደኞቹ በተለያዩ ጉዳዮች ላይ አማካሪዎች እንደ ማለት) ሲሆን የሱን ስም በእንግሊዝኛ እንደ መግለጥም ነው።

ቴሌ መድኀኔ ዓለም ካለው ቢሮው ፊስቱላ ሆስፒታል ለመድረስ የመኪናው ጭንቅንቅ ካልበዛ ከዐሥራ አምስት እስከ ሃያ ደቂቃ ቢወስድበት ነው። በጎተራ ቄራ ሳር ቤት አድርጎ ውስጥ ውስጡን ለመሄድ ነው ያሰበው። በመንገዱ ላይ ሁሉ መዐዛ ያለችውን ሲያውጣና ሲያወርድ፣ ማታ ከሰሎሜ አክስት ጋር ስለሚኖረው ቀጠሮም ሲያስብ ሳያውቀው ነበር በሩ ላይ የደረሰው። ትንሽም ቢሆን ቄራ አካባቢ ካልሆነ በስተቀር መንገዱ እምብዛም አልተጨናነቀም ነበር። የጦር ኀይሎች ሆስፒታልን አልፎ የቀጠና ሁለት ሙሉ ወንጌል ቤተ ክርስቲያንን አለፍ እንዳለ ወደ ውስጥ የሚያስገባውን መንገድ ይዞ ወረድ ሲል በስተ ግራ ነበር ሆስፒታሉን ያገኘው። አቅጣጫውን የመራችው የሶፊያ ሠዓሊ ጓደኛ ሚስት የሆነችው ሲስተር ተናኜ ነበረች።

ሶፊያ እንደ አገሯ የመንገድ ስምና ቁጥር በሌለበት ሰዎች እንዴት ሌላውን ሰው አቅጣጫ እንደሚመሩ ሁሌም ይገርማታል። "ከሸምሱ ሱቅ አለፍ እንዳልክ አንዲት ደሳሳ ቢጫ የተቀባች ጠላ ቤት አለች፣ እሷን ስታልፍ የምታገኛት በእሾክ የታጠረች አጥር ጋ ስትደርስ ወደ ቀኝ ታጥፈህ ብይ ሲጫወቱ ብዙ ሕፃናት ታያለህ፣ ከዚያም እዚያው ጋ ቆመህ የትዬ አምቡ ቤት ብትል ማንም መንገደኛ ያሳይሃል። እርግጠኛ ለመሆን ግቢው ዉስጥ የተሰጣ እህልና የተሰቀለ ያልደረቀ ልብስ ታያለህ።" የሚለው የመንገድ ምልክት አሰጣጥ ከሌላ አገር ለመጣ ሰው ተረት ተረት እንጂ ምሪት አይመስልም። እዚህም አሁን አንዳንድ መንገዶች ስማቸው በየመታጠፊያው እየተጻፈ ስለሆነ ወደፊት ያለብዙ ችግር ሰው አድራሻ መጠቆም እንደሚችል ይታመናል። ፊስቱላ ሆስፒታል የት እንደሚገኝ ሶፊያን እንድታውቅ ያደረገቻት ሲስተር ተናኜ ናት። ባለፈው ስትመጣ ብዙ ጊዜ ከታማሚ ወጣት ሴቶቹ ጋር አሳልፋ ነበር። አሁን ደግሞ እነሱን ስለ ሥነ ሥዕል ጥበብ፣ ራስን ስለ መንከባከብና ውበትን ስለመጠበቅ በሳምንት ሁለት ቀን በበጎ ፈቃደኝነት ታስተምራቸዋለች።

ዋናው በር ላይ ደርሶ ጥበቃዎቹን ለማናገር ጠጋ ብሎ መስኮቱን ሲከፍት፣ አንድ በመካከለኛ ዕድሜ ላይ ያለ ሰው የደንብ ልብሱን እንደ ለበሰ በቁጣ ጠጋ ብሎ፣ "አቤት ምን ልርዳህ?" ሲለው፣ "እዚህ የምትሠራ ሰው ፈልጌ ነው ቀጠሮ ነበረኝ። ሶፊያ ትባላለች።" አለ ረጋ እንዳለ፡፡

"ነርስ ናት ዶክተር?" አለ ቆጣ ያለው ዘብ ጥርጣሬው ከፊቱ እየተነበበ፡፡

"አይደለችም። የውጪ ዜጋ ናት። የበጎ ፈቃደኝነት ሥራ ነው የምትሠራው።" አለ ከዚህ በተሻለ እንዴት እንደሚያስረዳው ግራ ገብቶት።

ወደ ውስጥ ሄዶ ተመልሶ የመጣው ዘበኛ፣ "መግባት አይቻልም። አዙረህ እዚያ ጋ ጠብቃት። ካለች ደውለን እናስጠራልሃለን" ብሎት ሄደ። ማርቆስ ሁሌም ሆስፒታል መሄድ የሚያስጠላው፣ ከሕመሙ ይልቅ በር ላይ ያለውን የጥበቃዎቹን መንቃራ መስተንግዶና መዝገብ ቤት ያለውን ቅጥ ያጣ ዝርክርክ ማናለብኝነት ስለሚጠላ ነው። ሕመምን የሚያባብሱ ታላላቅ ባክቴሪያዎች ናቸው ነው የሚለው። አያቱ ታመው ጥቁር አንበሳ ሆስፒታል ያየው አበሳ አሁንም አይረሳውም። ችግሩ የሚብሰው በመንግሥት ሆስፒታሎች ውስጥ ነው። መኪናውን ካዞረ በኋላ ሶፊያ ጋ ደውሎ መድረሱን ነገራት። ከሲስተር ተናኜ ጋ አብረው መጥተው አስተዋወቀቻቸው። ትንሽ ካወሩ በኋላ ሆስፒታሉን መጐብኘት ከፈለገ ሲመለሱ ልታሳየው እንደምትችል ስትነገረው፡-

"ኡ ሲስተርዬ ዘበኞቻችሁ እኮ ቤተ መግሥት የሚጠብቁ ነው የሚመስሉት። አላስገባ ብለውኝ። አሁን እኮ በስልክ እንደሚጠሩዋት ሲነግሩኝ ነው እኔው ራሴ የደወልኩት።" አለ ፈገግ ብሎ፡፡

"አይ ምን ያው ታውቀው የለ! ስትመለሱ በወዲያ በኩል ግቡ። ያው ሶፊ ታውቀዋለች። በዚያ በኩል ያሉት ይሻላሉ። በሉ መልካም ምሳ።" አለች የሶፊያን እጅ እየለቀቀች። ዘበኞቹ ተናኜን ሲያዩ ትንሽ የተለሳለሱ መሰሉ። ሲስተር ተናኜ ብዙ ጊዜ በሥራ ከቆዩ ነርሶች መካከል አንዷ ስትሆን ሥራዋን በጣም ነው የምትወደው። በሽተኞቹም ሆኑ ሠራተኞቹ ደግነቷንና ተጫዋችነቷን በጣም ነው የሚያደንቁት። ጠየም ያለ መልክ ያላትና አጠር ያለች ናት፤ ዕድሜዋም አርባው ጅማሬ ላይ ነው። ትላልቅ ዐይኖቿና ፈገግታ የማይለየው ፊቷ ሰዉን በቀላሉ ይስባሉ። እያንዳንዱን በሽተኛ የምታውቀው በስምና በታሪክ ነው፤ ከሁሉም ጋር የምታሳልፈው ጊዜ አላት። ጊዜ እንኳ ካነሳት ቅዳሜና እሑድም ቢሆን መጥታ ትሠራለች። ሁሉም እንደ እናት ነው የሚያዩዋት። በሽተኛ ከተበደለ ግን ለማንም አትመለስም። ስትቆጣ ደግሞ ነብር ናት።

"እንዴት ነበር ቀንህ? ከቢሮ ነው የመጣኸው?" አለች ሶፊያ ፊቷን በመኪናው መስተዋት እያየችና እያስተካከለች። የለበሰችው አፈርማ ጉርድ ቀሚስና ብርቱካንማ ሹራብ አሳምሮአታል። ዘና ያለች ትመስላለች። ከማርቆስ ጋር ስትሆን ደስ ነው የሚላት።

"አዎን ከቢሮ ነው የመጣሁት። ደግሞ ሳልረሳው መዐዛ... የመቂዋ .. ትዝ አለችሽ... በጣም ሰላም ብላሻለች። ምናልባት ሰኞ ሳትመጣ አትቀርም ... ከቻልሽ እናገኛታለን አብረን።" አለ መዐዛ ስለሱና ስለ ሶፊያ ያለችው ትዝ እያለው በውስጡ ፈገግ ብሎ ለራሱ። በርግጥ ሶፊያ ቆንጅዬ ልጅ ናት። ንጹሕና ጥንቁቅም። ለሕይወትና ለጥበብ ያላት ፍቅርም ማርቆስ ሊረዳው ከሚችለው በላይ ነው። በሌላ በኩል ደግሞ መታወቅንና መቅረብን የማትፈልግና የምትፈራም ትመስላለች። አንዳች የሚረብሻትና በሽሽት እንደሚኖር ሰው ውስጧን የሚያስበረግገው ነገር ያለ መስሎ ይሰማዋል ለማርቆስ። ነገር ግን ማንም የሌላት ብቸኛና ሰው በሌለበት ደሴት ላይ የምትንከራተት ምስኪን ሆናም ታሳዝነዋለች። በማያውቀው መንገድ ዛሬም ከልቡ ያልጠፋችውን ማርታን እያስታወሰችው ልቡን ክፍል ታደርገዋለች። በተለይ ስትሥቅ።

"እ እ... ማዛ... ያ ... እሷንማ እንዴት እረሳታለሁ! በጣም ደግ ሰዎች ናቸው እኮ። በጣም ደስ ይለኛል ብናገኛት። ደግሞ የወይዘሮ ቢሪቱን ሥዕል እየጨረስኩት ነው እስኪ ታየዋለህ። ባንድ ሳምንት ጊዜ ውስጥ ያልቃል። በቅርብ ጊዜ እንደሱም ደስ ብሎኝ የሠራሁት ሥዕል የለም። ደኅና ናቸው እነሱ?" አለች እየተፍለቀለቀች

"በጣም ደኅና ናቸው። እነሱም በጣም ነው የወደዱሽ። ካልመጣችሁ እያለች ነው። ግን እስኪ መላኩ ይምጣና እናያለን ብያታለሁ።" አለ ማርቆስ ወደ ዋናው መንገድ እየገባ።

"ኡሀ ... እኔም እንዴት ደስ እንዳለኝ ... ምን ዐይነት ደስ የሚል ቤተ ሰብ ነው! እኔ በቃ ለብቻዬ ስላደግሁ ትልቅ ቤተሰብ ሳይ እንዴት እንደምቀና አትጠይቀኝ። ሁኔታዎች አልሞሉም እንጂ ብዙ ልጅ ነበር እንዲኖረኝ የምፈልገው።" ብላ ድንገት ትክዝ አለች። ከሶለን ጋር ስምንት ልጅ እንዲኖራቸው ነበር የሚያስቡት አራት የራሳቸው፣ አራት የማደጎ።

"ሄይ ... ምንድነው ኀዘኑ ታዲያ... ገና ልጅ ነሽ... ዐሥራ ሁለትም ... ይኖርሻል!" አለ ማርቆስ ... እጎኗ ላይ እየኰረኰራት... እንደገና እየሣቀች... ከኀዘኗ ተመንጥቃ ወጣች። እንደዚህ ሲኰረኩራትና ሲቃለዳት የመጀመሪያው ሆኖ ቢገርማትም ደስ ነው ያላት። እሱም ምን ነካኝ ብሎ ራሱን ሳይታዘብ አልቀረም። የመዐዛ ሐሳብም መሰለው የነገሩ መንሥኤ፡፡ "ማር..ክ ... በጣም ነው የምፈራው ሲኰረኩሩኝ... አንተ ልፊያ የምትወድ አይመስለኝም ነበር... ሁሌም በቃ ቁምነገረኛ የቢዝነስ ሰው አድርጌ እኮ ነው የምወስድህ!" ስትለው፣ "አዬ ሶፊ ... ሁላችንም እኮ ውስጣችን ልፊያ ያልጠገበ ሕፃን አዝለን ነው የምንዞረው። ለምን ትልቅ ስንሆን ከጨዋታ ርቀን ሣቅና ፈንጠዝያችንን ሥራችን እንደሚዘርፈን አላውቅም... ይቅርታ ስትተክዢ ጊዜ እኮ... በቃ ሳላስበው ነው..!" አለ ርኅራኄ በተሞላው ዐይን እያያት፡፡

"አሀ ... ኧረ ምንም ይቅርታ የሚያስጠይቅ ነገር የለውም። ደስ ነው ያለኝ" ብላ ማርሽ ላይ ያለውን እጁን ያዝ አደረገችው። "እኔ ምልህ መላኩን አዋርተኸው ታውቃለህ?" አለች ርእሱን ለመቀየርና ነገሩም ትዝ ስላላት፡፡

"እምም... ትናንት አዋርቼው ነበር። ደኅና ይመስላል። ሣራም ተሽሏት ቤቷ ገባች አለኝ። ትልቅ እፎይታ ነው። ... አሁንማ ምን ያህል ቀረው ብለሽ ነው። ግን ሥልጠናውን ከጨረሰ በኋላ አንድ ሁለት ሳምንት ከነሣራ ጋር መቆየት ሳያስብ አልቀረም። እኔ የምልሽ... ምንድነው መብላት ያማረሽ...?" ... አለ አሁንም ዋናውን መንገድ ሳይለቅ።

"ፒዛ ... ጥሩ ፒዛ አምሮኛል ... እዚህ ቅርብ አለ እንዴ?..." አለች.. ከፀጉሩ ላይ ነጭ ክር ነገር እያነሳችለት፡፡

"እው ... ብዙም ሳይርቅ ... አንድ ቤት አለ። ብዙ ጊዜ ጥሩ ፒዛ አላቸው። ሜትሮ ፒዛ ይሉታል። እዚያ እንሂዳ። ጊዜ ካለን ሲስተር እንዳለችው ሆስፒታላችሁንም ባየው ደስ ይለኛል። ይቻላል?" አለ ሣቅ እያለ፡፡

"በጣም እንጂ... አንተ ጊዜ ካለህ። ጥሩ ነው እዚያው እንሂድ። ኡሀ ... የሣራን ነገር እኮ ሳስበው ይዘገንነኛል። አሁን ምንድነው የምትሆነው ከዚህ በኋላ? በተለይ ለትንሿ ልጅ በቃ ልቤ ነው የሚደማው። መትረፏም ግን አንድ ነገር ነው።

ምን ዐይነት ዓለም ውስጥ ነው የምንኖረው ባክህ...?" አለች አሁንም ሐሳቧ ወሰድ መለስ እያደርጋት።

"እኔም ያንኑ ነበር ሳስብ የነበረው ወደዚህ እየመጣሁ። ግጭት የማይቀር የሕይወት ሐቅ ነው። ግጭትን ማስወገድ ባይቻልም አፈታቱ ግን ውጤቱን ይወስነዋል። ብዙ ሰው ደግሞ ግጭትን መፍጠር እንጂ መፍታት አያውቅም። ከቁጥጥር ውጪ የሆነ ቁጣና ሌላውን ለመስማት የማይፈቅድ ልብ መጨረሻው ጥፋት ነው። ብዙ ጦርነቶችም ሆኑ በየቤቱ ያሉ መከራዎች ግጭትን መፍታት ከማይችሉ አእምሮዎች የተመረቱ የሚፈንዱ ፈንጂዎች ናቸው" አለና መኪናውን ወደ ጥላ አስጠግቶ አቆመ። ወርደው ወደ ውስጥ ከገቡ በኋላ ብርሃን ወዳለበት አካባቢ ሄደው ተቀመጡ። የቤቱን ስፐሺያል ፒዛ በስስ ደረቅ ቂጣ ላይ እንዲሠራላቸው አዘዙ። ሁለቱም የቀረበላቸውን ኮካ እየተጐነጩ ወሬያቸውን ቀጠሉ። ብዙም ሰው ስለሌለ ጸጥታውን ወደውታል። ዘመናዊ ቤት በመሆኑ ማታ ላይ ደመቅ የሚል፣ ቀን ግን እምብዛም ደንበኛ የሌለው ቤት ይመስላል።

"እኔ የምልሽ .. የነመላኩ ነገር በጣም እየከነከነኝ ነው። ሁለቱም ሰው ለማዋራት አሻፈረኝ እንዳሉ ነው። እኔ ግን አሁን የመጣው ቢመጣ ነገሩ ምን እንደሆነ ለማወቅ ቆርጫለሁ። ይሄም ግጭት ነው። ከምንተስኖትና ከሣራ የባሰ ነው የነዚህ ደግሞ። ጥይት አውጥተው ባይጋደሉም፣ ወይ እርስ በርስ አልተወያዩ ወይ ለሰው ችግራቸውን አላማከሩ። ሁለቱም በጣም ጥሩ ልጆች ናቸው። ማንኛውም ችግር አጋጥሞሽ ለመላኩ ብትነግሪውና ከሱ ጋር ሠላሳ ደቂቃ ካወራሽ፣ ችግሩን የሁለተኛ ክፍል ሒሳብ እስኪመስልሽ ነው የሚያቀልልሽ። ደግሞ ሲያዳምጥስ። ሰሎሜም ደግና ልበ ሰፊ ልጅ ናት። ነገር ግን ምን እንደሆኑ ጉዳዩ ፈጽሞ ሊገባኝ አልቻለም። ሁለቱም እኮ አንዱ ስለሌላው ማውራትም መስማትም አይፈልጉም።" አለ ግራ የተጋባው ፊቱ ጨፍገግ እንዳለ፡፡

"ያው እኔ የነበራቸውን ግንኙነት ስለማላውቅ መናገር አልችልም። ግን እንዳልከው ነው። መላኩ ምን ያህል የበሰለና ክፍት አእምሮ እንዳለው ለማወቅ ጊዜ አይፈጅም። ሰሎሜን እኔም እመሰክራለሁ ደግና የዋህ ልጅ እንደሆነች። ግን ያልገባኝ ከመጣች ወዲህ እኮ አንድ ጊዜ ብቻ ባጭሩ አዋርታኝ ነው የዘጋችኝ። ብደውልም፣ ኢሜይል ባደርግላትም በቃ አትመልስም። ከዚያ በኋላ ምን ማድረግ እንዳለብኝ አላወቅሁም። ያው በጋራ የምናውቃት ስንክሳር ስለሆነች እሷን ልጠይቃት ሞክሬ አንቺን ብቻ ሳይሆን ቤተ ሰቡን ሁሉ ነው የዘጋችው። ኀዘኑ ስለጐዳት ነው ርቃ ገጠር የሄደችውም። ጊዜ እንስጣት ነው ያለችኝ። አንተንም ያው እንደነገርኩኝ ምንም ልታናግርህ ፈቃደኛ ስላልሆነች...በቃ እኔንጃ..." አለች ሐሳቧን እንዴት እንደምትጨርሰው ግራ ስለገባት "እስኪ ንገሪኝ ... እዚያ ቺካጎ የነበረው ሁኔታ ምን ይመስል ነበር? ማለቴ የሰሎሜ ቤተ ሰብ... ጓደኞች ካሉ? ደግሞ እንዴት ተዋወቃችሁ ከስንክሳር ጋር?" አለ አሁንም ከየት እንደሚጀምር ግራ

የገባው ማርቆስ፡፡

"ቺካጎ ... ያው እኔ በደረስኩበት ቀን ነው ሶለን የሞተው። ካውሮፕላን ማረፊያ የነሰሎሜ ጓደኛ ክብሮም ይባላል እሱ ነው የተቀበለኝ። በጣም ጥሩ ልጅ ነው። እሱም ሃኪም ነው እዚያው። ብዙ ነበር የረዳኝ እኔንም በዚያ ዕለት። መድኀኒት ለወንድሜ ይዘሽለት ትሄጃለሽ ብላ ሰሎሜን ጠይቃት ስለነበር እሷ ናት ያስተዋወቀችን ከስንክሳር ጋር። ይሄ የሆነው ልመጣ ጥቂት ቀን ሲቀረው ነው። በጣም ምስጢረኛና ብልጣብልጥ ልጅ ትመስላለች። ብዙም አትገባኝም።" አለች የነገረችው ነገር ብዙም የሚጠቅም ስላልመሰላት ተከሻዋን እየሰበቀች፡፡

"እኔንጃ አልገባኝም ብቻ... ቆይ የስንክሳር ከዚያ እዚህ መመላለስ፣ ... አሁን ደግሞ ከመላኩ ጋር በጣም የተቀራረቡ ይመስላል። እንዲያውም በቀደም ስደውልለት ካንሳስ አብረው ነበሩ እነሣራ ቤት። ሁለቱንም ትቀርባቸዋለች። ግን ምን እንደሆኑ እንደማታውቅና ሁለቱም አንዳቸው ስለሌላው ለመስማት አሻፈረኝ እንዳሉ ነው የነገረችኝ ባለፈው ከመሄዴ በፊት። ምን ሊሆን ይችላል ሁለቱንም ይህንን ያህል እስካለመተያየትም ሆነ አንዱ ስለሌላው መስማት እስከማይፈልግ ድረስ ያንገሸገሻቸውና ሕይወታቸውን ሊያመሳቅል የቻለው?" አለ ማርቆስ የችግሩን እምብርት የደነቀለ ያህል እየተሰማው።

"ተነጋግረው ካልሆነ የተጋጩት ... ሌላ ሰው የሰጣቸው ሁለቱንም ይህንን ያህል የሚያስመርር ነገር መኖር አለበት። ጥያቄው ግን ማን እና ምንድን ነው የሚለው ነው።" አለች እሷም የሱን ሐሳብ የበለጠ እያጠራችለት።

"ማን የሚለው ለጊዜው ለእኔ ሁለቱንም የሚቀርብና ይህንን ማድረግ የሚችል ከስንክሳር ሌላ አይታየኝም። ለምን...?. .. እኔንጃ ስንክሳር አግብታ አሜሪካ ከመሄዷ በፊት ከመላኩ ጋር ጓደኛሞች ነበሩ። አሜሪካ ለመሄድ ካላት ጠንካራ ፍላጎት የተነሣ እሱን ትታ ሌላ ሰው አግብታ ነው የሄደችው። ያም የመላኩን ልብ በጣም ነበረ የሰበረው እንደነገረኝ። አሁን ደግሞ ፈትታ ለብቻዋ ነው ያለችው። እኔንጃ በቂ ምክንያት ከሆነ ይሄ። ግን ለምንድነው ባለፉት ወራት ውስጥ ስንክሳር ይሄንን ያህል በመላኩ ሕይወት ውስጥ እንዲህ ገብታ የተገኘችው... አላውቅም። እስኪ እንዲያው ለማሰብ ያህል እሷ ናት እንበል፣ ግን ምን ብትላቸውና እንዴት ብታደርግ ነው ይህንን ያህል ልትቆጣጠራቸው የቻለችው..." አለ የመጣውን ፒዛ ለመብላት እጃቸውን ታጥበው እየተመለሱ። ሁል ጊዜ እንደሚያደርገው አማትቦ አጠር ያለ ጸሎት አድርጎ መብላት ጀመሩ።

"እንዴት ነው..? ወደድሽው" አለ እሱም የያዘውን ቁራሽ እየገመጠ። እሱ በጁ ቁራሹን አጥፎ ነው መብላት የሚወደው። እሷ ደግሞ በቢላና በሹካ እየቆረጠች እንደ ሠዓሊነቷ እየከሸነች።

"እም...ም... አሪፍ ነው ... በጣም ነው የወደድኩት...!" አለች አፏ ውስጥ የሞላውን ጉርሻ እንደያዘች በፈገግታዋ እያረጋገጠች።

"እም ... እና... ለማንኛውም ዛሬ ማታ የሰሎሜ አክስት ስለነሰሎሜ ልታወራኝ የምትፈልገው ነገር እንዳለና ተገናኝተን መነጋገር እንዳለብን ነግራኝ ቀጠሮ ይዘናል። አያቷም ይኖራሉ። ሁለቱም መላኩን በጣም ነው የሚወዱት። እንግዲህ አንድ የሆነ ፍንጭ እዚያ ካገኘን እናያለን። የሆነ ሆኖ ግን እሱንም እሷንም ማናገሬ አይቀርም አሁን። የፈለጉትን መሆን ይችላሉ። እውነቱ ታፍኖ ሊቀር ግን አይችልም። ፈጽሞ አይገባኝም ... እንደዚህ ዐይነት ለንግግርና ለውይይት ዝግ የሚሆኑ ግትር ሰዎች መስለውኝ አያውቁም ነበር..." አለ ማርቆስ አሁንም የመላኩና የሰሎሜ አካሄድ ፈጽሞ ሊገባው ስላልቻለ። የሐሰት ጉልበቱ እውነትን መሸፈኑ ሲሆን የእውነት ጉልበቷ ደግሞ ብትቀበርም አለመሞቷ ነው። ሰውና ጉዳዩ ሳይሞቱ ከተደረሰባት እውነት በትንሣኤ ለሁሉም ሕይወትን መስጠቷ አይቀርም። እውነት የሕይወት፣ ሐሰት ደግሞ የሞት ዘር ናቸውና። ግን ለምን ይሆን ሐሰትን ማመን እንዲህ የሚቀለው?

"ጥሩ ሐሳብ ነው። እንዳልከው ግራ የሚያጋባ ነገር ነው። እኔንጃ ሌላ ምን ማለት እንዳለብኝ ... ታዲያ ትደውልልኛለህ ካወራችሁ በኋላ?" አለች እሷም ለጉዳዩ የምትችለውን አስተዋፅኦ ለማድረግ በመፈለግ፡፡

"እህም... አዎን ... እስኪ እናወራዋለን። እኔ የምልሽ ኤግዚቢሽንሽ እንዴት እየሄደ ነው? ከሲስተር ባል ጋር አብራችሁ ነው የምታቀርቡት? ምንድነው መሪ ሐሳቡ?" አለ የጉዳዩን ርእስ መቀየር ስለፈለገ።

"ጥሩ ነው ... በጣም። በተለይ ያው ከሴቶች ሕይወት፣ ከተዛባ ማኅበራዊ አተያይና ጭቆና ጋር የተያየዘ ነው። እንደ ፊስቱላ ሕመምና የሴቶች ጥቃት... ያለውን ሚዛን ያጣ የኅብረተ ሰብ ባህላዊ እውነታዎች የሚያሳይ ነው። ጥሩ የሚሆን ይመስለኛል። ብሶት አዘል ሳይሆን የወንዶችን በጎ ተጽዕኖ፣ የሴቶችን ኀላፊነትና ለችግሩ የሚያደርጉትን አስተዋፅኦ እንዲያሳይ ተደርጎ ስለሚሠራ ሁሉንም የሚያሳትፍ ይመስለኛል።" አለች ፊቷ ፈካ እያለ፡፡

"በጣም አሪፍ ይመስላል... ለሕዝብ ከመለቀቁ በፊት በዘመድ ጅማሬውን ማየት ይቻላል?" አለ ሣቅ እያለ...፡፡

"አ ... ያ... ትንሽ ጊዜ ስጠኝ ... ከሁለት ሳምንት ምናምን በኋላ... በጣም... በነገራችን ላይ የወይዘሮ ብሪቱን ሥዕል ነው የኤግዚብሽኑ መሪ ሐሳብ ማንጸባረቂያ ለማድረግ ያሰብኩት... ንቅሳቱ (ዘ ታቱ) የሚል ርእስ ሲሆን የሚኖረው ባጠቃላይ ሴቶች በኅብረተሰቡ ውስጥ የሚደርስባቸውን ጥቃት፣ መዘንጋትና መከራ ሁሉ በንቅሳቱ ውስጥ ለማሳየት ነው ሐሳቡ። ንቅሳቱ ... ሕይወታቸውም፣ ትዝታቸውም፣

መከራቸውም፣ ድል መንሣታቸውም፣ ውበታቸውም ሆኖ እንዲታይ ነው ዐላማው። በቃ በጣም ደስ እያለኝ ነው የሠራሁት... እስኪ ታየዋለህ..." አለችው የበለጠ እየተፍለቀለቀች።

"ዋው... ሶፊ... ይታየኛል ... በጣም ትልቅ ሥራ ነው እየሠራሽ ያለሽው... የምረዳው ነገር ካለ ... ግን ሁለቴም አታስቢ... አለ አይደል ... ምንም ነገር ... በጣም በደስታ ነው.." አለ፤ ካይኑ የደግነቱ ጨረር እየወጣ ሲያሞቃት ተሰማት። እጁን በጁ ይዛ ትከሻው ላይ ዘንበል ብላ፣ "አመሰግናለሁ... እስካሁንም ያደረግኸው ቀላል አይደለም" አለችው። እሱም ትከሻዋን መታመታ አድርጎ፡፡

"ብራቮ... ሶፊ ...ብራቮ ... በጣም የሚያኰራ ሥራ ነው እየሠራሽ ያለሽው" አለ። ሶፊያ የተናገረው ከልቡ መሆኑን አውቃ እውነተኛ ደስታ ተሰማት። ለነገሩ እርሱ ካንገት በላይ ማሞገስ አይችልበትም።

"እህ ሰአቱም ሄደ እኮ ... እንሄድ አይደል...ቡና እዚህ እንጠጣ ወይስ..." አለ ሒሳብ እንዲመጣላቸው ምልክት እያሳየ ላስተናግጁ፡፡

"እህ .. ሲስተር ቡና እጋብዝሃለሁ፤ ደግሞም አስጐበኝሃለሁ ብላ የለ! እዚያው እንሂድ" አለች ሶፊያ መታጠቢያ ቤት ለመሄድ እየተነሣች።

ሒሳባቸውን ከፍለው እየተቃለዱና የባጥ የቆጡን እያወሩ ሆስፒታሉ ሲደርሱ በጓሮ ባለው በር ገብተው በሠራተኞች መኖሪያ አካባቢ መኪናውን አቁመው ሲስተር ተናኘ ጋ ሲደውሉላት፣ እዚያው ግቢ ውስጥ የምትኖር ሌላ ነርስ ጋ እንዳለች ስለነገረቻቸው አብረው ወደዚያው ሄዱ። ግቢው ንጹሕ፣ የቤቶቹ አሠራርና አያያዝም እዚህ አገር ካሉት ሆስፒታሎች ሁሉ ይለያል። ውጪ አገር ያለ ዐይነት ስሜት ነበር የተሰማው። ሁሉም ሕንጻዎች ነጭ ቀለም የተቀቡ ሲሆኑ የግቢው ልምላሜና ትልልቅ ዛፎች አንዳች ዕረፍትን የሚሰጥ ነገር አላቸው። በሜዳው ላይ ያሉት አበቦችና ትናንሽ ተክሎች፣ በየሕንጻው መካከል ያሉት የቆዩ ዛፎችና ራቅ ራቅ ብለው የተሠሩት የሆስፒታሉ ልዩ ልዩ ክፍሎች በትክክል ተሰባጥረው ሆስፒታሉን ገነት አስመስለውታል።

ሠራተኞች ብቻ ካልሆኑ በቀር ታማሚዎች ሁሉ ሴቶች፣ ብዙዎቹ ደግሞ በጣም ወጣትና ከየገጠሩ የመጡ ናቸው። የሁሉም ችግር ተመሳሳይ ነው። ሆስፒታሉን የጀመሩት በጊዜው የነበረውን የአዋላጅ ነርስ ትምህርት ቤት ለመምራትና ለማስተማር የመጡ ሁለት አውስትራሊያውያን ዶክተሮች ባልና ሚስት ሐምሊን የሚባሉ ናቸው። የዛሬ ኀምሳ ዓመት ግድም ነበር ወደ ኢትዮጵያ የመጡት። የፌስቱላ ችግር ምን ያህል ከባድና አስከፊ እንደሆነ ካወቁ በኋላ፣ ከንፈር በመምጠጥ ሳይሆን ያለፉት ዛሬ በዓለም ላይ ብቸኛ የሆነውን የፌስቱላ ህክምና የሚሰጥ ሆስፒታል በመጀመር ነው። ባለቤትዬው ቢሞቱም አሁንም ድረስ

ሥራውን የሚያስተዳድሩትና የሚመሩት የዕድሜ ባለጸጋዋ ሴቷ ዶክተር ሐምሊን ናቸው። ወደ ሠራተኛ መኖሪያው ሲደርሱ ሶፊያ ከፊት እየመራችው በሩን ስታንኳኳ፣ ማርቆስ ወደ ምዕራብ አቅጣጫ ካባ ወደሚባለው የድንጋይ ማምረቻ ገደል ቁልቁል መመልከት ጀመረ።

በአጠገቡ የሚወርደውም ወንዝ በፍሰቱ ቀጥሏል። የሆስፒታሉ መሥራች ዶክተር ሐምሊን የጻፉትም 'በወንዙ አጠገብ ያለው ሆስፒታል' የሚለው ታዋቂ መጽሐፋቸው ይህንኑ ወንዝ መሠረት አድርጎ የተዘጋጀ ነው። 'the hospital by the river' ነው በእንግሊዘኛ። ድሮ ውሃው ንጹሕ ነበር አሉ፤ ዛሬ ግን ሁሉም የሽንት ቤቱንና የቤቱን ቆሻሻ ሁሉ እየለቀቀበት የተመረዘ ውሃ ሆኖአል። የሰው አእምሮም እንደ ወንዝ ነው። ውስጡ በተጨመረበት ሐሳብ መሠረት ወይ የደፈረሰ መርዘኛ አስተሳሰብን ይዞ በሄደበት ሁሉ ይነጉዳል፤ ወይም ለፈውስና ለሕይወት የሚሆን ንጹሕ አስተሳሰብን ይዞ ተፈጥሮንና ሰዎችን የሚያድስ ይሆናል።

እቤት ሲገቡ ሲስተር ተናኜና ጓደኛዋ ሲስተር ደስታ ሲጫወቱ ደረሱ። ቤቷ ቅልብጭና ጽድት ያለች ስትሆን አንድ መኝታ ቤት ያላት ሳሎንና ማብሰያ እቃ ቤቷ አንድ ነው። በደንብ የተያዘችና በቂ ብርሃን ያላት ናት። እነማርቆስ ከተቀመጡ በኋላ ቡናና ኩኪስ አቅርበውላቸው እነሱም ወሬውን ተቀላቀሉ። ማርቆስም ቀስ እያለ አንዳንድ ጥያቄዎችን ሲጠይቅ ከቆየ በኋላ ሶፊያ የምታስተምርበት አንድ ክፍለ ጊዜ ስለነበራትና መሄድ ስላለባት፣ ስትወጣ ሲስተር ተናኜም ይዛው ልታስጐበኘው አብረው ወጡ ለቡናው አመስግነው።

በዛፎቹ መሃል ባለው የእግረኛ መሂጃ ላይ ወደ ዋናው ሆስፒታል እየሄዱ፡-

"ሲስተር ፈጽሞ እንደዚህ ዐይነት የሚያምር ሆስፒታል አልጠበቅሁም። የሚገርም ነው። በደንብ ነው የተያዘው። አሁንም መሥራቾቹ ናቸው የሚያስተዳድሩት?" አለ ያለውን ብዙ ጥያቄ ከማዝነቡ በፊት ለማሟሟቂያ ያህል፡፡

"አዎን ባልየው ሞተዋል። ሚስትየዋ አሉ፤ አሁንም እሳቸው ናቸው ሁሉንም የሚያስተዳድሩት። አሁን ግን እያረጁ ስለሆነ እንዴት እንደሚሆን ርግጠኛ አይደለሁም። ብዙውን ገንዘብ ከያገሩ የሚያሰባስቡትም እሳቸው ናቸው። ህክምናው በጣም ውድ ቢሆንም፣ ሁሉም በሽተኛ በነጻ ነው የሚታከመው። ደግሞም በጣም ረጅም ጊዜ የሚወስድ፣ ትዕግሥትንና ርኅራኄን የሚጠይቅ ሕመም ነው። በነገራችን ላይ ልጃቸውን በወላጆቹ የተጀመረውን ሥራ ያግዛል፡፡ በተለይ አባቱ ካለፉ ወዲህ፡፡" አለች ከፊት ከፊቱ እየሄደች፡፡

"አበቦቹ ደግሞ እንዴት ያምራሉ የከተማችን ... መናፈሻ ፓርኮች እንኳ እንዲህ አያምሩም እኮ።" አለ አሁንም በግቢው ማማር የተመሰጠው ማርቆስ።

"አዎን አየህ እዚህ ሰዎቹ ለግቢውም ለበሽተኛውም እኩል ትኩረት ነው

የሚሰጡት። በሽተኛ እያከምክ ቤቱን ብታፈርሰው ምን ጥቅም አለው ብለህ ነው? አሁን ያሉትን የመንግሥት ሆስፒታሎችና የግሎቹን ብታያቸው፣ ከጽዳት ጽዳት የላቸው፣ ከጥራት ጥራት… መታከሚያ ሳይሆን መታመሚያ ነው የሚመስሉት። አሁንማ አብዛኛው ሆስፒታል በቃ ግቢው ሁሉ ሕንጻ ተጠፍጥፎበት ተጠፍጥፎበት የአንድ ዛፍ ማብቀያ ቦታም ወደፊት የሚኖር አይመስለኝም። ሰውን የሚፈውሰው መድኀኒቱ ብቻ ሳይሆን ቤቱም እኮ ነው!" አለች ዞር ብላ እያየችው።

"ይገርማል! ግን እኔ እምልሽ ባለማወቄ አትታዘቢኝ … ፌስቱላ ሲባል ከወሊድ ጋር የተያያዘ ችግር እንደሆነ ምናምን አውቃለሁ። ግን ምን ማለት ነው… እንዲያው የህክምና ቋንቋ በማይገባው ሰው ቋንቋ ብታስረጂኝ" አለ ትንሽ እያመነታ፡፡

"በጣም ጥሩ ጥያቄ ነው። አክቿሊ … ብዙ ሰው እንደሚያውቅ ያስመስላል እንጂ ህክምና ካልተማርክ ወይም ገብተህ ካልሠራህበት እንዴት ልታውቀው ትችላለህ?…ቆይ እንዲያውም እዚህ ክፍል ውስጥ ግድግዳው ላይ ሥዕሎች ስላሉ እነሱን እያሳየሁ ላስረዳህ…" ብላ ይዛው አንድ የምርመራ ክፍል ውስጥ ገባች፡፡

"ፌስቱላ ማለት ቃሉ ሁለት የተለያዩ የሰውነት ክፍሎችን ተፈጥሮአዊ ባልሆነ መንገድ የሚያገናኝ ቀዳዳ ወይም መንገድ ማለት ነው። አሁን የሴቶችን የሰውነት ክፍል እዚህ ጋ እንደምታየው፣ በታችኛው ሆዳችን ላይ ከላይ በኩል የፊኛ ከረጢት አለ፣ ከሱ ጀርባ ከፍ ብሎ ጽንስ አቃፊ ማሕፀን፣ ወረድ ብሎ ደግሞ ውጫዊው የማሕፀን ክፍልና በውጭ እስካለው የሴት ልጅ ብልት ድረስ የሚገኘው መተላለፊያ አለ። ከዚያ በስተጀርባ ደግሞ የአንጀታችን የመጨረሻው ክፍል የሆነው ሰገራ የሚያልፍበት ሬክተም የተባለው ነው ያለው። ስለዚህ ማሕፀንና መተላለፊያው ከፊት በፊኛ፣ ከኋላ ደግሞ ከፊንጢጣ በላይ ባለው ያንጀት የመጨረሻው ክፍል መሃል ነው ያለው። ከፊኛ ፊትና ከሬክተም በስተኋላም የማሕፀን አቃፊ አጥንቶች ናቸው ያሉት። በወሊድ ጊዜ እንግዲህ የሕፃኑ ጭንቅላትና ሰውነት በዚህ ጠባብ የማሕፀን ክፍል ማለፍ አለበት። ይህም የምጥ እጅግ አስቸጋሪው ደረጃ ነው።" አለችና የምትለውን ተረድቷት እንደሆነ ፊቷን አየት አደረገች። ከዛም ያለችውን በስዕሉ በማስደገፍ ካሳየችው በኋላ

"በተለይ በተመጣጠነ ምግብ እጥረትና ዕድሜያቸው ለፀቅመ ወሊድ ያልደረሱ በጣም ወጣት ሴቶች አርግዘው ለመውለድ ሲሞክሩ፣ በማሕፀን መተላለፊያ ያለው የልጁ ጭንቅላት የማሕፀኑን ግድግዳ ከፊኛና ከሬክተም ጋር በአጥንቱ ላይ አጣብቆ ለረጂም ሰዓት ሊያቆየው ይችላል። የልጁ ክብደትና መጠን ትልቅ ከሆነ ወይም አቀማመጡ በወሊድ ጊዜ የተዛባ ከሆነ ደግሞ ችግሩ የባሰ ይሆናል። ችግሩ ያጋጠማቸው በቶሎ ወደ ሆስፒታል ሄደው መፍትሔ ካላገኙና በዚህ ሁኔታ በምጥ ውስጥ ከቆዩ፣ ከአጥንት ጋር ተጣብቆ የቆየው የማሕፀናቸው

ክፍልም ሆነ የፊኛቸውና የአንጀታቸው ክፍል በቂ ደም ስለማያገኝ በአካባቢው ያሉ ሴሎች ይሞታሉ። ይህም ከዚህ የተነሣ ከሚመጡ የወሊድ ቁስለቶች ጋር ተያይዞ በሚፈጠር ኢንፌክሽን ታግዞ ፌስቱላ የምንለውን ቀዳዳ በፊኛና በማህጸን ወይም በሬክተምና በማሕፀን መካከል ወይም ሁለቱንም ይፈጥራል። ቶሎ ህክምና ካላገኙ ሊሰፉ ይችላል። ከዚህም የተነሣ ሽንታቸውንም ሰገራቸውንም መቆጣጠር ወደማይችሉበት ደረጃ እንዲደርሱ ስለሚያደርጋቸው፣ ሰገራና ሽንታቸው እየተቀላቀለ በማሕፀናቸው ያለማቋረጥ እንዲፈስ ያደርጋል።" ስትል ነገሩን በአይነ ህሊናው እያየ ነገሩ ዝግንን ብሎት ፊቱን ጨምደድ ፊታ ሲያደርግ ልቡ ግን የበለጠ በሀዘን ተመታ። እሷም በስሜት ሆና ማብራሪያዋን በመቀጠል

"ይህም የሚፈጥረው መሸማቀቅና ማኅበራዊ መገለል ምን ሊሆን እንደሚችል መገመት ትችላለህ። ትዳራቸውን ያጣሉ ማንም ከነሱ ጋ መሆንም መኖርም አይፈልግም። እነሱም ቆሻሻ እንደነካው ርኩስ ዕቃ ከቤተ ሰብም ከኅበረተ ሰብም ተገልለው የአካል ብቻ ሳይሆን የመንፈስም፣ የስሜትም፣ የማኅበራዊ ሕይወትም ሰለባና ስንኩል ይሆናሉ። ይሄ ነው እንግዲህ ፌስቱላ ማለት። ሌላው እንግዲህ ያለ ዕድሜ በሕፃናት ላይ በሚደረግ የወሲብ ጥቃት፣ ለካንሰር በሚደረግ የጨረርና የቀዶ ህክምና በመሳሰሉ ምክንያቶች ሊፈጠር ቢችልም፣ ያ በጣም ጥቂት ፐርሰንቱ ነው።" ብላ ረጂም ገለጻዋን ጨርሳ ዝም ስትል ክፍሉ ለአጭር ጊዜ ጸጥ አለ።

"ኦህ ማይ ጋድ እንዴት የሚያሳዝን ነው! በቃ ዝም ብሎ ወሬ እንጂ ችግሩን እንደዚህ አይቼውም ሆነ ፈጽሞ እንደዚህ ገብቶኝ አያውቅም ነበር። እና እነዚህ እዚህ ያሉዋችሁ ሕመምተኞች ሁሉ ይህ ችግር ያለባቸው ናቸው ማለት ነው?" አለ በግቢው ውስጥ ያያቸው ብዙ ሴቶች በዚህ ስቃይ ውስጥ ያለፉ መሆናቸውን ሲያስበው እየዘገነነው።

"ይገርምሃል ካለው ችግር አኳያ ሲነጻጸር እዚህ የምታየው የጠብታም ያህል አይሆንም። ይሄ ማዕከል ከተከፈተ ጀምሮ እንኳ ከሠላሳ ሺህ በላይ ሴቶችን ነው ያከምነው። አሁን ደግሞ በየክፍለ ሀገሩ ማእከላትን እየከፈትንና ሃኪሞችንም እያሠለጠንን ነው። በሃያ አንደኛው ክፍለ ዘመን ሰው በዚህ ዐይነት ሥቃይ መከራውን ሲበላ አሳዛኝ የሕይወት ገጽታ ነው" ብላ ሲስተሯ ፊቷ በኀዘን ጥላ ተሞላ፡፡

"ኦህ ማይ ... ሰላሳ ሺህ?!" ብሎ በደነገጠ ፊት ወደ እርሷ እያየ "ግን አብዛኛው ሕመምተኛ ከየት ነው የሚመጣው? ማለቴ ከየት አካባቢ?" አለ።

"ከሁሉም ቦታ ነው። ያው በብዛት ከገጠር ነው፤ የገጠር ሴት ልጆች ያለዕድሜያቸው አግብተው ስለሚያረግዙና ለህክምና ርዳታና ለማዋለድ

አገልግሎት ሩቅ ስለሆኑ ችግሩ እዛ ነው በዋናነት የሚታየው። መገመት እንደምትችለው ርዳታ ሳያገኙ የሚሞቱትንማ ቤቱ ይቁጠራቸው። እነዚህ እንግዲህ ከዚያ የተረፉት ጥቂቶቹ ናቸው። ሰው ደግሞ እንዴት አድርጎ እንደሚያገልላቸውና መከራቸውን እንደሚያበላቸው አትጠይቀኝ። አስቸጋሪው ህክምና መጀመሪያ ላይ ቀዳዳውን ደፍኖ ማስተካከል ይመስለን ነበር። አሁን አሁን ግን ችግሩ ያለው በማሕፀናቸው ላይ ብቻ ሳይሆን ስለ ራሳቸው ባላቸው አመለካከት፣ በራስ መተማመናቸው፣ በሰብአዊ ክብራቸው በቃ ምን ልበልህ በማንነታቸውም፤ ሁሉ ነገራቸው ነው ዐብሮ የሚሸነቆረው። ያ ደግሞ በቢላዋ ቀደህ፣ በክር ሰፍተህ የምታስተካክለው አይደለም።" ብላ የችግሩን መጠንና ጥልቀት በሙያ ችሎታዋና በሴትነት ልቧ ስትገልጽለት የሴቶቹን እጣ ፈንታና ፍጻሜ ለማወቅ የጓጓው ማርቆስ

"እኔ ምልሽ ሲስተር ታዲያ ይህንን ሁሉ ችግር ለመፍታት ከሕክምናው በኋላ ምን ታደርጉላችኋላችሁ?" አለ።

እ...ም...ም... ከህክምናው በኋላ ደግሞ እነሱን መልሶ ማቋቋምም ሌላው ትልቁ የህክምና ተግባር ነው። ስራው ጊዜ ይወስዳል ደግሞም ትዕግስትና ብዙ ገንዘብም ያስፈልገዋል። እንጃ ካወቅኸው አላውቅም 'የደስታ መንደር' የሚባል አለ፤ ድሮ ታጠቅ ጦር ሰፈር የነበረበት ቦታ። አሁን ነርሶችን ማሠልጠኛና መልሶ ማቋቋሚያ በዚያ ስፍራ አለን። መሄድ ከፈለግህ ሶፊያ ታውቀዋለች። እንዲያውም ወደዚያ እየሄደች ማንበብና ከተማሪዎቹ ጋር መሥራት ትወዳለች።" አለችና ስዕሎቹ ካሉበት ግድግዳ ዞር እያለች

"እስኪ ህክምና የሚሰጥባቸውን አንዳንድ ክፍሎችን ደግሞ ላሳይህ" በማለት ይዛው ሕመምተኞች የሚተኙበትን ክፍል፣ የራጅና የላብራቶሪ ክፍል፣ የጸሎትና የጥሞና ክፍል፣ የሠራተኞች መዝናኛ ካፌ፣ የቀዶ ህክምና ክፍሎቹንና የፊዚዮ ተራፒ ክፍሎችን አሳየችው።

"ዶክተር ሐምሊን የለችም እንጂ አስተዋውቅህ ነበር። እንዴት ዐይነት ጥሩ ሰው መሰለችህ!" ብላ በሃኪሞች ቢሮ አካባቢ ዞረው ብዙ በማገገም ላይ ያሉ ታካሚዎች ተሰባስበው ወደሚጫወቱበት ስፍራ ይዛው ሄደች። እሷን ሲያዩ ሲስተር ሲስተር እያሉ እየተንጫጩ ከበቡዋት። ከአንድ ቅድስት ሴት ጋር እንዳለ ነው ማርቆስን የተሰማው። በዚህ ስፍራ የሚሠሩትን ሰዎች ሁሉ አከበራቸው። የተወሰኑትን እየጨበጠ ተዋውቆ ትንሽ አወራቸው። አንዲት ትንሽ ልጅ ግን ከአእምሮው አልጠፋችም።

ተለይተዋቸው ሲሄዱ "ሲስተር ያቺ ጠይሟ ትንሽዬ ልጅ አንቺ ላይ ተጠምጥማ የነበረችው ... እሷም በወሊድ ነው ማለት ነው..?" ብሎ እንዴት መጠየቅ እንዳለበት ስላላወቀ አንጠልጥሎ ተወው። ጥያቄው የገባት ሲስተር ተናኘም፣ "አይ

አይ… በርግጥ እሷን የሚያህሉም ልጆች አጋጥሞኛል፤ በወሊድ ጦስ እንዲህ ዐይነት ችግር ያጋጠማቸው። እሷ ግን አጎቷ ደፍሮአት በተፈጠረባት ቁስለት ነው ፌስቱላው የተፈጠረው” ስትለው ወንድ መሆኑ እስኪያሳፍረው ዘገነነው።

“አላውቅም በምን ዐይነት ጨካኝ ዓለም ውስጥ እንደምንኖር… ያሳዝናል..!” አለና ዝም ብለው ሶፊያ ወዳለችበት ቦታ ተመለሱ። እዚያም አንድ ዛፍ ሥር ቆም ብለው አንድ ዐሥር ደቂቃ ለሌሎች ጥያቄዎቹ መልስ እየሰጠችው ቆዩ።

“ሲስተር የምገልጽበት ቃል የለኝም። ብዙ ነገር ነው የተማርኩት .. እንኳን መጣሁ። የምትሡሩት ሥራ ከማስበው በላይ ነው የሆነብኝ።” አለና ዝም አለ።

“አዎን እኔም መጀመሪያ ስቀጠር ሥራ ብቻ መስሎኝ ነበር። አሁን ግን ሕይወቴ ሆኖአል። ይሄው ዐሥራ አምስት ዓመቴ። በጣም ደስተኛ ነኝ። እያለቀስንም ቢሆን የሌላውን እንባ እናደርቃለን።” አለች በእንባ የረጠበውን ዐይኗን እያደረቀች።

“አዎን ልክ ነሽ እያለቀሱ እንባን ማድረቅ … ፈውስ እሱ ነው” አለ የነገረችው ልቡ ውስጥ ሰርስሮ እየገባ። አሁን ለምን ሶፊያ እዚህ ቦታ ተጠምዳ እንደ ቀረች እየገባው ነው።

አጠር ጠየም ያለችው ነርስ አሁን ገዝፋና በሥራዋ ተውባ ታየችው። ባሏ ሠዓሊ ነው፤ እሷ ደግሞ የተበላሸውንና የወየበውን የሰውን ነፍስ በጥበቧ እንደገና ታድሳለች። ሶፊያ ጋ ሲደርሱ የምታስተምረውን ትምህርት እየጨረሰች ነበር። ከፊለገ ገብቶ እንዲቀመጥ ጋበዘችው። ሲስተር ተናኜ ሥራ ስለነበረባት እዚያው ትታው አመስግኖአት ስትሄድ፣ በተለያዩ ልብሶችና ጫማዎች እንዴት መጠቀም እንደሚችሉና አካሄድን፣ ቀለም አመራረጥንና በራስ መተማመንን እንዴት ማዳበር እንዳለባቸው ነበር ሶፊያ የምታስተምረው። ቆንጅዬና ደግ ስለሆነች በጣም ይወዷታል። በአማርኛዋ መሣቅንም አይጠግቡም። ሲሣቅባቸው የኖሩ ነፍሳት አብሮአቸው የሚሥቅ፣ የሚያከብራቸውና የሚሥቁበት ሲያገኙ፣ ከነፍሳቸው ሽንቁር የተወሰነውም እንኳ ቢሆን ሳይደፈንላቸው አይቀርም። ሶፊያ በብሩሿና በሸራ ላይ ሳይሆን በነዚህ ዕድል ባሰናከለቻቸው ወጣቶች ላይ ውበታቸውን እንደገና ከትባ ለማድመቅ ትማስናለች።

ሲስተር ተናኜ ከቻለ እንዲያነብ የነገረችውን በዶክተር ሐምሊን የተጻፈውን መጽሐፍ ለሶፊያ ሲነግራት፣ እሷ ጋ እንዳለና እንደምታውሰው ነግራዋለች። እሱም በፍጥነት አንብቦ ስለዚህ አስገራሚ ቦታና ሥራ የበለጠ ለማወቅ ጓጉቶአል። የትምህርቱን ክፍለ ጊዜ ሲጨርሱ ሁሉም እየመጡ እያቀፏት ወደየክፍላቸው ሲሄዱ፣ ማርቆስ የበለጠ በተመስጦ ያያት ነበር።

"ዋው ሶፊ... ያየሁትን የምገልጽበት ቃል አጣሁ፣ ... ምን ያህል ታላቅን ነገር እንደተማርኩና ደግሞም ምን ያህል ነፍሴ እንደተኰነነች .. አለ አይደል!.... ስንት ትልልቅ ነገር ሰዎች እየሠሩ እንዳሉ... ሰንት ሺህ ምንም አቅም የሌላቸው ሰዎች የሚያልፉበት ሥቃይ... እኔንጃ ብቻ... ሁሉም ነገር ለየት ያለ ነው፤... በምስቅልቅል ዓለም መካከል ያለ የፈውስ ገነት ነው የመሰለኝ። ሲስተር የምትገርም ሰው ናት።... ኡፍፍ..." አለና ራሱን ማሻሸት ጀመረ፡፡

"አዎን በጣም የሚገርም ቦታ ነው። አካላቸው ብቻ ሳይሆን ነፍሳቸውም በደቀቁ ምስኪኖች መካከል መገኘትና እነሱን ማገዝ ራስህን ማከም ነው። እነሱ ለእኔ ፈውሶቼ ናቸው። ባለውለታዬ ናቸው። የሕይወቴን ትርጉም የማይባቸው መዝገበ ቃላቴ ናቸው ብል ማጋነን አይሆንም። ዕድለኛ ነኝ። አሁን ምን ማድረግ ነው የምትፈልገው? ቢሮ ትገባለህ እንዴ?".. አለች ሸሚዙን እያስተካከለችለት። ሰው መንከባከብ የምትወደው ሶፊያ ባይበላሽም ልብስን ማሳመርና መነካካት ትወዳለች። መንካቱ መንከባከብ ነው ለሷ።

"እኔንጃ... ያው እንዳልኩሽ ማታ የሰሎሜ አክስት ቤት እሄዳለሁ። ቢሮ መግባት ግን አላሰኘኝም። ምንም አስቸኳይ ነገር የለብኝም። አንቺ ምንድነው ዕቅድሽ ለቀረው ከሰዓት በኋላ?" አለ አብረው መዋል ወይም የደስታ መንደር ወደ ተባለው የፌስቱላ ሆስፒታል መልሶ ማቋቋሚያ በአንድነት መሄድ ከቻሉ ለማወቅ፡፡

"እም ... እኔ ከሰዓት በኋላ አንድ 'የደስታ መንደር' የሚባል ከከተማ ወጣ ብሎ የሚገኝ መልሶ ማቋቋሚያ አለ፣ የዚህ የፌስቱላ ታካሚዎች ናቸው እዚያ ያሉት። ትምህርት ቤትና እርሻ አለው።፡ደስ የሚል፣ ጸጥ ያለ አካባቢ ነው። እዚያ ሄጄ ለማንበብ ነው ያሰብኩት። ማየት ትፈልጋለህ? ላስጐበኝህ እችላለሁ። ካፌም አለ ... እርግጠኛ ነኝ ትወደዋለህ..." አለች እሷም አብረው ቢሄዱ እየተመኘች፡፡

"አው.. ይገርማል እኔም እኮ ሲስተር ነግራኝ አንቺም ወደዚያ እንደምትሄጂ ስለነገረችኝ ልጠይቅሽ ነበር። እንሂዳ በቃ አሪፍ ነው" አለ ፊቱ ባንዴ እየበራ፡፡

"ዋው ዊ... በጣም ግሩም ነው። እንሂዳ! እርግጠኛ ነኝ ትወደዋለህ።" አለችና ዕቃዋን በየስፍራው መልሳ ሲስተርን ደውላ አመስግናት ተያይዘው ወደዚያው አመሩ። ሲሄዱ በዊንጌት አድርገው ቡራዩን አልፈው በገፈርሳ በኩል ዞረው ነበር የሄዱት። ገፈርሳ ሐይቁ አካባቢ ያለው መልክአ ምድርና የነፋሱ ሽውታ ልብን ይሰርቃል። ትንሽ ቆም ብለው ከመኪናው ወርደው አየሩን ማግ ማግ አድርገው፣ እዚያው አካባቢ ስላለው የአእምሮ ሕሙማን ማገገሚያም ከሣራ ጋር መጥተው እንደጐበኙትና እስካሁንም ያየው ነገር እንዴት እንደማይረሳው አጫወታት። ከዚያም ከአንድ ዐሥራ አምስት ደቂቃ ጉዞ በኋላ ደረሱ። በአካባቢው ያለው ጸጥታ ብቻ ሳይሆን ለጥ ያለው ሜዳ ተበታትነው ያሉት ከብቶችና ቤቶች

ሁሉ አንዳች ስሜትን ይቀሰቅሳሉ። አየሩ ንጹሕ ነው። ወደ ሰፊሩ የሚወስደውን የፈራረሰ ቀጭን አስፋልት ይዘው በር ላይ ሶፊያን የሚያውቋት ዘበኞች ስለነበሩ ያለችግር ገቡ። ውስጡ ሰፊና ለምለም ነው፡፡ ሁሉም ነገር በጥንቃቄና እንዲያምር ተደርጎ ቢሠራም፣ ብዙ ገንዘብ ያላስከሰከሰ እንደሆነ ያስታውቃል። ከመኪና ወርደው በእግራቸው ወዲያ ወዲህ እያሉ የተለያዩ ነገሮችን ሲያዩ ከቆዩ በኋላ ከትንሿ ኩሬ አጠገብ ባለችው ሚጢጢ ካፌ ደጃፍ ተቀምጠው አምቦ ውሃ እየተጐነጩ ማውራት ጀመሩ።

ፊስቱላ በአንዲት ሴት ሕይወት ላይ የሚፈጥረው አካላዊ፣ ቤተ ሰባዊ፣ ሥነ ልቦናዊ፣ መንፈሳዊና ማኅበራዊ ቀውስ ልክ የለውም። ይኸውም መሥመራቸውን ስተው በሚወጡ የሰውነት ፈሳሾችና እነሱንም ለመቆጣጠር ካለመቻሉ ጋር በተያየዘ የሚመጣ ጦስ ነው። በሆስፒታሉ አንጻር ሲፈስ የነበረው ወንዝም ከከተማው ነዋሪዎች እጣቢና ሽንት ቤት የሚወጣው ፍሳሽ ምን ያህል እንዳበላሸው ማንም ያላየው ያዲሳባ ፊስቱላ ነው። እሱንስ ማን ይሆን የሚጠግነው? ከሁሉም በላይ ግን በከተማዪቱም ውስጥ ያሉትን ወንዞችና መንገዶች እንዲሁም እነዚህን አሳዛኝና ክቡራን ወጣቶች ሁሉ የፊስቱላ ችግር ገፈት ቀማሽ ያደረጋቸው ከሁሉም በስተጀርባ ያለ ያስተሳሰብ ፊስቱላ እስኪጠገን ችግሩ እንደሚቀጥል ጥርጥር የለውም። ያስተሳሰብ ፊስቱላ የለም ይባል ይሆን? በየቤቱና በየመሥሪያ ቤቱ በብዙ ሰዎች አስተሳሰብ ላይ ከፍተኛ ማኅበረ ሰባዊ ቀውስ የፈጠረውን አእምሮአዊ ፊስቱላ ማየት ቀላል ላይሆን ይችላል። በአእምሮአቸው ውስጥ ሥርዐትንና ውበትን ተላብሰው እንዲሠሩ የተፈጠሩት ስሜት፣ ባህል፣ እምነት፣ ፍላጎት፣ ግንኙነት፣ አስተሳሰብ፣ አመለካከትና የመሳሰሉት የአስተሳሰብ ክፍሎች በትክክል ሳይዳብሩ ተደበላልቀውና ሚዛን አጥተው፣ በባለቤቱም በዙሪያው ባለው ሰውም ላይ የሚፈጥሩት ተጽዕኖ ቀላል አይደለም።

ከማሕፀን ፊስቱላ የአስተሳሰብና የአእምሮ ፊስቱላ የሚፈጥረው ጥፋት ልክ የለውም። ነገሩን እንደ ሕመም ስለማናየው ኀብረተ ሰብ ሳያውቀው በዘቀጠ ኑሮ ውስጥ ዘመናትን ያሳልፋል። ከማሕፀን ፊስቱላም ለመዳንና ነጻ የሆነ ኅብረተ ሰብን ለመገንባት አእምሮአችን ተይዞ ከምንሠቃይበት ያስተሳሰብ ፊስቱላ የሚያክመን ሳያስፈልገን አይቀርም። አእምሮ የተፈጠረው መልካም ሐሳቦችን አርግዞ እንዲወልድ፣ ለባለቤቱም የሕይወትን ፍሥሐ እንዲያጐናጽፍ እንጂ የሚያጠፉና ሕይወትን የሚያበላሹ ሐሳቦችን ከባለቤቱ ፈቃድና ቁጥጥር ውጪ እንዲያንጠባጥብ አይደለም።

ማርቆስ የደስታ መንደርን እስካሁን አለማወቁ እየቆጨው፣ በሌላ ጊዜ አብረው እንደሚመጡና በተለይ መላኩ ሲመጣ ሆስፒታሉንም፣ የደስታ መንደር መልሶ ማቋቋሚያውንም በደንብ እንደሚጐበኙት ተስማሙ። ከዚያም በሌላ አቅጣጫ የቀለበቱን መንገድ አግኝተው በርጋታ እየነዱ ሶፊያን እቤቷ አድርሶ

ማታ ሊደውልላት ተነጋግረው ወደ ሰሎሜ አክስት ቤት በቀጥታ ሄደ። እዚያ እንደደረሰም የሰሎሜ አክስትና አያት ሳሎን ሆነው ሲጫወቱ ነበር ያገኛቸው። ገና ግቢ ሲገባ ከልጆች ጋር ስትጫወት የነበረችው ሶስና እየበረረች መጥታ ተጠመጠምችበት፡፡

“ሶሲ የኔ ቆንጆ... ደኅና ነሽ?” ብሎ አቅፎ ከሳማት በኋላ እጁን እንደያዘችው ወደ ቤት ገቡ።

“እንዴ አንቺ ልጅ ጓደኞችሽን ጥለሽ እዚሁ መጣሽ እንዴ?” አለች የሰሎሜ አክስት ማርቆስን ሰላም ለማለት እየተነሣች።

“እረ ማርቆስም እኮ ጓደኛዬ ነው። የኔና የመሊ ጓደኛም ኮ ነው!” አለች አሁንም እጁን እንደያዘች፡፡

“ልክ ነው የኔ ቆንጆ” ብሎ ጐንበስ ብሎ ግንባሯ ላይ ሲስማት፣ “ቆይ ግን መሊ ለምንድነው የጠፋው። ምን አድርጌው ነው? እሱም ሰሊም በቃ የሉም እኮ።” ብላ በጥያቄ ችግሯን መግለጥ ስትጀምር፡-

“መሊ ለሥራ ሄዶ ነው አሜሪካ፣ አሁን እኮ ይመጣል። ሰሊስ ያው እየደወለችልሽ አይደል! አሁን ደግሞ ሥራዋን ስትጨርስ ከመቀሌ ትመጣለች” አለች የሰሎሜ አክስት ሶስና እያሳዘነቻት፡፡

“አይ ግዴለም... አቃለሁ እኮ ... እነሱ የታለ የሚነጋገሩት። ሁለቱም ተጣልተዋል፤ አቃለሁ...” ብላ ማልቀስ ስትጀምር፣ የሰሎሜ አክስት ይዛት ወደ ጓዳ ሄዳ አባብላት ከጓደኞቿ ጋር እንድትጫወት ከልጆቹ ቀላቀለቻት።

“ወይ አበሳ... ምን ዐይነት ጭንቅ ነው! እሷ የምትታለል አይደለችም። አሁን ምን ይባላል? ምን የሚጠጣ ላምጣልህ ማርቆስዬ ... እራት እስኪደርስ። ወይስ ርቦሃል የሆነ ነገር ላምጣልህ?” አለችው ማርቆስ የማይግደረደር መሆኑን ስለምታውቅ፡፡

“አይ አይ... አምቦ ካለ አምቦ አለዚያ ውሃ... ሆዴ ሙሉ ነው። አሁን በቅርብ ነው የበላሁት” አለ ከሰሎሜ አያት አጠገብ እየተቀመጠ ሰላም ካላቸው በኋላ።

ሳሎኑ ሰፊና ፍክት ያለ ሲሆን ሶፋዎቹ የሚመቹ ናቸው። ቡና ሊፈላ እየተቀላ ነው የደረሰው። ቤቱ ሁሌም ድግስ ድግስ ነው የሚለው። ሰሎሜ አዲሳባ እንዳክስቷ ቤት የምትወደው ቤት የለም። አክስቷና ባሏ ደግሞ በጣም የሚዋደዱና የሚከባበሩ ስለሆኑ ቤቱ ሰላም የነገሠበት ቤት ነው።

"እንዲያው ልጄ ያንን መላኩን አግኝተሽው ታውቃለህ? እንዴት ነው? እንዲያው እኮ ባይኔ ላይ ነው ሰሞኑንማ የሚሄደው!" አሉ የሰሎሜ አያት እማማ መገርቱ ማርቆስን እያዩ፡፡

"ትናንት ማታ በስልክ አውርቼው ነበር። ደኅና ነው ያው የሣራ አደጋ ልቡን ይዞት ነበር። ብቸኛነቱም አለ መሰል። ግን ደኅና ነው።" አለ አምቦውን ብርጭቆው ውስጥ እየቀዳ "እንዴት ናት ባክህ እሷስ... ምን የመሰለች ልጅ እንዲያው በምን ቀን ጣለባት! አሁንም ሆስፒታል ናት ወይስ...?" አለች የሰሎሜ አክስት፡፡

"ማናት ሣራ ... ይች ባለፈው ባሏ ልጆቹንም ሚስቱንም በጥይት ደበደባቸው ያላችሁኝ ናት? እንዲያው እኮ ዘንድሮ አያሰማን የለ! ይሄ እውነት ስምንተኛው ሺ ነው" አሉ እሳቸውም ለመስማት ጆሯቸውን እያቀኑ፡፡

"አዎን እሷ ናት እማዬ... የመላኩ እኅት ናት እኮ!" አለች የሰሎሜ አክስት ተመቻችታ እየተቀመጠች፡፡

"እም ... አዎን ሰሞኑን እቤት ገብታለች። ልጇም ትንሽም ቢሆን መናገር ጀምራለች አሉ። ግን ረዘም ያለ የማገገሚያ ጊዜ ሳያስፈልጋቸው አይቀርም። ሣራም የልጆቿም ጉዳይ ተጨምሮ ብዙ እያለቀሰች አስቸግራለች ነው ያለኝ።" አለ ማርቆስ እግሮቹን አነባብሮ እያጣመረ።

"እንዲያው ያሳዝናል ... ምን ቀን ነው ያጋጠማት! እሱንስ ምን ዐይነት ሰይጣን ነው ያገኘው? ... ለወሬም አይመች እኮ። ታዲያ መላኩ ይቆያል ወይስ ይመጣል?" ብላ ስትጠይቀው፣"እንግዲህ ሥልጠናውን አሁን ጨርሷል። አንድ ሁለት ሳምንት እነሣራ ጋ መቆየት ሳያስብ አይቀርም። ከዚያ በኋላ ያው እንደሚመጣ ነው የነገረኝ። ሰሎሜስ እዚያ ያለውን ፕሮጀክት እየጨረሰች ነው? ከዚያስ ምን ማድረግ እንዳሰበች ይታወቃል?" አለ ማርቆስም የሚያውቀውን ያህል እየነገራቸው የጥያቄውን ገበታ እየገለበጠ፡፡

"ምን ባክህ ልጅቱ እኮ ልውጥውጥ ነው ያለችው! ምን ማድረግ እንደምትፈልግም ማወቅ አልቻልንም። በመላኩ ጉዳይ በጣም የተጐዳች ነው የሚመስለው። ምንድነው ጉዳዩ ብንላት ምንም ማውራት አትፈልግም። ደግሞ አዲሳባም አስጠልቷታል። አሁን ደግሞ ሰሞኑን ወደ አሜሪካ ተመልሼ መኖሩ ሳይሻለኝ አይቀርም የሚል ወሬ ጀምራለች። በርግጥ ለሷም ለነጋሼም ጥሩ ነበር እዚያው ብትሆንላቸው። ነገር ግን እዚያም የምትሄደው ፈልጋ ሳይሆን በቃ ሽሽት ይመስለኛል። እንዲያው አንተ እሱን አናግረኸዋል? ምንድነው አለህ ችግሩ?"

አለች አክስቲቱ፤ ጥያቄው የወይዘሮ መገርቱም ነበርና እሳቸውም ጆሮአቸውን አነቁ፡፡

"እኔ ያልሞከርኩት ነገር የለም። መጀመሪያ ላይ በጣም ይቆጣ ነበር። ምግብ ሁሉ መብላት አቁሞ ነበር። ከዚያ ... ትንሽ ሻል ሲለው ስለዚህ ጉዳይ ምንም ማውራት አልፈልግም፤ ጊዜ ራሱ እውነቱን አውጥቶት ታየዋለህ፤ አሁን ክፉም በጎም መናገር አልሻም ብሎ በቃ ምንም ነገር ለማውራት እምቢ እንዳለ ነው። ከኔ የሚቀርበው ጓደኛ እንደሌለው ደግሞ አውቃለሁ። ሰሎሜንም ደጋግሜ ደውዬ ላወራት ብሞክርም፣ እሷም እኔንም የተቀየመችኝ ይመስላል፤ ምንም ፍንጭ አልሰጠችኝም። አሁንማ ስልኬንም አታነሣም።" አለ እሱም ግራ እንደገባው ፊቱ ላይ እየታወቀ፡፡

"ምን ዐይነቱ ሰይጣን ነው መካከላቸው የገባው ባክህ!... እንዲያው ምን አገኛቸው?... ለወትሮው እኮ እሷ ምንም ነገር ሆዷ ውስጥ አትቋጥርም ነበር... " አሉ አያቷ ምንም ፍንጭ አጥተው፡፡

"ሌላው እንግዲህ አሁን ሁለቱንም የምትቀርባቸው አንድ የሱ ጓደኛ ነበረች። አሁን ግን የሁለቱም ጓደኛ ሆናለች። አሁን እንኳ አሜሪካ ሄዳለች መሰለኝ። ስንክሳር ትባላለች፤ ሰሎሜ አስተዋውቃችሁ ይሆን?" አለ ማርቆስ ሁለቱንም ተራ በተራ እያየ፡፡

"አዎን ባለፊው ሰሞን ማነው ባክህ አንድ ጓደኛቸው ጢኒን ሊጠይቅ እዚህ መጥቶ ነበር። አዎን ክብሮም የሕያዌም ጓደኛ ነው አለችን ጢኒ። እና ስንክሳርም አብራቸው ነበረች። ትንሽ ችኩል ትላለች፤ ብዙም ቀልቤ አልወደዳትም። እማዬ እንኳን ገጠር ነበረች ያኔ" አለች የሰሎሜ አክስት የሚለውን ለመስማት እየጓጓች፡፡

"እንግዲህ ምንም መረጃ በርግጥ የለኝም። ግን በቃ በዚህ ችግሩ በተፈጠረበት ጊዜ ሁለቱ መሃል ያለችው ልጅ እሷ ናት። እሷም 'ምን እንደ ሆነ አላውቅም፤ ሁለቱም አንዱ ስለሌላው አታንሺብኝ ብለው ስላመረሩ ስለዚህ ልረዳቸው አልቻልኩም' ነው ያለችኝ።" አለ እንዳላመናት በሚገልጽ የጥርጣሬ ገጽታና ድምፅ፡፡

"የሰሎሜ እናት በጣም ነው የምትወዳት፣ እዚያም ቤተኛ ሆናለች። እንዲያውም እኔም እንድናወራ የፈለግሁህ ትናንት እናቷ ደውላልኝ ነበርና አንዳንድ ነገሮችን ስትነግረኝ ትንሽ ፍንጭ የሰጠኝ ስለመሰለኝ ነው።" አለችና ጉሮሮዋን ጠራረገች። ማርቆስ ዝም ብሎ ጠበቀ።

"እናቷም አባቷም ቅድም ያልኩህን ልጅ ክብሮምን ብታገባ ደስ ይላቸዋል ይመስለኛል። እሷ ደግሞ መጀመሪያ አሻፈረኝ ብላው ነበር። ከእናቷ ጋር ባለፈው

እንዳወሩትና እናቷም እየተበሳጨች እንደነገረችኝ ከሆነ እዚህ አገር የመጣች አንዲት ክልስ ልጅ አለች። ስሟን ነግራኝ ነበር። የሚቹ ልጂ የሶለን ጓደኛ ነበረች። እና ሰሎሜም ስላሳዘነቻት እዚህ ስትመጣ፣ መላኩ እንዲያግዛት ታሪኳን ነግራው አድራሻ ሰጥታት ነበር መሰል ልጅቱ ስትመጣ። እናቷ እንዳለችኝ እንግዲህ እዚህ መጥታ እሷ ሳታውቅ መላኩ ከዚች ካዲሷ ልጅ ጋር በፍቅር እፍ ብለዋል አሉ። ቤተ ሰቦቹንም መቂ ድረስ ይዞአት ሄዶ አስተዋውቆአታል መባልን ሰምታለች። ስትመጣም ልቅሶ እንኳ አልደረሰም፤ ሰላምም አላላትም። እና በዚህ ሳይሆን አይቀርም ጢ.ኒ ልቧ ነዶ አልሰማም አልለማም ያለችው። መላኩን መውደዱ ብቻ ሳይሆን ከወንድሟ ሞት ጋር የተያያዘ ታሪክ ካላት ልጅ ጋር እንዲህ ሲሆን ምን ታድርግ? ...እውነት ከሆነ መቼም ... መላኩ እንዲህ ማድረጉ ግምት ውስጥ ነው የሚከተው" ብላ ዝም አለች።

"ይሂንን ሁሉ ሰሎሜ እዚህ ካልነበረችና ከመጣችም በኋላ መቀሌ ከሆነች እንዴት አወቀች ታዲያ?" አለ ማርቆስ የጥያቄውን አቅጣጫ እየቀየረ፡፡

"ያው እንግዲህ ወሬ አይደበቅ! ምን ወሬ አመላላሽ ሰው ቢያጣ ወፍ ያጣል ብለህ ነው የኔ ልጅ" አሉ ወይዘሮ መገርቱም ነገሩን እየተከታተሉ፡፡

"እናም ያው ያ ክብሮም ከሚባለው ልጅ ጋርም የሆነ ግጭት ነበራቸው። እዚህ መጥቶ ይቅርታ ጠይቆአት አሁን ከሱው ጋር ጓደኝነታቸው ጠብቋል። እንዲያውም ለመጋባትም ዳር ዳር እያሉ ስለሆነ አሜሪካ ለመመለስም ሳታንገራግር አልቀረችም። ግን የሆነ ደስ የማይል ነገር አለው ጉዳዩ። እናቷ በርግጥ ደስ ብሎአት ነው የነገረችኝ። እኔ ደግሞ መላኩን ሳውቀው እንደዚህ ዐይነት ሰው አልመሰለኝም። ለማንኛውም መነጋገሩ አይከፋም ብዬ ነው ዛሬም እንድንገናኝ የፈለግሁት።" አለች የሰሎሜ አክስትም ያስጨነቃትን ተንፍሳ እፎይ እያለች፡፡

"አንተ ይችን መጣች የተባለች የሶለንዬን ጓደኛ ታውቃታለህ?" አሉ ወይዘሮ መገርቱ ማንነቷን የማያውቋትን ልጅ ማንነት ለማወቅ ፈልገው፡፡

"እምም ... አዎን ... ስሟ ሶፊያ ይባላል። ብዙ ጊዜ አገኛታለሁ። በጣም የምታሳዝን ጥሩ ሰው ናት። ልክ ነው ከመላኩና ከኔ ጋር ያስተዋወቀችን ሰሎሜ ናት። የሚገርመው ግን እኔ መቶ ፐርሰንት እርግጠኛ ነኝ በመላኩና በሶፊያ መካከል ምንም ነገር የለም። ምንም ነገር። እንዲያውም እኔ ነኝ ሶፊያን ብዙ የማገኛት። ሶፊያ የምታውቀው ሰሎሜና መላኩ አብረው እንደነበሩ ነው። ሰሎሜ እሷንም ዘግታት ምክንያቱ ሳይገባት እሷም እየተጨነቀች ነው። ጥያቄው ሶፊያና መላኩ እፍ ብለዋል፤ ከቤተ ሰቦቹም ጋር አስተዋውቋታል የሚለውን ወሬ ለሰሎሜ አቀነባብሮ ያቀረበላት ማነው? የሚለው ነው። ደግሞስ የሰሎሜን ተረዳን እንጂ

መላኩስ ምን ሰምቶ ወይም ደግሞ ምን አምኖ ነው በሰሎሜ ላይ ስሟ ሲጠራበት እስኪያንገሸግሸው ድረስ ጥላቻ ያደረበት? " ብሎ አንዴ መሬቱን፣ አንዴ ደግሞ እነሱን እያየ ማሰቡን ቀጠለ፡፡

"እንግዲህ ለሰሎሜ ይህንን አቀነባብሮ የነገራት ሰው ለመላኩም አሁን እኛ የማናውቀውን ነገር ነግሮ አሳምኖታል ማለት ይሆናላ" አሉ ወይዘሮ መገርቱ ነገሩ መልክ እየያዘላቸው፡፡

"ግን አንተ እርግጠኛ ነህ በሶፊያና በመላኩ መካከል ምንም ነገር የለም?" አለች የሰሎሜ አክስት ማረጋገጫ እንደፈለገች ሁሉ፡፡

"ምንም ...ምንም የለም! መቶ ፐርሰንት እርግጠኛ ነኝ። በሱ ምንም ጥርጣሬ አይግባሽ። ግን መላኩ ወሬ ሰምቶ እንደዚህ የሚሆን አይመስለኝም... አውቀዋለሁ ... በወሬ ይሄንን ያህል እጁን የሚሰጥ ሰው አይደለም...። ምናልባት የሰሎሜም እንደዚህ መሆን ከወሬ ያለፈ ነገር ይሆናል። ሁለቱም በወሬ በቀላሉ እንደዚህ ዐይነት ጭፍን ውሳኔ የሚያደርጉ አይመስለኝም።" አለ አሁንም ፊቱ ላይ ያልተፈታ ቋጠሮ እየታየበት።

"ሌላው ያቺ ማነች ስሟ ጓደኛቸው? እሷም አብራ ከክብሮም ጋር መቀሌ ከርመው ነው የመጡት። እንግዲህ ለጊዜው እሷ ትሆን ይሆናል። ግን ለምን? አሁን አሜሪካ ሄዳለች ነው ያልከኝ? ከመላኩ ጋር እዚያ ይገናኛሉ?" አለች የሰሎሜ አክስት ስንክሳር ላይ ጥርጣሬዋ እየተነጣጠረ።

"አዎን ይገናኛሉ። እኔም ብዙ ያልተመቸኝ ነገር ነው። ዩኒቨርስቲ እያሉ ከመላኩ ጋር ጓደኛ ነበሩ፡፡ እሱን ትታ አሜሪካ ያለ ሰው አግብታ ስትሄድ ብዙ ተጎድቶ ነበር። አሁን ደግሞ ከዚያም ሰውዬ ጋር ከተፋታች ቆየት ብላለች... እኔንጃ እንግዲህ መላኩን ለራሷ ፈልጋው... ይሆን? አላውቅም ... እንዲያው ቅናትም ይሆናል... እንግዲህ አሁን ምን ማድረግ ነው ያለብን?" አለ ማርቆስ የሚቀጥለውን እርምጃ እያሰበ፡፡

"ሁለቱም ቢሆኑ የፈለጉትን መወሰን ይችላሉ። ግን እውነቱን ጊዜው ሳያልፍ እንዲያውቁ ማድረግ ያለብን ይመስለኛል። ማንን መጀመሪያ ማናገር እንዳለብን አላውቅም። እስኪ አንተ መላኩን ደውልና ምክንያቱን ለመጠየቅ ሞክር ... ካልሆነ ግን ከሰሎሜ እንጀምራለን። ማናገሩን ሁለቱንም አንተ ብትይዘውና እኛ ከጀርባ ሆነን ብናግዝህ ሳይሻል አይቀርም። ዋናው ነገር በሚቻለው ፍጥነት እውነቱን ማወቅ ያለብን መሆኑ ነው።" አለች የሰሎሜ አክስት።

ወይዘሮ መገርቱና ማርቆስም ተስማሙ። ከዚያም ቤት ሰቡ ሁሉ ወደ

ሳሎን ስለመጣ ሁሉንም የሚያሳትፍ ጨዋታ ጀመሩ። እራት ተበልቶ ተጫውተው ወደ አራት ሰዓት ላይ ነበር ወደ ቤት የሄደው። ሶስናም ከማርቆስ ጋር ብዙ ለመላፋትና ለመጫወት ጊዜ ስላገኘች ደስ ብሎአት ነበር። ሰሞኑን አይስክሬም እንደሚገዛላት ነግሮአት በደስታ እየዘለለች ነው ያመሸችው። ወደ ቤት እየሄደ ነገሩን ለብቻው ሲያስብበት ከቆየ በኋላ እቤት ሲደርስ ለሶፊያ ደውሎላት የተነጋገሩበትን ጉዳይ ሁሉ ነግሮአት እሷም ከስንክሳር ውጪ ሌላ ሰው ማንም እንደማይመስላት ነገረችው። ለመላኩና ለሰሎሜ ግንኙነት መፍረስ ሰበብ መሆኗን ስታስብ ራሷን ነው የበጠበጠው። ምንም እንዳታደርግ ለማንም ምንም እንዳትናገር ማርቆስ ስለነገራት ዝም ብላ መቆየት ብቻ ነው ያላት አማራጭ።

ስልኩን ከዚጋ በኋላ ብዙ ነገሮች መልክ የያዙለት ስለመሰለው ትንሽ እፎይ ቢልም፣ አሁንም ብዙ ያልተፈቱ እንቆቅልሾች አሉ። በመላኩ በኩል የሆነውን ነገር ለማወቅ ምንም ፍንጭ የለውም። የሰሎሜንም በግምት እንጂ ገና ምንም ማረጋገጫ ያለው ነገር እጁ ላይ የለም። ነገር ግን በእናቷ በኩል ያመለጠው ወሬ የሶፊያን ከመላኩ ጋር የፍቅር ግንኙነት ፈጥሮ ለሰሎሜ አሳማኝ አድርጎ ማቅረብ የሚችል ከስንክሳር ሌላ ማን ይኖራል ብሎ እንዲያስብ አደረገው። ይሁን እንጂ መላኩን በምን ጥበብና ኀይል ብታሳምነው ነው እንዲህ ሰሎሜን ዐይንሽ ላፈር እስከሚል ድረስ የጠላት፤ ሊገባው አልቻለም። ይህንን ሲያስብና ሲያብሰለስል እኩለ ሌሊት እንደሆነም አላወቀ። መላኩ አሁን ካንሳስ እንዳለ ስለሚያውቅ እነሱ ጋ ቀን ስለሚሆን ምቹ ሰዓት እንደሆነ በማሰብ ደወለ። ብዙም ሳይጮኽ ነበር ስልኩን ያነሳው።

"ሄይ ሰውዬው ሰው አይተኛበትም እንዴ ... እናንተ እዚያ እንቅልፍ ያጣችሁ እንደሆነ" አለ መላኩ ጉርናና ድምፁ የባስ ጉርንኖ።

"ጨብራሬ በቃ ደላህ አይደል! የማያልቅ ቫኬሽን ገብተህ ... ምን አለብህ አንተማ .. እንዴት ነህ ግን?" አለ ማርቆስም ድምፁን እንደሱ ለማጉርነን እየሞከረ፡፡

"ዞማዬ ...ምን ተገኘ በውድቅት ሌሊት መተኛትህን ትተህ ... የሰው ቤት በማለዳ የምትረብሸው?" አለ አሁንም እዚያው አልጋው ላይ ለመቀመጥ እየሞከረ። ሣራ በጣም እየተሻላት ስለነበረ፣ ወንድሞቿም ሁሉ መጥተው ሲያወሩ ብዙ ቆይተው ስለነበር በጣም አርፍደው ተኝተው ጊዜው ቢረፍድም አሁንም አልጋ ዉስጥ ነበር መላኩ።

"እምም ... ብዙም የለም ... ያው እንዴት ነህ ልልህ ብዬ ነው። እንዴት ናት ሣራ? ሚጡስ?" አለ ማርቆስም አልጋው ላይ ደገፍ ብሎ መሬት ተቀምጦ፤ ምንጣፉ ወፍራም ስለሆነ ቢቀመጡበትም ቢተኙበትም አይቆረቁርም። ማርቆስ

ምቾት ይወዳል፤ ስለዚህ ዕቃው ሁሉ የምቾት አሳባቂ ነው።

"ሰላም ናት ... ሚጢም ቀን በቀን ብዙ ለውጥ አላት። ሣሪ ... ወክ ታደርጋለች፤ እቤት ውስጥም ወዲያ ወዲህ ትላለች። ያው ኀዘኑን ነው እንዴት ማድረግ እንዳለብን ያላወቅነው። ቀን ከሌት ማልቀስ ነው። ምን ይደረጋል እንግዲህ?" አለ በረጅሙ ተንፍሶ..፡፡

"አይደል በጣም ከባድ ነው። አንተ ትቆያለህ እንዴ? መች ነው ወደዚህ ለመምጣት ያሰብከው?" አለ ወደ ጉዳዩ እንዴት እንደሚገባ እየቸገረው፡፡

"እምም አይ አሁን እንደዚህ ከተሻላት አለቃዬም ወደ አገሩ ለረፍት ስለሚሄድ ብመጣለት ደስ ይለዋል። ሥራውም ተቀልሎ ነው የሚጠብቀኝ... ስለዚህ ካሥር ቀን በላይ የምቆይም አይመስለኝ። ምን ወደ ውጭ ትሄዳለህ እንዴ አንተ?" አለ መላኩም የተራውን ለመጠየቅ በሚመስል አኳኋን፡፡

"እም... ኖ ... ከወር በፊት የትም የምሄድ አይመስለኝም። መዐዚ ጠዋት ደውላ ነበርና ናፍቀሽኛል ደውል ብላሃለች። በጣም በጥሩ ሁኔታ ላይ ነው ያሉት። አዳዲስ ዕቅዶችንም እያወጣች ነው መሰል። እሱንም ልታካፍለህ አስባ ይሆናል። እዚህ ሰኞ እመጣለሁ ብላኛለች። እስኪ ዕቅዷን ሰምቼ እኔም አንዳንድ ምክሮችን እሰጣታለሁ። እኔ እኮ የምትገርመኝ በዕቅዷ ትልቅነትና በውሳኔዋ ቆራጥነት ነው። ብትማር ደግሞ የት ትደርስ ነበር!" አለ ወደ ቁምነገሩ የሚገባበትን ቀዳዳ እየፈለገ፡፡

"እኔንጃ ... መማር እኮ አንዱን ያበረታል አንዱን ያኰላሻል። አንዳንዴ ትምህርት ቤት ዕውቀትን ጋብዞ ድፍረትን የሚገድል ተቋም ሳይሆን አይቀርም። ... አለመማሯም ይሆናል እንዲህ ደፋር ያደረጋት.." ሲል፣ "ፈላስፋው እባኮትን በጠዋት ከባድ ፍልስፍናዎን አያውርዱብን... እኔ ምልህ ስንክሳርስ እንዴት ናት? አግኝተሃት ታውቃለህ?" አለ ቀለል አድርጎ፡፡

"ሄይ ... ዋትስ አፕ... አሉ የዚህ አገር ሰዎች... እንዴት ትዝ አለችህ። ማዕቀብህን አነሣህላት ማለት ነው? ወይስ..." አለ መላኩ ስለ ስንክሳር ማርቆስ መጠየቁ ገርሞት፡፡ "አንተ ሰውዬ ... አንዳንዴ እኮ ታሥቀኛለህ..." ብሎ ከት ብሎ ሣቀና... "ያው ጓደኛህ አይደለች... መጠየቅ ክፋት አለው እንዴ?..."

"ኸረ... ምንም የለውም ሮክፌለርዬ ... እርሶ ሲጠይቁ መመለስ ብቻ ነው የኛ ሥራ። ደኅና ናት ምን ትሆናለች ብለህ ነው። ከነገ ወዲያ ማታ መሰለኝ በረራዋ ወዳዲሳባ.. ትመላለሰዋለች... መንገዱን ጨርቅ አርጎላት።" አለ ነገሩን ቀለል ለማድረግ እየሞከረ። ማርቆስ ሲጠይቀው በሳንዲያጎ የተከሠተውን ነገር በሆነ መንገድ ያወቀ ስለመሰለውም ትንሽ ከበድ እያለው ነበር።

“ደግሞ አሁን ምን ተገኘ እዚህ የሚያስመጣ? ወይስ ዲፕሎማት ሆነች ልጅቷ?” አለ በምፀት መልክ፡፡

“ይሆናላ እንግዲህ እሷኑ መጠየቅ ነው። የነዳጅ ማደያው ገንዘብ እየሠራ ነው ማለት ነው። ሄይ ትንሽ የደበረኝ ነገር አለ ግን ያው ስመጣ ነው የማወራህ። አሁን ብዙም ለማውራት አላሰኘኝም። ማለት ጠባይ ካሳመርክ ነው እሱም።” አለ ድምፁ እየጠራ፡፡

“ይሁና ፈላስፋው የርሶን ጥበብና ምስጢር ለመስማት ካደለን እንኳ ጠባይ ... ምን የማናስተካክለው ነገር አለ ብለህ ነው?” አለና “ኧረ እኔም ጥያቄ አለኝ... አጣዳፊ ነው። አሁን መልስ አልሰጥም ብትል ችግር ውስጥ ነው የምትገባው። እስካሁን እኔ ታግሼሃለሁ። አሁን ግን በቃ።” አለ ድምፁን ኰስተር እያደረገ፡፡

“ዎዎው... ሮክፌለር ተቆጡ... ምንድነው...?” አለ አሁንም እየቀለደ፡፡

“መሌ ቀልድ አይደለም። ለምንድነው ከሰሎሜ ጋር የተለያያችሁት? ደግሞስ እስካሁንም ስለሷ ማንሣትም የማትፈልገው?”...ብሎ ዝም አለ፡፡

“እንዴ ይሄንን ነው እንዲህ ሲሪየስ አድርገህ የምትጠይቀኝ? እሱንማ ነገርኩህ እኮ የታተመ ማኅተም ነው የተዘጋ ፋይል። ሌላ ጥያቄ አለህ?” አለ ረጋ ባለ ድምፅ፡፡

“አዎን ... ጥያቄዬ ለምንድነው ከሰሎሜ ጋር የተለያያችሁት? እስካሁንም ስለሷ ማንሣትም መስማትም የማትፈልገው? ግልጽ ነው። እስካሁን ያንተን ስሜት በማክበር ዝም ብዬሃለሁ፤ አሁን ግን ይሄንን ጥያቄ ዛሬ መመለስ አለብህ።” ብሎ አሁንም ዝም አለ፡፡

“ባልመልስስ? ማለቴ ምን ይጠቅምሃል? ...” አለ መላኩ ማርቆስ ሲሪየስ እንደ ሆነ ገብቶታል።

“መላኩ እኔን እንደ እውነተኛ ጓደኛህ ነው የምታየኝ? ታውቃለህ እኔና አንተ በብዙ ነገር ውስጥ ነው ያለፍነው። እኔ የገባሁበት ጨለማ ገደል ውስጥ ገብተህ ነው ያወጣኸኝ። ስለኔ ያልነገርኩህ ነገር የለም። አሁን እኔ ልርዳህ ወይም ምንም አይደለም የምልህ ግን ይህንን ያህል ድብቅና ስውር መሆን ያለብህ ግን አይመስለኝም።” አለ አሁንም ቅጭም ባለ ድምፅ።

“ኦኬይ ኦኬይ ... በጊዜው ከቁጥጥር ውጪ በሆነ መንገድ ስሜቴ ተጐድቶ ነበር። ምንም መጥፎና ክፉ ነገር መናገር ስላልፈለግሁኝ ደግሞም ስሚም ሲጠራ

ያመኝ ስለነበር ምንም ማውራት አልፈለግሁም። አሁን ፈጽሜ ድኛለሁ ማለቴ አይደለም። ነገር ግን ባል ሚስቱን በጥይት በደበደበበት ዓለምና ብዙ ግፍ በሞላበት ምድር ከሰው ፍትሕና ንጹሕ ፍቅርን መጠበቅ ምናልባት የዋህነት ሊሆን ይችላል። ልቤን መመረዝ አልፈልግም። ማመንህ ሲቀለድበት ልብህ ቢያንስ ባይሰበርም ይሸራረፋል። እኔ ደግሞ ከልጅነቴ ጀምሮ ልቤን በፕላስተር አጣብቄ በጄሶ ሸፋፍኜ ነው የኖርኩት። ዝርዝሩን ታውቃለህ፤ ስለዚህ እሷ ደግሞ ማንም አድርጎት የማያውቀውን ነገር ስትፈጽምብኝ… ምን ላድርግ? ልቅሶ ልቀመጥ ወይስ … እህ ምን ላድርግ… ደግ አደረግሽ እመቤቴ ማለት ነበረብኝ?" ብሎ ዝም አለ፡፡ ሳያስበው እንባው መፍሰስ ጀምሮ ነበር። ማርቆስም ግራ ገባው እያለቀሰ መሆኑ ስለገባው አሁን ገና ነው ምን ያህል እንደተጐዳ በቅጥ ያወቀው።

ጥቂት ዝም ካለ በኋላ፣ "ማርክ ማወቅ ትፈልጋለህ ስለ ሰሎሜ? … እሷ ሁለት ሕይወት ያላት ሰው ናት። ከሁሉም የጐዳኝ ግን እንደዚያ ዐይነት ሰው ትሆናለች ብዬ በውኔም በህልሜም አስቤው አለማወቄ ነው። ስንክሳር ሁሌም ያ ችሎታው እንዳላት ስለማውቅ በጊዜው ብጐዳም የማልጠብቀው ጉዳይ አልነበረም። ኡፍፍፍፍ ለምን ታስለፈልፈኛለህ አሁን..?" አለና አሁንም ቁና ቁና እየተነፈሰ ዝም አለ፡፡

"ቆይ ምን እንዳደረገችና ምን ማስረጃ እንዳለህ እንዲሁም የመረጃህን ምንጭ ልትነግረኝ ትችላለህ?" አለ ማርቆስ ልክ እንደ መላኩ እያወራ፡፡

"ዎው ማርክ … እኔን መሰልከኝ እኮ!… ምን አደረገች ላልከው እዚህ አሜሪካ መጥታ የልጅነት ጓደኛዋ ከሆነው ዶ-ክ-ተ-ር ክብሮም ጋር የተዳፈነውን ፍቅራቸውን አፋፍመው ሚቼን ወንድሚን እያስታመሙ ካጠፉት በኋላ … እሱ በሞት ከዚህ ዓለም ከተለየ በጥቂት ሳምንታት ውስጥ ባስገራሚ የጀልባ ሽርሽር ጉዞ ላይ በተፈጸመ ድንቅና ደማቅ ሥነ ሥርዐት ላይ ተንበርክኮ ያቀረበላትን ቀለበት ተቀበለች። ከዚያም በኋላ ለሱ የማረጋገጫ ማኅተም እንዲሆን የከንፈሩን ማኅተም ከንፈሯ ላይ፣ እጁን በወገቧ ላይ ጠምጥሞ በክብር አኖረው። ይህ በሆነ በሦስተኛ ቀኑ በጣም ትልቅና አስፈላጊ ዜና ስላለኝ ማታ እደውልልሃለሁ ብላ ኢሜይል ስታደርግልኝ፣ እኔም ዜናው ቀድሞ ስለደረሰኝ ይቅርብኝ ብዬ ራሴን ራቅ አድርጌ ከአደጋው ለመከላከል ሞከርኩ። ወደዚህ ልመጣ በነበረበት ሳምንት ደግሞ ዶክተሩ ዕጮኛቸውን ሰርፕራይዝ ለማድረግ ካሜሪካ ወደ መቀሌ ጉዞ አድርገው ነበር። ይህ ሁሉ ሳያንስ ደግሞ ኩርፊያዋ ነው ያልገባኝ። በናትህ እንደ ሞኝ ነው የተጫወተችብኝ እኮ!!" አለና ዝም አለ፡፡

"እሺ ሰማሁኝ ግን ስለ ራስህ የምታወራ ሳይሆን መጽሐፍ የምታነብ ነው የምትመስለው። are you okay?" አለው ማርቆስ አነጋገሩና ስሜቱ ያላማረውን መላኩን፡፡

“yae I am okay መረጃ ላልከው ቀለበት ሲያደርግላትና ሲስማት የነበረውን ፎቶ ባይኔ በብረቱ ያየሁት ነው። ሌላው ሌላው ሁሉ እንዳለ ሆኖ እሱ ብቻ በቂ ነው። ምንጭ ላልከው ለጊዜው እሱን እንተወው።” ብሎ ዝም አለ፡፡

“ሄይ ምንጩንማ ልንተወው አንችልም። ለሁሉም ነገር እኮ ቁልፉ ያለው የመረጃው ምንጭ ላይ ነው። አንተ ባትነግረኝም ዝም ብዬ ስገምት ምንጩ ከስንክሳር ውጪ ሊሆን የሚችል አይመስለኝም። ግን ፎቶዎቹ ፎቶ ሾፕ ምናምን የፈጠራ ሥራዎች ቢሆኑስ” ሲለው ከት ብሎ ሥቆ፣ “አይ ማርክ ይህንን ያህል ሞኝ እኮ አይደለሁም። ፎቶሾፕ ቢሆኑ ካንተ ይልቅ እኔን ነበር ደስ የሚለኝ። ዶክተሩ መቀሌ የመጡትን ግን ምትሃት እንደማትል ተስፋ አለኝ። ልክ ነው አብዛኛውን ነገር ስንክሳር ልትሆን ትችላለች የነገረችኝ ... ሐቁን ግን አይቀይረውም። እኔን ያሳመነኝ ጥሬው እውነት ነው።” አለ ቁርጥ ባለ ድምፅ፡፡

“እሺ. እሷ ፎቶውን እንዴት አገኘችው? እርግጠኛ ነኝ ተጋባዥ እንግዳ አልነበረችም። ላንተስ ምን ዐይነት ፎቶ ነው ያሳየችህ... ማለቴ የወረቀት ወይስ ኮምፒዩተር ላይ?” አለ አሁንም የሚፈልገውን መረጃ ማግኘት እንደሚችል በማሰብ፡፡

“Apparently ... ዶክተሩን እሷም ትቀርበዋለች። መቀሌም የመጣ ጊዜ ስንክሳርም በስልክ ስታወራው ነበር። any ways ... ቀለበቱን ያሰረላት ቀን ነው የደስታ ኢሜሉንና ፎቶዎቹን አታች አድርጎ የላከላት። ይሄዉልህ ምንም የፈጠራ ነገር የለውም። በቃ ሰሎሜ ለኔ የነገረችኝ መስሎአት ስትነግረኝ፣ ለኔ ሁሉም ነገር ባዕድ ሆኖብኝ አላምንም ስላት ነው ከፈለግህ ብላ ፎቶውን ያሳየችኝ። እንዴት እንዳደረገኝ ሳስበው ይዘገንነኛል። ሁለመናዬን ነበር ያመመኝ። ከዚህ የተነሣ ነው በቃ ምንም ከማንም መስማት አልፈልግም ብዬ የዘጋሁት። ባይሆን ኖሮ ላብድም እችል ነበር።” አለ አሁንም ድምፁ ከፍ እያለና እጁን እያወናጨፈ።

“ኦኬይ ኦኬይ ገባኝ። የማይታመን ነገር ነው። ገባኝ ሁሉም ነገር። አሁንም ቢሆን ግን ትንሽ ረጋ ብለህ ነገሮችን ማየት ይኖርብሃል። ለምንም ዐይነት ውሳኔ አትቸኩል። በጣም አመሰግናለሁ ስለ ነገርከኝ። ሁሉም ነገር ገብቶኛል።” አለና “እም አንድ የመጨረሻ ጥያቄ ከስንክሳር ሌላ ይህንን ያልከኝን ነገር እውነት እንደሆነ ያረጋገጥክበት ምንጭ ወይም ፍንጭ አለህ?” አለና የሱን መልስ መጠበቅ ጀመረ።

ትንሽ አሰብ አድርጎ፣ “በቃ እኮ ማርክ .. ምናለ ከፎቶዎቹ በላይ ምን ምንጭና ፍንጭ እንዳቀርብልህ ትፈልጋለህ? ፍርድ ቤትም ቢሆን እኮ ከዚያ በላይ የሚጠይቀው ማስረጃ አይኖርም። እኔም ባለጉዳዩ አልፈልግሁም፣ የሚያስፈልገኝም አይመስለኝም። ኦፍ ኮርስ የሷ የራሷ መጥፋትና የሱም መቀሌ

ድረስ መምጣት ፍንጭ ነው። ከዚያ በላይ ግን የሚያንገበግበኝ ሥራዋን ስለምታውቅ አንድ ቀን እንኳ ተሳስታ ስለሱ አንስታልኝ አታውቅም፤ ጓደኛቸው እንኳን እንደሆነ ወይም ምናምን ብላ። የወንድሟ ጓደኛ ከሆነ ለምን?" አለ፤ በርግጥም ሌላ ምንም ምንጭ እንደሌለው ሲረዳ፣ ምስክር በሁለት ወይም በሦስት ይጸናል የሚለው የትልቁ መጽሐፍ ቃል ትዝ አለው። ቀጥሎም ሁኔታዎች ሁለተኛ ምስክር ናቸው ብሎ ራሱን አጽናና።

"ሄይ በቃ ተወው።፡ጥያቄዬን መልሰህልኛል። አሁን እኔም ጠዋት ስብሰባ አለኝ ስለዚህ ልተኛና ወይ ነገ እናወራለን" አለና ትንሽ ማፋሸክ ሲጀምር፣ "እንደ ባለጠጋ ማፋሸክ የሚዶክከኝ ነገር የለም። በል ተኛ ወዳጄ ነገ እናወራለን። ታንክስ እንዴት ቀለል እንዳለኝ አትጠይቀኝ" አለ አንዴ በረጅሙ ተንፍሶ፡፡

ከዚያም የእንቅቅልሹ አብዛኛው ክፍል እየገጠመለት መጣ። ግን ደግሞ የፎቶው ነገር ግራ አጋብቶታል። ሰሎሜና ክብሮም ቀለበት ማድረግ … መሳሳም?...በኢሜይል...የተላከ ፎቶ …? የኢሜሉን ኮፒ የሚያገኝበት መንገድ ቢኖር ተመኘ። ብዙ ካሰበ በኋላ የመጣለት ጊዜ ሳያጠፋ መቀሌ መሄድና ስንክሳር አዲሳባ ሳትደርስ ገና እየበረረች ሳለ ሰሎሜን ማግኘት ነው። በመቀጠልም ሌሎች ነገሮችን እንዴት አድርጎ ጊዜና ቅደም ተከተል ማስያዝ እንዳለበት ሲያስብ እንቅልፍ ይዞት ሄደ።

በማግስቱ ጠዋት ደውሎ ምሳ ሰዓት ላይ የሰሎሜን አክስትና ሶፊያን አብሮ ነበር የቀጠራቸው። ካስተዋወቃቸው በኋላ ከመላኩ ጋር ያወራውንና በመላኩም በኩል ያለውን ሁኔታ ሲነግራቸው ሁለቱም ደነገጡ። አሁን ይህንን ነገር ከስንክሳር በቀር ማንም ሊጠነስሰው እንደማይችል ሁሉም ገብቶአቸዋል። ነገሮች እንዳይበላሹና ገና የተጀመሩ ሌሎች ተንኮሎችም ካሉ ባጭሩ ለመቅጨት ምስጢርንም መጠበቅ እንዳለባቸው ተስማሙ። ሌላው ደግሞ በዚህ ውስጥ የክብሮም ድርሻ ምን ያህል እንደሆነ ነው ያላወቁት። ከሁሉም በፊት ግን ሰሎሜን ማናገር እንዳለባቸው ተስማምተዋል። በተለይ የቀለበቱና ከክብሮም ጋር ያለው ፎቶ ጉዳይ እውነተኛነትና ምንነት ብዙ ጥያቄ ፈጥሮባቸዋል። በመጨረሻ የተማመኑት ማርቆስ መቀሌ በተቻለ ፍጥነት በመሄዱ ሐሳብ ላይ ነው። ስንክሳር መጥታ ነገሩን እንደ ገና ሳትበጠብጠው አንድ ነገር ላይ መድረስ እንዳለባቸው ርግጠኛ ሆነዋል።

የሰሎሜን ስልክ ካክስቷ ላይ ወሰደ። የጠዋቱን በረራ ይዞ በማግስቱ ለመሄድ ወሰነ። በዕለቱ በረራ ካሁን በኋላ ሊደርስበት ስለማይችል። የሰሎሜ አክስት ሶፊያን ባካል ካገኘቻት በኋላ የሰሎሜ እናት እንደ ሣለችላት ሆና አላገኘቻትም። የምትሠራውንም ሥራ ስትነግራት የበለጠ ወደደቻት። አድራሻ ተለዋውጠው ግንኙነታቸውን ለማጠንከር ተስማሙ። ከቤተሰብ ተደውሎ ማርቆስ ባስቸኳይ ስለተጠራ እሱ ሲሄድ የሰሎሜ አክስት ሶፊያን አደረሰቻት። ወደ ቤት

እያደረሰቻትም ስለ ሶለን የመጨረሻ ቀኖችና ምን እያቀዱ ሳሉ ድንገት በተፈጠረው አደጋ ሕይወቱ እንዴት እንዳለፈ ስታወራት ሁለቱም እያለቀሱ ነበር። ሶፊያ መኖሪያ መግቢያ ላይ ሳያስቡት ካንድ ሰዓት ለአላነሰ ጊዜ ሲያወሩ ቆይተው ተለያዩ።

ፕሮጀክቷን በሁለት ሳምንት ውስጥ አስረክባ ለመውጣት ስላሰበች፣ ሰሎሜ አዲስ የሚተካትን የፕሮጀክት ዳይሬክተር ማሠልጠን ከጀመረች አንድ ሳምንት ሊሆናት ነው። ያገኘችው ምትክ የመቀሌ ልጅ ሲሆን፣ ነገር ቶሎ የሚገባውና ለሥራውም ከፍተኛ ፍቅር ያለው ይመስላል። ያደገው ኮምፓሽን በሚባለው የሕፃናት ልማት ድርጅት ውስጥ ነው። አሁን እዚያው መቀሌ ዩኒቨርስቲ የመጀመሪያ ዲግሪውን ካገኘ በኋላ፣ ሁለት ዓመት በሌላ የሕፃናት ልማት ውስጥ ሲሠራ ቆይቶ ለዚህ ፕሮጀክት ከተወዳደሩት ውስጥ የተሻለ ሆኖ ስላገኘችው ነው የቀጠረችው። ከሰው ጋር ያለው መግባባትና ተፈጥሮአዊ የመሪነት ችሎታውን ወዳለታለች። ምናልባት ግን ትንሽ ግትርነት ሳይኖረው አይቀርም፤ ይህም ከጊዜና ከብስለት ጋር የሚሞረድ ባሕርይ እንደሆነ በማመን ነው እንዲቀጠር ያደረገችው። ሰለሞን እየለመደ ስለመጣ ለሚቀጥለው አንድ ሳምንት የዳይሬክተርነት ሥራውን እየሠራ ችግር ካለ ብቻ እንዲደውልላት ነግራው እሷ እቤት ከአያቷ ጋር ነው ሳምንቱን ለማሳለፍ ያሰበችው። ክብሮም በጠዋት ደውሎ የባጥ የቆጡን ሲያወሩና ሲሣሣቁ ቆይተው ከሱ ጋር ዘግታ ብዙም ሳይቆይ ነበር ማርቆስ ከኤርፖርት ታክሲ ይዞ ወደ ሆቴሉ እየሄደ የደወለላት።

"ሄሎ ማን ልበል?" ስትል፣ "እም ሰሎሜ?... ማርቆስ ነኝ። ማርቆስ ካዲሳባ የመላኩ ጓደኛ" አለ ራሱን ማስተዋወቅ አይሉት ማስታወስ ግራ እየገባው፡፡

"ኦህ ማርክ ... እንዴት ነህ? ዛሬ እንዴት ተገኘህ። ሰላም ነው?" አለች እሷም ያልጠበቀችው ስለሆነ ትንሽ ግራ እየገባት፡፡

"ም...ን ባክሽ ያው አልሞላ ብሎ እንጂ እኔማ ሁሌም እኮ ነው የማስበው። ባለፈው ሰሞን ብዙ ሞክሬ በቃ ማስቸገር ስለ መሰለኝ ... ብዬ ነው። እንዴት ነሽ አንቺ? እንዴት ነው ትግርኛ? እስካሁን መቼም አቀላጥፈሽ እንደምትናገሪ ነው።" ብሎ ሣቅ ለማለት ሞከረ አሮጌዋ ታክሲ እየበረረች እሱን ወደ አክሱም ሆቴል ይዛ ትከንፋለች። መቀሌ ደጋግሞ ስለመጣ ከተማውን ከሞላ ጎደል ያውቀዋል። የተወሰኑ ወዳጆችና አብረውት የሚሠሩ ድርጅቶችም አሉት። በቅርብም አንሰተኛ ቢሮ እንደቅርንጫፍ ከፍተዋል፣ ምንም እንኳ እሱ ያን ያህል ብዙ ጊዜ ወደዚህ ባይመጣም።

"አይደል ምን ባክህ ያው ታውቀው የለም ኀዘኑም ነገሮችም ብዙ ጥሩ አልነበሩም።" አለችው በሚያሳዝን ድምፅ፤ ወዲያውም ዝም አለች የምትለው እንደጠፋባት ሁሉ

"አይ ኖው ሰሊ ... ብዙ ነገር ከባድ እንደነበረ ወይም እንደ ሆነብሽ። እንዴት ነው ትንሽ ተጽናናችሁ? በቃ እግኝቼሽ እንኳ በሚገባ ሳልጠይቅሽ በጣም ነው የማዝነው። I am really sorry about your brother... አንቺ እንዴት ነሽ አሁን?" አለ ከልቡ እያሳዘነችውና እንዴት አድርጎ መቀሌ መሆኑን ሊነግራት እንደሚችል እያሰበ፡፡

"እም ም... ደኅና ነው ያው ጊዜ ይወስዳል። እኔም እዚህ መጥቼ እሠራለሁ ያልኩት ሥራ ብዙም አልሄደልኝም። እንጃ ብቻ ሁሉም ነገር ግራ የሚያጋባ ነው። አሁን ይሻላል መሰለኝ። የማይለመድ ነገር የለም። የአንተ ሥራ ጥሩ ነው?" አለች በልቧ መላኩን ቢሆንም መጠየቅ የፈለገችው፡፡ ገልጣ ለመናገር ግን አንዳች ነገር አንቋታል። ደግሞም እንዴት እንደዚህ ያለወትሮዋ ለስለስ እንዳለች ለሷም ገርሞአታል። ነገሩን ከውስጧ ማውጣትና ሕይወቷም መቀጠል እንዳለበት መወሰኗም ሊሆን ይችላል የረዳት።

"እም ም... ደኅና ነው፤ ብቻ ይበዛል። አንቺ አገሩን ወደድሽው? እዚሁ የመቀሌ ልጅ ሆነሽ ልትቀሪ ነው እንዴ?" አለ አሁንም ወደ ዋናው ጉዳይ ከመግባቱ በፊት ዝም ብሎ ማውራቱን መርጦ፡፡

"አገሩ ደስ ይላል። ያው እንዳዲሳባ የፈለግሽውን ነገር በፈለግሽው ጊዜ አታገኝም፤ ብዙ ነገርም የሚያስፈልግ አይመስለኝም፡፡ ቤተ ሰብ ስላለ አሪፍ ነው። ለኔ ጥሩ ከኀዘኔ የማገገሚያ ጊዜ ሆኖኛል። አንተ መቀሌን ታውቀዋለህ?" አለች ዝም ብላ ለመጠየቅ ያህል።

" አዎን ቢሮም ከፍቼያለሁ እኮ እዚህ። በተወሰነ ጊዜ እመጣ ነበር፤ አሁን እንኳ ቆየሁ ከመጣሁ" አለና መምጣቱን ለመንገር ሲያመንታ፣ "እውነት...? አላውቅም ነበር። ከመጣህ እንግዲህ ደውልልኛ።" አለችው ወሬዋ እያለቀባት ስለሆነ ደግሞም ስለ መላኩ እንዳያነሣሳባት፣ ወሬያቸው እንዳማረበት እንዲያልቅ በማሰብ፡፡

"እክቼሊይ አሁን መቀሌ ገብቼ ነው የምደውልልሽ። በጣም አስፈላጊ በሆነ ጉዳይ ላገኝሽ ነው የመጣሁት። አውቃለሁ የምታስቢውን ወይም ምን ልታስቢ እንደምትችዪ። ግን አንቺ ከምታስቢው ሁሉ ውጪ የሆነ ነገር ነው። ፕሊስ ዕድል ስጪኝ። ብዙ ሰዓት አልፈልግም። ግን በስልክ አይሆንም፤ በአካል መገናኘታችን የግድ ያስፈልጋል።" አለ የምትለውን ለመስማት በጭንቅ እየጠበቀ።

ማርቆስ ሁሌም ቁምነገረኛና ዝም ብሎ ሰው እንዳልሆነ ታውቃለች። ደግሞ ምን የሚለውጠው ነገር አለ? ብላ አሰበች በፍጥነት። ከዛ በኩል እየሆነ ያለውንም ነገር ለማወቅና ያሏትንም ጥያቄዎች ለመጨረሻ ጊዜ ከማርቆስ የተሻለ ሊመልስላት የሚችል የሚታመን ሰው እንደሌለ ተረድታለች። ትንሽ ዝም ብላ

ስታስብ ቆየችና ረጋ ባለ ድምፅ፣ "እሺ እንገናኝ ... ምንም ችግር የለም። በናትህ ግን በጣም የተጐዳሁ ስለሆንኩኝ ዕዘንልኝ ብዙ መጥፎ ነገር መስማት ከዚህ በላይ አልችልም። ገና ማገገሜ ስለሆነ አደራ ሌላ ድራማ ለመስማት የምችል አይመስለኝም።" አለችና ዝም አለች፡፡

"ይገባኛል ሰሊ ... ግን ከኔ ጋር የምናወራውን ነገር ማውራትሽ ዕድሜ ልክሽን የማይጸጽትሽ ነገር እንደሆነ ከልቤ ስለማምንበት ነው። እኔም ባያሳምነኝ ኖሮ እዚህ ድረስ መጥቼ አልረብሽሽም ነበር።" አለ ረጋ ባለና አክብሮቱን በሚገልጽ አነጋገር። ሁሌም የማርቆስ ርጋታና ሰው ማክበሩ ደስ ይላታል። ከዕድሜው ዐሥር ዓመት በላይ የበሰለ ሰው ነው ትለው ነበር ለመላኩ። ጊዜው ጠዋት ረፋዱ ላይ ነበር፡፡

"ታዲያ ቁርስ በልተሃል እንዴ? ቆየህ ከገባህ?" አለችው ድምፅዋ ትንሽ ውጥት እያለ

"ቁርስ ከተባለ ያው አውሮፕላኑ ውስጥ የሚወረውሩልንን ነዋ!... ገና ወደ ሆቴሌ በታክሲ እየሄድኩ መንገድ ላይ ነኝ።" አለ ትንሽ ሳቅ ባዘለ ድምፅ። እሷም የበለጠ ፈካ ብላ፡-

"በቃ የሚገርም ቁርስ ልጋብዝሃ? አይ አም ሹር ታውቀዋለህ። ዘመናዊ ቁርስ ቤት፤ ታቀዋለህ? እኔ ይሄው መጀመሪያ ስመጣ አንድ ጒረምሳ አጎት አለኝ እሱ ይዞኝ ሂዶ ተከትቤ ቀርቼልሃለሁ" አለች እየሣቀች። እሱም ያ አብረው ያሳልፉት የነበረ የሣቅና የደስታ ጊዜ ትዝ ብሎት ተስፋ ተሞልቶ።

"ኦህ በጣም ቆይቶአል እንጂ አንድ ሁለቴ ሄጀ ... ነበር ... ሁሌም ባይኔ ላይ ነው የሚሄደው፤ ጥሩ ነው፡፡ መርፌያቸው ትልቅ ካልሆነ... እኔም እንደ ገና መከተብ ሳያስፈልገኝ አይቀርም" ሲል እሷም ጠፍቶ የነበረ ሳቋን ለቀቀችው። ሰሎሜ ለመሳቅ ብዙም አይፈጅባትም።

"ታዲያ ታክሲ ይዘሃል ወይስ የትና እንዴት እንገናኝ?" አለች ካልጋዋ ለመውረድ እየተነሣች።

"አዎን ታክሲ ውስጥ ነኝ። አክሱም ሆቴል ነው አልጋ የያዝኩት፤ ምናልባት ዛሬን ማደር ካለብኝ ብዬ። አንቺ ደስ ባለሽ ቦታ እንገናኝ" አለ መልሷን እየጠበቀ፡፡

"እሺ እሺ ...ለምን አሁን አንተ ዝም ብለህ ሆቴል አትሄድም። እኔ ካልጋዬ ወርጄ ሻወር ወስጄ ስለባብስ ምናምን ስለምቆይብህ። ዐረፍ ብለህ ቡና እየጠጣህ ጠብቀኝ። ለነገሩ ቤቴም ብዙ አይርቅም ከዚያ። መጣሁ ማርክ። አይሻልም?" አለች

የምትለብሳቸውን ልብሶች ለመምረጥ ካልጋዋ እየወረደች።

"አሪፍ ነው። ጥሩ ሐሳብ። በቃ take your time ላዉንጁ ውስጥ እጠብቅሻለሁ። አሁን የደወልኩበት የኔ ሞባይሌ ነው።" አለና ለጊዜው ተሰናብተው ስልኩን ዘጉት። ነገሩ ካሰበው በላይ ጅማሬው የቀለለ ይመስላል። ከዚህም በኋላ ያለው ጊዜ ደኅና እንዲሆን እየተማጸነ ሆቴሉ ጋ ደረሰ። ሁሌም አስቸጋሪ ነገር ሲገጥመው እንደሚያደርገው እና ዛሬም ወደ መቀሌ ከመነሳቱ በፊት እንደተለመደው ቴሌ መድኀኔዓለም ቤተ ክርስቲያን ገብቶ ከሠላሳ ደቂቃ ለማያንስ ጊዜ ነበር በጉዳዩ ላይ ጸሎት ያደረሰው።

ማርቆስ የሆቴል ክፍሉን ከያዘ በኋላ ላውንጅ ገብቶ ተቀመጠ። ትንሽ ድካም ቤጤ ስለተሰማው ጥቁር ማኪያቶ አዝዞ ከራሱ ሃሳብ ጋር ትግል ገጠመ። ገና ረፋዱ ላይ ስለሆነ ብዙ ሰው የለም። አልፎ አልፎ ብቻ ጥቂት እንግዶች እዚህም እዛም ቁጭ ብለው ያወራሉ። የተከፈተው ሙዚቃ የቆየ የፀሐዬ ዮሃንስ ዘፈን ሲሆን አልፎ አልፎ ከሚሰማው የማሽን ድምጽ ጋር ተቀላቅሎ በገባበት የሀሳብ ባህር ላይ የተነሳ ማዕበል ይመስላል። ከፊት ለፊቱ ፍልቅልቅ ብላ ከሩጫ ባላነሰ ርምጃ የምትመጣውን ሰሎሜን ሲያይ ከሀሳቡ ተመንጭቆ ወጥቶ እሱም ባንዴ ፈገግታ በፈገግታ ሆኖ ከመቀመጫው ብድግ አለ። ያው እንደ ወትሮዋ ቀለል ያለ ልብስ ለብሳ ነበር ሰሎሜ የመጣችው። ከስታለች እንጂ አሁንም እንዳማረባት ነው።

አጠገቡ ስትደርስ ሮጣ ተጠመጠመችበት። እሱም እቅፍ አድርጎ ሰላም ሲላት ሳታስበው እንባዋ ተዘረገፈ። በብዙ ችግር ነበር ዝም ያሰኛት። እሷ ሻይ አዘዘችና መጀመሪያ ላይ ስለ ሶለን ሕመምና አሟሟት፣ አሜሪካ ስለ ነበራት ቆይታና አሁንም ስለምትሠራው ሥራ ጠቅላላ ሁኔታ እያወሩ ከተረጋጋች በኋላ፣ ስለሷና ስለ መላኩ ጉዳይ ምን እንደተፈጠረ ግራ መጋባቱን በሚገልጽ ሁኔታ፡-

"ሰሊ ምንም ሊገባኝ አልቻለም። በደኅና ተለያይታችሁ፣ ደኅና ቆይታችሁ ምን ተፈጠረ? እሱም አንቺም በቃ እኮ አላስደርስ አላችሁን። እስኪ ንገሪኝ ምንድነው የሆነው?" አለና የሷን መልስ በመጠበቅ ዐይን ዐይኗን እያየ ዝም አለ።

"እኔ ምን እነግርሃለሁ ማርክ? አንተ ንገረኝ እንጂ! አንተ አይደለህ የምነግርሽ አለኝ ብለህ የመጣኸው? እሺ ንገረኝ። ግን ለምን? ለምን? እሱ ብቻ ነው የማይገባኝ። ሰው እንዴት እንደዚህ የወረደ ነገር ያደርጋል?" አለችው ሁለተኛ ዙር እንባ ባቋቱ ዐይኖቿ እያየችው፡፡ ሆቴሉ አሰራሩም መቀመጫና እቃዎቹም እንደስሙ ያክሱም ሃውልትን ቅርጽ ተከትለው ነው። ጥቂት ሻይ የቀረውን ብርጭቆ በእጇ እንደያዘች እሱ የሚለውን በመጠበቅ ይመስል ዝም አለች፣ ካላመለጥኩሽ የሚለውን እንባዋን እንዳይፈስ ጨክና ይዛ።

"ሰሊ ታሪኩ ብዙ ነው። እኔም ገና ብዙ ያላወቅሁት ነገር አለ። የመጣሁትም

ለዚሁ ነው። ብዙ ነገር ሆኖአል። ብዙ ነገርም አልፎአል። ደግሞ ነገሮቹ አንቺም መላኩም እንዳሰባችሁት አይደሉም። ስለዚህ አሁን መጀመሪያ እኔ ለምጠይቅሽ ጥያቄ በቃ እውነቱን የምታውቂውን ያህል ንገሪኝ። ይህን ማድረግ ትችያለሽ?" ሲል እንባዋ ካይኗ ሞልቶ ኖሮ ወደጉንጪ በሁሉም አቅጣጫ ፈሰሰ። ከመቀመጫው ተነሳና አጠገቧ ተቀምጦ ከኪሱ ውስጥ ያለውን የታሸገ ናፕኪን እየሰጣት እጁን ትከሻዋ ላይ ጣል አድርጎ እንደ ታናሽ እህቱ ለተወሰነ ደቂቃ አባበላት።

"እሺ ... የምችለውን ሁሉ.." አለች ከየት እንደምትጀምር ግራ ግብቷት ዝም ስትል ነገሩን ከስሩ ለመጀመር ስላሰበ

"አንቺና መላኩ የተለያያችሁት ወይም የተኳረፋችሁት ለምንድን ነው?" ብሎ ዋነኛ ጥያቄውን አቀረበላት።

"አህ ማርክ ... በናትህ ... ወደዚያ በስንት መከራ ወደ ለቀቀኝ በሽታ ውስጥ ልትከተኝ ነው እንዴ እንደገና... ምን ብዬ ልነግርህ እችላለሁ? እኔ መስማት የምፈልገው እሱ የሚያቀርበውን ታሪክ ነው። ምንም የነገረህ ነገር የለም?" አለች ዐይኖቿን ጨፈን አድርጋ፡፡

"የምታውቂውንና ያንቺን ምክንያት ንገሪኝ። አሁን እሱ እዚህ ስለሌለ ለጊዜው የሱን እንተወው። አንቺ የወሰንሽውን ውሳኔ እንድትወስኚ ያደረገሽ ነገር ምንድን ነው?"

"የኔ ምክንያትና ሐሳብ ምን ለውጥ ያመጣል? በዚያም ላይ ያለቀ ጉዳይ ነው። እኔ አሁን ሕይወቴን ከመላኩና በሱ ዙሪያ ካለው ችግር አላቅቄ ወደፊት ቀጥያለሁ" አለች አሁንም ምክንያቷን እንዴት እንደምትነግረው እየቸገራት፣ የምሯንም ነገሩን ማውራት ሳትፈልግ።

"ሰሊ ፕሊስ .. ለምን አንቺ ያንቺን አትነግሪኝም..? ለሁሉም እኮ ጠቃሚው ነገር እውነቱ ነው። በቃ የሆነውን ነገር ንገሪኝ።" አለ አሁንም አቋሙን ሳይቀይር፡፡

"አህ ማይ ... ራሱ ነው የዘጋኝ። መጀመሪያ እዚያ በሄድኩ በወር በሁለት ወሩ ሲቀዘቅዝብኝ... ዝም ብሎ ነገር መስሎኝ ነበር። ያው እኔም በሶለን ነገር ስለተጠመድኩኝ ነገሮችም ካሰብነው ፍጥነት በላይ ስለነበሩ። በተለይ ሶፊያ እዚህ ከመጣች ጀምሮ የባሰውን ድራሹ ጠፋ፤ ስልኩንም አያነሣም። መጨረሻ ላይማ የወንድሜን የሕይወት ታሪክ አብረን ብንጽፈው ምን ይመስልሃል ልለው ብደውል፣ ስልኩን አላነሣ ቢለኝ አጭር ኢሜይል አደረግሁለት። ወሸመጥ የሚበጥስ ኢሜይል መለሰልኝ። ይሁን ብዬ ዝም አልኩ። ቢያንስ እዚህ ስመጣ ሌላው ቢቀር መጥቶ እንኳ የደንቡን ልቅሶ ደርሶ እንዴት ነሽ አላለኝም። በጣም ግራ ገብቶኝ እያለ .. ያው መቼም ሁሉም ነገር ተደብቆ አይቀርም ... ከሶፊያ ጋር በፍቅር እንደ ከነፉ ስሰማ ... መፈጠሬን ነው የጠላሁት፤... ስለዚህ ወደ መቀሌ መጥቼ እንደገና

ራሴን ፈልጌ ማግኘት ነበረብኝ... በናትህ ...ማ -ር-ክ ... አሁን በስንት መከራ የጠገገ ቁስሌን ለምን ትቀሰቅስብኛለህ?" ብላ ራሷን ይዛ መሬት መሬ እያየች ዝም አለች ፊቷን በሁለት እጆቿ እየሸፈነች። ወዲያው በዛ ያሉ ሰዎች እየተንጫጩ ወደ ላውንጁ ሲገቡ ቀልባቸውን ሰረቁትና ዞር አሉ። ብዙዎቹ ተመሳሳይ የስብሰባ ቦርሳ የያዙ ሲሆን የተወሰኑት ፈረንጆች ነበሩ። ጫጫታው ወዲያው ጋብ ሲል

"የውልሽ እሱም ልክ እንዳንቺ እንደዕብድ አድርጎት ይሄው ከስንት ጊዜ በኋላ በስንት ሥቃይ ነው ምን እንደ ሆነ የነገረኝ... እሱም ስላንቺም መስማት፣ አንቺንም ማየት እስኪጠላ ድረስ ነው የተጐዳው?" አለ የምትለውን በመጠበቅና በምን መንገድ ልቧን ከፍታ አሳቧን ልትነግረው እንደምትችል ግራ እየገባው፡፡

"ምን አድርጌው ...? እንዴ ምን እንዳደርግ ነበር የሚፈልገው... አብሬያቸው አልዞር እንግዲህ..." አለች አሁንም ርግጠኛነትንና ንዴትን ባዘለ ድምፅ፡፡

"አንቺ ግን መላኩ ለምን እንዲህ ተቀየረ ብለሽ... ምንም ጥያቄ አልሆነብሽም? የምታውቂው መላኩ ይሄ ነው?" አለ አሁንም ዝም ብሎ እያያትና የጥያቄውን አቅጣጫ ለመቀየር እየሞከረ።

"ለዚህ እኮ ነው በጣም የተጐዳሁት። ሌላ ሰውማ ቢሆን... ምን አዲስ ነገር አለው? መላኩ ግን ሁሌም እንደሌላ ሰው ነው ብዬ አምኜ አላውቅም። ለዚህ ነው ውስጤ ሁሉ እስኪፈረካከስ የተናወጥኩት... ለነገሩ እኔ እንጂ እሱ ወዶኝም እንደማያውቅ ነው የሚያወራው... ንጹሕ እንቱቱ ብቻ ነኝ... ግን ደግሞ ከሚች ወንድሜ ጓደኛ ጋር ሲወጣና እኔን ሲዘጋኝ ትንሽ ማሰብ ነበረበት" አለችና አሁንም ዝምታ ውስጥ ገባች፡፡ አስተናጋጁ ብርጭቆዎቹን አነሳስቶ የሂሳቡን ቢል አስቀምጦ ምንም ሳይል ካጠገባቸው ሄደ። ምናልባት ሰሎሜን የሷን በኩል ለመናገር ቢረዳት ብሎ ጉሮሮውን ጠረግ ጠረግ አደረገና

"እንግዲያውስ እውነቱን ስሚ... እንዳልኩሽ እሱንም አናግሬው ነበር። ሶፊያና መላኩ እንዲህ እንዲያ ሆነዋል የተባለው ነገር በጣም ነው ያሣቀኝ...በመላኩና በሶፊያ መካከል ምንም ነገር የለም። ኖሮም አያውቅም። ይህንን ሁሉ ማን እንዳቀነባበረልሽ አውቃለሁ። መላኩ ሶፊያን በጣም የተወሰነ ቀን ነው ያገኛት፣ ቢያገኛትም ምንም ነገር የለም። መላኩ ካንቺ በቀር ማንንም አይወድም። እሱን አሁን ለጊዜው እንተወውና... ሌላ ነገሮች አሉ ከዚያም የባሱ..." ሲላት ዐይኗ የበለጠ ተጐለጐለ ባለማመንና ግራ በመጋባት ዐይነት፡፡

"መላኩን አንደኛ ያስኰረፊውና ከማንነቱ ውጪ ያደረገው ላንቺ ያለው ፍቅር ነው ብልሽስ? ክብሮም ስለሚባለው ልጅ ነግረሽው ታውቂያለሽ›" አለና ያያት ጀመር፡፡

"አልነገርኩትም ... ማለቴ እርግጠኛ አይደለሁም... በወሬ መሃል ካልሆነ በቀር .. ምንም ጠቃሚ ነገር ስለሌለ... አልነገርኩትም..." አለች ትከሻዋን እየሰበቀች፣ የሆነ ነገር ግን ሊፈነዳ እንደሆነ እየተሰማት፡፡

"ኦኬይ ... ላንቺ መላኩና ሶፊያ በፍቅር እንደጠዙ የነገረሽ ምንጭ ለመላኩ ደግሞ አንቺና ክብሮም በፍቅር መጠዛችሁን በኢሜይል አታችድ በሆነ የቀለበት ሥርዐት በተደገፈ ፎቶ አንቺ እዚያ እያለሽ አርድቶታል። ፎቶውም ከዶክተር ክብሮም በደስታ የሰከረ ኢሜይል ጋር ነው ከዚሁ ምንጭ የተላከለት። በፎቶውም ላይ መላኩን ጨርቁን ሊያስጥሉ የሚችሉ ክሥተቶች የሚታዩ ሲሆኑ ... አንዱ ቀለበት ስትቀበዪ ሁለተኛው ደግሞ ዶክተሩ አንቺን ከንፈርሽ ላይ ሲስምሽ የሚያሳይ ነው። በተጨማሪም እዚህ አንቺን ሰርፕራይዝ ለማድረግ ተብሎ በመጣ ጊዜ ይሄው ምንጭ ነገሩን አጋኖ በመናገር የመላኩን አንጀት ሲያሳርር ነበር። አንቺ ያንን ኢሜይል ልከሽ በጣም አስፈላጊ ነገር የምንግርህ አለኝ ስትዪው፣ እሱ ምን መሰለሽ ያሰበው? ኢሜይሉን ከፈለግሽ እይው፤ ልክ ከቀለበቱ ጥቂት ቀን በኋላ ስለሆነ መላኩ ይህንን መርዶ ካንቺ መስማት ካለመፈለጉም ባሻገር ...የሚያደርገውና የሚናገረውን አያውቅም ነበር። እሱም ሌላ ሰው ቢያደርገው አይደንቀኝም ሰሎሜ ግን እንዴት? እያለ እስካሁን እንዳረረ አለ።" አላትና ዝም ሲል ራሷን ይዛ ተነሥታ ወደ መታጠቢያ ቤት ስትሄድ እርሱም ሲከተላት...፡-

"በናትህ ብቻዬን መሆን አለብኝ... እኔ አላምንም ... እኔ አላምንም ... አምላኬ... ይሄ አይታመንም... ክብሮም ... ስንክሳር ... ኦ አምላኬ...!" እያለች ማርቆስ እንዲመለስ በጇ ምልክት ሰጥታው ሮጣ ወደ መታጠቢያ ቤት ገባች። የፈጠረባት ስሜት በጣም ጠንካራና ጥልቅ ስለነበር አቅለሽልሾ አስመለሳት፣ ከዚያም ፊቷን ታጥባ ራሷን ለማረጋጋት ሞክራ ብትመጣም... ድርቅ እንዳለች ናት።

"ይቅርታ ... እኔም ይሄንን አላሰብኩም ነበር... እና ክብሮም የምር ቀለበት አስሮልሻል...? አሁንም ለመጋባት ታስባላችሁ? ምንድነው እስኪ ንገሪኝ... ብዙ ነገር አልገባኝም?" ሲል፣ በጇ ዝም እንዲል ምልክት ሰጥታው ማሰብ ጀመረች። ከአንድ ሰዓት ይልቅ ከረዘሙ አምስት ደቂቃዎች በኋላ የሆነውን ነገር ሁሉ ነገረችው። አሁን ያሉበትን ሁኔታም ስትነግረው የምር ደነገጠ። ሁለት ሳምንት ያህል ቢቆይ ነገሮች ምን ሊመስሉ እንደሚችሉ ሲያስብ ዘገነነው።

ቀስ እያለች ተረጋጋችና ነገሮችን በዝርዝር እሷ አሜሪካ ከሄደች ጀምሮ ያሉትን ነገር እየጠየቀችው ያስረዳት ጀመር። አሁንም በህልም እንጂ በእውን ያለች አልመስል አላት። ቁርስ መብላት የሚለውንም ሐሳባቸውን ትተው እዚያው እያወሩ ሳያውቁት ነበር ምሳ ሰዓት የደረሰው።

"እና አሁን ምንድነው የሚደረገው? መላኩ ሰምቷል ይህን ሁሉ ጉድ?...እኔንጃ አሁንስ የቱንም እንደማምን ግራ ነው የገባኝ... ወይኔ ምን ነካኝ?... እኔ ግን ስንክሳር ይህን ሁሉ ታደርጋለች ብዬ በህልሜም በውኔም አስቤ አላውቅም። ወይኔ ቤቢዬ እሱ ቢኖር ይሄ ሁሉም አይሆንም ነበር...እሱ የሞተ ቀን ነው የሞትኩት..." ብላ በሰበቡ ልቅሶዋን አደሰችው

"ምን እንደሚደረግ እርግጠኛ አይደለሁም። ብዙ የማላውቃቸው ነገሮች ስለነበሩ አንቺን ሳላናግር መላኩን ማናገር አልፈለግሁም። አንድም ስንክሳርን ተጣልቶ ከዚህ ያለውን ሳንጨርስ ነገሩን እንዳያበላሸው ስለፈራሁ ነው። ሌላው ደግሞ ነገሩን ስናስተካክል ስንክሳርም ሆነች ክብሮም የጥፋታቸውን ያህል መማር አለባቸው። ዛሬ እሷ አየር ላይ ነው የምትሆነው። ወደዚህ እየመጣች ነው። መላኩን ተከትላ መጣች እንዳትባል ለማምታታት ነው የሚመስለው።፤ ለዚያ ይመስለኛል ቀደም ብላ የምትመጣው። ምናልባትም ሌላ ዐላማም ይኖራት ይሆናል። እኔንና መላኩን ማጣላት ... እኔንጃ... የሆነ ነገር ... ብቻ። መላኩን ከዚህ አስመርራ አንጠልጥላ ይዛ መሄድ። እኔን እንደማትወደኝ አውቃለሁ። ከመጀመሪያውም ብዙም አላማረችኝም ነበር።" አለ አሁን ሁሉም ነገር በቁጥጥር ሥር እንደሆነ እየተሰማው፣ በሌላ በኩል ደግሞ ቀጥሎ ምን ማድረግ እንዳለበት እያሰበ፡፡

"አህ ማይ ጋድ ምን ዐይነቷ መርዝ ናት!... ባንድ ጊዜ እኮ ነው ቤተ ሰቡን ሁሉ እጇ ውስጥ ያደረገችው። እኔ አሁንም ሌላ ስንክሳር ውስጧ ከሌለች በቀር እኔ የማቃት ስንስክሳር አትመስለኝም ይህን ሁሉ ያደረገችው። ያ ደግሞ ... ቆይ .. እኔ እኮ ፎቶው፣ ግርግሩ ሲበዛብኝ ጭብርብር ነው ያደረገኝ። ደግሞ ከፈለግሽ እናጥፋው ብሎ እኮ ከካሜራው ላይ አጥፍቶታል። ለካ አጅሬ የልቡን አድርሶልኝ ነው! አሁን ደውዬ ... ልኩን ነው የምነግረው ... የሥራውን መቀበል አለበት" አለች በንዴት ስልኳን እያወጣች።

"ቆይ ቆይ ... እንደሱ አይደለም ... አሁን ይሄ ሁሉ የማን ጥንስስና ውጥን እንደሆነ ማወቅ አለብን። ሲመስለኝ እሷ ናት እሱንም እጁን ጠምዝዛ ያስገባችው..." ብሎ ሳይጨርስ፣ "ማርክ አንተ ደግሞ ታበዛዋለህ ... እሱስ ቢሆን የኩላሊት ሃኪም የሆነው ሎተሪ ወጥቶለት ነው?... እንደዚህ አጭበርብሮ ሊያገባኝ አልነበረም? ... የተማረ ሰው እንዲህ ሲሆን እንዴት ያስጠላል..! ግድ የለህም አሁኑኑ ልደውልለት... ምን እንደሚል ጉዱን ልስማለት" ስትል...፣ "ቆይ እኔ አሳይሻለሁ ምን እንደምናደርግ። ትንሽ ከተረጋጋን በኋላ የሚያስፈልገውን መረጃ ሁሉ ከሰበሰብን በኋላ እንደውልለታለን። ስፒከር ላይ አደርገውና እኔ ያንቺና የመላኩ ጓደኛ እንደሆንኩ ነገሬው እናግረዋለሁ። ማናገሩን ለኔ ተዪልኝ። ምን እንደሚል እንሰማለን። አየሽ ሌላ የማናውቀው ነገርም ካለ የምናውቀውን ተጠቅመን እናወጣጣዋለን፤... ደግሞም ሲነቃበት ምን እንደሚል ማወቁም ይጠቅማል። አንቺ ተሳፋሪ ነሽ ሾፌር ለመሆን አትሞክሪ። ወይም በቃ የለሽም እዚህ... እንደ ማለት

ነው እሺ? ደግሞ የምናደርገውን የስልክ ንግግር ሁሉ እንቀዳዋለን።" አላትና ዕቅዱን በዝርዝር አስረድቶአት ቁጥሩን ከሷ ላይ ወሰደ። ከዚያም በጥንቃቄ ስለ ክብሮምና ስለሷ ቤተሰቦች በሷና በክብሮም መካከል ስለሆነው ነገር ሁሉ ዝርዝር ነገሮችን እየጠየቃት ተረዳ።

ምሳ በልተው ለቡና ወደ አብርሃ ካስትል ሄደው ጸጥ ያለ ጥግ ቦታ ተቀምጠው እንዴት አድርገው ክብሮምን ማናገር እንዳለባቸው ተማከሩ። የማርቆስ ዕቅድ ከጠበቀችው ውጪ ስለሆነ የሚያደርገውን ለማየት ብቻ ተስማምታ ክብሮም ጋ ደወሉ። ሰሎሜ ግን አሁንም ድንጋጤውና ግራ መጋባቱ አልለቀቃትም። ንዴትና ቁጭት ደግሞ ቀስ እያለ በደሟ ውስጥ እየናኘ ነው። ሁለቴ ደጋግሞ ከደወለ በኋላ ስልኩን አነስቶ ሃሎ ሲል፡-

"ሄሎ ዶክተር ክብሮም?" አለ ማርቆስ ረጋ ብሎ፡፡

"የስ ምን ልርዳዎ?" አለ በእንግሊዘኛ፡፡

"ይቅርታ ጥጋቡ እባላለሁ። ከኢትዮጵያ ነው የምደውለው። የሰሎሜ ጓደኛ ነኝ። በጣም ስለምፈልግህ አሁን ላናግርህ እችላለሁ? ላንድ ጥብቅ ጉዳይ ፈልጌህ ነው። ጊዜ አይሰጥም፤ ምናልባትም ከዚህ በኋላ መደወል ላልችል እችላለሁ።" አለ ድርቅ ባለ ድምፅ፡፡

"እሺ እሺ እችላለሁ ምነው ሰላም አይደለም እንዴ?" አለ ደንገጥ ብሎ፡፡

"ሰ-ላ-ም ነው ሰ-ላ-ም ነው... ግን ትንሽ ችግር ያለ ይመስለኛል..." ብሎ ዝም ሲል፡-

"ምን ምን ችግር.. ሰሎሜ ደኅና አይደለችም እንዴ? ምን ችግር አለ?" አለ አሁንም መደንገጡ እየጨመረ።

"ዝርዝሩን ከመነጋገራችን በፊት ነገሩን ባጭሩ ልንገርህ እንግዲህ፤ ... እንዳልኩህ ከሰሎሜ ጋር ወዳጆች ነን። መላኩንም አውቀዋለሁ። አንድ ሰው ሰሞኑን ካንተ ወደ ስንክሳር የተላከ አንድ ኢሜይል አብረው ከተያያዙ ፎቶዎች ጋ አንድ ላይ አያይዞ ላከልኝ። አንተ ሰሎሜን ለጋብቻ የምትጠይቅ ይመስላል፤ ቀለበት ስታደርግላትና ስትስማትም ያሳያል። ከዚያ ጋር ያለውን አንተና ስንክሳር ሰሎሜን ከጓደኛዋ ከመላኩ ጋር ለማለያየት ያቀዳችሁትን ዕቅድ የያዘ አንዳንድ መረጃም አግኝቻለሁ። እኔ ደግሞ ሁለቱም በዚህ ጉዳይ እየተሠቃዩ እንዳሉ አውቃለሁ። ለዚሁ ብለህ በቅርቡ ኢትዮጵያ መጥተህ ነበር አሉ። ቤተ ሰቦቿም እንደሚቀርቡህና አንተም በተለይ የታላቅ ወንድሟ የቅርብ ጓደኛ እንደሆንክ ሰምቻለሁ። አሁን ሰሎሜም ሥራዋን ትታ ወደ ችካጎ ለመምጣት እንደተስማማችና ጭራሽም ካንተ ጋር ልትጋቡ ዳር ዳር እያላችሁ እንዳለ ደርሼበታለሁ። ይህንን ሁሉ ተንኰል ሰሎሜ ምንም አታውቅም።

"እሷም መላኩን እንድትጠላ ያደረጋችሁትን ሁሉ ደርሼበታለሁ... ማለቴ ስለ ሶፊያና ስለ መላኩ የፈጠራችሁትን ወሬ። ዛሬም ስንክሳር አየር ላይ እንዳለችና ወደ አዲሳባ ለመምጣት መንገድ ላይ ናት አሉ። ደግሞም እዚህ ስትመጣ ምን እንዳቀዳችሁ ... ማለት ሶፊያንና መላኩን በተመለከተ ደርሼበታለሁ። ብዙም ስለማታውቀኝ ማነው ብለህ አትመራመር። ይጎዳህ ይሆናል እንጂ አይጠቅምህም። የዶክተር ሥራው በሽተኛን ማከም ይመስለኝ ነበር።... አንተ ግን በራስ ወዳድነት ጤነኞቹን ሰዎች በሽታ ላይ እየጣልሃቸው ነው። በርግጥ ብዙ የኩላሊት ሃኪሞች በኩላሊት ዘረፋ ላይ እንደሚሳተፉ አውቃለሁ።... ያንተ ግን በዛ! ... ሰው ከነነፍሱ መዝረፍ ተገቢ ነው እንዴ ዶክተር ?" ብሎ ዝም አለ። ማርቆስ ትንፋሹን ሲሰበስብ ሰሎሜ ድርቅ እንዳለች በጉጉት ነገሩን መከታተሏን ቀጠለች።

በድንጋጤ የራደው ክብሮም ...፣ "ማነህ አንተ? ምንድነው የምትፈልገው? ምንድነው? እኔ አላውቅህም! ማነህ አንተ? ... ምንም ስለምትለው የማውቀው የለም። የማይገባ ነገር ነው የምታወራው።" እያለ ሲርበተበት ... ሰሎሜም ጭንቅላቷን እያወዛወዘች እንደበድን ሆና ትሰማለች፡፡

"ተው እንጂ ዶክተር። ምንም ካልገባህ ምን ይደረጋል እንግዲህ? ያው ሰሎሜንና መላኩን ማናገር ነዋ ያለኝ አማራጭ። ከኔ ጋር የምንግባባ መስሎኝ ነበር። ምርጫው ያንተ ነው። አለበለዚያ ቀላል ነው። ይሄ ሁሉ ጉድ ይገለጣል። ቀላሉ መንገድ ግን አንተና ስንክሳር ሆናችሁ እኔ የምፈልገውን ማድረግ ነው። አንተም እንደ ዶክተርነትህ፣ እሷም ነጋዴ አይደለች?... እንስማማ... ሁሉም ነገር ከሰዎች እይታ እንዲርቅ ይደረጋል፡፡ አንተም ህልምህን ታቅፋለህ፣ እሷም የልጅነት ወዳጇን... እኔም የደከምኩበትን ፍሬ...ይስማማሃል..? በነገራችን ላይ ብዙ ማውራት አልወድም። ዝም ብለህ የምትንቦዣቦዥ ከሆነ ስልኩን ልዘጋው ነው።" አለው አሁንም በደረቅ ድምፅ፡፡

" እንዴ ኧረ ቆይ ... ቆይ እንጂ ... ምን ዐይነቱ ሰው ነው ባካችሁ? እሺ ምንድነው የምትፈልገው? ገንዘብ ነው ምንድነው?...የምትፈልገውን ተናገር በቃ..." አለ አሁንም እየተርበተበተ፡፡

"ፎቶውን አይቼ በጣም ነው የተገረምኩት ልጅቷ ላይ እንደመዥገር አይደል እንዴ የተጣበቅህባት! እኔ ምለው ከስንክሳር ጋር የሠራችሁት ዕቅዳችሁ ግን አስገራሚ ነው። ማለቴ እሷም አንተም የፈለጋችሁትን ለማግኘት ምን ቀራችሁ? ... እስኪ ምን እንደምፈልግ ከመናገሬ በፊት... ይህንን ዕቅድ አንተ ነህ እሷ የወጠናችሁት...? ለነገሩ እሷ ትመስላለች.. አሳሳምህም ሲታይ ያን ያህል ብልጣብልጥ አትመስልም። ጭንቅላትህ ለህክምና እንጂ ለዚህ አይነት ተንኮል መፈብረኪያ የተሠራም አይመስልም። ደግሞ አትርበድበድ!.. ወንድ ልጅ አይደለህም እንዴ...?"

"እሷ ናት ለዚህ ሁሉ ያበቃችኝ። እና አሁን አንተ ምንድነው የምትፈልገው? ይህንን ሁሉ ነገር እንዴት ልታውቅ ቻልክ? አንተ እውነተኛ ሰው ለመሆንህ ምን ማረጋገጫ አለኝ? ለምን አምንሃለሁ?" እያለ አሁንም ጥያቄውን አከታትሎ አቀረበ፡፡

"ምንም ማረጋገጫ የለህም። ልክ አንተ የምትፈልገው ነገር እንዳለ ሁሉ እኔም አለኝ። አንተም የምትፈልገውን ታገኛለህ፣ እኔም እንደዚያው። እኔ ብዙም አያስጨንቀኝ። እንዳልኩህ አንተ ካልፈለግህ እነመላኩና ሰሎሜ ጋ መሄዴ ነው። አሁንስ የዚህ ሁሉ ዕቅድ ደራሲ ስንክሳር መሆኗን በምን አውቃለሁ? ምን ማስረጃ አለህ?" አለ አሁንም የዕቅዳቸውን ዝርዝር ለማውጣጣትና እንዴት በነገሩ ውስጥ እንዳስገባችው ለማወቅ።

"መላኩ ለሰሎሜ የላከውን ደብዳቤ አንብባልኛለች። ያው እዚህና ኢትዮጵያ እየተመላለሰች እንዴት ዕቅዱን እንደምታሳካ አስረዳችኝ። እኔ ምንም ባላደርግም እሷ ያሰበችውን ከማድረግ እንደማትመለስ ስትነግረኝ ነው እዚህ ጉድ ውስጥ የገባሁት። እሺ አሁን ምንድነው የምትፈልገው?" አለ አሁንም ሐሳቡም ንግግሩም እንደተዘበራረቀ።

"የምፈልገው… እምም … በቃ እያንዳንዳችሁ አምሳ አምሳ ሺህ ዶላር … መቶ ሺህ ዶላር… ይበቃችኋል።" ብሎ ዝም አለ፡፡

"ኧረ አምላኬ ምን ዐይነቱ ነው ይሄ ሰው!.. የኔ ወንድም … አይበዛም …ደግሞስ ብሩን ከፍለን … ነገሩ እንደማይወጣ ምን ማረጋገጫ እናገኛለን?" አለ ስንክሳር አውሮፕላን ላይ መሆኗ እያንገበገበው። አሁን እሷን ማማከር አይችልም። ደግሞም እሷ መስላዋለች እየተጫወተችበት ያለችው።

"ለሰሎሜ አምሳ ሺህ ዶላር ይበዛል አልክ። ታዲያ አንተ ምኑን ዶክተር ነህ … ? የምትነዳው ሊንከን እንኳ ከአምሳ ሺህ ዶላር በላይ ነው። በል አሁን እሺ ወይም እምቢ … ነው መልሱ። እምቢ ካልክም ችግር የለም … ጠቅላላ ሪፖርቱን ወይ ላንተና ለስንክሳር … ወይ ለመላኩ፣ ለሰሎሜና ለሕያው … መላኬ ነው። ደግሞም ለወይዘሮ ሕይወት … እርሳቸው አይደሉ እናትዬው? አሁኑኑ ኢ-ሜይል ላደርግላቸው እችላለሁ። እምም… ብሩ በዛ ካላችሁም … አንዳንድ ኩላሊት ከሰጣችሁኝ እቀበላለሁ… የሌላ ሰው አይደለም ታዲያ … ያንተና የስንክሳር መሆን አለበት … I like you guys… ሃሃሃሃ ..!" ብሎ አስቀያሚ ሣቅ ሥቆ ዝም ሲለው… የምነዳውን መኪና ሳይቀር ነው ይህ ሰው የሚያውቀው ብሎ ፍርሀቱ የባሰ ጨመረ፡፡

"እንዴ ረጋ በል እንጂ! ትቀልዳለህ እንዴ? ደግሞ …ዐደራ ለነሱ እንዳትልከው በስሕተት። ምን ቀን ነው እዚህ ጣጣ ውስጥ የገባሁት… ባካችሁ?" ብሎ እንቅልፉ ሁሉ ጠፍቶ ከመኝታ ቤቱ ወጥቶ ሳሎን መንጐራደድ ጀመረ።

ሰሎሜ አሁን ከድንጋጤ ወጥታ ነገሩ ያስቃት ጀምሯል፣ ድምጿ እንዳይሰማ እልፍ እያለች ወደ ግድግዳው ዞራ ትስቅና ደግሞ ቀረብ ብላ ትሰማለች።

"እኔ ምልህ ... የዚህ ሁሉ ውጥን አጠንጣኝ እሷ ናታ? ግንኮ ዶክተርዬ... አንተም እኮ ትልቅ ሰው ነህ። ... ራስ ወዳድ ባትሆን ... በእንዲህ ዐይነቱ የከፋት ባቡር ውስጥ አትሳፈርም ነበር... አሃሃሃሃ....!። ሌላው ነገር አፍህን ዘግተህ መቀመጥ አለብህ። እሷ ኢትዮጵያ ስትደርስ ራሴ እናግራታለሁ። ይሄንን ለስንክሳርም ለሰሎሜም ሆነ ... ለማንም መናገር አትችልም ...። ገባህ..!! የገንዘቡን ጉዳይ ስንክሳርንም እንዳንተው ካናገርኳት በኋላ እናወራለን። አንተ አፍህን ከዘጋህ በኔ በኩል ችግር የለም። የሆነ ነገር ከጠረጠርኩ ግን ... ቅድም ላልኩህ ሰዎች ሁሉ ነው ኢሜይሉን የምልከው። ሃ-ሃ-ሃ-ሃ-ሃ... ቀልድ እንዳይመስልህ ... ጸጥ ካልክ ሁሉም እንዳለ ይቀጥላል። ... ሹክ ካልክ ደግሞ ጥጋቡም ይተነፍሳል። መተማመኛህ እሱ ብቻ ነው።" ብሎ መልሱን ሳይጠብቅ ስልኩን ዘጋው ማርቆስ።

ልክ ስልኩን ሲዘጋው ሰሎሜ ከብዙ ወራት በኋላ ለመጀመሪያ ጊዜ ሆዷን ይዛ መሬት ላይ እየተንፈራፈረች ለረጅም ደቂቃ ሣቀች። እጮኻለሁ ብላ የፈራችው ሰሎሜ ሳታስበው አንጀቷ ርሶ ይሁን የክብሮም መንቦጅቦጅ አስገርሞአት ሣቋን ማቆም አልቻለችም። ማርቆስ እንደዚህ ዐይነት ነገር ለመሥራት የሚችል ሰው መሆኑን ፈጽሞ አለማወቋም ነው ያስገረማት። ከዚያም መላኩ እስኪመጣ ምንም ለማንም እንዳትናገር ነግሮአት የሚቀጥለውን ዕቅዳቸውን ተነጋግረውና ተስማምተው ይህንን በዚህ ተዉት፤ ለጊዜው። የተቀዳውን እንደገና መስማት እንደምትፈልግ ስለ ጠየቀችው ላፕቶፑ ላይ አድርጎት ለሷም እያይዞ ኢ-ሜይል አደረገላት እየቀለደ።

"መቶ ሺህ ብሩን የሚሰጡኝ ይመስልሻል?" አለ በለበጣ ፈገግ ብሎና እጁን ትከሻዋ ላይ አድርጎ "እልጠራጠርም ... ግን አንዳንድ ኩላሊት ቢሰጡህ ምን ልታደርገው ነው?" አለችው በሣቅ እየፈረሰች...፡፡

"ሁለቱም ኩላሊቶች ለሌላው ሽረኛ እና ቀበኛ መቀጣጫ ተደርገው ... ባደባባይ ይሰቀላሉ..." ብሎ ሲሥቅ "እኔ ምልህ አንተን እኮ እኔ እንደዚህ ዐስቤህም አላውቅም... አሁን ይሄ እዚህ ላይ የተቀዳውን ሁሉ ... ምን ብለህ ነው ኮምፒዩተርህ ላይ ሴቭ ያደረግኸው?" ስትለው፡-

"ዜና ማርቆስ ከመቀሌ አብረሃ ካስትል በረንዳ..." ሲላት አሁንም ትንሽ የሚበቃት ሰሎሜ ሳቋን ለቀቀችው። ከዚያም ሒሳባቸውን ከፍለው እየተሣሣቁ ወጡ።

የቀረው ከሰዓት በኋላ ጊዜና ምሽቱ ዘና ያለ ነበር። ወደ ማታ ላይ ወደ ቤት ይዛው ሄዳ ከቤተ ሰቦቿ አስተዋወቀችው። ከዚያም ከትንሹ አጎቷ ጋር አብረው ወጥተው ከተማውን ሲያስሱ አመሹ።

ቁልፉ

ማርቆስ ከመቀሌ ወደ አዲሳባ ከመመለሱ በፊት ከሰሎሜ ጋር ለቁርስ ተገናኝተው ነበር። ባንድ ቀን ደም ግባቷና ፍልቅልቅነቷ ሁሉ የተመለሰ መስሎ ታየው። የአምፖል ውበቱ ከውስጡ የሚወጣው ብርሃኑ ነው። በሚቃጠልበት ጊዜ ለምንም የማይጠቅም፣ የማንንም ዐይን የማይስብ በቀላሉ የሚሰበር ተራ ብርጭቆ ነው የሚሆነው። የሰውም ውበት ከውስጡ በሚፈልቀው የደስታ ፋናና የተስፋ ጨረር እንጂ በፊቱ ቅርጽና በሰውነቱ አሰካክ ብቻ አይደለም። ቁርስ እየበሉ ባንድ ቀን ምን ያህል እንደተለወጠች እያየ በጣም ተገረመ።

ማርቆስም እንደ ትንሽ እንኳ ነው ያሳዘነችው። በሣራ የተቀጨውን በሰሎሜ የተካሰ ስለመሰለው፣ ትልቅ እርካታ ተሰምቶት ነው ወደ አዲሳባ የተመለሰው። ግን አሁንም የዕቅዱን አብዛኛውን ክፍል ገና ስላልጨረሰ ውስጡ ተቅበጥብጦበታል። ሰሎሜ ነገሩን ለማንም ሳትነግር ለራሷ ጠብቃው ምንም እንዳልሆነና እንዳላወቀ እንድትሆን ለማሳመንና የቀረውን ዕቅዱን ለማስረዳት ብዙ ጊዜ ፈጅቶበታል። አንዳንዴም ድሮ የምታውቀው ማርቆስ አልመስል እያላት በግርምት ታየዋለች። እስካሁንም ነገሩን እንዴት ለማንም ሳትናገር የሞኝነት ውሳኔ እንደወሰነች ገርሟታል።

ዕቅዱን በከፊል ከነገራት በኋላ፣ "ግን ለምን ማርክዬ? አሁን ለምን ይሄ ሁሉ ጭንቀት ያስፈልጋል? እነሱ ይህንን ሁሉ ክፋት የሠሩት ይጨነቁበት እንጂ። ዝም ብለን ለመሊ እንንገረውና እሱም ይወቀው ጉዱን። ደግሞ እኮ ይሄ ደረቅ ልጅ ደጋግሞ እየደወለ ነው። እንዴት አድርጌ ነው ከሱ ጋር እንደ ድሮው የማወራው?" ብላ ሲያስረዳት የቆየውን ሁሉ ገና ከውስጧ ባልበረደው የሚገነፍል የቁጭት ስሜቷ ውሃ አፈሰሰችበት።

"ሰሊ ምን መሰለሽ ... በደንብ ስሚኝ ...አሁን በንዴት ብትጮኺባቸው ወይም ብታኰርፊያቸው ግድ የሚሰጣቸው አይምሰልሽ። ያ ለእነርሱ ግድ የሚሰጣቸው ቢሆን ኖሮ መጀመሪያውኑ ይህንን ሁሉ ክፋት አይፈጽሙም ነበር። እ እ ም ... ምን መሰለሽ የሚሆነው... ወይ ሌላ ሰው ላይ ይህንን ይደግሙታል አለበለዚያም ላለመሸነፍ ሌላ ክፋት ይወጥናሉ። ሊረሱት የማይችሉት ትምህርት ሊሰጣቸው ያስፈልጋል። አንዳንድ ሰው በስፒልም ጠቅ ስታደርጊው፣

ልታስተላልፊለት የፈለግሽው ትምህርት ይገባዋል። እንደ ስንክሳር አይነቶቹ ግን ዐሥራ ሁለት ቁጥር ምስማርም ብትሸነክሪባቸውም፣ ተመልሰው ጩቤያቸውን ሲስሉ ነው የምታገኛቸው። ከእንደነዚህ ዐይነት ሰዎች ጋር ስትፋለሚ ስሜትሽ ከነዳሽ ተሸናፊ ነሽ። ልክ እንደ ጐበዝ ካራቴስት ናቸው። በስሜት ጉልበት ተምዘግዝገሽ ወይም ተሸማቀሽ ሲያገኙሽ የራስሽን ኀይል ተጠቅመው ነው እግራቸው ሥር የሚጥሉሽ። ምስጢሩ ስሜትሽን ገዝተሽ የነሱን ስሜት ከቁጥጥራቸው ውጪ እንዲሆን ማድረጉ ላይ ነው። ያንቺ ስሜት ግን ሐሳብሽን ማስዋቢያ እንጂ ማንነትሽን መንጂያ መሆን የለበትም። ስለዚህ ሰከን ማለት አለብሽ።...” አለ አሁንም እንዴት አድርጎ ነገሩን እንደሚያሳያት እየጨነቀው፡፡

“እምም ... እኔ የምልህ እንደዚህ ፈልሰፍሰፍ እንደሚያደርግህ ግን አላውቅም ነበር... እሱማ ገባኝ እኮ ...ገባኝ... ይገርማል!.. ሐሳብን ማስዋቢያ እንጂ ማንነትን መንጂያ ... አልከው ... ተነዳን እንጂ! ልክ እኮ ነው... አሁን ሳስበው ምን ዐይነት ስሕተት እንደሰራሁና ራሴን ዘግቼ ግትር እንደሆንኩ ይገርመኛል ..” ብላ አሁንም የሚለውን መጠበቅ ጀምረች፡፡

“ለማለት የፈለግሁት ሁላችንም ስሜታችን አስተሳሰባችንን ሲገዛ ማሰብ ይሳነንና ለሌሎች ሐሳብ ባሪያ እንሆናለን።” አለና ቆም አለ።

ከጥቂት የጸጥታ ጊዜ በኋላ “አሁን ነገሩን ለመላኩ ብንነግረው ባንድ በኩል ጥሩ ሊሆን ይችላል። አንድም እሱን ከጭንቀት መገላገል ነው፣ በሌላ በኩል ደግሞ የሱንም ሐሳብ ማወቁ መልካም ነው። እኔ ግን የሚመስለኝ በጣም ስሜቱ ስለተጐዳ ይህንን ቢያውቅ አሁን ባለበት ሁኔታ ሰው አይሆንም። ምናልባት እስካሁን ስንክሳር ብዙ ነገር እንዲያምን ስላደረገችው፣ እኛ የምንለውን ለማስካድና የኛ ጠላት አድርጋ ከሷ ጐን እሱን ለማሰለፍ በሷ ጭንቅላት ስልነት አይሳናት ይሆናል። ይህ ደግሞ አላስፈላጊ ቁስለት ነው የሚፈጥረው። ያልጠበቀችውን ነገር ባልጠበቀችው ሰዓት ነው ማፈንዳት ያለብን። ለዚህ ነው ክብሮምም ግራ ገብቶት ራሱን ለማዳን አፉን ዘግቶ እንዲቀመጥ ለማድረግ የሞከርነው። መላኩ እስኪመጣ ድረስ ክብሮም ካንቺ ምንም ፍንጭ ካላገኘና እሷም ላይ ካልተለወጥሽባት ምንም ፍንጭ አይኖራትም።

“ደግሞ መላኩ አልሬዲይ በሣራ ጉዳይ ምን ያህል እንደተጐዳ ማሰብ አለብን። ሊመጣ የቀረውም ሳምንት ምናምን አይደል? አሁን የማይሆን ሪስክ ከምንወስድ፣ እዚሁ መጥቶ አረጋግተነው ብንነግረው ሁሉም ነገር በታሰበው መልክ ይሄዳል። ነገሩን እኮ መዘጋጋት ቀላል ነው። ማለቴ ስንክሳርን አየር ማረፊያ ተቀብሎ ልክ ልኳን ነግሮ ማሰናበት፣ ክብሮምንም ደውሎ እንደዚያው። ግን እየሽ የማይረሱትን ትምህርት ካልሰጠናቸው ነገም ያው ናቸው። ሰዎች ደግሞ የስሜታቸውን አሸንዳ በማይቆጣጠሩት መንገድ ከከፈትሽው በኋላ

ስታስተምሪያቸው፣ ትምህርቱ ከጭንቅላታቸው የማይጠፋ የሕይወት ዘመን ማኅተም ሆኖ ነው የሚቀረው።" ብሎ ለረጅም ጊዜ እጁ ላይ የቆየውን ጉርሻ ወደ ሳሕኑ መልሶ አዲስ ጉርሻ ማዘጋጀት ጀመረ።

"እም ... ም አንተ ግን የምትገርም ሰው ነህ! ... እኔ ግን እንደዚህ ዐይነት ማንነትህን ፈጽሞ አላውቅም። መሊም ሲያወራ ሰምቼው አላውቅም ... ትናንትና እኮ በቃ ... ፊልም ነው የመሰለኝ የሠራኸው ሥራ ሁሉ... እንዴት ...? ማለቴ የት ተማርከው?" አለች አሁንም መገረሚ እያስታወቀባትና መላኩን እንደገና መሊ ብላ መጥራቷን እንኳ ልብ ሳትል፡፡

"አየሽ ሰሊ እንደዚህ ዐይነት ነገሮችን በትምህርት ሳይሆን በኑሮ ትምህርት ቤት መራር የሆኑ ነገሮች በሕይወትሽ ሲያልፉ፣ ፈቃደኛ ከሆንሽ የምትማሪያቸው ብቻ ናቸው... ። እኔም እንግሊዝ አገር በነበርኩ ጊዜ በጣም በጣም የምወዳት ልጅ ነበረች። ያው አሁን ሲገባኝ እንዲሁ ባሕርዩ እንደ ስንክሳር ዐይነት የሆነ ጓደኛዬ ነበር ምክንያቱ። የሱ ምናልባት ከሷ የሚለየው ቅናትና የሰውን ሕይወትና ስኬት ማወክ ደስታ የሚሰጡት ልጅ መሆኑ ነበር። ክፋቱ ደግሞ ከሚገባው በላይ ሻርፕ ጭንቅላትና ድንጋዩን ዳቦ ነው ብሎ ማሳመን የሚችል አንደበት የነበረው ልጅ መሆኑ ነው። የጓደኛዬን የማርታን እኅት ይወዳት ነበር። ማርታ ግን የምትገርምሽ ስማርት ልጅ ናትና ባንዴ ልጅቷን ሊጠቀምባት እንጂ እንደማይሆናት ገብቷት ነበር። ስለዚህ ታናሽ እኅቷን ከሱ መንጋጋ አውጥታ አተረፈቻት።

"ይሄ መበለጡ ለካ አንጀቱን አድብኖት ኖሮ ባላሰበችው በኩል መጣባት። የኔ ጓደኛ ሆኖ ስለቀረባትና የሌለውን ጥሩ ገጽታ ስላሳያት በቃ ትንሽ አመነችው። በኋላ ጥሩ ሰው መስሎ ለመታየት ባሳየው የማይታመን አክሮባት ከእኅቷ ጋር ስላለያየቻቸውም ትንሽ ሳይቆጫት አልቀረም። አሁን ልነግርሽ ጊዜ የለኝም እንጂ፣ አንድ ዓመት ሙሉ የፈጀ የተወሳሰበ መረቡን ዘርግቶ እሷን በእኔ ላይ፣ እኔን በእሷ ላይ ልባችንን አስከፋው። ምንም መነጋገር እንኳ እስከማንችል ጥላቻን በመካከላችን ዘርቶ ሲጨርስ የክብሮም ቢጤ ከሆነ አንድ ጓደኛችን ጋር አጠላለፋት። እኔ ከገባሁበት ማጥ ለመውጣት አራት አመት ነው የወሰደብኝ። ልክ ልጁን አግብታ የመጀመሪያ ልጇን ልትወልድ ሦስት ወር ሲቀራት ያደረገውን ሁሉ ዘርዝሮ ለምን እንዳደረገው ጨምሮ ጻፈላት። ያኔ እሱ ካናዳ ገብቶ ነበር። እንደ ዕብድ እያደረጋት ወረቀቱን ይዛ እኔ ጋ መጣች። ነገር ግን ያኔ እኔ የዘቀጠ ሕይወት ውስጥ ገብቼ ጉዳዬም አልነበረም። ብወዳትም ወረቀቱን ፊቷ ላይ ወርውሬው ነበር የተለየሁዋት። አየሽ ሣራን ከምንተስኖት እጅ፣ ማርታንም ከዚያ ከይሲ እጅ የሚታደግ ቢኖር፣ ዓለም ምን ዐይነት የተሻለች ቦታ ልትሆን እንደምትችል? ስንክሳር ደግሞ የሱ ሴት መንትያ ነው የምትመስለኝ። ስሟ ራሱ እኮ ነው የሚቀፈኝ ... ለምን እንደሆነ አላውቅም። " ብሎ ስሜቱ ሳይታወቀው እየጋለ መጣ ... ከዚያም እጁን እያፍተለተለ ዝም አለ፡፡

"ኦህ ማይ ጋድ ... ከዛስ ምን ሆነች ማርታ በናትህ... አሁን የት ነች...?" አለች ታሪኩ ላይ ተጠምዳ መብላቷንም አቁማ፡፡

"ማርታ የት እንዳለች አሁን አላውቅም። ነገር ግን ከዚያ መቀመቅ ውስጥ እኔን ለማውጣት የረዳኝ መሌ ነበር። ከኔ ጋር ሁለት ዓመት ሙሉ አልቅሶ እንቅልፍ አጥቶ ነው በመጨረሻም ይሄው አሁን የሆንኩትን የሆንኩት። ማርታ የት ናት ላልሽኝ ... መልሱ ማርታ አንቺ ነሽ... ማርታ ሣራ ናት ... ማርታ መላኩ ነው። ክፋት ደግነትን የሚበልጠው እኮ ለበጎ ነገር የሚጋደሉ መልካም ሰዎች ስለተልፈሰፈሱ እንጂ እንደ ስንክሳር ዐይነት ሰዎች ስለ በረቱ እንዳይመስልሽ... አሁን ተረሳኝ እንጂ በናዚ ጀርመን ጊዜም አንድ የታወቀ ሰው ከዚህ ጋር የሚቀራረብ አባባል ብሎ ነበር። አሁን ይህንን ለማረጋገጥና ለማሳየት ነው ጥረታችንና ዕቅዳችን።" አለ በረጅሙ እየተነፈሰ፡፡

"ገባኝ ... እሺ ... ገባኝ ... ዋው ... ማርክዬ ... አም ሶ ሶሪ የኔ ጌታ ... ይህንን ሁሉ አላውቅም ነበር ... ምን ያህል እንደማከብርህና ነፍሴ እንደ ባለውለታዋ እንደምታይህ አታውቅም..." ብላ እንባዋ እንዳይወጣ ፊቷን በሁለት እጇ ይዛ ዝም አለች፡፡ ማርቆስ ባይመጣና ከክብሮም ጋር ከተጋቡ በኋላ ወይም ስንክሳር መላኩን የራሷ ካደረገች በኋላ እውነቱን ብታውቀው ኖሮ ምን ልትሆን እንደምትችል በማሰብ።

"ያ ሰሊዬ ... አሁን ሰዓቱም እየደረሰ ነው... እንግዲህ ለማንም ላክስትሽም ... ለስንክሳርም .. ለክብሮምም .. ለቤተ ሰቦችሽም ... መናገርም ሆነ ምንም ዐይነት ለውጥ ማሳየት የለብሽም... በቃ እኔም አልመጣሁም ነበር አሉ ... ማለቴ አክስትሽ ብቻ ታውቃለች ... ለአክስትሽም ቢሆን እንዳላመንሽኝና ካንገት በላይ እንዳናገርሽኝ ንገሪያት... አይ ኖው መዋሸት ነው፤ ... ግን ከፈለግሽ መናገር አልፈልግም ብለሽ መዝጋትም ትችያለሽ ... ገባሽ አይደል ...?" አለ ትከሻዋን እየነቀነቀ ፈገግ ብሎ ለመሄድ እየተነሣ ... እሷም ተነሥታ እያወሩ ወጥተው ትንሹ አጎቷ በላከላቸው መኪና ተያይዘው አውሮፕላን ጣቢያ አድርሳው ተመለሰች። ከሱ ተለይታ ትንሽ እንደቆየ ነበር በየሰዓቱ የሚደውለው የክብሮም ስልክ የተንጫረረው። ትንፋሿን ሰብስባ ከተረጋጋች በኋላ፡-

"ሄይ ክብርሽ ... በጣም ይቅርታ ሰላም ነው? ምንም መመለስ የማልችልበት ሁኔታ ውስጥ ሆኜ እኮ ነው። እንዴት አለህልኝ? ... " አለች የማትችልበትን ድራማ በግዷ እየሠራች። ብስጭቷ ሊመጣባት ሲል ማርቆስ ያደረገውን አስባ እንደምንም ፈገግ አለች፡፡

"ኦህ ማይ ጋድ... እንዴት እንደ ተጨነቅሁ... እኔማ እኮ ስልክሽ ደጋግሞ እየጠራ ሳታነሺ ስትቀሪ የሆነ ነገር የሆንሽ መስሎኝ... ኦህ ጋድ... " ብሎ አሁንም ከላይ ከላይ መተንፈሱን ቀጠለ፡፡

“እንዴ ክብርሽ ደኅና አይደለህም እንዴ? ምን ሆነሃል..?” አለች ለሁሉም ተራ አለው ብላ በማሰብ። አሁንም ሣቋ እየመጣባት። ትናንትና ከማርቆስ ጋር ያወራው ጉዳይ ምን ያህል እንዳናወጠው መረዳት ችላለች። የማርቆስ ትምህርት ቤት ሥራ ጀምሮአል ብላ አሰበች።

“አይ ኖው ... አይ ዶኖ.. በጣም መጥፎ ህልም አይቼ... በቃ ደንግጬ ነበር... መሰለኝ... አንቺ ጋ ግን ሁሉ ሰላም ነው?” አለ አሁንም ነገሩ ያልታወቀበት ይመስል። እውነቱን ነው ህልም ወይም ቅዠት ይበለው እንጂ ሌላ ምን ሊባል ይችላል።

“አህ ... እኔ ደኅና ነኝ ... ያው የአዲሱን ፕሮጀክት ዳይሬክተር እያሠለጠንኩ ነው... ምንም አዲስ ነገር የለም። ቤትም ደውለውልኝ ነበር ...ማታ። ምንድነው እንደዚህ የረበሸህ ህልም... ሃኪምም በህልም ያምናል እንዴ?” አለች ነገሩን ለማቅለል እየሞከረች፡፡

“አይ ዶኖ ... በጣም ነው የረበሸኝ ... ይቅር ተይው እሱን... ዝም ብሎ ነው... ዝም ብዬ በቂ እንቅልፍም ስላልተኛሁ ይሆናል ሰሞኑን...” አለና ነገሩን እሱም ቀለል ለማድረግ ሞከረ። አቤት ውሸት! ብላ በልቧ ፈገግ እያለች።

“ኧረ አይዞን ... ይልቁንስ የትኛውን ቤት እንደምትገዛ ወሰንክ? ለማሚስ አሳየሃት እንዴ? መጥቼ እስከማየው ነው የቸኮልኩት ...” አለችው አሁንም የበለጠ እያረጋጋችው። አሁን የሱም ውሸት ስላናደዳት እሷም ድራማውን አቀላጥፋ መሥራቷን ቀጥላለች።

“ሲነጋ ከሰዓት በኋላ ነው የምሄደው። ኡፍፍፍ... ጋሽ ... አሁን መተኛት እችላለሁ። ቤት ሰላም ናችሁ? ስንኪም እኮ በናንተ ዛሬ ማታ ነው የምትገባው። ዕቃ ልኬልሻለሁ፤ ወይ በሰው ትልክልሻለች ወይ ደግሞ እኔም ናፍቃኛለች ሄጄ አያታለሁ ብላለች። እስኪ ከተገናኛችሁ አብራችሁ ደውሉልኝ...” አለ ትንሽ ትንፋሹ መለስ ብሎ፡፡

“እሺ አይ ኧረ እሷ መምጣት አያስፈልጋትም። እኔም እነሶስናም አክስቴም ናፍቀውኛል፤ እዚህም ሥራው እያለቀ ስለሆነ ራሴ ሄጄ አገኛታለሁ። በል አሁን አረፍ በል የኔ ጌታ ... ወይ ጠዋት ሲነጋ ደውል። አረፍ በል ክብርሽ።” አለችው፡፡

“እሺ የኔ ቆንጆ ... አይ ላቭ ዩ... ቻው” ሲል

“እሺ የኔ ጌታ...” ብላ እንዲሁም እኔ የሚለውን ማለት ስላልቻለች ስልኩን አረፍተ ነገሯ ሳያልቅ ዘጋችው። ከዚያም ብራቮ ሰሎሜ ... አሪፍ አክተር ይወጣሻል

ብላ ለራሷ እጇን በማወናጨፍ የሞራል ድጋፍ ሰጠች። አሁን ለክብሮም ያላት ነገር ሁሉ እንደ ፍቅረኛ ብቻ ሳይሆን እንደ ሰውም ተሟጠጠ። ቀንድ ያበቀለ ራስ ወዳድ አውሬ መስሎ ታያት። ማርቆስ እንዳለው ዐሥራ ሁለት ቁጥር ምስማር ካልሆነ፣ ከልባቸው ደርሶ ተገቢውን ትምህርት ሊያስተምራቸው የሚችል ሌላ ነገር ሊኖር አይችልም አለች ለራሷ።

ማርቆስ ከቦሌ መጀመሪያ በቀጥታ ቢሮ ሄዶ አስቸኳይ ነገሮችን ሁሉ ጨራርሶ ከምክትል ዳይሬክተሩ ጋር አጭር ስብሰባ ማድረግ ነበረበት። ከዚያም በኋላ የሰሎሜ አክስት ጋ ደውሎ በሰላም እንደመጣ ሰሎሜን ሊያሳምናት እንዳልቻለና ለማንኛውም እሱ የነገራትን ነገር እስከታብላላው ጊዜ ለመስጠት ዝም ማለት እንደሚሻል ነገራት። ስለዚህ እነሱም እንዳላወቁ እንደድሮው እንዲሆኑ ብቻና ከእናቷና ከቤተ ሰቦቿም ጋር ምንም የተለየ ነገር ላለማውራት ተስማሙ።

ሶፊያም በግል ጉዳይዋ ኦሎምፒያ አካባቢ ስለነበረች ለምሳ ተቃጥረው ተገናኙና ተያይዘው ሄዱ። ክትፎ፡አምሮኛል ስላለች ዮሃንስ ክትፎ ቤት ነበር የበሉት። የሆነውን ሁሉ አንድ ባንድ ሲነግራት አፏን ከፍታ ነበር የሰማችው። የስልኩንም ነገር ሲነግራት፣ “አንተ ... እንደዚህ ዐይነት ተንኰለኛ መሆንህን አላውቅም ነበር። ዎው ... ማርክ ... እና ሰሎሜ እሺ አለች ዕቅዱን ሁሉ? ደግሞስ በቀላሉ አመነችህ? ማለቴ በጣም ታስቸግርሃለች ጭራሽም አታናግርህም ብዬ ፈርቼ ነበር። እምላኬ ጸሎቴን ሰማኝ ማለት ነው። ግን እንዴት ነች?”

“በጣም ነው የተጐዳችው። ደግነቱ በቃ ትንሽ ብንቆይ ኖሮ ሁሉም ነገር ይበላሽ ነበር። በጊዜ ነው ነገሩን የደረስንበት። አሁን ደኅና ትመስላለች። ከገባሁም በኋላ ክብሮም ደውሎ እንዳናገረችውና እንዳረጋጋችው ነው የነገረችኝ። ስለዚህ አሁን ደኅና ናት ማለት ነው።” አለ ተንፈስ ብሎ።

“እኔ ግን የስንክሳር ጭንቅላት ከግምት በላይ ነው የሆነብኝ። ምናለ ለጥሩ ነገር ብትጠቀምበት? አሷም እኮ ዛሬ ማታ ነው የምትገባው አይደል? ምን ልታደርግ አሰብክ መላኩ እስኪመጣ ታዲያ?” አለች አሁንም ግራ ገብቷት በማርቆስ ዕቅድ። የዕቅዱን ዝርዝር ለማንም ሙሉ ለሙሉ አልተናገረም።

“ምንም ... አላደርግም ከፈለገችኝ አገኛታለሁ። ያው አዲስ ነገር ያቀደችው ካለም በቅርብ ርቀት እያየን ከቁጥጥር ውጪ እንዳይሆን መከታተል ነው። ሌላው ደግሞ ሰሎሜን ማገዝ። መላኩን ባለበት ነገሩን እንዳያውቅ መከላከል፡፡ የክብሮምን አፍ ሸብቦ ማቆየት... መሰለኝ... ሌላ አሳብ አለሽ..?” አለ ዘና ብሎ፡፡

“ኧረ ምንም ... እና ታዲያ እኔ ባገኛት ችግር አለው?... ምን እንዳደርግ ትፈልጋለህ?” አለች አሁንም ማርቆስን በመገረም እያየችው፡፡

“ምንም ችግር የለም። ያው እንደ ድሮው ሁኚላት .. ምናልባት ሌላ

ያሰበቻቸው ነገሮችም ይኖሩ ይሆናል። አለ አይደል ላይክ ... አንቺንና እኔን ወይም መላኩን ማበጣበጥ። ከዚያ መላኩን ብቸኛ አድርጋ ስትጨርስ እሱን በጁ ማስገባት ምናምን... የሆነ ልብሽ የሚጠረጥረው ነገር ካለ ሳትንቂ ንገሪኝ..” አለ የመጨረሻዋን ጉርሻ እንደተለመደው ሊያጉርሳት እጁን እየዘረጋ። ልትቀበለው አፏን ስትከፍት ጉርሻውን መልሶ ትሪው ላይ አድርጎ እየፈታታ፣ “አሁን ከባድ ጥንቃቄ የሚጠይቅ ሥራ ስለሆነ የሰጠሁሽ ማንንም ማመን የለብሽም። መጀመሪያ እጁን ከያዝሽ በኋላ ጉርሻዋን አገላብጠሽ ማየት ... ከዛ ትክክለኛ ጉርሻ መሆኗን አረጋግጠሽ ነው መጉረስ ያለብሽ። ስንክሳር ይዛልሽ የምትመጣውን ጉርሻ ስለማታውቂ ጥንቃቄ ያስፈልጋል ነው ጠቅላላ ሐሳቡ ..ኦኬይ..” ብሎ ከጉርሻው ውስጥ ያለውን የተጠቀለለ የኮባ ቅጠል አውጥቶ ሲያስተካክል በጥንቃቄ ስታየው ቆይታ ሊያጉርሳት ሲል እጁን ይዛ ጉርሻውን ጐርሳ ጣቶቹን ላመል ያህል ስትነክሰው፣ “ብራቮ ... አሁን አየሽ አንቺም ሴፍ ነሽ ... እኔም ትምህርቴን አግኝቻለሁ... ታዲያ ያጐረሰሽን ሁሉ መንከስ ግን ጥሩ አይደለም።” ብሎ ነገሩን ገልብጦ ሣቁን ለቀቀው እጁን እያስለቀቀ።

“አንተ ልጄ ታሪክህ ማለቂያ የለውም... ገባኝ ገባኝ .. እኔ ምልህ ፊስቱላ ሆስፒታል ልትጥለኝ ትችላለህ ባክህ?” አለች ከሰዓት በኋላ ለመግባት ስላሰበች፡፡

“እንዴታ ... እኔም ብዙ ስብሰባ ሳይኖረኝ አይቀርም። የሰሞኑ የተከመረም ብዙ ሥራ አለ።” አለና ፈጠን ብለው ሒሳባቸውን ከፍለው ወጡ። ማርቆስ ሶፊያን ሆስፒታል ካደረሰ በኋላ በሥራ ተጠምዶ ነበር የዋለው። ማታ ላይ ከመላኩ ጋር ትንሽ አውርተውና ተሣሥቀው ተለያዩ። ማርቆስ ምን ያህል እንደደከመው ያወቀው ያለወትሮው ጠዋት አራት ሰዓት ላይ ሲነቃ ነው። አረፋፍዶ ነበር ሥራም የገባው። ከዚያም ጥጋቡ ፈረደ በሚል ስም በከፈተው አዲስ ኢሜይል ለክብሮም አጭር መልእክት ጻፈለት፡፡

“እኔ እንደገና ደውዬ እስከማወራህ ድረስ አፍህን ከዘጋህ ሁሉም ነገር እንደፈለግኸው ያልቃል። አፍህን ማላቀቅ ከሞከርክ ግን የገነባኸው የደከምክበት ሁሉ ዐይንህ እያየ ይፈርሳል። ቲኤፍ” ብሎ ላከለት፡፡

ስንክሳር እንደመጣች ነበር ለሰሎሜ የደወለችላት። በጣም ተዘጋጅታበት ስለነበር ምንም እንዳልሆነ ልታዋራት ችላለች። መቀሌ ልምጣ ስትላት ግን እሷን ተቀብሎ ማስተናገዱ ሐሳቡ ራሱ ስላቅለሸለሻት፣ “አይ እኔ ራሴ እመጣለሁ። እዚህ እኮ ሥራውም አለቀ በቃ። ያው አሜሪካም መሄጃዬ ደረሰ አይደል? ስለዚህ አንዳንድ ነገሮችን ማስተካከል ስላለብኝ ቶሎ እመጣለሁ። አሁን የጨነቀኝ ነገር የሶስና ጉዳይ ነው። ምን አድርጌያት እንደምሄድ። እጽፈዋለሁ ያልኩት መጽሐፍም ምንም አልተነካም። በቃ ሁሉም ነገር የተበላሸና ዝም ብዬ ዕድሜዬን ያቃጠልኩ ነው የመሰለኝ” ብላ ዝም አለች። አሁንማ አንድ ቁጥር ተዋናይ

ሆናለች።

“አይምሰልሽ ሰሊ … እንዳንቺ ዕድለኛ የለም። አሪፍ ቤተ ሰብ፣ የሚወድሽ ዕጮኛ፣ ብሩህ ሕይወት ምን ትፈልጊያለሽ ከዚህ በላይ? መጽሐፉም ቢሆን የበለጠ እያሰብሽው በቆየሽ ቁጥር የተሻለ እንደሚሆን አትጠራጠሪ። ሶሲም አንዴ አንቺና ክብሮም ከተደላደላችሁ በኋላ ትወስዲታላችሁ። ዕድለኛ ናት እሷማ። ስለዚህ አትጨነቂ።” አለቻት የተለመደውን አዛኝ መሳይ ቅቤ አንጓች ምክሯን እያዘነበች፡፡

“አይደል … እንዲያው ይከብዳል ነገሩ ለማለት ያህል ነው። ግን ደግሞ በቃ እዚያ መመለሱም ትንሽ ሳይደብረኝ አልቀረም። አይ ኖው ክብርሽ ጥሩ ልጅ እንደሆነ … ግን ከሱ ጋ መሆኔን ሳስበውም ጭንቅ ይለኛል። ገና በደንብ የወደድኩትም አልመሰለኝም …። ጠዋት ላይ ደውሎ አግኝቻት ነበር … ዕቃም ልኬልሻለሁ ብሎኝ ነበር” አለች አሁንም የስንክሳርን ምኞት እየመገበች። ድራማው ቢያስጠላትም ማርቆስ እንዳለው ምስማሩ ቦታው እስኪገባ ድረስ መጫወት ያለባት ዕዳዋ ነው።

“አይ ታያለሽ አሁን ካንድ ከሁለት ወር በኋላ ምንም ትዝ አይልሽም። እኛንም ትረሺናለሽ። እኔ የምልሽ ሶፊን አግኝተሻት ታቂያለሽ እንዴ? ምናልባት መላኩ ከሄደ በኋላ ብቸኛነቱ ሲያስቸግራት ልታገኝሽ ከፈለገች ብዬ ነው።” ብላ የስለላ ጥያቄዋን ሰነዘረች፡፡

“ኖ … እኔም ሥራ አልፈታሁም … ከስንት ሥቃይ በኋላ ያገኘሁትን ሰላምና ዕረፍት ማደፍረስ አልችልም። እዚያው እንደ ፍጥርጥራቸው። ደግሞ ያው የሱ ጓደኛ ማርቆስ አለ አይደል፤ እሱ ሰው ማዝናናት ያውቅበታል፤ እሱ ያዝናናት።” አለች ደስ ይበላት ብላ መላኩንም በስሙ ሳትጠራ። በሆዷ ደግሞ ልክ ነሽ በሁለት ወር ጊዜ ውስጥ መፈጠራችሁንም መርሳት ነው የምፈልገው እያለች።

“አይደል … እኔ ኮ ግን እሷን ልጅ አላምናትም። ያው ታሪኳን ታውቂያለሽ። መላኩ ደግሞ በሌለበት ከዚህኛውም ጋር ትዛለል ይሆናል። ማን ያውቃል!” ስትላት ሰሎሜ ሳታስበው ግልፍ አላትና፡-

“ኖ ኖ … ማርቆስን እንኳ አንቺ አታውቂውም። ሃይማኖተኛ፣ ጥንቁቅና አደራ የሚያውቅ ሰው ነው። ጓደኛውንም እንደዚህ ዐይነት ነገር ውስጥ ገብቶ ሲቀላውጥ ዝም ማለቱ ገርሞኛል። እሱ ግን እንዲህ የሚያደርግ አይመስለኝም።” አለች ሳታስበው ማርቆስን መከላከሏ ለራሷም እየገረማት። የስንክሳርም ክፋት ልኩ ከመጠን እያለፈባት።

“አይደል … እኔ እንዲያው ቀልቤ ብዙም ስላልወደደው ይሆናል። በቃ ካለእኔ አዋቂ የለም የሚል ጠብራራ ነጋዴ ይመስለኛል።” ስትል፣ “እኔንጃ እንደዚያ

አይቼው አላውቅም።" አለች አሁንም ማርቆስን በማስመሰልም ቢሆን መንቀፉን እምቢ ብላ። ሶለንን የነካችባት ዐይነት ስሜት እየተሰማት።

"በይ ስንኪ.. ያው ነገ ወይ ከነገወዲያ እገባለሁ.. እዚያው እንተያያለን። ቄል ካም ሲስቱ... እስካይሽ ቸኩያለሁ.." አለች አሁንም ማርቆስ እንዳላት ልክ ፊልም እንደሚሠራ ሰው ትወናዋን እያቀላጠፈች። ማርቆስ መጨረሻ ላይ 'በቃ አሁን አንቺ አይደለሽም... ጥሩ ፊልም እየሠራን እንዳለን እያሰብሽ... አክት አድርጊ፤ የሰው ፊልም እንዳታበላሺ አደራ፤ ዳይሬክተሩ ደግሞ እኔ ነኝ' ብሎ አሥቆአት ነበር።

ሌላው የስንክሳር ዕቅድ ማርቆስን ምክር ፈላጊ መስላ አግኝታ እዚያ እያለች መላኩ ስለሱ እንደነገራት በማድረግ በመካከላቸው አንዳንድ ክፉ ዘሮችን መዝራት ነበር።

ሰሎሜ ሥራዋን አስረክባ ከመቀሌ ቀደም ብላ ወዳዲሳባ መጣች። መላኩም ሊገባ ሦስት ቀን ነው የቀረው። በስንክሳር ውሸትና በክብሮም የትዳር ወጥመድ ተጠልፎ የነበረው ልቧ ከተቆለፈበት ወጥመድ ወጥቶ እንደገና መላኩን በመናፈቅ ዝሎአል። ብዙ ጊዜ ኢሜይል ልታደርግለት ተፈትና ነበር። ማርቆስ እንደነገራት ውስጧ ካልወጣሁ እያለ ግንፍል ግንፍል የሚለውን ስሜትና ናፍቆት ለመላኩ ደብዳቤ በመጻፍ እያከማቸች እየተወጣችው ነው። የድሮ ማንነቷም እየተመለሰ ነው። እቤትም አክስቷና ያክስቷ ባል፣ አያቷና ብርቄም ነገሩን ልብ ብለው ተገርመዋል። አክስቷና አያቷ የመላኩን ነገር ሲያነሡባት እንደ ድሮው ባትቆጣም ስለሱ አሁን ማውራት እንደማትፈልግ ኰስተር ብላ ነግራቸዋለች። ስለ ክብሮም ግን አንዳንድ ነገሮችን ደስ እያላት ልትነግራቸው ጀምራለች። አያቷ ነገሩን ሁሉ ስለማያውቁ አጋጣሚውን ባገኙ ቁጥር ይሞግቷት ይዘዋል። አክስቷ ግን ከማርቆስ ጋር ጉዳዩን በከፊል ስላወሩ ነገሩን እጅግም አላከረረችውም።

ሶፊያና ሰሎሜ ካልተገናኘን ብለው ስላስቸገሩት ምን አልባት ስንክሳር አብረው ካየቻቸው ዕቅዱ ሁሉ እንዳይበላሽ መጠንቀቅ ፈልጓል። በሰሎሜ በኩል ስንክሳር ከከተማ ውጪ እንደምትሆን ስላወቀ፣ መላኩ ቅዳሜ ሊገባ ሐሙስ እንዲገናኙ አደረገ። ሶፊያ ጠዋቱን የደስታ መንደር በተባለው የፌስቱላ ሆስፒታል መልሶ ማቋቋሚያ መንደር ስለነበረች ሰሎሜን እዚያ ይዞአት ሊሄድ ነው የተስማሙት። ለምሳ ከሆቴል አገልግል አሳስሮ ሰሎሜን ከቀጠረበት ቦታ ይዞ ከቀኑ ወደ ሰባት ሰዓት ላይ ደረሱ።

ሰሎሜና ሶፊያ ሲተያዩ እየተጯጯኹ ነበር አንዳቸው ወደ ሌላው እንደ ልጅ የሮጡት። ምንም ማውራት ሳይችሉ ተቃቅፈው ሁለቱም መላቀስ ቀጠሉ። ስሜቱን መቆጣጠር ያልቻለው ማርቆስ ትቶአቸው ወደ ትንሿ ኩሬ ሄዶ እሱም በራሱ ዓለም ደስታና ኀዘን በተቀላቀለበት ድብልቅልቅ ስሜት ውስጥ ሆኖ ቆሞ

ቀረ። ለእነሱ አላሳየውም እንጂ እርሱም ኩሬ ለመሆን ባይበቃም ሳያስበው ጥቂት የእንባ ዘለላ አምልጠት ነበር። የማርቆስን መኖርንም ረስተው እጅ ለጅ ተያይዘው ብዙ ካወሩና ደጋግመው ተቃቅፈው ይቅርታ ከተጠያየቁ በኋላ ወሬያቸው እንደማያልቅ የገባው ማርቆስ፡-

“ሄሎ ገርልዝ ... በረኀብ ሞትን እኮ እኛ ... እስኪ የእንባ ከረጢታችሁ ከተቋጠረ ያፈሰስነውን እምባ እየጠጣን እንተካ። ለመጪው ዘመቻ ስንክሳር እየበላን እንዘጋጅ እንጂ...” ብሎ እየሣቀ ወደነሱ ሲቀርብ፣ ሰው ማቀፍ የምትወደው ሰሎሜ በማርቆስም ላይ ጥምጥም ብላ፡-

“ማርክዬ አንተ ባትኖረኝ ኖሮ ምን ይውጠኝ ነበር።” ብላ አንገቱ ላይ ሳም ስታደርገው እንባውን በግድ ነው የመለሰው። አንገቱ ላይ የምትስመው በጣም የሚወዳት ታላቅ እኅቱ ብቻ ናት። ከዚያም ከግራና ቀኝ እጁን ትከሻቸው ላይ ጣል አድርጎ ወደ መቀመጫው ሄዱ። ያመጣውን ምግብ እየተሣሣቁና እየተጐራረሱ በሉ። የሶፊያ ጉርሻ ‘ቅርጽ የለሽ አብስትራክት ሥዕል ነው’ እያሉ ሲሥቁባት እሷም ማጉረሷን አታቆም! የማርቆስን ሸሚዝ ወጥ በወጥ አደረገችበት።

“አንቺ ልጅ በቃ ሸሚዜን የሥዕል ሸራሽ አደረግሽው አይደል... እሺ አሁን እንደገና እቤት መሄድ ሊኖርብኝ ነው...” ብሎ እየቀለደ የጠቀለላትን ጉርሻ ሊያጐርሳት ጠጋ አድርጎ አፏን ስትከፍት ... “ኡህ ይቺ በጣም ጥሩ ጉርሻ ስለሆነች ለነጋዴ እንጂ ለሠዓሊ አትሆንም” ብሎ ሲጐርሳት

“አንተ... ጨካኝ ... እንኪ ልጄ ...” ብላ ሰሎሜ ለራሷ ያዘጋጀችውን ጉርሻ ለሶፊያ አጐረሰቻት። እሷም እየሣቀች ብድሯን ለመመለስ የተሻለ የጉርሻ ጥቅል አዘጋጅታ ለሱ አስመስላ ለሰሎሜ ለማጉረስ ሞክራ ወደሱ ጠጋ ስታደርግ፣ እጇን አፈፍ አድርጎ ለመጉረስ ሲሞክር ... ያላሰበችውን ተንኰል ስለ ሠራ ...

“እጅ መያዝ አይቻልም ... ልቀቀኝ አለዚያ ልለቀው ነው ሱሬህ ላይ ...” ብላ ሣቋን ስትለቀው... በፍጥነት በሌላኛው እጁ ጉርሻውን አፈፍ አድርጎ አፉ ውስጥ አስጨመራት።

ምሳቸውን ጨርሰው እነሱን እዚያው እንዲያወሩ ትቶአቸው፣ እሱ ቀጠሮ ስለነበረው ካሥራ አንድ ሰዓት በኋላ መጥቶ ሊወስዳቸው ነግሮአቸው ሄደ። እነሱም ከተለያዩ ጀምሮ የሆነ ያልሆነውን፣ ትንሹን ትልቁን ሲያወሩ ቆዩ። ሶፊያ መቂ ስላሉት ስለ መላኩ ቤተሰቦች በሰፊው አጫወተቻት። እዚያ ባገኘቻቸው ደስ በሚሉ አንዲት ሴት ተነሣሣታ ‘ንቅሳቱ’ በሚል ርእስ ‘አክብሮት ለሴቶች’ በሚል ዐላማ እያዘጋጀች ስላለው የሥዕል ኤግዚብሽንም አጫወተቻት። በዚህም ላይ ለሶለን እና ለአባቷ መታሰቢያ ‘የሶለን ማስታወሻ’ የሚልና ‘አባቴ - የሴትነቴ ክብር’ በሚል ርእስ በኤግዚብሽኑ ውስጥ የምትጨምረው የወንዶችን በጎ ድርሻ የሚያሳይ ሥራም

አክሎ ለማሳየት እንዳሰበች አጫወተቻት። ቀጥሎም ስለ ስንክሳርና ስለ ክብሮም ጉዳይ የሆነውን ከመጀመሪያ ጀምሮ ሁለቱም በየራሳቸው የደረሰውን ሲጫወቱ ቆዩ፡፡

“ወይኔ ግን ... እንዲያው ግን ውሸትን አምኖ ከመኖር ከበረዶ በቀዘቀዘ ጨለማ ቤት ውስጥ ምግብ ሳትበዪ ውለሽ ብትገረፊ ይሻላል...” አለች ሠዓሊዋ ሶፊያ፡፡

“ኤግዛክትሊ እንደዚያ ነበር ሲሰማኝ የነበረው... እም -ም-ም... አለ አይደል ... በቃ እንደዚያ ነበር ሲሰማኝ የነበረው ይሄንን ሁሉ ወራት ... ነገር ግን እንዳቺ ልገልጸው አልችልም ነበር ... ደግሞ ውሸት ሲገዛሽ እውነት መስሎ ስለሆነ ... ነጻነት ከህልም የራቀ ነው የሚሆንብሽ...” አለች ሰሎሜም በአገላለጹ በመገረም ብርዕዋን አውጥታ እየጻፈችው።

“ታውቂያለሽ ... ከሁሉም የሚከብደኝ እውነተኛ ጨለማን መሣል ነው ... ለመሣል የግድ ትንሽም ቢሆን ብርሃን ያስፈልግሻል ...ሁሉም ነገር ጥቁር ይሆናላ ... ምንም የሚታይ ነገር የለም...አይገርምም... ውሸትም እንደዚያው ነው እኮ! ቢያንስ ውሸት መሆኑን እንኳ ለማወቅ ትንሽ እውነት ያስፈልግሻል ... ነጻ ለመውጣት ግን ትልቅ እውነት ያስፈልጋል ... እውነት እኮ አንድም ብርሃን ነው ... ደግሞም ሙቀት ... ከፈለግሽ እውነትን ልሣልልሽ .. እውነት በቃላት ልትገለጽ የማትችል ውበትን፣ ርቀትንና ምጥቀትን የተሞላች ምስጢር ናትና ... ለምትሥዪው ሥዕል ድንበሩ የምናብሽ አድማስ ብቻ ነው” አለች በሐሳብ እየተመሰጠች...፡፡

“ለዚህም ይመስለኛል እኮ መጽሐፍ ቅዱስ ... ‘እውነትን ግዛ አትሽጣትም፣ ጥበብን፣ ተግሳጽን ማስተዋልንም’ የሚለው ... አይደል?” ... አለችና ሰሎሜም ዝም አለች።

እየዞሩ ግቢውን ሲያዩ ቆዩና ካፌው አካባቢ ከትንሿ ኩሬ አጠገብ ቁጭ ብለው የማያልቀውን የወሬ ድር ሲመዙ ማርቆስ ደረሰ። ማታ ላይ የቢዝነስ ቀጠሮ ራት ስለነበረው ዘንጦ ነው የመጣው።

“ሄይ ምንድነው ነገሩ ... ለጂ ኪው... መጽሔት መሥራት ጀመርክ እንዴ? እንዴት እዚህ ደረስክ ልጄ ሳትጠለፍ .. እኛ አምነን ልጃችንን ብቻህን አንለቅም” አለች ሰሎሜ እየሣቀች፡፡

“አሁን ነበር ያንን ወጥ መቀባት...” ብላ እጁን እያየች ጢጋ ስትለው ሶፊያ፣ “ኧረ እዚያው... ምን ዐይነት የሥራ ቀጠሮ እንዳለኝ ስለማታውቂ ነው...” ብሎ እጁን አንሥቶ ራቅ ብለው እንዲቆሙ ለማድረግ ሲሞክር፣ ሁለቱም ከግራና ከቀኝ

ተጠመጠሙበት። የተቀባው ሽቶ የሁለቱንም አፍንጫ አናውዞት ኖሮ... እኩል፣ "ሽቶው ..." አሉና ተያይተው ሣቁ። ሴቶች የሽታ ስሜታቸው በከፍተኛ ደረጃ የደረጀ ነው ይባላል። ማርቆስ ደግሞ በአለባበስና በሽቶ አንድ ቁጥር ነው። እየተሣሣቁና እየተረቡት፣ ሁለቱንም በየቤታቸው አድርሶ ወደ ቀጠሮው ሄደ።

ቅዳሜ ማታ መላኩን የተቀበሉት ማርቆስና ሶፊያ ሲሆኑ ሁለቱም ከመቼውም ይልቅ እየተፍለቀለቁ ነበር። ጥሩ እራት ማርቆስ ቤት ከበሉ በኋላ ተጨዋውተው ሶፊያን ቤቷ አድርሰዋት ማርቆስ ቤት ለማደር ተመለሱ። ከተለያዩበት ጊዜ ጀምሮ ስለተከሠቱ ነገሮች፣ ስለ ሥራውና ስለነመዐዛ የሥራ ግሥጋሤ እየነገረው ቆዩ። ከዚያም በጣም እየመሸ ስለነበር ሌላ ጉዳይ ሳያነሣበት 'ነገ ረጅም ቀን ሊኖርህ ስለሚችል አሁን ተኛ' ብሎት ተኙ። መላኩ አሁንም የበለጠ የከሳና የተጐሳቆለ ይመስላል። በዛ ላይ ፀጉሩን ያለወትሮው አሳጥሮ ተቆርጦት ቁመቱን አሳንሶበታል። ያን የሌላ ዘመን ሰው የሚያስመስለውን የፈላስፋ ለዛውንም ቀንሶበታል። መነጽሩን ቀይሮአል፤ አዲሱ መነጽር በጣም አጥልቆ አሳቢና የተወሳሰበ ዘመናዊ ገጽታን ጨምሮለታል።

ሳንዴያጎ ከስንክሳር ጋር የሆነውን ነገር እንዴት ለማርቆስ እንደሚነግረውና ስንክሳርም በሕይወቱ ውስጥ እያገኘች ያለውን ቦታ እንዴት እንደሚያስረዳው መላኩ ተጨንቆአል። ከሷ ጋር ያለውን ጓደኝነት የተወሰነ ዕድል ሰጥቶት ሊገፋበት አስቧል። በተለይ እዚህ አገር እመለሳለሁ ካለችው ጊዜ ጀምሮ ነገሩን በጣም ሲያስብበት ቆይቶአል። ማርቆስ ደግሞ በምንም ዐይነት ተአምር ሊስማማና ሊግባቡ እንደማይችሉ ገብቶታል። ደግሞ ስለሱና ስለ ሰሎሜ የጠየቀው ጥያቄና የስንክሳር ሚና ሊኖርበት ይችላል የሚለው ሐሳብ በተወሰነ መጠን ከንክኖታል። በተለይ አውሮፕላን ውስጥ ነገሩን ብዙ አስቦበት ከሰሎሜ ጋር አንድም ቀን ነገሩን በሥርዐት እንዳላወሩትና በሷ ዓለምም ምን እየተካሄደ እንዳለ እንኳ አለማወቁ ለመጀመሪያ ጊዜ ነው የተከሠተለት። በሌላ በኩል ግን ያለው መረጃ ከበቂ በላይ መስሎ ነው የታየው። የስንክሳርም ከሱ ሥር አለመጥፋትና ነገሩ ሁሉ ከሷ መምጣት ጋር መያያዙ፣ ጥርጣሬ ሊዘራበት ሲል ነገሩን ከላዩ ላይ አራግፎ ይጥለዋል። አሁንም ይሄንኑ እያሰበ ደክሞት ኖሮ እንቅልፍ መጥቶ ገላገለው።

ጠዋት ላይ በሌሊት ስለነቃ በማርቆስ የቤት ቢሮ ውስጥ መጽሐፍ ቅዱሱን ካነበበ በኋላ፣ ረዘም ላለ ሰዓት ተንበርክኮ ሲጸልይ ቆየ። አሁንም ከስንክሳር ጋር ያለው ጉዳይ ዕረፍት አልሰጠውም። ከጸሎት ሲነሣ ደግሞ ላፕቶፑን ከፍቶ ያልተመለሱ ኢሜሎቹን መመላለስ ጀመረ። እሱ ይህንን ሲያደርግ ማርቆስ ደግሞ ቁርስ ሲሠራራ ቆየ። ሠራተኛው በፈቃድ ቤት ሰቦቿ ጋ ሄዳለች። ቁርሱ ሲደርስ በሩን ከፈት አድርጎ፡-

"ፈላስፋው ዘመዴ ቁርስ ስለደረሰ ወደ መመገቢያ መድረኩ እንዲመጡ በትሕትና ይለመናሉ..." ብሎ ሣቅ ሲል

"እርሶ ያበሰሉትን እንኳን ከመድረኩ ከተራራ ላይም ቢሆን ወጥተን እንበላለን... ሚስተር ሮክፌለር.." ብሎ እሱም እየቀለደ ወደ መታጠቢያ ቤት ሄዶ ተጣጥቦ ወደ ጠረጴዛው ሲቀርብ በማርቆስ የጅ ሥራ ተደንቆ...፡-

"አንተን ያገባች ወይ የታደለች ናት ወይ የፈረደባት... ሙያ ቢኗን ሰጥቶህ እንዲገላግልህ እሷንም እንዲያሳርፋት እጸልያለሁ" ብሎ ሲቀልድ..

"ለምን ሙያ ቢስ..?"አለ ማርቆስም ቀልዱ የገባው ቢሆንም፡-

"ሙያ እንዳይባክን ነዋ... ጌታው... በጠፋ ሙያ..." አለና ሣቅ ብሎ "እንዴት ነው ሶፊ... ሙያ..?" ሲለው፡-

"እ..ን..ተ ሰውዬ... ሶፊን ደግሞ እዚህ ምን አመጣት ...? አንተና መዐዚ ችግራችሁ ምንድነው? ተነጋግራችኋል እንዴ?" አለ ፈገግ እንዳለ፡፡

"ኧረ በፍጹም ጋሽ ሮክፌለርዬ ... እሷም እንደዚያ አለችህ እንዴ?" አለ መላኩ እሱም ገርሞት መዐዛ እንደዚያ ማለቷ፡፡

"እሷ ልጅ እኮ የዋዛ አይደለችም... አንዳንዴ እኮ ጣል የምታደርገው ነገር። ደግሞ ሥራዋ እንዴት ጥሩ እንደሆነላት... ነገረችህ አይደል አሁን ደግሞ አዳዲስ ሥራዎችም እየጀመረች ነው። ነፍሴ እኮ ናት። በቃ ግልጽና ለሰው ጥሩ የምታስብ...። እና በቀደም ... ምን እንዳለች ታውቃለህ? ..አንተና ሶፊያ .. አስብበት ምናምን ብላ... በሣቅ ገደለችኝ... ከዚያ በኋላ ነገሩን ከአእምሮዬ ላወጣው አልቻልኩም... ነው የምልህ" አለ ቡናውን እየቀዳ...፡፡

"እኔ ነግሬሃለሁ ... ጎ ፎር ኢት ... ልጅቷ ከሚሊዮን አንድ የሚባሉ ዐይነት ናት... ደግሞ እግዜር የማርታን ሊክስህም ሊሆን ይችላል ... እኔ ባሥር ጣቴ ነው የምፈርመው ..." አለ መላኩ ሶፊያን ብዙም ባያውቃትም የሚያውቃትን ያህል ያለው ዕውቀቱ መተማመን ፈጥሮበት፡፡

"እስኪ ይታሰብበታል። ሂይ አሁን እሱን እንተወውና በጣም በጣም አስፈላጊ የሆነ ግን ምናልባት ያልጠበቅኸው ዜና አለ። ዝግጁ ስትሆን ንገረኝ።" አለው ፈገግታው ሳይደበዝዝ፡፡

"ምን ተገኘ... ይሄው አለሁ ... በበላ አቅሜ እችለዋለሁ!" አለ አሁንም የተለመደው የማርቆስ ቀልድ መስሎት፡፡

"አኬይ ... ምንም ያልጠበቅኸው ነገር ስለሚሆን አትደንግጥ ... ግን ጥሩ ዜና ስለሆነ ... ምንም አይደለም ... መደንገጥም ይፈቀዳል..." አለ እጁን እያሻሸ እሳት አጠገብ እንዳለ የበረደው ሰው...፡፡

"በናትህ ማርክ ... አታድክመኝ ... ምንድነው?... ሶፊን ጠየቅኋት እንዳትለኝ..." አለ ጆሮው ቆሞ ፡፡

“አይ መሌ ደስ ትለኛለህ እኮ! ... ስላንተ ነው ... ስለኔ አይደለም።” ሲለው ጭራሽ ግራ ገባው

“ስለእኔ...? ምን ልታመጣ ነው ደግሞ? አ-ን-ተ ... ድሬዳዋ እንዳትለኝ... አቶ ሀሰን ተገኙ እንዳትለኝ... እሱ ነው?” አለና ወሬውን ለመስማት አቆበቆበ፡፡

“ቆይ እንጂ እሱም በጊዜው ይሆናል። ይሄ ግን ከዚያ በላይ አጣዳፊ ጉዳይ ነው። ትዝ ይልሃል ባለፈው ሳምንት ስደውልልህና ስጠይቅህ ስላንተና ስለ ሰሎሜ ጉዳይ..?”

“ያ... ምን ተገኘ?... ምን አዲስ ነገር አለ ታዲያ?” አለ ስሜቱ ባንዴ እየቀዘቀዘና ወደ ኋላው እንደ መደገፍ ብሎ፡፡

“ነገሮች ሁሉ አንተ እንዳሰብከው፣ ሰሎሜም እንዳሰበችው አይደሉም። ሁሉም ነገር ማንኛችንም ካሰብነው ውጪ ነው። የማይታመን ድራማ እየተሠራ ነው፤ እኛ እዚህ ተኝተን...” አለና የፈላውን ቡና ለማምጣት ሲነሣ መላኩም እየተከተለው፡-

“ምንድን ነው የምታወራው? የምን ድራማ ነው? በናትህ የሞተ ነገር አትቀስቅስ ማርክ።” አለ ሁሌም በሚጠጣባት ስኒ ውስጥ አንድ ማንኪያ ስኳር እየጨመረ፡፡

“ባጭሩ ላንተም ለሰሎሜም የተሳሳተ መረጃን እንደፈራነው ስትመግብ የነበረችው ስንክሳር ናት።” ብሎ የራሱን ቡና እየቀዳ ምን እንደሚል እየጠበቀ ቀና ብሎ አየው፡፡

“ማርክ ነገሩ ከተሳሳተ መረጃ ያለፈ የተጨበጠ ማስረጃ ያለው ነገር መሆኑን እኮ ነግሬሃለሁ...፤ ዝም ብሎ ወሬ ከሆነ በናትህ ቡናዬን ልጠጣበት፤ ቀኔንም አታበላሽብኝ” አለ ሰልቸት እንደማለት ብሎ ቡናውን ይዞ ወደ መስኮቱ የመሸሽ ያህል እየሄደ፡፡

“እንግዲያውስ ስማኝ። ተራ ወሬም ከሆነ ከጨረስኩ በኋላ ትወስናለህ። እምም... ሰሎሜን አንተ ከሶፊ ጋር በፍቅር እንዳበድክና ለእሷ ከእኅትነት ያልፈ ፍቅር እንደሌለህ ነግራ አሳምናታለች። ቆይ ከዚያ በፊት እንድያውም ... ትዝ ይልሃል ለሰሎሜ የጻፍክላት የፍቅር ደብዳቤና ካርድ....?”

“አዎ ... ምን ... ከሻንጣዋ ጋር የጠፋው.. ማለት ነው?”

“ደብዳቤው አልጠፋም ... ደብዳቤውን ከፍታ አንብባው ... እሷ ጋር ካቆየችው በኋላ ... ለረጅም ጊዜ ሰሎሜን ካላገባሽኝ እያለ የሚነዘንዛትን የወንድሚን

ጓደኛ ዶክተር ክብሮምን ለማሳመኛ ተጠቀመችበት። እሱ ለሰሎሜ ያለውን ፍቅርና እዚያ ሆስፒታል ወንድሟ እያለም ያው ከሥራ ስለማይጠፋ ... ትንሽ ተቀራርበው ነበር። ደብዳቤውን አሳይታው አንተን ከሷ ሕይወት ካላስወጡ ሰሎሜን የሱ ማድረግ የማይታሰብ መሆኑን ነግራው በተሰማሙት መሠረት እሷም አንተን የሷ ለማድረግ አብረው እንዲሠሩ ተስማሙ።"

"ሊሆን አይችልም... ፈጠራ ነው... አሪፍ ፈጠራ ነው። እሺ ሌላው ይቅር የቀለበቱ እና የመሳሳሙስ ፎቶ... ሰሎሜ ተኝታ በእንቅልፍ ልቧ የተፈጸመ ወይም አንተ እንዳልከው ፎቶ ሾፕ ነው ልትለኝ ነው?" አለ መላኩ ትንሽ እየዞረበትና አሁንም ክፍሉ ውስጥ ዞር ዞር ብሎ እንደገና ወንበሩ ጫፍ ላይ እንደነገሩ እየተቀመጠ፡፡

"ምን መሰለህ ያንተ ስንክሳር የጠነሰሰችው ሜራ ... ለሰሎሜ ልደት ክብሮም ራት ሰሎሜ በጣም የምትወደው ጀልባ ላይ እንዲጋብዛት ... አስቀድሞ ነግሯቸው ፎቶ እንዲያነሡት ... አስተናጋጆቹን ካዘጋጀ በኋላ ... የልደት ኬኩን ቆርሳ ቀና ስትል ተንበርክኮ ... ቀለበት ሲያቀረብላት ግራ ገብቶአት ዞረባት ... ተርበትብታ ተቀብላው ገና ትንፋሿን ሳትሰበስብ ... ሰዉ እየተንጫጫ እያለ ...ከንፈሩን ከንፈሯ ላይ አተመው... እሷ ቀለበቱን ወዲያው በማግስቱ ነው የመለሰችለት። ከዚያ በኋላ ተኳርፈው ሳይነጋገሩ ተጣልተው ቆዩ ...እሱ ግን ፎቶውን የዚያኑ ለታ ማታ ለስንኪ ላከላት... እሷም ፎቶውን እንዳገኘች ወደ ኢትዮጵያ መጣች... ሌላው የምታውቀው ታሪክ ይመስለኛል... እዚህ የመጣው በስንክሳር መካሪነት .. ይቅርታ ለመጠየቅና በሁለቱ መካከል ያለው ግንኙነት እውነት መሆኑን በማያዳግም ሁኔታ አንተን የበለጠ ለማሳመን ነው... እግረ መንገዱን ግን እሱም ቀናው። ይቅርታ ብቻ ሳይሆን ልክ ያንተ ልብ ለስንክሳር እየለሰለሰ እንደ መጣ የሷንም ልብ ማለሳለስና ማስኰብለል ሞክሮ ነበር ...አሁንስ ፈጠራ ነው?" አለና ከያዘው ቡና ሁለቴ ፉት አለ፡፡

መላኩ ድንግርግር ብሎት የሚለውንና እሱ ያላለውንም ከጭንቅላቱ የሚፈልቀውን ጫጫታ ይሰማል። እንደ መርማሪ ፖሊስ የጥያቄ አጀንዳውን ሲያወርድ፣ ማርቆስም በደንብ ተሰናድቶበት ስለነበር ሁሉንም አስረዳው። ቀጥሎም የቀዳውን ከክብሮም ጋር ያደረጉትን የስልክ ውይይት ሲያሰማው የሚለው ጠፋው። ወዲያውኑ ያላቸውን ዕቅድ እንዲገባው አድርጎ ሲነገረው፣ መላኩ ደንዝዞ ማሰብም ተስኖት ትንሽ ቆየ። አሁንም ነገሩን ለማመንና ለመቀበል ከአእምሮው በላይ ቢሆንበትም፣ ስንክሳር ይህንን ለማድረግ እንደማትመለስና እንዴት እንደ ተጫወተችበት በተለይ የሳንዴያጎው ምሽት ትዝ ሲለው ውስጡ በንዴት ጦፈ....፡፡

"መሌ አሁን ረጋ በል ... ሁሉንም በትክክለኛ መንገድ ነው የምናደርገው።" ሲል፡-

"ማርከ ምንም .. ምንም ትክክለኛ ነገር የለም ... ምኑ ነው ትክክሉ ...

ለተሳሳተ ነገር ትክክለኛ መንገድ የለውም ... ኦ ማይ ... ጋድ... እንደ አሻንጉሊት ነው እኮ የተጫወተችብኝ! ... ጋድ..." እያለ ራሱን ጠረጴዛው ላይ መምታት ቀጠለ... "እሺ ሰሎሜ ምን አለች...በናትህ ..? ጋድ ..." ብሎ የማርቆስን መልስ ሳይጠብቅ የራሱን ኑዛዜ ጀመረ፡፡

"አይገርምህም! ... እኔ ደግሞ እኮ እንዴት ልንገርህ እያልኩ ስጨነቅ... እዚያ እኮ ደግ፣ ቸርና ቅድስት ሆና አቤት እንክብካቤዋ! ደግሞ ላስ ቬጋስ የሄድንም ጊዜ... my God ... ታውቃለህ እንደ ሳምኳት ... ደግሞ እኮ ... እኔ ሳልሆን እንደዚህ ማድረግ የለብንም ብላ መሳሳማችንን አስቁማ ወደ ክፍሏ የሄደችው እርሷ ናት.. I don't believe this ... በምን ዐይነት የጎሊና አርጩሜ እንደጠበጠበችኝ ስለማታውቅ እኮ ነው! እኔ ደግሞ ... ወይኔ ... መላኩ" ብሎ ለራሱ የሚያወራ ይመስል የተዘበራረቀ ኑዛዜውን መጨረስ አቃተው። አሁንም መሳሳማቸውን ያስቆመችው እሷ መሆኗን ሲያስብ በተለይ ምን ዐይነት አደገኛ ልጅ እንደሆነች ማሰብም ቀፈፈው...። ማርቆስም ቁርስ የበሉበትን ዕቃ እያነሣሣ ነገሩን እንዲያስብበት ትንሽ ጊዜ ሰጠው። ወደ መስኮቱ ሄዶ እጁን አንዴ ራሱ ላይ፣ አንዴ ደግሞ ወገቡን ይዞ ሲያጉተመትም ቆይቶ መጣና

"እሺ እና አሁን ምን ይሁን ነው የምትለው?... ይሄ ጥንቃቄ ምናምን የምትለው አይገባኝም .... ማለቴ ይሄ ሁሉ መጠበብና መጨነቅ ምንድነው? ... አንተ ደግሞ ይሄን ሁሉ ከየት ነው ያመጣኸው... ሆ-ሆ-ሆ ...! ሰውዬውን ኩላሊት ... መቶ ሺህ ዶላር ምናምን የምትለው ... ደግሞ ...ደግሞ ምን ዐይነት መኪና እንደሚነዳ እንዴት ዐወቅህ ...?" አለ የማርቆስም ሥራ እየገረመው አሁንም ያለወትሮው ንግግሩም ሐሳቡም እንደ ተዘበራረቀበት፡፡

"መጀመሪያ ነገሩን ለሰሎሜ ነግሬአት ከተረጋጋች በኋላ ዕቅዴን ባጭሩ ነገርኳት፤ ስለዚህ የምፈልገውን ዝርዝር መረጃ ሁሉ ከሷ ወሰድኩ... እሱ ምንም የሚያውቅበት መንገድ የለም... ሰሎሜ የዚህ ዕቅድ አካል ትሆናለች ብሎ። ስንክሳርንም እንዳያዋራት ... እሷ በረራ ላይ በሆነችበት ሰዓት ነበር የደውልኩለት... ስለዚህ ዕቅዳቸው ጭንቅላት የሌለው አካል ሆኖ ነበር ማለት ነው በዚያ ቅጽበት" አለ፡፡

"ጂሰስ! ...አንተ ... አንተ ራስህ ስንክሳር ሆነህ የለም እንዴ?... ተወው ብቻ... እና ሰሎሜ ምን አለች...? የምታናግረኝ ይመስልሃል ... ? ቆይ እሷ ምን ነክቷት ነው ይህንን ሁሉ ውሸት የምታምነው...? እንዴት እኔን ... አታምነኝም ...? እንዴት መላኩ ይህንን ያደርጋል ብላ ታምናለች?" ሲል...፤

"መሌ ያንተ ይብሳል እኮ... አንተስ እሷን መቼ አመንካት! ... መሳሙንም ቢሆን ያንተ ሳይብስ አይቀርም ... እንዲያውም ስንክሳር አስቁማህ ባይሆን ምን እንደሚሆን ማን ያውቃል? ሰሎሜማ እኔ ከልክያት ነው እንጂ ልታይህ እንዴት

እንደተንሰፈሰፈች ልነግርህ አልችልም… ከዚህ በኋላ ራሳችሁ ነው የምትጨርሱት… ምሳ ላይ እሷን ታገኛታለህ … እራት ደግሞ ሌላ ትልቅ ድግስ አለ … ስለዚህ… ቀኑን ሙሉ ነው የዛሬው ግብግባ።" ብሎ እንዲለባብስና እንዲዘጋጅ ነገረው።

መላኩ ሻወር ሊወስድና ሊለባብስ ወደ መኝታ ቤት ሂደ። ማርቆስም ነገሩን ለመላኩ እንደ ነገረውና .. አብረው እንደሚመጡ ለሶፊያ በስልክ ነግሮአት ከሶሎሜ ጋር እንዲጠብቁዋቸው ተቃጠሩ። ሰሎሜና ሶፊያ ቀድመዋቸው ነው ኩሪፍቱ ሪዞርት የደረሱት። ግቢው ውስጥ እየተዟዟሩ የቤቱን አሠራርና ዕቃዎቹን እያዩ ሲጫወቱ ጊዜው ሳይታወቃቸው ነበር የሂደው። የደብረ ዘይት መንገድ ሁልጊዜም እሑድ ጠዋት ባዶ ስለሆነ መላኩና ማርቆስም ቶሎ ደረሱ።

ወደ ሪዞርቱ ግቢ ሲገቡ የመላኩ ልብ አውጪኝ ከዚህ ጉድ የምትል ይመስል ሽቅብ ሽቅቡን ደረት ድለቃው ብሶባት ተቸግሮአል።፡አሁንም ብዙ ነገሮች ህልም ነው የመሰሉት። የጉዞው እንቅልፍ መዛባትና የሰማው ነገር ተደባልቀውበት እንደ አውሮፕላኑ እሱም በደመና ላይ የሚራመድ ያህል ነበር የሚሰማው። ሶፊያ በሐይቁ ዳርቻ እንዳሉ ለማርቆስ በስልክ ስለነገረችው ወደዚያው አመሩ። ሰሎሜ ደግሞ መላኩን ይዘውት እንደሚመጡ ባይነግሯትም ልቧ ሳይጠረጥር አልቀረም። ልክ ደረጃውን ወርደው ሳይጨርሱ በመጀመሪያ ሰሎሜ ነበረች ያየቻቸው። ጨኸቷን ለቀቀችው። ልቧ መላኩን ለማየት ተንሰፍስፎ ስለነበር ሮጣ ላዩ ላይ ተጠመጠመችበት። እሪ ብላ ማልቀስ ብቻ እንጂ ምንም የሚሰማ ቃልም ሊወጣት አልቻለም። ትኩስ እንባዋ ከቲሸርቱ አልፎ ሰውነቱ ላይ ሲሰማው እሱም የእንባው ቋት እንደፈነዳ ቧንቧ ዧ ብሎ ወረደ። ልባቸው ብቻ ሳይሆን እንባቸውም ተቀላቅሎ ካርቱም ላይ ተገናኝተው የግብጽን በረሐ እያለሙ ወደ ሜዲትራኒያን እንደሚቀላቀሉት ነጭና ጥቁር የአባይ ወንዞች፣ ቃል በማይገልጸው ንጉደት መጠቁ። ከሁለቱም የፈሰሰው እንባ ለወራት በፍቅር ዕጦትና በውሸት አውሎ ነፋስ ምድረ በዳ የሆነውን ልባቸውን እያራሰ በፍቅር ፍሰት እያለማ። ለረጅም ሰዓት ተቃቅፈው ቃል የማይገልጸውን የነፍስ ቋንቋ በእንባና በመተቃቀፍ ሊገልጹት ሞከሩ። ዐይን ለዐይንም አልተያዩም ገና፤ ድፍረት ያጡ ይመስል። ናፍቆትና ዕፍረት ሲቀላቀሉ ልብን የሚያጣብቅ፣ ዐይንን የሚያራርቅ ምትሃት ያላቸው ይመስላል። ማርቆስና ሶፊያም እነሰሎሜን እዚያው ትተዋቸው ወደ ላይ ወደ ካፌው ወጡ።

"አይ አም ሶ ሶሪ ሰሊ የኔ ቆንጆ" ብሎ ግንባሯ ላይ ያለውን ፀጉር ጨምሮ ሲስማት እሷም አሁንም በእንባ በሞሉ ዐይኖቿ ቀና ብላ አይታው፡-

"እኔ ነኝ እንጂ … የኔ ጌታ.." ብላ ከነቲሸርቱ ደረቱ ላይ ሳመችው። ከዚያ በኋላ ለሚቀጥሉት ደቂቃዎች በናፍቆትና ፍቅር ስካር ውስጥ ሆነው የተለዋወጡትን የፍቅር ድርድር ለመጻፍ የሼክስፒር ብዕር ካልሆነ ሌላው ባይሞክረው ይቀላል። በዙሪያቸው ያሉትን ሐይቁንና ዛፉን፣ ወፍና ደመናውንም ያዘመረና ያስጨፈረ

ነበር ቢባል ማጋነን አይሆንም። ከዚያ በኋላ ሰሎሜንና መላኩን ማላቀቅ ነፍስና ሥጋን የማለያየት ያህል ሳይሆን አልቀረም። ማርቆስና ሶፊያም ተመልሰው ሲመጡ አሁንም ወሬያቸው ጦፎ እጅ ለእጅ ተያይዘው ቁጭ እንዳሉ ደርሱና፤

"እናንተ ልጆ ከዚህ በኋላ ሳትበሉ ሃያ ቀንም መቆየት ትችላላችሁ። እኛ ግን ልንሞት ነው። እሺ አሁን ምሳ ትጋብዙናላችሁ ወይስ ... በረኃብ እንሙት...እ...ን...ዴ... ገና ኮ ቶሎ አዲሳባ ሄደን ርችትና መድፍ ማስተኮስም አለብን። እዚሁ አትጨርሱት ..." አለ ማርቆስ።

"እህምም... እኔ አሁንም ማመን አልቻልኩም ... ቃል የለኝም ማርክዬ ...ምን ላርግህ" ብላ ተጠምጥማ አቀፈችው ሰሎሜ። የምታደርገውን ነው ያሳጣት። መላኩም ስሜቱን መግለጽ ቢያስቸግረውም፣ ፊቱ ላይ ግን ያስታውቅበት ነበር። ምሳ ላይ በጁ የጐረሰ ይቀጣል የተባለ ይመስል ሁሉም በሌላ ሰው እጅ ነበር እስኪጠግብ የበላው። ከምሳ በኋላ ማርቆስ ውድ የሆነ ወይን አዘዘና ለጤናችን! ብሎ አስከፈተ። ግን እሱ ብቻ ነበር የተጐነጨለት። መላኩና ሰሎሜ ደግሞ ቺርስ ብለው አንቦ ውሃቸውን መጐንጨታቸውን ቀጠሉ። ሶፊያም ከሱስ ከወጣች ወዲህ አልኮሆልን ፈጽሞ አትቀምስም። መጠጣትና አለመጠታት በሚለው ጉዳይ ብዙ ጊዜ ማርቆስና መላኩ ተከራክረውበት አሁን ሁለቱም አንዱ የሌላውን አቋም አክብረው እየተተራረቡና እየተቃለዱ ይኖራሉ። ማርቆስ መላኩን ውሃ ልማት ብሎ ነው የሚጠራው፤ መላኩም ጠጅ ቀማሽ ይለዋል ከአንድ ብርጭቆ በላይ ስለማይጠጣ። ሶፊያ ደግሞ ምን ትባል ይሆን?

"እንግዲህ ይሄ ምዕራፍ በትክክል መቋጨት አለበት። ማስተር ስንክሳርም ዛሬ የስራዋን ፍሬ አይታ የማትረሳውን ትምህርት መማር አለባት፤ ሰው ከሆነች ትማራለች። ክብሮምንም በስልክ አቶ ጥጋቡ ደውለው ያናግሩታል። ስለዚህ መላኩና ሰሊ ቦሌ ሜጋ ማኩሽ ማታ አንድ ሰዓት ሻርፕ ዘንጣችሁ መገኘት ብቻ ነው የሚጠበቅባችሁ። እኔና ሶፊ ደግሞ ስንክሳርን ለራት ስለጋበዝናት እሷን እያወራን እንጠብቃችኋለን። ጥያቄ ካላችሁ እዚያው ማቅረብ ይቻላል። ማልቀስ፣ መሳደብና መቆጣት ግን በሕግ ያስቀጣል። ሰዓቱ መዛነፍ የለበትም። በሱ ጉዳይ ላይ ሰሊ ስላለች ሥጋት አይኖርም። ያቶ ሃሰን ልጅ እንዳያስረፍዷት እሺ? ግልጽ ነው?" ሲል ሁለቱም እየሣቁ መስማማታቸውን ገለጹ። ከዚያም ትንሽ ተጫውተው ወደ ዘጠኝ ሰዓት ቀን ላይ ተያይዘው ወጡ። ቦታ ተቀያይረው ሶፍያና ማርቆስ አብረው፣ መላኩና ሰሎሜ ደግሞ በሷ መኪና አንድ ላይ ጉዞ ወዳዲሳባ አቀኑ።

"ምነው ፀጉርህን መሊ?" አለች ፊቱን በጇ ነካ እያደረገች መኪናውን ስታስነሣ፡፡

"ኀዘን ... ኀዘን ... ልላጨው ሁሉ አስቤ ነበር?" አለ ድምፁን ያዘነ አስመስሎ፡፡

"ሂድ ...ዛ ... አትሚዘዝ በናትህ ሲርየስ ስታይልህን ልትቀይር አስበህ

እንደሆነ... አይቻልም ... እኔ ጨበሬውን ገፈሬውን መላኩን ነው የምፈልገው..." ስትል...፡-

"ዶክተሩ ሚሽቴን ሲቀሙኝ እንኳን ፀጉሬን አንገቴንስ ብቆረጥ ይፈረድብኛል?" አለ አሁንም እየሣቀ...፡፡

"በቃ አንዴ መሚዘዝ ከጀመርክ አትቻልም... እና እኔም ልሚዘዛ። ጌቶች አሁን ሚስቶትን አስመልሰው የለም እንዴ? ፀጉሮትን ወደ ድሮው ቦታ ይመልሱልኛል!" አለች እሷም እንደሱ በቀልዱ እየተሳተፈች...፡፡

"በጣም የሚገርም ነው ራሴን ግን በጣም ነው የታዘብኩት ... በቃ ይቺው ነች የማሰብ አቅሜ ማለት ነው። በናትሽ ተጫወተችብኝ እኮ... ማይ ጋድ...! ። በቃ እኮ አእምሮውን ከተቆጣጠርሽው ሰውን እንደ በግ ነው የምትነጂው። ነዱን እንጂ... እንደ በግ... ጋድ... ስለዚህ እኮ ይሄ የምታዩው ሰው ሁሉ፣ ወንዱም ሴቱም፣ የተማረውም ያልተማረውም፣ ሃይማኖተኛውም ዓለማዊውም ... ነጂና ተነጂ ነው ማለት ነው፤... እኛ ተማርን አወቅን ያልነው እንዲህ በቀላሉ ከተነዳን፣ ...ሌላውማ... አቤት መነዳት! ... እንዴት ያስጠላል ..." ብሎ ራሱን እያነቃነቀ በግራና በቀኝ መንገዱን የሞላውን ሰው ሁሉ በጁ አመለከታት። እውነት የራቀው ልቦና የውሸትን ድግስ ተስፋ አድርጎ ወደ ጥፋት ቁራ በራሱ ወጪ ቲኬት ገዝቶ ይጓዛል።

ማኩሽን የመረጠችው ሶፊያ ናት። ጸጥታ ስላለውም እና ሥዕሎቹንም ማየት ደስ ስለሚላት። የዛሬው ራት ግን በምትወደው ሥነ ጥበብ ውጤት መሃል መደረጉ ምን ዐይነት የማይረሳ ስሜት ሊፈጥርባት እንደሚችል ያሰበችው አይመስልም። እሷና ማርቆስ አንድ ዐሥር ደቂቃ ቀድመው ስለነበር የደረሱት እየተዘዋወሩ ሥዕሎቹን እያዩ ቆዩ። የሷም የሥዕል ኤግዚብሽን ለመታየት ጥቂት ወራት ነው የቀረው፣ አሁንም በሥራ እንደተጠመደች ነው። የድብብቆሽ ጨዋታ የሚጫወቱ የሚመስሉ ሕፃናትን የሚያሳይ ሥዕል እየዩ ሲያወሩ የደረሰችው ስንክሳር ሳያስቡት ከኋላቸው፡-

"እኩኩሉ..." ስትል ከኋላቸው መምጣቷን አይቶ የነበረው ማርቆስ ዞር ብሎ፡-

"ነግቷል..!" ብሎ ሲያፈጥባት እሷው ደነገጠችና እንደ ምንም ራሷን ሰብስባ፣

"አንተ ... አስደነገጥከኝ እኮ... ደግሞ አልነጋም ነው የሚባለው.." ስትለው፡-

" አስደንጋጭም እኮ መደንገጥ አለበት ... ደግሞ ከነጋ ነጋ እንጂ አልነጋም ለምን ይባላል..." ብሎ በቅኔ የልቡን ተናግሮ ለሰላምታ እጁን ዘረጋላት። በደማቁ ሰላምታ ተሰጣጥተውና ተሳስመው ወደ ወንበራቸው ሄዱ። ለጥቂት ደቂቃ የባጥ የቆጡን ማውራት ጀመሩ። ስንክሳርም በተለያየ አቅጣጫ ዳር ዳር እያለች ወሬ ለመለቃቀም የምታደርገውን ጥረት ማርቆስ ስላወቀ በሆዱ ውስጥ መሣቁ

አልቀረም። እሷ ደግሞ ዛሬ ስለ መላኩ ለመዝራት ያሰበችውን የተቀነባበረ ዘር እንዴት አድርጋ እንደ ቀልድ እንደምትጀምረው እያውጠነጠነች ነው።

"ባለፈው ቢዝነስ ለመጀመር አስቤ ነበር ብለሽኝ እኮ በዚያው ጠፋሽ። እዚያው ጀመርሽ እንዴ ቢዝነስ ወይስ እዚህም እያሰብሽ ነው?" አላት ቀለል አድርጎ ለመጀመር ስላሰበ፡፡

"ምን ውክቢያ ሆኖ እኮ በጥድፊያ ሄድኩ። አሁን ግን የምር ነው የሆነ ነገር መጀመር አለብኝ። እዚያ መኖርም ሰልችቶኛል። እዚሁ ለመኖር ነው እያሰብኩ ያለሁት። ለየት ያለ ቢዝነስ ብጀምር ደስ ይለኛል። አለ አይደል! ሰውም አገርም የሚጠቅም።" አለች የማርቆስን ፊት እያጠናች

"ም...ን ... ሰውና አገር የሚጐዳ ቢዝነስ አለ እንዴ?" አለ ማርቆስ ሶፊያን አየት እያደረገ፡፡

"አይ አለ አይደል ... በጣም የሚጠቅም ማለቴ ነው። እዚህ የሌለ ወይም ሰዎች በደንብ የማይሰሩት ነገር። ገባህ ለማለት የፈለግሁት?" አለች፡፡

"አይ እየቀለድኩ ነው ገብቶኛል። እኔ ምልሽ እንዴት ነበር አሜሪካ? አንቺ እኮ አልተቻልሽም መመላለስ ነው። የውሃ መንገድ አድርጎልሻል። ትቆያለሽ ወይስ ቶሎ ትሄጃለሽ?" አለ እንዴት ወደ ፈለገው ሐሳብ እንደሚመጣ እያሰበ፡፡

"እስኪ አያለኋ ... የምቆይ ይመስለኛል። ዳኒም እዚህ ብትሆኚልኝ እያለኝ ስለሆነ።" ብላ ሜኑውን አነሣች፡፡

"እኔ ምልሽ ስንክሳር ...ይቅርታ ርዕስ በመቀየሬ እዚያ መላኩን አገኘሽው በደንብ። እንዲያው ምንም ፍንጭ አላገኘሽም ...? ማለቴ አሁንም ስለ ሰሎሜ ሊያወራልሽ ወይም ምን እንደሆኑ ሊነግርሽ አልቻለም?" አለ ግራ እንደገባው ሆኖ፡፡

"ለጥቂት ጊዜ አግኝቼው ነበር። ሣራንም ከእርሱ ጋር አብረን ጠይቀናት ነበር። ግን ምንም ... ምን ልበልህ በቃ እኮ ነብር ነው የሚሆነው። ደግሞ ስልኬን አላነሣልኝም አሁን እዚህ ከገባ በኋላ። ተገናኛችሁ እንዴ?" አለች ዐይኔን ግንባር ያርገው ብላ፡፡

"እዎን እኔ አይደለሁ የተቀበልኩት... ደክሞት ነበር መሰለኝ... እንደገባ ነው የተኛው። መውጣት አልፈለገም መሰል። ሰሎሜስ ምንም ነገር ልታወራሽ አልፈቀደችም አሁንም?" አለ ሌላ ዕድል እየሰጣት የቀልዱን።

"እሷም ብሳለች። አግኝተሃት አታውቅም አንተ? አሁንም እንደ ዘጋችህ ነው?... እኔንማ በቃ ጓደኝነታችንም ይቋረጣል ስለሱ ካነሣሽብኝ ስላለችኝ ከናካቴው ትቼዋለሁ ይለፍላት ብዬ።" አለችና የሱን መልስ መጠበቅ ስትጀምር፡-

"ያው እንዳልኩሽ ነው እኔንማ ከመላኩ ጋ ሳትፈርጂኝ አይቀርም። ከኛ ይልቅ አንቺ ሳትሻይ አትቀሪም፣ ያው የሁለቱም ጓደኛ ስለሆንሽ። እኔ እኮ ግራ ግብት ነው ያለኝ፣ ግን ምን ይመስልሻል ችግራቸው?" አለ አስተናጋጁ ያመጣላቸውን መጠጥ አስቀምጦ ሁሉም የመረጡትን ምግብ እያዘዙ። አሁን ለአንድ ዐሥር ጉዳይ ሆኖአል። ጠዋት ለክብሮም በጻፈለት ኢሜይል ላይ ለአንድ ዐምስት ጉዳይ ስለሚደውልለት እንዲጠብቀው አስጠንቅቆታል።

"እኔንጃ ማርቆስዬ... አንተ ያልተረዳኸውን እኔ እንዴት አውቃለሁ። ይቅርታ ሶፊ እኛ መድረኩን ተቆጣጠርነው አይደል?" ብላ ሐሳቡን ለመቀየር ሞከረች። ነገሩ እሷ ባልፈለገችበት አቅጣጫ እየሄደ ስለሆነ አልተመቻትም። አስተናጋጁ ትእዛዙን ተቀብሎ ሲሄድ ድንገት

" እኔ ምልሽ ሳን ዲየጎ ሆናችሁም ምንም የነገረሽ የለም? ማለቴ ቅዳሜ ማታ? ጥሩ ጊዜ እንደነበራችሁ ነገሮኛል መሌ" ብሎ ፈገግ ሲል፣ መብረቅ እንደመታው ሰው ጆሮዋን ማመን አቅቷት፡-

"የምን ሳን ዲየጎ? ማን... ስለምን ..? ምንድነው የሚነግረኝ" አለች መርበትበቷ የስንክሳርነቷን አእምሮ ፍጥነትም አልፎ፡፡

"አይ እንዲያው መስሎኝ ነው፣ ዝም ብሎ መላኩ ሲቀልድ አሪፍ ጊዜ ሳንዲየጎ እንዳሳለፋችሁ ስለነገረኝ ምናልባት እዚያ አፍ ፈትቶ ከሆነ ብዬ ነው?" ብሎ በነገር ሲወጋት፣ ምን ማለቱ እንደሆነ በትክክል ስላልገባት ለማሰብ እንዲረዳት ሚሪንዳዋን በመጐንጨት ጊዜ ለመግዛት ሞከረች። ነገሩን ለማቅለልም ብላ የነገሩም አካሄድና አቅጣጫ ወዴት እንደሚያመራ ስላላወቀች፡፡

"አይ መሌ ... በቃ እኮ ሥልጠናውን ሲጨርስ እዚህም ከሥራ ሌላ ምንም ስለማያውቅ፣ አገር ላሳየው ብዬ ወደዚያ ሄደን ነበርና በጣም ደስ ብሎት ነበር እሱን ይሆናል እንግዲህ። እኔ ደግሞ ትንሽ ዘና እንዲል ስለፈለግሁ የሰሎሜን ነገርም አላነሣሁበትም። አለ አይደል! እዚህም መምጣት ብዙ የፈለገ አልመሰለኝም። ያው የማርቆስም ጭቅጭቅ አላስቀምጥ ብሎኛል። ትንሽ ራቅ ብል ደስ ይለኛል ሲል ነበር።" አለች ትንሽ ልቡን የሚያሻክር መንገድ እየፈለገች፡፡

"አይ እኔም ምንም ፍንጭ ሳጣ ክብሮም ጋ ደውዬለት ነበር ..." አለና ዝም ብሎ ሲያያት ፊቷ የባሰውን ግራ ገባት። ምንም የመረጋጊያ ጊዜ ሳይሰጣት፡-

"እና መላኩ ጽፎት ሰሎሜ እጅ ስላልገባው ደብዳቤ ... ስለ ቀለበቱና ሰሎሜን ስለመሳሙ፣ ስለ የልደት ግብዣው ድግስ ቅንብር አጫውቶኝ በጣም ነው ያደነቅሁሽ። ፎቶዎቹንም ኢሜይል አድርጎልኝ... በጣም ነው የገረመኝ... ዋው... ስንኪ ሙች በጣም ነው ያደነቅሁሽ ..." ብሎ ፈገግ ብሎ ሲያያት በቦምብ

እንደተመታ ሕንጻ ስል ጭንቅላቷን በፍጥነት አፈራረሰው። የያዘችው ብርጭቆ ከጇ ሊያመልጣት ነበር። ወዲያው ፊቷ ደም መሰለ፣ ሰውነቷም ሲከዳት፣ ሲያጥወለውላትም አይቶ ትንሽ ዝም አለ።

በደመ ነፍስ፣ "ስለምን እንደምታወራ አልገባኝም። ምንድነው እሱ…? የምን ክብሮም … የምን ቀለበት ነው የምታወራው…" ብላ ድንጋጤዋን ወደ ቁጣ ለመቀየር ታገለች የሞት ሽረት። … ሁሌም ለተሸነፈ ሰው ከድንጋጤ ይልቅ ቁጣ የተሻለ የማምለጫ አቅምን እንደሚሰጥ በደንብ ታውቃለች።

"እኔንጃ … አንቺ ካልገባሽ ለኔማ እንዴት ይገባኛል … እምም…እኔም አልገባኝም … እስኪ ለማንኛውም አንድ ሰው ጋ አሁኑኑ መደወል አለብኝ… ረስተሽው ከሆነ እስከዚያ አንቺም አስቢው" ብሎ ክብሮም ጋ ደወለና ስፒከር ላይ አደረገው። ገና አንዴ ሲጮኽ፡-

"ሃሎ ሃሎ…" ሲል ክብሮም፡-

"ጥጋቡ ነኝ ዶክተር … እንዴት ነህ?" ሲል ትንሽ የተሰበሰበው የስንክሳር አእምሮ ሌላ ዙር ድብደባ ለመቀበል ተገደደ፡፡

"ደኅና ደኅና … በሰላም ነው?" አለ ባልተረጋጋ ድምፅ፡፡

"ደኅና ነው። ስንክሳርም በሰላም ገብታ እዚህ ለራት ከሶፊ ጋር አብራን ነው ያለችው። ባለፈው የተነጋገረነውን ጉዳይ እሷ ሁሉንም ነገር ውሸት ነው ብላለች። እንግዲህ አንተ ነህ ማለት ነው ይሄንን ሁሉ ክፋት ያቀነባበርከው። ስለዚህም የክፋትህን ዋጋ ለብቻህ ትከፍላለህ። ስፒከር ላይ ስለሆነ ያለኸው እሷም እየሰማችህ ነው። ማለት የምትፈልገው ነገር ካለ" ብሎ ዝም አለ፡፡

"ስንክሳር … አለሽ … ምንድነው እሱ? … ምንድነው እኔ ያደረግሁት? … ራስሽ አይደለሽም እንዴ… ምንድነው የምትዪው…?" እያለ ሲደነባበር ሁሉም ነገር እንደተበላሸ ያወቀችው ስንክሳር ንዴቷና ድንጋጤዋ እንደተደበላለቁ፡-

"ስማ! ምን ያደናብርሃል? በቃ ሰሎሜን እንዴት ነው የማገኘው አልክ፣ ስላሳዘንከኝ ረዳሁህ። ቀለበቱን የገዛኸው፣ በልጅቱ ተንጠላጥለህ ከንፈሯ ላይ የተለጠፍከው ራስህ ነህ። ምንድነው የምትለው? የማነው ደንባራ! ደግሞ ስንት ነገር ካደረግሁልህ በኋላ በኔ ላይ ትለጥፋለህ እንዴ የማነው ይሄ …" ብላ ሳትጨርስ፡-

"ድሮም ነግሬሽ ነበር… አንቺን ድሮም ማመን አልነበረብኝም … ራስሽ አይደለሽም የዚያን ቀን እፈልግሃለሁ ብለሽ … መላኩን የራሴ ማድረግ እፈልጋለሁ … እንተጋገዝ ብለሽ … እሱ ለሷ የጻፈውን ደብዳቤ… አሳይተሽኝ እዚህ ሁሉ ጉድ ውስጥ የጨመርሽኝ…" ብሎ በተቀያየረ የቁጣ ድምጽ ያለ የሌለውን ሲዘከዝክ፡-

"ስማ! አሁን የፈለግሽውን ማለት ትችላለህ ... እንደዚህ ዝርክርክ እንደሆንክ ...ባውቅ... ላንተ ብዬ ...." እንዳለች እሷም ንግግሯን ሳትጨርስ ክብሮምም ባየር ላይ እንደተንጠለጠለ ማርቆስ ስልኩን ዘጋውና ኪሱ ውስጥ ሲከተው ያልጠበቀችው ነገር ስለሆነ የምትይዘውን አጥታ ስትንቀጠቀጥ፡-

"ዎው ...ይገርማል...እንግዲህ ዶክተሩ እዚያው ራሳቸውን ያክሙ፤ ...ይበቃል ስልኩ ... ቢያንስ እሱም አንቺም ለለፋችሁበት አንድ አንድ ጊዜ የተመኛችሁትን ከንፈር አወናብዳችሁም ቢሆን ለመሳም ችላችኋል። አሁን ግን ቁልፉ አንቺ እጅ የለም። ቁልፉን ከደበቅሽበት የሐሰት ካዝና ውስጥ አውጥቼ ወስጄዋለሁ። ከፈለግሽ ቼክ ማድረግ ትችያለሽ በአንቺ እጅ ያለው ባዶ ካዝና ነው። ያም ባዶ ካዝና ያንቺ ከንቱ የውሸት ዕቅድ ሲሆን፣ አሁን ቁልፉ በእኔ እጅ እንዳለ ማየት ለምን እንዳቃተሽ አይገባኝም። ሳስበው ሳስበው ግን ለሰው ብቻ ሳይሆን ለራስሽም ነው የምትዋሺው...። የመላኩና የሰሎሜ ግንኙነት "የተቆለፈበት ቁልፍ" ከጅሽ ወጥቶአል... አሁንስ የምትዪው አለ?" ብሎ በምፀት መልክ ሲያያት፣ ውንብድብድ ብላ ቁጭ ባለችበት ሽንቷ ሊያመልጣት ሲታገላት፡-

"ካላመንሽ ደግሞ ከቆለፍሽባቸው በኋላ ቁልፉን በሌላ ቁልፍ ውስጥ ቆልፈሽ እንደፈለግሽ ስትጫወቺባቸው የነበሩት ምርኮኞች ... ነጻ ሆነው ላሳይሽ እችላለሁ ... 'ማመን ማየት ነው' የሚለው ላንቺ አሁንም የሚገባሽ አይመስለኝም፤ ... ማየት ማመን ነው የሚለው ግን አማራጭ የሌለው ምርጫሽ ይመስለኛል" ... ብሎ አዝዘው ሳይበላ ከቀዘቀዘው ፒዛ አንድ ቁራጭ አንሥቶ ሲጉርስ፣ ስንክሳር ዐይኗ እንደፈጠጠ ድርቅ ብላ ቀረች። ዞር ቢል መላኩና ሰሎሜ የራት ልብሳቸውን እንደለበሱ አጠገባቸው ቆመው አይቶ ...፡-

"እሺ ሁሉም ይቅር! የጻፈላትን ደብዳቤ አሁንስ አትመልሺላትም ..." ብሎ የመጨረሻውን ቦምብ ሲጥለው፣ ቀና ብላ ዐይናቸውንም ሳታይ ቦርሳዋን ይዛ ተስፈንጥራ ስትነሣ ጠርሙሶቹ ወድቀው ተሰበሩ። የሷና የክብሮምም ረቂቅ ዕቅድ ሳይሰበር አልቀረም። ደንግጠው እይታቸውን ወደነሱ ያደረጉት ተስተናጋጆች ሁሉ ጸጥ ስላሉ ... ቋ ... ቋ ... ቋ .. እያለ የቤቱን ጸጥታ ያደፈረሰው የስንክሳር አረማመድ ቤቱን ለቃ ስትወጣ ለቅጽበት የልቦና ጆሮ በሚያደነቁር ጸጥታ የተወጠረው ቤት እንደገና ሕይወት ዘራ።

ሁሉም የሚያደርጉትን ስላላወቁ ዝም ብለው ለጥቂት ደቂቃ ቆዩ። ማንም ምንም ማለት ስላልቻለ ማርቆስ እንደመጣለት የሚቀጥለውን አጭር ዲስኩር ሰጠ፡፡

"ይቺ ልጅ ትንሽም የመለወጥ ተስፋ እንዲኖራት የመጀመሪያው ነገር የክፋቷን ጽዋ በአጥንቷ መቅኒ እስኪገባ ድረስ መጠጣት ነበረባት። ለሚቀጥሉት ጥቂት ቀናትና ሳምንታት የሆነውን ሁሉ ለማሰብ እሷም እሱም ይገደዳሉ።

የመለወጥ ተስፋ ካላቸው ይታያል። አሁን እኛ ቂምና ጥላቻ በነሱ ላይ ሊኖረን አይገባም። በዕፍረት ምክንያት ተጸጽተው ይቅርታ ባይጠይቁም እንኳ፣ እኛ ከበቀልና ከቂም ነጻ ሆነን ሁሉም ነገር ሲረጋጋ ሄደን እናናግራቸዋለን። የሚያስፈልጋቸውንም ይቅርታ እንሰጣቸዋለን። ምናልባት አሁን እኔ ለጉዳዩ የመረጥኩት መንገድ እንደ በቀል ሊታይ ይችል ይሆናል። ግን አይደለም።" ብሎ የተሰባበረውን ብርጭቆና ጠርሙስ እንዲሁም ጠረጴዛቸውን አስተናጋጁ እያጸዳው ሁሉም ድርቅ ብለው ሲሰሙት ዲስኩሩን ቀጠለ።

"ከድቅድቅ ጨለማ የወጣ ሰው ደጅ ያለው ድንቅ የፀሓይ ብርሃን ዐይኑን ወግቶት ቢያመው፣ ጥፋቱ የፀሓዩ ነው ሊባል አይችልም። እንዲያውም ማየት የሚቻለው ዐይን ስላለን ብቻ ሳይሆን ብርሃን ሲኖር ብቻ ነው። ብርሃኑን ጠልተው ወደ ጨለማው ቢመለሱ ልንረዳቸው አንችልም። ላለፉት ወራት ሁላችንንም በጨለማ ሲያርመሰምሱን ቆይተዋል። አሁን ግን ሥራቸው ወደ ብርሃን ወጥቶአል። ነገሩን ወደ ብርሃን ማውጣት የሚፈጥረውን ሥቃይ ለማስወገድ ብለን አብረናቸው በጨለማ ውስጥ ልንደናበር አንችልም። የብርሃኑን ሥቃይ የምንቀንሰው በፍቅርና በይቅርታ እንጂ ብርሃኑን በማደብዘዝ ሊሆን አይችልም። ክብሮምን መፈወስ ይቀል ይሆናል። ስንክሳርን ማዳን ግን የገፋ የካንሰር ሕመምን የማዳን ያህል ሳይከብድ አይቀርም። የእውነት ጨረርና የፍቅር ቀዶ ህክምና ቢለዋ ሊያርፍባት የግድ ነው። እሱም ከሠራላት ነው" ብሎ ትከሻውን ሰብቆ ዝም አለ። ቆይቶም ከስንክሳር የምግብ ሰሐን ሥር የመኪናዋን ቁልፍ አይቶ፡-

"ውይ ቁልፏን ረስታው ነው የሄደችው! ቆይ ሰጥቼያት መጣሁ" ብሎ ሲነሣ እንደገና እየተቆናጠረች ስትመጣ ወደ እርሷ ሄዶ "ቁልፍሽን ረሳሽ። ይሄኛውን ቁልፍ አንፈልገውም። ..." ብሎ ንግግሩን ሳይጨርስ ቁልፉን መንጭቃው በግልምጫ ከመሬት ደባልቃው ተመልሳ ደረጃውን ከሩጫ ባላነሰ ፍጥነት ወረደች። ፊቷ አሁንም ቁጣ እንጂ ጸጸት ወይም ዕፍረት አይታይበትም። የተፈጠረው ትርምስምስ ጋብ ሲል ሶፊያ "እኔ ግን ወደ ሌላ ቦታ ብንሄድ እመርጣለሁ" ስትል፣ እንዲወጡ ባቀረበችው ሐሳብ መሠረት ሁሉም የነበረውን ድባብ ስላልወደዱት ሒሳቡን ከፍለው ወጡ።

ወደ ታች ወርደው ወደ መኪኖቻቸው ሲሄዱ ያልጠበቁት ነገር አጋጠማቸው። ሰው ሁሉ ተሰባስቦ ሲንጫጫ አይተው በቦታው ሲደርሱ፣ አንድ አምቡላንስና ፒክ አፕ የፖሊስ መኪና አካባቢውን ለቀው ሲሄዱ አንድ ሆነ። የሆነውን ነገር ባካባቢው የተሰበሰቡትን ሰዎች ቢጠይቁ፣ አንዱ አንድ ነገር፣ ሌላው ደግሞ ሌላ ነገር ሲል ትክክለኛውን ነገር ለማወቅ አልቻሉም። ወሬኛ ወሬ ለማውራት እንጂ እውነትን ለማወቅ ግድ የለውም፤ በተለይ ተራ መንገደኛ ከሆነ። ዞር ሲሉ የስንክሳር መኪና መንገዱ ዳር ቆማለች። ደንግጠው ጠጋ ብለው ቢያዩ ማንም ሰው የለም። ወደ ጥበቃዎቹ ሄደው ሲጠይቁ ሁለት ህጻናት ልጆቿን ይዛ የምታልፍ የኔ ቢጤ ተገጭታ የተፈጠረ ግርግር እንደነበረ ነገሯቸው። አንዱ ህጻንና

እናቲቱ ሳይሞቱ እንዳልቀሩና አምቡላንሱ ሁሉንም ይዞ እንደሄደ ባዘነ ድምጽ አስረዷቸው። የመኪናዋ ሹፌር የሆነችውን ወጣት ሴትም ፖሊስ ይዟት እንደሄደ ነገሯቸው። የገጪዋ መኪና መንገዱ ዳር ያለችው አረንጓዴ ቶዮታ ካሪና የስንክሳር መኪና መሆኗን ሲነግሯቸው ሁሉም በድንጋጤ ክው ብለው ቀሩ።

የሶለን ማስታወሻ

ሰሎሜ መቀሌ በነበረችበት ጊዜ ብርቄና ሶስና አክስቷ ቤት ገብተው ስለነበር እሷም አዲስ ቤት እስከምትከራይ ድረስ አክስቷ ቤት ገብታለች። ከመቼውም ይልቅ ደስተኛ ሆናለች። ከሁሉም ግን የሶስና ህልምና ጸሎት ነው የደረሰ የሚመስለው። ወይዘሮ መገርቱና ሰሎሜም ባለፉት ወራት የሆኑትን ነገሮች ለብዙ ሰዓታት መጫወት ችለዋል። ካሳለፉት ቀውስና የመለያየት ወራቶች በኋላ በመካከላቸው የተፈጠረው ቅርርብ የመላኩንና የሰሎሜን በፍቅር ጓደኝነት አብሮ መሆን የተረጋገጠ አድርጎታል። ሁለቱም ቶሎ መጋባት ነው የሚፈልጉት። ስለዚህ መላኩ በእርሱ በኩል ሽማግሌ ለመላክና ለጋብቻ ጠይቋት ቀለበት ሊሰጣት በዝግጅት ላይ ነው።

ሰሎሜም በሳምንት ሦስት ቀን የቀድሞ ሥራዋን እየሠራች ከመላኩ ጋር የሶለንን ማስታወሻ ለመጻፍ በዝግጅቱ ተጠምደዋል። በሶለን ማስታወሻ መጽሐፍ ውስጥ እንዲካተት ስለፈለጉ ለአንድ ሳምንት እማማ መገርቱን ይዘው፣ ማርቆስና ሶፊያንም ጨምረው ጊምቢ ሄደው አገር ሲያዩ ከርመው መጡ። የሰሎሜ እናትና አባትም በሁለት ወር ውስጥ ከብዙ ጊዜ በኋላ ለመምጣት ዝግጅት ላይ ናቸው፣ መላኩ ሽማግሌ ለመላክ ያሰበው በዚያን ጊዜ ነው። በሌላ በኩል ምንም እንኳ መዐዛና የመላኩ አክስት መጥተው የጠየቋቸውና ሰሎሜንም የተዋወቋት ቢሆንም፣ ወደመቂ ለመሄድ ሁሉም ጓጉተዋል። የሚቀጥለው ሳምንት መጨረሻ ላይ ተሰባስበው ወደዛው ለመሄድ እያሰቡ ነበር መዐዛ ለማርቆስ ደውላ ያልተጠበቀ ነገር የነገረችው።

“ማርቆስዬ ጉድ ሆንኩልህ ... ወይኔ መዐዛ አሁን ምን ይባላል! እንዲያው በምን ዐይነት ቀን ነው እዚህ ጣጣ ውስጥ የገባሁት” አለች በቅጡም ሰላም ሳትለው ድምፅዋን ለቅሶዋ እያቆራረጠው

“እንዴ መዐዚ ምንድነው እሱ? ደኅና አይደላችሁም? ምን ሆንሽ? የት ነው ያለሽው?” አለ ማርቆስም መኪናውን ወደ ዳር እያወጣና እንደዚህ ስትሆን ስለማያውቃት እሱም ድንጋጤ ይዞት

"ምን ደኅንነት አለ ባክህ... እንዴትስ ነው የሚወራው፤ ይሄ እኮ አሳፋሪ ነገር ነው! አሁን ምንድን ነው የሚደረገው? ወይኔ መዐዛ..." ብላ አሁንም የሆነውን ሳትነግረው ልቅሶዋን ማቆም አቃታት።

"ቆይ መዐዚ መጀመሪያ ተረጋጊ። እኔ እኮ ምንም አልገባኝም። የታመመ ሰው አለ? ምን ሆነሽ ነው? አደጋ ነው?" አለ አሁንም ምን ሊሆን እንደሚችል ማሰብ እያቃተው

ከዚያም በብዙ ትግል ካረጋጋት በኋላ የሆነውን ነገር እንደምንም ብላ ነገረችው

"ትዝ ይልሃል ባለፈው ወንድሜና ዘነበ እንደተጣሉ የነገርኩህ? የወንድሜ ጥርጣሬ ዘነበ ከእህቴ ስርስር ማለቱን አለመውደዱ ብቻ ሳይሆን የእጅ አመል አለው ብሎ ከዚህ ቤት መውጣት አለበት ብሎ ሞቼ እገኛለሁ ማለቱ ነበር። በዚህ የተነሣ እኔና ወንድሜ ፈጽሞ አልተስማማንም ነበር። ውሎዬን ደግሞ የማልቀርበት የሥራ ጉዳይ ስለነበረኝ ሻሸመኔ መሄድ ነበረብኝ። ለክፋቱ ደግሞ ረስቼው ስልኬንም ይዤ አልሄድኩም ነበር። ገና አዲስ የተጀመረ አንድ ትልቅ እቁብ ነበረኝ ዛሬ ተሰብስቦ እኔ የምወስደው። የዝዋዩን ንግድ ፈቃድ ጨራርሼ ሥራውን መጀመር ስለፈለግሁ ነበር መጀመሪያ ዕቁቡን እንድወስድ የፈቀዱልኝ። ደግሞ የጁስ ቤቱንም ሂሳብ ሌላውንም ገንዘብ ሰብስባ ባንክ የምታስገባው እሷ ስለነበረች፣ ዕቁቡንም ተቀብላ ባንክ እንድታስገባ ለዘለቃ ነገሬያት ነበር የሄድኩት። ለካስ ከዘነበ ጋር ሲዶልቱ ከርመው ኖሮ አመቺ ጊዜ ሲጠብቁ ነበርና የዕቁቡን ገንዘብ፣ የምን ያህል ጊዜ እንደሆነ አላውቅም ባንክ ያልገባውን የካፌውን ብር፣ የኔንና የናቴን ጌጥ ሁሉ ጥርግርግ አድርገው ሁለቱን ህፃናቷን ይዛ አብረው ጠፍተዋል። ያው ደውለው ሊያገኙ ስላልቻሉ ወንድሜን ጠርተውት እሱም ሲከንፍ መጥቶ ቤቱ ጦር ሜዳ ሆኖ ነው የደረስኩት። እናቴም በቃ ድንጋይ ሆናለች። ውይ ውይ አሁንስ ያው ድህነት ይሻላል መሰለኝ፤ አሁን ምን ይባላል?" ብላ ስታለቅስ ማርቆስም ነገሩ በጣም አስደንግጦትና አሳዝኖት እሷን ማረጋጋት እንዳለበት በማሰብ

"መዐዚ የውልሽ አሁን የሆነው ሆኖአል። ታዲያ ምን አደረጋችሁ? ፖሊስ ጣቢያ አመለከታችሁ? ወደ የት እንደሄዱ ይታወቃል? ምንም ፍንጭ የለም?" አለ አሳቡን እየሰበሰበ።

"እናቴ ፖሊስ ጣቢያ ቢመለከት ልጄን እስር ቤት ታስጨምሯታላችሁ፤ እሱ ነው አታሏት እንጂ እሷ እንዲህ አታደርግም ብላ አሻፈረኝ አለች። ወንድሜ ደግሞ እምቢ ብሎ ሳያመለክት አይቀርም። እሱም ሁሉንም በኔ ላይ አላክኮ እየነገርኩሽ ነው በማለት ያዙኝ ልቀቁኝ፣ ልጄንም ድርሻዬን ይዤ እሄዳለሁ ዐይናችሁንም ማየት አልፈልግም እያለ ነው። ምን ልበልህ በቃ ቤቱ ሁሉ ተተረማምሶአል። አሁን ምን ይባላል? እውነቱን ነው ጥፋቱ የኔ ነው ይበለኝ።

አልሰማ ብዬ ... ይሄንን አውሬ አስገብቼ ቤቱን በገዛ እጄ ያ..ፈ..ራ..ረስ...ኩት” ብላ ስቅስቅ ብላ ለቅሶዋን ስትቀጥል

“መዐዚ እስኪ ተረጋጊ። ብዙም ሳይርቁ ሊያዙ ይችላሉ። አሁን ዋናው ነገር ቤቱ ውስጥ ሰላም መፍጠሩ ነው። መላኩ ጋ ደውለሽለት ነበር እንዴ?” አለ አሁንም ምን ማድረግ እንዳለበት ግራ የገባው ማርቆስ።

“እዎን ሁለታችሁም ጋ ነበር እኮ ስደውል የነበረው። የሱ ጭራሽ አይመልስም፣ ያንተም በሶስተኛው ነው የቀናኝ። ደሃ ድሮም ደሃ ነው፣ ምንም የሚቀይረው የለም። እግዜርም ደሃን ደሃ ያደረገው ልቡን አይቶ ነው ... እባብ ... እባብ ነው ደሃ... ወይኔ ... እኔ የሚያሳዝኑኝ ሕፃናቶቹ ናቸው። አሁን የሆነ ቦታ ወስዶ ተጫውቶባት ብሩን ይዞ ጥሎአት ነው የሚጠፋው። ይቺ እንከፍ... አሁን ከሱ ጋ ምኑ ታምኖ ነው የሚጠፋው? ርኩስ! ወንድሜን ባምን እኮ ይሄ ሁሉ አይሆንም ነበር። ጥፋቱ የኔ ነው። ደግሞ ያን ሁሉ ብር አምኜ በሷ እጅ መተዌስ...? አዬ ብቻ እሱ ፈጣሪ የጃቸውን ይስጣቸው፣ እመቤቴ እሷ የልባቸውን አትንሳቸው” አለች ለቅሶዋን ቁጣዋ እየተካው።

“የው መዐዚ አሁን ተረጋጊ። ከወንድምሽም ጋር አትጋጪ። ረጋ ብለሽ አስቢ። እኔ መላኩን ፈልጌ አገኘውና አብረን እንደውልልሻለን። አሁን መሽቷል፣ ወይ ነገ በጠዋት እንመጣለን። ከዚያም የሚደረግውን እናደረጋለን። ይሄ የሰው ባሕርይ ነው፣ ከድኅነት ጋር አይያያዝም። ያጋጥማል። ለወደፊቱ መማር ነው። አሁን አንቺ ዝም በዪና እናትሽን አግዣቸው። ከወንድምሽ ጋርም አትጣዪ፣ ተናዶ ስለሆነ አሁን የሚለውንም የሚያደርገውንም የሚያደርገው ዝም በዪው። እሺ መዐዚ ... አይዞሽ። መላኩን እንዳገኘሁት አብረን እንደውልልሻለን።” ብሎ ትንሽ አረጋግቶአት ስልኩን ዘጋው።

ከዛም መላኩን ካገኘው በኋላ አብረው ደውለውላቸው እሷንም እናቷንም ወንድሟንም አረጋግተው ለጠዋት ተቃጥረው ተለያዩ።፡መላኩም ማርቆስም በጣም ነው ያዘኑት። የገንዘብ ትልቁ ኀይሉ የኪስን ድኸነት ማጥፋቱ ሳይሆን የአእምሮን ራቁትነት ማጋለጡ ላይ ነው። ገንዘብ ሰው ያልሆነውን ሳይሆን፣ ሆኖ መሆን ያቃተውን የሚገልጥ ነገር ነው። ቤተ ሰቡን ለማስማማት ሙሉ ቀን የፈጀ ውይይት ማድረግ ነበረባቸው። የመዐዛ ወንድምም በብዙ ትግል ነው ሀሳቡን ለውጦ እንደገና አብረው ሊሠሩና ችግሩን ተባብረው ለመጋፈጥ በነ መላኩ ብርታት የተስማማው። ነገሩን በፖሊስ መከታተሉን ሳይተዉ ሥራቸውን ለመቀጠል ተስማሙ። መዐዛ ግን ነገሩ በጣም ጕድቷት ስለነበር ለጥቂት ጊዜ መላኩ ጋ መጥታ እንደታርፍ ቢለምኗትም፣ ነገሩ እንደዚህ ተዝረክርኮ ለመሄድ አሻፈረኝ አለች። መላኩና ማርቆስም እነዘለቃ የወሰዱትን ወደ መቶ ስልሳ ሺህ የሚጠጋ ብር ለመተካት እንዲረዳቸው የቻሉትን ያህል ስላገዟት፣ እንደገና ነገሮችን ከወዳደቁበት አንሥታ

ሥራዋን ጀመረች። ከሁሉ በላይ ቤተሰቡን የጐዳው ግን በመካከላቸው የተፈጠረው አለመተማመንና የልብ መሻከር ነው።

መላኩ የሶለንን ማስታወሻና አራቱን የፍቅር ፈርጦች አንብቦ በሶለን አስተሳሰብ ከሚገመተው በላይ ነው የተደነቀው። 'የሶለን ማስታወሻ' በማለት የጻፋቸው አጫጭር ጽሁፎች ሁሉም አንድ መጽሐፍ የሚወጣቸው ቁም ነገር አዘል የሕይወት እውነታዎች መሆናቸውን እያየ ደጋግሞ አነበባቸው። ሰሎሜ ደግሞ ሐሳባቸውን ሳይለቁ መላኩ በራሱ አጻጻፍ እንዲጽፋቸው ችክ አለችበት። ምንም ያህል ከባድ የሆነ ፅንሰ ሐሳብ ቢሆን መላኩ ባጭሩና በቀላሉ መግለጽ ይችላል። ሰሎሜ ከተቃጠሩበት ሂልተን ሆቴል ከመዋኛው አጠገብ ባለው ካፌ አካባቢ እየተቁነጠነጠች ስትጠብቀው መላኩ ደረሰ። እቅፍ አድርጋ ሰላም ካለችው በኋላ እጅ እጁን እያየች፣ "ጽሑፉስ መሊ … አላመጣሁም እንዳትልና እንዳልገልህ።" አለች ተነሥታ እንደልጅ ኪሱን እየበረበረች።

"ምን ባክሽ ቤት ጠረጴዛው ላይ ረስቼው አሁን እዚህ ስደርስ ትዝ አይለኝም መሰለሽ።" አለ በጣም ያዘነ በሚመስል ፊት

"ኧ…ረ…ረ! እኔ አላምንህም እኮ! አሁኑኑ ሄደህ ታመጣታለሃ!" ብላ እንደማኩረፍ ሲቃጣት እየሳቀ ከደበቀበት ከጀርባው ውስጥ አውጥቶ ሲሰጣት እንደህጻን ላዩ ላይ ተጠምጥማ ሳመችውና ወንበሯ ላይ ፊጥ ብላ ድምጿን አውጥታ ማንበብ ጀመረች፤ ድምፅዋን አንዴ እንደተራኪ አንዴ እንደዘጋቢ እያደረገች። ማንበብ እንደጀመረች የመላኩ ስልክ ጮኸ። ሲያየው ሣራ ነበረች።

"ይቅርታ ሰሊ… ሣራ ናት። አንቺ አንዴ እስከታነቢው ድረስ ላናግራት። እዩውና እናወራዋለን።" ሲላት መስማማቷን ገልጻለት ሰላም በልልኝ ብላው ንባቧን ቀጠለች። እሱም ሰሎሜን እንዳይረብሻት ብሎ ወደ መዋኛው አካባቢ ሄደ።

የሶለን ማስታወሻ

እያንዳንዱ ሰው የራሱን ምስል አይቶ የፈጠረበት የግሉ መስታዎት አለው። ይህም ምስል በግለሰቡ ውስጥ ጸንቶ የሚኖርን የራስ ምስል (self image) ይፈጥራል። ይህንንም ነኝ ብሎ የተቀበለውን የራሱን ምስል (self image) ወስዶ የሚመዝንበትና ለራሱ የሚሰጠውን ዋጋ የሚተምንበት ሚዛን በልቡ ይኖራል። ይህም ሰው ለራሱ ያለዉን አመለካከት እንዲሁም ከራሱና ከሌሎች ጋር የሚኖረውን ዝምድና የሚወስነውን የራስ ግምትን (self esteem) ይፈጥራል። የቀረው ኑሮው እንግዲህ ለምስሉ በሰጠው የዋጋ ግምት ላይ የተመሠረተ እንጂ ከእውነተኛ ማንነቱ እጅግም ተያያዥነትም ላይኖረው ይችላል።

ራስወዳድነት፣ የበታችነት ስሜት፣ ትዕቢት፣ ይሉኝታ፣ ትሕትና፣ ሰውንና ራስን ማክበር፣ መውደድ ወይም መጥላት ሁሉ ከዚሁ ለራሳችን የምንሰጠው ግምት (self esteem) ያለማቋረጥ ይመነጫሉ። እናም መስታዎታችንና ሚዛናችንን ሳናስተካክል ራስን መለወጥ ፈጽሞ አይቻልም። የምንኖርባት ዓለም ደግሞ ከእለት እለት እየተበላሸ የሚሄድ መስተዋትንና የተዛባ ሚዛንን ይዘው በሚዞሩ ሰዎች የተሞላች የተረበሹ ሰዎች መጠለያ እየሆነች ነው የሚል ጥርጣሬ አለኝ።

* * *

ሙስናን በዕንስ አሳብ ደረጃና በሌላ ሰው ላይ ሲያይ የሚጸየፍ ጤነኛ ሰው አይቼ አላውቅም። ምክንያቱም ሙስና እንደ ውሸትን፣ ሌብነትን፣ ራስ ወዳድነትንና ስንፍናን የመሳሰሉ የዘቀጡ ባሕርያት ድምር ውጤት ስለሆነ ነው። የሚገርመው ግን ራሳቸው የሚፈጽሙትን ሙስና ሲጸየፉ ያየኋቸው ሰዎች እጅግ ጥቂት መሆናቸው ነው። ይህ ደግሞ ለምን እንደሆነ ለረጅም ጊዜ ግራ ይገባኝ ነበር። አሁን አሁን ግን ውሸታም፣ ሌባ፣ ስግብግብና ሰነፍ የሆነ ሰው ሙስናን ለመጸየፍ ምንም ምክንያት እንደይማኖረው ነው እየገባኝ የመጣው። መፍትሔውም እውነተኛነት፣ ተግቶ መሥራትና የልግስና ሕይወትን መኖርና ማስተማር ብቻ እንደሆነ ነው የሚታየኝ።

* * *

በጊዜ የሚቀልዱ ሰዎችና ሕዝቦች ባጠቃላይ የዕድሜያቸው መጠንና ጥራት ጊዜን በአግባቡ ከሚጠቀሙና የጊዜን መርሕ ከሚያከብሩ ሰዎች ይልቅ አጭር ለመሆኑ ብዙ እማኝ አያስፈልግም። ለምሳሌ በሠለጠኑት አገሮች የአንድ ሰው አማካይ ዕድሜ 80፣ የኋላቀሮቹ ደግሞ 50 ዓመት አካባቢ ነው። ጊዜ በሚቀልዱበት ይቀልዳል ወይስ ፈጣሪ ዕድሜን ገፋ አርጎ የሚሰጠው ሊሠሩበት ለሚችሉት ብቻ ስለ ሆነ ይሆን? ወይንስ የባከነ ሰዓት በእግር ኳስ ጨዋታ ላይ ሲጨመር፣ ከሰው ሕይወት ደግሞ ስለሚቀነስ ይሆን? ያባከንነውን ጊዜ ያህል ከዕድሜያችን ላይ እንደሚቀነስ ብናውቅስ እንለወጥ ይሆን?

* * *

ይሉኝተኛነት ሰዎች ከሚሉትም ባለፈ ሊሉን ይችላሉ ብለን በምናምነው ግምት ላይ የተመሰረተ የፍርሀት ኑሮ ነው። ይሉኝታ ቢስነት ደግሞ የሌሎችን ስሜትና ፍላጎት ያላገናዘበ፣ በራስ ጥቅም የናወዘና በስግብግብነት የታጠረ አስተሳሰብ ነው። የቱ እንደሚሻል እርግጠኛ

አይደለሁም። ይሉኝተኛነት ጠፍሮ የሚያስቀር እስራት ሲሆን፣ ይሉኝታ ቢስነት ደግሞ ራስወዳድነትን ባማከለ አስተሳሰብ በሌሎች ፍላጎትና ስሜት ላይ ሹል ሶል ያለው ጫማ አድርጎ የመራመድ ያህል ነው። በይሉኝታ የታሰረ አስተሳሰብ ያለው ራሱን ባላጠፋው ጥፋት እየገረፈ ያመነበትን ሳይናገርና ሳይኖር፣ ሌላውን ሊያስደስት እንደማሰነ ህልሙን ተሸክሞ ይሞታል። የኛን ሃገር በተለይ የጎዳዉም ይሉኝታ ይመስለኛል።

* * *

ልጅ ሆኜ እናቴ ሽንኩርት ስትልጥና ስትከትፍ አብሬያት መሆን እወድ ነበር። አንዳንዴ ታዲያ እኔም እንደሷ ለመላጥ አስቤ ሳላውቀው ሽንኩርቱን ልጬ ልጬ የመጨረሻዋ ላይ ስደርስ፣ ልገልጸው የማልችል የተለየ ደስታ ይሰማኝና ውጤቱን ይዤ ወደናቴ እሮጥ ነበር። እሷ ግን እንደጥፋት ስለምትቆጥረው ከደረሰችብኝ ትከለክለኝ ነበር፤ እጄን ላመል በጁ ጥብስ አድርጋ። እሷ ያስተማረችኝ ትክክለኛው ሙያ ደረቁን የውጭ ሽፋን ልጦ የቀረውን መክተፍ ነው። አሁን አሁን ከሽንኩርት ይልቅ ሰዉን ልጦ እስከ ውስጡ ማየት የተለየ ደስታንና መደነቅን ይፈጥርብኛል። ሳስበው ሰዉም እንደ ሽንኩርት ሳይሆን አይቀርም። በተለይ የኛ ሕዝብ ተልጦ ውስጡ ያልታየ ምስጢር ነው። ነገር ግን ሁሌም ከላይ ከላዩ ብቻ ተልጦ እየተከተፈ በሕይወት ወጥ ድስት ውስጥ የሚጨመር። የፈረንጅ ሽንኩርት ሲልጡት ቀላልና ዐይንንም እንደሚያቃጥለው እንዳበሻው ሽንኩርት አለመሆኑን ሞክሬ አይቼዋለሁ። የተሻለ ወጥ የሚያሰማው ግን ያበሻው ሽንኩርት ነው ይባላል። ቃሪያውም፣ ሽንኩርቱም፣ ሰዉም ለምን ያበሻው እንደሚያቃጥል አላውቅም። እስከመሃሉ ልጠን መመርመሩ ምናልባት ምስጢሩን ያሳውቀን ይሆን?

* * *

ብዙ ያገራችንና የአፍሪካ ሰው የልደት ቀኑን አያውቅም ይባላል፤ የዘመድ አዝማዱን ሳይቀር። የሞት ቀን ግን አጅግም አይረሳም። ከልደቱም ሙት ዓመቱን መዘከር ይቀናዋል። ልደት የወደፊታችን የሚጀመረበት መሠረት ሲሆን፣ ሞት ደግሞ የኋላ ታሪካችን መግቢያ በር ነው። በወደፊቱ ላይ ካነጣጠረ ህልምና ተስፋ ይልቅ በኋላ ታሪክ ላይ የተመሠረተ ታሪክና ትዝታ ይነሽጠናል። ዕቅድ ከማውጣት ይልቅ ዝክር ማብላት ይመቸናል። ይህም ዛሬ የትናንት እንጂ የነገ አካል ሆኖ እንዳይሰማን ሳያደርግ አይቀርም። የጊዜ አካሄድ ወደፊት ወደነገ መሆኑ ግልጽ ነው። የኛ አስተሳሰብ ደግሞ ሁሌም ወደ ኋላ ነው የሚጎትተን። ለዚህም ይሆን በቀጠሮ አርፋጅነትን፣ በሥራም ቀርፋፋነትን ማሸነፍ

የተሳነን?

*　　　　*　　　　*

ሰው ግብዝነትን ባፉ እየጠላ ለምን ግብዝ ይሆናል ብዬ ብጠይቅ መልሱ ግብዝ ስለሆነ ነዋ የሚል ሆኖ አግኝቼው ገርሞኛል። ይህም ጥምጥም ወጥመድ ውስጥ ከተተኝ። ዕሥሥትን ግብዝ ልንላት አንችልም፣ መለዋወጥ ፍጥረቷ፣ ባሕርይዋና የህይወቷ ዋስትና ነውና። ለሰው ግን እንደ እሥሥት መለዋወጥ የተፈጠረለት ነገር አይደለም። ግብዝነት የሰውን ሐሳብ፣ ቃልና ግብር የማይጣጣም ማድረጉ ብቻ ሳይሆን፣ በቦታ፣ በጊዜና በሁኔታ ዉስጥም እንደ አየር ሁኔታ መለዋወጥንም ይፈጥራል። ግብዝነት ታዲያ ምን ጥቅም አለው ቢባል፣ የሚጠየቀውን ዋጋ ላለመክፈልና የማይገባዉን ጥቅም ለማግኘት በራስወዳድነት ተነሳሽነት የሚያደረግ ነገር መሆኑ ነው። ግብዝነትን አጥፊና አስጸያፊ የሚያደርገው ግን በሰው ላይ የሚፈጥረው አይቀሬ ክፉ ተጽእኖ ነው። ይህም ግብዝነት ልክ አንድን ችግኝ በየቀኑ እየነቀሉ በተለያየ ቦታ እንደመትከል ሊመሰል ይችላል። ሰውዬው ችግኝ ሆኖ ይቀራል ወይም ይደርቃል። ከእውነተኛው ሰው ጋር ሳይሆን ከጥላው ጋር እንደመኖር መሆኑ ደግሞ ሌላው ሰው የሚሸከመው አበሳ ነው።

*　　　　*　　　　*

በየንዳንዱ ሕፃን ልጅ ውስጥ አንድ ገና ያልተገለጸ ትልቅ ሰው አለ። ይህም ጊዜን የሚጠብቅ ነው። ለእኔ ግን ምንጩን መርምሬ በቅጡ ያልደረስኩበት፣ በሄድኩበት ሁሉ የሚያጋጥመኝ በየንዳንዱ ትልቅ ሰው ውስጥ የሚወራጭ ሕፃን ልጅ ነው። በተለይ 'ሕፃናት' ወላጆችንና አገር መሪዎችን ማየት በጣም ነው የሚያስፈራኝ። በየንዳንዱ ሕፃን ውስጥ የተሰወረውን ትልቅ ሰው በትክክል ካላሳደግነው፣ ውሎ ዐድሮ በትልቅ ሰውነት ውስጥ የሚንፈራገጥ እንጭጭ ሕፃንን ማግኘታችን አይቀርም። በሕፃን ውስጥ የተሰወረውን ትልቅ ሰው ማሳደግ ደስታ ነው። በዐዋቂ ሰውነት ውስጥ ከተደበቀ ሕፃን ጋር መኖር ግን ከሁሉ የከፋ መከራ ይመስለኛል።

*　　　　*　　　　*

አለማመንን፣ ከማመን ይልቅ ከባድ ሆኖ ነው ያገኘሁት። ሰው ሲያምን አንዴ ነው። ያንን እምነት መጠበቅም ማበላሸትም እምነት የተጣለበት ሰው ኃላፊነት ነው። ስለዚህ ያመነው ሰው ኑሮውንና ሥራውን በሰላም መምራት ይችላል። አለማመን ግን በየደቂቃውና በየቅጽበቱ ሥጋትን የሚፈጥር፣ ግንኙነትንና ፍቅርን የሚያቀጭጭ አረም ነው።

የማያምን ሰው የጥርጣሬውን ትክክለኛነት ለማረጋገጥ የሚያባክነው ጉልበትና ጊዜ ለሥራ ቢውል ብዙ ውጤት ባስገኘ ነበር። በዚህም የተነሣ እምነት በጠፋበት ትዳር፣ ቤተሰብና ኅብረተ ሰብ ውስጥ ብክነትና ክስረት ይበዛል። መተማመን ደግሞ የብልጽግናና የፍቅር መሠረት፣ የደስታ ዛፍ፣ የሰላም ሌማትም ነው። ከዚህ በተጨማሪም የጠፋን እምነት ለመመለስ የፈሰሰን ውሃ ለማፈስ ከመሞከር ያላነሰ ስለሚከብድ እምነትን በታማኝነት መጠበቁ የጠፋ እምነትን ለመመለስ ከሚከፈለው ዋጋ በሺህ እጥፍ ያንሳል። ይህ ማለት ግን የተሰበረ እምነት አይጠገንም ማለት አይደለም።

* * *

ሣቅና ልቅሶ ድንበርተኛ ሳይሆኑም አይቀር። ለዚህ ይሆን ከአንጀታችን ስንስቅ እንባችን መፍሰስ የሚጀምረው። ደግሞስ ከልባችን ስቅስቅ ብለን ካለቀስን በኋላ ልባችን ቀለል ብሎት በትንሽ ነገር መሣቅ የምንችለው? እየኰረኰሩ ማሣቅን እንደ ማሠቃያ መንገድ ይጠቀሙበት ነበር አሉ ጃፓኖች በድሮ ጊዜ ወንጀለኞችን ሲቀጡ። ይህም የሚሆነው ሰዎች ከፈቃዳቸውና ከቁጥጥራቸው ውጪ ተኰርኵረው ከሣቁ፣ የሚፈጠርባቸው የአእምሮ ውስጥ ጫና ባለማቋረጥ በሚሰቀጥጥ ሁኔታ ስቅስቅ ብለው እንዲያለቅሱ ስለሚያደርጋቸው ነው። ይህም ከፍተኛ የስሜት ሕመምን ይፈጥራል። በልኩ ከልብ መሣቅ ግን ስጋንም ነፍስንም የሚፈውስ መድኀኒት ነው የሚለው አባባል ሳይንሳዊ ጥናቶችም የደገፉት ሆኖአል። ለነገሩ ሁሉስ መድሃኒት ሲበዛ ገዳይ መርዝ አይደል። ሲጠፋ ደግሞ በቀላሉ ሊድን የሚችል በሽታ ሰው ሊጨርስ ይችላል። አሁን አሁን ግን በሳቅ ብዛት ሳይሆን በሳቅ እጦት ብዙ ሰው የተጎዳ ይመስለኛል።

* * *

ሴቶች ከወንዶች እኩል ናቸው ወይም አይደሉም የሚለው ነገር ብዙ ሰውን ያናቆረ ጉዳይ መሆኑ ይገርመኛል። ብዙ ባህሎች የወንድን የበላይነት ያረጋገጡና ሴቶችን በክፉ ቀንበር ውስጥ ያሰሩ መሆናቸውም ግልጽ ነው። በምዕራቡ ዓለም የተነሳው የሴቶች መብትና እኩልነት ትግል እንቅስቃሴ ደግሞ ይህንን ለማስተካከል ብዙ አስተዋፅኦ ማድረጉ አይካድም። የሴቶችን ከወንድ እኩል መሆን ለማረጋገጥ የተሄደበት መንገድ ግን ውስጡ ቁጣም ቁጭትም ያዘለ ነው። ወንዶችን የሴቶች ጠላት አድርጎ ከመሣሉም በላይ፣ ሴቷም ከወንድ እኩል መሆኗን ለማረጋገጥ ወንድ የሆነውንና ያደረገውን ሁሉ ማድረግ መቻሏን ለማረጋገጥ ወደማይሆን ደካምና ውድድር ውስጥ ያስገባ ይመስላል። ይህም የወንድንና የሴትን ልዩነት ያጠፋ ወይም የካደ አደገኛ አካሄድ ይመስለኛል። ወንድ ሴት መሆንና ማድረግ የምትችለውን ሁሉ ማድረግ

እንደማይችል የታወቀ ነው፤ ሴትም እንደዚሁ። መለያየት ደግሞ መበላለጥ አይደለም። ልዩነት ለድግግፍ እንጂ ለውድድርና ለጦርነት መዋል የለበትም። ስለዚህም ወንድ ያለሴት ሴትም ያለወንድ አይሆንም የሚለው ሁሌም ልክ ይመስለኛል። ነገር ግን ደግሞ በሴቶች ላይ የደረሰውን በደልና ጭቆና ችላ ማለት የሚችል ወይም የሚክድ ነጻ አእምሮ አለ ማለት አይቻልም። ባርነቱ የወንድም የሴትም መሆኑ መዘንጋት ግን አይኖርበትም። ስለዚህ ጨቋኝም ተጨቋኝም ነጻ እስካልወጡ ድረስ ነጻነት ሳይሆን ማለቂያ የሌለው ጦርነትን ነው የምንፈጥረው። ብዙ በወንዶች ላይ የመረረ ከፍተኛ ጥላቻ ያላቸው ሴቶች የሴቶች መብት ተሟጋች መሆናቸው የዚሁ ውጤት ነው። እነርሱ ራሳቸው በውስጣቸው ከሞላው የወንድ ጥላቻ ነጻ መውጣት ያስፈልጋቸዋል። እኔ እንደሚመስለኝ ትልቁ ነጻ የማውጣት ሥራ መሠራት ያለበት በሕፃናት ወንድና ሴት ልጆች ላይ ነው። እዚያ ጋ ሁለቱም ጾታዎች ከበላይነትና ከበታችነት ቀንበር ነጻ ከወጡ፣ እውነትም ነጻ ማኅበረሰብና ጾታዊ እኩልነት የሰፈነበት ቤተ ሰብ ይኖረናል። ልጆችን በመቅረጽ ደግሞ እናቶች ትልቅ ድርሻና ኀይል አላቸው። አድገው ከተጣመሙት ወንዶችና ከተጨራመቱት ሴቶች ይልቅ ገና ተቀርጸው ባላለቁት ሕፃናት ላይ ብዙ ተስፋ ይታየኛል። በመሠረቱ ወንድም ሆነ ሴት ሰው ናቸው። ሁለቱም ራስ ወዳዶችና በተበላሸ ማኅበረሰብ ዉስጥ የተበላሸ ዕሴት ይዘው ያደጉ ናቸው። እኩልነት የሚመጣው አንዱን ብቻ በማስገደድ ሳይሆን ሁለቱንም ከአስተሳሰብ በሽታ ነጻ በማድረግ ይመስለኛል።

*   *   *

ቁጣ ባጭር ጊዜ ብዙ የጭንቅላትና የአካል ሃይልን የሚያባክን አጥፊ ሃይል ነው። ከቁጥጥር ውጪ የሆነ ቁጣ አእምሮን የማሳት ኃይል ያለው ቅጽበታዊ እብደት ሲሆን፣ ታምቆ የቆየና ያልተገለጸ ቁጣ ደግሞ ተከድኖ የሚንተከተክ የፈላ ዘይት ወይም ታምቆ የሚብላላ አሲድ ነው። ገንፍሎ የፈሰሰ ቀን የማጥፋት ሃይሉ ታላቅ መሆኑ ባይካድም፣ ተሸክሞ የሚዞረውን ሰው ሕይወት በቁሙ በልቶ እንደሚጨርሰው ግን ይዘነጋል። ብዙ ጊዜ ቁጣን የሚፈጥረው የፍትህ መዛባት ቢሆንም ዕድሜውን አርዝሞ የሚያቆየው ግን ይቅር አለማለትና ስሜትን በጊዜው በትክክል የመግለጽ ችሎታ ማጣት ነው። ቁጣ ያፈረሰውን ቤትና ግንኙነት ስናስብ ቁጣን የመቆጣጠር፣ በትክክል የመግለጽና የመግራት ትምህርት በየትምህርት ቤቱ ቢሰጥ ጥሩ ይመስለኛል።

*   *   *

አንድ ጊዜ ባረፍኩበት ሆቴል እንግዳ መቀበያ አካባቢ ስንጐራደድ ሁለት ነጭ ጥንድ አዛውንቶች ከሆቴሉ ለቅቀው በመውጣት ላይ ነበሩ። የያዙትን ትላልቅ ሻንጣ ሲጎትቱ አይቼ ስላሳዘኑኝ ልረዳቸው ፈልጌ አግዤያቸው መኪናቸው ውስጥ ካስገባን በኋላ ሰውዬው ጥቂት ዶላሮችን እንደ ጉርሻ ሊሸጉጡልኝ ሲሉ፣ እኔም የሆቴሉ እንግዳ እንደሆንኩና ላግዛቸው ብቻ አስቤ እንዳደረግሁት ስነግራቸው የሚገቡበት ጠፋቸው። ዘረኛ እንዳልሆኑና ትልቅ ስሕተትም እንደሠሩ እየተሸቆጠቆጡ ሊነግሩኝ ሞከሩ። እንዲያውም ብዙ ጥቁር ጓደኞችም እንዳሏቸው ሁሉ ዘበዘቡኝ። የሆቴሉ እንግዳ አስተናባሪ መስያቸው እንደነበር ማሰባቸውን ብረዳም፣ ጥቁር ስለሆንኩ አስበው ያደረጉት እንዳይመስለኝ ነበር ያ ሁሉ ጥረት። ሁላችንስ ሰዎችን ከውጪ በማየት የራሳችንን ግምት እንሰጣቸው የለ! ታዲያ የሰዉን ማንነት ከዚህ ሌላ እንዴት ማወቅ እንችላለን? መልሱ ከመገመት መጠየቅ፣ በውጫዊ መልክ ሰውን ከመፈረጅ የሰዉን ውስጣዊ ማንነት ለማወቅ ቅድሚያ ጊዜና እድል መስጠት ያስፈልጋል።

*　　　*　　　*

አሁን በኛ ዘመን የሠለጠነና ያደገ ጥቁር ሕዝብ ወይም አገር ለምን እንደሌለ ግራ ይገባኛል። ጥቁርነታችን ነው ኋላ መቅረታችን የትኛው ነው የቀደመው? ማለቴ ኋላቀርነታችን አናዶን ጠቁረን ከሆነስ ብዬ ነው። ይህ ቀልድ ነው ግን በህንድም ሆነ በላቲን እንዲሁም ባፍሪካ ጥቁረት ለምን ይሆን እንዲህ ክስረት የሆነው? በታሪክ ከመመጻደቅና በሌሎች ከማሳበብ ጥቁርነታችን ሳይሆን ስንፍናችንና አስተሳሰባችን ከሌሎች ውጪያዊ ክስተቶች ጋር ተባብሮ የፈጠረብንን እውነተኛ ጠላታችንን ማሸነፊያ ጊዜው አሁን ነው። ጠላታችንም ስለራሳችንና ስለሌሎች ተቀብለን የገዙን ውሸቶችና ጨለምተኛ አስተሳሰባችን። እንጂ ውስጡ እኮ ሲታይ ሁሉም ሰው ቀይ ደምና ነጭ አንጎል ነው ያለው። ቀለምን ካየን ምነው እሱን አናይም? ህይወት በደም አስተሳሰብም በጭንቅላት ውስጥ እንጂ በቆዳ ላይ አይደለምና።

*　　　*　　　*

የተሳሳቱ ጥያቄዎች ትክክለኛ መልስ ያላቸው አይመስለኝም። ስለዚህ ለሰው ትልቁ ሀብትና ዕውቀት ትክክለኛውን ጥያቄ መጠየቅ መቻሉ ላይ ነው። ስለዚህም መልስ የጣንላቸው ጥያቄዎች ሁሉ ከባድ ስለሆኑ ላይሆን ይችላል። ራሳቸው ጥያቄዎቹ ስለትክክለኛነታቸው ጥያቄ ዉስጥ መግባት ስላለባቸው እንጂ። ይህም ሲባል መረሳት የሌለበት ጭራሽ

አለመጠየቅ ከተሳሳተ ጥያቄ ይልቅ የከፋ መሆኑ ነው።

* * *

እናቴ በጣም ጉበዝ ነርስ ናት። አንድ ጊዜ በዓመት በዓል ቀን ተረኛ ሆና ወደሥራ ልትሄድ ስትነሣ ሁላችንም ተማርረን እንድትቀር ስንለምናት ያለችን ፈጽሞ አይረሳኝም። 'እኔ እኮ ተረኛ የሆንኩት ሰዎችን ለመርዳትና ከደረሰባቸው ሥቃይ ነጻ ሆነው ወደ ቤታቸው እንዲሄዱ ለማድረግ ነው። ለዛዉም ከስምንት ሰዓት በኋላ ወደ ቤቴ እመለሳለሁ። እስኪ አስቡ! ዛሬ በሽተኛ ለመሆን ተረኛ ሆነው በሕይወትና በሞት መካከል ያሉትን የሌሎች ልጆች ወላጆች። ምናልባት ፈጽመው ወደ ቤት ተመልሰው ሌላ ዓመት በዓል ላያከብሩም ይችላሉ።" ነበር ያለችን። ሁላችንንም የለወጠ አባባል ነበር። እናቴ የምትገርም ደግ ሰው ናት። በእርግጥ ታመው የተሻላቸው ሲያመሰግኑ ያልታመሙት ለምን ይሆን የሚያማርሩት? በሕይወትና በሞት መካከል ያሉት አንድ ተጨማሪ ደቂቃ ለመኖር ባለ በሌለ ሃይላቸው ሲፍጨረጨሩ በሕይወትና በጤና ያሉት ግን ሞትን የሚያስመኛቸው ምክንያት ግን ሁሌም ይደንቀኛል።

* * *

አንዳንድ ሰዎች አበሻ ባዶ ኩራት ነው ያለው እያሉ በአበሻነት መኩራትንና ቀና ብሎ መሄድን እንደ ክፉ ነገር ያዩታል። እኔ ግን በአበሻነታቸው የሚያፍሩና አበሻም መሆናቸው እንዳይታወቅባቸው በሚጥሩ ሰዎች ነው ግራ የምጋባው። ኩራታችን ሌላዉን ሲያስንቀን ሌላ ጉዳይ ነው ወይም ያልሆንነውን እንደ ሆንን እና የሆንነውን እንዳልሆንን ሲያስመስልብን። ግን ሰው በማንነቱ ጤናማ ኩራትና ደስተኛነት ሳይሰማው የትም ይደርሳል የሚል እምነት የለኝም። እኔ ለምሳሌ አበሻ ባልሆን የተሻለ ሰው ሆኜ ልፈጠር እችል ነበር የሚል እምነትም ምኞትም የለኝም። አበሻነቴን ከነበሽታውና ከነበረከቱ ተቀብዬው በአበሻነቴ መሆን የምችለውን ሁሉ ለመሆን ተግቼ መሥራት ነው ምርጫዬ። አበሻ ባይኖር ይቺ ዓለም ጎዶሎ መሆኗ አይቀርም፤ አሁንም አበሾች መሆን ያለብንን ሁሉ እንደሚገባው ስላልሆንን ይህች ዓለምና የሰው ዘር ሁሉ የቀረበት አንዳች እንዳለ ነው የማምነው። በረኀባችንና በሰቆቃችን ይህንን ያህል መታወቅ ከቻልን፣ በስኬታችንና በብልጽግናችንማ ስንታወቅ እንዴት ይሆን? አበሻ መሆኔንም ሆነ አበሾችን በጣም ነው የምወደው። ጥቁር አይደለንም የሚለውን አባባል ግን ያልሆንነውን ነጭነት መመኘት ስለሚመስለኝ ብዙም አይዋጥልኝም። ነጭም ቢኮን የሚፈጠር ነገር የለም። ዋናው ነገር የሆንነውን በሚገባ ሆነን መገኘቱ ላይ ነው።

* * *

ከእንስሳት ጋር በቂ ጊዜ ያላጠፋ ሰው፣ ሰው መሆን ምን ማለት እንደሆነ እጅግም ይገባዋል ብዬ አላስብም። በእንስሳት ውስጥ ያለውን ንጽሕናና ተፈጥሮአዊ ስርዐት ልብ ላለው ብዙ ያስተምራል። በሰው ውስጥ ብቻ ያለውን የሰብእናን ፋይዳ ለማወቅ ከእንስሳት ጋር በቂ ጊዜን ማሳለፍ እጅግ ጠቃሚ ነው። በፊልም ሳይሆን በሕይወት። ከኤሌክትሮኒክስና ከቴሌቪዥን ጋር ያደጉ ልጆች የሰው ጣዕሙ እንዴት ሊገባቸው ይችላል? ለማሽን ጸታም ስሜትም የለውምና የሰውን ክቡርነት እንኳን ሳይቀር መርሳታቸው አይቀርም። በምእራቡ አለም እየተስፋፋ ለመጣው ግለኝነትና የጸታ ግራ መጋባት ይህ ትልቅ አስተዋፅኦ ያደረገ ይመስለኛል። በሌላ በኩል ደግሞ በእኛ አገርም ያለው በእንስሳት ላይ የምናሳየው ጭካኔና ግድየለሽነት ለሰብኣውያን ፍጡራን ያለንን አሳፋሪ እይታ ጠቋሚ ሆኖ ታዝቤዋለሁ።

* * *

ምላስና ማር፣ አፍንጫና ሽቶ ሲገናኙ ብቻ የሚታወቅ የሕይወት ጣእም አለ። ካፈቀሩት ልብ ጋር ብቻ ሰው ሲጋራው የሚቀምሰው የፍቅር ስውር ጣዕም ያለም ይመስለኛል። ለማፍቀር የተሠራው እኛነታችን ይህንን በተቃራኒ ጾታ ውስጥ ተሰውሮ የተቀመጠልንን ውድ ማር ሳይቀምስና ከመዋደድ በሚፈልቀው የፍቅር ሽቶ ሳይታወድ ቢቀር፣ ሊገመት የማይችል ኪሳራ ከደረሰበት ነጋዴ የማይተናነስ ይመስለኛል። አይን ለብርሃን፣ ጆሮ ለድምፅ፣ ልብም ለፍቅር ነውና የተፈጠሩት። ጥላቻ የሞላው ልብ ደግሞ በሬት እንደተሞላ አፍ፣ የተበላሸ ስጋ እንደተቀባ አፍንጫና በድቅድቅ ጨለማ እንደተከበበ አይን ነው።

* * *

አገር የሌለው ሕዝብና ቤተሰብ የሌለው ሰው አንድ ነው። ቤተ ሰቦች የሰው ስብስብ እንደሆኑ ሁሉ አገርም የቤተ ሰቦች ስብስብ ናት። የቤተ ሰብ ጥንካሬው አባላቱ ሲሆኑ ያገር ጥንካሬ ቤተ ሰቦች መሆናቸው መረሳት የለበትም። ሰው ሲበላሽ ቤተ ሰብ ይበላሻል። ቤተ ሰብም ሲፈርስ አገር ይናዳል። ስለዚህም አገርና ቤተ ሰብም ሲበላሹ ጥፋቱ ተመሳሳይ ይመስለኛል። ለዚህ ነው ሰው የትም ሆኖ ቤተ ሰቡን ደግሞም አገሩን የማይረሳው። በርግጥ ሰው ያላገርም ያለቤተ ሰብም መኖር ይችላል፤ ይህ ኑሮ ከተባለ። አገርና ቤተ ሰብ ባይኖር አለም ምን ትመስል ይሆን? ከሁለቱ አንዱን ምረጥ ብባል የሚቸግረኝ ቢሆንም፣ ቤተሰቤን በምንም የምለውጥ አይመስለኝም።

*　　　*　　　*

ቋንቋ እጅግ ከሚያስገርሙኝ ነገሮች አንዱ ነው። ሀይወትን ያለቋንቋ ሳስበው ምን ሊሆን እንደሚችል ማሰብም ነው የማልችለው። ለማሰብም እንኳ ቋንቋ ያስፈልጋል እኮ! የሰዉም ሆነ የማኅበረሰብና የአገሮች አቅምና ኀይል ከቋንቋቸው በላይ ሊሆን አይችልም። ለምሳሌ፣ የጽሑፍ ቋንቋ እንኳን የሌላቸው ሕዝቦች በአብዛኛው ኋላቀር ናቸው ማለት ይቻላል። እንደግሪክ፣ ላቲን፣ ዕብራይስጥና እንግሊዝኛ የቋንቋቸው ብልጽግና ተናጋሪዎቹን ሕዝቦች ብቻ ሳይሆን፣ ሁላችንንም እንዴት እንደሚገዛን ማወቁ ከባድ አይደለም። የአማርኛ አቅም ለምሳሌ ካገራችን አይዘልም። የአማርኛ የመግለጥ አቅም ከጀርመንኛ በጣም በጣም ያንሳል። ይህም የተናጋሪዎቹን የአስተሳሰብ አቅም ያሳያል እንጂ ቋንቋው በራሱ የፈጠረው ነገር አይደለም። አገር ስታድግ ኅብረተሰብም ሲበለጽግ ቋንቋ አንዱ መለኪያው ነው። አንዱ አእምሮ ከሌላው ጋር፣ ያለፈውና ያሁኑ ትውልድ እንዲሁም በአንድ አገር ያለው ህዝብ ከሌላው ጋር ቋንቋ ባይኖር እንዴት ይግባባ ነበር! ያለቋንቋ አእምሮ ሁሉ ደንቆሮና ዲዳ ነው ማለት ይቻላል።

*　　　*　　　*

ሕፃናት ጥልቅ የሆነ የማወቅ ረኃብ ማሳየት የሚጀምሩት ገና በለጋ ዕድሜያቸው ነው። አፍ እስኪፈቱ ሁሉን ወዳፋቸው ለመክተት ሲሞክሩ፣ አፍ ከፈቱም በኋላ ሁሉን በቃል ካፋቸው እያወጡ ይጠይቃሉ። ይህንን ሁሉ ግን ገና ከፍ ሳይሉ ትምህርት ቤት የሚባል ሰው በላ ድርጅት ውስጥ ገብተው ይነጠቃሉ። የማይጠይቁ አላዋቂዎች፣ ትልቅ ሰው ተብለው ዲግሪ ጭነው ቢሮ ውስጥ ተኰፍሰው የሚውሉ እኛን የሚመስሉ ይሆናሉ ። ከዚህ አእምሮ በላ ድርጅት ፈጣሪ ረድቶአቸው ሳይኰላሹ ያመለጡት ብቻ ኅብረተሰብን የሚቀይሩ፣ አለምን የሚጠቅሙ ሆነው ይወጣሉ። ጉበዝ ወላጅ ማለት ልጆቹን ትምህርት ቤት ከሚባለው ፀረ ጭንቅላት ድርጅት መታደግ የቻለ ብቻ ነው። ብዙ አስተማሪዎች ጭንቅላታቸውን ያጡ ጭንቅላት ቆራጮች ናቸው ቢባል እንደስድብና ከፋት መቆጠር ያለበት አይመስለኝም። ይህንን ያስባለን ልጅ ትምህርት ቤት ተልኮ፣ ጭንቅላቱን ተነጥቆ መጽሃፍና መረጃ ተሸክሞ፣ ባመቱም መጨረሻ በከፍተኛ ውጤት ወደሚቀጥለው የውድቀት ደረጃ ቢያልፍ ምን ይጠቅማል? ለማለት ነው። ይህ ማለት ግን ልጆች አይማሩ ማለት ሳይሆን በትክክል ይማሩ ነው። ሁላችንም ቢሆን ትምህርት ቤት በመሄዳችን ዐይናችን በርቶአል፤ ዕውቀትም ገብይተናል፤ ዓለምን ተረድተናል። ግን ደግሞ ትምህርት ቤት ያጠፋብንን የፈጠራ ብርሃናችንን አይኑ-ልቦናችንን

ማን ያስመልስልን ይሆን?

*　　　*　　　*

ሞት ግን ምንድን ነው? የማይለመድ የማይዳሰስ። ሞትን ለማቆም ካልሆነም ለማዘግየት የማይደረግ ነገር የለም። ሞት መለያየት መሆኑ ከባድ እንደሚያደርገው ግልጽ ነው። በተጨማሪም የምንሞትበትን ቀንና ሰዓት አለማወቃችን ነው ሞትን ምስጢር የሚያደርገው። ተሄዶ የሚመጣበት የደርሶ መልስ ቲኬት ያለው ቢሆን ምንአልባት ያንን ያህል ግራ አያጋባንም ነበር። ወይስ ለመሞት ስላልተፈጠርን ይሆን ሞትን እንደሸሽን የምንሞተው? ከሞተም በኋላ ሰው ሕይወት ቢኖር ብሎ ይናፍቃል። ሥቃይም ይኖር ይሆን ብሎ ይሠጋል፣ ይህም የጽድቅንና የኩነኔን ጉዳይ በቀላሉ የማይተው ጉዳይ ያደርገዋል። ሰው በምድር የሚኖረው ሕይወቱ ከሞት በኋላ ላለው ሕይወት ዋጋ እንዳለው ያስባል። ሞት የህይወት መቋረጥና አደጋ ብቻ ሳይሆን፣ ራሱ የሰው ጠላትና የሰው ሌባ ተደርጎም ይወሰዳል። ሞት ባይኖርስ ሕይወት ምን ይሆን ነበር? በተለይ ይህ ሁሉ ስቃይና በሽታ ባለበት ዓለምና ሰው እንዲህ ራስ ወዳድና ክፉ በሆነበት ዓለም ውስጥ ሰው አለመሞቱ ከሞት አይከፋም ብላችሁ ነው? ጦርነትስ ይኖር ይሆን ሞት ባይኖር? ማንስ ያሸንፍ ነበር ታዲያ? ሞት ባይኖር ፍቅርስ ምን ይመስል ነበር? ግን ሞት ባይኖር በርግጥ ኑሮ ምን ይመስል ይሆን ነበር የሚለውን ለማሰብም አዳጋች ነው፣ አሁን ሞት አለና።

*　　　*　　　*

በትንሽ መጀመርና ትልቅ ማለም እንዱ ባንዱ ውስጥ የተደበቁ የስኬት ምስጢሮች ይመስሉኛል። ትልቅ ህልም ይዘው አንድም ሳይሠሩ የሚሞቱ ሰዎች የውድቀታቸው ምስጢር ብዙ ጊዜ ትልቁን ህልማቸውን በሚመስል ወይም ለዚያ በሚያዘጋጃቸው ነገር ላይ ያጠፉት ጊዜ ስለሌለ ነው። በትንሽ ነገር ላይ ተጣብቀው እንደማቀቁ የሚሞቱም ብዙ ሰዎች ትልልቅ ነገር ሊሠሩ እንደሚችሉና እንደሚገባቸው ማመን ስለሚሳናቸው ነው። ሌላው ቁልፍ ግን ሰዎች ባላቸው ነገር አሁኑኑ ከመጀመር ይልቅ ነገን ሲጠብቁና የተሻለን ቀን ሲናፍቁ ዕድልም ዕድሜም ያመልጣቸዋል። በትንሽ አሁን መጀመርና ለትልቅ ነገር እየተዘጋጁ ለነገ ማቀድ በርግጥም ጥበብ ነው።

*　　　*　　　*

እውነት ነው ብሎ ያመነበትን ሙሉ ለሙሉ ሳይሸራርፍ የሚኖርና የሚናገር ሰው ሐቀኛ ይባላል። ሐቀኛ ሁሉ ግን እውነተኛ ነው

ለማለት የሚቻል አይመስለኝም። እውነተኛ የሚባለው ለራሱም ለእውነቱም ሐቀኛ የሆነውን ነው። ለምሳሌ ድንቹን ከልቡ አምኖ ፓፓያ ነው የሚል ሰው ሐቀኛ ቢሆንም፣ እውነተኛ ነው ልንለው ግን አንችልም። እውነተኛ ሆኖ ግን ሐቀኛ አለመሆን አይቻልም። እውነት በሁኔታዎችና ከጊዜ ጋር የማይለዋወጥ፣ በፍጽምና ራሱን ችሎ የሚኖር ወሰንና ገደብ የሌለው የውበት የዕውቀትና የሕይወት ሁሉ ምንጭና መለኪያ ሲሆን፣ ጭብጥ ግን በውስን አእምሮአችን የተረዳው ከፊል እውነት ነው። ከሁኔታ ሁኔታ፣ ከጊዜ ጊዜና ከቦታ ቦታ የሚለዋወጠውን ደግሞ እውነታ ልንለው እንችላለን። ከጊዜ ከቦታና ሁኔታ ሁሉ በላይና ውጪ ስንሆን ብቻ ነው እውነታችን ከእውነቱ ፍጹም የሚገጥመውና የሚመሳሰለው። ይህን ደግሞ ከፈጣሪ ውጪ ማንም ሊሆነው አይችልም። ስለዚህም እውነቱ ሳይሆን እውነታችን ሊለያይና ሊቀያየር እንደሚችል በመረዳት ተሳስበንና ተረዳድተን ዐብረን በመኖር ወደ እውነቱ ማለቂያ የሌለውን ጉዞ ዐብረን ማዝገም እንችላለን ብዬ አስባለሁ።

*　　　*　　　*

አብሮ ከመብላት ይልቅ አብሮ መሥራት መቻል ብስለትን ይጠይቃል። በሰው ኀዘን አብሮ ከማልቀስ ይልቅ በሰው ደስታና ስኬት አብሮ መደሰት የትልቅነትና የቅንነት ምልክት ይመስለኛል። ምቀኝነት አብሮ መስራትን ሲከለክል ክፉ ቅናት ደግሞ ለሌላው እንዳንደሰት እንቅፋት ይሆንብናል።

*　　　*　　　*

ሰዎች በበታችነት ስሜት የሚያሳዩት ባሕርይ ከትሕትና ጋር በቀላሉ ሊያምታታ ይችላል። በትዕቢትም ተወጥረው የበላይነት ስሜታቸው የነፋፋቸዉን ሰዎች በራሳቸው የሚተማመኑ ጠንካራ ሰዎች ሊመስሉ ይችላሉ። የበታችነት ስሜት ቆስሎ የተሰባበረ ትዕቢት ሲሆን ትዕቢት ደግሞ እንደተወጠረ ፊኛ ጥቂት ነገር ጠቅ ብታደርገው የሚፈነዳ በፍርሀትና በባዶነት የተሞላ ማንነት ነው። ትሕትና ራስንም ሰዉንም በተገቢው ደረጃ ማየትና ለራስም ለሰውም ትክክለኛውን ክብር በመስጠት፣ ከሌሎች ጋር ራስን ከማነጻጸር ተላቆ፣ ሰው ከራሱ ችሎታና ራእይ ጋር በመወዳደር የተረጋጋ ኑሮ መኖር ሲችል የሚያሳየው ባሕርይ ነው።

*　　　*　　　*

ብዙ ሰዎች ባሕርይና ችሎታ ግንኙነት የላቸውም ብለው ማሰባቸው ትክክል አይመስለኝም። ለምሳሌ ይህ ውሃውን የያዘው ጠርሙስ ከውሃው ጋር ያለው ግንኙነት ያን ያህል ጠቃሚ አይደለም እንደ

ማለት ነው። ይዘቱ (content) በመያዣው (container) በብዙ መንገድ ይወሰናል። ለምሳሌ የመያዝ ዐቅሙ/capacity (ጭላጭ ውሃ ብቻ መያዝ የሚችል እቃና 100 ሊትር ሊይዝ የሚችል እኩል አይደለም)፣ ውበቱ/ beauty (በወርቅ ብርጭቆ ወይም በቅል ሽክና መጠጥ ቢሰጠን እኩል ደስታ አይሰማንም)፣ ንጽሕናውና ጥራቱ/quality and purity (በቆሻሻ ዕቃ ተቀድቶ ንጹሕ ውሃ ቢሰጠን ልዩነቱ ሰፊ ነው)፣ እንዲሁም በጥቅም ላይ ለማዋል ማስቻሉ/usability (እንደ ወንፊት በሚያፈስ ወይም በታሸገና ከጠብታ በላይ በማያሳልፍ ዕቃ የቀረበ ውሃ እንደሌለ ነው)። ይህ ሁሉ ከይዘቱ እኩል መያዣውም አስፈላጊ እንደሆነ ነው የሚያሳየው። ታዲያ የሰዉን ችሎታ/competence የሚሸከመውን ባሕሪይ/ character እንዴት ነው አስፈላጊነቱን ለማየት የሚያዳግተው? ባህርይ እኮ ችሎታን ተሸካሚ መያዣ መሆኑን ማንም ሊክድ አይችልም። ስለዚህም መልካም ባሕርይ የሌላቸው ጉበዝ ሰዎች ባጭር ቃል የባከኑ ችሎታዎች ከመሆንም ዐልፈው ጐጂ ስጦታዎችም ሊሆኑ ይችላሉ።

አንዴ በፍጥነት አንብባ ጨርሳ ቀና ብላ መላኩን ብታየው አሁንም በተመስጦ ስልኩን እያወራ ነው። መላኩ የሶለንን ጽሁፎች ይዘታቸውን ሳይለቁ የጻፈበትን መንገድ ወዳዋለች። አሁንም ላይ ታች እያለች ስታነብና ስልኩን መጨረሱን እየተቁነጠነጠች መጠበቅ ጀምረች። ትንሽ ቆይቶ ማርቆስና ሶፊያም ስለሚመጡ ብቻቸውን እንዲያወሩ ስለፈለገች አላስችል ብሏት ወደሱ ስትሄድ ስልኩን ጨርሶ ዞር ሲል ሮጣ ላዩ ላይ ተጠምጥማ

"ዬ ... ዬ.... መሊ ... መሊ ... ነፍሴ ... This is exactly what it is! ... በቃ ...ኡህ ... ምን ላድርግህ ... ሶለን ይህንን ቢያይ... በቃ አዝሎህ ነበር የሚዞረው ... እኔም አልችልህም እንጂ አዝዬህ ብዞር ደስ ባለኝ ... በቃ እኮ ... ይሄው ነው..." ብላ አንገቱን አንቃ ግንባሩን፣ ጉንጩን አንገቱን ምንም አልቀራት ... ሰው በመሳም ቢያልቅ ትጨርሰው ነበር...።

"እንዴ ኧረ... በናትሽ ሰሊ ይሄ እኮ ገና ድራፍት ነው... ይሄን ያህል ጥሩ ነው እንዴ ደግሞ...?" ብሎ ተገርሞና ፈዞ ሲያያት...፦

"አንተ ድራፍትህን ጠጣ... የኔ ፍቅር ... ዚስ ኢዝ ዘ ቲንግ...ግ...ግ...ግ.... አሁን በቃ ወዳራቱ ፈርጦችና የቀረውን የሶለንን ታሪክ መሥራት ብቻ ነው። በቃ ምን ልበልህ የኔ ጎፈሬ! መጽሐፉ ... ሳያልቅ ሰርግ የለም ... ቀለበት አልፈልግም መሊ ... የሶለን ማስታወሻን ... እንደቀለበት ... ልትሰጠኝ ትችላለህ...ወይኔ...!" ሰሎሜ የሚያደርጋትን ነው ያሳጣት። መጽሐፉ ተጽፎ ... የሚሆነውን ለራሷ በአይነልቦናዋ እያየች። ከዛም ቁጭ ብለው አንድ ባንድ እያነበቡ ሲያወሩና አልፎ አልፎም ሲከራከሩ እነማርቆስ መጥተው ውይይታቸውን ተቀላቀሉ። ሁሉም

የመላኩን አጻጻፍ አድንቀው አጸደቁለት። ማታ ላይ ደግሞ ለቤተሰቦቿ አጎቷን ጨምሮ ለሁሉም ኢሜይል አደረገችላቸው።

ለሚቀጥሉት ሦስት ወራት መላኩ በሶለን ሕይወት ውስጥ ራሱን ቀበረ። የቱ የሶለን የቱ የመላኩ መሆኑ እስከማይታወቅ ድረስ የሶለን ሐሳብና የመላኩ ብዕር ተዋሐዱ። ሶለን የጻፉቸውን ሁሉ ደጋግሞ አነበባቸው። ከሕፃንነቱ ጀምሮ የነበሩትን ፎቶዎች ሁሉ አጠናቸው። ሶፊያንም የምታስታውሰውን ነገር ሁሉ እንድትነግረው አድርጎ አናዘዛት። ሠዓሊ በመሆኗ ያለ ፎቶ ድጋፍ ሁሉንም ነገር ልቅም አድርጋ የስሜት አኳያውን እየጨመረች ተረከችለት። የሰሎሜን አክስትና አያት የሚያውቁትን ሁሉ እንዲነግሩት እስኪታክታቸው ድረስ አዋራቸው። የቀረው አሁን የሶለንን ወላጆችና ሕያውን ከሁለት ሳምንት በኋላ ሲገቡ የሚችለውን ያህል ከነሱ ደግሞ አስፈላጊ ተጨማሪ መረጃ መሰብሰብ ነው። ከዚያም ባጭር ጊዜ መጽሐፉን መጨረስ ነው እቅዱ።

የሰሎሜ ወላጆችና ሕያው ሊመጡ ሶስት ቀን ነው የቀራቸው። ሰሎሜ የምትወደውን የቀለበት ዐይነት ራሱ መላኩም፣ በሶፊያም በኩል በጥንቃቄ ካጠና በኋላ ማርቆስ ከዱባይ ይዞለት መጥቶአል። ያንን ሳምንት ለሥራ ድሬዳዋ ሄዶ የነበረ ሲሆን፣ ቅዳሜ ከሰአት ነው አዲሳባ ለመግባት ያቀደው። ቅዳሜ ጠዋት ደግሞ ሶፊያና ሰሎሜ ዘና ለማለት ኩሪፍቱ መዋል ስላሰቡ፣ ረፋዱ ላይ ማርቆስ አድርሶአቸው ለጉዳይ ወዳዲሳባ ተመለሰ። እዚያው ከጠበቁት አብረው ራት በልተው ማታ አንድ ላይ ለመመለስ ተስማምተው፣ አንዴ ስፓ አንዴ ዋና ሲሉ ቀኑንን እዚያው አገባደዱት። ወደ ማታ ፀሓይ ልትጠልቅ ገደማ በሐይቁ ላይ የፈጠረችው ውበት፣ አጠቃላዩ የግቢው ድባብና ለዛም አንዳች ውስጣዊ ደስታና ጣፋጭ ናፍቆታዊ ጉጉት በሰው ነፍስ ላይ ይዘራል። ሰሎሜ ይህንን ውበት ከማንም በላይ መላኩም ኖሮ ዐብረው ቢቋደሱት ልቧ ተመኘ።

"መጣሁ እስኪ መታጠቢያ ቤት ደርሼ... ሰሊ..." ብላ ሶፊያ ስትሄድ ሰሎሜም ሽው የሚለውን ንፋስ እየተቀበለች በየመሃሉ ዐይኗን ገለጥ ከደን እያደረገችና መላኩን እያሰበች በጸጥታው ውስጥ በሐሳቧ መዋኘቷን ቀጠለች። ከኋላዋ የሚራመድ ሰው ድምፅ ስትሰማ ሶፊያ ስለመሰለቻት፣ ለማየት ግድም አላላት። አንድ ሞቅ ያለ እጅ ከኋላ ዐይኗን ሲይዛት ድንግጥ ብላ

"ማሚዬ..." ብላ ለመነሣት ስትሞክር እዚያው ባለችበት ያዝ አድርጎ፣ "አትደንግጭ... ከላይ ሳይሽ የአውሮፕላኑን ሾፌር ደብረ ዘይት ወራጅ አለ ብዬው ይቺን ፓራሹት ሰጥቶኝ አሁን መውረዴ ነው።" ሲል መላኩ፣ የሰሎሜ ድንጋጤ ወደ ደስታ ጩኸት ተቀይሮ እንዴት እንዳገኘችው በማታውቀው ሃይል ግልብጥ ብላ ዞረችና የያዘውን ባርኔጣ ለመንጠቅ ስትሞክር እጁን ራቅ አደረገባት፡-

"መሊ የኔ ፍቅር ... አንተኑ ሳስብ እኮ ነው... ከየት መጣህ? ... እንዴት... መጣህ ... ደግሞ ምንድነው ዝነጣው እንዴት ነው ያማረብህ! ... ኡሀ... እኔ እንደዚህ

ተዝረክርኬ ...” አለች... አሁንም በደስታ እየተፍነከነከች። ከዚያም ይዞላት የመጣውን ቆንጂዬ እንቡጥ የምታምር ቀይ ጽጌረዳ ከባርኔጣው ውስጥ አውጥቶ ሲሰጣት የሷም ፊት ከጽጌረዳው ብሶ በደስታ ቀላ። ከሁሉም ግን ከማዶ ያለችው ፀሐይና ከውስጣቸው የጋመው የነሱ ልብ ቅላት ተወዳዳሪ አልነበረውም። የምትለው ጠፍቷት እንቅ አድርጋ ሳመችው።

“አይ ላቭ ዩ የኔ ሆድ...” አለችና በሁለት እጇ እንደ መቆንጠጥ አድርጋ ጉንጮቹን ያዘች፤ ከዚያም እንደለመደችው ጸጉሩን በጆቿ ፈርፍራ አበላሸችበት። ሁሌም ፀጉሩ ሲንጨባረር ደስ ይላታል፤ የሷ ብቻ ይመስላታል። ከዚያም ከእጇ ውስጥ እንደ መውጣት ብሎ ፊቷ በርከክ ብሎ

“ክብርት ያቶ አላና ብቸኛ ሴት ልጅና ውብ የማማ መገርቱ የልጅ ልጅ ... ታገቢኝ ዘንድ ፈቃደኛ ነሽን?” ብሎ ቀለበቱን ከኪሱ አውጥቶ ሲያቀርብ የግርምት ደስታዋ ንሮ ... አንገቱ ላይ ተጠምጥማ

“አዎን አዎን አዎን...” ብቻ አለች ደጋግማ። መላኩ ለሰሎሜ ቀለበቷን ሲያደርግላት አይታ ያፈረች ወይም የቀናች ይመስል ፀሐይዋ ነገ ስትጨርሱ በምሥራቅ በኩል እንገናኝ ብላ ቁልቁሉን ተንደርድራ ከተራራው ሥር ተሸጎጠች። ወዲያው ተደብቀው የሚሆነውን እያዩ ቪዲዮ ሲቀርጹዋቸው የነበሩት ሶፊያና ማርቆስ እየጮኹና እየሣቁ ተቀላቀሉዋቸው። እዛው ትንሽ ተጨዋውተው ወደ አዲሳባ ለመሄድ ተነሡ።

የሰሎሜ ወላጆች ከመጡ በኋላ መላኩ የላካቸው ሽማግሌዎችም የወጉን ሽምግልና አድርሰው የወጉን መልካም ዜና ይዘው መጡ። ለነገሩ ሽማግሌ የመላክ ዓላማው እንደድሮው ጊዜ የወላጅን ፈቃድ ለማግኘት ሳይሆን አክብሮትን መግለጫና ምርቃት መጠየቂያ ነው። የሰሎሜ አባትና እናት መላኩን ለመቀበል ጊዜ አልወሰደባቸውም። ልክ እንደ ሰሎሜ ሁሉ እነሱም የሶለን ምትክ ሆኖ ተሰምቷቸዋል። የሰርጉ ጊዜ ከስድስት ወር በኋላ እንዲሆን ተወሰነ። መላኩ በሶለን ማስታወሻ ሰበብ ልባቸው እስኪደርቅ ሲያወራቸው ከረመ።

መጽሐፉን ከሰርጉ በፊት ለማውጣት ዕቅድ ስላደረጉ መላኩ ቀን ከሌሊት ይሰራ ጀመር። እያንዳንዱ ምዕራፍ ባለቀ ቁጥር ሰሎሜ፣ ማርቆስና ሶፊያ እየተሰበሰቡ ሲከራከሩና ሲወያዩ ያመሻሉ። አንዳንዴ ሁሉንም ነገር ለሶፊያ መተርጐሙ ቢያዘገያቸውም። መላኩ ካሰበውም ባነሰ ጊዜ ተጽፎ የመጀመሪያው ረቂቅ አለቀ። ሁሉም በሙሉ ድምፅ አጸደቁት። ከዚያም የአርትኦት ሥራውን እንዲሠሩ የተመረጡት ሰዎች በሁለት ወር አስተያየታቸውን ሰጥተውና የሚስተካከለው ተስተካክሎ ለኅትመት ዝግጁ ሆነ። የፊት ሽፋኑ ሶፊያ የሣለችውና ሶለን የሚወዳት ወንበሩ ላይ እስኪርቢቶውን ባፉ ላይ አድርጎ በግራ እጁ ማስታወሻ ደብተር እንደያዘ በጥልቅ ሲያስብ የሚያሳየው ስዕል እንዲሆን ተመረጠ።

መጽሐፉ ልክ ሰርጋቸው ወር ሲቀረው ገበያ ላይ ወጣ። ከመጽሐፉ ግርግር

ሳይወጡ ሰርጉ ደረሰ። የሰርጋቸው ሥነ ሥርዐት ዕጥር ምጥን ባለ መንገድ ቤተ ሰብና የቅርብ ወዳጆቻቸው ብቻ ባሉበት ለማድረግ ነበር ያሰቡት። በመጽሐፉ የተፈጠረው ዕውቅናና ሁኔታ ያንን እንዲያደርጉ አላስቻላቸውም። ከታሰበው በላይ ብዙ ቤተዘመድ ያሰባሰበና የሶለንን ሞት የሕይወቱ መዘክር በሆነው በተሳካለት መጽሐፍና በነሰሎሜ የሰርግ ፍሥሓ ያስረሳ ነበር። በመልሱ ጊዜ ደግሞ ብዙ የሰሎሜ ዘመዶችና ከመቂ የመጡት የመላኩ ዘመዶች ተዋወቁ። አንደኛቸውን ኢትዮጵያ ለመኖር በቅርቡ ከአሜሪካ ጠቅልለው የተመለሱት ሣራና እናቷ ወይዘሮ የትናየትም በነመላኩ ሰርግ ላይ ነፍሳቸውን አጥተው ነው የከረሙት። የሣራ ልጅም አበባ ያዥ ነበረች። መላኩም የሰርጉ ቀን የወጣው ከወይዘሮ የትናየት ቤት ነው።

የተቆለፈበት ቁልፍ

የመላኩና ሰሎሜ ጫጉላ ሽርሽር ቦታ የሰሎሜ የልጅነቷ ህልም ብቻ ሳይሆን የመላኩም የረጅም ጊዜ ምኞቱ ነበር። ለሰሎሜ ኬፕ ታውን ለመላኩ ደግሞ የሮቢንስ አይላንድ። ስጦታው ደግሞ የሕያው ነበር። በመጀመሪያው ቀን ያረፉት ጆሃንስበርግ ሲሆን፣ መሽቶ ስለነበር፣ ብዙም ወዲያ ወዲህ ማለት አልቻሉም። በማግስቱ ጠዋት ከቁርስ በኋላ የቱሪስት አውቶብስ ይዘው ከተማዪቱን ዞረው የተወሰነ ነገር ካዩ በኋላ አውቶብስ ቀይረው ለግማሽ ቀን ስዌቶ የሚባለውን በብዛት ጥቁር ደቡብ አፍሪቃውያን የሚኖሩበትን ከተማ ሲያዩ አምሽተው ወደ ሆቴላቸው ተመለሱ። ከተማይቱ የድህነትና የብልጽግና የምቾትና የጉስቁልና መከማቻ መስላ ነው የታየቻቸው። ብዙ ወንጀል አለ ተብሎ ስለሚወራ እንደልባቸው ወዲያ ወዲህ ማለት ባይችሉም፣ ሆቴላቸው ውስጥ ከተዋወቋቸው እንደነሱ ለጫጉላ ሽርሽር ከዩጎዝላቪያ ከመጡ ጥንዶች ጋር ሲዞሩ ጥሩ ጊዜ አሳለፉ።

በእቅዳቸው መሰረት የቀራቸውን አራት ቀን በኬፕ ታውን አካባቢ ለማሳለፍ ወደዛው አቀኑ። ከሰአት በኋላውን ትንሽ ሆቴላቸው ውስጥ አረፍ ካሉ በኋላ ዋተር ፍሮንት በሚባለው አካባቢ እየተንሸራሸሩ ሱቆችንና አካባቢውን ሲጐበኙ ቆዩና በፕሮግራማቸው መሰረት ወደ ኬፕ ኦፍ ጉድ ሆፕ ተጓዙ። በተለምዶ ሞቃቱ የህንድና ቀዝቃዛው የአትላንቲክ ውቅያኖስ የሚቀላቀሉበት ቦታ ነው ከሚባለው ኬፕ ፖይንት ከተባለው ከፍታ ላይ ሆነው አካባቢውን አይተው ሊጠግቡት አልቻሉም። ኬፕ ታውን ባጠቃላይ የደቡብ አፍሪቃ እናት የውበት ንግስት ናት ብለው ደመደሙ። ባሕሩ፣ ጫካው፣ ተራራው፣ ከተማው ሁሉም ነገር የትም አገር ካዩት በላይ ሆኖ አገኙት። በቀስታ የሚነፍሰውን ንፋስ እያጣጣሙ ሁለቱ ውቅያኖሶች ይገናኙበታል የሚባለውን ቦታ ከተራራው ላይ እንዳሉ ለማየት ቢሞክሩም ያን ያህል ግልጽ ሆኖ አላገኙትም። እጅ ለእጅ ተያይዘው ከቆሙበት ስፍራ እንዳሉ መላኩ ከንፈሯ ላይ ጠበቅ አድርጎ ሳማትና

“የሁለቱ ውቅያኖሶች መጋጠሚያ የት እንደሆነ ባይታየንም የኔና ያንቺ የሕይወት ውቂያኖስ መጋጠሚያው ግን ...” ሲል ወደ ደረቱ ጠጋ ብላ “ልባችን ነው?...” ብላ ቀና ብላ ስታየው ግንባሯን ሳም አድርጎ እንዳቀፋት ለትንሽ ጊዜ ጸጥ

ብለው ቆዩ። ከዚያም ቀስ ብለው እየተጫወቱ አውቶቡሱ ወዳለበት ስፍራ ወረዱ። እያወሩና እየተሳሳቁ ወደ ሆቴላቸው ተመለሱ።

የሚቀጥለውን ሙሉ ቀን ያሳለፉት ሳፋሪ ይዘው ባካባቢው ያለውን ፓርክ ሲጎበኙ ነበር። ከዚያም መላኩ በናፍቆት ሲጠብቅ የቆየውን የሮቢን ደሴትን ለመጎብኘት በማግስቱ ሄዱ። ከኬፕታውን ብዙም አይርቅም። በጀልባ ባሕሩን አቋርጠው ደሴቲቱ ላይ ሲደርሱ አውቶብስ ተዘጋጅቶላቸው ጠበቃቸው። ከዚያም ባስጎብኚው ገለጻ ደሴቲቱን እየዞሩ ሲያዩ ቆዩ። ደሴቷ ባንድ ወቅት የስጋ ደዌ ሕመምተኞች ተነጥለው የሚቀመጡባት ስፍራ ስትሆን፣ በኋላ ደግሞ ዘረኝነትን ተቃውመው አሻፈረኝ ያሉ በብዛት ያገሬው ተወላጅ ጥቁሮች በግዞት የሚሠቃዩባት እስር ቤት ነበረች። ደሴቲቱ የተመረጠችበት ምክንያት ዋኝቶ እንኳ ማምለጥ እንዳይቻል አደገኛ በሆኑ ሻርኮች የተከበበች በመሆኗ ነው። እስረኞቹ በጠባብና ፈጽሞ በማይመች ቁርና ወበቅ በሚፈራረቅባት ክፍል ውስጥ ታጉረው ነበር የሚኖሩት። ቀን ቀን ደግሞ ድንጋይ ሲፈልጡና የተለያየ መከራ ሲቀበሉ ይውላሉ። የመጀመሪያው የነጻዪቱ ደቡብ አፍሪካ መሪ የሆኑት ኔልሰን ማንዴላና ሌሎች ታዋቂ ታጋዮችም እዚሁ እስር ቤት ውስጥ ነበር ለብዙ ዓመታት ፍዳቸውን ሲያዩ የኖሩት። ወደ እስር ቤቱ ገብተው ወደ ውስጥ እየመራቸው የሄደው አስጎብኚ

“እዚህችኛዋ ክፍል ነበር ፕሬዝዳንት ማንዴላ ለዐሥራ ስምንት አመት ታስረው የቆዩት” ብሎ ሲያሳያቸው ሁሉም ሰው ያንን አስከፊ ስፍራ እንደ አንድ ቤተ መቅደስ በአግራሞትና በፍርሀት መነካካትና በአድምሞ ያይ ጀመር። አስጎብኚውም ራሱ እዚሁ እስር ቤት ውስጥ መከራውን ሲያይ የኖረ ሰው እንደነበረና እሱም ታስሮ የቆየባትን ክፍል አሳያቸው። መላኩ የሰሎሜን አንገት እንዳቀፈ፣ “አይገርምም ነጻ የወጣ አእምሮ ምን በሻርክ ቢከበብ፣ በጠባብ ክፍል ለዓመታት ቢቆለፍበት፣ ድንጋይ ሲቀጠቅጥ እንዲውል ቢገደድና የማንነቱን ክብር በሚያዋርድ ሕይወት ውስጥ ቢያልፍም ሁሌም ነጻ ነው። ቁልፉን ሁሉ ሰባብሮ የራሱን ብቻ ሳይሆን ያሰሩትንም ሆነ እንደሱ የታሰሩትን ሁሉ ነጻ የማውጣት ጉልበት አለው። ማንዴላን ከልቤ የማደንቃቸው ለዚህ ነው። እውነተኛ እስራትም ነጻነትም ያለው እዚህ ውስጥ ነው!” ብሎ ሰሎሜን ግንባሯ ላይ ሳም ሲያደርጋት እሷም ቀና ብላ ፈገግ አለችና፡-

“እዚህም ላይ ያለው እስራትና ነጻነት መረሳት የለበትም ...” ብላ በፀጉር የተሸፈነውን ደረቱን ከልቡ ላይ ቆንጠጥ አድርጋ፣ “ልቡ በፍቅር ነጻ የወጣ በእርግጥ ነጻ ነው፤ የማንዴላ ጥንካሬ ጥላቻንና በቀልን ማሸነፋቸውም ይመስለኛል እንጂ የጭንቅላት ብቻ አይመስለኝም።” ስትል “ነፍሴ እኮ ነሽ!’ አለና ቃል በሌለው የዐይን ቋንቋ እንደተመካከሩ ሁሉ እዚያው ማንዴላ ታስረው በነበሩባት እስር ቤት ክፍል ቍጥር 5 ፊት ለፊት ለምስክርነትና የፍቅርን አሸናፊነት ለማብሠር ይመስል በአካባቢያቸው ያሉትን ሰዎች ሁሉ ረስተው ሙሽሮቹ ትኩስ ከንፈራቸውን

አጋጠሙ። ጉብኝቱን ሁሉ ጨርሰው ስለ ማንዴላና ስለ ጥቁሮች ጉዳይ፣ በአጠቃላይ የአንድ ሰው አእምሮ መፌወስና ነጻ መሆን ለአገርም መድሃኒት ለአለምም ምሳሌ እንደሚሆን ሲያወሩ ቆዩ።

ማታ ላይ ደግሞ እራት እየበሉ፣ “ግን ያልገባኝ እሺ በማንዴላ ጉዳይ ምንም ጥያቄ የለኝም እንዳወራነው ነው። እኔ የሚገርመኝ አፓርታይድ ከወደቀ፣ ኀይልም ለጥቁሮች ከተሰጠ ታዲያ በተለይ ስዌቶና ጆሃንስበርግ፣ እዚህም ኬፕታውን የሚታየው የጥቁርና ነጭ ልዩነት ምንድነው? እኔ ግን አሁንም የማንዴላ ሥራ ፍሬው አልታየኝም። ማለቴ አስገራሚ ሰው ናቸው፤ ግን በቃ ለውጥ ማለት ይሄው ነው?” አለች ቀኑን ሙሉ ሲከነክናት የቆየውን ነገር አውጥታ።

“ምን መሰለሽ ሃኒ ... የማንዴላ አእምሮ መከፈትና ነጻ መሆን አገሪቱን መንግሥቱንና ሕጉን ቀይሮታል። ይሄ በጣም ቀላል እንዳይመስልሽ፤ ስንት ሺህ ሰው ያለቀለት ፀላማ መሰለሽ! ግን አሁን የእያንዳንዱን አእምሮ መቀየሩ የማንዴላ ሳይሆን የባለቤቱና ያዲሱ ትውልድ ሥራ ነው። ማንም የማንንም አእምሮ ጠምዝዞም ለምኖም አይቀይረውም። ካገሪቱ አፓርታይድ ወድቋል ከያንዳንዱ ነጭና ጥቁር ጭንቅላት ውስጥ ማስወጣት ግን ማንዴላም ሆነ ማንም ሊሰራው አይችልም። ሁሉም ራሱን ለመለወጥ መነሣትና መወሰን ያለበት ይመስለኛል።” አለ። በዚሁ ጉዳይ ሲሟገቱ ቆይተው በደመቀው ፍቅራቸው ታጅበው ወደ መኝታ ቤታቸው ሄዱ።

መላኩና ሰሎሜ ለሽርሽር ከሄዱ በኋላ ማርቆስም ከብዙ ድካም በኋላ ዐረፍ ማለት ችሎ ነበር። በሥራ ቦታው ግን ብዙ የተከመሩ ጉዳዮችንና አዲስ የጀመራቸውን ፕሮጀክቶች መልክ መልክ ለማስያዝ ቀን ከሌት እየሠራ ነው። ሶፊያ በሌላ በኩል ከሁለት ሳምንት በኋላ የሚከፈተውን ለብዙ ወራት ስትደክምበት የቆየችውን ኤግዚብሽን ለመጨረስ ቀንም ሌሊትም፣ ውሎና አዳሯ ማለት ይቻላል ስቱዲዮ ውስጥ ሆኖአል። አንዳንዴ ምግብ መብላቱንም ስለምትረሳው ማርቆስ ነው ምግብ ይዞላት የሚሄደው፤ ከዚያም ትንሽ አጫውቷት ትቷት ይሄዳል።

ሥራው እንዳሰበችው አልንቀሳቀስ ያላት ሶፊያ ለመጨረስ እያታገላት ባለው የአባቷ ሥዕል ላይ ዛሬም አፍጥጣለች። ፊቷ ላይ ያለው የአባቷ ፈገግታ ሳይሆን፣ መጨረሻ ላይ ስታየው የነበረው በተስፋ መቁረጥ የተቃጠለ ጨምዳዳ ፊቱ ነበር። እሷ ደግሞ የምትወደው አባቷ ሲሥቅ ነው። ነገር ግን ፈጽሞ ሲሥቅ ልትሥለው አቃታት። በመጨረሻም ሁሌም የማይለያትን የሦስት አመት ሕፃን ሆና ወደላይ እየወረወረ እያሣቃት እሱም ፍልቅልቅ ብሎ ሲሥቅ የተነሡትን ፎቶ ቀንና ሌሊት ማየት ጀመረች፤ እሱ ይወድ የነበረውን ደመቅ ያለ ሙዚቃ እየሰማች። በመጨረሻም ሥዕሉን በትልቁ ሰራችው። ወደላይ ወርውሮአት ሊቀበላት እየጠበቀ ሲስቅ ነው የሚያሳየው። ርእሱን “እምነቴን የጣልኩባቸው ጠንካራ ያባቴ ክንዶች” ይላል። በርግጥም ሴት ልጅ በራሷ የምትተማመንና

የምትወደድ ውብ መሆኗን ከልቧ እንድታምን፣ ሩጎሩጎና ጠንካራ በሆኑ የአባቷ ክንዶች ላይ ማረፍና መደገፍ መቻሏ ትልቅ ተጽዕኖ አለው። ጥሩ አባቶች በየቤቱ ቢበዙ በሴት ልጅ ላይ የሚደርሰው ጭቆናና አድልዎ በብዙ እጅ መቀነሱ አይቀርም። ሶፊያ በአባቷ ምስል ላይ አፍጥጣ እንዳለች አጠገቧ የደረሰውን ማርቆስን ኮቴ ሰምታ ዞር አለችና፦

"ሄይ ማርክ ውዴ... እንዴት መጣህ በዚህ ሰዓት? ማታ ከሥራ በኋላ ነበር ትመጣለህ ብዬ ያሰብኩት።" አለች ቀለም ባበላሸው እጇ ላለመጨበጥ እጇን ራቅ አድርጋ በጉንጯ ጉንጩን እየሳመችው።

"ያ ... ሥራም ቀለል ስላለ ... ደግሞም ሰአቱም እኮ ሄዷል! አስራ አንድ ሰአት ሊሆንም አይደል? ስናክ ነገር ይገፍልሽ በዚያውም ትንሽ ባወራሽ አትጠይም ብዬ ነው የመጣሁት። እንዴት ነው ሥራው?... እንዴት ያምራል በናትሽ... አቤት ለራስሽና ላባትሽ ሲሆን ማዳላትሽ ያስታውቅብሻል... ማይ ሎርድ! ... በጣም ነው የሚያምረው.." አለ ወዲያ ወዲህ እያለና አንገቱን ዘንበልና ዞር እያደረገ ለማየት እየሞከረ።

"ኧረ ... ዝም ብለህ ነው... ላንተ ስለመሰለህ ነው። በጥበብ ልጆችህ መሃል ማዳላት ነውር ነው። ውይ ይቅርታ! መቼም እኮ በቃ ይሄ ኤግዚቢሽን ከኔ ይልቅ አንተን ነው መከራ ያበላው። በጣም ነው የማመሰግነው። መቸገር ግን አልነበረብህም። ለነገሩ በጣም ደብሮኝ ስለነበር ሳይህ እንዴት ደስ እንዳለኝ አትጠይቀኝ.." ብላ ሳታውቀው ቆዘም አለች፣ የለበሰችውን የስራ ኦቨር ኮት ከወገብ በላይ ያለውን ዝቅ እያደረገች። እንደ ሁሌም ውበቷን አደነቀ። እንዲህ ተዝረክርካና ቀለም በቀለም ሆናም ታምራለች። እጁን ትከሻዋ ላይ ጣል አድርጎ፣ "ምነው ... በሰላም ... ምን ደበረሽ? " አለ ዐይን ዐይኗን እያየ። ማርቆስ እንደዚህ ሲያያት ሁሌም እንደማፈር ያደርጋትና ዐይኗን ታሸሻለች።

"አይ ምን ባክህ ከዚህ ሥዕል ጋር አብረው ብዙ የልጅነትና የኋላ ትዝታዎች መጥተው ... አለ አይደል... ረበሸኝ ... " ብላ ሳትጨርስ ሄድ ብላ አንዲት ወረቀት ተዝረክርኮ የተቀመጠባትን አግዳሚ ወንበር ጠረግ ጠረግ አድርጋ ቁጭ አለች። እሱም አጠገቧ ተቀመጠና ከፊት ለፊታቸው ያለውን የሷንና ያባቷን ስእል እያዩ ለጥቂት ጊዜ ዝም አሉ። ከዚያም ሳታውቀው ቀስ በቀስ ነግራው የማታውቀውን ታሪኳን ሁሉ ዘክዝካ ትነግረው ጀመር። የልጅነት ህይወቷንና፣ አሜሪካም ከሄደች በኋላም ያገጠሟትንና የሆነቻቸውን ነገሮች ሁሉ አጫወተችው። አራት ጊዜ እንዳስወረደችና ያም እስከ ዛሬ ድረስ እጅግ እንደሚጸጽታት ነገረችው። በተለይ አባቷ እንደዛ ሲለምናት በስካር ውስጥ ሆና በወንዶች ላይ የነበራትን ቁጣ በሱ ላይ ለመወጣት ስትሞክር ራሱን እንዲገድል ምክንያት በመሆኗ፣ መቼም ራሷን ይቅር እንደማትለው በቁጭት ጥርሷን ነክሳ አወራችው። ለሶለን መሞትም ምክንያት ሆና ሳለ እሷ ተርፋ እሱ መሞቱ ሁሌም እንደ እግር

እሳት እንደሚበላት አጫወተችው።

በተጨማሪም ተስፋ ቆርጣ ራሷን ጥላ በነበረበት ጊዜ የገባችበት አዘቅትና የአኗኗር ብልሹነት ማጥ አሁንም እንደሚዘገንናት ሁሉንም ዝርዝር አድርጋ ነገረችው። እሷ ያልቀመሰችው በምድር ላይ አለ የተባለ ዕፅ እንደሌለና ሰውነቷንም ምን ያህል እንደተጫወተችበት፣ አሁን ያን ሁሉ ስታስበው እንደሚዘገንናት ስትነግረው እንባዋ ይፈስ ነበር። ማርቆስም ወሬዋን ሳያቋርጥ እንዳንዴ ጀርባዋን መታ መታ እያደረገና ከሥር ከሥሩ ሶፍት ወረቀት እየሰጠ አዳመጣት። በየመሃሉም እንደጥሩ አማካሪ የተለያዩ ጥያቄዎችን እየጠየቃት ለማንም ነግራ የማታውቀውን ነገር ሁሉ አጫወተችው።

ሶፊያ ከቀን ወደ ቀን እያደገ የመጣውን ለማርቆስ ያላትን ፍቅር እየፈራችው ነው። ማንነቷን ቢያውቅ እንኳን ሊወዳት ሁለተኛ የሚያናግራትም አልመሰላትም። ማርቆስ ማለት ለሷ ጠንቃቃ፣ ንጹሕና ፍጹም አይነት ሰው ነው። ስለዚህ ጥሎአትም የሚሄድ ከሆነ፣ አሁኑኑ ይሁን፤ ከዚያ እንደምሆን እሆናለሁ ብላ ሳይሆን አይቀርም። በሌላ በኩል ደግሞ በፍቅር የተማረከ ሰው፣ የወደደው ሰው እንደ ፍጥርጥሬ ያርገኝ ብሎ በዚያ ሰው እጅ ላይ ራሱን ለመጣል ድፍረት ስለሚያገኝም ይሆናል። ከትንሽ ዝምታ በኋላ እንዴት በየማታው ከእንቅልፏ አስፈሪ ህልሞች እንደሚቀሰቅሳትና ይህም አጎቷ ካደረሰባት የወሲብ በደል ጋር በተያያዘና ከሶለን ጋር ሆነው በተተኮሰባቸው ምሽትና ሆስፒታል ውስጥ ካሳለፈችው አስደንጋጭ ጊዜ ጋር የተያያዘ እንደሆነ አጫወተችው። በየምሽቱ አንዴና ሁለቴ ላብ በላብ ሆና ደንግጣ እንደምትነሳ ነገረችው። ያባቷ ሞትም እየተከታተለ በቀን በሌሊት የሚያባንናት አውሬ እንደሆነ አጫወተችው።

ሁሉንም በጸጥታ ሲሰማ የነበረው ማርቆስ ወደ ደረቱ አስጠግቶ አቅፎአት እንደ ሕፃን ልጅ ጀርባዋን እየመታ ሲያባብላት በንግግር ያልወጣው ሌላ ዙር የእምባ ጎርፍ በጸጥታ ሹራቡ ላይ ፈሰሰ። ተንሰቅስቃ ስለ ነበር የምታለቅሰው ሲቃዋና አተነፋፈሷ ተገርፎ መባበል ያቃተው ሕፃን ነው ያስመሰላት። ከዛም ከእቅፉ ሳትወጣ ቀስ እያለ የጀመረውን የራሱን ታሪክ አንድ ሳይቀር ከሥር ከመሠረቱ ጀምሮ አጫወታት።

"እየሽ ሶፊ እኔም ይሄን ሁሉ ጉድ ያዘለ ታሪክ ይዤ ነው የምዞረው። የራሴ ፍርሀትና ኀፍረት ቢኖረኝም፣ ራሴንና በሕይወቴ ብዙ ጥቁር ነጥቦችንና ጠባሳዎች ጥለውብኝ ያለፉትን ሰዎች ሁሉ ይቅር ብዬ የምኖር ሰው ነኝ። እነስንክሳርም ይሄንን ዐይነት ጠባሳ በመላኩና በሰሎሜ ላይ እንዳይፈጥሩ ነው ያደረግሁትን ሁሉ ያደረግሁት።" ብሎ ራሷን ሲያባብሳት ዐይኖቿን እንደጨፈነች፦

"አውቃለሁ። የሰራኸው ስራ ቃላት ሊገልጹት የማይችል ነው። ደረትህ በጣም ይመቻል። ከዚያም በላይ ግን ልብህ። የምትገርም ሰው ነህ! እኔ ይህንን ሁሉ

ከሰማህ በኋላ እንደ ሰውም ትቆጥረኛለህ ብዬ አላሰብኩም ነበር።" አለችና በጆቿ አንገቱን እቅፍ አድርጋው ጸጥ ብላ ራሷን ደረቱ ላይ ቀበረች። አሁንም በጸጥታ ሆነው የልባቸው ምት እየጐላ ለሁለቱም መሰማት ቢጀምርም ምቾታቸውን አልረበሸውም። ሳያስቡት ለረጅም ሰዓት ቆይተው ኖሮ ቀኑም እየመሸ ስለ ነበርና የቤቱንም መብራት ስላላበሩት፣ ከውጪ ከሚመጣው ደብዛዛ ብርሃን በቀር ቤቱ እንደደበዘዘ ነው። ከጅምር ሥዕሎቹ በቀር ማንም ምስጢራቸውን የሰማም ያየም የለም። ፊቷን ከደረቱ ላይ በጆቹ ቀስ ብሎ ቀና አድርጎ እያያት፦

"የነገርሽኝ ሁሉ አንቺን እንደ ሰው ብቻ ሳይሆን እንዳይሽ የሚያደርገኝ እንደ አንዲት ድንቅ፣ ማንም በማይደርስበት ተራራ ሥር ከጨለማ ውስጥ ባለ ካዝና ተቀምጦ እንደተቆለፈባት ዕንቁ ነው። አሁን ዛሬ እዚህ ያወራናቸውና ያለድምጽም የተለዋወጥናቸው ሃሳቦችና ስሜቶች የቱ ጋ እንዳለሽ በትክክል አሳይተውኛል። ዕድሜ ልኬን ስፈልግ የነበረው አንቺን ነበር። ካወቅሁሽ ጀምሮ ደግሞ ከተደበቅሽበት ካዝና ውስጥ እንዴት እንደማወጣሽ ነበር እንቆቅልሽ የሆነብኝ.." ብሎ ዝም ሲል ቀና ብላ "እሺ እሺ.... ቀጥል እየሰማሁ ነው..." አለችው።

"አሁን ግን በፍርሀትና በኀፍረት ከተገነባው ካዝና ውስጥ ለመውጣት ጊዜሽ ይመስለኛል። የካዝናው ቁልፍ በእጄ ላይ ያለ ይመስለኛል። ለብቻዬ ግን ልከፍተው አልችልም። ከረዳሽኝ ግን ልንከፍተው እንችላለን ..." ብሎ በድንግዝግዝ ውስጥ ሲያያት ከበፊቱ በበለጠ ጠጋ ብላው በትንፋሿ እየገረፈችው ድምፅዋም እየተቆራረጠ..

"እሺ ... እኔ ፈቃደኛ ነኝ ... ነጻ ለመሆን... ክፈተው... እ... ን ...ክፈተው..." ስትል፦

"ሶፊ በጣም ነው የምወድሽ ... በጣም ... ከዚህ በኋላ ... መሠቃየት የለብሽም ... ቁልፉ ፍቅር ነው ፈቃደኛ ከሆንሽ ..." ሲላት ስልምልም ብላ፦

"እ....ሺ.... አፈቅርሃለሁ እኔም... ከልቤ ..." ስትል ቀስ ብሎ ለመጀመሪያ ጊዜ መጀመሪያ ግንባሯን፣ ከዚያም ከንፈሯ ላይ በቀስታ ሳማት ... እሷም ጠበቅ አድርጋ አጸፋውን መለሰችለት። ከዚያም ተቃቅፈው ለተወሰነ ጊዜ ቆዩ ... ቃልም ሳይወጣቸው። በዚህ መሃል ነበር ስልኩ ሲጮኽ ሶፊያን ቆልፎ ይዟት የነበረውን ካዝና ከጨለማው ውስጥ ካለው የትዝታ ተራራ በታች ካለው ዋሻ ትተው የነቁት።

"ኦህ አምላኬ.... ሳናቀው እንዴት ጨልሟል ... ወይኔ.. ብላ ልብሷን እያራገፈች.. ካጠገቡ ስትነሣ ... እሱም ስልኩን በደመነፍሱ ነበር ሃሎ ያለው። መብራቱን አበራርተው የሚስተካከለውን አስተካክለው ወጡ። የለበሰው ጥቁር ሹራብ ሶፊያ እጅ ላይ ባለው ቀለም ቡራቡሬ ሆኖ ነበር። ፊቱም ላይ የተወሰነ ቀለም ሳትቀባው አልቀረችም። እሷ ደግሞ ያ በኀዘን ደም አልባ የነበረው ፊቷ የደም ገንቦ

ሆኖ ዐይኖቿ ጨረር የሚረጩ ከዋክብት መስለው በቀለም የተዥጎረጎረው ልብሷና የተንጨባረረው ፀጉሯ ተጨምሮ ዝርክርክ የውበት ንግሥት አስመስሎአታል። ከስቱዲዮው ከወጡ በኋላ ማርቆስ ቤት ሄደው እዛው ራት በልተው ሲጫወቱ ሳይታወቃቸው በጣም መሽቶ ነበር ቤቷ ሲያደርሳት። የሚቀጥሉት ቀናት ለሶፊያ ካሰበችው በላይ የሰራችበት ጊዜ ነበር። ማርቆስም ቁርስ ምሳና እራት አብሯት እየሆነ እስከ እኩለ ሌሊትም ድረስ አብሯት እየቆየ ዋና ዋና ስራዎቹን ማጠናቀቅ ቻለች። በየመሃሉም እግዚብሽኑ ምን መምሰል እንዳለበትና የት መሆን እንደሚችል የተለያዩ አማራጮችን ያወራሉ። እነመላኩም ሊመለሱ አንድ ቀን ስለቀራቸው በመካከላቸው ያበበውን ፍቅር እንዴት እንደሚነግሯቸው እየተሳሳቁ አወሩ።

*　　　　*　　　　*

መላኩና ሰሎሜ የመጨረሻ ምሽታቸውን ወተር ፍሮንት በሚባለው ብዙ መገበያያና መዝናኛ ባለበት የሚያምር የከተማይቱ ክፍል ነው ሊያሳልፉ ያሰቡት። አየሩ ጥሩ ስለነበር ሁለቱም ቁምጣና ቀለል ያለ ልብስ አድርገው ሲዞሩ ነው የዋሉት። ትንሽ ደከም ስላላቸው ከውሃው ፊት ለፊት ካለ አንድ መቀመጫ ላይ ተቀምጠው ሁለቱም በየራሳቸው አሳብ ገቡ። ትከሻው ላይ ራሷን አስደግፋ የነበረችው ሰሎሜ

"ምን እያሰብክ ነው የኔ ፍቅር?... እንዴት ነው...? አዲስ ሐሳብ መጣ እንዴ?" አለች በጆቿ አንገቱን አቅፋ ጆሮው ላይ ሳም እያደረገችው። ከትናንት ጀምሮ ሲያወሩ የነበሩት መላኩ ሊጽፈው ስለሚያስበው መጽሐፍ ነው።

"እም ምም .. የለም አይገርምሽም ... ሐሳቡ እኮ ዉስጤ አለ ግን... በቃ ምንም ላወጣው አልቻልኩም..."

"ቆይ ምንድነው የመጽሐፉ ርእስ የሚሆነው? ወስነሃል..?" አለች ከዚያ መጀመር አሳብ ይሰጠው እንደሆነ ብላ...።

" ር እ ሱ ን ... ዐውቄዋለሁ ... ችግሩ ግን ርእሱ የታወቀ፣ ያልተጻፈና አልጻፍ ያለ መጽሐፍ መሆኑ ነው..." አለ በእጁ የያዘውን አፈር ካንድ እጁ ወደሌላ እጁ እያገላበጠ፣ ሐሳቡ እዚያ ውስጥ የተደበቀበት ይመስል።

"ምንድነው? ማወቅ ይቻላል?" አለች እንደ ለመደችው ፀጉሩን እያሻሸች።

"የተቀለፈበት ቁልፍ" ብሎ ቀና ብሎ አያት አፉን ጠመም አድርጎ።

"ታዲያ አሳቡ ቢጠፋብህ ምን ያስገርማል። የምትጽፈው ስለ ተቀለፈበት ቁልፍ ከሆነ ...ምናልባት ቁልፉን ካገኘህ ሐሳብህ ሁሉ ተከፋፍቶልህ መጽሐፉን

ታገኘዋለሃ... አይደል እንዴ ሆዴ..." ስትለው

"ትቀልጂብኛለሽ አይደል ... ምናልባት ርእሱን መወሰኔም ይሆናል ሐሳቤን የቀላለፈው...ርእሱን መተው ይረዳ ይሆን እንዴ ... ግን ደግሞ መተው አልፈልግም" አለ የሰሎሜን ጉልበት በጣቶቹ እየነካካ። ጉልበቷን ሲነኳት ትፈራለች፣ ሳቋንም መቆጣጠር አትችልም። እጁን እየያዘችበት

"እንዴት መጣልህ ግን? ርዕሱ ራሱ ... የሆነ ደስ የሚል ምስጢራዊ ነገር አለው...አሪፍ ይመስለኛል።" አለች እጁን በጁ ያዝ ለቀቅ እያደረገችና አሳቡን ከዓይኑ ዉስጥ ታገኝ ይመስል አጥልቃ እያየችው።

"አይ ዶኖ ... አንቺን ትዝ ካለሽ ... ትዝ ይልሻል አሜሪካ ከመሄድሽ በፊት ራት በልተን ነበር ጋቲ...?" አለ ፊቱን ጨምደድ አድርጎ እንድታስታውስ ለመርዳት።

"ኦህ እንዴት ይረሳኛል ልጄ! አርፍደህ መጥተህ ይቅር ያልኩህ ቀን" ብላ ሳቀችና... "የስንክሳር ወንድም ዳንኤል፣ አባባ አራጋው ... ኸረ እንዴት እረሳዋለሁ! ... አቤት ምን ሆነው ይሆን? አባባ አራጋው ትዝ ይሉሃል? እኔ አሁንም እንደ ትናንት ነው ትዝ የሚለኝ... ያ እኮ የረጅም ሥቃይ ወራት መጀመሪያ... የስንብት ራት እንደነበር እኔም አንተም አላወቅንም ነበር" አለች ፈዘዝ ብላ ከባሻገር እርስ በርስ እየተባረሩ የሚጫወቱትን ልጆቹን እያየች።

"አይደል? አሁን ሲያልፍ ሁሉም ተረሳ እንጂ በጣም ብዙ ነገር ነው ያለፈው። ውይ ደግሞ አልነገርኩሽም አይደል? አንቺ አሜሪካ እያለሽ እኮ የሆነ ጊዜ ላይ ዳንኤል ነግሮኝ ነበር። አባባ አራጋውማ እዛው መንገድ ላይ ሞተው ተገኙ። ምን እንደሆኑ እንኳን ማንም ያወቀ አይመስለኝም። ታሪካቸውም ህልማቸውም ፍርሃታቸውም ውስጣቸው እንደተቀለፈ በዚያው ሄዱ! ማዘጋጃ መሰለኝ የቀበራቸው።" ብሎ ወደባሻገር እያየ ዝም ሲል

"እኔ አላምንም! ወይኔ የኔ እናት! እንደዚሁ እንደተሰቃዩ እንደተንከራተቱ! አስበው ይሄኔ እኮ ልጆች ይኖሯቸዋል! ምን አይነቱ ዘመን ላይ ደረስን በናትህ! አዛውንትና ህጻናት መንገድ ላይ ተጥለው ህብረተሰብ ምንም ማድረግ ካልቻለ ወይም ካልፈለገ በውነት ትልቅ ችግር ላይ ነን!" ብላ የምር ከልቧ እዝን ብላ አባባ አራጋውን ፒያሳ ስታገኛቸው ወደ ነበረው የትእይንት ትዝታ ወደ ኋላ ነጎደች።

"ታውቂያለሽ አንዳንዴ ሳስበው የሆነ ውል አጣለታለሁ! ማለቴ ህብረተሰብ የሚባለው ነገር ራሱ ምን እንደሆነ... ልክ የምድር ወገብ የሃሳብ መስመር እንጂ በእውነት የተሰመረ ነገር እንዳልሆነ ህብረተሰብም የሃሳብ ህዝብ ይመስለኛል!

እስኪ አስቢው አንቺ ሶስናን እንደልጅሽ ባትወስጂ፣ እቴቴ እኔን ከመከራ ውስጥ አውጥታ እንደ ልጇ ወስዳ ባታስተምረኝ ዛሬ እኔም ሶስናም እኮ የት ነን? ምናልባትም በሕይወትም ላንኖር እንችል ነበር። በሌላ በኩል ደግሞ እንደ ምንተስኖት አይነት ሰዎችን አስቢ በየቦታው እየወለዱ የሚጥሉ፣ የራሳቸውን ቤተሰብ መከራ የሚያበሉ፤ አለ አይደል ... አሁን ሣራ ሞታ ቢሆን ልጃቸው ወላጅ አልባ ሆነች አይደል? ሶፊያን አስቢ! በገዛ አጎቷ የደረሰባትን! የሶለንን አሟሟትና ባይሞት ሊሰራ ይችል የነበረውን! ደግሞ ስንክሳርን የመሳሰሉም ስንት ሰዎች እንዳሉ ... ይሄኔ እኮ አንቺም የዶክተር ክብሮም ባለቤት ባሜሪካ እኔም የስንክሳር አሻንጉሊት ልሆን እችል ነበር! ከዛ ውሎ አድሮ እውነቱን ስናውቅ ... የመሰረትነው ቤተሰብ ምን ሊሆን እንደሚችል... አስቢው!

"መቂ መጀመሪያ ስሄድ አክስቴ ቤት የነበረው የድህነት ጥልቀትና ጉስቁልና! እንደነገረችኝ ከሆነ መዐዛም እኔ የዛን ለታ ባልሄድ ኖሮ መርዝ ጠጥታ ራሷን ልታጠፋ እየተዘጋጀች ነበር! እሷ ሞታ ቢሆን ቤተሰቡ ሁሉ ተበታትኖ ዛሬ አስቢው ምን ይመስል እንደነበር! እንግዲህ እዚህ በኛ ዙሪያ ያለውን እንኳ ስታይው ... ኑሮ የሚገርም ጥልፍልፍ መረብ ነው! በዚህ ሁሉ ዉስጥ ግን የመከራውም የስኬቱም ... የድህነቱም የብልጽግናውም ... የክፋቱም የበጎነቱም ቁልፍ እኮ ያለው በአስተሳሰባችንና በአእምሮአችን ላይ ይመስለኛል! ህብረተሰብም ልክ እንደኛ አይነቱ ተደምሮ አስተሳሰባችንም እንደ ወጥ አገር በተባለ ድስት ባንድነት ተወጥውጦ ይመስለኛል! ... ብዙ ለፈለፍኩ መሰለኝ ..." ብሎ እላዩ ላይ ያደረገችውን የሰሎሜን እግር ማሻሸቱን ቀጠለ

"ኧረ በፍጹም ... አንዳንዴ ኮ ሁሉንም ሳስበው ... በቃ ተዝቆም ተዋኝቶም የማያልቅ ውቅያኖስ ነው የሚሆንብኝ! አለ አይደል ... ጎዳና ላይ የፈሰሱትን ሕጻናትና አዛውንቶች፣ በሴተኛ አዳሪነት የገቡትን ወጣቶች፣ የፈረሱ ትዳሮች፣ በችግር የተቆራመዱ ቤተሰቦች ... ደግሞ ገና ከኋላ ቀርነትና ድህነት ያልወጡ ህዝቦቻችንን ሳስብ... ልቤ ድክም ይለዋል! ደግሞ አቅም አለው የምትለው ሰው በራስ ወዳድነትና በክፋት ተሞልቶ ከራሱ አጥር ውጭ ማሰብ ሲያቅተው ግራ ግብት ይለኛል! እኔ ምንም ማድረግ አለማድረጌ የሚያመጣው ልዩነትም አይታየኝም! አለ አይደል ገባህ?" አለች ማለት የፈለገችውን በበቂ እንዳላለች እየተሰማት

"ልክ ነው... ስሜቱ ያንቺ ብቻ አይደለም! ግን አየሽ እንዳልኩሽ ... ያ ላንቺ ባይታይሽ ለሶስና ግን ይገባታል! ለመዐዛና ቤተሰቡ ግን ልዩነቱ የቀንና የማታ ያህል ነው! ለኔም እንደዛው! ማርቆስ የስንክሳርን ተንኮል ማምከኑስ ልዩነቱ ምን ያህል ነው? በተቃራኒው ደግሞ ምንተስኖት አስተሳሰቡ ተለውጦ ቢሆን ኖሮ ልዩነቱ ለሞቱት ህጻናትና ለነሣራ ምን ይሆን ነበር? የሶለንና የሶፍያም ሕይወት እንደዚህ አይሆንም ነበር፡ ተለቅ አድርገሽ ካሰብሽው ደግሞ ማንዴላና ጋንዲ እኔ አንድ ሰው ነኝ ብለው የሰሩትን ስራ ቢተዉት ኖሮ ህንድና ደቡብ አፍሪቃ ላይ ልዩነቱ

አይታይም ነበር፡፡ ሂትለርና ኢዲ አሚን ደግሞ በጎና ለሕዝብ አሳቢ እንደ ጋንዲ አይነት ሰው ቢሆኑ ኖሮ ዓለም ምን ትመስል ነበር? ገንዘባቸውን በየስዊዝ ባንኩና በምዕራባውያን አገሮች የሚቀብሩ የአፍሪቃ መሪዎችና ባለጸጋዎች እንደአረብ ኤምሬት መሪዎች ሕዝባቸው ላይ ቢያፈሱት አፍሪቃ ምን ትመስል ነበር? ... ፖለቲካውና ኑሮው አልመች ብሏቸው አፍሪቃን ጥለው በአውሮጳና አሜሪካ ያሉ ምሁር ልጆቿ እዚሁ ሆነው መስራት ቢችሉ ወይም ቢመርጡስ ሕይወት ለአፍሪቃውያን ምን ትሆን ነበር?..... አለ አይደል በግልም በአገርም፣ በቤተሰብም በአለም አቀፍም ነገሩ ያው ነው!፡አስተሳሰብና የአእምሮ ነጻነትና መለወጥ መኖር አለመኖሩ ... ኡፍፍፍፍ ... ምን ልበልሽ... ጋድ ... ሳላስበው እኮ የማያልቅ ዲስኩር ውስጥ አስገባሽኝ...” አለና ተንጠራራ

“በጣም አሪፍ ነው! ... ታዲያ ይሄ ሁሉ ሊጻፍ አይችልም? ... ምኑ ነው የጠፋብህ? እኔ አሳብ በዝቶብህ እንደሆነ እንጂ ... ይሄንን ሁሉ እኮ ዝም ብለህ ብትጽፈው ራሱ ቅርጽ እየያዘ ይመጣል! እም ... አዎን አሳብን አሳብ እያነሳው እኮ የተነሳንበትን ነገር ረሳሁት... ስለ መጽሐፉ ርዕስ ... የጋቲውን ራት አንስተን እኮ ነው እዚህ ሁሉ ውስጥ የገባነው! ለምን እንዳረፈድክና ከመጽሐፉ ጋር አያይዘህ ልትነገረኝ ነበር።” ብላ ነገሩን ወደ መጽሐፉ ርዕስ መለሰችው

“አይደል! ይገርማል በቃ ምንም ነገር አትረሽም አንቺ! ያ... ለምን መሰለሽ ያነሳሁት? ከቁልፍ ጋር እንዴት እንዳያያዝኩት ለማሳየት ነው። ያኔ ያረፈድኩት የመኪናዬንም የቤቴንም ቁልፍ መኪናዬ ውስጥ ቆልፌው ... ነበር። ባንዴ ቤትም መኪናም እንደሌለው ሰው ነበር የሆንኩት። የሌለኝ እኮ ቁልፍ ብቻ ነበር። መኪናውን መስበር ነበር መጀመሪያ የመጣልኝ ሐሳብ፤ አልተዋጠልኝም። ከዚያም ሽቦ አምጥቼ መቦርቦር ጀመርኩ። አልቻልኩም። መቸኰሌ ደግሞ የባስ አእምሮዬን ሌላ ነገር እንዲፈጥር አልረዳውም። አይገርምሽም! አንዴ ያንን አንዴ ይሄን ስል ቆይቼ መበሳጨት ስጀምር ይባስ አእምሮዬ ተዘጋጋ፤ ምንም መፍትሔ አጣሁ። ሁሉንም ትቼ ረጋ ብዬ ከችግሩ ላይ ዐይኔን አንስቼ መፍትሔው ላይ በጽሞና አሳቤን ሳተኩር ብልጭ ያለልኝ ነገር ጎረቤቴ ለካ አገር ያወቀው መካኒክ ነው። ሄጄ ቤቱን ሳንኳኳ እሱም ገና ወደ ቤቱ መግባቱ ነበር። አታምኚም በምን ፍጥነት እንደከፈተው፣ የመኪናዬን ቁልፍ አስረከበኝ። በተጨማሪም ሌላ ጊዜ እንደዚያ ያለ ችግር ቢያጋጥመኝ ምን ማድረግ እንዳለብኝ አሳየኝ። የቀረው ታሪክ ነው።” ብሎ አሁንም የዛን ጊዜ ትዝታ ያመጣ ይመስል አይኖቹ ማለቂያ የሌለውን ውቅያኖስ ተከትለው ሲኮበልሉ

“ታዲያ ... እና ... አሁን አንተ ከምትጽፈው ጋር እንዴት አያያዝከው ... ማለቴ ከመጽሐፉ ርእስ ጋር?” ብላ መላኩ የጀመረውን የጠርሙስ ውሃ ተቀብላው ጠምቷት ኖሮ እንደቀደቀችው።

"የውልሽ ላንድ ግለሰብም ሆነ ኅብረተሰብ ቤተሰብም ሆነ አገር የእድገትም ሆነ የውድቀት ቁልፉ መሬቱ ሳይሆን አእምሮ ላይ ነው። መሬቱ የሚቀለፈው የሰው አእምሮ ሲቆለፍ ነው። አንድ ሰው አእምሮው ሲከፈት ሁሉ ይከፈትለታል። ያንድ አገር ሕዝብ አእምሮው ሲቆለፍ፣ ሁሉ እያለው ምንም እንደሌለው ሁሉም ነገር ይዘጋጋል። ልክ እንደ እኔ መኪና ቁልፍ የሰውም አእምሮ ቁልፍ አለው። ለምሳሌ አፍሪቃን ውሰጂ፣ ሁሉም ነገር አላት። ግን ደግሞ ምንም ነገር የላትም። ያላትም ቢሆን እያጨራረሰን ነው እንጂ እየረዳን አይደለም። እይው መንገድ ላይ የወደቀውን ለማኝ፣ እስር ቤት የተከማቸውን እስረኛ፣ ሌሊት መንገድ ላይ ተደርድረው የምታያቸውን ቆንጅዬ ሴትኛ አዳሪዎች… እነሱ ሁሉ አእምሮአቸው ተቆልፎባቸው የሀብታም ደኻ የሆኑ ድንቅ ፍጥረቶች ናቸው። ሌብነት ብትዪ ሙስና፣ አምባገነንነት ብትዪ ጦርነት፣ ዘረኝነት ብትዪ የሃይማኖት ግጭት፣ ሁሉም የአእምሮ መቆለፍ ምልክት ናቸው። ስለዚህ አሁን አንገብጋቢውና ትልቁ ቁም ነገር መንገድ መሥራት ወይም ሕንጻ መገንባት ብቻ ሳይሆን ይህንኑ ማድረግም ሆነ በተሰራው በቅጡ መጠቀም የሚቻለው የሰው አእምሮ ሲከፈትና ከተኛበት የዘመናት እንቅልፍ ሲነቃ ብቻ መሆኑ ላይ ነው፣ አይመስልሽም ሰሊ?…" ብሎ እጁን እያወናጨፈ ዝም አለ ልክ አሳቡ በዝቶበት መውጫ እንዳጣ ሁሉ

"ልክ ነው፣ እና ታዲያ እንዴት ነው የዚህን ቁልፍ ጉዳይ ለመጻፍ ያሰብከው…?" አለች የመጽሐፉን አካሄድ አሁንም እንዴት እንደሆነ ከሱ ለመስማት።

" አእምሮ ምንድነው? አእምሮ ሲከፈት የሚሠራቸው ጠቃሚ ተግባሮች ምንድን ናቸው? እነዚህን ተግባሮች ለማሳደግና ለመጠቀም የሚያስችለው መንገዱ እንዴት ነው? አእምሮአችንን እንዲቆለፍና እንዲከፈት የሚያደርጉ ሁኔታዎች ምንድን ናቸው? በኅበረተ ሰብ ውስጥ ያሉ እንደ ቤተ ሰብ ትምህርት ቤት ሚዲያ መንግሥት አርት … ወዘተ የመሳሰሉ ተቋማት አእምሮን ከመቅረጽና በአእምሮም ከመቀረጽ አኳያ ያላቸው ስፍራና ድርሻ ምንድነው… ብዙ ነው አሳቡ…. ይህንን ሁሉ በዝርዝርና በግልጽ ማስረዳት … ነዋ፡፡ … እኔ የሚመስለኝ ሕዝባችንን ከራስ ቅሉ ውስጥ የተሰወረውን የከበረ ሀብት ምንነት በማስረዳት ከተኛበት አእምሮአዊ እንቅልፍ ብናነቃው .. እም … ከእንቅልፉ ባንኖ ሲነሣ ደግሞ አእምሮውን ለተፈጠረበት አላማ ብናሠለጥነውና ብናስታጥቀው … ይቺ አገር ይህችም አህጉር የት እንደምትደርስ ይታየኛል።" ብሎ የመጽሐፉን ጭብጥና የህልሙንም መዐዛ ከባሕሩ ሽው እያለ ወደነሱ ከሚነፍሰው ነፋስ ጋር እየማገ አጣጣመው።

"ታዲያ ጻፈዋ መሌ… ሐሳቡ እኮ አለህ … ይሄው ሞልቶ ሊፈስ… እኮ ነው! … ጻፈዋ … ምንድነው ችግሩ? … የሶለን ማስታወሻን በዚያ ፍጥነት እንዴት እንደጻፍከው ታውቃለህ። ይሄንን ግን ብትጽፈው … ምንም ቃል የለኝም … ለትውልድ ነው መሠረት ጥለህ የምታልፈው። ለምን አሁን ወደ አዲሳባ

እንደተመለስን ሥራህን አቁመህ መጻፍ አትጀምርም? ... ለኑሮአችን እንደሁ እኔ አለሁኝ ምንም ማሰብ የለብህም... በእውነት መሌ... የኔ ቆንጆ ..." ብላ ከፊቱ በርከክ ብላ እጆቿን አንገቱ መሃል ጠምጥማ ከንፈሩ ላይ ሳም እያደረገችው ስታበረታታው

"ሰሊ ነፍስ ... ማር እኮ ነሽ! ግን እስኪ ላስበው... እስኪ ወደ አዲሳባ ስንመለስ ... በደንብ እናወራዋለን... እስከዚያ ግን እስኪ ከውሃው... ከባህሩ ዙሪያ እንቀመጥ ... እያሰብን እንመላለስ። የቁልፉን ማስቀመጫ እንረዳው ... በውስጡ የተቀበረውን ሀብት እንመርምረው!" ብሎ ጭንቅላቷን እያሻሸ ሳም አደረጋትና ብድግ አለ። ከዚያም ከመተቀመጠችበት ታቅፎአት ሲያነሳት በሳቅ እየጮኸች አንገቱ ላይ ተጠመጠመችበት። ትንሽ እንደሄደ ባህሩ ዳር ሲደርሱ አንገቱ ላይ ሳም አደረገችውና ሸርተት ብላ ወረደች። እጅ ለእጅ ተያይዘው መድረሻ ከሌለው ከሰፊው ባህር ፊት ቆሙ። ከአድማሱ ማዶ የራቀውን የአእምሮን ምስጢር የለውጥን ቁልፍ ለማጥመድ ይመስል! ደግሞም ከሰፊው ባሕር የሚነፍሰው አዲስ ነፋስ ከሩቅ ማዶ ተሸክሞ የመጣውን የለውጥ መንፈስ በልቦናቸው እንዲያነፍስበት! ባህሩ ቀለም ነፋሱ አሳብ ሆኖለት ዛፎቹ ብርዕ ሆነው ሊጨብጣቸው ተመኘ! ስለአእምሮ ሊጽፍ! የተቆለፈበትን ቁልፍ የሚከፍተውን የእውቀት ቁልፍ ለሁሉም ሊያስጨብጥ! ድንገት ቆም አለና ሁለት እጆቹን የሰሎሜ ትከሻ ላይ ጣል አድርጎ አንዴ እሷን አንዴ ደግሞ ወደ ውቅያኖሱ እያየ

"የሰው አእምሮም በትክክል የሚዋኝበት ቢገኝ ከውቅያኖስ የጠለቀ ... ከሰማይ የራቀ ... ከሐሳብ የረቀቀ ... በዋጋው ከሁሉ የላቀ ... ተቆፍሮ ያልተደረሰበት ውድ ሀብት ነው። ግን የተቆለፈበት ቁልፍ ነውና ቁልፉን ለማግኘት ቁልፉ የተቆለፈበትን ደጃፍ ለመክፈት የሚያስችለውን ቁልፍ እስክናገኝ ተስፋ መቁረጥ የለብንም። ከቁልፉ ብዙ የራቅን አይመስለኝም!" ሲል መስማማቷን በደማቅ ፈገግታዋ ገልጻ አንድ እጁን ትከሻዋ ላይ እንዳለ በግራ እጇ ይዛ ሌላ እጁን ደግሞ በወገቡ ዙሪያ ባደረገችው እጇ ጠበቅ አድርጋ ያዘችና ልትጠልቅ የደረሰችውን ጀንበር እያዩ ወደፊት መራመዳቸውን ቀጠሉ።

መጽሐፉ ተፈጸመ፣ ታሪኩ ግን ይቀጥላል።